I0595880

44 Năm Văn Học
Việt Nam Hải Ngoại (1975-2019)
TẬP 7

44 năm văn học
Việt Nam hải ngoại (1975-2019)
Tập 7
Nguyễn Vy Khanh
Luân Hoán
Khánh Trường
Mở Nguồn xuất bản
Bìa Khánh Trường
Kỹ thuật: Tạ Quốc Quang
Dàn trang: Nguyễn Thành
Đọc bản thảo: Vy Thượng Ngã

Copyright © by Khanh Truong & Mo Nguon
ISBN: 9781794870017
California - USA 2019

NGUYỄN VY KHANH
LUÂN HOÁN
KHÁNH TRƯỜNG

44 NĂM VĂN HỌC Việt Nam HẢI NGOẠI (1975-2019)

7

TÁC GIẢ TRONG NƯỚC

Chủ trương
KHÁNH TRƯỜNG

MỞ NGUỒN

2019

TÁC GIẢ GÓP MẶT TRONG TUYỂN TẬP
44 NĂM VĂN HỌC Việt Nam HẢI NGOẠI
(1975-2019)

Ái Cầm, Bạt Xứ, Bắc Phong, Bùi Bảo Trúc, Bùi Bích Hà, Bùi Vĩnh Phúc, Cái Trọng Ty, Cao Bình Minh, Cao Đông Khánh, Cao Mỵ Nhân, Cao Nguyên, Cao Tần (Lê Tất Điểu), Cao Xuân Huy, Chân Phương, Chim Hải, Chu Vương Miện, Cung Tích Biền, Cung Trầm Tưởng, Cung Vũ, Diên Nghị, Doãn Quốc Sỹ, Du Tử Lê, Duyên Anh, Dư Mỹ, Dương Kiền, Dương Như Nguyện, Dương Thu Hương, Đặng Hiền, Đặng Mai Lan, Đặng Phú Phong, Đặng Phùng Quân, Đặng Thơ Thơ, Đặng Tiến, Đinh Cường, Đinh Huyền Dương, Đoàn Nhã Văn, Đoàn Nhật, Đoàn Thêm, Đoàn Xuân Kiên, Đỗ Hoàng Diệu, Đỗ Kh., Đỗ Quí Toàn, Đỗ Quyên, Đỗ Trường, Đông Duy, Đức Phổ, Giang Hữu Tuyên, Hà Huyền Chi, Hà Kỳ Lam, Hà Nguyên Du, Hà Thúc Sinh, Hà Thượng Nhân, Hạ Quốc Huy, Hạ Uyên, Hàn Song Tường, Hoa Văn, Hoài Ziang Duy, Hoàng Anh Tuấn, Hoàng Chính, Hoàng Du Thụy, Hoàng Khởi Phong, Hoàng Lộc, Hoàng Mai Đạt, Hoàng Nga, Hoàng Ngọc Tuấn, Hoàng Phủ Cương, Hoàng Quân, Hoàng Thị Bích Ti, Hoàng Xuân Sơn, Hồ Đình Nghiêm, Hồ Minh Dũng, Hồ Phú Bông, Hồ Trường An, Huy Trâm, Huy Tưởng, Huỳnh Hữu Ủy, Huỳnh Liễu Ngạn, Hư Vô, Khánh Trường, Khế Iêm, Kiệt Tấn, Kiều Diễm Phượng, Kinh Dương Vương, Lâm Chương, Lâm Hảo Dũng, Lãm Thúy, Lâm Vĩnh Thế, Lê An Thế (Lê Bi), Lê Cần Thơ, Lê Đại Lãng, Lê Giang Trần, Lê Hân, Lê Lạc Giao, Lê Mai Lĩnh, Lê Minh Hà, Lê Nguyên Tịnh, Lê Phương Nguyên, Lê Thị Huệ, Lê Thị Nhị, Lê Thị Thấm Vân, Lê Thị Ý, Lê Uyên Phương, Lê Văn Tài, Lệ Hằng, Liễu Trương, Linh Vang, Luân Hoán, Lương Thư Trung, Lưu Diệu Vân, Lưu Nguyễn, Lữ Quỳnh, M.H. Hoài Linh Phương, Mai Khắc Ứng, Mai Ninh, Mai Thảo, Mai

Trung Tĩnh, Miêng, Minh Đức Hoài Trinh, Nam Dao, Nghiêu Đề, Ngọc (Ngọc Nguyễn), Ngọc Khôi, Ngô Du Trung, Ngô Nguyên Dũng, Ngô Thế Vinh, Ngu Yên, Nguyên Lương, Nguyên Nghĩa, Nguyên Sa, Nguyên Vũ, Nguyễn Âu Hồng, Nguyễn Bá Trạc, Nguyễn Chí Kham, Nguyễn Đăng Thường, Nguyễn Đăng Trúc, Nguyễn Đăng Tuấn, Nguyễn Đình Toàn, Nguyễn Đông Giang, Nguyễn Đông Ngạc, Nguyễn Đức Bạt Ngàn, Nguyễn Đức Lập, Nguyễn Hải Hà, Nguyễn Hàn Chung, Nguyễn Hoàng Nam, Nguyễn Hoàng Văn, Nguyễn Hưng Quốc, Nguyễn Hương, Nguyễn Hữu Nhật, Nguyễn Lương Vy, Nguyễn Mạnh An Dân, Nguyễn Mạnh Trinh, Nguyễn Minh Nữu, Nguyễn Minh Phương, Nguyễn Mộng Giác, Nguyễn Nam An, Nguyễn Ngọc Ngạn, Nguyễn Phước Nguyên, Nguyễn Sao Mai, Nguyễn Tấn Hưng, Nguyễn Tất Nhiên, Nguyễn Thanh Châu, Nguyễn Thị Hải Hà, Nguyễn Thị Hoàng Bắc, Nguyễn Thị Minh Ngọc, Nguyễn Thị Ngọc Lan, Nguyễn Thị Ngọc Nhung, Nguyễn Thị Thanh Bình, Nguyễn Thị Vinh, Nguyễn Tiến, Nguyễn Trung Hối, Nguyễn Vạn Lý, Nguyễn Văn Sâm, Nguyễn Văn Trung, Nguyễn Vy Khanh, Nguyễn Xuân Hoàng, Nguyễn Xuân Quang, Nguyễn Xuân Thiệp, Nguyễn Xuân Tường Vy, Nguyễn Ý Thuần, Nhã Ca, Nhật Tiến, Như Quỳnh de Prelle, Phạm Cao Hoàng, Phạm Chi Lan, Phạm Công Thiện, Phạm Hải Anh, Phạm Hồng Ân, Phạm Miên Tưởng, Phạm Ngũ Yên, Phạm Nhã Dự, Phạm Quốc Bảo, Phạm Thăng, Phạm Thị Hoài, Phạm Thị Ngọc, Phạm Trần Anh, Phạm Văn Nhàn, Phạm Việt Cường, Phan Huy Đường, Phan Lạc Tiếp, Phan Nguyên, Phan Nhật Nam, Phan Nhiên Hạo, Phan Ni Tấn, Phan Quỳnh Trâm, Phan Tấn Hải, Phan Tấn Uẩn, Phan Thị Trọng Tuyến, Phan Việt Thủy, Phan Xuân Sinh, Phùng Nguyễn, Phương Tấn, Phương Triều, Quan Dương, Quyên Di, Quỳnh Thi, Sĩ Trung, Song Hồ, Song Nhị, Song Thao, Song Vinh, Sương Mai, Sỹ Liêm, Tạ Tỵ, Tâm Thanh, Thái Tú Hạp, Thái Tuấn, Thanh Nam, Thanh Tâm Tuyền, Thành Tôn, Thảo Trường, Thận Nhiên,

Thế Giang, Thế Uyên, Thi Vũ, Thu Nga, Thu Thuyền, Thụy
Khuê, Thường Quán, Tiểu Thu, Tiểu Tử, Tô Thùy Yên, Tôn
Nữ Thu Dung, Trạch Gầm, Trang Châu, Trầm Phục Khắc,
Trân Sa, Trần Dạ Từ, Trần Diệu Hằng, Trần Doãn Nho, Trần
Đại Sỹ, Trần Hạ Vi, Trần Hoài Thư, Trần Hồng Châu, Trần
Hồng Hà, Trần Long Hồ, Trần Mộng Tú, Trần Phù Thế, Trần
Thị Diệu Tâm, Trần Thị Hương Cau, Trần Thị Kim Lan, Trần
Thị Lai Hồng, Trần Thu Miên, Trần Trúc Giang, Trần Trung
Đạo, Trần Văn Nam, Trần Văn Sơn, Trần Vũ, Trần Yên Hòa,
Triều Hoa Đại, Triệu Châu, Trịnh Gia Mỹ, Trịnh Khắc Hồng,
Trịnh Thanh Thủy, Trịnh Y Thư, Trung Hậu, Trùng Dương,
Trương Anh Thụy, Trương Văn Dân, Trương Vũ, Túy Hồng,
Tường Vũ Anh Thy, Tưởng Năng Tiến, Uyên Nguyên, Vi
Khuê, Vĩnh Hảo, Võ Đình, Võ Hoàng, Võ Kỳ Điền, Võ Phiến,
Võ Phú, Võ Phước Hiếu, Võ Quốc Linh, Võ Thị Điểm Đạm,
Vũ Huy Quang, Vũ Kiện, Vũ Quỳnh Hương, Vũ Quỳnh N.H.,
Vũ Thị Thanh Mai, Vũ Thùy Hạnh, Vũ Thư Hiên, Vũ Trà My,
Vũ Uyên Giang, Vương Đức Lệ, Vương Trùng Dương, Xuân
Vũ, Xuyên Trà, Y Chi, Yên Sơn.

TÁC GIẢ TRONG NƯỚC

Bùi Chát, Bùi Ngọc Tấn, Bùi Thanh Minh, Cao Thoại Châu,
Dung Thị Vân, Dương Nghiễm Mậu, Đặng Châu Long,
Đoàn Văn Khánh, Hoàng Hưng, Khoa Hữu, Khuất Đẩu,
Lê Văn Trung, Lê Vĩnh Thọ, Nguyên Cẩn, Nguyên Minh,
Nguyễn An Bình, Nguyễn Dương Quang, Nguyễn Hiến
Lê, Nguyễn Hữu Hồng Minh, Nguyễn Huy Thiệp, Nguyễn
Lệ Uyên, Nguyễn Thành, Nguyễn Thụy Long, Nguyễn
Tôn Nhan, Nguyễn Văn Gia, Nguyễn Viện, Như Không,
NP Phan, Phạm Hiền Mây, Phạm Ngọc Lư, Phan Huyền
Thư, Phùng Cung, Thiếu Khanh, Tiêu Dao Bảo Cự, Trần
Dzạ Lữ, Trần Mạnh Hảo, Trần Thị Ng.H., Trần Vạn Giã,
Trần Vàng Sao, Văn Quang, Vy Thượng Ngã, Xuân Thao.

Trọng tâm của Tuyển tập 44 Năm Văn Học Việt Nam Hải Ngoại (1975-2019) là giới thiệu mọi thành tựu của một dòng văn học, do hoàn cảnh lịch sử, chảy ngoài quê hương, nhưng rất phong phú, đa dạng, đa văn hóa. Cũng có nghĩa mảng văn học quốc nội trong tập này hoàn toàn không mang tính tiêu biểu. Đây chỉ là một phần nhỏ, rất nhỏ, các tác giả trong nước đã đóng góp vào nền văn học hải ngoại, trải dài ngót nửa thế kỷ qua.

Tuy không cố tình chọn lựa nhưng một cách ngẫu nhiên, các tác giả góp mặt trong phần này xuất phát từ nhiều vị trí trong quá khứ (miền Bắc, miền Nam trong thời kỳ chiến tranh). Tuổi tác cũng chênh lệch, đại diện cho nhiều thế hệ. Có vị đã "cổ lai hy", từng trực tiếp tham dự cuộc chiến một thời, có vị chỉ ở tuổi nhi đồng khi chiến tranh kết thúc, có vị sinh ra rất lâu sau ngày thống nhất. Dù ở vị trí, thời điểm nào, họ vẫn có một mẫu số chung: yêu tiếng Việt, sáng tác bằng ngôn ngữ Việt, cho dù có thể họ không cùng chung chỗ đứng, quan điểm, khuynh hướng sáng tác.

Khánh Trường

Hoàng Khởi Phong by Đinh Cường

BÙI CHÁT

Tên thật Bùi Quang Viễn. Sinh ngày 22-10-1979 tại Hố Nai, Biên Hoà.

Tốt nghiệp ngành Văn học, khoa Ngữ văn, Báo chí (Đại học Khoa học Xã hội và Nhân văn Tp HCM) năm 2001.

Cùng Lý Đợi, thành lập nhóm Mở Miệng năm 2001 và nhà xuất bản "bán chính thức" Giấy Vụn - chuyên in ấn & phát hành tác phẩm của các nhà thơ vỉa hè dưới hình thức photocopy, in chung như *Vòng tròn sáu mặt* (6 tác giả), *Mở Miệng* (4 tác giả, 6-2002), *Khoan cắt bê tông* (23 tác giả, 2005), *Có jì dùng jì có nấy dùng nấy* (47 tác giả 2007-), ...

Tháng 4-2011, được International Publishers Association (Hiệp Hội Nhà Xuất Bản Quốc Tế) trao tặng Giải thưởng Tự Do Xuất Bản (Freedom to Publish Prize) tại Buenos Aires (Argentia) ngày 25.04.2011.

Nhà thơ hiện sống tại Sài Gòn.

Tác phẩm thơ do Giấy Vụn xuất-bản:
- *Xáo chộn chong ngày* (12-2003),
- *Cái lồn bỏ đi* & những bài thơ chửi rủa [bới, lộn] (12-2004)
- *Made in Vietnam* (2004)
- *Tháng tư gãy súng* (12-2005)
- *Xin lỗi chịu hổng nổi* (tập thơ nghĩa địa, 12-2007)
- *Bài Thơ Một Vần / One-Rhyme Poems* (nguyên tác và bản dịch của Lê Đình Nhất-Lang; Giấy Vụn, 2009 - polycopy)
Góp mặt trong tuyển thơ *26 Nhà Thơ Việt Nam Đương Đại* (NXB Tân Thư, California, 2002).

Giấc mơ chim đen

Tôi thích cái mông
giấc mơ tôi   một cây cầu
người ta bảo hãy ngủ khi những cô gái điếm hẹn cột đèn
đừng lôi thôi với cái giường
nếu cần có thể li dị   ngủ với đất
hàng xóm của tôi   bấy giờ
khoái chí   huyên thiên về sự thành đạt
ngay cái răng cũng không nhịn khoe màu nụ cười

tôi trên cầu dẫn tới một cái mông
ánh sáng đi tìm con chim đen.

Hùng cọp

Là người hùng thiệt [dĩ nhiên]. Trong ý nghĩ của nhau
Họ hàng ngày: ngồi lì trên một mặt phẳng, giễu cợt nhiều con
đường khác
Trong mọi trường hợp, họ biết cách chiều chuộng đàn anh
Sẵn lòng ban ơn cho người kém may [mắn để]

Phải!
Phải làm ngài hùng, họ không thể bước
Thẳng thắn với họ, sẽ thấy họ nổi mụn
Để diễn đạt sự hùng hổ khi bị chọc trúng
Họ tự biến thành cọp, rồi rống: Gâu! Gâu!

Xáo trộn trong ngày

Rất thích đi một
con đường ý nghĩ vừa xảy ra
hoặc những khi bận rộn tôi
thường qua lại con đường mà
không cần định hướng

Tôi đã quăng cái tát lên trời
không hiểu sao lại mang xuống một vật hệt như nó

Giữa những ngày
có ai biết
đời sống của tôi
đang rơi như chết

Tôi không biết phải làm gì   Khi
Mỗi sợi lông trên người tôi đều không phát sáng   Đêm
Đêm

Tôi có thể thông minh
trong ánh mắt em
hơn mọi nỗi đau em chịu đựng
hơn một sự sống

Chuyển động không ý tưởng.

Mở miệng

Làm sao được
        Thèm thịt chó nhưng
          Chúng tôi nhớ thịt người

Từ Nước   Những khúc ca
Xứ bò cạp trên bình thuỷ   Bằng
Cái chân chạm đất

Chúng tôi bắt đầu   Thế giới
Hàm răng hô
           Rồi
Đôi mông mụn nhọt
Thế là
               Ăn cháo để
Đánh bọn gieo hạt.

Không thể khác

Những người anh em
Đã phản bội chúng tôi
Đã ném chúng tôi vào ngục
Đã nhuộm đỏ màu da chúng tôi
Đã hi sinh mạng sống chúng tôi
Cho những giấc mơ ngột hứng của họ

Những người anh em
Vẫn lừa lọc chúng tôi
Vẫn tước đoạt ánh sáng, giọng nói chúng tôi
Vẫn doạ dẫm chúng tôi
Bằng súng và thực phẩm

Ngoài sức tưởng tượng của họ
Chúng tôi
Dưới bầu trời đen thẳm
Từng ngày từng ngày
Không lúc nào ngơi nghỉ
Việc nghĩ đến họ
Và
Cầu
Nguyện.

Bùi Chát

BÙI NGỌC TẤN

Bùi Ngọc Tấn sinh năm 1934 ở làng Câu Tử Ngoại, xã Hợp Thành, huyện Thủy Nguyên, thành phố Hải Phòng.

Ông bắt đầu viết văn, viết báo từ 1954, phóng viên báo *Tiền Phong* ở Hà Nội đến 1959 với bút danh Tân Sắc. Bị tù cải tạo 5 năm trong vụ án "xét lại chống Đảng" (1968 đến 1973). Sau đó làm công chức ở xí nghiệp đánh cá Hạ Long hơn 20 năm. Ông trở lại văn đàn qua bài viết "Nguyên Hồng, thời đã mất" đăng trên tạp chí *Cửa Biển* tại Hải Phòng tháng 3-1990. Ông mất tại Hải Phòng ngày 18-12-2014.

Tác phẩm đã xuất-bản ở hải-ngoại:

- *Chuyện Kể Năm 2000* (NXB Thanh Niên, 2000, 2 tập, in ra bị tịch thu; tái-bản: Thời Mới, Toronto, Canada, 2000; được dịch ra tiếng Anh, Đức và Pháp)

- *Hậu Chuyện Kể Năm 2000 "Thời biến đổi gien"* (Tiếng Quê Hương, Washington D.C., 2014).

- *Viết Về Bè Bạn* (Tiếng Quê Hương, Washington D.C., 201)

- *Rừng Xưa Xanh Lá* - chân dung văn học, 2002; Giải thưởng Hội nhà văn Việt Nam)

- *Biển Và Chim Bói Cá* (tiểu thuyết; NXB Hội nhà văn & Nhã Nam, 2008; bản dịch tiếng Pháp La Mer et le martin-pêcheur, được Giải thưởng Sách Hay (Việt-Nam) 2012 và Giải Henri Queffenlec của Pháp 2012).

- *Une vie de chien* (tập truyện ngắn, L'Aude, 2011, bản dịch Cuộc sống của con chó tiếng Pháp bởi Nguyễn Ngọc Giao, Đặng Trần Phương, Vũ Văn Luân).

Biển và chim bói cá

Trần Bôn thuyền trưởng tàu Hạ Long 414 có cách cặp cầu thật êm ả nhẹ nhàng. Trên khoảng trống cầu tàu chiều dài chỉ vừa một con tàu đỗ, lựa theo dòng nước chảy, anh cho tàu chạy tới chạy lui, đến khi quăng được một đoạn dây mồi lên cho một anh cảng vụ để anh ta kéo vào đoạn dây cáp to tướng ướt sũng nước rồi buộc nó vào cột bích là coi như công việc đã xong một nửa. Chỉ còn cho tơi quay cô dây cáp, kéo mũi tàu sát cầu ép cái lốp xe cũ vào dầm gỗ ốp bọc ngoài dầm bê tông, làm xùn ra những giọt nước trong veo. Rồi đánh tay lái, điều khiển phía đuôi tàu cho cả thân tàu sát vào gần cầu cảng. Rồi cũng lại một sợi cáp được quăng lên, cột vào một trụ bích khác. Tơi cuộn rút ngắn cáp, kéo đuôi tàu áp sát cầu. Mạn tàu dập dềnh cũng lại được những cái đệm chống va đan toàn bằng mây như một quả bom hình bầu dục treo thòng trên cầu tàu rúm lại đón đỡ. Thế là con tàu của anh đỗ vừa khuýp khoảng cầu trống người ta dành cho anh, sát các tàu khác như ta xếp một cái xe đạp. Với chiếc cầu thang bắc chênh chếch từ mạn xuống mặt bê tông cầu cảng, nó như đã đỗ ở đấy tự bao giờ.

Nếu cặp cầu nhẹ nhàng êm ả nhất là Bôn thì cặp cầu ầm ĩ nhất là Chơn. Bao giờ Chơn cũng oang oang những mệnh lệnh cặp cầu qua micro, náo động cầu cảng, náo động cả một khúc sông và những xí nghiệp bạn liền bên:

- Lên nữa! Lên nữa!

- Quay lái ra để tàu lai kèm đổi mạn!

- Quăng dây! Quăng dây!

- Tàu lai! Tàu lai! Đề nghị tàu lai áp mạn! Đề nghị tàu lai áp mạn!

- Tàu lai! Đưa 412 về gần Biển Đông! Đừng để trôi! Đừng để trôi!

- Đề nghị đưa 412 về gần Biển Đông!

Những mệnh lệnh mỗi lúc một gắt gỏng cau có:

- Vứt dây!

- Buộc lên bích trên! Buộc lên bích trên!

- Đứng ra! Gãy chân bây giờ!

- Cho trục tơi cuốn cáp lái vào đi!

- Không được để chạm vào dây cáp Biển Đông! Không được để chạm vào dây cáp Biển Đông!

Cứ như vậy cho đến khi tất cả lặng đi. Và bỗng nhiên vang trong khoảng trời xanh êm đềm cầu cảng, thay cho những mệnh lệnh, những tiếng gắt gỏng càu nhàu được phóng đại oang oang là một giọng đơn ca nữ trong trẻo vút cao trên nền đệm của dàn nhạc dây: *Đi mô chừ cũng nhớ về Hà Tịnh. Nhớ núi Hồng Lĩnh, nhớ dòng sông La nhớ biển rộng quê ta ở ơ...* thì cả xí nghiệp biết ông Chơn đã cập cầu xong rồi. Lần nào cũng chỉ một bài ấy. Nếu không thì *Nghệ Tĩnh mình ơi bao năm đợi tháng chờ. Một vùng nước bạc đồi núi lô nhô...* Những bài hát thật hay mà những lúc rỗi rãi chính Chơn thường nghêu ngao xuyên tạc: *Nghệ Tĩnh mình ơi Trung ương gọi lấy mì,* hay *Đi mô rồi cũng nhớ về Hà Tiện.* Với Chơn, bấy giờ mới thật sự kết thúc một chuyến biển dài mệt nhọc vất vả (cho dù anh đã hạ lệnh kéo mẻ lưới cuối cùng và làm tổng vệ sinh tàu trước đó cả một ngày rồi hành trình từ ngư trường về bến), bấy giờ mới là lúc anh dành cho mình những phút giây thanh thản. Chơn người miền trong, *Khu Trớ,* theo cách gọi của cánh văn phòng. Nhưng là một *Khu Trớ* tuyệt vời. Lạ thế. *Khu Trớ* đã keo thì thật keo, nhưng đã rộng rãi, dân Bắc đầu hàng đã hẳn, cánh Nam Bộ cũng phải chào thua. Đấy cũng lại là nhận xét của cánh văn phòng. Nhận xét này được tất cả các phòng ban công nhận. Hội văn thư đánh máy có lần nào xuống tàu mà không được những gói cá tươi ngon. Dân kỹ thuật thì khỏi nói. Những chiến hữu cánh hẩu. Những buổi nhậu dưới tàu và những buổi nhậu trên phố quên đời. Chánh văn phòng Điều không thể quên một tối đi nhậu với Chơn. Chỉ có hai người. Hai người hai xe đạp, lên phố Ga. Uống từ tan tầm chiều. Tới tắt đài. Một chai Giôn đen. Hai thùng Heineken chỉ còn lại bốn lon. Uống xong cứ bảo ngủ lại. Đây là nhà dì nó mà. Nguyệt! Nguyệt! Mình thu xếp cho sếp của anh chỗ ngủ ở đâu nào. Còn anh, mình không lo. Mình ngủ đâu anh ngủ đó. Hay là thôi cứ để sếp ngủ luôn với vợ chồng mình. Em yên tâm, con này con ấy chết rồi, có ngủ cùng giường cũng chết rồi, chẳng việc gì mà sợ... Chánh văn phòng không quên được trận nhậu đó. Trận nhậu cũng sưanhư nhiều trận nhậu khác nhưng nhớ là nhớ cái đận sau khi nhậu xong. Điều gọi xích lô. Gửi hai xe đạp lại nhà hàng. Dìu Chơn lên xích lô rồi ôm Chơn ngồi trên xe về cầu cảng. Thằng cha ấy uống mới tởm chứ. Rượu chia đôi. Bia mình chỉ uống gần chục lon. Còn bao nhiêu vào lão ấy cả. Đến lúc xuống tàu thật hú hồn. Nước xuống. Tàu đỗ hàng ba, mà cái 412 lại đỗ ngoài cùng, chỉ sợ bố ấy rơi xuống sông. Mãi không vắt được chân qua lan can. Vắt được chân rồi cha ấy cũng không lật được sang bên kia. Cứ nằm úp người trên hai lan can hai tàu. Mà nào tàu có đứng yên cho đâu. Một con tàu đi mãi giữa luồng cũng làm cho hai lan can dập dềnh tách ra, chụm vào, nhô lên tụt xuống. Mình phải nhảy vội sang tàu ngoài bế xốc bố ấy lên. Cứ thế qua được hai tàu. Đến khi về được 412 mình móc các túi của cha ấy tìm chìa khóa không thấy, không mở được cửa, thế là dìu cha ấy quành ra hành lang, đẩy cha ấy chui qua cửa sổ cabin vào giường. Buồng thuyền trưởng tàu bốn trăm (400 mã lực) ông biết rồi đấy. Giường liền ngay cửa sổ. Sáng hôm sau đi làm, lên xích lô đến phố Ga lấy xe đạp, đạp đến xí nghiệp, việc đầu tiên là xuống tàu xem cha ấy có việc gì không, thấy cha ấy vẫn ngủ. Vẫn nằm sấp, một chân trong giường, một chân thò ra cửa sổ. Đút vào thế nào nằm i xì thế ấy. Không nhóc nhách. Suốt đêm một tư thế. Như người chết rồi. Hôm ấy lão ta làm sao mình chỉ có toi.

Chơn đánh cá, tính nết phổi bò. Vợ ở quê có mang với một anh giáo viên trường cấp hai về sau làm xã đội.

Biết tin, Chơn xin nghỉ phép về nhà. Nhưng vợ đã bị bố đuổi về nhà bố mẹ đẻ. Chưa gặp vợ nhưng nhìn bố, lòng anh đau. Anh không ngờ bố lại suy sụp đến vậy. Anh hiểu tất cả do vợ anh. Bố anh là người được cả làng, không những thế, cả xã tín nhiệm. Gia đình anh là một gia đình được cả huyện nhìn vào. Thời chống Pháp, bố anh đã làm chủ tịch xã, rồi trong Ban chấp hành Mặt trận Liên Việt huyện. Anh cả Chơn vào bộ đội ngay khi tiếng súng kháng chiến toàn quốc bùng nổ và hy sinh trong chiến dịch Biên giới. Mấy anh em Chơn đều được bố mẹ cố gắng nuôi ăn học, người đỗ trung cấp, người tốt nghiệp đại học. Vết nhục này quá sức chịu đựng với ông cụ.

- Khốn nạn quá. Bố không dám vác mặt đi đâu nữa. Gia phong nhà ta không cho phép chứa chấp loại người như thế. Vợ chứ không phải con điếm trong nhà. Ý anh thế nào là tùy, nhưng bố không thể ở với nó một nhà. Bố không thể có một đứa con dâu như thế.

Anh đến nhà bố mẹ vợ, xuống bếp gặp vợ, nhìn cái bụng lùm lùm của vợ:

- Bao lâu rồi?

Vợ anh khóc:

- Bảy tháng rồi.

- Bây giờ tính sao?

Nước mắt ướt đẫm gò má, người vợ gục mặt xuống đầu gối, vai rung lên. Một lúc sau ngước cặp mắt sưng mọng nhìn anh:

- Em là con đàn bà hư hỏng. Em là đứa bỏ đi. Em không xứng đáng với anh, với bố mẹ. Em đã không giữ được. Sa chân bước xuống ruộng dưa. Bây giờ còn biết nói sao.

Anh vẫn nhẹ nhàng:

- Với ai?

Chị vợ im lặng. Anh gầm lên:

- Với thằng nào?

Người vợ sợ hãi mặt cắt không còn giọt máu:

- Anh... Tính.

Anh quát như một cái máy:

- Tính nào?

- Tính con ông Đội Tâm.

- Nó có vợ chưa?

- Rồi. Giọng chị lí nhí.

Đến lúc ấy anh mới hiểu hết ý nghĩa những lời chị trả lời anh. Đến lúc ấy anh mới qua khỏi cảm giác tức giận, căm thù sôi sục trong lòng, nỗi uất hận từ khi nghe cái tin nhức nhối nhục nhã ấy và bình tĩnh trở lại. Chị đã nói thật với anh tên con người ấy. Cho đến giờ phút này chưa ai biết được cái người đã tàn phá hạnh phúc của anh. Đó là một người chẳng xa lạ gì. Một thằng bạn học cùng lớp trường làng, cho đến cấp hai, và khi anh học lên cấp ba thì hắn thi vào mười cộng ba. Tao không ngờ lại là mày Tính ạ!

- Chỉ xin anh thông cảm với em. Anh cứ đi biền biệt. Đã bao ngày đêm em mong có anh ở bên dù chỉ một lúc thôi...

Chơn đau nhói. Lỗi đâu chỉ một mình vợ. Còn lỗi của anh. Tại anh học nghề khai thác. Giá anh nghe bố học nghề nuôi cá thì đâu đến nỗi. Học nghề nuôi, sau khi tốt nghiệp, anh có thể xin việc ngay tại địa phương, xa lắm là ty thủy sản tỉnh, hàng tuần cùng lắm hàng tháng, anh có thể về nhà. Thi vào đại học thủy sản, anh ghi tên vào ngành khai thác và nói dối bố học nghề nuôi cá. Thư bố, thư các anh em viết cho anh đều gửi Trần Nhân Chơn khoa nuôi. Các bạn gái bên khoa nuôi nhận thư và chuyển thư cho anh. Bố anh vẫn tưởng anh nghe theo lời khuyên của mình, học nuôi cá mà không học đánh cá "cái nghề gái ba chồng, một cơn gió là mất một đời chồng rồi". Càng ngày anh càng thấy mình học nghề khai thác là một sai lầm, nhưng ngày ấy học xong phổ thông mới mười bảy tuổi, lòng anh còn hướng về biển cả.

Anh viết đơn ly dị đem đến nhà vợ. Vợ anh lặng lẽ cầm bút ký, không nói nửa lời. Ký xong chị im lặng nhìn anh, rồi chạy vào trong buồng, nằm không một tiếng động. Trước khi ra về, anh bước vào vĩnh biệt chị, thấy chị đang úp mặt xuống gối, gọi thế nào cũng không ngẩng lên. Sao lúc ấy anh thương vợ đến thế. Thương vợ và xót xa nhục nhã cho mình. "Thôi, tôi về". Anh nói vậy và bước nhanh ra khỏi buồng, lấy xe đạp một mạch về nhà, không chào hỏi một người nào gặp trên đường.

Tưởng thế là xong nhưng nửa năm sau bố Chơn ốm chết. Bố chết khi Chơn đang trên biển. Chơn về, đã mai táng bố rồi. Cái đau nhất của Chơn là không được nhìn bố trước khi bố chết, là anh luôn nghĩ rằng trong cái chết của bố có nguyên nhân sự hư hỏng của vợ, có cái sai lầm của anh đã học nghề khai thác. Càng đau thêm vì bố chỉ được liệm bằng vải trắng, mà phong tục quê Chơn các cụ già mất phải liệm bằng vải đỏ. Chưa bao giờ anh thấy mình là một thằng con khốn nạn như những ngày ấy. Anh nhìn mẹ, hiểu rằng một ngày nào đó không xa, mẹ cũng lại ra đi. Trở về xí nghiệp, anh đạp xe lùng mua vải đỏ nhưng không đâu có bán. Ngày ấy muốn mua vải đỏ phải có giấy của ngành văn hóa thông tin, vải đỏ chỉ để phục vụ cho việc may cờ, làm biểu ngữ. Ngày ấy thật khó khăn, chỉ mới lo được cho người sống, chưa thể nghĩ đến người chết. Anh ra chợ mua chui mười thước vải trắng rồi đem đi nhuộm màu đỏ cờ. Tấm vải ấy anh gấp cho vào túi ni lông để trong ngăn kéo bàn tác nghiệp hải đồ, thỉnh thoảng lại giở ra phơi. Anh sợ mẹ cũng ra đi vội vã như bố nên lo ngay ngáy. Khi Lê Thanh Ý cùng học một khóa khai thác với anh, nhà ở làng bên về nghỉ phép, anh đã nhờ cầm mười mét vải đỏ về đừng đưa cho bà, đưa cho thằng em tao, thằng Thinh ấy nhé. Chỉ đến lúc ấy Chơn mới yên tâm.

Cuộc sống vất vả khó khăn nhưng Chơn vẫn giữ nguyên tâm hồn yêu văn nghệ từ những ngày đi học. Đợt phát động thi sáng tác quốc ca mới, anh bập bùng cây đàn ghi ta, miệng khe khẽ: *Đất nước Việt Nam tươi đẹp anh hùng. Chủ nghĩa Mác Lê-nin tất thắng. Chúng ta tiến lên cùng thế giới năm châu. Đại đồng là tương lai. Đại đồng điều chúng ta mơ ước...* Anh em người cười bảo là hâm, người khen hay. Đến khi bài hát của Chơn được phát trên đài (chắc có công sức của ông anh họ Chơn làm trưởng phòng gì đó ở Đài truyền hình thành phố) mọi người đều thấy hay, không như khi nghe Chơn ê a bập bùng cây đàn ghi ta dưới tàu. Có phối âm phối khí nó khác chứ. Chơn bảo vậy. Lúc ấy Chơn muốn kéo mọi người đi uống rượu. Trong một bữa rượu dưới tàu do Chơn chiêu đãi khi trú gió ở Vụng Ngọc, nhiều thuyền viên nhắc tới bài hát của Chơn. Họ không bảo nhau nhưng cùng tung hứng về bài hát coi như một món đưa cay trong cuộc nhậu, người bảo bài hát tuyệt hay có thể được chọn làm quốc ca, nhất là tác giả lại thuộc giai cấp công nhân, người bảo thôi đừng nịnh thối thuyền trưởng, quốc ca phải là những nhạc sĩ chuyên nghiệp cơ. Ông Văn Cao còn đang bị loại kia kìa. Thủy thủ trưởng Diêu, tợp một chén rượu gọn như nuốt một viên thuốc bổ, nói: Không có đâu. Dù thuyền trưởng sáng tác hay hơn mười mươi họ cũng không chọn đâu. Cái suất ấy không phải của... Giọng Diêu đã bèn bẹt đờn đợt. Diêu đã say lắm và càng say càng đờ đẫn lắc lư cái đầu và càng rót khỏe:

- Thủ trưởng ơi. Đếch cần làm tác giả quốc ca thủ trưởng ạ. Cái thủ trưởng cần bây giờ là *vê ơ vơ nặng.*

Chơn cười:

- Tao sắp lấy vợ rồi. Không phải để chúng mày phải lo.

Thế là tất cả nhao nhao:

- Cô Hồng nhà đài hôm nọ xuống lấy tin tàu mình á?

- Không phải mới hôm nọ đâu. Lâu rồi.

- Thế thì gay lắm thủ trưởng ơi. Em thấy cô ấy hay cặp kè với chánh văn phòng Điều lắm. Xuống tàu nào cũng sóng đôi với chánh văn phòng. Được con cá nào cũng chánh văn phòng đưa ra tận cổng bảo vệ.

- Không phải một mình chánh văn phòng đâu. Còn đi với thi đua Tín nữa đấy.

- Thi đua Tìu á? Giò Tìu thì không lo! Giò Tìu mắc bệnh tiểu đường. Coi khinh.

Anh em đang hăng rượu, hăng nói. Mấy con mực một nắng nướng bếp điện thật tuyệt. Lại giọng Diêu đờn đợt, dèn dẹt:

- Các cậu có biết vì sao thủ trưởng mất hai cái răng cửa hàm dưới không? Vì cô Hồng đấy.

Cả bọn cười vang: "Cô Hồng yêu thế nào mà thủ trưởng rụng mất cả răng thì khủng khiếp thật". "Hoan hô cô Hồng..."

Vẫn giọng Diêu kéo dài bèn bẹt:

- Tại hôôn đấy. Cô Hoòng hôôn thủ trưởng lâu quá đaáy...

Vốn là người xuề xòa với anh em, nhưng Chơn cũng thấy cần phải kết thúc đề tài này, và kết thúc luôn cuộc nhậu, anh nghiêm mặt bảo Diêu:

- Chùng dây cu roa rồi. Méo tiếng rồi. Về cabin đi. Thôi. Tất cả giải tán.

Khi mọi người ai về buồng người ấy, cái đề tài anh em vừa nêu ra cứ vấn vương mãi. Chơn nằm nghĩ đến vợ.

Rồi nghĩ đến những phụ nữ anh đã gặp đã biết. Nhiều. Nhưng chỉ có hai người làm anh thực sự xúc động. Huyền và Hòa. Cả hai cùng có tên bắt đầu bằng chữ H, cùng ở Hải Triều và đều là người anh quen trước khi lấy vợ. Bắt đầu là Huyền. Rồi đến Hòa, hàng xóm của Huyền. Hạng, anh Huyền đi bộ đội vào đóng ở nhà anh thời anh còn đi học. Cả làng, nhà nào cũng có bộ đội. Toàn dân Bắc. Thái Nguyên, Vĩnh Phú, Hà Tây... Đó là thời gian sắp tết. Dân làng đã chuẩn bị lợn gà, cá thu, gạo nếp cho bộ đội một cái tết vừa thật tình cảm vừa thật tưng bừng để bù cho cái tết phải xa nhà của những chàng trai mặt bấm ra sữa như con cái mình này. Bởi ai cũng biết, cũng nghĩ đây là thời gian ngắn ngủi những chàng tân binh trẻ măng từ những nơi nào đến nhưng thân thiết như con em trong nhà còn được nghỉ ngơi, còn được hưởng hòa bình dù phải xa gia đình, cái tết hòa bình cuối cùng trước khi vào Nam xông pha mũi tên hòn đạn. Nhưng đúng vào lúc gạo nếp gói bánh chưng đã ngâm, chả cá thu đã rán, những con lợn trong chuồng đã được ước lượng số cân trước khi mổ thịt, khi không khí tết tưng bừng xóm làng cùng với bữa liên hoan cuối năm đang được gấp rút chuẩn bị thì bộ đội được lệnh hành quân. Bộ đội không khóc, nhưng dân làng khóc. Khóc như mưa như gió. Cả những mẹ trong hội mẹ chiến sĩ. Cả những cô gái mới bắt đầu quen những chàng trai tứ xứ đổ về làng. Dù đã biết rằng tất cả cho tiền tuyến, tất cả để chiến thắng, phải tranh thủ mấy ngày ngừng bắn trong dịp tết, hành quân cấp tốc vào Nam, nhưng làm sao không thương những con em mình không được nghỉ ngơi, không được đón tết với gia đình đã hẳn, lại còn không có tết, không được bình yên đón xuân sang, đón một tuổi mới ở miền Bắc hòa bình, phải vào Nam, dấn thân bom đạn. Chơn cũng khóc. Anh vào buồng lấy mấy gói mứt, mẹ anh dồn hết số chả cá thu của nhà vào túi ni lông đưa cho anh Hạng. Lẽ tất nhiên là Chơn đã biết địa chỉ nhà anh tân binh đóng ở nhà mình, và khi tốt nghiệp đại học, về Hải Triều công tác, anh đến nhà Hạng như đến nhà một người thân. Hạng đã được ra quân với tấm huân chương chiến công, rất yêu quý Chơn. Không chỉ Hạng mà cả nhà. Bà Kỳ mẹ Hạng, cô Huyền em gái Hạng. Anh đến nhà Hạng thường là với những tiêu chuẩn hàng tháng của xí ng-hiệp dành cho người đi biển. Cặp mực nang, con cá chim, cân mực khô... Cả nhà muốn gả Huyền cho Chơn không phải vì số thực phẩm quý giá ấy mà vì nhận thấy ở Chơn một chàng rể tuyệt vời. Chơn cũng có cảm tình với Huyền. Còn Huyền công khai bộc lộ tình yêu bằng những cử chỉ thật lộ liễu nhiều khi làm Chơn đỏ mặt lên. Chính là Huyền chủ động nắm tay anh trước. Huyền cũng hôn anh trước. Anh đáp lại cái hôn ấy cuồng nhiệt không kém mà cứ nhớn nhác nhìn quanh, sợ có người nào đó bước vào hay mẹ Huyền từ bếp đi ra. Sẽ hạnh phúc biết bao nếu anh lấy Huyền, có một gia đình ở ngay Hải Triều và mỗi khi tàu cập cảng, anh có thể về đó nghỉ ngơi hưởng không khí gia đình, sự chăm sóc của vợ, nô đùa với các con, chấm dứt cảnh quanh năm suốt tháng ở trên tàu, bữa cơm xuống phòng ăn, lấy "xẻn" xúc cơm từ vạc trong bếp... Ai cũng tưởng anh sẽ lấy Huyền. Cả mấy nhà hàng xóm cũng nghĩ rằng đám cưới giữa hai người sẽ được tổ chức không lâu nữa. Thế nhưng sự việc không thành. Vì Hạng. Không phải Hạng phản đối Chơn. Chơn khi ấy đã được coi là một thành viên của gia đình. Mà vì Hạng nhất định lấy một phụ nữ đã qua ly dị và đã có hai con. Cả nhà phản đối. Ông già bà già khuyên can, khóc lóc. Hạng vẫn lì lợm, không trả lời câu hỏi "vì sao" của mọi người trong gia đình kể cả của Chơn. Thế rồi Huyền bước nhanh tới chỗ Hạng, giang thẳng cánh tát vào mặt anh trai. Bốp! Hạng ngẩng lên ngơ ngác. Một cái tát nữa vào má bên kia. Hạng đứng lên. Huyền cúi xuống rút chiếc guốc giơ cao ngang đầu. Hạng gần như chạy xuống bếp. Huyền ném theo chiếc guốc. Chơn mở to mắt nhìn Huyền. Anh không thể quên được dáng người, nét mặt Huyền lúc đó. Một Huyền khác hẳn, anh chưa hề biết. Một Huyền làm anh ngạc nhiên, dữ dằn, quyết đoán, buộc anh phải nghĩ nếu lấy Huyền làm vợ, cuộc sống vợ chồng có thể sẽ là như thế. Từ đấy anh thưa đến nhà Huyền. Rồi cuối cùng phải nói dối Huyền là anh chưa muốn yêu, chưa muốn lấy vợ vào lúc này. Một lần đến nhà Huyền nhưng cả nhà đi vắng, bà hàng xóm nhà Huyền, một người bạn buôn chuyến cùng với mẹ Huyền kéo anh vào nhà bà "anh vào chơi, mời anh vào chơi, cô Huyền sắp cưới rồi, chắc anh cũng biết chứ". Bà dẫn anh vào một lối đi hẹp, qua một buồng tắm để mở, Hòa, cô con gái bà mới mười bốn tuổi mà anh vẫn gặp gỡ chuyện trò những khi đến nhà Huyền, đang tắm ở trong đó. Anh đã cố không liếc nhìn vào nhưng không thể. Nhất là bà mẹ khi bước qua cửa buồng tắm bỗng dừng lại cúi xuống như là sửa cái quai dép, để anh ở phía sau có đủ thời giờ nhìn ngắm con gái mình. Dù chỉ một cái liếc rất nhanh thôi, anh cũng thấy một thân thể trắng ngần thon nhỏ nõn nà và hẳn là rất thơm tho vừa là đứa trẻ vừa là người lớn đang khom người lấy tay che chỗ kín, hai bên ngực phồng lên hai cái bánh dày nằng nặng hơi trĩu xuống. Chỉ thoáng nhìn thôi cũng biết rằng mỗi tế bào trong người cô đang bừng nở để thành thiếu nữ. Bà mẹ đưa anh vào nhà và rất vui vẻ thẳng thắn hỏi anh có bằng lòng con gái bà không? Con bé trong buồng tắm anh vừa đi qua ấy. Anh cám ơn bà, nói với bà rằng cô bé còn chưa đến tuổi. Suốt đời anh không thể nào quên được lối đi hẹp tối tối trong nhà bà, cái ô buồng tắm để mở và cảm giác bàng hoàng, lần đầu tiên trông thấy một người con gái đang tuổi dậy thì hoàn toàn khỏa thân, lần đầu tiên trông thấy một măng nụ trắng trong đến thế, thật đến thế, gần đến thế mà cũng lại xa vời đến thế. Sau này Huyền cũng đã khỏa thân với anh. Nhưng không phải là cảm giác nâng niu chiêm ngưỡng như Hòa mỗi khi nghĩ đến mà đơn thuần gợi lòng ham muốn. Khi ấy Huyền đã lấy chồng, đã có con, còn anh cũng đã ly dị vợ. Huyền đã là chủ một cửa hàng vàng. Vừa thấy anh bước vào, chồng Huyền đang ngồi ăn xôi ở bàn, liền đứng dậy cầm gói xôi đi vào nhà trong. Huyền bảo anh: Nó không chào anh à? Không được. Để em bắt nó ra chào anh. Chơn phải can ngăn mãi, Huyền mới chịu ngồi yên. Huyền mời anh trưa hôm sau lại ăn cơm. Tàu anh còn đỗ bến chờ xuống đá, anh vui vẻ nhận lời. Cái buổi trưa hôm sau ấy, cả nhà chỉ có một mình Huyền. Huyền cho đóng cửa hàng và anh hiểu cái gì sẽ đến. Huyền dắt anh lên phòng ngủ của hai vợ chồng Huyền trên gác, thong thả cởi quần áo trên người rồi ôm lấy anh thì thầm:

- Chẳng còn gì nữa đâu nhưng anh cũng phải yêu em một lần.

Rồi nằm xuống giường chờ đợi. Anh bỗng nhớ tới cô gái mười bốn tuổi trong buồng tắm bối rối nhìn anh mà anh chỉ dám liếc nhanh. Giờ thì không phải liếc nhìn vội vàng. Giờ có đủ thời gian. Anh biết chồng Huyền lên Hà Nội thanh toán tiền hàng. Anh biết đứa con trai Huyền đã về ông bà nội. Nhưng khi mảnh vải cuối cùng trên người được Huyền khẽ cong người lên gỡ bỏ, anh giật mình tưởng như vợ anh đang nằm trước mặt. Sao lại có thể giống nhau đến thế. Cũng mịn màng căng mọng, cũng lớp lông dày đen mịn sóng nhau như ép vào da thịt phân thành ba nhánh, một nhánh thẳng lên bụng và hai nhánh xòe ra hai bên làm thành một hình chữ thập. Hệt như của vợ anh. Anh nghĩ đến vợ. Rồi ngay sau đó nghĩ đến Tính, cái thằng học mười cộng ba, bỏ dạy làm xã đội. Vợ anh cũng đã nằm trên giường như thế này và cái thằng xã đội đáng nguyền rủa ấy hẳn cũng đã nhìn vợ anh nằm chờ đợi trên giường thế này như anh đang nhìn Huyền. Một nỗi chua xót làm anh nghẹn nơi cổ. Huyền ngơ ngác khi thấy anh đang cởi áo sơ mi bỗng cài khuy trở lại:

- Anh làm sao thế?

Lúc bấy giờ anh mới biết mình đang cài khuy áo, anh nói như người có lỗi:

- Anh hôm nay làm sao ấy. Bị hỏng. Em xem đây này. Huyền nhổm dậy, vít cổ anh, kéo anh đổ sập xuống người Huyền.

∘ ∘ ∘

Thế là tôi sắp đi ra biển. Tôi sắp được gặp biển. Biển tôi chỉ nghe nói đến, chỉ được nhìn thấy trên tivi, trên màn ảnh. Tối hôm qua tôi ngủ dưới tàu. Cầu tàu êm ả. Những con tàu nối sát nhau chạy dọc cầu. Những ngọn đèn im lặng tỏa sáng. Suốt đêm, hai con lợn tàu nuôi cứ ụt ịt tha thẩn quanh boong. Chúng rất béo, mỗi con phải non một tạ. Gấp đôi con lợn mẹ tôi nuôi ở nhà. Con lợn mẹ tôi bảo để cân, lấy tiền mua cho tôi chiếc xe đạp nhưng bố tôi gạt đi: Xe đạp của thằng Phong để tôi lo. Rồi bố bảo tôi: Bố sẽ mua cho mày chiếc mini Nhật. Thế là cái Ngàn em tôi reo lên:

- *Thế thì mẹ bán lợn lấy tiền mua xe cho con.*

Bố tôi vuốt tóc nó:

- *Con cứ học giỏi như anh Phong, bao giờ đi được xe đạp bố mua cho một chiếc. Cũng mini Nhật. Đỏ. Được không?*

Chiếc xe mini và chuyến đi biển hôm nay là phần thưởng của bố tôi cho tôi. Bố đã hứa nếu tôi được vào cấp ba sẽ thưởng cho tôi một chiếc xe đạp và cho đi một chuyến biển cùng với bố. Chiếc xe mini Nhật hai dóng là mơ ước của tôi. Chắc chắn tôi sẽ có. Bởi trường cấp ba ở mãi tận Si, cách nhà tôi tới bốn cây số. Là học sinh giỏi được vào thẳng cấp ba, phần thưởng cho tôi còn là chuyến về Hải Triều đi theo bố tôi chuyến biển hôm nay.

Từ Khê Thượng chúng tôi đi bộ ra ga Bắc Giang, lên tàu về Hà Nội rồi lại lấy vé đi tàu tới Hải Triều. Chúng tôi nghĩa là tôi, bố tôi và bác Nguyễn Văn Sĩ thủy thủ trưởng của bố tôi. Tôi quên chưa nói bố tôi là thuyền trưởng dưới tàu. Bác Sĩ quê ở một làng ngoại thành Hải Triều lên chơi với bố tôi và cùng về với chúng tôi. Chuyến đi đối với tôi là một chuyến đi kỳ diệu. Con tàu lao trên đường sắt kỳ diệu. Hà Nội kỳ diệu. Thành phố Hải Triều kỳ diệu. Nhìn qua cửa sổ toa tàu, một khoảng không gian mênh mông luôn thay đổi trước mắt tôi. Và gió. Gió như muốn dứt tóc tôi ném về phía sau. Chưa bao giờ tôi đi xa như vậy.

Từ ga, chúng tôi ngồi xích lô đi thẳng xuống xí nghiệp, ra cầu cảng, xuống tàu. Xí nghiệp không người. Các cửa đóng im ỉm. Sân rộng vắng tanh. Đã tan tầm chiều. Cầu cảng vắng người nhưng có rất nhiều tàu đỗ. Cái to hơn tàu bố tôi. Cái nhỏ hơn. Cái sơn xanh. Cái sơn xám như tàu bố. Cái sơn đỏ có cần cẩu giống cổng chào. Riêng tàu bố vẫn còn nhiều người. Tôi đã quen một số, những người đã lên Bắc

Giang, về nhà tôi cùng với bố: Chú Hùng lùn thuyền phó, bác Suất máy trưởng, chú Hồng trưởng ca... Bố trừng mắt nghiêm nghị bảo tôi: Không được leo trèo nghịch ngợm chết người như bỗn. Bảo không nghe là cho lên bờ luôn đấy. Rồi bố gọi mấy người vào phòng bố bàn bạc công việc để ngày mai tách bến. Sau đó ba chúng tôi ăn cơm. Các chú các bác dưới tàu đều đã ăn rồi. Phòng ăn cũng là bếp. Chật chội, trần thấp. Trông thẳng ra một cái cửa sắt, ngưỡng cửa cao gần tới đầu gối. Ngoài boong là tơi, trục tơi nằm ngang quấn đầy ắp những vòng dây cáp đã bôi mỡ. Cơm trong vạc. Một xoong canh sườn ninh khoai sọ. Một bát men rau sống. Tôi chưa ăn bữa cơm nào ngon như vậy. Trong khi chúng tôi ăn, các chú thủy thủ phóng xe về, phóng xe đi. Dưới tàu chỉ còn mấy chúng tôi.

Tôi ngủ chập chờn. Trên giường chú Hùng lùn. Chú Hùng về nhà ngủ. Nhà chú ở gần ngã ba (mà sau này tôi mới biết còn gọi là Ngã Ba Đông Dương), lối đi vào xí nghiệp. Tôi đã thám hiểm mấy phòng. Phòng thuyền trưởng rộng nhất, tuy vậy cũng vẫn là rất hẹp. Một chiếc giường ghép vào vách cabin, cao lưng lửng, thành giường nhô cao để khi ngủ, khi nằm, sóng xô có bị lăn cũng không rơi xuống sàn. Ngay dưới chỗ nằm (như gầm giường) là một thứ tủ có cánh mở ra mở vào chạy dọc suốt giường. Giữa buồng là một cái bàn nhỏ. Cạnh bàn ở phía tường cabin bên kia là ghế gỗ, một chiếc ghế lượn cong theo góc của hai cạnh tường gặp nhau như đi văng có thể ngồi được bốn năm người. Chân tường là một cái giá khoét lỗ tròn để vừa phích nước, sao cho sóng to tàu chao đảo phích cũng không bị đổ. Ngoài ra còn có một cái bàn làm việc liền ngay cửa sổ trông ra phía mũi tàu và một cái ghế dựa. Tất cả (trừ chiếc ghế dựa) đều được bắt chặt vào sàn tàu, vào vách tàu làm bằng gỗ bọc mi ca có vân bóng loáng. Phòng chú Hùng cũng như vậy nhưng nhỏ hơn, chỉ có bàn làm việc, không có bàn tiếp khách. Tôi nằm mà nhớ đến mẹ tôi. Đến cái Ngàn em tôi. Chắc bây giờ cái Ngàn đã ngủ ngon rồi. Còn mẹ tôi ngủ chưa hay đang nhớ đến tôi. Đêm ngủ xa nhà đầu tiên của tôi. Ngày mai tôi còn đi xa nữa. Ngày mai tôi đi ra biển. Tôi thức thức ngủ ngủ trong tiếng những con lợn tìm ăn ụt ịt ngoài hành lang vọng vào và tiếng xe mảy trên cầu cảng.

Sảng hôm sau, dậy sớm, tôi leo lên đỉnh nóc cabin nơi cao nhất của con tàu rồi trèo lên cái trụ đèn như một nòng pháo chĩa thẳng đứng lên trời. Cái trụ đèn có sảu bậc thang, sảu cái đèn xếp theo thứ tự từ cao xuống thấp: Đỏ, xanh, trắng. Đỏ, xanh, trắng. Bóng đèn như cái cốc úp xuống, bên ngoài là những vòng thép cuốn bảo vệ. Nhìn. Nhìn ra bốn chung quanh. Nhìn ra phía biển. Chẳng thấy biển đâu. Chỉ thấy dòng sông chảy xuôi và khuất sau rặng sú xanh um. Nhưng tôi biết cứ thẳng dòng sông này là ra tới biển.

o o o

Giờ phút về bờ đầu tiên sau một chuyến biển nào cũng bồn chồn. Không có việc gì cũng phải nhảy xuống cầu tàu đứng một tí rồi lại trở về tàu. Không có ai quen cũng vậy. Nhưng giá có một người quen đứng đó. Để nắm chặt tay, để nhìn vào mặt nhau cười nói, để hỏi một câu, trả lời một câu, trò chuyện với một người ở đất liền, một người vẫn ở đất liền trong khi mình lênh đênh trên biển. Nhưng không có ai quen thì lại trở về tàu, đứng trên boong vịn lan can nhìn xuống bè bạn đang tay bắt mặt mừng với những người thân dưới cầu cảng.

Ngay khi tàu còn ở giữa sông chờ cập cảng, tất cả đã đứng trên boong, cùng hướng vào bờ, thấy người đi lại, xe đạp, xe máy, nhất là thấy những mái tóc dài hoặc xõa vai, những dáng đi uyển chuyển..., bỗng hiểu ra một điều: Đấy mới thực là cuộc sống. Muốn trìu mến lắng nghe, siết chặt lấy người đang đi trên cầu mà hít một hơi dài mái tóc xõa kia. Nếu được thì ghì chặt lấy cái thân hình mềm mại ấy. Và nếu được nữa... chẳng biết việc gì sẽ xảy ra. Nhưng nếu tàu còn phải buông neo mà chưa có lệnh cập cầu. Thì cứ ở ngoài sông mà cố quên thời gian bằng cờ tướng, bằng tiến lên, bằng bài ù, bằng tán gẫu. Và chửi cái thằng điều độ xếp cầu. Bịa ra đủ thứ xấu xa về mấy thằng điều độ mà mình cũng thấy là vô lý, bất công. Càng điên nếu phải nằm mãi ngoài cửa sông, mãi ngoài phao zero nhìn vào chỉ thấy bãi sú, chờ đợi không biết đến bao giờ. Lúc đó chửi tuốt. Cả giám đốc, cả bộ, cả bộ trưởng, cả một lũ ăn hại sống phè phỡn, mị dân, thời nào cũng chết thằng lao động. Lúc ấy ai cũng trở thành hấp tỉ độ. Chỉ nguyên một điều cứ tưởng được đọc thư gia đình ngay cũng đã muốn tung hê tất cả rồi. Lúc ấy có chầu rìa ván cờ nào cũng phải nhòm mặt, cũng phải mách mỗi bên một nước. Đánh tiến lên cũng phải cẩn thận. Có thắng thông vài ván cũng chỉ tủm tỉm cười thôi. Đừng cười thành tiếng, càng không được nói một câu khuếch trương thắng lợi làm gì. Lúc ấy dễ vặc nhau lắm. Không chỉ anh em thuyền viên mà cả cán bộ nữa. Thuyền phó Phê vừa xếp lại quân cờ để chơi ván khác với máy trưởng Xuân, vừa nói: "Mình đang thắng, tiếc quá..." Lưới trưởng Giai đi qua cười: "Tức là cuối cùng thua chứ gì?" Chỉ có thế thôi mà suýt bùng lên thành một cuộc xô xát.

Sớm nay, HL 414 được cập bến ngay. Trên cầu tàu, khoảng non chục người đứng đón. Con tàu đi ngược lại chiều hành trình một chiếc tàu đang nhoai ra quạt sóng đẩy một đoàn xà lan than rầm mạn. Nó cắt một gợn nước chênh chếch phía mũi chiếc sà lan đi đầu và chạy quá lên phía cảng. Trên tàu, trừ những người đi ca theo đúng chức danh, tất cả tập trung ở boong mũi nhìn về phía bờ. Mặt trời tỏa ánh sáng rực rỡ và vào đúng lúc con tàu quay mũi, toàn bộ cửa kính trên tàu, những cửa kính vuông trên cabin các sĩ quan, các cửa tròn nơi buồng thủy thủ bên dưới gần sát với mặt sông đạt đúng góc độ phản chiếu, nhất loạt loáng lên một ánh chớp trắng chói mắt rồi cũng nhanh như việc loé sáng đó, các kính cửa lại xam xám nhàn nhạt một màu của bóng tối những căn buồng hẹp.

Với người thủy thủ, mỗi chuyến về bờ một khác. Bôn cũng không là ngoại lệ. Lúc còn ở ngoài sông, Bôn đã dặn dò đại phó Cương rất kỹ những công việc phải làm lúc anh đi khỏi tàu và khi hai sợi cáp, một ở mũi tàu, một ở phía lái đã được cô chặt vào hai trụ bích như hai cái đe trên cầu, khi chiếc cầu thang trên tàu đã được bắc xuống chênh chếch với mặt cầu, Bôn toan cùng anh em ùa xuống mặt cầu thì một người từ cầu tàu đã nhanh nhẹn bước lên xộc thẳng vào phòng thuyền trưởng. Đó là Thám, anh thợ điện kiêm thêm việc chạy công văn của xí nghiệp. Chào thủ trưởng. Thủ trưởng ký cho em vào đây. Mời thủ trưởng lên hội trường mới họp ngay bây giờ. Bôn ký vào quyển sổ rồi đứng lên, bảo Thám: Trưa chờ lúc văng vắng xuống nhé. Gặp Cương lấy mấy con cá về cho cháu. Thám chỉ chờ có vậy. Anh nháy với đại phó Cương như ký một cái giao kèo và cầm sổ nhanh nhẹn xuống cầu. Bôn nhắc Cương một lần nữa về công việc rồi bảo:

- Các ông ấy có hỏi thì bảo mình lên trạm xá một chút rồi về ngay. Đấy. Bây giờ lại đau. Có lẽ dạ dày giở chứng thật rồi.

Cương gật gật:

- Thủ trưởng cứ đi. Có gì em lo.

Cương mỉm nụ cười nửa tin nửa ngờ gần như giễu cợt, nhìn theo dáng thấp đậm của người thuyền trưởng khuất trên cầu tàu rẽ vào cổng cảng. Cương tự thấy chuyến biển đi với tàu HL 414 vừa kết thúc là hay. Anh học ở thuyền trưởng Bôn được nhiều điều. Dù rằng vừa học vừa cười một mình chua chát: Học thì cứ học nhưng sớm muộn cũng phải phới khỏi nghề đánh dậm này, chí ít cũng chuồn khỏi *Quốc doanh đánh dậm* này. Cách gọi mỉa mai ngành nghề như vậy không phải riêng Cương mà của cả xí nghiệp. *Quốc doanh đánh dậm, nghề đánh dậm* thay cho *nghề đánh cá*, Quốc doanh đánh cá. Câu cửa miệng, thông thường, chẳng bao hàm một ý xấu nào, ngược lại còn như muốn nhấn mạnh đến cái vất vả của nghề, đến việc cá biển Đông ngày càng ít dần. Trong câu chuyện giữa lãnh đạo xí nghiệp với công nhân, những tiếng ấy vẫn thường xuất hiện như một sự cảm thông, sâu sát và cởi mở giữa đôi bên. Thậm chí trong một công văn gửi lên Bộ, tiêu đề "Bộ Thủy sản - Quốc doanh đánh cá Biển Đông" còn đánh máy là "Bộ Thủy sản - Quốc doanh đánh dậm Biển Đông" mà giám đốc cũng không biết, cứ ký tên đóng dấu gửi lên Bộ. Thì ai đi soát xét cái tiêu đề trên góc trang làm gì. Khi chánh văn phòng phát hiện ra, giám đốc chỉ cười, nguy hiểm thế đấy, từ nay cấm không được nói quốc doanh đánh dậm, nghề đánh dậm nữa, nói mồm rồi nó vào văn bản lúc nào không biết. Từ ấy việc sử dụng hai tiếng đánh dậm ít hẳn đi, gần như không còn trong khối trên bờ nhưng thỉnh thoảng vẫn xuất hiện trong anh em thuyền viên, những người thuộc "khối dưới nước".

Tuy luôn xác định mục tiêu là rời khỏi ngành nghề, chí ít cũng rời khỏi xí nghiệp, nhưng mỗi khi được điều đi một chuyến biển nào đấy, cách đánh cá, cách lãnh đạo con tàu của đơn vị Cương đánh thuê cứ đi vào sự quan sát của anh, kèm theo sự so sánh, phân tích, đánh giá. Hoàn toàn tự nhiên, không tự giác, không chủ bụng. Từ cách đánh bắt, phán đoán luồng cá, cách tính độ giạt và nhất là cách lãnh đạo con tàu, cách đối nội đối ngoại, những việc vô cùng quan trọng đối với một thuyền trưởng. Đừng cậy mình có tài đánh được nhiều cá mà coi thường mọi người. Nhất là cánh phòng ban, kể cả cô văn thư đánh máy. Lê Uy đã bị một vố. Chỉ vì quên bẵng lời hẹn xuống tàu xin cá của cô đánh máy mà kỳ thi nâng cấp nâng bậc của anh em thuyền viên năm ấy trục trặc:

Cô đánh máy đã cố tình để sót một dòng trong danh sách những tàu được tổ chức thi nâng bậc.

Đối ngoại đã vậy. Việc đối nội càng quan trọng. Điều này anh học được nhiều trong chuyến đánh thuê cho tàu VT 114 với chức danh thuyền phó hai. Ban chỉ huy tàu mâu thuẫn nặng. Thứ nhất hừng đông thứ nhì tắt quán, thuyền trưởng Phạm Thăng quyết định tách bến ra Vụng Ngọc trưa hôm trước để sớm hôm sau có mặt ở ngư trường, đón mẻ lưới hừng đông. Đỗ trong vụng, Thăng cho anh em đi mua hai con dê ra quân sau mấy tháng nằm bờ sửa chữa. Nhưng đại phó Chiểu trừng mắt: "Đã đánh được cá đâu mà đổi dê". Thăng nghiêm mặt: "Dê là của hợp tác xã. Hợp tác người ta bán lấy tiền. Người ta có lấy cá đâu mà đổi cá". Thăng mới chân ướt chân ráo xuống tàu khi tàu đang lên đà, cũng mới đi chuyến đầu tiên với Trăm mười bốn. Còn Chiểu là phó một mấy năm nay, trưởng thành từ thủy thủ mà lên. Thăng tốt nghiệp đại học khoa khai thác, là thuyền trưởng nhưng chưa phải đảng viên, còn Chiểu chỉ sơ cấp nhưng là bí thư chi bộ. Thăng cử bốn người đi mua dê. Chiểu đánh bài với máy trưởng và hai người nữa cùng cánh để tỏ ý phản đối, bất hợp tác.

*

Đến chiều đội mua dê về cùng hai thanh niên đảo, những người được hợp tác xã phái đến giúp tàu giết dê, nấu nướng. Tiếng dê be be và sự có mặt của hai thanh niên trên đảo với những bó rơm, những túi rau thơm làm nức lòng anh em trên tàu. Hội bài bạc của đại phó và máy trưởng vẫn như không nghe thấy gì, vẫn chăm chú vào ván bài trên tay. Trời tối rất nhanh. Thăng hạ lệnh cho thợ máy nổ máy, bật pha lên để anh em làm thịt dê. Tiếng máy chạy ầm ầm. Đèn pha sáng rực chiếu trên boong lái. Tiếng nói tiếng cười vang trong vụng. Những người đánh chắn cũng chẳng còn bụng dạ nào. Hết hội, ba người chạy ra boong. Còn một mình đại phó. Chiểu nằm trên giường quay mặt vào vách tàu nói vọng ra:

– Mổ xong, quăng xuống hầm đá, mai ăn.

Không ai nói gì. Mọi người trả lời Chiểu bằng hành động. Thủy thủ trưởng Bảo cùng anh em cả boong cả máy, người đốt rơm, người quạt, thui dê. Lửa bập bùng sáng vụng, sáng các tàu gần tàu xa. Chuyện trò râm ran, trêu nhau trong lúc pha thịt dê, nấu nướng. Mùi thịt dê lan tỏa gọi thuyền viên các tàu bạn ra đứng trên boong nhìn sang. Tất nhiên bữa rượu buổi tối vui nổ trời.

Chỉ với chuyện giết dê ra quân, Thăng đã thắng trong việc nắm lấy cương vị thuyền trưởng của mình. Và chuyến biển sau, chỉ nhìn đám thủy thủ VT 114 hò reo khiêng chiếc neo lên tàu, đầy khí thế, các tàu bạn đều biết Thăng đã xốc được con tàu vốn mất đoàn kết triền miên...

Ở tuổi ba lăm, Cương xác định đời mình còn làm thuyền phó dự bị dài dài. Anh không đủ đạn bắn để được định biên ở một con tàu. Bộ khung tàu đã được cố định từ lâu. Mà ai cũng biết nằm trong một bộ khung quan trọng như thế nào. Trước tiên là đồng lương, là các khoản chia chác dưới tàu, là sự ổn định về nghề nghiệp, là sự tự thể hiện mình, sự vững chắc trong việc thăng tiến, đề bạt. Là cái bàn đạp tạo điều kiện để mình từ đấy đi lên. Và từ hai năm nay, được biên chế vào một ban chỉ huy tàu còn có nghĩa là con đường đi vận tải nước ngoài rộng mở. Đấy mới là điều căn bản. Xuống Hạ Long 01, Hạ Long 02 là đổi đời. Lại còn thằng Hạ Long 19 mới thật siêu hạng. Bọn Vosco mạnh thế nhưng đứng trước thằng 19 cũng chỉ là con tép. *Một trăm thằng Vosco không bằng cái xô Hạ Long 19.* Đã biến thành câu ca rồi. Ghê gớm thế. Mà cái xô của thằng Hạ Long 19 thì kinh thật. Một xô đồng hồ *Seiko 5* chẳng hạn. Hay một xô thuốc con nhộng. Bao nhiêu tiền?!

Cương không bao giờ mơ tưởng tới số độc đắc ấy. Từ lâu anh đã học được cách xác định vị trí của mình như xác định vị trí tàu khi mục tiêu nằm ngoài hải đồ. Anh cũng là một mục tiêu nằm ngoài hải đồ. Chẳng ai để ý đến anh. Lúc anh tự động viên rằng đời mình còn đang trong giai đoạn chuẩn bị. Lúc lại nghĩ cố kiếm cho được cái bằng thuyền trưởng rồi phới khỏi nơi này. Lúc chẳng nghĩ ngợi gì, thôi thì nước chảy bè trôi, được đến đâu hay đến đó. Lang bang tàu này tàu khác rồi lại trở về cái quan tài sắt. Là thuyền phó dự bị, ở đâu thiếu người đột xuất, người ta điều anh xuống. Một thuyền phó nghỉ để cưới vợ. Một thuyền phó sốt xuất huyết. Một thuyền phó vừa nhận điện: *Bố chết. Về ngay.* Tổ chức điều anh đến lấp lỗ hổng. Đi một chuyến. Đi hai chuyến. Khi vị thuyền phó vắng mặt kia hết phép hay đã từ bệnh viện trở về, trình diện phòng tổ chức, Cương biết mình lại sắp quay lại tàu 307, con tàu bẹp, nằm tít cuối cảng, gần đà nổi, tiếp giáp với xưởng đóng tàu, một chiếc quan tài sắt, chuột nhiều gấp mấy lần toàn bộ số cán bộ thuyền viên khối dưới nước, đói rách thiếu thốn trăm bề. Ở đó anh là thủ trưởng.

Cùng trông nom con tàu bẹp với anh có ba người nữa. Thuyền, một thủy thủ to béo, nặng có dễ đến 80 ki lô, đi Hong Kong cả chục năm về trước, khi con tàu Hạ Long 02 mới nhận về, còn đang trong thời hạn rốt đa, được vài chuyến thì bị bắt, tòa xử tù ba năm vì tội buôn lậu bốn ki lô đá lửa. Thời ấy căng lắm. Chỉ bốn ki lô đá lửa thôi mà bị tù ba gậy, chứ không như bây giờ, chẳng ai đi Hong Kong lại chỉ buôn mấy ki lô đá lửa! Thuyền là người đầu tiên Cương gặp khi nhận nhiệm vụ thuyền trưởng cái quan tài sắt này, một con tàu mà người ta nói là chờ đi đại tu ở nước ngoài. Thuyền cũng đã mấy lần đánh thuê cùng anh ở các tàu khác. Thấy anh xuống tàu, Thuyền reo to:

- Chào thủ trưởng.

- Chào ông bạn.

- Thủ trưởng vẫn ăn chơi đấy chứ?

- Không. Nhận tàu rồi.

- Tàu nào?

- Chính cái 307 này.

Thuyền vỗ hai tay:

- Hoan hô! Thủ trưởng đây rồi! Nhưng như thế tôi bị mất chức à? Tôi đang là thủ trưởng ở đây.

Cả hai cùng cười. Thuyền kéo anh vào cabin. Con tàu thật thảm hại. Những bộ phận máy móc nào còn dùng được người ta đã tháo, lắp cho các tàu khác, thực hiện nghiêm chỉnh *chủ nghĩa giết thịt* như anh chàng Khoa kỹ sư máy phòng kỹ thuật đã nói. Nắp gang cửa sổ bong hết sơn. Mấy chiếc chiếu chất đống ngay dưới chân hộp lái. Một cái thùng gỗ có nắp cẩn thận đặt ngay cửa lối đi vào phòng thuyền trưởng.

- Thế này đấy thuyền trưởng ạ.

Thuyền nói như khoe cơ ngơi và lại đứng nhìn anh cười khơ khớ.

- Thủ trưởng đừng buồn. Sông có khúc, người có lúc.

Thuyền biến đi đâu mất rồi trở về với chai rượu cam đỏ sóng sánh đặt trên hộp lái. Rồi lại biến mất.

Việc đầu tiên là đi thám hiểm con tàu cái đã. Hoang

vắng. Tối tăm. Gỉ sét. Bụi bặm. Ẩm mốc. Chuột chạy loạn xạ. Có con đâm cả vào chân anh. Một chiếc xe cuốc Liên Xô nhãn hiệu Sputnik (của Thuyền) bóng loáng đặt giữa hành lang - lối đi thẳng xuống bếp và ra boong lái - là dấu hiệu có sự sống của con người trên con tàu này. Anh đứng nhìn cái tơi han gỉ, cái ru lô quấn cáp với những vết siết lõm sâu vào trục thép, dấu vết còn lại của một thời cày cuốc bền bỉ, cần cù, vất vả, các bánh xe răng cưa đều một màu nâu của sắt gỉ và không thấy dấu vết một giọt mỡ. Anh trở vào câu lạc bộ. Bàn ăn, cơm rải rác khô cong. Chiếc gương treo trên bô rửa mặt bụi bám đầy. Chợt Thuyền hiện ra, tay xách một túi nặng.

- Gì đấy?

- Xin bên *linh chín* đây.

Thuyền dốc túi ra ngoài boong. Mấy khúc cá kẽm. Vài con mực. Thuyền đứng nhìn đống thức ăn và nhìn Cương. Lại cười thưởng thức chiến công của mình. Khơ khớ.

- Nào, món gì đây? Thủ trưởng cho thực đơn.

- Đế vương quá nhỉ. Ông trông tàu này béo trắng ra.

- Thủ trưởng nói oan quá. Hôm nay có thủ trưởng về gọi là chiêu đãi tí chút đấy thôi. Còn mọi hôm cứ là đi lang thang. Tàu chén vài bữa. Tàu chén vài ngày. Tôi với thằng Nhược mỗi thằng một phương, tùy nghi di tản. Cơm niêu nước lọ làm gì. Suất gạo còn nguyên, đèo về cho mẹ đĩ. Tốt. Khớ khớ.

Thuyền bóp vai Cương. Thuyền có bàn tay cứng như sắt làm Cương lệch một bên vai nhăn nhó.

Với cái nhanh nhẹn tháo vát vốn có của người thủy thủ, Thuyền thoăn thoắt lôi trong gầm ghế ra con dao và cái chậu men, vớ lấy cái cần máy bơm tay, kéo bên nọ, ấn bên kia. Hụp. Hụp. Nước từ vòi chảy vào chậu.

- Vẫn có nước kia à?

- Nước nhiều. Điện thì câu từ bờ xuống.

Thuyền rửa cá, làm mực và bê vào bếp đặt lên bàn ăn, ngả thớt thái.

- Bếp dầu trong buồng anh nuôi, chìa khóa trong túi đây. Tay tôi bẩn, anh lấy hộ. Đem lên cabin mà nấu anh ạ.

Vừa nói Thuyền vừa nghiêng người chìa miệng túi quần về phía Cương. Chỉ một lúc sau mùi xào nấu đã thơm lừng.

Cương ở lì dưới tàu mấy ngày không lên đến cầu cảng. Thuyền mỗi ngày vài lần lấy xe cuốc đạp đi rồi đem về nào chè nào thuốc lá, rượu bia, rau sống, chanh ớt tỏi... Tối tối hai anh em trải chiếu dưới cái trụ đèn hàng hải nằm tâm sự. Thuyền lúc nào cũng cười khơ khớ. Ngay cả khi nói về thời gian đi tù của mình, về những gian nan của Cương.

- Thủ trưởng cứ ở đây. Rồi sẽ lại có lúc tung hoành. Bây giờ có buồn cũng vậy, có sốt ruột cũng vậy. Thủ trưởng tính tôi không đau à. Chỉ bốn ki lô đá lửa. Đúng một hộp. Mà chơi ba niên. Bây giờ chúng nó buôn hàng vạn đô la. Ông Phiến một chuyến đánh hai trăm cái Seiko, năm thùng thuốc con nhộng. Công an, hải quan bảo lĩnh. Nghĩ thôi cái số mình nó thế. Cùng khóa với tôi, thằng Thiết thuyền phó một rồi. Lính của tôi đều là thủy thủ trưởng, mèng ra cũng bậc ba. Tôi vẫn bậc hai. Lên hỏi tổ chức các ông ấy trả lời: Lương của cậu đúng là bất hợp lý rồi. Nhưng dưới tàu phải có văn bản đề nghị. Lên bậc của thủy thủ do xí nghiệp quyết định, không phải đưa lên trên. Dễ thôi. Cứ có chữ ký của thuyền trưởng là chúng mình giải quyết. Nhưng anh tính mò đâu ra thuyền trưởng ở cái tàu bẹp này mà lấy chữ ký hở anh? Thế là cứ bậc hai tràn thôi. Kỳ này thuyền trưởng về đây, xin thuyền trưởng một chữ ký đấy khớ khớ...

Trước đây Cương chỉ biết Thuyền qua loa. Hai người cùng được điều xuống đánh thuê ở một tàu, anh với chức danh phó một, còn Thuyền với chức danh thủy thủ. Quan hệ giữa hai người không có gì đặc biệt. Mãi giờ đây anh mới hiểu Thuyền. Thuyền sống như thế này mà chịu được. Bao nhiêu lâu rồi. Cứ cười. Cứ tươi. Chả bao giờ rên rỉ. Anh nói vui:

- Trước đây tôi là thuyền phó không tàu. Bây giờ có tàu rồi. Một con tàu thật tuyệt vời!

- Thế. Thì thế mà lại. Khớ khớ. Tôi cũng có tàu. Khớ khớ. Nhưng anh tính con tàu này không lừng lẫy một thời à? Trước đây ai được xuống cái *linh bảy* này là phải thế nào chứ? Mấy năm liền lá cờ đầu. Rồi chụp ảnh. Đăng báo. Bây giờ thì thế đấy.

Ngừng một lát, không thấy Cương nói gì, Thuyền tiếp tục dòng hồi ức:

- Nó bị bắn ở Hạ Mai. Ngày ấy tôi đang là thủy thủ thực tập. Đêm, tàu tôi đi trước, *linh bảy* đi sau. Ông Bửu đang nói phôn với ông Long bên này: Nhiều máy bay lắm. Tôi đang ở Hạ thì im bặt, không nói tiếp được chữ Mai nữa.

Thuyền bật cười:

- Nhưng mà công nhận đi chuyến đầu tiên sợ thật. Tôi vừa cầm giấy giới thiệu của trường đến, các ông ấy điều xuống chính cái *linh bảy* này. Ông Phiến còn đang làm thuyền trưởng. Chập tối tách bến đi. Thủy lôi nổ đằng trước, thủy lôi nổ đằng sau. Ông Phiến rên lên: Khéo chết mất Thuyền ơi. Mà sợ thật anh ạ. Thủy lôi sáng lòa trước mặt. Tàu dựng lên. Có cái gì đánh rất mạnh vào ngực. Tôi đứng mà ngã ngửa ra. Sờ tay lên ngực thấy nhun nhũn ươn ướt tưởng mình trúng bom chết đến nơi, bèn hô to "Hồ Chủ tịch muôn năm!" nhưng chờ mãi không chết, cũng không thấy đau, hóa ra là một con mực bị hất từ dưới biển lên. Đi đến phao zéro rồi ông Phiến còn lắc đầu: Nguy hiểm quá mày ạ. Chết mất thôi. Lần sau xí nghiệp điều chở vũ khí cho quân khu Bốn ông ấy nhất định không đi nữa. Ông Liễn đi. Ông Liễn gan thật. Mà cũng tài. Mấy chục chuyến chẳng việc gì.

Khi những chuyện ấy xảy ra, Cương còn đang ở trong B. Còn chưa học hết phổ thông, còn là lính mới. Có đợt tuyển quân, Cương bàn với bố mẹ xung phong đi. Đó là lối thoát duy nhất của Cương để sau này còn có thể có tương lai. Là con địa chủ, không được đi học, lên mười Cương mới được vào trường. Ở lớp nào, năm học nào, Cương cũng là cậu học sinh lớn nhất lớp, được các bạn gọi bằng biệt hiệu "phụ huynh". Nó xuất xứ từ cái lần một giáo viên chủ nhiệm lớp dưới họp phụ huynh thấy Cương một mình đi lang thang ở hành lang, đã hỏi Cương:

- Anh họp phụ huynh lớp nào ạ?

Khó khăn nhất trong việc nhập ngũ của Cương là anh chưa phải đoàn viên thanh niên lao động. Rất may, người em họ mẹ Cương, cậu Kế bí thư đoàn xã, đã lo được cho Cương cái lễ kết nạp đoàn cấp tập và giấy giới thiệu chuyển sinh hoạt, căn cước chính trị chỉ những người như Cương mới thấy quan trọng như thế nào. Cậu Kế chắc cũng chẳng gặp khó khăn gì lắm vì Cương đi bộ đội nghĩa là đảm bảo cho việc thực hiện khẩu hiệu "gạo không thiếu một cân, quân không thiếu một người" của xã, và cũng có nghĩa con ông chủ tịch cùng lứa tuổi với Cương đàng hoàng lên đường đi học công nhân kỹ thuật bên Cộng hòa dân chủ Đức mà không ai có thể nói năng gì. Anh bỗng nhớ đến đồng chí chính ủy Trần Dương. Không có đồng chí Dương, anh sẽ ra sao? Chắc chắn không như thế này. Cuộc đời có rất nhiều yếu tố chi phối, cái tốt cái xấu, đan dệt nhau với bao ngẫu nhiên tạo nên số phận một con người. Chẳng hạn nếu buổi chiều hôm ấy, về đơn vị an dưỡng, anh không ngồi một mình ở bờ suối và không gặp chính ủy ở đấy để hai người trò chuyện rồi sáng hôm sau chính ủy cho gọi anh lên, bảo anh chép lại cái báo cáo, và sau đó kéo anh về làm công vụ...

- Ông Liễn là người tôi rất phục.

- Ông ấy vừa bị khai trừ về tội lấy vợ hai. Sau kỳ ấy được kết nạp lại ngay.

Phan Đình Liễn, người thuyền trưởng bình thường như trăm nghìn người khác, nói ít người nghe, đánh cá không giỏi, vừa bị án kỷ luật bỗng sáng ngời lên vì những chuyến đưa tàu vượt thủy lôi chở vũ khí vào khu Bốn, giờ đã nghỉ hưu, đi thuyền đánh cá thủ công, chẳng ai còn nhớ đến. Người ta chỉ nói đến Phiến. Ngô Đình Phiến. Thuyền trưởng tàu Hạ Long 10. Con tàu chở tôm cá đông lạnh đi Hong Kong, Singapore, Nhật Bản. Người ta nói đến số chuyến đi nước ngoài của Phiến, đến sự giàu có không thể tưởng tượng nổi của Phiến, đến chuyện nhất định không chở vũ khí vào khu Bốn của Phiến và rút ra kết luận: Trên đời này phải có ô dù. Không có cây Kơ nia là không sống được.

○ ○ ○

Mãi sau bữa cơm chiều tàu bố tôi mới tách bến. Suốt cả ngày hôm ấy mấy chú thợ trên bờ vẫn còn sửa tơi. Vặn ra. Lắp vào. Thử. Cái tơi chuyển động như sấm ầm ầm. Hai con lợn vẫn thản nhiên nằm ngay ở cửa lối vào nhà vệ sinh, chẳng buồn động đậy. Hình như chúng đã quen rồi. Tàu lấy thêm đá. Những thoi nước đá nặng trôi trên băng chuyền cao chạy từ nhà máy lạnh, trồi sụt nghiêng bên này lắc bên kia, lao vào mô tơ. ơ đấy nó bị đập vỡ thành những cục đá nhỏ trút theo máng xuống hầm tàu. Đá bị đập bắn ra rơi vãi nhiều. Đá vụn rơi xuống mặt cầu cảng đọng lại thành vầng, tan thành vũng, phí quá. Đứng ở đó mát lạnh cả người vì hơi nước đá xông lên dù đang giữa mùa hè. Tôi giơ tay hứng một nắm đá vụn cho vào mồm. Mát không chịu được. Giá ở Bắc Giang trưa nào chúng tôi cũng được một ca đá này mà uống nước. Xe xích lô chở rau tới. Rau được đưa xuống hầm đá. Thịt cũng được đưa xuống đó. Tôi nhòm xuống hầm. Hầm sâu và rộng. Ngọn điện làm hầm đá sáng lóa như tuyết. Bác Nhớn cấp dưỡng khệ nệ xách xuống tàu một can chíu chương, một bọc chanh ớt, tỏi to đùng. Chú Hồng, chú Sơn, cả hai chú đều còn rất trẻ và đều là thủy thủ đang vục những bàn tay đã bọc trong túi ni lông vào trong thùng mỡ lấy mỡ vuốt vào những sợi cáp ở boong lái. Trông thấy tôi, các chú bảo:

- Nghịch đấy. Hết việc rồi nghịch đấy. Có nghịch với chúng tao không thằng cu?

Tôi đứng xem các chú làm. Quần áo bảo hộ lao động bẩn thỉu, đen đúa, dày cộp dầu mỡ. Cái áo của chú Hồngnhư bị quạc vào đinh, rách một miếng ở bả vai, phật phờ, nom rõ làn da rất trắng của chú ấy. Tôi ngạc nhiên: Sao mặt chú Hồng xạm mà người chú ấy trắng thế. Các chú vuốt mỡ vào đoạn nào đoạn ấy thẫm đen lại trông như mới. Những đoạn đã vuốt mỡ được khoanh riêng.

- Bố mày khoán chúng tao buổi sáng nay chỗ này đấy. Phải năng suất lắm mới hoàn thành đấy cu ạ.

Bỗng chú Hồng kêu lên bảo chú Sơn:

- Giẫm vào một cục mỡ rồi. Trừ năng suất!

Chú Sơn nhìn xuống chân: Một chiếc giày bảo hộ lao động bê bết mỡ. Chú Sơn cười:

- Làm sao trừ được năng suất của tớ. Vì đây là mỡ nên

nó mới bẹp, còn nếu là một chất rắn thì nó vẫn còn nguyên dưới chân tớ hoặc bắn ra ngoài theo đúng định luật vật lý học.

Đang lúi húi làm việc, bỗng chú Hồng ngẩng lên, ngơ ngác:

- Tàu nào to thế nhỉ?

Rồi nhìn ra phía giữa sông: Một con tàu lớn trắng toát tiến vào, dài, cao, như một dãy phố nổi. Con tàu lừ lừ trôi gần như không một tiếng động với những hàng cửa sổ tròn, những cần câu, những phao khoanh trắng khoanh đỏ, những chiếc xuồng đặt trên boong cao ngất. Lố nhố những "ông Tây" và có cả những "bà đầm" nữa đứng vịn lan can nhìn về phía chúng tôi.

- Tàu Đác-ta-nhan!

Chú Sơn kêu lên. Tôi hỏi chú Hồng:

- Sao chú biết có tàu to vào?

- Sóng. Sóng, mày không thấy à?

Lúc bấy giờ tôi mới để ý thấy tàu chúng tôi bị sóng từ con tàu vừa đi qua nâng lên hạ xuống. Đác-ta-nhan đi qua rồi nhưng những con sóng vẫn đổ bờ. Sóng to, tàu chúng tôi bị sóng hút xuống nom rõ cái dầm gỗ ốp cạnh mặt cầu bám đầy vảy cả rồi lại dâng lên, thành tàu che khuất mặt cầu. Chú Hồng khen tôi:

- Thằng con ông Đảng này cứng sóng đấy. Lớn lên đi biển được đấy.

Đến lúc ấy tôi mới biết tôi là người chịu được sóng, có thể đi biển được. Điều ấy càng nung nấu quyết tâm trở thành thuyền trưởng của tôi. Như bố tôi bây giờ. Hay như ông thuyền trưởng Đác ta nhan vừa qua đây. Chao ơi! Còn gì sung sướng hơn làm thuyền trưởng một con tàu như tàu Đác ta nhan vừa qua đây, cùng nó đi khắp nơi trên trái đất. Hai chú còn bảo bố tôi chịu sóng kém, chỉ loại hai thôi. Chịu sóng giỏi phải là chú Hùng lùn, ông Suất máy trưởng, bác Nhớn. Hai chú Hồng, Sơn cũng chỉ như bố tôi, loại hai.

- *Mày loại một đấy cu ạ.*

Câu nói ấy làm tôi như lớn hẳn lên. Tôi nhớ đến đám bạn học. Dù chưa học cấp ba, nhưng chúng tôi vẫn thường thảo luận với nhau về ngành nghề khi thi vào các trường đại học. Mỗi đứa nêu một ngành nghề khác nhau. Bách khoa. Giao thông. Lũ con gái trong đó có cái Nhã thì thích sư phạm. Chỉ có tôi thích hàng hải. Cả thằng Toán nữa. Thằng này ngồi cạnh tôi, đã đến nhà tôi chơi và gặp bố tôi. Cu cậu lúc đầu thích ngoại thương nhưng sau cũng theo tôi nói thích hàng hải. (Nó cũng nói với tôi rằng nó yêu cái Nhã ngồi bàn trên). Nhưng không biết mày có chịu sóng được như tao không? Tôi nói thầm với nó và thấy hãnh diện về mình.

Đến bữa cơm chiều mọi công việc mới xong. Chúng tôi ăn đứng quanh cái tơi vừa sửa, ngay cửa ra vào bếp. Cũng vì trời nóng quá. Đứng gió. Chiều mới đỡ một tí. Nhất là khi mặt trời chui vào đám mây thành đằng tây. Mấy xoong canh được đặt trên nắp hầm cá. Mỗi xoong là một mâm. Ăn mâm nọ rồi sang mâm kia cũng được. Hết cơm thì vào bếp mà xúc trong vạc. Rau muống khoai sọ nấu tôm. Cà pháo. Thịt kho. Cơm nước xong tàu tách bến. Tôi tụt vội xuống buồng máy xem bác Suất khởi động máy, điều tôi vẫn ao ước từ khi đặt chân lên tàu. Bác mở cái cánh cửa sát cabin mũi, một cầu thang sắt dốc đứng hiện ra, dẫn xuống một vùng ánh sáng mờ mờ. Bác bật một ngọn đèn ắc quy. Cỗ máy chính đồ sộ nằm dài với những dãy cò mổ, những ống cong cong đều tăm tắp, những núm tròn... Lại còn hai cái máy nhỏ đặt giữa những lưới thép bảo hiểm, những hộp hình chữ nhật sơn xanh đóng kín. Nhằng nhịt đủ các thứ, các kiểu hình dáng toàn bằng sắt thép đặt ở mọi chỗ, những núm nhựa xanh đỏ, những đồng hồ với những dòng chữ nhỏ li ti. Tôi nhìn máy móc trong hầm máy và lè lưỡi nhìn bác Suất, vô cùng kính phục. Không biết bác đã học bao nhiêu năm để hiểu được những máy này, điều khiển được nó lại còn sửa chữa được nó. Thấy tôi loăng quăng chỗ nọ chỗ kia, bác Suất quát:

- Cẩn thận không ngã! Trơn lắm đấy!

Tôi đứng lại cạnh bác. Sàn buồng máy là một lớp sắt có những đường gân chéo nhau hình quả trám, ánh điện từ những chiếc bóng hình bầu dục màu trắng sữa hắt xuống óng ánh. Hình như có một lớp dầu mỏng phủ trên sàn sắt. Từ tít trên cao, ánh sáng buổi chiều chiếu xuống yếu ớt qua các cánh cửa sổ hình chữ nhật. Buồng máy sâu lắm. Buồng máy thấp hơn đường nước bên ngoài. Bác Suất bảo thế. Bác lấy tay vặn một bộ phận nào đó rồi gạt nhẹ một thanh thép nhỏ. Từ một cái hộp tròn, một ống thép trắng bóng thoi ra. Nó đẩy cái tay sắt thẳng đứng sơn nâu. Cái tay sắt đó xô cả một khối thép tròn về phía sau. Một tiếng thở dài to kinh khủng làm tôi giật mình. Như tiếng thở dài của con quái vật khổng lồ. Bác Suất bảo tôi:

- Hơi ép đấy. Nó xì qua ống thoát.

Thế rồi tiếng máy tàu ầm ầm, lúc đầu còn như ngập ngừng, nghe ngóng rồi mỗi lúc một rền lên điếc đặc cả tai. Có tiếng rẹt rẹt. Cái tay chuông dưới chân bác, giống hệt cái tay chuông trong phòng lái cũng nhẵn bóng ánh đồng thau sáng lên ở một ô. Bác Suất kéo cần điều khiển cho mũi tên đồng nằm vào ô sáng đó. Tiếng máy tàu vẫn rền rền nhưng nhẹ đi. Tàu rùng rùng làm chiếc xô dầu đặc đặt trên sàn buồng máy lồi lõm như có những giọt mưa rào bắn vào. Tôi vội nắm thang sắt trèo lên hành lang nhà bếp rồi vượt nhanh *mấy bậc cầu thang sắt xoai xoải tới buồng lái. Bố tôi đang đứng đó với chú Hồng quay vô lăng, cả hai chăm chú nhìn về phía trước. Hóa ra tàu đã chạy được một quãng khả xa. Phía bên trái là những bãi sú xanh um, bên phải là một nhà máy lớn không biết là nhà máy gì và sau đó là những mái nhà tranh nhỏ bé. Còn lại chỉ là bãi sú. Nhiều tàu đi ngược vào phía trong bờ. Họ biết bố tôi và giơ tay vẫy bố hoặc thét lên một câu gì đó nghe không rõ khiến tôi rất tự hào. Khi ở buồng máy, tôi kính phục tài năng của bác Suất, đồng thời tự hào về bố tôi. Bố tôi lãnh đạo được cả những người giỏi như bác Suất. Giờ đây tôi thêm tự hào về bố. Bố quen biết rất nhiều người tài giỏi và, quan trọng hơn, những người này đều tỏ ra yêu quý bố.*

Bùi Ngọc Tấn

----

(1) Concarneau là một hải cảng nằm trong bộ phận Finistère thuộc vùng Bretange phía Tây ở Pháp.

BÙI THANH MINH

Nhà văn, tên thật Bùi Thanh Minh, sinh năm 1954 tại thôn Bích Du, xã Thái Thượng, huyện Thái Thụy, tỉnh Thái Bình. Trú quán: Hà Nội.

Phó chủ tịch Chi hội Nhà Văn Quân đội Nhân Dân và Hội viên các Hội Nhà văn Việt Nam và Hội Nhà văn Hà Nội.

Tham gia chiến đấu ở chiến trường miền Nam (1972-1975) và Cămpuchia (1978-1989).

Các giải thưởng Lê Quý Đôn, Giải Truyện ngắn của Trung ương đoàn Thanh niên và Tuần báo Văn nghệ, Giải Truyện ngắn Tuần báo Người Hà Nội, Giải thưởng tiểu thuyết Bộ Quốc phòng và Giải thưởng Mê Kông.

Tác phẩm đã xuất bản:
- *Kể Về Một Mối Tình* (tập truyện; Sở văn hóa tỉnh Thái Bình)
- *Quà Bất Tử* (tập truyện; NXB Thanh Niên)
- *Trên bến sông Trà* (tập truyện; NXB Quân Đội Nhân Dân)
- *Đêm Nổi Bão* (tập truyện; NXB Thanh Niên)
- *Bên Sông Trà Lý* (tập truyện; NXB Thanh Niên)
- *Biển Cạn* (tập truyện; NXB Thanh Niên)
- *Cõi Đời Hư Thực* (tiểu thuyết; NXB Quân Đội Nhân Dân)
- *Giời Cao Đất Dày* (tiểu thuyết; NXB Lao Động)
- *Truyện Ngắn Chọn Lọc* (tập truyện; NXB Quân Đội Nhân Dân)
- *Sào Huyệt Cuối Cùng* (tiểu thuyết; NXB Hà Nội)
- *Gió Đưa Cây* Cải (truyện ký; NXB Văn Hóa Thông Tin)
- *Và Đàn Bà* (tản văn; NXB Quân Đội Nhân Dân).

Xuất bản ở hải ngoại:
- *Huyệt Cát* (truyện dài; NXB Nhân Ảnh, Hoa Kỳ, 2018).

Tình phố núi

Sải nằm nghe tiếng con vượn hót ngoài thác Bạc suốt từ bốn giờ sáng. Tiếng hót lúc véo von, khi tha thiết; có lúc lại chìm vào tiếng thác nước đổ ào ào như rừng động, nước từ trên cao dội xuống tràn ra lênh láng, từng đợt, từng đợt như sóng của con suối Trung Hồ. Tiếng vượn vút lên tới non cao, rồi thả xuống vực thẳm, lặng chìm sâu đáy suối.

Bên nhà thằng Cư Seo Phủ đàn lợn cũng thức dậy đuổi nhau, cắn nhau ngoài vườn vải kêu chí chóe. Sải trần mình nằm nghiêng, suy nghĩ miên man. Hôm nay các con, các cháu của Sải làm cỗ mừng Sải tròn năm mươi tuổi. Thật khó cho Sải, hôm nay là thứ bảy. Thứ bảy ở trên thị trấn Sa Pa có phiên chợ tình. Sải và người ấy sẽ gặp nhau, cùng nhau uống rượu cho thật say, cùng nhau làm cho núi rừng tan thành tro bụi. Chỉ mới nghĩ đến đấy, toàn thân Sải như sôi lên, cái muốn ở trong lòng cuồn cuộn làm tim Sải thậm thịch.

Sải sinh từ cái thời thằng Pháp còn như con thú dữ ở Sa Pa. Mười bốn tuổi Sải lấy chồng. Đứa con trai vừa tròn một tuổi thì chồng Sải chết do bị trúng bẫy hổ của bản Tả Vạn. Mười tám tuổi, Sải đẹp lạ lùng. Hai má lúc nào cũng rừng rực như lửa, đôi mắt ướt rời rợi, đôi vú căng mọng như vú con gái. Sải không thể không lấy chồng. Người chồng thứ hai của Sải là một chàng trai khỏe như con beo rừng. Hai cánh tay của chàng như hai cái bắp cây săng lẻ cuồn cuộn những thớ thịt và dây chằng. Nhưng người chồng đó chỉ làm cho cái thân đàn bà thỏa mãn, rồi mấy năm sau cũng theo người chồng cũ của Sải do một tai nạn bất ngờ. Sải khóc hết nước mắt. Chôn cất chồng xong xuôi, Sải lại hùng hục leo núi, làm cái rẫy, cái nương nuôi đàn con nheo nhóc. Rồi nắng, rồi mưa, rồi gió, rồi giông, rồi bia miệng tiếng đời... chan vào thân phận Sải, nhưng lạ thay, tuổi trẻ của Sải vẫn mơn mởn như cây măng mai. Đàn bà không có chồng như cái suối không có con cá. Sải lại đi tìm chồng. Chồng Sải lần này là một người đàn ông người Xá Phó hơn Sải mười lăm tuổi. Ông có sức mạnh kinh khủng của đàn ông dành cho đàn bà. Sải gặp ông lần đầu khi ông mặc bộ quần áo người Xá Phó, một chiếc cung khoác chéo qua vai, tay phải cầm chiếc dao đứng ở sườn núi Ma Cheo Văn nhìn xuống thung lũng Trung Hồ, trời chiều hắt vào sườn núi những ráng vàng như lửa, in hình ông tạc vào như dáng núi khiến tim Sải rung lên như cánh hoa đồng tiền gặp gió.

Nhưng trời nghiệt ngã, chỉ cho Sải hạnh phúc được vài năm rồi cướp đi người chồng mà Sải yêu thương nhất chỉ bằng vết cắn của con rắn lục nhỏ. Cái chết của ông khiến Sải sụp đổ, quỵ hẳn không dậy được nữa. Bốn tháng sau, nhờ vào những miếng cao hổ của ông để lại, Sải ngồi dậy được. Rồi Sải vào rừng lấy những cái lá màu đen bỏ vào miệng nhai. Thứ lá bí truyền của mẹ. Đó là một loại thuốc trường sinh bất lão, nó cho người đàn bà dư thừa sinh lực hơn cả Võ Tắc Thiên. Năm ấy Sải hai mươi bốn tuổi. Già làng bảo:

- Con Sải là đứa sát chồng. Đàn ông người Mông, người Dao, người Tày ở Sa Pa ít lắm. Mày lấy chồng nữa thì lấy ai đi săn con thú, lấy ai đi làm cái nương, cái rẫy?

Nhưng đôi má Sải vẫn đỏ như hoa mộc miên, cặp mông Sải cong tưng, đôi vú của Sải cứ căng mọng như hai trái bưởi. Đàn ông tuy không dám lấy Sải. Nhưng họ không cưỡng lại được nên đêm đêm vẫn đến đầu nhà thổi sáo. Tiếng sáo nỉ non: Từ trong tim yêu thiết tha thiên thần ơi/Rì rào lời suối hát thác trắng ngần/Khèn vang vang trên đỉnh núi anh cùng em... làm tim Sải run run. Nhưng Sải không thể chọn được ai dù chỉ bằng một phần người chồng của Sải mới mất. Trong lòng Sải chỉ có ông mà thôi. Đã bao năm rồi mà Sải cảm thấy ông sừng sững trong lòng như ngọn núi lửa.

Từ 40 tuổi, Sải sợ bệnh tật, nên lại tiếp tục ăn cái lá trường sinh bất lão đó, cơ thể Sải cứ như được lột xác. Mọi tế bào trong người Sải như sống dậy, sinh lực lại dư thừa. Cái chân Sải vẫn còn leo được núi Ma Cheo Văn hái cây nấm, cây măng mang ra chợ Sa Pa bán.

Một tối thứ bảy phiên chợ tình không họp được vì trời đổ mưa. Mưa tầm tã. Nước từ trên núi Rồng đổ xuống như thác. Phố phường nhòa tan trong mưa. Sải tạt vào một cái quán bán thắng cố quen thuộc. Sải đặt chiếc quẩy tấu vào góc nhà, cụp chiếc ô gác lên trên, rồi ngồi vào chiếc bàn góc trái. Sải sẽ ngồi đây suốt đêm mà uống mà ngắm bọn trẻ người Dao yêu nhau cho đã con mắt.

- Cho ta một đĩa thịt lợn quay, nhiều nhiều há. Ta uống rượu với thịt lợn quay, nói chuyện với chồng ta sướng lắm.

Chủ quán đến bên:

- Chào bà! Bà khỏe chứ. Trời mưa quá phải không ạ?

Hôm nay Sải thấy anh ta có vẻ thân mật, dễ dãi và nhiều cái lời hơn mọi lần. Anh ta khoảng trên ba mươi tuổi, một vợ bốn con. Ngày xưa người chồng ta yêu nhất cũng trạc tuổi này. Chúng ta yêu nhau suốt ngày không biết chán, yêu tất cả mọi thứ trên người của nhau.

Khoảng mười giờ đêm, khi mà Sải đã mê man vì men rượu, Sải không nói chuyện với người nữa mà chỉ nói chuyện với con ma. Sải nhìn sâu vào đáy chén thì thầm:

- Ta yêu ông. Bao nhiêu năm qua ta vẫn yêu ông, đi tìm ông, đi tìm tình yêu, ta vẫn thấy ông về nằm bên ta. Với ta ông lúc nào cũng là một chàng trai ngoài ba mươi tuổi nồng nàn và yêu thương nhất…

Dòng hồi ức còn đang râm ran, thì một người đàn ông lưng đeo quẩy tấu, đầu ướt nhẹp vì nước mưa bước vào. Mắt Sải hoa lên như bị chóng mặt. Trời ơi! chồng Sải đã hiện hình. Ông ấy kia, thân hình lực lưỡng, bộ ngực vạm vỡ, hai bờ vai cuộn vồng lên, toàn thân vững chãi, thẳng tưng như cây sa mu.

Người đàn ông đứng nhìn Sải rất lâu, cái miệng cứ lúng búng như người câm, rồi từ từ từng bước lại chiếc bàn mà Sải đang ngồi. Tim Sải đập dồn dập. Đúng ông ấy rồi. Ông ấy không chết, vẫn trẻ khỏe như xưa. Ông ấy về với Sải. Khi người đàn ông đã đứng trước mặt Sải, thì từ cái cơ thể cường tráng ấy phả vào mặt Sải một cái mùi - cái mùi mà cả đời Sải không thể nào quên được. Ấy là sau những đêm đi săn về, chồng Sải đổ ập xuống người Sải. Mùi đàn ông trộn lẫn mùi thú rừng, hòa cùng mùi của núi non, cây, cỏ. Nó như một thứ thuốc bùa mê mãnh liệt có sức mạnh trấn áp, khuất phục Sải.

- Tôi là... Giàng Mí Vàng, người bản... Trung Chai. Cho tôi... ngồi được chứ?

Người đàn ông nói mà như thổi được cái gì mắc trong miệng ra, rồi không đợi Sải trả lời, tự động kéo ghế ngồi đối diện. Người đàn ông cầm chai rượu, với chiếc cốc bàn bên tự rót, tự uống. Không ai nói với ai lời nào. Sải và người ấy cứ thi nhau rót rượu. Mãi cho đến khi Sải mụ mị, hơi thở từ trong miệng ra có thể bốc cháy nếu gặp lửa thì mới đủ can đảm ngẩng lên. Chao ôi! Người đàn ông ngồi trước mặt chỉ bằng tuổi con trai Sải, nghĩa là bằng tuổi chồng Sải ngày ông ấy bị rắn độc cắn... Nhưng mà sao anh ta giống chồng Sải như hai giọt rượu. Giống từ cái cách dốc chén rượu vào miệng, lời nói và cả tiếng cười ha hả. Cái luồng hơi anh ta phả ra… con ma có sống dậy cũng không thể giống hơn.

Sải thấy đôi mắt người ấy như dòng nước xoáy của thác Bạc, sôi lên sùng sục, nhấn chìm tất cả... Sải quên rằng Sải đã năm mươi tuổi, mà người ta, cái người đang ngồi trước mặt Sải đây chỉ ba lăm, ba sáu tuổi là cùng. Không, Sải đang sống ở lứa tuổi đó. Tim Sải, máu huyết Sải, thân thể Sải không già tí nào cả. Tất cả tình yêu thương của người chồng bỗng từ đâu ùa về làm cho các tế bào trong thân thể Sải sống dậy.

Người đàn ông nhìn thẳng vào mắt Sải cười, nụ cười hiền như con cu ly. Đôi hàm răng anh ta lóa lên trong đôi môi đỏ tấy vì rượu mạnh khiến tim Sải muốn nhảy khỏi lồng ngực.

Đêm ấy, Mí Vàng và Sải đã ngồi như thế, uống rượu và nói với nhau không biết bao nhiêu lời. Những lời mà xưa nay Sải chỉ nói được với hồn ma người chồng thứ ba của Sải. Những lời mà sau khi Sải nói ra rồi, nếu là lời buồn thì thấy mình hết buồn, nếu là lời vui thì mình vui thêm. Đêm đó, ở quán thắng cố Sải như gặp được người chồng mà mấy chục năm qua Sải đau đáu nhớ thương.

***

Thằng Cư Seo Lử, con trai Sải lục tục dậy, mở cửa ra ngoài vườn. Nó lấy con dao quắm mài vào hòn đá. Con Sẩu thì đeo quẩy tấu vào rừng nói là đi hái nấm. Bên nhà thằng Seo Phủ cũng lịch kịch gì đó. Chúng nó bảo nhau quyết không cho Sải đi Sa Pa gặp người ấy. Chúng nó không hiểu, người Mông ta có thể thiếu chén rượu, miếng mèn mén, nhưng không thể thiếu được tình cảm con người.

Sải đã dậy ra ngoài sân. Thấy Sải lụi cụi dỡ cái quẩy tấu treo ở cây vải, thằng Cư Seo Lử hỏi:

- Mẹ đi đâu đấy?

Sải bực quá. Cái bực ngùn ngụt bốc lên làm nóng cả hai con mắt, hai vành tai đỏ nhừ, hai bàn tay run run. Sải quay lại lấy chiếc quẩy tấu, khoác vào vai đi thẳng vào rừng. Chúng mày làm gì được tao nào? Chúng mày không phải nuôi tao, không phải mất cho tao một viên thuốc, tao làm gì mặc tao?

Sải cắt rừng mà đi. Bàn chân Sải thoăn thoắt như chân con gái, đến con suối Thầu thì ngừng lại. Hai thằng con trai của Sải đã đuổi theo. Chúng nó gặp Sải khi Sải đang vén váy lội qua suối. Hai đứa lội theo bế thốc Sải lên bờ. Thế này thì Sải còn biết làm gì nữa.

Lúc đó Giàng Mí Vàng đang hăng hái bước trên đường ra Sa Pa. Kể từ cái đêm đầu tiên trời mưa, uống rượu ở quán thắng cố đến nay đã 16 cái phiên chợ tình, không phiên nào Mí Vàng vắng mặt, phiên nào người ấy và Mí Vàng cũng uống rượu, nói chuyện với nhau suốt đêm. Vắng người ấy, Mí Vàng héo hắt ruột gan. Và điều quan trọng, bên người ấy cái miệng Mí Vàng mới nói ra lời được.

Cuộc đời Giàng Mí Vàng cũng chả có gì hay ho lắm. Mười bảy tuổi Mí Vàng lấy một người con gái người Dáy làm vợ. Vợ Mí Vàng đẹp, đẹp nhất là đôi mắt cứ như là hai ngọn lửa. Hai vợ chồng sống hạnh phúc với nhau được vài năm thì bỗng cô vợ mất tích sau một lần đi nương, không để lại mảy may một tí dấu vết, y như bị bốc cháy thành tro bụi. Mí Vàng vẫn vơ mất mấy năm, như người bị hồn lìa khỏi xác. Rồi bỗng nhiên, Mí Vàng không nói được nữa. Già làng bảo, con vợ Mí Vàng nó lấy mất cái hồn Mí Vàng, giờ nó lại lấy mất cả tiếng nói, không khéo rồi nó lấy cả thân xác. Cha sang bản Tà Phìn, bản Lao Chải hỏi vợ cho Mí Vàng. Nhưng đứa con gái nào Mí Vàng cũng thấy nhạt thếch.

Đoàng một cái, như phát súng nổ, Mí Vàng gặp người đàn bà có lửa ấy, nó giống như tìm được cái thứ để Mí Vàng bốc cháy và sẻ chia. Đêm ấy, bỗng dưng cái tiếng nói về được cái miệng Mí Vàng. Cũng đêm đó Mí Vàng đã nói tất cả những lời mà mười mấy năm qua không nói được. Lạ thế, người đàn bà ấy gần bằng tuổi cha Mí Vàng.

Mùa xuân cảnh vật Sa Pa thật là đẹp. Núi Rồng chồm lên sừng sững như đang nhả ngọc xuống thung lũng Sa Pa. Mây giăng giăng như một dải sương mờ phủ kín thung lũng. Hoa anh đào lập lòe bừng sáng ngập tràn phố núi. Những bông hoa đồng tiền xòe như chiếc ô đỏ giăng kín hai lối đi. Hoa lưu ly sang trọng tỏa hương ngan ngát, hoa mộc miên đỏ rực như lửa. Những đôi vợ chồng người Mông tay dắt ngựa, lưng đeo quẩy tấu thung thăng ra chợ. Người Mông có câu:"Lòng dạ có tốt thì ra chợ mới biết". Ra chợ, gặp mọi người, được nói thỏa thích, uống ăn thỏa thích và yêu cũng thỏa thích, lòng dạ mình được cởi ra hết, sướng lắm.

Mí Vàng đã đi hết phố chợ, vòng qua quán thắng cố, rồi ngược lên núi Rồng, rồi lại rẽ xuống phố nhà thờ... mà không thấy người ấy đâu. Đến tối thì Mí Vàng gặp hai đứa cháu họ của người ấy ở quán thắng cố, nó nói:

- Bà ngoại không muốn gặp nữa đâu. Bà ngoại ở nhà rồi.

Lời nói như cật nứa khứa vào trái tim Mí Vàng. Đêm ấy Mí Vàng uống không biết bao nhiêu là rượu. Rượu ngô chảy vào trong huyết quản làm huyết quản cháy lên. Mí Vàng chỉ muốn khóc, khóc thật to cho lòng vơi đi khổ đau.

***

Sau cái ngày con cháu tổ chức bữa cơm mừng Sải năm mươi tuổi, lòng Sải như có ngọn lửa cháy bỏng rát ở trong.

Chờ cho xong, ngày hôm sau, Sải lại đeo chiếc quẩy tấu ra Sa Pa.

- Ê! Bà già người Mông, sao lại đi ra giữa đường?

Sải giật mình ngẩng lên. Núi Rồng ở trước mặt, đỉnh Phan Xi Păng ở sau lưng. Cây sa mu sừng sững thẳng tắp đứng ở mé đồi trông như cái cột điện cao thế.

Sải đi thẳng đến quán thắng cố quen thuộc. Người chủ quán vừa trông thấy đã nói:

- Xin chào…!

Anh ta tránh câu nói "bà", rồi chạy ra đỡ lấy cái quẩy tấu, một tay dắt Sải vào trong nhà thì thầm vào tai Sải điều gì hệ trọng lắm. Nghe xong, tim Sải như thắt lại. Sải ngồi phịch xuống chiếc ghế, nhìn vô hồn ra hồ. Cứ thế, đôi mắt Sải không chớp, khuôn ngực không phập phồng, nhưng máu thì bắt đầu đông cứng.

Sải ở lại gần một tuần để chờ ngày thứ bảy. Sải ngồi ở đầu con đường từ bản Trung Chai ra Sa Pa đón Mí Vàng từ sáng sớm. Sương mù dày đặc quấn lấy chân Sải như thể những sợi tơ. Hương cây ngải cứu phảng phất làm Sải tỉnh táo hẳn. Sải không hy vọng gì vào tình yêu của Mí Vàng, nhưng lòng Sải thì nhớ mong Mí Vàng da diết. Nỗi nhớ chiến thắng những suy nghĩ chính xác. Cái chân người Mông làm theo con tim chứ không thể làm theo cái đầu tỉnh táo.

Mặt trời chui khỏi khe núi, rồi mặt trời treo trên cây sa mu, rồi mặt trời đã ngồi trên sườn Ma Cheo Văn. Từ xa Sải nhìn thấy Mí Vàng tay dắt con ngựa đen lững thững từ dưới dốc đi đến. Tim Sải như vỡ tung. Nhưng Sải kìm lại được, chỉ đứng dậy bấm những ngón chân, mặt đất như núng xuống, hai bàn tay kéo ghì chiếc áo làm những sợi lanh căng ra muốn đứt. Còn Mí Vàng thì buông dây ngựa, miệng hét toáng lên cho vỡ trời, chạy đến bên Sải, cầm lấy bàn tay Sải, miệng lắp bắp:

- Tôi nhớ quá! Tôi... Tôi... rất nhớ...!

Sải tưởng đó là tiếng lỡ lời của núi Rồng. Nhưng không, người Mí Vàng đang rung lên, nước mắt của Giàng Mí Vàng đang chảy ra, cùng với cái siết của đôi bàn tay Mí Vàng khiến trái tim Sải muốn nghẹt thở. Trời ơi! Bao nhiêu chất chứa, bao nhiêu lo âu, bao nhiêu thấp thỏm, bao nhiêu nghi ngờ, bao nhiêu giận hờn và cả bao nhiêu thời gian nữa, bỗng tan biến hết vào hư không.

Chữ trinh đáng giá ngàn vàng

Con trai và các bạn của nó ngồi tán gẫu. Các cháu đều là sinh viên đại học đang bàn về chuyện các cô gái thời nay khi vào đại học đa số đã mất trinh, có cô mất từ hồi cấp ba, thậm chí có đứa mất từ cấp hai. Chuyện ấy chúng nó coi rất bình thường. Với chúng không có khái niệm mất.

Nghe qua thì thấy bình thường. Nhưng ngồi nghĩ cho kỹ, có lẽ đó là chuyện lớn, chuyện thay đổi cả một tầm thức con người, thế hệ và cả một lối sống có đạo đức hay không có đạo đức.

Một lượng vàng có giá hai ngàn đô la chẳng hạn, rồi tự dưng một ngày nào đó cũng lượng vàng ấy không đáng một xu. Như thế là lạm phát, hệ thống tài chính ngân hàng ra sao? Nền kinh tế sẽ suy sụp… Khủng khiếp chứ. Vậy thì cái đáng giá ngàn vàng từ xửa xưa, tự dưng bây giờ "tình cho không, biếu không" cũng khủng khiếp không kém, có khi còn hơn, bởi kia là lượng vàng, là giá trị vật chất của cải, còn đây là con người, là giá trị tinh thần.

Lại nói, người có nó tự thấy giá trị thấp, người muốn có nó cũng thấy không mấy giá trị, hai bên đều hạ giá thì có gì phải bàn. Cũng giống như thời bao cấp ngày xưa mua được bao thuốc lá thì ôi thôi… quí hết sức, còn bây giờ cho nhau cả cây… vô tư.

Nói cái bao thuốc lá đó nó khác, vì ngày xưa hiếm nên quí như vàng, còn bây giờ thừa mứa. Nhưng cái kia, cái đáng giá ngàn vàng kia không phải ngày xưa nó hiếm, bây giờ nó nhiều (ngày xưa ba mươi triệu dân, bây giờ một trăm triệu, lại có đến gần năm mươi phần trăm là nữ) mà nó rẻ, nó không có giá trị. Mỗi người cũng chỉ có một, chứ không có năm có mười gì lại bảo cung lớn hơn cầu. Hay là cầu giảm?Tất cả đều không phải, mà là do quan niệm giá trị bị thay đổi.Vì sao thế? Và như thế là tốt hay là xấu?Tìm được ra cái vì sao thế để nếu có công thì thưởng, và có tội thì phải phạt.Phải truy tận gốc, trốc tận rễ mà qui trách nhiệm, chứ không được đổ lỗi cho tập thể như lâu nay ta vẫn làm.

Phàm là cái gì trên đời mang lại lợi ích cho con người đều quí cả. Lợi ích càng lớn thì càng quí. Nói thì nói như thế nhưng trong thực tế chưa hẳn đã vậy.Ví dụ, khí ôxy chẳng hạn. Ta chỉ thiếu nó trong mấy phút, lập tức nhập hộ khẩu sang thế giới bạn bè của Phan Thị Bích Hằng luôn. Thế nhưng, nếu như bây giờ cho anh một bịch khí ôxy với một chỉ vàng, anh lấy cái nào?Anh sẽ lấy cái anh đang thiếu, chứ sao?

Như vậy là khí ôxy cực quí, quí hơn tất cả mọi thứ trên đời này, nhưng nó quá nhiều, nó thừa mứa, nên không mấy ai coi trọng nó.

Nhưng cái đáng giá ngàn vàng kia bây giờ cũng không nhiều như khí ôxy mà bảo người ta không coi trọng. Hay nó không mang lại lợi ích cho con người nữa mà bị coi thường. Lợi ích chứ, quan trọng chứ.Cô mang cái cô chỉ có một lần dâng tặng cho người quan trọng nhất đời cô, mà họ cần, rất cần. Thiêng liêng, lễ độ và cũng đạo đức. Chả lẽ cô mang cái cô chỉ có một cho ai cũng được, kể cả kẻ không trân trọng thì còn gì là đạo đức, còn gì là quí trọng ngay cả mình.

Ta đang bàn đến cái vì sao thế? Nghĩa là vì sao bây giờ giá trị bị đảo lộn?Có người bảo do văn hoá phương Tây nó tràn vào. Có người lại nói do ta không giáo dục tốt đạo đức lối sống truyền thống cho thế hệ trẻ. Lại có người cho rằng chủ nghĩa hiện sinh tràn ngập.Nước ta không chủ trương nhập chủ nghĩa hiện sinh, sao nó lại tràn ngập được?

Ta có chiến lược giáo dục đàng hoàng. Chiến lược đó có kế hoạch từ nay đến năm x, rồi tầm nhìn đến năm y (Vừa nói đến đây con trai xin ngắt lời bảo, bố ơi chắc tới đây sẽ có tầm tưởng tượng đến năm z và tầm hư cấu đến năm k bố nhỉ). Qui mô lắm chứ. Ông cha ta ngày xưa làm gì có chiến lược giáo dục, lại bị ngoại bang luôn luôn đồng hoá nữa. Ấy vậy mà cái đáng giá ngàn vàng vẫn nghìn vàng, càng ngày càng làm cho có giá trị, làm cho thiêng liêng cao quí. Hay là cả thế giới bây giờ giá trị nó thay đổi, Việt Nam chẳng qua là hoà nhập thôi. Như vậy là cả thế giới đem cái giá trị con người, giá trị tình yêu, vợ chồng để hạ thấp xuống? Nghi ngờ lắm. Bởi vì trong thực tế còn rất nhiều nước, nhiều dân tộc họ không thể. Hơn nữa, dù ở đâu và bao giờ nhân loại cũng coi giá trị con người là cao quí nhất. Điều đó bất di bất dịch.

Lại bàn về chủ nghĩa hiện sinh. Nước ta không du nhập chủ nghĩa này, mặt khác ta còn chống lại. Vậy thì nó tràn vào bằng con đường nào, mà nó làm thay đổi các giá trị? Một là nó đội lốt cái gì đó để len lỏi vào nước ta. Nếu không thể thì xem lại chính ta. Nếu xem lại chính ta thì xem ở chỗ nào? Xưa nay ta vẫn nói: Chủ trương đúng, nhưng thực hiện chưa được, hay thực hiện sai.Thử hỏi ai ra chủ trương? Ai thực hiện? Cơ chế của nước ta thì tuy hai mà là một.Người đề ra chủ trương và người thực hiện cũng là một. Hơn nữa, nếu ta nói chủ trương đúng mà thực hiện không được thì sao lại gọi chủ trương đúng được. Chân lý phải được thực tiễn kiểm nghiệm chứ.

Tôi đang nghi ngờ cái chiến lược giáo dục của chúng ta, có thể nó mất gốc, hoặc nó giáo điều, khẩu hiệu cho nên nó làm sai lệch, hoặc không thực hiện được đến nơi đến chốn.

Cách nay mấy năm, có một cuộc toạ đàm của các nhà giáo dục trên truyền hình. Sau gần một tiếng toạ đàm, thì các thầy ngồi trên truyền hình hô một khẩu hiệu, rồi cùng nhau nắm tay giơ lên hô quyết tâm ba lần.Tôi ngồi xem mà muốn xỉu luôn, bởi đến bây giờ rồi cái bệnh hô khẩu hiệu xuông còn tồn tại ở ngành giáo dục, mà lại lên truyền hình mới hài hước chứ. Chả trách…

Vấn đề thật nan giải. Tôi nói với con trai và ba đứa cháu. Ngày xưa bố bằng tuổi các con, bố cũng yêu như các con bây giờ. Nhưng yêu rất ít, có khi chỉ một và nói được cái từ yêu thương nó khó khăn lắm, phải run rẩy, hồi hộp, lo lắng. Và cũng có chia tay. Nếu phải chia tay, chao ôi nó đau khổ, dằn vặt hàng tháng trời, có khi hàng năm.Còn bây giờ bố thấy các con thay người yêu như thay áo. Khi chia tay nhau xong rồi, ngủ khì chả có vương vấn gì cả.

Các cháu ngồi yên lặng rồi nhìn nhau không nói gì.

Bùi Thanh Minh

CAO THOẠI CHÂU

Tên thật Cao Đình Vưu. Các bút hiệu khác: Hư Trúc, Mãn Châu, Tiểu Nhã.

Sinh năm 1939, tại Giao Thủy, Nam Định. Vào Nam năm 1954. Tốt nghiệp đại học Sư Phạm Sài Gòn. Cựu sĩ quan VNCH (khóa 24 SQTB Thủ Đức). Sau 1975 có thời gian gián đoạn, rồi tiếp tục dạy học cho đến nghỉ hưu.

Khởi viết năm 1963 trên các tạp chí *Văn, Nghệ Thuật, Khởi Hành, Văn Học, Thái Độ,...* Góp bài cho *Thư Quán Bản Thảo* và trên nhiều trang điện tử tại hải ngoại, đặc biệt cho Vuông Chiếu LH liên tục từ 1999 đến nay, 2018.

Hiện sống tại Long An.

Tác phẩm đã xuất bản:
- *Bản Thảo Một Đời Thơ* (thơ 1991),
- *Rạng Đông Một Đời Vô Định* (thơ 2006),
- *Ngựa Hồng* (thơ, Thanh niên, 2009),
- *Mời Em Uống Rượu* (thơ 2013),
- *Vớt Lá Trên Sông* (thơ, NXB Hội Nhà văn, 2010).

Một sáng mùa thu

Buổi ấy người về như lá bay
Mưa giăng mù mịt cuối chân ngày
Chiếc xe dừng vội cho người xuống
Xe chỉ còn dãy ghế trống trơn thôi

Đứng ở sa mù mà tôi thấy
Áo người phơ phất trắng hồn tôi
Mà tôi nghe được trong hơi gió
Tiếng người như con nước về xuôi…

Niềm vui vẫn thường khi hiếm gặp
Cái buồn thì canh cánh một bên
Sang thu đông lá bỗng nhiên vàng
Có thể nào đổi lấy lá đang xanh?

Tôi không thể có được điều không thể
Đón nhau rồi lại tiễn nhau đi
Như thế đời sẽ xáo tung lên chộn rộn
Tôi mất khả năng đưa đón tự bao giờ!

8-8-2018

Chiều sông ô

Tám năm biệt xứ Giang Đông
Chiều nay vỗ ngựa vung gươm trở về
Đường gươm loang loáng sao khuya
Đường gươm nổi sóng trên bờ Ô Giang.

Tám năm vạch đất phong vương
Một thời thiên hạ xô nghiêng một người
Bao nhiêu thân đổ đầu rơi
Ngẩng lên vẫn thẹn với người Giang Đông.

Tịch ơi, lỡ một đường gươm
Bá vương xuống đất thịt xương rối bời
Giận mình quên uống cho say
Anh hùng thiếu rượu vẫn hay kẹt đường.

Đi cho đất lở trời long
Về đây khép lại một vòng tử sinh
Trời chiều ngút tỏa Ô giang
Chiếc yên vắng chủ ngựa sang một mình

Trên con thuyền bé lênh đênh
Bốn chân xếp lại buồn tênh ngựa hồng!
Ngày về tan mộng bá vương
Sóng sông nói hộ hai hàng lệ rơi!

Vắng lặng chiều Đà Lạt

Chiều tôi đi trên Tổ quốc mình
Nắng khác với nắng ngoài biên giới
Nhìn con nước bình yên tự chảy
Lòng người xao xuyến tựa lòng sông

Dẫu đi trên phố hay ruộng đồng
Thấy hơi ấm mùi thơm của đất
Tiếng gọi đò tiếng côn trùng khuya khoắt
Là tiếng đời đánh thức lòng tôi

Tôi yêu người đàn bà nói tiếng nước tôi
Hát những câu ca dao dù không hiểu hết
Rằng nước rơi có khi bị đục
Thương thì đánh phèn để nước sông trong

Và tôi đi bất chợt dưới mưa chiều
Nhọn như kim nước rơi xuống mặt
Những nỗi đời làm sao nói hết
Giữ trong lòng chia sẻ với người thân

Trời mưa bong bong nổi trên đường
Cơ cầu ấy biết đâu là số phận
Trai gái yêu nhau không tính toán
Người này sống bằng con tim của người kia

Chiều gặp nhau không ai muốn quay về
Cậy tiếng sáo diều giữ chân nhau lại
Trăng hạ tuần mỏng manh rất tối
Không được nhìn thấy bộ ngực thanh tân

Tôi ngả lưng trên đất của mình
Thả lỏng ra sau một ngày mệt nhọc
Yêu đời quá thốt nhiên nằm khóc
Đất mẹ trong nguồn dào dạt chảy cho con!

Huyền thoại

1. Chử và Dung
Chử ở truồng dưới gót Tiên Dung
Huyền thoại lớn về người thiếu nữ
Manh khố rách tặng cha về dưới mộ
Trời cho chàng lấy cát che thân

Cảm lòng chàng Dung-trở-lại-là-Dung
Rừng trút lá cho người lõa thể
Những lòng sông lòng biển lòng hoa
Lòng thuyền phiêu bạt bãi sông xa
Những hương thơm trăm miền đoàn tụ

Thuở ấy loài người chưa biết vỗ tay
Và tình yêu cũng không cần đến vải
Tình yêu chỉ cần một bàn tay
Đưa nhau tới bến bờ vô vọng

2. Trẻ con
Thân thể người ta có bốn phần
Đầu – mình - chân tay - hạnh phúc
Đời rất vui và lũ trẻ sơ sinh
Khóc vì sợ mất quyền làm người trung thực!

3. Thi sĩ
Có phải khùng khùng mà đi làm thi sĩ
Trăm năm ôm cái mộng oái oăm này
Mang trời đất bỏ vào trong túi
Buồn từ đầu buồn xuống tận chân tay!

Người nước tôi

Người nước tôi là những người hay hát
Hát theo cánh cò bay khắp tây đông
Bay từ cửa phủ bay ra cánh đồng
Bài ca dao ngụ ngôn ấu thơ tôi đã học

Có ở đâu trên trái đất này
Nhiều đá vọng phu như nước tôi đã có
Đơn vị đo tình yêu không phải trăm năm
Bầu trời sao làm cách nào đếm hết?

Người nước tôi da ngà mắt đen
Tóc bồ kết lớn dần theo khăn vấn
Mỗi sợi tóc đều có mùi của biển
Của chiếc ao nhà nuôi đất mấy ngàn năm

Nước da ngà như tôi đã học
Sạm dần đi trước những âu lo
Muộn phiền với bao nhiêu vất vả
Trên đất này sỏi đá sạm dần theo

Người nước tôi hôm nay khập khiễng
Như chiếc xe bò trên đường sống trâu
Da sạm thêm trong ánh sáng chiều
Đường vào thôn gió thổi tung bờ tóc

Cánh võng trên thềm và mộ chí cha ông
Hiểu vì sao cha ông được an táng trong vườn
Điểm nhấn trong tâm hồn con cháu
Mộ tổ tiên là pháo đài ở cạnh cháu con.

8-7-2014

 **DUNG THỊ VÂN**

Nhà thơ. Các bút hiệu Lan Chi, Dung Vân, sinh ngày 29 tháng 10 năm 1955 tại Tùng Nghĩa, Đức Trọng, Lâm Đồng. Bắt đầu viết năm 1970. Đã gia nhập Hội Nhà Văn thành phố HCM. Hiện sống tại Sài Gòn.

Giải thưởng văn học: Giải B (thể loại thơ) Cuộc vận động sáng tác thơ-ký-nhạc của Tập đoàn Công nghiệp Cao su Việt Nam năm 2013.

Báo: *Văn nghệ Trẻ, Công an TP.Hồ Chí Minh, Sài Gòn Giải Phóng.*

Trang web trong và ngoài nước: Tương tư Việt Nam, Văn đàn việt, Văn thơ việt, Hương quê nhà, Bông Tràm, Lê Dinh, Lê Ngọc Trác, Nguyễn Hàn Chung, Vuông chiếu Luân Hoán,…

Tác phẩm đã xuất bản:
- *Như Giấc Mơ* (thơ, nxb Trẻ, 2007)
- *Nắng Đổ Về Đâu* (thơ, nxb Hội Nhà Văn, 2007)
- *Miền Gió Ngược* (thơ, nxb Thanh Niên, 2010)
- *Tìm Em Gội Giấc Mơ Vàng* (thơ lục bát, nxb Thanh Niên, 2012).
- *Tình Như Sương Khói* (thơ, nxb Hội Nhà Văn, 2014)
- *Miên Trầm* (thơ, nxb Hội Nhà Văn, 2015, Nhân Ảnh tái bản 2019)
- *Mặc Nhiên* (thơ, nxb Hội Nhà Văn, 2017)

In chung: *Mở Đất, Văn thơ trẻ, Bông Tràm, Hương quê nhà, Tập thơ Tứ tuyệt, Hạnh ngộ, Thơ nguyên tiêu Phú Yên.*

Hiện thân kiếp này

1.
Đứng bên đông nhớ bên Tây
Bụi trùng gió điệp nơi này quặn đau
Dòng tâm đen đỏ nát nhàu
Bầm gan xé thịt đỏ au phận người

2.
Chiều bên song cửa liếc trời
Thấy mây cô quạnh nửa vời khuyết nhân
Người đi khuất mấy trùng luân
Tuyết trời bao phủ mấy lần đông qua

3.
Ta về cõi nợ mù xa
Kiếp người chẳng biết đâu là trả vay
Giật mình gió cuốn chiều nay
Hiện thân mình trả kiếp này cho nhau.

Ức ký

Ta phải nói để ngày mai cách biệt
Cõi trùng luân nào ai biết chẳng bao giờ
Em vẫn đó mà như là tuyệt tích
Ta bồi hồi ôm kỷ niệm hôm xưa
Chiều cuối năm âm thầm khâu vết nứt
Còn lại gì ngoài ức ký xâu lưu.

Rạ chiều

1.
Tay vò những khúc dối gian
Mới hay tình ấy bạt ngàn trùng xanh
Chiều rơi đàn quạ bay nhanh
Ta nghe gió gọi bên nhành liễu sương

2.
Này em còn gió một phương
Bàn chân nhớ một con đường đã qua
Ta nghe gió gọi chiều ra
Thương em cây cỏ hoá ma rạ chiều.

Mùa sau

Dòng sông đó đưa người đi xa mãi
Lời cuối cùng chưa kịp nói đã chia ly
Ngã ba đường khởi đầu bao lối rẽ
Tìm lại bến bờ phượng cát đã mông mênh
Chiều mưa hoa - xác thân ai gầy guộc
Thả trong chiều lặng lẽ - chông chênh
Tiếng chuông ngân vọng cõi người âm cảnh
Hạc buồn lẻ bạn phía cuồng phong
Người về đâu trong chiều mưa tháng sáu
Cánh phượng hồng tơi tả thắm dòng châu
Bút mực ghi lệ hoen nhàu trang sách
Nốt nhạc buồn ai gảy khúc buồn đau
Tháng sáu mưa bay hay lệ tình viễn xứ
Gót ai về trả nợ một đêm thu
Không ai hay đã nợ hết kiếp người
Khi nhắm mắt mới hay người tình phụ
Người về đâu cả rừng hoa bạc mệnh
Phủ phục quanh người mầm dĩ vãng gọi mùa sau
Tiếng mưa thâu
Người hẹn nhau chao chát cõi tương hồng.

Không nghĩ ra

1-
Đêm nay hai kẻ hoá ma
Đêm nay ta xoá ”Bá Nha-Tử Kỳ”
Em ngồi hát rất nhu mì
Vậy mà có một kẻ si tầm thường

2-
Này em có phải mục chương
Này em sao lại tầm thường gian manh
Đêm nay ta thấy sở khanh
Sao ta choáng váng hoá thành chứng nhân

3-
Đêm nay ta hiểu tim phân
Đêm nay ta thấy có ngần ấy thôi
Mới hay tim kẻ bạc vôi
Mới hay tình bạn lẽ đời quỷ ma

4-
Đêm nay trăng vỡ làm ba
Ta thương em giữa ta bà trắng đen
Này em ô cửa cài then
Nhưng huyền thâu ấy có đèn loạn nhân...

Mặc

Kẻ bạc lòng
Chẳng bao giờ biết bạc
Mặc tiếng côn trùng
Gào khóc giữa đêm khuya
Trong càn khôn
Có những điều tròn méo
Trong cuộc đời
Ta ngẫm chữ đầy vơi
Ngàn lá thu phong
Hoàng theo gió lộng
Bỏ lại trong chiều
Một cõi liêu hoang
Ta vịn một mùa
Tàn tro trăn trở
Thương kẻ bạc lòng
Ta gõ chữ còn không?

DƯƠNG NGHIỄM MẬU
[photo by Lý Đợi]

Tên thật Phí Ích Nghiễm, sinh ngày 19-11-1936 tại Hoài Đức, Hà Đông và mất ngày 2-8-2016 tại Sài-Gòn. Di cư vào năm năm 1954. Văn nghiệp ông bắt đầu với bút hiệu Hương Việt Hương từ năm 1955 nhưng nổi tiếng từ truyện *Bốn Cát Tuổi Thơ* - tức *Rượu Chưa Đủ* là truyện ngắn đầu tay đăng tạp chí *Sáng Tạo* (số 28&29, 1&2-1959).

Từ 1961, cùng Lý Hoàng Phong điều hành tạp chí *Văn Nghệ*. Giải Văn Chương Toàn Quốc VNCH, 1966 với truyện dài *Gia Tài Người Mẹ*.

Sau 1975, ông viết Tự Truyện Nguyễn Du, đăng tác-phẩm trên các báo hải-ngoại như *Việt Báo, Người Việt, ...*

Tác-phẩm đã xuất-bản:
- *Cũng Đành* (6 truyện ngắn, Tạp chí Văn nghệ, 1963)
- *Gia Tài Người Mẹ* (Tạp-chí Văn-Nghệ, 1963)
- *Tuổi Nước Độc* (Tập san Văn, 1965)
- *Đêm Tóc Rối* (1966)
- *Phấn Đấu* (Văn, 1966)
- *Nhan Sắc* (1966)
- *Sợi Tóc Tìm Thấy* (Gió Bốn Phương, 1966),
- *Ngày Lạ Mặt* (Giao Điểm, 1967)
- *Kinh Cầu Nguyện* (Văn Xã, 1967),
- *Địa Ngục Có Thật* (1969)
- *Gào Thét* (Văn Uyển, 1969),
- *Quê Người* (Văn Xã, 1970),
- *Cái Chết Của...* (Văn Xã, 1971),
- *Con Sâu* (Nguyễn Đình Vượng, 1971)
- *Kẻ Sống Đã Chết* (Giao Điểm, 1972)
- *Tên Bất Lực* (1972),
- *Những Ngày Dài Trên Quê Hương* (nhiều tác-giả, Văn Nghệ Dân-Tộc, 1972),...

Từ Hải ngoại truyện

Từ lâu người dân Hàng Châu đã được nghe nói về một đám giặc nổi lên ở vùng Sơn Đông, đa phần là dân chài lưới nghèo khổ, dần dần đám giặc mỗi lúc một đông, nhiều nơi dân chúng nổi lên giết quan quân mà theo giặc, thanh thế của chúng làm triều đình lo ngại và danh tiếng tên đầu đảng Từ Hải được nhiều người nhắc đến. Vì xuất thân làm nghề chài lưới, quen với sông nước biển khơi nên đám giặc cứ men theo bờ biển mà tiến xuống phương Nam. Chẳng mấy chốc quân Từ Hải vượt qua sông Dương Tử chiếm Châu Thường, Vô Tích. Từ Hải đóng bản doanh ở Đại Hoàng cho nhiều cánh quân nhỏ tiến chiếm những phủ huyện chung quanh mở rộng vùng kiểm soát hướng tiến sát thủ phủ Hàng Châu. Trước thế giặc mỗi lúc một mạnh, triều đình sai Tổng đốc Hồ Tôn Hiến lãnh đại quân xuống trấn giữ Hàng Châu và tiểu trừ giặc cướp.

Tổng Đốc Hồ Tôn Hiến tìm hiểu tình hình thấy thế giặc đang mạnh, dân chúng như đang ngóng chờ loạn lạc vì bất bình quan lại ức hiếp bóc lột. Trong khi đó nhìn vào đám quân dưới trướng, Hồ Tôn Hiến không khỏi e ngại: một đội ngũ ô hợp, ít trải qua chinh chiến, thiếu tập luyện, quân số đông nhưng không chắc chắn có thể thắng được giặc. Hồ Tôn Hiến cho dàn quân phòng bị ở những nơi hiểm yếu rồi sai một tên tướng trẻ mang một đội quân tiến sâu vào vùng lãnh địa mà quân Từ Hải đang chiếm giữ nhắm thăm dò sức giặc. Đoàn quân ra đi mới được hơn một ngày thì gặp quân của Từ Hải chặn đánh, quân triều đình chưa giao chiến đã tan rã, một phần buông vũ khí đầu hàng mong được sống sót, phần còn lại cố gắng chạy tháo thân nhưng phần lớn đều bị giết. Phải mấy ngày sau trận chiến mới có năm bảy tàn quân lê lết về được Hàng Châu báo tin cho Hồ Tôn Hiến. Dân chúng Hàng Châu nghe tin quân triều đình bị đánh tan tác thì nhộn nhạo hẳn lên, nhiều người đã thu gom của cải chuẩn bị tìm đường bỏ chạy một khi giặc tới. Hồ Tôn Hiến vội họp bàn với thuộc hạ về kế sách chống giặc. Tướng Tiểu Kích đứng lên nói:

– Xin Tổng Đốc ra lệnh tấn công tổng lực, chỉ có vậy mới yên lòng dân, với quân số lớn, chắc chắn quân ta sẽ chiến thắng. Tiểu tướng xin xung phong đi đầu.

– Không nên nóng vội

– Một viên tướng già cắt lời

– Lúc này giặc đang mạnh, quân ta vừa thất trận, trước nhất chúng ta phải chỉnh đốn lại hàng ngũ, canh phòng cẩn mật, chờ cho giặc khinh thường, lúc đó ta tiến quân cũng không muộn.

– Tại sao ta không chiêu hàng trước đã?

– Có nhiều tiếng cười ồ

– Một viên tướng già dưới trướng Hồ Tôn Hiến tên là Hồ Kiết Gia nói tiếp

– Trước hết chiêu hàng là một cách hoãn binh, vừa tỏ sức mạnh, trong khi chiêu hàng ta hứa phong cho Từ Hải chức to, ban nhiều ơn huệ, biết đâu giặc không ngả lòng mà quy thuận. Như thế ta không tốn một viên đạn mà dẹp yên được giặc, công của chúng ta đối với triều đình lớn biết chừng nào.

Tổng đốc họ Hồ nghe nói thì gật gù, đám bộ hạ chụm đầu vào nhau bàn tán, Hồ Tôn Hiến nhìn Hồ Kiết Gia nói:

– Vậy Hồ tướng quân có dám sang trại Từ Hải mà dụ giặc hàng không?

– Xin tuân lệnh.

Hồ Tôn Hiến vui mừng ra lệnh chọn ngay mười tên lính khỏe mạnh, không mang vũ khí, theo Hồ Kiết Gia ngay lập tức lên đường sang trại giặc.

Từ Hải đắc chí sau khi đánh tan đạo quân của triều đình liền tiến quân tủa ra các vùng phụ cận mở rộng tầm kiểm soát, khoa trương thanh thế nhắm uy hiếp tinh thần quân triều đình đang trấn giữ Hàng Châu. Một hôm giữa lúc Từ Hải đang duyệt quân chợt có lính tiền trạm phi ngựa về báo: có một toán người ngựa đang tiến tới doanh trại. Từ ra lệnh: hãy bắt trói dẫn chúng về tiền sảnh. Lúc sau quân hầu dẫn vào một toán chỉ có mười người, cùng một ông già, tất cả quỳ gối hướng vào đại sảnh. Từ Hải bước ra rút thanh gươm dài đeo bên mình dí mũi nhọn lên trán ông già và nói:

– Ngươi là ai mà dám cả gan tiến vào doanh trại của ta. Bọn bây được lệnh do thám cho tên Hồ Tôn Hiến phải không?

– Bẩm Tướng Quân, tiện dân tên là Hồ Kiết Gia vốn sinh ra ở đất này và sống dưới sự che chở của Tướng Quân. Nhân được biết Tổng đốc họ Hồ có ý muốn mời Tướng Quân về cộng tác nhưng vì oai phong của Tướng Quân, đám tùy tướng của Tổng Đốc không ai dám nhận lãnh sứ mạng tới đây để đề đạt cùng Tướng Quân điều đó. Ai cũng sợ mắc khinh xuất mà phạm lỗi khiến ra đi mà không còn đầu để trở về. Là con dân của Tướng Quân, lại được biết Hồ Tổng đốc là người rất kính trọng Tướng Quân nên tiện dân không sợ chết mà tới đây để trình bày cùng Tướng Quân ngu ý của mình: chiến tranh chém giết không phải là điều tốt. Tướng Quân cùng các nghĩa sỹ vùng lên là để trừ cái xấu, cứu dân lành khốn khổ ra khỏi lầm than. Tướng Quân có vui gì khi binh sĩ hai bên chém giết nhau? Có hân hoan nhìn dân đen la khóc trong cảnh nhà tan cửa nát, người thân vong mạng? Chắc hẳn là không, vậy tại sao Tướng Quân không về hợp tác với Hồ Tổng đốc? Lại nữa về phần cá nhân, Tướng Quân có chắc mũi tên hòn đạn có mắt để tránh Tướng Quân? Cái chết không ai nói trước được. Tướng Quân không nghĩ tới vợ con gia đình sao?

Hồ Kiết Gia ngừng nói. Từ Hải vẻ tư lự bỏ mũi gươm ra khỏi đầu lão già rồi ra lệnh cho đám người đang quỳ trước mặt được bình thân.

– Vậy ra nhà ngươi là kẻ tới đây dụ ta quy thuận triều đình?

Từ Hải cười vang:

– Ta đang một mình một cõi, trên là trời, dưới là đất, vậy mà ngươi lại dùng những lời hoa mỹ để dụ ta cúi mình bước vào chốn triều trung giữa đám vua quan hôi hám là thế nào? Quân sỹ đâu, hãy mang chúng ra ngoài chém đầu, chỉ bớt lại đứa khỏe mạnh nhất để nó mang thủ cấp đồng bọn về.

Đám cận vệ dạ vang, Hồ Kiết Gia và đám tùy tùng kinh hãi quỳ mọp xuống đất vái lạy xin tha mạng. Chợt từ trong đại sảnh vợ Từ Hải bước ra, cầm tay chồng:

– Họ có tội gì mà giết? Hồ Kiết Gia tới đây là vì lòng nhân trong người hắn, hắn không muốn thấy cảnh đầu rơi máu chảy, lại thấy triều đình muốn hòa chứ không muốn chiến. Giết họ chỉ có hại cho uy đức bấy lâu nay của Tướng quân. Hòa hay chiến là quyết định của Tướng quân. Lại nữa muốn chiêu hòa thì triều đình phải cho quan chức tới thương thảo chứ đâu phải chỉ qua lời một tiện dân mà được. Tha cho họ về là tỏ cái đức hiếu sinh của Tướng quân và mở lối cho con đường hòa hiếu nếu Hồ Tôn Hiến thực lòng cầu hòa. Thiếp xin tướng quân hãy tha chết cho họ.

Từ Hải quay lại nhìn vợ cười khà khà đắc ý:

– Lời của vợ ta nói rất hay, ta tha chết cho bọn bay. Bọn bay về nói rõ cho tên họ Hồ rằng muốn ta khom lưng mà về quy thuận hãy đợi lúc ta bại trận cùng đường. Còn bây giờ hãy đợi đấy, mấy ngày nữa ta sẽ đem quân vào Hàng Châu hỏi tội bọn tham quan ô lại, thiêu sạch trà đình tửu điếm, nhà thổ…

Từ Hải quay vào sau khi bảo quân lính đưa mấy người bị bắt xuống nhà nghỉ đãi đằng rượu thịt rồi thả cho về.

Hồ Kiết Gia từ doanh trại Từ Hải về đến Hàng Châu đi thẳng tới dinh Hồ Tôn Hiến trình tấu sự việc. Tổng Đốc nghe xong im lặng một lúc mới nói:

– Thật khó mà chiêu dụ được tên giặc này. Phải lo chống trả thôi.

Hồ Kiết Gia nói:

– Từ Hải nghe lời vợ không chém đầu bọn tôi.

Vợ hắn còn nói: mở lối cho con đường hòa hiếu. Ta chỉ mới thăm dò chứ đâu đã thương thảo gì với hắn. Vấn đề bây giờ là tìm người có thể đi thương thảo. Ta phải làm sao cho hắn thấy cái lợi khi chịu tuân phục. Bọn nó làm giặc chỉ vì đói khổ, bị đàn áp bóc lột chứ làm giặc thì sung sướng gì. Như chúng ta đây thì có ai lại dại gì mà đi làm giặc?

Hồ Tôn Hiến nét mặt căng thẳng, đám bầy tôi dưới trướng lặng im không ai dám bàn tán. Tổng Đốc họ Hồ nói:

– Những điều Hồ Kiết Gia nói đáng để chúng ta suy nghĩ. Thái độ không cự tuyệt đủ để chúng ta thăm dò xem Từ Hải muốn gì? Dụ được Từ Hải tuân phục là điều đáng làm. Vậy ai là người có thể nhận trọng trách này?

Trung quân họ Khổng đứng bật dậy

– Tiểu tướng xin đi.

Hồ Tôn Hiến mừng rỡ sai chuẩn bị những vật phẩm quý để cho Trung quân họ Khổng mang sang tặng Từ Hải gồm: vàng bạc, lụa là gấm vóc, châu báu. Đặc biệt còn phái qua một người hầu gái giỏi vốn hầu hạ phu nhân họ Hồ sang hầu hạ vợ Từ Hải. Trước khi lên đường Tổng Đốc họ Hồ còn căn dặn Trung Quân:

– Ở nơi thương thảo với giặc cũng giống như khi đối

mặt nơi chiến trường, tướng cầm quân phải tùy cơ ứng biến. Từ Hải là tay thiện chiến lại có mưu lược nhưng dù nhiều năm trận mạc vẫn chưa thấy lộ ý đồ thực hiện mộng bá vương, trước sau vẫn chỉ là một đám giặc, như thế ta có thể dùng cái lợi, cái danh để chiêu dụ. Mặt khác con người tất có tình cảm, Từ Hải sống với Thúy Kiều, đời sống vợ chồng không thể nay đây mai đó ở giữa nơi cát bụi, ta phải làm sao cho nó thấy nếu quy hàng thì vợ phú chồng vinh sống an bình hạnh phúc, đường đường một bậc quan gia để trở về quê hương bản quán, mở mày mở mặt với gia đình, họ tộc. Nghe Hồ Kiết Gia nói về hành xử của Thúy Kiều, ta nghĩ đó là một nhân tố giúp ta chiêu dụ được Từ Hải. Người đàn bà chỉ nhìn thấy cái trước mắt, họ không muốn phải sống giữa cảnh đầu rơi máu chảy, phải xa cách cha mẹ anh em, nên hơn ai hết nàng sẽ là người chủ hòa và tất nhiên tác động tới Từ Hải.

Trung quân vâng lệnh cùng đoàn tùy tùng lên đường mang theo tặng phẩm thẳng tới doanh trại Từ Hải. Chưa tới nơi Khổng Trung Quân đã bị lính chặn lại và phi báo về bản doanh cho Từ Hải biết. Từ Hải nói:

– Chắc là chúng cử người sang chiêu dụ ta hàng đây.

Từ Hải cho quân giàn kín trước doanh trại, gươm đao như rừng rồi ra lệnh cho Khổng Trung quân vào. Chưa kịp xưng tên thi lễ Trung quân đã giật mình run sợ vì tiếng gươm đập xuống thư án cùng tiếng quát của Từ Hải:

– Mày tới đây làm thuyết khách phải không?

Trung quân vội vàng quỳ xuống thi lễ:

– Bẩm tâu Tướng Quân, Hồ Tổng Đốc sai tiểu tướng tới đây trước hết là để tỏ lòng ngưỡng mộ Tướng Quân dù chưa có dịp diện kiến nhưng oai đức lừng lẫy của Tướng Quân thì muôn người như một đều khâm phục, vì thế Hồ Tổng Đốc sai tiện hạ dâng lên Tướng Quân một chút lễ mọn xin Tướng Quân nhận cho.

Từ Hải nói:

– Chưa quen biết mà đã tặng lễ vật nhiều như thế này là ý làm sao?

– Hồ Tổng Đốc là người trọng kẻ nghĩa khí và muốn cùng Tướng Quân giao hiếu, đó là bước đầu. Sau là xin Tướng Quân nghĩ tới việc hợp tác với triều đình từ bỏ con đường đối đầu để không còn cảnh thịt rơi máu chảy, giúp người dân an cư lạc nghiệp.

Từ Hải giữ yên nét mặt:

– Hợp tác là đầu hàng chứ gì? Nay ta đang sống ngoài vòng cương tỏa, tự tung tự tác, sao có thể tự trói mình mà vào luồn ra cúi nơi cửa quyền? Ta lại vốn là tên thuyền chài đóng khố nay lại nhận sắc vua phong tước, mang cân đai bố tử vào ngồi cùng đám văn võ bá quan, như thế bọn chúng sao chịu nổi và chắc chắn sẽ mưu hại ta trong cảnh thân cô thế cô.

– Tiện hạ xin thưa cùng Tướng Quân thế này. Những suy nghĩ của Tướng Quân rất thực tế. Nhưng nếu triều đình chỉ muốn Tướng Quân không tấn công vào Hàng Châu, giúp triều đình ngăn chặn những đám giặc cướp đang nổi lên, vỗ yên trăm họ cùng với Tổng Đốc hưởng vinh hoa phú quý thì Đại Vương nghĩ sao?

Từ Hải im lặng một lúc rồi nói:

– Những gợi ý của Khổng Trung quân rất hay nhưng Tổng Đốc có đoan quyết như thế không? Chỉ nói suông với nhau như thế này thì không được. Phải có minh văn và ta phải có bàn luận, vậy Trung quân hãy trở về nói rõ điều chúng ta đã trao đổi với nhau cùng Hồ Tổng Đốc. Ta sẽ phúc đáp sau khi nhận được minh văn.

Khổng Trung quân liền cùng đoàn tùy tùng thi lễ rồi

lên đường trở lại thủ phủ Hàng Châu. Riêng Từ Hải quay vào trong, Thúy Kiều đang ngồi ở đó. Từ Hải nói:

– Chắc phu nhân đã nghe rõ câu chuyện, ý phu nhân thế nào?

– Thiếp nghĩ chúng ta không thể làm giặc mãi được. Tuy nhiên mọi điều là ở Tướng quân thấy được cái hay cái dở để quyết định. Hết chinh chiến chúng ta được sống bên nhau nhiều hơn. Sẽ được đoàn tụ với gia đình, chỉ nghĩ đến điều này thiếp đã thấy vui.

Khổng Trung quân về tới Hàng Châu, Hồ Tôn Hiến vội cho triệu tập thuộc hạ thân cận dưới trướng họp bàn. Sau khi nghe Trung quân tường trình mọi việc và những điều Từ Hải muốn triều đình cam kết khi hắn về tuân phục. Hồ Tôn Hiến nghiêm nét mặt nói:

– Không được, nói là quy thuận nhưng vẫn là anh hùng một cõi, về sau trở mặt thì sao? Việc này phải đình lại để xem xét và tâu lên triều đình đã.

Không khí buổi họp bàn trở nên căng thẳng. Nhiều ý kiến khác nhau là hòa hay chiến, từ đó lộ ra một sự thật: đa phần đều lo sợ sức mạnh của quân giặc.

Trung quân với giọng mạnh mẽ:

– Ta đã thương thảo cùng giặc, nay nó đồng ý quy thuận ta lại không cho. Điều này chắc làm cho Từ Hải tức giận vì việc chiêu dụ chỉ là để lung lạc tinh thần đối phương chứ không thực tình. Với lực lượng lớn mạnh và tinh thần hăng say liều mạng của giặc liệu ta có giữ được Hàng Châu hay không?

Câu hỏi đặt ra làm cho cuộc họp rơi vào không khí căng thẳng. Một người ngồi gần Hồ Tôn Hiến đứng lên – đó là Tiết Dũng, một viên tướng già ở dưới trướng họ Hồ từ lâu:

– Tiểu tướng xin dâng một kế sách: ta dụ cho cọp ra khỏi hang rồi giết đi là xong.

– Nói thì dễ nhưng thực hiện như thế nào?

Tiết Dũng lên tiếng:

– Đây là kế sách của tôi – Tiết Dũng nói tiếp – Ta viết minh văn nêu rõ những điều chúng ta cam kết rồi để Trung quân mang sang thương thảo một lần nữa, làm cho chúng tưởng ta thiết tha với việc hòa hiếu. Nếu giặc đồng ý sẽ định ngày mang quân sang đón giặc quy hàng. Lúc ấy ta loan tin này một cách rộng rãi cho dân chúng và quân giặc để tạo không khí tin cậy. Trước ngày lễ quy thuận ta cho chở sang trại giặc thật nhiều rượu ngon, thịt béo để giặc khao quân. Ta bố trí lại quân, rút đi vài đơn vị đóng gần trại giặc. Tất cả là để cho giặc tin vào minh ước mà không đề phòng. Trong khi đó chúng ta bố trí một đơn vị nhỏ tinh nhuệ dàn chào chờ khi Từ Hải tới thì nổi trống chiêng như chào đón nhưng thực chất là mệnh lệnh sát thủ, cùng lúc quân ở tiền tuyến cũng tiến công ra uy ngăn chặnkhông cho giặc tiếp cứu. Tiểu tướng thiển nghĩ nếu không bắt sống được Từ Hải thì cũng giết được nó. Chủ tướng đã chết tất nhiên quân giặc tan rã.

Hồ Tôn Hiến vui mừng reo lên:

– Thật là diệu kế.

Liền đó Hồ Tôn Hiến cắt đặt công việc cho từng người, từng đơn vị thực hiện kế sách của Tiết Dũng.

Từ Hải sau khi đưa yêu sách cho Hồ Tôn Hiến ngồi chờ phúc đáp với vẻ bồn chồn nôn nóng, tư tưởng cầu an như đã chế ngự con người trước đây chỉ biết dọc ngang vùng vẫy. Bỗng có tin báo: Khổng Trung quân cùng đoàn tùy tùng tới. Từ Hải ra nghênh đón với vẻ vui mừng, sau khi mọi người cùng nhau thi lễ, Khổng Trung quân trình cho Từ Hải tờ minh văn. Thấy Từ Hải đã đọc xong, Trung quân liền nói:

– Như vậy còn có điều gì mà Tướng quân chưa hài lòng?

Từ Hải cười lớn:

– Chỉ cần một điều cho ta chọn lựa: muốn làm quan thì vào triều đình, nếu muốn cầm quân trấn nhậm ở nơi hiểm yếu triều đình cũng thuận. Ta vốn sống tự do đã quen, nay được làm lá chắn cho vùng trận địa thì còn gì bằng. Điều này thuận ý ta mà cũng rất lợi cho triều đình: giặc nghe tới tên Từ Hải là đã tan hàng chứ cần gì đợi giao tranh. Từ Hải cười vang vẻ đắc trí và lập tức sai quân dọn tiệc khoản đãi Khổng Trung quân và đoàn tùy tùng trước khi đoàn trở về thủ phủ Hàng Châu. Liền sau đóTừ Hải họp bộ hạ báo tin việc tuân phục triều đình và sửa soạn hội khao quân vào ngày làm lễ quy thuận. Quân lính reo hò nhảy múa. Quân thám báo của Từ Hải phái đi xem tình hình quân địch trở về báo cho Từ Hải về việc một đội quân của triều đình đã rút đi, dân chúng trong thủ phủ Hàng Châu được lệnh treo đèn kết hoa mở hội ăn mừng hòa bình. Từ Hải nghe tường trình càng thêm yên tâm, không nghĩ tới những bất trắc có thể xẩy ra để phòng bị mà còn giao khoán việc quân cho thuộc cấp còn mình thì mải mê bên vợ với rượu ngon, đàn hát, chẳng hay biết gì về cái bẫy đang giăng ra chờ đợi.

Tại thủ phủ Hàng Châu, cáo thị của quan Tổng đốc kêu gọi dân chúng tham gia làm sạch đường xá, trang trí nhà cửa để chào mừng ngày Từ Hải mang quân về quy thuận triều đình, trong dịp này tù nhân sẽ được ân xá, triều đình mở kho lương thực phát chẩn cho người nghèo. Dân chúng bu lại trước những tấm cáo thị bàn tán râm ran với vẻ hào hứng khác thường. Có kẻ nói: vậy là không phải chạy loạn nữa, thoát cảnh giặc pha nhà cháy. Có người nói: khó tin, Từ Hải mới đây kéo quân xuống Lâm Truy cho vợ báo ân trả oán vang động cả một góc trời, đi tới đâu thắng tới đó, bao nhiêu quan chức quyền thế và bọn nhà giàu toi mạng, sao bỗng nhiên hạ khí giới quy hàng, khó tin. Có người giọng khôi hài: chắc làm giặc mãi cũng chán nên đổi sang làm quan, thời nay làm quan cũng là làm giặc thôi. Có người nói: chuyện này chắc có mưu mẹo gì đây cũng không chừng. Có kẻ nói: chán quá, tưởng có đổi đời, hôm nay vẫn như ngày hôm qua thôi. Có người giọng tức giận: cái thằng Từ Hải chết tiệt này sao không làm giặc nữa cho mình được nhờ. Người nói thế này người nói thế khác nhưng rõ ràng trên khuôn mặt họ bớt đi vẻ lo âu của những ngày trước đó.

Ngày lễ quy thuận của Từ Hải đã đến. Lễ đài được dựng lên. Lá cờ vàng có bốn chữ "Đại Thiên Chiêu Phủ" đã tung bay trên kỳ đài. Vào nửa đêm trước khi bước sang ngày Từ Hải đem quân về hàng, Tổng Đốc Hồ Tôn Hiến cho triệu khẩn Khổng Trung quân tới bản doanh nhận lệnh. Khổng Trung quân tức tốc vào ngay bản doanh trình diện. Hồ Tổng đốc đang ngồi một mình thấy mặt Trung quân, họ Hồ đứng ngay dậy và nói:

– Ta đã nghĩ lại và không thi hành kế sách của Tiết Dũng nữa. Tướng quân hãy rút ngay đội quân đã bố trí ra khỏi lễ đài.

Trung quân há hốc mồm đầy kinh ngạc:

– Đã ra lệnh giết nay lại ra lệnh thôi. Tiện hạ thật không hiểu nổi.

– Từ Hải xin tuân phục, ta đã viết minh văn, nay ta phục binh chém được đầu nó thì ta mất lòng dân. Sau này làm sao chúng ta chiêu dụ được những đám giặc khác? Giết hắn vô tình ta đã phong anh hùng cho nó. Có khi giết được Từ Hải này lại mọc Từ Hải khác, như vậy lợi bất cập hại. Tại sao ta lại không dùng giặc lớn giết giặc nhỏ? Trung quân hãy cầm cờ lệnh này đi bố trí lại các đơn vị cho lễ quy hàng của Từ Hải vào ngày mai.

Trung quân nhận cờ lệnh vội vàng đi ngay vì thấy thời gian không còn nhiều.

Sáng hôm sau cả thủ phủ Hàng Châu tràn sắc cờ hoa, tiếng chiêng trống rộn rã, nhiều người dân kéo tới chung quanh khu lễ đài chờ coi Từ Hải mang quân về quy hàng. Người ta thấy từ xa Từ Hải cưỡi ngựa đi tới, hai bên có tùy tướng. Theo sau là một đoàn quân. Tiếng kèn đồng vang lên, Từ Hải dừng lại, một tiểu tướng của triều đình bước tới thi lễ, Từ Hải xuống ngựa, cởi bỏ giáp trụ, khí giới cá nhân rồi theo sự hướng dẫn bước tới lễ đài nơi Hồ Tổng Đốc đã đứng đợi. Tiếng chiêng trống vang trời, Từ Hải và Hồ Tôn Hiến giao bái rồi cùng nhau tiến hành lễ giao kết và vọng bái Hoàng Đế. Nghi lễ đã xong, Hồ Tôn Hiến dẫn Từ Hải vào trong đại sảnh dự đại tiệc. Hồ Tổng Đốc sai quân hầu rót hai chén rượu đầy cho mình và cho Từ Hải, hai tay nâng chén rượu lên cao rồi nói lớn:

– Hoàng Đế vạn tuế, vạn vạn tuế, thống nhất sơn hà, muôn năm trường trị.

Tiếng hô vang dội tưởng có thể sụp đổ cả sảnh đường. Từ Hải vòng tay hơi cúi mình trước Tổng đốc họ Hồ và nói:

– Thật là đại phúc cho Từ Hải này được Tổng đốc mở cho con đường sống. Kẻ hèn này nguyện mang hết sức bình sinh ra lập công trạng để đền đáp ơn cứu sinh của Tổng đốc.

Hồ Tôn Hiến hơi cúi mình nói:

– Nhờ sự sáng suốt, lòng nhân ái với nhân dân của Tướng quân mà chúng ta mới có ngày hôm nay, xin cạn chén chúc mừng ngày chúng ta được sống chung dưới một mái nhà.

Sau đại tiệc, Hồ Tôn Hiến họp với bộ hạ dưới trướng thấy ai cũng hoan hỷ về thành công dụ được Từ Hải quy hàng. Riêng Từ Hải trở về doanh trại xuống lệnh cho quân lính tiếp tục vui chơi, còn phần mình thì hết bình rượu này tới bình rượu khác với Thúy Kiều trong vòng tay, tiếng đàn tiếng hát vây bọc, hình như chưa có chiến thắng nào trong quá khứ đưa đến cho Từ Hải sự hân hoan như tiệc rượu ngày quy hàng. Có phải vì từ nay không còn chinh chiến?

Việc Từ Hải quy hàng cất đi một gánh nặng trước mắt đối với Hồ Tôn Hiến. Nhưng với số quân giặc đông đảo vốn thiện chiến áp sát thủ phủ Hàng Châu là một mối lo của Hồ Tôn Hiến. Ngay từ những ngày đầu họ Hồ đã cho quân thám sát đám hàng quân phòng bất trắc và toan tính việc bố trí lại quân của Từ Hải. Nhưng để yên lòng giặc nên Hồ Tôn Hiến đã không có ngay bất cứ một hành động nào có thể gây nghi ngờ cho Từ Hải trong những ngày hòa bình đầu tiên.

Hồ Tôn Hiến đãi ngộ Từ Hải với một vẻ ân cần nhưng vẫn xa cách. Khi tham dự vào sinh hoạt nơi cửa quyền Từ Hải không thể hòa nhập được với các quan chức, thiếu hẳn những kết thân và trong giao tiếp có hàm chứa sự nghi kỵ. Ngôi dinh thự, tiêu chuẩn của một chức sắc cấp cao của vợ chồng Từ Hải cũng chỉ có những thuộc cấp lui tới. Thúy Kiều khi bước chân vào ngôi dinh thự nàng thấy như một giấc mơ, nàng háo hức với những thay đổi. Nàng tự hỏi: có phải cuộc sống trôi nổi nay đây mai đó cùng với vó ngựa giang hồ không biết tới ngày mai nay đã là quá khứ? Nàng có một niềm an ủi nhỏ bên mình đó là Lôi Mộc, người lính già đã đi theo Từ Hải từ Việt Đông, và A Hoàn ở lầu xanh mà nàng đã mang theo khi về sống với Từ Hải. Những ngày vui của cuộc sống mới không kéo dài, Thúy Kiều dần dần cảm thấy nhịp sống bình yên nhưng sao tẻ nhạt. Nhiều lúc nỗi nhớ nhà lại dâng lên.

Sau những ngày nghỉ ngơi Từ Hải họp bộ hạ, khi điểm mặt thuộc cấp nắm các cánh quân chính Từ Hải ngạc nhiên không thấy tướng Châu Bá, một chỉ huy trận mạc can đảm và tài giỏi. Từ Hải ra lệnh cho quân cận vệ hỏa tốc đi triệu. Lúc sau quân cận vệ về báo: doanh trại bỏ trống, không một bóng người. Từ Hải đầy vẻ kinh ngạc. Một tiểu tướng đứng dậy nói:

– Hồi quá nửa đêm hôm qua quân tuần tiểu đơn vị của tiểu tướng có thông báo: đơn vị bạn đang đổi địa điểm đóng quân. Tiểu tướng có ra khỏi trại định hỏi nhưng nghĩ lại thấy việc binh là cơ mật nên thôi. Trước khi đoàn quân rời doanh trại đèn đuốc đã được tắt hết, các toán quân nhỏ rời đi trong trật tự và im lặng, chỉ trong chốc lát đoàn quân đã mất hút trong đêm tối.

Từ Hải hỏi:

– Bọn nó đi về hướng nào?

– Họ đi theo hướng đông nam, nếu đi thẳng sẽ tới vùng biên địa hiểm trở Châu Thai. Vậy đoàn quân ấy di chuyển không có lệnh của Tướng quân?

Từ Hải không trả lời và lập tức ra lệnh cho một toán kỵ binh theo dấu vết của đoàn quân bỏ trốn đuổi theo. Sau đó Từ Hải ra lệnh cho chỉ huy các đơn vị trở về doanh trại, chỉnh đốn quân chờ tổng thao dượt. Tới cuối ngày toán kỵ binh trở về mang theo hai binh sỹ què chân của đơn vị đã trốn. Hai binh sỹ được dẫn tới trước mặt Từ Hải. Từ Hải quát lớn:

– Bọn nó đi đâu hai đứa biết không?

– Bẩm Tướng quân, nghe nói đi kết nghĩa với quân ở Châu Thai, đường xa, hai chúng con thì què nên họ bỏ lại dọc đường.

– Tại sao bỏ đi?

– Dạ dạ vì ở đây suốt ngày chỉ tập võ, chạy nhảy ăn ngủ, chẳng có đánh đấm gì cả làm cuồng chân cuồng tay. Các huynh đệ đi cả mình ở lại với ai?

Từ Hải đứng yên nhìn bầu trời thở dài. Một đơn vị bỏ đi, rồi hai đơn vị và khi quân lính bỏ đi hết thì điều gì sẽ đến?

Từ Hải bần thần nhìn hai chiến binh từng phục vụ trong đoàn quân của mình đang ngồi bệt dưới đất, mặt cúi gầm, thân hình tiều tụy, quần áo rách rưới bẩn thỉu, chân què không đứng lên được. Từ Hải thấy mủi lòng và nghĩ tới những ngày tháng đã qua trong cuộc trường chinh: bao nhiêu con người đã đến với mình, đã gian khổ cùng mình, có người đã chết vì mình, và chợt một câu thơ cổ mà ai đó đã đọc cho nghe vang lên trong trí nhớ Từ Hải: nhất tướng công thành vạn cốt khô. Một lúc sau Từ ra lệnh cho đám cận vệ lo chăm sóc cho hai chiến binh. Từ Hải lặng lẽ cầm lấy bình rượu bước ra ngoài vừa đi vừa uống.

Từ sáng sớm binh lính đã chỉnh tề hàng ngũ. Từ Hải lên ngựa cùng các tùy tướng lần lượt đi kiểm tra từng đơn vị một. Việc biến mất đoàn quân tinh nhuệ dưới quyền tiểu tướng Châu Bá làm Từ Hải lo âu. Nay kiểm tra thực tế Từ Hải còn nhận ra sự thiếu hụt quân số trong các đơn vị và nguy hiểm hơn nữa quân lính tỏ ra mệt mỏi không còn bừng bừng tinh thần chiến đấu như những ngày tháng cũ. Khi họp các tướng dưới quyền, một tùy tướng nói:

– Những ngày qua trong quân có nhiều binh lính đã bỏ trốn, có kẻ bị bắt lại hỏi nguyên nhân trốn đi thì đứa nào cũng nói: nhớ nhà muốn về thăm gia đình. Vì nhàn rỗi còn sinh ra cờ bạc, rượu chè, gây lộn.

Bỗng có lính canh chạy vào phi báo có Hồ Tổng đốc tới. Từ Hải vừa bước ra thì Hồ Tôn Hiến cũng đang xuống ngựa ngoài sân trại. Hai người thi lễ rồi cùng bước vào đại sảnh nơi đang có mặt những thuộc cấp của Từ Hải. Hồ Tôn Hiến nói:

– Được tin Tướng quân thao dượt binh mã nên tới, ai ngờ còn được gặp mặt các tướng tài ở đây.

Sau khi chào hỏi mọi người an tọa, Từ Hải nói:

– Sau khi kiểm tra các đơn vị, anh em chúng tôi thấy có vài vấn đề phải trao đổi, như sinh hoạt và quân kỷ.

– Đúng rồi, trong lúc nghỉ ngơi thường nảy sinh tình trạng vô kỷ luật điều này khắc phục cũng dễ, ngoài ra còn có vấn đề nào khác không?

– Một số quân sỹ đã xin được trở về nhà, không cho đi cũng trốn trại, lệnh cấm quân đã được thi hành, hình phạt nặng đã được ban bố.

Hồ Tôn Hiến hơi mỉm cười đưa tay khoác khoác nói:

– Ồ thế thì không nên, phải nhìn rõ vấn đề. Quân lính sau nhiều năm chinh chiến muốn về nhà là nguyện vọng chính đáng, nay ta dùng kỷ luật giữ lại e họ bất mãn và mất tinh thần chiến đấu. Binh sỹ dưới trướng của Tướng quân nay cũng là quân của triều đình. Việc chỉnh đốn binh mã của Tướng quân là rất cần thiết. Ở cương vị Tổng đốc tôi tự thấy có thiếu sót: các chiến binh về với triều đình chưa được tưởng thưởng. Tôi đề xuất với Tướng quân thế này: tưởng thưởng cho những ai tình nguyện ở lại trong quân ngũ, giúp lương thực, phương tiện cho những ai muốn trở về nhà, điều này phù hợp với chính sách an dân của triều đình. Bước sau đó là kiện toàn các đơn vị, việc thiếu quân số sẽ được bổ xung từ những đơn vị khác hoặc mở hội tuyển quân mới. Tướng quân thấy thế nào?

Từ Hải ngẩn người đứng nghe bỗng giật mình với câu hỏi của Hồ Tôn Hiến. Từ Hải vòng tay đầu hơi cúi xuống:

– Đa tạ Tổng đốc, thuộc cấp sẽ thực hiện ngay những đề xuất của Tổng đốc.

Sau một hồi trò chuyện Hồ Tôn Hiến lên ngựa ra về với vẻ mặt tươi vui khác thường. Khổng Trung quân đi sát bên hỏi:

– Tiểu tướng chưa từng thấy khi nào Tổng đốc vui như

ngày hôm nay?

– Cả một gánh lo âu đè nặng trên vai đã được cất bỏ. Giặc Từ Hải thực tế đã tự tan rã, như thế không vui sao được!

Hồ Tôn Hiến vừa nói vừa gật gù, thả lỏng cương ngựa trở về dinh.

Sau khi đề xuất của Hồ Tôn Hiến được Từ Hải cho thực hiện số quân cũ không còn bao nhiêu, nó đã tan loãng vào quân của triều đình và những tân binh mới được tuyển bổ xung. Binh lính dưới quyền Từ Hải nay không còn là những nghĩa sỹ trừ gian diệt bạo, lấy của người giàu chia cho người nghèo, nay họ là những binh sỹ bảo vệ triều đình, chống những ai nổi dậy đe dọa uy quyền của triều đình. Không phải tất cả những cựu binh của Từ Hải được giải ngũ đều trở về nhà mà một số túa vào Hàng Châu kiếm ăn bằng nhiều cách: kẻ khỏe mạnh có võ nghệ được các cao lâu, tửu điếm, nhà chứa thuê canh gác, kẻ thì làm phu phen, kẻ đi ăn trộm ăn cắp. Và có cả những kẻ lê lết ăn xin trên đường. Một số khác đi nhập bọn với những đám giặc mới nổi lên.

Quân số đã đủ, hàng ngũ đã ổn định là lúc Hồ Tôn Hiến cho Từ Hải bố trí lại các địa điểm đóng quân. Các đơn vị tiền phương được đưa đến những nơi hiểm yếu, đơn vị chỉ huy của Từ Hải đóng ở trung tâm nhưng lùi lại phía sau, tất cả đều ở xa thủ phủ Hàng Châu, khiến cho Từ Hải thường xuyên phải xa nhà và Thúy Kiều thì một mình một bóng. Từ Hải muốn vợ ở gần mình nhưng phân vân chưa quyết. Những đe dọa đã xuất hiện ở phía trước, nhiều ổ giặc đang lớn mạnh, có ổ giặc đã mở rộng vùng kiểm soát làm dân chúng phải bỏ chạy. Thủ phủ Hàng Châu cũng không yên ổn với làn sóng người nghèo từ các vùng nông thôn chạy lên kiếm sống vì mất mùa, vì trộm cướp, vì quan lại địa phương bóc lột áp bức. Không có nghề, để sống họ làm phu phen, bán hàng rong, nhiều cô gái bị dụ vào các nhà thổ, tăng thêm đội quân ăn cắp, cướp giật, ăn xin, có kẻ cạo trọc đầu vào chùa kiếm ăn.

Một buổi sáng trong khi Thúy Kiều đang ở trong phòng thì một lính gác vào báo có khách xin gặp, Thúy Kiều ngạc nhiên tự hỏi ai vậy? Tìm gặp mình hay gặp chồng? Người lạ hay người quen? Thúy Kiều ra lệnh mời khách vào. Nàng bước ra cửa nhìn thấy ba người đang bước qua cổng vào sân. Đi trước là một phụ nữ, đi sau có người đàn ông mặc áo nâu vác trên vai một hòm gỗ nhỏ, người thanh niên đi sau xách một chiếc giỏ đan bằng tre, Thúy Kiều bước ra hiên, ba người khách đứng lại, người đàn bà cúi lạy, hai người đi sau cũng làm theo. Thúy Kiều cúi đầu chào lại hỏi:

– Bà là ai? Gặp tôi có việc gì?

Người đàn bà tươi cười, hai bàn tay mở ra trước mặt với vẻ hớn hở:

– Phu nhân không nhận ra con sao? Con từng hầu hạ phu nhân ở nhà bà Hoạn Thư.

Thúy Kiều sững người khi nghe hai tiếng Hoạn Thư và trong trí nhớ bỗng hiện ra những ngày hoảng loạn khi bị bắt cóc đưa tới một tòa dinh thự, nàng cố nhớ lại những người chung quanh, nàng không thể nhớ được bất cứ một khuôn mặt nào trừ người đàn bà cay độc mà sau đó nàng đã ra lệnh cho quân lính hành hạ. Thúy Kiều ra dấu cho người đàn bà bước vào nhà. Thúy Kiều ngồi xuống ghế lấy lại bình tĩnh. Người đàn bà bước qua cửa ngồi xếp ngay xuống nền gạch, bảo hai người đi theo để thùng gỗ và chiếc giỏ trước mặt Thúy Kiều rồi ra ngoài, người đàn bà nói:

– Phu nhân không nhớ con nhưng con nhớ Phu nhân. Từ đó đến nay đã lâu mà thấy phu nhân không hề đổi khác. Con xin chúc mừng phu nhân.

– Bà nói ngay đi: bà tới gặp tôi có việc gì?

– Con vâng lệnh Hoạn Tiểu Thư mang tặng phẩm tới

đây trước hết để chúc mừng Phu nhân nay đã là một phu nhân có phẩm trật trong triều đình và sau là để tạ ơn Phu nhân ngày xưa đã tha chết cho mình. Hiện nay Thúc Lang cũng đã ra làm quan ở Lâm Truy, Tiểu thư nói rất mong có dịp được đón tiếp Phu nhân.

Thúy Kiều đầu óc rối loạn sau khi nghe người đàn bà nói. Sao lại chúc mừng rồi tặng phẩm. Thấy Thúy Kiều im lặng lắng nghe, người đàn bà kể tiếp:

– Sau hồi hoạn nạn bà Hoạn cho xây một am thờ Phật, hàng ngày đọc kinh. Một hôm có người ở Hàng Châu xuống kể chuyện Tướng quân Từ Hải đã tuân phục triều đình, nghe vậy bà Hoạn hỏi tin tức của phu nhân, người ấy còn nói: bây giờ Tướng quân đã thuộc hàng nhất phẩm triều đình và phu nhân đang sống trong một dinh thự lớn có lính gác, có kẻ hầu người hạ, câu chuyện hình như làm bà Hoạn có phần nghĩ ngợi. Ít lâu sau Thúc Lang ra làm quan. Thúc Lang mới đầu không chịu bảo: đi buôn có tiền nhiều là đủ sung sướng rồi, làm quan vắt họng dân lấy tiền tiêu bất nhân lắm, còn thanh liêm thì vừa nghèo vừa dễ đi tù. Bà Hoạn bảo: mình có thế lực của cha chỉ cần lót một ít vàng đủ để chàng làm quan lớn. Mình không cần vắt tiền nhỏ của dân, mình dùng thế lực để đi buôn, thu lợi lớn ta chia bớt cho bọn ở trên cùng bọn ở dưới, như thế còn đứa nào dám động vào ta. Làm quan là để đi buôn mau giàu thôi. Có tiền bạc mua gì cũng được, nghe thiếp, mình muốn bao nhiêu nàng hầu thiếp cũng chiều, nay thiếp đi tu không cần chồng nữa.

Thúy Kiều đứng lên khỏi ghế:

– Thôi tôi không muốn nghe những chuyện trần ai của chị nữa. Chị cũng mang ngay những quà tặng này đi, tôi không nhận.

Người đàn bà khóc rống lên, vừa chắp tay lạy vừa kêu than:

– Trăm lạy Phu nhân, xin Phu nhân nhận cho nếu không con sẽ bị đuổi ra khỏi nhà họ Hoạn biết làm gì mà sống, lạy Phu nhân con xin đi.

Người đàn bà tất tưởi đứng lên đi giật lùi hết hiên nhà rồi mới quay người để đi ra phía cổng. Thúy Kiều bước ra hiên đứng nhìn theo. Bỗng người đàn bà dừng lại quay nhìn vào hiên, tần ngần một lúc rồi chạy nhanh tới bên nàng Kiều và nói với giọng nhỏ đi:

– Con thương Phu nhân đã từng đau khổ nên con phải nói điều này với Phu nhân: bà Hoạn trong khi thuyết phục chồng ra làm quan còn nói: thiếp biết chàng vẫn còn thương nhớ Thúy Kiều, cứ đợi đấy, thiếp sẽ cho khiêng vàng lên thủ đô tìm cách làm cho Từ Hải nếu chưa phơi thây nơi chiến địa mà còn sống thì cũng thân bại danh liệt và lúc đó thiếp đưa Thúy Kiều về hầu hạ chàng. Hãy tin thiếp đi, có tiền mua gì cũng được – người đàn bà ngừng lại một chút – xin Phu nhân hãy giữ mình.

Hết lời, người đà bà chạy nhanh ra khỏi cổng dinh. Thúy Kiều trở vào phòng vật mình xuống giường mà khóc. Có thể tin vào những lời của người đàn bà kia không? Kiều cảm thấy như một tấm lưới tối đen đang chụp xuống vây phủ lấy nàng.

Những ngày đêm lo âu không có Từ Hải ở bên càng làm cho Thúy Kiều heo hắt. Cả một chuỗi những ngày tháng cũ trở về trong trí nhớ: lúc rời Bắc Kinh ra đi khởi đầu những đau khổ, những vùi dập bởi những kẻ xa lạ, ngày nào ẩn mình nơi cửa Phật và Từ Hải như thần cứu mạng mang nàng ra khỏi những ngày tháng đen tối. Nhưng thực tế đã không như nàng mơ tưởng, Từ Hải đã không thể rời khỏi cuộc đời chinh chiến và những bất trắc lúc nào cũng đang chờ đợi ở phía trước. Làm sao để thoát ra? Làm sao để sống? Không có câu trả lời và nàng nghĩ tới gia đình. Cha mẹ anh em mình bây giờ ra sao?

Giữa lúc Thúy Kiều đang buồn nản bỗng quân tiền trạm báo tin: Từ Tướng quân đang trên đường trở về. Một niềm vui ào đến khi nghe tiếng vó ngựa dừng lại, Thúy Kiều chạy ra hiên, Từ Hải vào sân, bước lên hiên cầm lấy tay vợ.

Trong những giây phút đầm ấm bên nhau Thúy Kiều không nhắc đến quà tặng từ Lâm Truy đưa tới, nàng nói lại nhiều lần một câu ngắn ngủi và tầm thường: thiếp chỉ mong lúc nào cũng ở bên chàng. Rời khỏi doanh trại quấn quýt bên vợ Từ Hải thấy thời gian trôi quá nhanh. Một buổi chiều đang đi dạo trong vườn chợt có một tùy tướng đi tới trình tờ lệnh của Hồ Tổng đốc: giặc tấn công vào cánh quân tiền phương. Tướng quân hãy trở lại mặt trận ngay. Từ Hải cùng đoàn tùy tướng lập tức lên đường ngay trong đêm. Lúc chia tay Thúy Kiều nghẹn ngào chỉ nói được một câu ngắn ngủi: Tướng quân hãy bảo trọng.

Vừa tới mặt trận Từ Hải đã phải chứng kiến ngay cảnh những thương binh đang được đưa về phía sau. Vào bộ chỉ huy, Từ Hải được báo cáo về tình hình, một tiểu tướng cho biết: giặc có tính toán trong trận đánh vừa qua vào cánh quân phía nam: chúng lặng lẽ tiến quân hai mặt áp sát quân ta rồi mới nổi trống tấn công bất ngờ, quân ta không kịp chống trả và bỏ chạy, giặc không đuổi theo mà rút đi mất dạng nhanh chóng. Ở phía bắc chúng cho một đoàn kỵ binh tiến sát vào đơn vị của ta, chúng chỉ chạy qua la thét dương oai mà không tấn công rồi quay đầu rút về phía sau, hình như chủ yếu chúng muốn lung lạc tinh thần quân ta và thăm dò trận địa. Từ Hải lắng nghe rồi hỏi ý các tùy tướng, người nói phải chủ động tiến công, người nói hãy giữ vững trận tuyến.

Từ tuyến đầu báo tin khẩn cấp: giặc đã tiến nhanh vào sâu phía bắc và đang tiến lên giao chiến ở mạn nam. Cùng lúc một đạo quân hùng hậu đang tiến thẳng vào giữa mặt trận.

Từ Hải ra lệnh tiến quân nghênh giặc. Tổng lực quân triều đình tiến lên không mấy chốc đã chạm mặt quân giặc dàn ngang phía trước. Từ Hải ra dấu cho đoàn quân tiên phong dừng lại rồi đứng lên lưng ngựa quan sát phía trước, Từ Hải giật mình vì lực lượng đông đảo của giặc, phía trên cùng là một tên cưỡi ngựa có dáng vẻ một tên chỉ huy, ngay phía sau vượt lên cao có một lá cờ lớn màu vàng trên có viết hai chữ ĐẠI NGHĨA tung bay trong gió. Từ Hải từ phía sau phóng ngựa lên phía trước đối mặt với địch quân. Bỗng từ phía giặc tiếng trống trận vang lên, đoàn quân cất bước như bức tường thành di động. Từ Hải cố gắng giữ chắc cương ngựa. Bỗng tướng giặc dơ tay lên cao, tiếng trống ngừng bặt, quân lính đứng yên. Từ Hải thúc ngựa vượt lên đứng đối diện với tên tướng giặc:

– Mày có biết ta là ai không mà giám mang quân tới đây đối địch?

Tướng giặc cười lớn vẻ ngạo mạn:

– Xin chào Minh Sơn tướng quân.

Từ Hải cầm thanh đao chỉ vào mặt tên tướng trẻ:

– Có phải xưa kia mày từng theo ta chinh chiến?

– Phải, xưa kia tôi ở dưới trướng của Từ Minh Sơn.

– Vậy sao nay lại làm giặc?

– Tôi đi theo con đường ngày xưa của Minh Sơn.

– Con đường nào?

– Con đường làm giặc. Từ Hải thừ người im lặng, không gian câm nín, hình như gió đã ngừng thổi, những kẻ thù địch nhau đều bất động. Từ Hải la lớn:

– Mày muốn làm giặc suốt đời sao?

– Tôi không đi làm giặc để rồi làm nô tài. Kẻ cầm quyền

dùng bạo lực để thống trị và bóc lột dân đen. Bọn nó dùng rượu ngon thịt béo để mua rẻ lương tâm những kẻ chống đối và biến họ thành những nô tài. Họ chấp nhận làm nô tài chỉ vì miếng đỉnh chung. Từ Hải hãy đừng làm nô tài nữa, hãy trở lại làm giặc đi.

– Nhà ngươi không thể suốt đời làm giặc, hãy theo ta về quy thuận triều đình. Ta bảo đảm: nếu nhà ngươi tuân phục sẽ được phong tước, sẽ có cuộc sống sung sướng, hãy đi theo con đường ta đã lựa chọn.

– Không, không bao giờ ta đi theo con đường của nhà ngươi. Minh Sơn đã bị chặt đầu từ khi nhận làm nô tài cho Hồ Tôn Hiến. Từ Hải chết mà không có cơ hội như những kẻ bị chặt đầu khác mà trước khi đầu lìa khỏi cổ còn có thể gào lên cho những kẻ bu quanh nghe một câu nói truyền thống của kẻ bị hành hình: hai mươi năm sau sẽ có một tay anh hùng hảo hớn … Lời cuối cùng của ta: Muốn sống thì hãy trở lại làm giặc.

Từ Hải nhìn đám giặc cuồng nhiệt trước mặt đang hô vang: giết nó đi, giết nó đi. Đoàn quân của triều đình xao động. Tiếng trống trận vang dội, tên tướng trẻ xông lên miệng la lớn:

– Tao hóa kiếp cho mày

Nhanh như chớp viên tướng trẻ đã xông lên, quay ngang ngọn thương đâm vào ngực Từ Hải. Quá bất ngờ khiến Từ Hải trở tay không kịp ngã lăn xuống ngựa không một tiếng kêu. Quân triều đình thấy Từ Hải bị hạ thì tan vỡ trong hoảng loạn cố gắng chống trả và tìm đường thoát thân. Quân giặc thừa thế xông lên như thác lũ, Từ Hải nát thây dưới hàng hàng lớp lớp những gót chân người ngựa dày xéo vượt lên phía trước.

Tin quân giặc đang tiến vào Hàng Châu theo gót ngựa

phi đến nhanh tới dân chúng. Nỗi kinh hoàng ập xuống, những nét mặt thất thần, những bước chạy cuống quýt, những tiếng la thất thanh và chẳng mấy chốc náo động mỗi lúc một tăng, mọi người tất bật vội vàng thu xếp và tìm đường bỏ chạy. Ngọn lửa đã vươn cao tứ phía, tiếng kêu cứu hình như không còn ai nghe. Tiếng gọi nhau, tiếng la khóc, tiếng ngựa hí như khuấy động những đám khói đen trên bầu trời Hàng Châu.

Nghe tin dữ Thúy Kiều bàng hoàng đi ra đi vào.

Người lính già Lôi Mộc chạy vào báo:

– Quân giặc đang tiến tới, quân triều đình đã tan vỡ, không có tin tức gì của Từ Tướng quân, chúng ta phải rời khỏi Hàng Châu ngay.

Thúy Kiều như người mất hồn chỉ còn biết làm theo người lính hầu trung thành Lôi Mộc với sự giúp đỡ của A Hoàn: cải trang làm một thường dân, bôi nhem mặt, một cái khăn lớn trùm lên đầu và không quên lấy đi tư trang và vàng bạc bỏ vào trong một cái bị đeo lên vai. Ra khỏi dinh được một quãng Thúy Kiều gặp một đám đông hò hét đi ngược lại, họ xông vào ngôi dinh thự nàng vừa bước ra khỏi và ngay sau đó thấy ngọn lửa đã bốc lên ngùn ngụt. Thúy Kiều một tay giữ chặt lấy tay A Hoàn, tay kia bám vào vai Lôi Mộc cố gắng bước theo đám người tháo chạy ra khỏi cửa thành Hàng Châu đang bốc cháy.
* Ở dưới câu truyện này trong sách TRƯỜNG DẠ KÝ của HOÀI ĐIỆP NHÂN có ghi những dòng sau đây: Trong thời gian ở Kinh đô ta vào thư ốc đọc sách thấy có tập Sưu Tặc Ký đã rách nát không có tên tác giả. Tập sách cả ngàn trang chỉ viết về những kẻ làm giặc. Ta thấy Từ Hải Ngoại Truyện không giống những truyện ta đã đọc trong những sách khác nên chép lấy không thêm bớt gì. Nhân vật Từ Hải có mặt trong nhiều sách truyện khác nhau, có truyện mấy trăm trang, có truyện chỉ vài trang. Từ Hải chỉ có một nhưng ở mỗi cuốn sách lại là một Từ Hải khác. Trong sách Sưu Tặc Ký ngoài

Từ Hải còn có nhiều tên giặc khác đều nổi lên ở Sơn Đông men theo bờ biển tới tận Nam Bình, những đám giặc này đều xuất thân từ dân chài lưới. Điều này khiến ta thực hiện một chuyến nhàn du vùng đất giặc.

Từ đầu chuyến đi tới đâu ta cũng gặp người già cả để hỏi về tung tích những anh hùng hảo hán trong vùng, cụ thể như Tướng quân Từ Hải. Sau câu hỏi ai cũng lắc đầu và bảo: chả có anh hùng hảo hán nào ở đây cả. Khi gặp những nơi thờ tự ta đều ghé lại chỉ thấy các am thờ các vị thần như thần Đất, thần Sấm, thần Mưa, thần Gió… Có am thờ một con chó đá. Không thấy có nơi nào thờ nhân thần hay thánh nhân. Đặc biệt ở ven biển Hoàng Vị có một ngôi miếu thờ Cá Ông nằm trên một gò đất cao, trong miếu có xác một bộ xương cá để trong chiếc hòm dài. Một bô lão cho biết: miếu thờ có từ xa xưa, theo các cụ truyền lại thì Cá Ông rất nhân đức đã từng cứu những thuyền gặp nạn ngoài khơi đưa vào bờ. Sau này gặp những Cá Ông chết giạt vào bãi biển người dân đều làm lễ mai táng ở sau miếu. Hàng năm dân chúng còn mở hội cúng Cá Ông để cầu yên cho nghề biển. Ta đi khắp nơi không thấy có lăng mộ và nghĩa địa nên thắc mắc. Một cụ già chỉ ra biển: chúng tôi sống nhờ biển nên chết về biển. Những kẻ đi xa chết ở đâu thì nằm ở đó không được đưa về. Trong chuyến đi ta có thấy dấu vết một ngôi nhà đã đổ nát nhưng còn một tấm bia ghi ba chữ Văn Thánh Miếu. Theo như lời kể: xưa kia có một người sinh ra ở đây tới khi trưởng thành bỏ quê ra đi sau đó trở về dựng ngôi nhà này và làm thầy dạy chữ cho trẻ nhỏ. Mới đầu có dăm mười đứa, sau dần chẳng còn đứa nào vì chúng phải đi theo bố mẹ kiếm ăn. Ông thầy bỏ đi, ngôi nhà hoang phế sụp đổ và gió mưa hủy hoại còn chăng mấy tảng đá cũng đang mòn dần theo thời gian.

Trước phế tích của ngôi Văn Thánh Miếu ta chợt nhớ tới một giai thoại kể chuyện Khổng Tử trên đường du thuyết qua các nước. Một hôm thầy Khổng ngồi xe đi trên đường thì thấy một bô lão bước tới vái chào, thầy Khổng cho dừng xe lại, trong chốc lát cả một đám đông trẻ con gầy còm nhếch nhác vây quanh. Ông lão nói: nghe thiên hạ nói ngài có nhiều chữ nên tới xin một ít. Khổng Tử liền mở cái hòm gỗ lấy ra một cuốn sách trao tận tay cụ già. Cụ già cầm lấy ngắm nghía rồi lật những trang sách nhìn trên nhìn dưới rồi gấp lại đưa trả thầy Khổng và nói: tôi không biết dùng cái này để làm gì. Có tiếng cười khả ố vang lên từ phía một người trung niên ở trần, đóng khố: sách chẳng có giá trị gì đối với những người không có cơm ăn và mù chữ. Ông hãy bước chân xuống ruộng đi cày, trồng lúa rồi lấy thóc mà cho họ thì có ích hơn. Chuyện chỉ kể tới đó không cho biết hành xử của thầy Khổng ra sao.

Trong Sưu Tặc Ký những kẻ nổi lên làm giặc thường xuất thân là dân thuyền chài, kẻ cày ruộng, người chăn trâu, kẻ đốn củi. Tuyệt nhiên không thấy có kẻ nào từng đậu tiến sỹ, trạng nguyên. Không tên giặc nào có làm thơ làm phú, hoặc từng làm quan, làm thầy giáo mà đi làm giặc. Những kẻ biết chữ bất mãn với triều đình không chọn con đường làm giặc nên không thấy nói đến trong Sưu Tặc Ký. Ở những sách khác có viết về những kẻ có chữ bất mãn thường chọn cách viết sớ tâu lên: khi thì đòi chém tham quan ô lại, khi kêu ca sưu cao thuế nặng khiến dân đen chết đói, khi kêu oan cho lương dân bị chết chém… Những lá sớ lâm ly thảm thiết này thường không được nghe. Có kẻ dâng sớ nhiều lần nhưng không thấy cởi bỏ áo mũ trở lại làm phó thường dân mà vẫn ung dung tại vị hưởng bổng lộc của triều đình. Một đôi kẻ chấp bút có chút tự trọng thì chọn con đường ở ẩn, không chọn con đường làm giặc nên không có tên trong Sưu Tặc Ký. Trong Sưu Tặc Ký cũng không có truyện nào nói về trường hợp những tên giặc sau đó đã xưng đế hiệu.

Từ những trang sách tới thực tế của chuyến đi làm ta hoài nghi những ghi chép của người xưa. Cả một vùng đất giặc mà không tìm ra được tung tích một anh hùng hảo hán nào, thế là làm sao? Nhưng nghĩ lại thấy ta vô lý. Tác giả Sưu Tặc Ký đã viết Từ Hải Ngoại Truyện chứ đâu phải Từ Hải Chính Truyện. Nhiều sách truyện đã để cho Từ Hải chết đứng giữa trận tiền và phải đợi cho Thúy Kiều kêu khóc thảm thiết xác chết mới chịu ngã xuống. Một anh hùng phải có cái chết anh hùng. Anh hùng phải chết giữa trận tiền bởi gươm đao, chết chém giữa chợ bởi quân đao phủ chứ không thể để anh hùng chết trên giường ngủ. Trong ngoại truyện Từ Hải đã bỏ con đường làm giặc mà tuân phục triều đình sau đó bị giặc giết. Cuối cùng Từ Hải đã chết nhưng chết một cách khác, không phải cách chết đứng giữa trận tiền. Nhiều sách tạo ra những anh hùng như mô tả một kẻ tự biến mình thành cây đuốc sống, lấy thân mình bịt họng súng thần công, ôm bom lao vào quân giặc mà chết. Hầu hết những anh hùng trong sách đó chẳng bao giờ người ta có thể tìm ra tung tích.

Suốt một chuyến đi dài tới vùng đất giặc cuối cùng chỉ có mỗi chuyện bộ xương Cá Ông trong ngôi miếu thờ là đáng ghi lại mà thôi.

2005 [Nguồn: Việt Báo, Xuân Quý Ty]

ĐẶNG CHÂU LONG

Nhà văn. Tên thật Đặng Châu Long, sinh ngày 7 tháng 10 năm 1950 tại Bình Trước Biên Hòa. Cựu Sĩ quan VNCH (khóa 2/70TĐ - phục vụ ngành Pháo binh), phụ trách phân đoàn Hồng Thập Tự Khánh Hòa (1968-1969). Có bài trên nhiều tạp chí, đặc biệt *Thủ Đức, Thần Pháo*... Hiện cộng tác cùng tạp chí *Quán Văn* (Sài Gòn) và nhiều trang báo mạng trong và ngoài Việt Nam. Định cư tại Sài Gòn.

Tác phẩm đã xuất bản:
- *Trắng* (thơ, 1968)
- *Đóa Hoa Hương Sắc Ngày Thơ* (tập truyện ký, 2013)
- *Giọt Xanh Ký Ức* (ký, 2013)
- *Viết Để Nhớ* 1 và 2 (đoản văn, 2014)
- *Sắc Màu Theo Mảng Tang Thương* (hồi ký, 2014)
- *Níu Đời Dịu Phai* (thơ, 2014)
- *Chân Trần Bên Gai Lửa* (hồi ký 2, 2015).

Buông mình rời sợi dây đời

Khi tình cờ đọc một câu của Henry Miller sau, tôi bỗng rùng mình chợt nhớ đến Nietzsche và William Saroyan: *"Để vượt qua đau đớn và khổ sở, vượt qua đấu tranh, con người phải học **nghệ thuật của người làm xiếc trên dây**. Trong lúc bước đi trên sợi dây chùng căng giữa hai đối điểm, con **người trở nên tỉnh thức hoàn toàn** và **mãnh liệt** – tỉnh thức một cách **liều lĩnh**. Ý thức này trải rộng để bao trùm hai đối điểm nghịch nhau rõ ràng. Tỉnh thức tuyệt đối, có nghĩa chấp nhận sự sống vì nó là thế, thì sẽ **loại trừ những kinh hãi** về sự sống và **tiêu diệt những ảo vọng**. Tôi nên nói cách khác, tiêu diệt hy vọng, vì nhìn từ xa hy vọng có vẻ như một họa hại hơn là một thiện phúc. (The Enormous Womb, Henry Miller)"*

Có một sự trùng hợp về hình ảnh gã đu dây trong các tác phẩm để đời của họ. Với William Saroyan, ông quan niệm mỗi hành vi trong cuộc sống hàng ngày đều như cách chúng ta đi trên sợi dây đu bay đến cõi vĩnh hằng, nhẹ nhàng và đơn giản như hơi thở. Quyển truyện đầu tay của ông với tựa đề *"Chàng tuổi trẻ gan dạ trên chiếc đu bay"*, bằng văn phong giản dị, thanh thoát đã được độc giả nhiệt liệt đón nhận.

Ông thản nhiên nói như một tuyên ngôn cho chính mình: *"Nhà văn là kẻ dễ bị xem thường, dễ bị chế giễu, bị bỏ rơi, và dễ bị khinh thị nhất. Điều đó cũng dễ hiểu và cũng phải vậy thôi. Nhà văn cũng hơi điên một chút, nhưng lại sáng suốt hơn ai hết, một sự sáng suốt bậc nhất, sự sáng suốt sống động, sáng tạo, can đảm, vô úy và ngạo mạn của một con người tự do. Tự do bát ngát"*. Với ông, *"sự thù ghét, sợ hãi, sự ham quyền lực không phải là sống. Những nhà đạo đức, luân lý, những kẻ hèn nhát và những hiền nhân, thánh nhân, hiền triết không phải là sống.*" (W. Saroyan, *Myself upon....*). Chính hình ảnh chàng tuổi trẻ gan dạ trên chiếc đu bay đã định nghĩa sự sống theo cách nghĩ của Saroyan. Không có ngôn ngữ nào là sự sống, im lặng là sự sống, sự trọn vẹn là sự sống . "*Hãy cố gắng tập thở cho **nồng nàn**, khi **ăn cho ra ăn**, khi **ngủ thì cho ra ngủ**, hết sức cố gắng trọn vẹn và khi cười, cứ **cười ầm lên**, và khi **giận cứ giận điên lên**. Cố gắng sống. Chẳng bao lâu anh sẽ chết*" (W. Saroyan). Như chàng tuổi trẻ đi trên đu bay, chàng chỉ chăm chăm một việc lấy thăng bằng, cố gắng lấy thăng bằng. Cuối cùng cùng chỉ là để đi đến cái chết sau khi đã tận lực thể hiện mình trên đu bay đời.

Và Nietzsche, thông qua Zarathoustra để đưa ra những thông điệp của mình. Con người phải vượt thoát chính mình. Đám đông xem chàng đu dây làm trò xiếc trên cao như hình ảnh nhân loại và con người, cá nhân con người, đang bước trên đường từ quá khứ đến tương lai chính mình. Đám đông thì hiếu kỳ và chàng đu dây chỉ là thú tiêu khiển của đám đông. Khi chàng đu dây sẩy tay té xuống thì đám đông cũng tan hàng. Trò vui đã xếp lại. Tất cả những cố gắng vượt lên chẳng còn chút giá trị gì trước đám đông. Nhưng bi kịch đời là một suy tàn, con người vẫn phải sải chân băng qua những ngọn núi cao nhất để cười vào mọi bi kịch đời. "*Ta yêu những con người **không biết sống ra sao trừ phi bằng cách chết**, vì họ là **những người vượt qua bên kia**"* (Nietzsche). Ám ảnh sự sống và nỗi chết cứ treo lơ lửng trên hai đầu dây đời. Và đó cũng là bi kịch của những nhà văn chân chính. Với đôi cánh tự do rộng mở, họ lao vào bầu trời xanh thắm không chút ngần ngại, và cùng với tinh thần khoáng đạt, họ viết nên những tác phẩm bằng chính máu thịt tự do họ. Họ quá yêu cuộc sống để ngày đêm trăn trở cùng. Họ quá đỗi yêu con người để mãi thất vọng khôn nguôi vì đám đông lao xao, *"Cái lớn lao trong người là ở chỗ nó là một **cây cầu** chứ không là một **mục đích**: cái ta có thể yêu thương nơi con người là một **chuyển tiếp** và một sự **phá hủy**"* (Nietzsche). Và cứ như thế, những kẻ dấn thân cứ hoài cơn thất vọng để cuối cùng quyết định một suy tàn khi nỗi niềm đã quá lớn lao.

Trong văn học, sự thất vọng cuộc đời không bởi một bi kịch tình cảm hay vật chất cuộc sống, nhưng chính là sự bế tắc của tấm lòng thương yêu cõi sống quá sức chịu đựng. Bản thân càng sâu lắng, sự bế tắc về cuộc sống càng lớn, như sự thất vọng của bậc phụ huynh về đứa con mình sau khi đặt niềm tin quá nhiều. Và đã đến lúc họ phải suy tàn khi thất vọng vút cao...

Ngày 24/7/1927, nhà văn Ryunosuke Akutagawa (1892-1927) là nhà văn cận đại Nhật Bản nổi tiếng với thể loại truyện ngắn, là thủ lĩnh của văn phái *Tân hiện thực* Nhật Bản, một khuynh hướng dung hòa được những tinh hoa lý trí của chủ nghĩa tự nhiên và sắc màu lãng mạn phóng túng của chủ nghĩa duy mỹ đã dùng thuốc ngủ cực mạnh tìm đến cái chết năm chỉ 35 tuổi. Trong di chúc để lại "Vài dòng cho người bạn cũ nào đó", ông viết: *"Tôi là **kẻ trong suốt như băng, sống trong một thế giới của những sợi dây thần kinh bị đốt nóng.** Cái chết tự nguyện này có thể đưa lại cho chúng ta một chút bình yên, nếu không phải là hạnh phúc. Giờ tôi đã sẵn sàng, tôi thấy thiên nhiên đẹp hơn bao giờ hết... Tôi đã được trải nghiệm, yêu và thấu hiểu thế giới hơn bất kỳ người nào khác..."*

16 tháng 4 năm 1972, nhà văn Yasunari Kawabata (1899 –1972) với những tác phẩm như *Nhật ký tuổi mười sáu, Ngàn cánh hạc, Xứ tuyết, Người đẹp say ngủ, Nỗi buồn và cái đẹp...* là tiểu thuyết gia Nhật đầu tiên đoạt Giải Nobel

Văn học năm 1968, trong một căn nhà nhỏ ven bờ biển Zushi (Kanagawa, Nhật) lặng lẽ đi vào cõi vĩnh hằng bằng cách mở bình khí gas. Ông không để lại bất cứ chúc thư hay lời trăng trối nào. *"Không bao giờ tôi trút được ám ảnh rằng mình là một người lang thang ưu sầu. Luôn luôn mơ mộng tuy rằng chẳng bao giờ chìm đắm hoàn toàn trong mơ, mà vẫn luôn tỉnh thức giữa khi mơ..."* (Kawabata)

Ngày 25/11/1970, nhà văn Nhật Yukio Mishima (1925-1970) với những tác phẩm nổi tiếng *The Temple of the Golden Pavilion* (Kim các tự), bộ bốn tác phẩm *The Sea of Fertility* (Biển cả muôn màu), quyết định kết thúc đời mình bằng nghi thức seppuku. Với thanh kiếm, ông tự mổ bụng, moi gan và chết một cách đau đớn. Trong cuốn *Mishima's Sword* (Lưỡi kiếm của Mishima), tác giả Christopher Ross miêu tả: *"Lưỡi kiếm đã ngập sâu vào khoang bụng cỡ 10 cm, ông ấn lưỡi kiếm chầm chậm từ trái qua phải, từ trên xuống dưới, mở toác từng lớp da. Máu tràn ra lênh láng trên sàn nhà. Một cuộn nội tạng màu hồng hồng xam xám nhờ nhờ thòi ra từ vết thương. Mùi tanh nồng xông lên khắp căn phòng"*.

Ngày 2 tháng 7 năm 1961, Ernest Miller Hemingway (1899 – 1961), là một tiểu thuyết gia người Mỹ, một nhà văn viết truyện ngắn, một nhà báo, và là một trong những cựu quân nhân trong Chiến tranh thế giới I, được biết đến qua *"Thế hệ bỏ đi"* (Lost Generation). Ông đã nhận được Giải Pulitzer năm 1953 với tiểu thuyết *Ông già và biển cả*, và Giải Nobel Văn học năm 1954. Vào buổi sáng, vài tuần trước sinh nhật lần thứ 62 của mình, ông đã chết tại nhà riêng tại Ketchum, Idaho, sau khi tự bắn vào đầu mình bằng một khẩu súng săn *"Tôi có thể chết giống như bất kỳ người đàn ông nào"* (*"I can die as well as any man"*, Hemingway).

Kitamura Tokoku (1868-1894) Năm 1894, quẫn bách vì căn bệnh tâm thần, nhà thơ Kitamura Tokoku đã tìm đến cái chết. Lúc đó, ông chỉ mới 25 tuổi.

Dazai Osamu (1909-1948) ngày 13/6/1948, người ta tìm thấy xác của nhà văn và cô tình nhân tại một hồ nước ở Tokyo. Nhà văn đã nhảy xuống hồ trầm mình, để lại tác phẩm *Goodbye* (Từ biệt) còn viết dở.

Stefan Zweig (1881-1942) là một nhà văn, nhà báo, nhà viết kịch và nhà viết tiểu sử người Áo nổi tiếng trên thế giới. Stefan Zweig và vợ Lotte tự tử cùng nhau. Trong lá thư tuyệt mệnh, ông viết: *"Tôi cho rằng mình nên kết thúc khi mọi thứ vẫn còn tốt đẹp, khi cuộc sống vẫn còn trong khả năng chịu đựng, ở đó, lao động trí óc vẫn còn là niềm vui thích trong trẻo và sự tự do cá nhân là mục đích tối thượng trên trái đất này".*

Và danh sách còn dài, với Jack London, Kurt Vonnegut, Hunter S.Thompson, Sylvia Plath, Edgar Allan Poe…

Jack London từng viết: *"Cuộc sống là một điều lạ lùng. Tại sao lại khát khao cuộc sống như vậy? Đó là trò chơi mà không người nào thắng. Sống là lao lực vất vả và chịu đựng khổ đau, cho tới khi tuổi già trườn tới và chúng ta đặt tay xuống tro lạnh của lửa tàn. Sống thật khó khăn. Đứa trẻ đau đớn hít hơi thở đầu tiên, người già đau đớn hổn hển hơi thở cuối cùng, và tất cả ngày tháng tràn đầy rắc rối và buồn thương; và vậy mà con người tiến vào vòng tay rộng mở của cái chết, loạng choạng, ngã dúi, đầu quay về sau, chiến đấu tới giây phút cuối cùng. Và cái chết đầy tử tế. Chỉ cuộc sống và những điều của cuộc sống mới đau đớn. Thế nhưng chúng ta vẫn yêu cuộc sống và căm ghét cái chết. Thật lạ lùng"* . Và tác giả *Nanh trắng* nổi tiếng, trong lứa tuổi 40 tràn đầy sinh lực đã dụng đến thuốc độc để quyên sinh khi còn dang dở quyển truyện *The Assassination Bureau, Ltd.* Ông đã tự ám sát ông để tỏ thái độ với xã hội đương thời. Đã vận vào những giòng văn của ông:

"Tôi thà làm tro chứ không làm bụi! Tôi thà rằng tia lửa của tôi sẽ cháy tấn trong ánh hào quang chói lọi chứ không muốn nó âm ỉ lụi dần. Tôi thà làm ngôi sao băng tuyệt hảo, từng nguyên tử tỏa sáng rực rỡ, còn hơn làm một hành tinh ngái ngủ và vĩnh cửu. Sứ mệnh của con người là sống, không phải chỉ tồn tại".

Phải, sứ mệnh của con người là sống, không phải chỉ tồn tại. Đó cũng là sứ mệnh thiêng liêng của người cầm bút. Có thể bẻ bút chứ không thể bẻ cong ngòi viết. Những giòng văn, những bài viết phải xuất phát từ trái tim để cùng cuộc sống chảy tuôn một giòng. Tôi chợt nhớ đến Nhất Linh, Tam Ích cũng một lần phản kháng cuộc đời. Họ giải quyết bằng sự biến mất mình , biến khỏi nơi mà mình quá đỗi yêu thương. Bốc hơi như một giọt sương mai. Tồn tại hay không tồn tại tùy thuộc từng cá nhân, nhưng phải chăng sự sống đối với nhiều người nặng nợ văn chương còn hơn là gánh nặng, khi mỗi ngày sống, mỗi lần nhìn lại, chỉ thấy nhiều sự ngậm ngùi hơn là một niềm hứng khởi lạc quan.

Voltaire cũng đã từng tâm sự:

"Tôi từng muốn tự sát hàng trăm lần, nhưng không biết vì sao tôi vẫn yêu cuộc đời. Điểm yếu nực cười này có lẽ là một trong những thiên hướng u sầu ngu xuẩn của chúng ta, bởi có điều gì ngu xuẩn hơn khi háo hức muốn đi tiếp vác theo gánh nặng mà mình sẽ vui sướng được vứt đi, khi căm ghét sự tồn tại của bản thân nhưng lại níu giữ nó, khi vuốt ve con rắn đang ngấu nghiến ta cho tới khi nó nuốt hết tim

ta? *(Voltaire)*"

Thập giá đời mỗi người riêng mang. Đong đưa trên hai điểm đi và đến của sợi dây đời, nào mấy ai đủ sức chèo chống thăng bằng cho đến đích cuối. Mỏi mệt rồi thì đành chìm trôi. *"Giờ đây ta đi một mình; ta hằng mong muốn như thế. Hãy đi xa một mình, và chính các người cũng phải đi một mình; ta hằng mong muốn như thế. Hãy đi xa ta! Hãy tránh xa ta! Hãy đừng nghe Zarathustra!"* (Nietzsche, *Zarathustra đã nói như thế*).

Thập ngưu đồ thi

1. Tầm ngưu

Thuận thời ư? Thuận đời ư?
Truông ghềnh sóng dữ mệt nhừ thân ta
Nhất hành nhất chỉ khôn hòa
Đêm sâu căng mắt nhạt nhòa đời nghiêng.

2. Kiến tích

Một thân một chiếc thuyền trành
Men bờ xuôi nước bồng bềnh sóng xô
Đêm đen tỏa lối mịt mờ
Khua chèo bụi rậm đóm người đường đêm.

3. Kiến ngưu

Một chút sầu, một chút vui
Gặp nhau cay đắng chuyện đời cười đưa
Thảnh thơi là chuyện còn lưa
Thị phi cõi sống, xin chừa hôm nay.

4. Đắc ngưu

Sách thơ bằng hữu đề huề
Chút men chếnh choáng u mê giấc nồng
Đời không như… ta chẳng trông…
Cùng thông biến hóa, thả giòng đời trôi.

5. Mục ngưu

Thả tràn ngày trắng đêm đen
Mặc đời thương hải tang điền vẩn vơ
Ta ngày xưa, ta bây giờ
Sát na thoáng chốc vật vờ phù sinh.

6. Kỵ ngưu qui gia

Cáo quay về núi hoàng hôn
Lối dài mỏi mệt vọng hồn cố hương
Ngút xa tầm mắt tà dương
Khói lam nẻo trúc chạnh thương nỗi nhà.

7. Vong ngưu tồn nhân

Mệt quá thân, mệt quá đời
Cho sao cho hết bời bời tồn sinh
Thân bay hút nẻo u minh
Nào hay vực thẳm rập rình cận thân.

8. Nhân ngưu câu vong

Mây bay gió thoảng hững hờ
Sáng ra chợt thấy sương phô đầu cành
Trở về hét lộng trời xanh
Níu cơn gió lạc giữa nhành tử sinh.

9. Phản bản hoàn nguyên

Ra đi gió lộng trời hoang
Rải từng hạt bụi chói chang nẻo đời
Nhìn em, nhìn bạn, nhìn tôi
May ra còn chút giống người nhân gian.

10. Nhập triền thùy thủ

Chẳng còn ta, chẳng còn ai
Gió mây đọng một túi đầy hư vô
Mai sau dẫu chẳng bao giờ
Nhẹ hơi thả giấc, trả bờ bụi thân.

ĐOÀN VĂN KHÁNH

Ngày sinh: 01 tháng 6 năm 1949 tại Bàn Cờ, quận Ba Sài Gòn. Nguyên quán: Nam Định.

Bút danh đã ký: Đoàn Khánh Văn, Đông Phương, Đoàn Bằng Hữu, Như Thị Ngã Văn, Đoàn Văn Khánh trên các báo *Khởi Hành, Bách Khoa, Thời Tập, Hải Triều Âm,...* trước 1975; *Văn Phong, Hợp Lưu, Văn Nghệ, Thư Quán Bản Thảo* ở hải-ngoại, *Quán Văn* ở trong nước và các trang web trong và ngoài nước.

Hiện trong ban biên tập tập san *Quán Văn* từ số 01 (10-2011) đến nay.

Tác phẩm đã xuất bản:
- *Sáng Muôn Trăng* (Thơ; NXB Văn Nghệ, VN, 2005).
- *Hành Hương* (Thơ; NXB Con Người, 2008).
- *Khuya Thắp Nắng* (Thơ; NXB Hội Nhà Văn, 2013)
Và góp mặt trong tuyển tập *Thơ Việt Đầu Thế Kỷ 21* (Nhân Ảnh, Hoa-Kỳ, 2018).

Ví biển Đông réo gọi

Viết ngàn bài thơ
In trăm thi phẩm
Chỉ là con số không vô cảm nếu ngay giờ phút này
Sóng biển Đông chưa ập òa con tim bạn
Họa mất nước nhỏ hơn nỗi đau thất tình của bạn

Không còn những sắc xanh đỏ hay tím vàng nào
Dựng màu cờ để ly gián chúng ta
Không còn những chủ thuyết lạ lẫm nào
Phân hóa được chúng ta
Cội nguồn từ trăm con Hồng cháu Lạc

Đừng mơ là chiếc đũa son
Mạ chút điệu đàng - dễ gãy
Hãy là bó đũa tre sát rạt không rời
Tay sắt nào bẻ nổi

Tổ tiên ta gọi nhau là đồng bào
Anh em ta gọi nhau là đồng bào
Là cùng một bọc sinh ra
Có lẽ nào lại điềm nhiên tọa thị
Khi những giọt máu đào
Đang nhuốm hồng ngọn sóng
Khi ao nước lã Bắc phương
Manh tâm nhấn chìm tất cả

Bao năm qua uốn lưỡi trăm lần ú ở "tàu lạ tàu lạ"
Phải chăng há miệng mắc quai
Bao năm qua súng đạn thù xé toang ngực Gac Ma
Mãi tận bây giờ mới vinh danh 50 tử sĩ Hoàng Sa
Mãi tận bây giờ mới vinh danh 64 liệt sĩ Trường Sa
Mãi tận bây giờ mới gọi kẻ thù đích danh là Tàu phù

Tàu phù Tàu phù là bản chất ngàn đời không sửa đổi
Tàu phù là tên gọi lũ ngạ quỷ đẻ ra đám con hoang Khmer Đỏ
đã tàn sát một phần tư dân số Campuchia

Tàu phù là tên gọi lũ ngạ quỷ thống trị đàn áp dã man các
phong trào tự trị ở Tây Tạng, Tân Cương, Nội Mông, tín đồ
Pháp Luân Công…
Tàu phù là tên gọi lũ ngạ quỷ thống trị dùng xe tăng nghiến
nát hàng ngàn thanh niên thế hệ tương lai của dân tộc mình
ở Thiên An Môn
Thì chúng làm gì có lương tâm làm gì còn biết đến việc
thương xót một dân tộc nào khác…
Đừng ảo vọng "16 chữ vàng, 4 tốt"
"Môi hở răng lạnh!"
Bài học lịch sử một ngàn năm đô hộ bởi giặc Tàu
Làm sao quên được?

Làm sao quên được?
Lê Chiêu Thống bám gót ngoại bang bỏ thây nhục nhã xứ người
Trần Ích Tắc bị cải giống "Ả Trần" đời đời gương xấu
Hậu duệ chúng đã tuyệt nòi - đâu còn trong dân Lạc Việt chúng ta
Hậu duệ chúng đã tuyệt nòi - đâu còn trong dân Lạc Việt chúng ta

"Giặc đến nhà đàn bà cũng đánh" kia mà
Tiếng trống đồng giục giã
Kèn thúc quân âm vang
Chúng ta đi biểu tình thể hiện lòng yêu nước
Chúng ta đi biểu tình chúng ta không làm kẻ cướp

Diên Hồng phát lệnh chiến trường
Trẻ già trai gái lên đường tòng quân…
"Đánh cho nó chích luân bất phản
Đánh cho nó phiến giáp bất hoàn
Đánh cho sử tri Nam quốc anh hùng chi hữu chủ."[*]

----

[*] Hịch hoàng đế Quang Trung đại phá quân Thanh

Nhan nhản

Con chó đói mò vào quán thịt cầy
gặm mẩu xương thừa
Cái bụng lặc lè thuê thỏa
Con chó liếm láp nơi nó chui ra không lâu
Chồm lên động đực liên hồi

Ta dè bỉu mắng chúng "đồ chó má"
Động vật cấp cao (?) lắm kẻ ngàn lần tệ hơn thế
Vẫn được kính cẩn
"thưa quý ông, quý bà…"

Tên du thủ
chặt tay người hôi của
Gã cuồng dâm
hiếp trẻ lên ba
Lão khiếm thị
quơ chiếc gậy xin đường
Dòng xe vẫn inh ỏi lạng lách chèn ép nhau
Chiếc tu-huýt
đút túi tờ giấy bạc nát nhầu
Ngọn gió hoang
lật tung tấm váy thời trang hớ hênh
Năm bụi mù
vỗ tay hoan hô đả đảo
Lương tâm tắc nghẽn.

Nam châm hút dính thỏi sắt
Môi khát thèm ngập môi
Núi đôi lôi kéo bàn tay sờ soạng
Mùi đàn bà tháo mồ hôi đàn ông
Là chuyện thường ngày ở nam bắc tây đông…

Nhà tu hành đăng đàn rao giảng
Về một nơi vĩnh cửu mệnh danh cực lạc
hay thiên đàng
"Các con phải dốc hết niềm tin vào ta
Bỗng nhiên ngài ríu lưỡi như kẻ đột quỵ
Nghi - ngại - lời - kinh!

Thượng đế nhìn tạo phẩm vườn địa đàng
Bật cười khan
rồi lấm lét khóc.

Nhuộm tóc căng da bơm ngực độn mông
cũng không giấu được cái già
Nó xồng xộc đến theo thời gian
Chỉ khi khỏa thân, khỏa lòng
khỏa hết mọi giáo điều buộc ràng
Mình-mới-được-là-mình!

Thức gọi vầng dương

Thời gian chắp cánh bay nhanh nhỉ
Ngoái lại vời trông quá nửa đời
Chính khí vơi dần theo huyết lệ
Mộng tàn thoi thóp lửa ma trơi.

Quê nhà xa lắc không về được
Quán vắng đêm mưa rũ bụi đường
Chén rượu chuyền tay tri kỷ khách
Lắng hồn nghe buốt lạnh phong sương.

Sông hồ lỡ bước đành quy ẩn
Quay quắt nổi chìm nợ áo cơm
Bạn có một thời sôi nước mắt
Trang thơ se sắt dáng kiều thơm.

Còn ta? Vẫn tiếng cười hào sảng
Cho dẫu người quên nghĩa đá vàng
Quảy gánh đời rong khắp thế gian
Khắc lên non thiêng vần bi tráng.

Mang mang thiên cổ sầu mênh mang
- Đêm sắp tàn chưa? Ngày có tới?
Ta cùng đi thức gọi vầng dương./.

Đoàn Văn Khánh

Hoài Khanh by Đinh Cường

HOÀNG HƯNG
[photo Nguyễn Đình Toán]

Sinh năm 1942 tại Hưng Yên. Tên khai sinh Hoàng Thụy Hưng, con thứ 6 của ông Hoàng Thụy Ba, một trong những bác sĩ y khoa đầu tiên của Đông Dương tốt nghiệp tại Pháp. Tốt nghiệp Khoa Văn Đại học Sư phạm Hà Nội. Dạy học rồi làm báo. Chuyển vào Sài Gòn sống từ 1977. Bị bắt và tập trung cải tạo (từ tháng 8/1982 đến hết tháng 10/1985) vì cầm tập bản thảo *Về Kinh Bắc* của Hoàng Cầm và cất giữ những phác thảo thơ "phản động" của mình trong nhật ký. Trở lại nghề báo năm 1987, về hưu năm 2003, viết bài và biên tập các trang mạng *talawas.org, Bauxite Vietnam*, năm 2014 đồng sáng lập Ban Vận động Văn đoàn Độc lập VN và trang mạng *vanviet.info*
Hiện sống tại Sài Gòn, Việt Nam.

Các tác phẩm Thơ đã công bố:
- *Đất nắng* (in chung với Trang Nghị) 1970
- *Ngựa biển* 1988
- *Người đi tìm mặt* 1994
- *Hành trình* 2005
- *Ác mộng* 2006 (online, talawas.org)
- *36 bài thơ* 2008
- *Thơ và các bài viết về Thơ HH* 2012 (HHEBOOK)
- *Các bài viết về Thơ* 2012 (HHEBOOK)
- *Poetry & Memoirs* 2012 (International Poetry Library SF)
- Ác mộng-Nightmares (song ngữ, Văn học, California 2018).
- Thơ trong tuyển tập: *100 bài thơ hay Việt Nam thế kỷ XX* (NXB Giáo dục, Hà Nội 2005)

- *Black Dog, Black Night – Contemporary Vietnamese Poetry* (Milkweed Editions, 2008)
- *12 nhà thơ Việt Nam* (bản tiếng Thuỵ Điển, NXB Tranan, Copenhagen, 2010).

Thơ dịch:
- *100 bài thơ tình thế giới* (chủ biên và cùng dịch) 1988
- *Thơ Federico Garcia Lorca* 1988
- *Thơ Pasternak* (cùng dịch với Nguyễn Đức Dương) 1988
- *Thơ Apollinaire* 1997
- *Các nhà thơ Pháp cuối TK XX*, 2002
- *15 nhà thơ Mỹ TK XX* (chủ xướng, tổ chức bản thảo và cùng dịch) 2004
- *Thơ André Velter* 2006
- *Thơ Thuỵ Điển (*cùng dịch) 2010
- *Trường ca Aniara* (Harry Martinson) 2012
- *Thơ Allen Ginsberg* (chủ biên và cùng dịch) 2012 (HHEBOOK)
- *Bài hát chính tôi – Walt Whitman* 2015
- *Trời đêm những vết thương xuyên thấu (Night Sky & Exit Wounds)*, Ocean Vuong, 2018.

Chó đen và đêm

1
Con chó
Con chó đen
Con chó đen chạy vào đêm
Đêm gừ gừ, âm ấm

2
Chó đen sủa bông sứ máu

3
Chó đen ngửa mặt nhìn trăng

4
Chó đen rin rít những điều khó hiểu
Hồn ai đang lang thang trong đêm?

5
Buồn quá chó ơi
Ai cũng bỏ ta rồi
Phì phì mày ghếch mõm vào môi

6
Chó đen sùng sục suốt đêm
Nỗi ngứa ngáy tiền kiếp
Phát điên vì không nói được

SG cuối những năm 1980- đầu 1990's

Người đi tìm mặt

Đêm xuống rồi
Ta lẻn
Đi tìm mặt mình
Đi tìm mặt mình đi tìm mặt mình đi tìm mặt mình

Em mặt trẻ thơ như mình thiếu phụ
Em cử động giữa tiếng va cốc thìa
Cà phê và sữa.
Công viên chiều đẹp quá và lịch sự đến thành xa lạ
Tường vi nở mưa trên gạch đỏ
Mặt họ no đủ quá
Họ vui dễ thế kia
Cả một mùa hoa tím nhợt đi
Trong nắng hạ
Người ơi người đời ta biết có
Mấy ngày vui?
Đi tìm mặt mình đi tìm mặt mình đi tìm mặt mình

Mặt ga đêm
Miệng mở ngủ
Giật thức
Mắt kinh hoàng
Người bốn phương chạy đổi chỗ.
Em đi về đâu em có đi cùng anh
Em có một cái mặt không?
Ta soi nhau mà tìm.
Đêm bốn bề người chen đêm chật
Em lén hưởng nồng nàn
Anh biết ngày mai mặt em trở về điếc đặc
Nhẫn nhục ăn làm.
Tàu rúc còi tàu đi tìm chi
Tìm mặt mình đi tìm mặt mình đi tìm mặt mình đi

Mặt tôi trong gió cuốn
Mặt tôi trong nắng đốt

Mặt tôi trong lá ngón
Mặt tôi còi vọng cô liêu
Mặt tôi bàn tay ôm ấp
Mặt tôi đá núi im lìm
Mặt mình đi tìm mặt mình đi tìm mặt mình đi tìm

Đốt đuốc lên
Cho ta đi tìm!
Đốt đuốc lang thang
Bàn chân bụi đất
Đốt đuốc tốc độ
Cháy vòng bánh xe
Đốt đuốc ái tình từng chiếc hôn đắm say hờ hững
Đốt đuốc nhịp điệu
Đất trời loảng xoảng nghịch âm
Đốt đuốc sắc màu
Cuộn quặn mặt trời Van Gogh
Đốt đuốc từ ngữ
Thơ tìm giúp mặt thơ ơi!
Mình đi tìm mặt mình đi tìm mặt mình đi tìm mặt

Ta đói mặt người ta khát mặt ta
Ta vọng mặt em mặt em ở đâu?

Tất cả chỉ còn hoang vắng
Tất cả chỉ còn mệt mề
Tất cả qua đi
Trên mặt kính tàu
Đi thôi
Tàu ơi
Gió, cát đuổi theo để vẽ mặt ta
Đi thôi đi thôi
Đi tạc mặt vào đêm
Hút hút.

Hà Nội 1973
Saigon 1980

Đường phố (Vụt hiện 2)

Đường phố 1

Bão loạn. Lốc dù. Xanh mí. Cốc ré. Váy hè. Tiện nghi lạc-xon. Chất chồng trô trố. Môi ngang. Vô hồn. Khoảnh khoắc. Mi-ni mông lông. Cởi quần, chửi thề. Con gà quay con gà quay.

Bão loạn. Múa vàng. Te tua. Nhừ giấc.

Bão loạn. Rùng rùng. Sặc nước. Giạt tóc. Liên tục địa sầm. Tìm, chết, đi.

Bão loạn. Dứt tung tay. Óc lói. Lơ láo tù về lạc thế kỷ. Sương đầm đẫm vóc miên mai.

Đường phố 2

Dường như ra khỏi nhà bằng một khung ngực rỗng. Hai bàn tay đỡ mắt mờ. Chợt thấy chiều trên phố say. Đỉnh vú đi lừng lững. Đèn đuốc cháy lưng trời. Cười ngớ ngẩn sứt răng sâu thẳm. Hội quỷ ma nhảy múa thét gào. Tan biến ta đi chiều mọc cánh. Một phút thang mây lẫng lẫng ánh chớp loè đá sóng trập trùng. Xuyên như tên bắn rụng một chùm tín hiệu đỏ xanh. Trở về chân nhiễm độc.

Đường phố 3

Em gọi thơ về. Từng thớ thịt rung lên âm điệu trở về. Thành phố nổ bùng đêm người đi như biển. Tiếng còi, lửa cháy. Anh dắt tay em chạy trên cỏ dại. Giấc mơ vô lý bàng hoàng. Đường phố mùi da thịt. Gió rùng mình hư vô thổi đến. Trăng sáng không tin được. Gái trai mới lớn đội mũ lông chim. Thiếu nữ mắt đờ cà phê quán chật khói thuốc im lìm. Bụi sáng. Xe điên.

Em gọi thơ về. Từng thớ thịt rung lên âm điệu trở về. Thành phố lồng trăm ngả. Ngã bảy ngả năm giành giật. Và chiều tràn ngập gió đê mê phần phật quần bay. Cánh nhạn khua rối mù cao ốc. Đèn lên đèn lên mời gọi hoang đường.

Em gọi thơ về. Từng thớ thịt rung lên âm điệu trở về. Thơ thoát ra từ đốt xương căng thẳng. Vũ trụ hồi sinh rực rỡ. Gân chùng mỏi mệt hân hoan.

SG 1977-1981

Một ngày
[Nhớ đôi bạn tù trẻ tuổi ở T. L.(1)]

Buổi sáng lanh canh
Em ca cốc rộn ràng
Lại bắt đầu một ngày bên nhau
Chào em cô hàng xóm vô hình

Rồi mở cửa
Thay bô
Đóng cửa
Rồi mở cửa
Đi cung
Giữa hỏi đáp
Ú tim
Mèo chuột
Vẫn lởn vởn một bóng dáng vô hình.
Rồi về phòng
Mở cửa
Đóng cửa.
Rồi mở cửa
Cơm
Đóng cửa
Mời nhau bằng lanh canh bát đũa
Ta cùng ăn qua vách bữa cơm tù

Sau tiếng nước rửa bát phút im lặng thiêng liêng trước giờ
em tắm.
Rồi róc rách dè dặt em kỳ cọ cố nhẹ nhàng như xấu hổ anh
hết nóng bừng lại lạnh toát trong ngừng thở
Em phơi áo vù con chim bay lên

Rồi mở cửa
Tự khai
Sa mạc giấy

Lạc đà chữ
Chỉ vẩn vơ một bóng dáng vô hình.
Rồi về phòng
Mở cửa
Đóng cửa
Rồi mở cửa
Cơm
Đóng cửa
Mời nhau bằng lanh canh bát đũa
Ta lại cùng ăn qua vách bữa cơm tù

Rồi nôn nao chờ bóng tối
Giờ của thông linh giờ của chúng mình.
Anh gõ trước nhé cạch cạch cạch em cạch cạch cạch anh
cạch cạch/ cạch cạch cạch em cạch cạch/ cạch cạch cạch
rồi anh xoa xạt xạt em xạt xạt anh xạt xạt xạt em xạt xạt xạt
những tín hiệu không lời ríu rít dồn dập xoắn xuýt cuống
quít.
Bức tường bốc cháy
Đêm bốc cháy
Những mảnh đêm rơi
Lả tả
Rã rời

Tiếng khóc nửa đêm
Là nhận dạng của em

Người về
Người về từ cõi ấy
Vợ khóc một đêm con lạ một ngày

Người về từ cõi ấy
Bước vào cửa người quen tái mặt

Người về từ cõi ấy
Giữa phố đông nhồn nhột sau gáy

Một năm sau còn nghẹn giữa cuộc vui
Hai năm còn mộng toát mồ hôi
Ba năm còn nhớ một con thạch thùng
Mười năm còn quen ngồi một mình trong tối

Một hôm có kẻ nhìn trân trối
Một đêm có tiếng bâng quơ hỏi

Giật mình một cái vỗ vai

Mùi mưa hay bài thơ của M.
Tất cả nước mắt loài người bao vây nhà ta
Nằm bên anh em kể câu chuyện buồn
Chôn sâu trong lòng giờ mới nói ra
Gợi ý của trận mưa chưa từng thấy

Đã một nghìn đêm mưa trắng đêm
Điên cuồng nhớ mùi anh như con bò cái nhớ mùi phân rác
Anh đánh mất mùi anh trên những sàn đá lạ
Chỉ còn mưa mùi nước mắt đêm

Em còn yêu anh không yêu đến đâu giận ghét đến đâu
Mười lăm năm lòng mình chưa hiểu hết

Mưa mưa ngập tầng trệt
Đưa nhau lên gác xép nằm nghe mưa sập mái tôn

Ước nằm nghe mưa rồi chết.

Đêm 25/6/1992

Hoàng Hưng

----

(1) Trung tâm thẩm vấn bộ Nội vụ ở Thanh Liệt, Thanh Trì, Hà Nội, thường gọi là "xà lim Bộ"

KHOA HỮU

Tên thật Ngô Đình Khoa, sinh ngày 21 tháng 8 năm 1938 tại Bắc phần. Đào thoát vào Nam tháng 3 năm 1954. Tốt nghiệp Bách Khoa hệ Cao đẳng 4 năm. Bị tù chính trị oan, mất sở làm. Sau đó đi dạy tư 4 năm. Đi lính tác chiến 10 năm, bị thương 2 lần.

Đã đăng thơ và truyện ngắn trên vài tạp chí văn học tại Sài Gòn. Đến tháng 4 năm 1975 giải giáp. Trong thời gian tại thế, ông vẫn âm thầm sáng tác, không hợp tác với bất cứ tạp chí hoặc tổ chức văn nghệ nào của chế độ hiện hành. Ông qua đời tại VN vào ngày 5 tháng 4 năm 2012.

Tác phẩm đã xuất bản sau năm 1975:

- *Lục Bát* (tập thơ do nhà Trình Bầy và nhà thơ Diễm Châu ấn hành tại Pháp năm 1994).

- *Thơ Khoa Hữu* (Tạp chí *Văn Học* xuất-bản tại Hoa-Kỳ, 1997 - được sự bảo trợ tài chính của các tạp chí *Hợp Lưu, Văn, Văn Học* cùng nhà văn Nguyễn Mộng Giác và các thân hữu của anh).

- *Nửa Khuôn Mặt* (thơ lục-bát, Thư Ấn Quán, 2010)

- *Lửa* (thơ, Thư Ấn Quán, 2012).

Trái tim người qua sông Cửu Long

Ta về, một tấc lòng xuyên Việt
trách gì sông nước cuộc bể dâu
ta về vẫn hai bờ tâm huyết
người nhớ sông, sông cũng bạc đầu.

Ta vui từng bước chân ta bước
ta vui úp mặt trong bàn tay
ta vui sao lòng ta thổn thức
như sông cuồn cuộn sóng hồn này.

Mười năm về đời bên bờ bắc
mười năm về nhớ xiết như sông
đợi chuyến phà sang, gọi ký ức
nặng lòng ta chiếc bắc giữa dòng.

Ai vẽ mùa xuân chen sắc hạ
tháng ngày trong trí nhớ như tranh
ôi yêu dấu nồng nàn như cỏ
yêu dấu như giọt nước trầm mình.

Và lớp lớp thuyền đi ngang dọc
lớp lớp người thủa ấy về đâu
ta hiểu mỗi đời là hạt thóc
gieo mầm cho đất một mùa sau.

Kè đá thức trắng đêm sương phủ
huyền hoặc trăng trên đá mài gươm
bỏ núi xa rừng trăng viễn xứ
đá sắt son lòng đá ngậm ngàn.

Ta về, hồi tưởng sông truyền thuyết
chín con rồng ẩn tích về đây
chọn đất thiêng gửi dấu móng vuốt
qua ngàn năm sót chút hình hài.

Ta về, tưởng giữa dòng trống giục
sóng thét, bầy voi trận xuất binh
cuồn cuộn đi như ngọn nước xiết
bóng mây dồn theo bóng Quang Trung.

Hai bờ chật quân ngồi nghỉ khát
dưới mặt trời kết mảng qua sông
bạt vía, kinh hồn lân bang giặc
về phương nam thần thoại phương đông.

Thời niên thiếu cha cho áo vải
áo mẹ may thành giáp long bào
nước có nguồn cây từ cội ấy
ơn sâu, nghĩa cả nặng ngàn sau…

Ta về, mưa nắng như trời đất
sông nước chờ ta - dẫu mười năm
ví ta còn sót chút nước mắt …
nói làm sao chuyện của cõi lòng?

Ta về nhật nguyệt soi vầng trán
Lịch sử còn lưu dấu cổ kim.

(Trích từ tập thơ LỬA)

Cái chết của một tượng đá

(Si Dieu existe, que souhaiteriez vous qu'il vous dise après votre mort.)

Tạc mãi đau thương người thành đá
ngồi canh đồng đội đã bao năm
cây súng gác ngang đời không ngủ
chiếc ba lô vai nặng vết hằn.

Người ngồi đó, mở trang bi sử
chiến bào như thấm máu chưa khô
ta ngồi đó xanh hàng bia mộ
áo nhung rêu cũng bạc dấu thù.

Ta muốn hỏi người từ đâu đến
bèo mây hạnh ngộ, có nhớ ta
ta về từ những vùng, khu chiến
bọc kinh hoàng xương mất, để da.

Ta muốn hỏi người, câu sinh tử
mắt trẻ thơ, môi cánh hoa đào
trán cô phụ băng lời tình sử
tóc mẹ già phủ mặt chiêm bao.

Cái chết – những con thiên nga trắng
ngàn năm tuyệt tích trời đông phương
anh hùng mạt lộ, chiến trường tận
đâu trái tim của một gã cuồng?

Đêm thập tự hàng hàng, vấn tội
đồi bạch dương chụm những đầu ma
oán sâu sương khói cao mù núi
sát thời gian, người, đá hay ta.

Mười năm, lại mười năm sống sót
chuyện dữ tan tành, đồng đội đâu
đất nghĩa trang nhớ hoang dại mọc
quê nhà đây, cỏ mới, ngang đầu.

Saigon 1990

Về một con đường Sài Gòn

Mây đi nắng vẫn ngồi trông
gió đi cây suốt đôi dòng lá bay
trên trời mưa vẫn tóc mây
thế gian ta kết tóc này se tơ

năm chia thời tiết hai mùa
anh chia ngày tháng đón đưa em về
tay chia mười ngón cầm đi
chân chia bước chậm vai kề bên nhau

tóc bay ngại nón che đầu
áo bay dài cuốn mai sau bên người
đường đi bóng tựa sinh đôi
ngại rời vai sóng ngại lời quay chân

em về bóng đứng phân vân
anh đi đã gửi đời trong mắt người
vai buồn chân bước lẻ loi
đường xưa hỏi bóng theo người về đâu?

Khoa Hữu

KHUẤT ĐẨU

Khuất Đẩu, tên thật Trương Đẩu (tên thường gọi là Trương Thanh Sơn), sinh năm 1940 tại An Nhơn, Bình Định. Hiện sống tại Khánh Hòa, Việt Nam.

Trước 1975, dạy học. Sau 1975 bị đuổi dạy. Sống phất phơ chờ ngày tận thế (theo Kinh thánh). Nhưng qua rồi năm 2000 mà mặt trời vẫn mọc, Cộng sản vẫn còn nên thử cầm bút. Truyện đầu tiên, *Những Tháng Năm Cuồng Nộ* (Thư Ấn Quán in ở Mỹ và đăng tải trên Talawas). Tiếp theo: Người Giữ Nhà Thờ Họ và Lão Tiền Bối.

Các tác phẩm đều xuất-bản ở hải-ngoại và được tải lên mạng như Talawas, Tiền Vệ, T.Vấn & Bạn Hữu. Mới đây, Văn đoàn Độc Lập (do Nguyên Ngọc chủ trương) trao giải Văn Việt lần thứ Ba (2018), với tiểu thuyết *Những Tháng Năm Cuồng Nộ* và chùm truyện ngắn đăng trên Văn Việt năm 2017. Nhưng công an Khánh Hòa, ngăn chặn không cho đi nhận giải.

Tác phẩm đã xuất bản:
- *Những Tháng Năm Cuồng Nộ* (truyện dài, Thư Ấn Quán, Hoa-Kỳ, 20 ; amazon, 9-2013)
- *Người Giữ Nhà Thờ Họ* (tập truyện ngắn, Thư Ấn Quán, 2010)
- *Người Tử Tù & Những Bài Viết Khác* (amazon, 7-2016; Tương Tri, Hoa-Kỳ, 2018).
- *Không Thấy Núi* (25 truyện ngắn và 26 bài viết ngắn, vừa, amazon, 2-2016)
- *Buồn Như Ly Rượu Cạn* (58 đoản văn; T.Vấn)

"Bộ tam"

Khi vua Bảo Đại tuyên bố "thà làm dân một nước độc lập còn hơn làm vua một nước nô lệ" và trao ấn kiếm cho hai vị đại diện cách mạng, trong đó có một nhà thơ với những câu thơ buồn hơn cả những cơn mưa sụt sùi của xứ Huế, ngài cũng đã làm cho các ông hoàng bà chúa sụt sùi không kém. Bọn họ khóc kể, vật mình vật mẩy trong những lâu đài còn rực rỡ ánh vàng son vì số phận đã không còn nuông chiều họ nữa. Họ sẽ bị ném ra khỏi kinh thành, bất ngờ và tàn nhẫn như bị lôi ra khỏi những giấc mơ rất đẹp.

Cũng buồn không kém, cũng thất vọng, lo sợ, nhưng chỉ dám khóc thầm, đó là những hoạn quan. Như những con gián, sợ mọi người nhìn mặt như sợ nhìn thấy ánh sáng ngày, ngay buổi tối hôm ấy họ đã lặng lẽ trèo thành trốn về quê cũ.

Bác cả tôi là một trong số những hoạn quan cuối cùng của triều Nguyễn.

Ngày bác về, cả làng rùng rùng kéo nhau đi xem khiến cho con đường vào nhà chật cứng người. Họ đồn thổi, thêm thắt, vẽ chuyện, cứ như bác là một nhân vật xa lạ nào đó từ đâu tới, chứ không phải do bà tôi đã từng mang nặng đẻ đau. Rằng bác không dái không chim, giữa háng trơn tuột chỉ có mỗi cái vảy nhỏ như lưỡi mèo để thải nước tiểu mà thôi. Bác không đực, không cái, vô duyên và lãng xẹt như thế, không biết sinh ra để làm gì. Nhưng cũng từ miệng họ, trời đã sinh ra là ắt có chỗ dùng, nên bác không cần hoạn mà vẫn được vào cung để ngày đêm hầu hạ thiên tử và các quý nhân, một nơi mà ngoài đức vua và các hoàng tử ra, không một ai được phép có "cái đó".

Chính từ nơi cung khuyết ấy trở về với bao nhiêu bí mật, bao nhiêu diệu vợi bên cạnh các bậc mẫu nghi, các bà chúa, các công nương đã khiến bác trở thành một người quan trọng còn hơn cả một người vừa đắc cử quốc hội. Người ta muốn biết vua ăn ra sao, ngủ như thế nào và tò mò nhất là chuyện "ấy". Bọn đàn ông trong làng kháo nhau, đêm đêm bác được vua sai bồng các cung nữ đã tắm rửa thơm phức lên cho ngài "ngự", xong việc lại bồng về. Được kề cận lá ngọc cành vàng, được hít thở mùi hương vương giả những ngần ấy năm, ai mà không mơ ước.

Nhà tôi không ngớt người tới thăm. Ai cũng muốn được gặp bác. Nhưng bác thì trốn biệt trong phòng của bà. Đó là một gian buồng kín bưng, lúc nào cũng phảng phất một mùi là lạ, như mùi của bóng tối. Bà tôi mất đã mười năm, mang theo nỗi buồn nhớ khôn nguôi đứa con bé bỏng. Bà thường nói các bà mụ nặn cái đầu bác to quá nên thiếu mất cái chỗ đó để làm đàn ông. Cho đến khi bà mất, hình ảnh của bác còn đọng lại trong bà, cũng chỉ là một đứa bé mới lên mười. Đó là năm mà bà khóc tiễn bác đi ra kinh đô xa vời vợi. Nỗi buồn xa con chỉ được an ủi đôi chút khi làng theo lệnh vua, cấp cho bà nửa mẫu công điền.

Đứa bé mười tuổi ấy một lần đi là không bao giờ được trở lại. Mãi cho tới lúc chết. Vậy mà giờ đây, sau bốn mươi năm, nhờ cách mạng, bác lại được trở về với cái hào quang tơi tả của một ông quan hoạn, được vào ra chốn cung đình nghiêm mật nhưng không phải nhờ văn hay chữ tốt, không ông cống ông nghè, mà chỉ nhờ dưới háng không có "cái ấy".

Cái sự ồn ào của xóm làng rộ lên ít lâu rồi cũng lắng xuống. Biết bao nhiêu công việc mới của cách mạng đang chờ. Nào học tập đời sống mới, nào phá đình, đào đường, rồi phá thành Bình Định. Bác tôi như một con mèo ốm, lúc nào cũng run rẩy vì lạnh và vì sợ. Khi sắp xếp những người trong làng thành đoàn thể, người ta không biết phải xếp bác vào nông dân hay phụ nữ. Vào nông dân thì các ông không chịu. Nó đâu có cái ấy. Mà vào phụ nữ, các bà lại trề môi: cái thứ bị trời hoạn ấy ai mà thèm. Thành ra bác khơi khơi ở giữa, khởi phải họp hành tới lui, khỏi nghĩa vụ nghĩa viếc.

Không biết cách mạng quên hay vì làng hãy còn thương bác mà nửa mẫu công điền không bị lấy lại. Tuy không còn bổng lộc, nhưng nhờ vậy bác vẫn sống được. Có điều bác không biết cầm cày cầm cuốc, không biết cây lúa mọc lên ra sao, nên cha tôi khuyên bác cho người ta làm rẽ, rồi cất riêng cho bác một ngôi nhà nhỏ ở góc vườn. Bác sống ở đó, cũng biệt lập và kín đáo như ở trong cung cấm.

Đồ tế nhuyễn của bác đựng trong một chiếc hộp nhỏ sơn đen cẩn xà cừ óng ánh. Trong hộp chỉ có một chiếc trâm đã gãy, một vòng ngọc thạch bị vỡ, một ít viên phấn nụ màu trắng lâu ngày đã xỉn và sứt mẻ. Bác thường bày ra trên một chiếc khăn nhiễu đỏ, nâng niu mấy món đồ vô dụng ấy với tất cả lòng sùng kính. Có cảm giác như bác đang đứng hầu ai đó một cách khiêm cung. Một đôi khi bác nói thành tiếng, thưa đức ngài, con trót dại. Có thể nghĩ rằng đó là những vật trong cung mà bác vô ý làm hư hại nên bị quở mắng. Cái kỷ niệm xót xa đó gắn liền với chút vàng son một thuở khiến bác quên đi cái thực tại nghèo đói tồi tàn. Bác lơ mơ, ngầy ngật giữa mùi hương lạnh lẽo và xa vắng như đang mộng du. Cầm đôi đũa tre tưởng như đũa ngà, bưng chén đất tưởng như chén ngọc, nghe gió thổi qua lùm tre kẽo kẹt tưởng như đàn sáo dìu dặt, thấy ống quần ai vén lên tận háng khi rửa chân tưởng lệnh bà đang đi tắm…

Trong khi bên ngoài, cả làng cả nước đang rùng rùng như sóng trào gió giật vì cuộc kháng chiến thì bác vẫn lặng lẽ trung thành với những hình bóng cũ. Bác quên hẳn chúng tôi và rồi chúng tôi cũng quên dần bác. Chỉ đến khi giỗ chạp, cha tôi ra mời bác mới vào. Nhưng bác chỉ đứng xa mà nhìn chứ không vào thắp hương. Cha tôi nói, bác tự cho mình có tội bất hiếu nên không dám đứng trước bàn thờ.

Năm ấy bác chỉ hơn năm mươi, nhưng vì không có râu

và để tóc dài nên trông bác như một bà lão. Trong những buổi chiều tắt nắng, bác ngồi trước thềm nhà như một con chó ốm nhớ chủ, nước mắt lặng lẽ rơi từng giọt không buồn lau. Lẽ ra bọn trẻ chúng tôi, có được một người với rất nhiều bí mật như thế là cả một kho tàng để đào bới những chuyện kỳ thú, nhưng với vẻ u buồn lạnh nhạt của bác, chúng tôi ít đứa nào dám tới gần. Cái trò tinh nghịch nhất mà chúng tôi có thể làm một đôi lần, ấy là nằm rạp trong vườn chuối để rình xem bác đái ngồi. Bị kiến cắn và bị cha lấy roi phết lên mông nên cũng chẳng biết gì hơn ngoài cái ống chân xanh rớt và teo nhách không một sợi lông của bác.

Ấy thế mà cũng có một lần bác phải ra trước nhân dân. Trong chiến dịch bài phong kiến, không biết vì đùa nghịch hay vì ác ý, mà chủ tịch ủy ban thôn đã lôi bác ra trong một cuộc mít tinh, để hỏi về cách sống xa hoa của bọn vua chúa và cách bóc lột của chúng.

Mày làm gì trong cung?

Thưa hầu hạ.

Hầu hạ ai?

Thưa hầu vua và hoàng hậu.

Phải gọi đích danh là thằng Bảo Đại và con Nam Phương, biết chưa?

Dạ thưa biết.

Nó ăn, mày làm gì?

Thưa đứng hầu.

Nó ngủ, mày làm gì?

Thưa sửa soạn chăn màn.

Nó đái, mày làm gì?

Dạ…

Có cầm c… cho nó đái không?

Tới đây thì cả làng nổ ra một trận cười ầm ĩ mà chỉ có tiếng hô đả đảo phong kiến mới dập tắt được. Bác đứng đó, ngơ ngác, run rẩy. Chắc bác tự hỏi đây là nơi đâu? Địa ngục chăng?

Bác mềm oặt ngã xuống. Lại một trận cười nữa.

Cha tôi bồng bác về, đương nhiên là không giống như lúc bác bồng các cung tần, mà giống như đang ôm một thằng bù nhìn làm bằng rơm.

Bác nằm như chết ba ngày đêm. Rồi bác dậy, bước vào cái từ đường là nơi lẽ ra bác được thừa tự nếu sinh được con trai. Thầm thì một lúc, bác lại về nhà mình đóng kín cửa, còn cha tôi thì xách cuốc đi đâu đó.

Một lúc sau, cha tôi về với một cục đất sét. Ông đập nhỏ, lấy một ít nước ngào trộn như lúc đắp ông táo. Khi đã thật nhuyễn, ông ngồi nặn một cái "bộ tam" có đủ cả chim dái rồi đem phơi khô. Khi đã khô cứng ông lấy rơm đốt cho đến lúc thành sành. Dường như sau đó ông có thêm vào một ít tóc rụng mà mỗi khi chải đầu mẹ tôi thường cuộn lại như một cái kén dắt lên mái tranh.

Ông đem đến cho bác, đâu có ngờ là bác chuẩn bị để chết.

Thực ra bác chưa tới số. Nhưng có lẽ vì xấu hổ, vì lạc lõng nên bác đã treo cổ tự tử.

Nhà bác luôn cài kín cửa, nên khi nghe có mùi hôi, tông cửa vào mới biết là bác đã chết từ lâu. Tấm thân mỏng mảnh của bác không đủ sức căng phồng lên, nhưng vẫn có những giọt nước chảy xuống đọng vũng trên nền đất bu đầy kiến. Nhiều con tinh quái còn theo sợi dây cột từ xà nhà, chui vào mắt vào mũi bác.

Cha tôi khóc, cắt dây đưa bác xuống. Lúc này bác mới thật giống là con bù nhìn. Cái lưỡi bé xíu của bác không biết cách thụt vào nên khuôn mặt bác trông vừa buồn cười vừa đáng sợ. Những con kiến trên người bác hốt hoảng bò ra. Chúng nhốn nháo tới lui trên làn da vàng ệch, bối rối chạm râu vào nhau như để hỏi thăm đường về.

Một đời lạnh lẽo của bác kết thúc như thế đó. Ngoài một vài giọt nước mắt em khóc cho anh, cũng chẳng còn ai khóc bác.

Cha tôi bảo mẹ lấy lá bưởi và lá é nấu nước để ông lau rửa cho bác. Mùi thơm của lá làm bớt đi phần nào mùi khăm khẳm của thịt da mục rữa.

Cha tôi tự mình khâm liệm cho bác. Khi bác đã được lột truồng, cha tôi lấy cái bộ tam cất trong hộp đặt vào giữa háng rồi mới mặc áo liệm màu trắng. Cái vật khô cứng ấy không ăn nhập gì với thịt da bỗng nảy cao lên dưới làn vải như có ai thò tay động đậy. Một vài người đàn ông đến phụ giúp quay mặt vào vách để giấu nụ cười.

Bác được đem chôn ở chân núi Mò O, vẫn đắp mộ hình cái chàn như bao nhiêu người đàn ông khác. Cha tôi thở dài nói với mấy người đào huyệt: thôi thế cũng xong một kiếp người. Mai sau có đầu thai ảnh cũng không còn làm quan hoạn nữa.

Lúc trở về, mẹ tôi trách cha, sao không chôn cái hộp theo bác. Cha bảo, đem theo làm gì nữa. Chẳng lẽ còn muốn ảnh làm con ma bị thiến hoài sao.

Bác được thờ trên một cái bàn nhỏ cạnh bàn thờ tổ tiên. Không có di ảnh, chỉ có chiếc hộp hình chữ nhật của bác đặt sau lư hương giống như một cái áo quan còn phủ vải đỏ chưa hạ huyệt.

Mười năm sau, nhà bị đốt, cái hộp ấy cũng thành tro.

20/10/2010

LÊ VĂN TRUNG

Lê Văn Trung sinh năm 1947 tại Phước Ninh, Đà Nẵng.
Trước 1975 dạy học.
Sau 1975 làm công nhân và làm rẫy tại Long Khánh.
Thơ đăng trên tạp-chí hải-ngoại *Thư Quán Bản Thảo,...*

Tác phẩm đã xuất bản:
- *Bi Khúc* (thơ, Thư Ấn Quán, Hoa Kỳ, 2010).
- *Thu Hoang Đường* (thơ, Thư Ấn Quán, 2018).

Trở về

Không trở về là lỗi với trăm năm
Ta rót nốt chén rượu đời cay nghiệt
Sẽ một mình ta trên chuyến tàu thứ nhất
Một mình ta hun hút dặm trường xa

Ta về như kẻ lưu phương tìm kiếm một quê nhà
Tìm kiếm lại một mối tình đã đành cam để mất
Tìm kiếm một hoàng hôn mây chìm trong mắt
Tìm lại vườn xưa xanh biếc tóc hoang đường
Ta trở về tìm kiếm từng giọt sương
Từng sợi nắng ẩn chìm trong áo lụa

Ta sẽ trở về như một lời tuyên hứa
Khấn trọn đời cho vẹn nghĩa trăm năm
Dù trăng ngày xưa chừ đã phai rằm
Dù áo tình xưa nhạt nhàu năm tháng
Dù bước tình xưa lạc dần vào quên lãng

Ta trở về như định mệnh đời ta
Ta trở về réo gọi giữa bao la
Tìm kiếm khổ đau trong nguồn hạnh phúc
Tìm kiếm bể dâu trong cái còn cái mất
Như mối tình chìm nỗi mấy mươi năm

Ta trở về tạ lỗi với trăm năm.

Biệt

Ta đi có lẽ không về nữa
Về làm chi quê quán mịt mùng
Mẹ cha chắc đã tan thành đất
Đất ở đâu cũng lạnh vô cùng
Đất ở đâu cũng màu luân lạc
Và nỗi buồn trải quạnh như sương

Ta đi có lẽ không về nữa
Về làm chi bến mịt sông mù
Em giờ chắc đã thành góa phụ
Xương trắng cồn hoang đêm chó tru
Hồn ai xiêu lạc đền rêu cũ
Cũng đành nén lệ khóc thiên thu

Ta đi là biệt đời nhau nhé
Em có lên ngàn ngóng bốn phương
Đã biết trăm năm tình hóa đá
Thì mong chi giọt lệ tương phùng
Đã biết ta trăm đường muôn ngả
Không chốn nào là chốn dung thân

Thôi cứ xem như ta chẳng về
Xem như đời chỉ tạm ngang qua
Thân là hạt bụi bay trong gió
Đậu xuống trần gian như giấc mơ
Đậu xuống lòng em như điềm gỡ
Nỗi đau truyền kiếp tự bao giờ

Thôi xem như chưa hề có nhau
Hai ta là hai cõi chiêm bao
Em và ta là hai chiếc lá
Chiếc rơi triền thấp chiếc đồi cao
Giông bão thổi tung ngàn số phận
Lạc nhau từ giấc mộng ban đầu

Về làm chi thôi về làm chi
Thà cứ như người không bản quán
Không họ hàng không cả tông chi
Đời ở đâu cũng đời nhiều loạn
Ta ở đâu nào có hơn gì
Người ở đâu cũng người xa lạ
Thôi về chi rào chắn giậu che

Thôi về làm chi đừng hỏi nữa
Gươm cuồng tay mỏi chí tàn suy
Đốt đuốc mà soi lòng nhân thế
Đất trời là một khối vô tri
Qua bao vong diệt cùng dâu bể
Trái tim người là nấm mộ đây
Đôi mắt đã mù khô cả lệ
Thì rót làm sao chén rượu đầy

Về làm chi về làm chi hỡi
Ngươi phương mù áo rách tang thương
Ta nghe ngươi hát lời vinh Thánh
Mà buồn hơn khúc hát đoạn trường
Ta thấy ngươi ngồi ôm tượng Chúa
Mà như ôm cả thế gian buồn

Thôi về làm chi về làm chi
Ngươi và ta hai kẻ sau cùng
Cứ đi cho hết vòng luân chuyển
Mà ngắm nhân gian đã loạn cuồng
Trái tim người chứa toàn sâu bọ
Rắn rít trườn lên cuôn chặt hồn

Ta đi có lẽ không về nữa
Gặp ngươi nơi góc biển chân trời
Tình như phù vân không hò hẹn
Lòng như sương khói chẳng buồn vui
Ta chỉ thương ngươi còn vọng tưởng
Một trần gian quá đỗi ngậm ngùi
Ta chỉ thương ta còn ngất ngưỡng
Đi- về hai nẻo vẫn chưa nguôi.

Đợi chờ đến cuối cuộc tang thương

1.
Ta về ghé lại gian nhà cũ
Ngõ vắng, dây bìm chen lối vào
Nền gạch xám khô, tường mốc thẫm
Cây khế tàn bông rụng đớn đau

Cánh cửa mười năm còn để mở
Đìu hiu như mỏi cuộc mong chờ
Ta bước ngại ngần, xiêu bóng đổ
Run run thềm tối nhện giăng mờ

Con mực ốm già không nhớ nổi
Gầm gừ chẳng tỏ dấu thân quen
Ta gẫm đời ta chừng bao tuổi
Mịt mù như đã mấy trăm năm

Ta gọi mà không thành tiếng gọi
Lời ta chìm nghẹn ở trong lòng
(Ai cướp đới ta cả tiếng nói)
Ta về đây vườn trống nhà không

Ta vuốt ve từng ngọn cỏ khô
Từng viên sỏi vụn tự bao giờ
Lòng ta cũng cháy theo mùa hạn
Cõi người đã khát những cơn mưa

Lòng ta cũng cháy theo mùa hạn
Đất nẻ sâu hằn những nếp nhăn
Ai vắt khô rồi dòng suối cạn
Và mắt đời khô giọt lệ bầm

Ta về như đứa con lưu lạc
Nửa đời áo rách vá tang thương

Trăm nẻo ngược xuôi không ngỏ thoát
Ta đành như kẻ mất quê hương

Đâu lũ chim sâu mùa nhãn chín
Buồng cau con sẻ ríu ran xưa
Ta nhìn chỉ thấy màu mây bạc
Hiu hắt đùn quanh ngọn núi mờ

Muốn hỏi mà nghe lòng se quặn
Bạn bè, thân quyến , vợ con đâu?
Cơn gió độc nào xô đuổi tới
Trăm năm đành lạc mất đời nhau

Ta về như lá khô vừa rụng
Thương nhớ màu xanh buổi thiếu thời
Ai ném đời ta qua biển sóng
Máu xương nào cũng máu xương thôi

Em giạt về đâu? Cơn bão dữ
Có biết ta rã cuộc kiếm tìm
Ai đã biến ta thành kẻ lạ
Giữa trái tim người rỉ máu đen

Ta về như cánh chim bay lạc
Đậu xuống vườn xưa lạnh tiếng kêu
Ai bắt đời chim quên giọng hót
Lời chim rịn máu đỏ mây chiều

Về nghe con dế nằm trong cỏ
Một tối khuya nào gáy dưới sương
Giờ đây tiếng dế chìm quên lãng
Ta lạc vào trong cõi nhiễu nhương

Thôi chẳng còn gì, xin gửi lại
Ta như con vượn lẻ đầu non
Gửi xuống trần gian cơn hú dại

Tiếng đau vang lạnh cuối phương ngàn

Thôi chẳng còn gì, xin gửi lại
Ta tật nguyền đến cả niềm tin
Ta về như đất về trong đất
Còn, mất xoay vòng luật biến thiên

Em có còn bên trời sương khói
Một đêm nào lòng chạnh xót xa
Hãy thắp giùm ta đôi giọt lệ
Gọi là đền đáp nghĩa tình xưa

Gọi là đã trót chìm dâu bể
Thì sá gì năm hạn tháng mưa
Ào ào loạn gió oan khiên tới
Thổi tắt trần gian ngọn nến mờ

Thôi hãy vì nhau mà giữ lại
Chút tàn tro: bí tích nhiệm màu
Một mai dựng lại thiên đường mới
Trời đất muôn loài thương mến nhau

Một mai dựng lại thiên đường mới
Em trồng hoa trên mỗi lối về
Ta dẫu đui mù, thân phế tật
Ôm ghì thiên hạ trong hai tay

Thôi hãy vì nhau xin gắng đợi
Giờ phục sinh. Đợi giờ phục sinh!
Ngày mai Chúa sẽ từ trong đất
Về trần gian rao giảng hòa bình

Em thắp giùm ta nghìn ngọn nến
Ta ngồi vẽ lại giấc mơ xưa
Em rót giùm ta nghìn cốc rượu
Uống vì thiên hạ buổi can qua

Thôi hãy vì nhau xin gắng đợi
Dù đời ta cuối bải đầu ghềnh
Sẽ có ngày bên gian nhà cũ
Ta ngồi kể chuyện dưới sao đêm

Em hát mừng qua cơn mộng dữ
Áo tình một sớm tỏa hương xuân
Ta rước em về gian nhà cũ
Trồng lại vườn rau, chăm khóm hồng

Ta sẽ khai mương thông lạch mới
Con cá reo mừng vẫy sóng xao
Rừng núi hồi sinh đêm vũ hội
Tạ đất trời thoát cuộc binh đao

Ong bướm xôn xao mừng lễ cưới
Chúc phúc ta nên đời vợ chồng
Ta hôn lên mắt ngời khát vọng
Quên chuyện mười năm cũ nát lòng

Đôi chim mùa trước về xây tổ
Trên đọt cau già mới trổ hoa
Ta trải lòng ta lên cỏ mượt
Em hiền nhung lụa giấc mơ ta

Ta sẽ gom thâu từng vỏ đạn
Từng mảnh bom cuối rạch đầu ngòi
Từng mảnh xương người, manh vải mục
Từng dòng uất nghẹn cháy khôn nguôi

Ấy thế mà khi ta trở về
Vườn xưa quạnh quẻ, xác mai gầy
Cúi hôn mặt đất còn đau buốt
Ngọn gió oan hờn thổi sắt se

Bóng ta đổ xuống bên hiên vắng
Như bóng ma về khóc đớn đau
Thôi hãy vì nhau mà gắng đợi
Một ngày thăm thẳm của mai sai

Rồi cõi lòng em sẽ bừng nở
Một màu hoa rất đỗi dị thường
Cánh cửa đời ta còn để mở
Đợi chờ đến cuối cuộc tang thương.

2.
Ta về tay níu hoài khung cửa
Gọi xót xa từng nỗi nhớ quên
Gọi những lòng đi không trở lại
Gọi những tình xanh đã úa vàng

Ta về tay níu niềm hoang phế
Thương vách tường rêu lạnh nỗi niềm
Hỡi em nhan sắc chìm dâu bể
Hỡi ta nghìn dặm những lênh đênh

Ta về tay níu lòng hư ảo
Hụt giữa bờ đau giấc mộng người
Hụt giữa trăm năm mùa trăng vỡ
Hụt giữa đời nhau quá ngậm ngùi

Ta về tay níu nhành lan úa
Thương tóc đêm rằm lộng phấn hương
Chừ biết tìm đâu hồn nhung lụa
Một thuở tình mây áo nguyệt vàng

Ta về? Ta níu ta! Một bóng
Nghe gió oan khiên thổi buốt lòng
Đời nhau? Còn chỉ từng con sóng
Vỗ mãi về đâu những tiếc thương!

Bài cuồng ca buồn bã

(Tặng Trần Hoài Thư, Phạm Văn Nhàn,
Phạm Cao Hoàng, Phan Xuân Sinh)

Cái muỗi sao mày vo ve mãi
Máu ta đây còn giọt cuối cùng
Cứ giả đui mù cho khỏi thấy
Xương thịt ta thôi cũng cam lòng

Đất nẻ gió khô mùa hạ cháy
Bò trâu gặm đá trọc đồi trơ
Ta nuốt tình em cho quên đói
Dòng lệ khô bầm đôi mắt thơ

Thôi giận ta chi: mơ đại cuộc
Thánh nhân lạc buổi nhiễu nhương này
Rát mặt mài gươm cơn gió thốc
Giáo gươm còn sao cụt chân tay

Thôi giận ta chi chiều đã tận
Chờ nhau dẫu bỏ xác quê người
Sách vở bùng lên nguồn lửa hận
Tro tàn bay mù mịt đất trời

Thôi giận ta chi cơn bão sử
Vận hạn đến hồi chung cuộc đây
Nơi đâu cũng nực mùi xú uế
Hãy cướp luôn đi giọt máu này

Dẫu chẳng cam làm tên thất chí
Đêm dài đối mặt với tiền nhân
Sấm kinh đã hết hồi linh ứng
Đất trời đầy một lũ vô luân

Có kẻ ngang qua thành quách cũ
Một màu hoang phế lạnh căm căm
Chẳng có nhang trầm xin xá tội
Đốt cành khô nhận chút thành tâm

Có kẻ lạc xiêu dăm buổi chợ
Cuồng ngâm nỗi xót nhục suy tàn
Nghe trái tim còn thoi thóp đập
Như lời đòi đoạn của trăm năm

Có kẻ đêm nay làm khách trọ
Huỳnh Dương ơi hỡi đất Huỳnh Dương
Ngửa mặt nhìn mông mông trời rộng
Ôi cố hương nào qui cố hương

Có kẻ đi quanh mồ tử sĩ
Đọc thấy tên mình trên mộ bia
Hỡi ơi những mất còn dâu biển
Chẳng lẽ đời ta lạc chốn này

Có kẻ giải buồn dăm chén rượu
Ta nay một giọt đã đắng lòng
Người xưa "tam bôi thông đại đạo"
Mời nhau rượu đục tấm lòng trong

Có kẻ bỏ làng lên núi thẳm
Khát uống nước suối đói rau rừng
Ta bỏ đời ta không chỗ trú
Không còn một dúm đất dung thân

Có kẻ nghêu ngao ngoài góc phố
Khóc cười bất chợt, hỏi vì đâu
Ta bỗng dưng thành người thất thổ
Ngó lại đồi xưa mây bạc đầu

Có kẻ đêm ngày che kín mắt
Sợ nhìn rõ mặt đứa vô lương
Ta muốn giam mình trong tịch cốc
Dối lòng chẳng bận gió muôn phương

Ma quỉ lộng hành đền miếu đổ
Thánh thần xiêu lạc bãi gò hoang
Có kẻ đêm nay buồn dưới mộ
Đau từng giọt máu từng đốt xương

Đêm nay qua bến quạnh sông mù
Lòng chạnh soi tình trăng hổ ngươi
Nhớ ai ta nhớ từng sợi tóc
Yêu người không giải nổi niềm đau

Đêm nay phơi áo bên ghềnh đá
Nằm gối lên sương lạnh buốt lòng
Có kẻ muôn đời như khách lạ
Hoàng hạc bay rồi vô cố nhân

Năm tháng đã đành năm tháng cũ
Nỗi sầu này giống nỗi sầu xưa?
Sương khói ngàn năm đau xé ruột
Đâu mái nhà xưa để nhớ nhà?

Thất tán mười phương trôi lạc chợ
Sống chẳng ra ma chẳng giống người
Chẳng giống thì thôi thì đành vậy
Sao còn chua xót mãi không nguôi

Có kẻ vô tình nhen bếp lửa
Tưởng chừng thiên hạ thức đêm nay
Tưởng chừng khi cùng đường mạt vận
Còn chút lòng nhau ở chốn này

Sống cũng thêm dăm ba tuổi nữa
Chết thì dăm tuổi có hề chi
Chỉ sợ lòng ta không đủ chứa
Nỗi đau trùm xuống thế gian này

Chỉ sợ lòng ta em chẳng rõ
Chút tình cố cựu chết bên sông
Ngồi tựa chân cầu con nước vỗ
Vào mạn đời ta buổi mịt mùng

Hỡi kẻ đã từng mang gươm báu
Uống hộ chiều nay chén rượu này
Dẫu phải qua sông không trở lại
Ngửa mặt nhìn trời mây trắng bay.

LÊ VĨNH THỌ

Dùng tên thật Lê Vĩnh Thọ, sinh năm 1942, tại Bắc Việt, trưởng thành tại Sài Gòn. Tốt nghiệp đại học Sư Phạm Sài Gòn, dạy tại các trường trung học Trịnh Hoài Đức Bình Dương. Cựu Sĩ quan Việt Nam Cộng Hòa (khóa 26 Thủ Đức), Trong ban biên tập tạp chí *Văn Học* tại Sài Gòn trước 1975.

Hiện cư ngụ tại Bình Dương.

Bài có trên một số trang web tại hải ngoại. Đặc biệt có ba thi phẩm đang phổ biến trên Vuông Chiếu LH từ nhiều năm nay: Thơ Tình Viết Chơi, Cõi Nhân Gian, Ngụy Tử Loạn Ngữ (những thi phẩm này không qua được kiểm duyệt - có thể đọc tại luanhoan.net)

Tác phẩm đã xuất bản:
- *Hòa Bình Ơi Hãy Đến* (cùng Luân Hoán, Phạm Thế Mỹ),
- *Lục Bát Ca* (cùng Luân Hoán, Vĩnh Điện),
- *Nhịp Buồn Sáu Tám* (cùng Luân Hoán),

Huế

Có sông Hương núi Ngự
Có Huế ở trên em
Tôi muốn biết đủ thứ
Cho đỡ nhớ đỡ thèm
Thành nội hãy mở cửa
Đón tôi vào thử xem
Những ngai vàng nham nhở
Giữa đất trời nhá nhem
Em không là sen nở
Giữa ao tù bùn đen
Tôi chán làm lịch sử
Và chán ngự trên em.

Tìm người trong thơ

Em từ lục bát bước ra
Thì không có nghĩa em là nàng thơ
Khó tin tố nữ bất ngờ
Từ trong tranh bỗng sờ sờ hiện ra
Tôi vào lục bát xót xa
Không em chẳng lẽ thi ca nghèo nàn
Muôn đời tìm khắp nhân gian
Mà không gặp được một nàng như thơ
Xưa nay lục bát vật vờ
Như chăn gối lạnh thẫn thờ đợi em.

Lục bát và em

Em từ lục bát bước ra
Không em lục bát may ra đổi đời
Mẹ đi vắng trẻ rong chơi
Có em lục bát chẳng vơi nỗi buồn
Bước ra mà bước ra luôn
Biết đâu lục bát lớn khôn nên người
Có em dù có bạn đời
Em vào lục bát tôi rời xa thơ
Dù em người đẹp trong mơ
Em vào lục bát tôi ra bụi đời.

Ca dao

Em từ lục bát bước ra
Ngày xưa ai đã lân la bước vào
Thơ thơm hoa bưởi hoa cau
Tầm xuân nay đã lọt vào tay ai
Câu thơ lục bát ngắn dài
Vấn vương như sợi tóc mai ngày nào
Vắng em lục bát xanh xao
Hay xa em sẽ hồng hào hơn xưa.

Nguyễn Du và tôi

Rằng từ điên đảo cõi trần
Nhân gian là cõi gian nhân hoành hành
Đoạn trường vạn kiếp tân thanh
Tang thương không tiếng không hình càng đau

Trăm năm bao cuộc bể dâu
Ai đem máu lệ đổi màu nước non
Đầu trâu mặt ngựa nhơn nhơn
Dẫu lem bạch diện chẳng sờn đan tâm

Khó gì bắt phải phong trần
Ai cho ai cướp được phần thanh cao
Rằng đang trong cuộc bể dâu
Rộn ràng tiếng thú xôn xao tiếng thù

Ta còn lục bát Nguyễn Du
Một đời vang vọng tiếng ru muôn đời
Ta còn bóng dáng tuyệt vời
Bóng ta thì cũng bóng người tiền thân

Rằng tài mệnh bất tương thân
Cứ suy vận mệnh đoán phần tài hoa
Kẻ gây muôn sự - người ta
Cũng đừng gán trách trời xa trời gần

Không trời – ta cũng phong trần
Có người – ta phải muôn phần truân chiên
Cõi người chung đụng đảo điên
Cõi ta vô thượng cõi riêng vô hình

Tài có hoa tài có tình
Phải chăng tai họa do mình gây ra
Tài không tình tài không hoa
Thì tai họa đến do ta hay trời

Không trời – đổ lỗi cho ai
Trời đui câm điếc dối người dễ tin
Bởi người tâm địa đảo điên
Tài hoa – tai họa gắn liền hại nhân

Làm người có thế có thân
Ai thay ta sống chết phần đời ta
Nhận kèm tai họa – tài hoa
Chết non thất thế sống già vong thân

Thân dù đày đọa phong trần
Thanh cao vẫn giữ trọn phần sắt son
Cô thân cô thế cô hồn
Còn hơn sống chết một tuồng như nhau

Cần gì gây cuộc bể dâu
Một ngày đủ hứng trọn sầu trăm năm
Không trời – không có thiên đàng
Không người - địa ngục trần gian bất thành

Tình nào ấm giữa vô tình
Tâm nào vẫn giữa vô minh rạng ngời
Hồng trần bão táp khôn nguôi
Giày vò đất nước dập vùi non sông

Tang thương đến cả cõi lòng
Hồn người ô nhiễm bụi hồng xâm lăng
Dù cho bão lụt hằng năm
Thiên tai đâu khủng khiếp bằng nhân tai

Dời sao đổi vật đợi ngày
Khỏi ai định đoạt an bài đời ta
Sống là sống những bất ngờ
Một ngày đã lợm sống thừa trăm năm.

Nghệ thuật và nhân sinh

Người lắng nghe chim hót
Chim chẳng hót vì ai
Người ngắm hoa tươi tốt
Hoa chẳng nở vì người.

Chọn mặt gởi tình
(Tặng Đặng Châu Long)

Tình bạn như đôi lứa
Cũng duyên nợ ba sinh
Chép thơ như chép sử
Gửi thơ như gửi tình.

Tiếc nuối

Hôm nay ngồi tiếc hôm qua
Hôm qua ngồi tiếc, xót xa hôm nào
Ngày mai ngồi tiếc hôm nao
Hồng hào địa ngục xanh xao thiên đàng.

Tấm lòng không thể là vàng
(Tặng Phan Nhật Nam)

Nửa đêm bạn đến mượn tiền
Tiếc rằng chỉ có trái tim cũ càng
Có lòng dù chẳng có vàng
Ngàn vàng dù chẳng sánh ngang tấm lòng
Không buồn tay trắng long đong
Buồn vì để bạn tay không ra về
Tôi thì nặng nợ thê nhi
Bạn như chim ngóng chờ khi sổ lồng
Không vàng không bạc không đồng
Có tim chưa đủ làm chồng làm cha
Tiệm cầm đồ cũng chẳng ưa
Trái tim là một đồ thừa vô duyên
Bạn về tôi ngủ không yên
Phải chi ta biết làm tiền giúp nhau.

Giật mình

Vẫn buồn những lúc tưởng vui
Vẫn cười những lúc ngậm ngùi xót xa
Giật mình đời đã xế tà
Đâu ngờ mình đã sống thừa quá dai.

Nói với chiếc Honda cũ của tôi

Phần tao ba bốn lít bia
Còn thừa một lít xăng kia cho mầy
Xăng thì thành khói thành mây
Bia thành nước tưới cỏ cây ven đường
Thân mầy đầy những vết thương
Tim tao là cõi đoạn trường xưa nay
Lỡ sinh và sống ở đây
Thì tiêu cho hết đời mầy ngựa ơi
Bugi còn lửa còn chơi
Động cơ dù tắt tiếng cười còn vang.

Lê Vĩnh Thọ

NGUYÊN CẨN

Tên thật: Phạm Văn Nga
Sinh: 1956 tại Sài Gòn
Tốt nghiệp Đại Học Sư Phạm
Tiến sĩ Quản trị kinh doanh (D.B.A)
Giảng viên trường Đại học Khoa học xã hội & Nhân văn ,
Đại học Văn Lang…

Đã viết:
- *Tiếng Anh trong hoạt động kinh doanh* (viết chung với Phạm Đình Phương, Lê văn Thài) - TB Kinh tế Sài Gòn. NXB TPHCM -1998
- *Consumers in Vietnam: Service Quality, Satisfaction and Loyalty to Convenience Stores, Apollos Unversity 2011* (Florida-USA)
- *Cẩm nang người làm công tác xuất nhập khẩu.* NXB Hồng Đức -2014

* Dịch (cùng Phạm Hồng Đức):
- *Bộ sách của tác giả Tim Hindle* - NXB Mac Graw Hill gồm
- Quản lý con người - NXB Tổng hợp TPHCM -2004-2006
- Quản lý nhóm - – NXB Tổng Hợp TPHCM (2004)
- Kỹ năng phỏng vấn
- Viết CV hiệu quả
- Kỹ năng thuyết trình

- *Lãnh đạo khi dầu sôi lửa bỏng* - Danny Cox và John Hoover
- *Cẩm nang dành cho người bán hàng thành công* - Helmut W. Horchler
- *Cẩm nang dành cho nhà quản lý theo phong cách mới* - Linda Richardson
- *Phong cách Jack Welch* – Jeffrey A Krames
- *Bài học thành công của Singapore* – Henri Ghesquiere (2008)
- *Hãy giúp tôi* – Helmut W. Horchler (2008)
- *Ứng xử với người khó chịu* –Jennifer Retondo (2008)
- *Bài học Lombardi* – Jeffrey Krames (2008)
….

Tác phẩm đã xuất bản:
- *Gửi Lại Đôi Dòng* - Nxb Văn Nghệ, 2002
- *Bụi Phấn Một Đời* - Viết chung với Nghiêm Dũng, Nxb Đà Nẵng, 2003
- *Cuối Đường Mây Trắng*, Nxb Thanh Niên, 2004
- *Gánh Tình Qua Sông*, NxbThanh Niên, 2005
- *Nhìn Sâu Trong Mắt*, Nxb Thanh Niên, 2006
- *Viết Từ Buồng Phổi Trắng*, Nxb Thanh Niên, 2007
- *Ngồi Đợi Gió Sang Canh*, Nxb Văn Nghệ, 2009
- *Sầu Rụng Thành Hoa*, Nxb Văn Nghệ, 2011
- *Café Không Đường*, T.1 - Nxb Thanh Niên, 2012
- *Bóng Chữ Trước Đèn*, Nxb Thanh Niên, 2013
- *Café Không Đường*, T.2 - Nxb Thanh Niên, 2014
- *Đối Thoại Với Hư Không*, Nxb Thanh Niên, 2014
- *Khung Trời Hội Cũ*, Nxb Hội Nhà Văn, 2015

Nghĩ về em…

Em như ngọn lửa hồng
Thắp tình anh đêm tối
Em như một nhánh sông
Qua lòng anh tắm gội

Em như con suối trong
Soi đời anh dưới đáy
Cho mát ngày long đong
Em dịu dàng biết mấy

Em như là bóng mây
Che chiều anh khô cháy
Em như con nước đầy
Xô bờ anh thức dậy

Em như là cánh tay
Cho buồn anh ngả bóng
Chất chập chùng mê say
Thả theo em vào mộng

Em như là hôm nay
Gần bên nhau một bận
Dẫu chỉ là một ngày
Quên đi nghìn lận đận.

Thắp một dòng sông

Thắp đèn cho sáng phố
Thắp đêm cho sáng lòng
Mùa thu ngoài cửa sổ
Đời toan về, chửa xong

Thắp chiều cho ấm núi
Thắp tình cho ấm môi
Bao nhiêu năm lụi đụi
Bên nhau, mình vẫn ngồi

Thắp đèo cho suối chảy
Thắp đê cho sông tuôn
Ngày vui còn lại mấy
Thu qua, em có buồn

Thắp hồng vuông cỏ nắng
Thắp xanh lá vườn tôi
Sợ mai vườn sẽ vắng
Tiếng lá rụng sau đồi

Thắp vàng mai buổi sớm
Thắp tím pensée chiều
Nghe gió đông vừa chớm
Tóc xưa đã bạc nhiều

Thắp gì cho hạnh phúc
Thắp gì cho mai sau
Thân rồi như củi mục
Trăng biết còn nguyên màu*

Thắp gì em, đêm cạn
Thắp gì tôi, tàn đông
Bốn nùa trôi vô tận
Lai sinh lòng hẹn lòng

Thắp lửa cho dòng sông
Thắp bình minh cho nước
Để thấy mình sau trước
Là nước chẳng là sông.

Đi qua

Qua lòng thương một nhánh sông
Qua sông hiểu một mảnh lòng thuỷ chung
Qua đêm thấy cõi vô cùng
Qua vô cùng thấy muôn trùng biển dâu

Tiệc tàn trơ một nỗi đau
Vết thương khép miệng nghe sầu dưới da
Qua tình nhớ một nụ hoa
Vỡ trong tim tự ngày ta yêu người

Qua tim nhớ một nụ cười
Qua môi cười thấy hoa rơi xuống đời
Qua đời thương chỗ xưa ngồi
Có cây xanh lá xanh trời viễn mơ

Qua mơ viết lại bài thơ
Qua thơ thị hiện bến bờ hoá sinh
Qua ta lại thấy qua mình
Thể thân gom lại một hình bóng thôi

Qua em tôi bắt gặp tôi
Loay hoay giữ giọt nước trôi dưới cầu
Qua cầu đếm nhịp đo sầu
Về đâu thuyền hỡi giang đầu ngóng trông

Qua lòng thương một nhánh sông…

Và rượu đỏ lại về…

"Và rượu đỏ lại về trong cốc nhỏ"*
và ngọn gió tạt về trong nỗi nhớ
một hôm nào hơi thở vẫn còn rung
khi đôi chân bước tới cõi vô cùng
chạm địa ngục mới hay đời chửa khép
và chân lại xỏ nhầm vào đôi dép
để lên đường tìm mãi một ngày vui
đếm bao nhiêu con phố nhỏ ngậm ngùi
chào khách lạ một thời xuân sắc dại
và rượu thấm lại mềm môi ngọt lại
mà vị đời đắng ngắt một hôm nao
vật chiều ra nghiêng nón vẫy tay chào
rượu vẫn đỏ đổ vào trong cốc nhỏ
mà dậy lòng cả một đại dương xanh
đi thôi em
ngày tháng quá mong manh.

(*) theo ý một câu thơ của Omar Khayyam

Lang thang hành

Thuyền tách bến rồi con nước cạn,
Ta đi bạn ở biết về đâu?
Cuối trời dáo dác mây di tản,
Nháo nhác tìm mồi chim gọi nhau,
Gõ nhịp chòng chành trên sóng hát
Ao ai thắm lệ bến giang đầu?
Vua xưa nước mất chiều phiêu bạt,
Ném kiếm buồn vào đáy nước sâu,
Ngất ngưởng hồn say tay chém mạn,
Khắc dấu gươm chìm hẹn kiếp sau,
Dẫu có qua muôn trùng hoạn nạn,
Ngóng về quê dõi bóng nghìn dâu,
Rủi mai viễn khách còn quay lại,
Bến sông mông quạnh lạnh phong lầu,
Nào biết tìm ai mà lẩn quẩn,
Tráng sĩ hề! Rượu tưới tình đau,
"Thế sự thăng trầm quân mạc vấn,"
Nhìn ánh trăng tan đã úa màu
Rồi hứa về thăm con đò cũ,
Mò gươm dựng lại nước non sau,
Sự khứ anh hùng đành nuốt hận,*
Thời lai đồ điếu dựng cờ lau,
Lại cỡi thuyền nan mà vượt lũ,
Tìm dấu gươm trên sóng bạc đầu,
Thôi nhé, lên đường vai bị gậy!
Thao thao nghiệp lớn, rượu tràn râu,
Sẽ thấy sông dài ra biển rộng,
Người đi rồi - tạnh nhé mưa mau!
Non sông đang ngủ, người đang mộng,
"Yên ba giang thượng sử nhân sầu?"
Hãy cứ đi dù chẳng đến đâu…

Độc ẩm ca

chuếnh choáng chiều đi đêm chửa tới
ngày không gì mới vẫn rong chơi
người ngóng tin vui nên cứ đợi
chén rượu hâm tình không dễ vơi
rượu uống mềm môi đừng nghĩ ngợi
mặc xác tương lai mặc xác đời
chân mỏi đường còn xa dịu vợi
thuyền nan sao chở đạo ra khơi
cuộc thế phân vân mùa nước nổi
phận người phiêu dạt cánh hoa rơi
vằng vặc lòng phô ra sáng tối
sục nét trăng thanh mót nụ cười
vục xuống sông trong mà tắm gội
tâm lại bừng khai mở giữa trời
hồn nhiên như trẻ thơ vô tội
treo ấn công hầu rũ áo phơi
hai chân đứng thẳng không mòn gối
đường rộng thênh thênh lối cỏ hồi
xưa đi tám hướng xa nguồn cội
nay một hướng về giữa cuộc chơi
nào có gì đâu mà bối rối
mất còn trong một sát na thôi
trò vui quần chúng đời như hội
ai hiểu u sầu trên khoé môi
về đi chuếnh choáng chiều đang vội
cạn nhé ly này, tôi với tôi…

Nói chuyện với tàn canh

Ngồi nói chuyện với tàn canh một mình nghe gió tạt
những nỗi buồn như hạt thóc đơm sôi
vành môi khô không nhớ tiếng người
thậm chí tiếng thở dài cũng đeo mặt nạ
người hót tiếng thì thầm mùa xuân không đợi
dưới trầm tích niềm vui sao nghe lạnh một tiếng cười
con dế nhỏ khóc vùi đêm nguyệt tận
trang nghiêm đảnh lễ dưới mưa ngàn
đàn run run những ngón tay chạm vào nỗi nhớ
rưng rưng phím chùng nghèn nghẹn hơi rung
Ngồi nói với tàn canh chuyện ngày xưa ngày xửa
chửa biết cuộc đời xanh đỏ trắng đen
ngày kẻ sĩ không biết đớn hèn
và hàng cây không biết cúi đầu trước gió
tuổi nhỏ đi hoang vào dãy phố lá me đầy
để nghe rụng trái sầu phai dưới nắng
sân trường im vắng - không tiếng trẻ học bài
mà tiếng trống chôn vùi trong lồng ngực
bứt rứt mệt nhoài như con sâu trườn qua phiến lá
nghe xương mòn trên những tháng năm trôi

Ngồi nói với tàn canh ai kể chuyện chúng mình
nghe rơi tõm vào hư vô xanh biếc
hun hút tâm hồn heo hắt sương thu
chúng ta đi qua cõi thế tuyệt mù
mắt mở hay nhắm nghiền bước tới
dù thế nào thì cũng sẽ xa nhau
thôi chào nhé tàn canh mai sớm quên mình
trên chiếc xe tang về cuối phố
ngả mũ cúi chào cuộc đời thăm thẳm bình minh
một tiếng kinh sớm mai đánh thức mặt trời
không còn tôi ở đó
mà chỉ còn cơn gió
tạt suốt nghìn năm
người đứng hay nằm nghiêng nằm ngửa
dẫu buổi chiều khép cửa
vẫn nghe tiếng gió lúc tàn canh
vắng tanh rồi - cánh lá đã bay xa...

NGUYÊN MINH

Nguyên Minh tên thật: Nguyễn Chí Minh. Sinh năm 1941 tại Phan Rang, Ninh Thuận
Chánh quán: Thừa Thiên – Huế
Viết văn từ năm 1957
Trong nhóm chủ trương *Ý Thức* và tổng thư ký tòa soạn Bán nguyệt san *Ý Thức* (Sài Gòn, 1970).
Giám đốc nhà xuất bản Ý Thức, Tiếng Việt, Sài Gòn (1970-1975)
Sau 1975, ngưng viết cho đến năm 2000.
Chủ biên tập san *Quán Văn* từ năm 2013 - kết nối hầu hết nhưng người cầm bút ở trong nước cũng như ở hải ngoại cùng một mục đích làm văn chương mang đầy tính Nhân Văn.
Hiện sống ở Sài Gòn.

Tác phẩm đã xuất bản:
- *Đám Tang Đa Đa* (truyện vừa; NXB Ýthức, Sài Gòn, 1971)
- *Căn Nhà Hoang* (tập truyện ngắn; Ý Thức, Sài Gòn, 1975)
- *Tưởng Chừng Đã Quên* (NXB Thư Ấn Quán, Hoa Kỳ, 2005; NXB Thanh Niên, Việt Nam, 2007)
- *Ngôi Nhà Số 11* (Thư Ấn Quán, Hoa Kỳ, 2009; NXB Thanh Niên, Việt Nam, 2009)
- *Màu Tím Hoa Mua* (NXB Thanh Niên, Việt Nam, 2015)
- *Như Khói Như Sương* (tản văn; NXB Hội Nhà Văn, 2017)
- *Dòng Sông Trong Trí Nhớ* (tản văn; NXB Hội Nhà Văn, 2019)

Mây trôi

1.

Một buổi chiều tà, Hữu và tôi ngồi trước sân nhà, nhìn những lá me tây vàng rơi rụng xuống mặt đường nhựa, nhẹ nhàng, lả lướt, cuối cùng nằm lưa thưa đâu đó, hai đứa tôi uống cà phê Hữu tự pha, hút điếu thuốc phà khói lên không, những vòng khói tròn nhỏ rồi lan rộng, mong manh và biến mất. Tiếp tục những vòng khói khác. Tiếp mãi. Tiếp mãi. Thèm nghe một giọng hát cao vút và lả lướt. Tôi vội lên gác mang xuống chiếc máy quay đĩa cho chạy những bản nhạc của Ban Thăng Long và Thái Thanh. Âm thanh khe khẽ vừa đủ nghe. Hai đứa bạn thân từ hồi còn học ở Huế, cùng ham mê văn chương chữ nghĩa, cùng ở một nhóm văn nghệ. Cùng học một trường Sư phạm Qui Nhơn, ra trường nhận nhiệm sở cùng một tỉnh. Đúng vào nơi tôi đã sinh ra, lớn lên đến 17 tuổi tôi mới rời xa, về Huế – quê nội của tôi – tiếp tục học Trung học đệ Nhị cấp. Khi nhìn lên bảng phân bổ các giáo viên của nhà trường có kẻ vui người buồn. Vui vì được trở về dạy học tại quê hương mình. Buồn vì bị đến một tỉnh thành thật xa lạ. Có những nơi chiến tranh rình mò chết chóc. Cầm sự vụ lệnh trong tay, cứ xem mãi tên tỉnh lỵ mình sẽ làm việc. Một tỉnh lỵ nhỏ nhất của miền Nam. Trở về lại nơi tôi đã bỏ đi. Trở lại căn nhà tôi đã từng sống với cha mẹ, anh em. Mẹ tôi đã mất khi tôi còn học ở Huế. Anh Phú bỏ nhà ra đi vào chiến khu. Ngân, em gái tôi theo chồng làm việc ở Nha Trang. Chị Mai lấy chồng sĩ quan ở Huế. Nói tóm lại căn nhà cũ chỉ còn ba tôi sau bao nhiêu lần tù tội, bị trục xuất về Huế, trở về sống với những ngày tàn bệnh hoạn. Chỉ còn chị Hồng, từ nhỏ đến lớn chẳng bỏ đi đâu, vẫn ở đấy, trong căn phòng nhỏ đầy kỷ niệm của mẹ tôi. Chị làm việc ở toà hành chánh tỉnh. Tuổi thanh xuân của chị buồn tẻ bên cạnh người cha bệnh hoạn khó tính. Khi chị thấy tôi xách va ly trở về chị vui hẳn lên. Ít ra cũng có người thân chia sẻ với chị những nỗi niềm buồn phiền do ba tôi gây nên hàng ngày. Để có một chỗ ở thoải mái, độc lập, tôi cất ở nhà sau một căn gác nhỏ. Giang sơn của tôi. Ba tôi chỉ chống gậy để bước từng bước một, cùng lắm chỉ vào phòng chị Hồng mà thôi. Ông chỉ đứng dưới cầu thang mà gọi tôi khi có việc cần. Ba tôi không bước lên nổi để nhìn cách trang trí cũng như sắp xếp chỗ ngủ, bàn làm việc của tôi. Ít nhất tôi cũng có một khoảng riêng để thở, để suy nghĩ, và để yêu. Ba tôi đã chết đi trong cơn đau dằn xé rách nát hai buồng phổi, mới đó cũng qua 49 ngày. Mối tình của tôi và T. cũng vừa tan vỡ. Nỗi đau chưa kịp lành vết.

Hữu bỗng nhiên gợi ý:

- Sao bọn mình không lập một quán cà phê cho vui!.

Tôi tán thành ngay. Địa điểm là nhà tôi. Ngôi nhà rộng rãi tọa lạc trên một con đường ngắn, hai bên toàn những cây me tây cổ thụ, vươn lên cao, tỏa cành lá xum xuê, đâu ngọn lại, những ánh sáng buổi trưa xuyên qua kẽ hở của cành lá, chiếu xuống mặt đường nhựa bóng láng những đốm sáng như bóng lá vàng nhỏ li ti nằm rải rác. Con đường vắng người qua lại. Con đường này chỉ dành cho những cặp tình nhân dạo bộ. Con đường dẫn tôi hằng đêm ngang qua ngôi chùa T. đã từng sống trong đó. Bây giờ chúng tôi sẽ mở một quán cà phê văn nghệ.

Quán lập ra do bốn người. Thành, Hữu, tôi và chị Hồng. Mở cửa từ 6 giờ chiều đến 10 giờ đêm. Quán được đặt tên: TAO NHÂN. Chị Hồng phụ trách dưới bếp. Hữu chuyên pha cà phê.. Tôi phụ trách về âm nhạc cho quán. Ngoài ra, cả ba chúng tôi đều là những chiêu đãi viên .

Từ lúc Hữu đề nghị mở quán đến ngày khai trương chỉ trong vòng một tuần lễ. Trước hết chị em tôi thắp nhang xin ba tôi cho dọn bàn thờ xuống gian nhà sau, đập bức vách ngăn giữa phòng khách và phòng ba tôi, nối tiếp nhau thành một gian nhà rộng rãi. Bốn vách tường được quét vôi lấp đi vết tích hoen ố của thời gian. Quét lên vài lớp vôi màu hồng như làm mới lại cuộc sống. Những bản sao tranh của Van Gogh, Gaughin, được lồng vào khung kính treo rải rác quanh tường. Chị Hồng ngắm nghía gật đầu, lưỡng lự giây lát mới thốt lên:

- Giá treo thêm *Rừng thu,* không khí quán ấm cúng, tình tư hơn.

Tôi phản ứng như bị điện giật:

- Vừa thôi chứ! Một chút riêng tôi còn phải giữ.

Đó không phải bức tranh, một tấm ảnh màu nghệ thuật của một nhiếp ảnh gia nước ngoài được in trang phụ bản báo Time. Tôi lồng vào kính treo trên tường đối diện với chiếc bàn làm việc. "Rừng thu", tên T. đặt. Nhìn tấm ảnh nhiều lần tôi cứ ngỡ tấm ảnh tôi và T. chụp trong khu rừng mùa thu. Bức ảnh chụp một chàng thanh niên đứng thẳng người dựa vào một thân cây vươn cao và một người con gái mặc váy gục đầu vào vai chàng. Đôi mắt người thanh niên nhìn xa vời tận một phương trời nào đó. Dưới chân họ đầy những xác lá vàng, loang lổ. Bức ảnh màu sắc mơ hồ như một bức tranh vẽ.

Trần nhà được thiết kế thêm một trần giả, nền màu xanh thẫm, chung quanh đặt những ngọn đèn, chiếu thẳng vào những bức tranh. Bốn góc trên trần nhà được gắn bốn thùng loa tỏa những âm thanh rải đều khắp quán. Khách ngẩn ngơ không nhận ra âm thanh êm đềm của giọng ca, tiếng đàn phát ra từ đâu. Hữu lo bàn ghế trong quán. Từng cặp ghế đâu lưng vào nhau, cao quá đầu, như những tấm vách ngăn thành từng ô nhỏ, một chút riêng tư cho cả bốn người ngồi.

Cửa vào quán, như cổng tam quan. Một rừng tre. Những thân tre thẳng tắp đã được phết lên dầu bóng để giữ được màu, san sát bên nhau đóng cứng vào vách tường. Trên khung cửa chính những thân tre uống cong lại và đầu cành lại với nhau như một vòm tre ở hai bên đường làng. Phải rồi, tôi nhớ ra hình ảnh của quê Hữu, làng Vân Dương, cách Đập Đá ở Huế không bao xa. Mỗi lần lũ chúng tôi, bạn bè năm bảy đứa cùng học một trường, rủ nhau đến nhà Hữu, để chỉ được đi dưới bóng mát của hai hàng tre mọc hai bên đường làng. Nhìn lên trời chỉ thấy một màu xanh của cành lá đầu lại đương vào nhau, dù chỉ một khoảng ngắn, báo trước sắp đến nhà của Hữu. Nỗi nhớ nhà, nhớ quê hương, Hữu gắn vào đây. Chị Hồng chưa bao giờ bước chân về Huế – quê nội của chúng tôi – chị chưa được cái cảm giác mênh mang đi dưới hàng tre mà làng quê nào ở Huế cũng thường có. Thế mà chị cũng thốt lên được khi chỉ vào "rừng tre" của Hữu:

– Nhìn nó cũng thấy lòng bâng khuâng.

Từ khi chị chỉ là cô gái hai mươi tuổi, trong căn nhà này, không khí lúc nào cũng u ám, buồn phiền. Ngày tám tiếng chị đi làm công chức và tìm nguồn vui ở công sở mặc dù ở đó nhàm chán. Về đến nhà, nhốt mình trong căn phòng ngày trước là của mẹ tôi, như tìm một sự êm ái, hơi hám của mẹ để lại, để lòng chị ấm hơn. Chị đâu biết tâm sự với ai, cho tới ngày tôi trở về. Khi ba tôi chết, tôi muốn căn nhà này là cõi mộng. Chị gọi Hữu:

– Hữu và Thành ra sân sau, mang những chậu hoa hồng nhung, tường vi, hoa sứ, hoa dạ lý hương ra chưng dọc hành lang của quán.

Làm theo ý chị, nhưng lại thắc mắc, hỏi lại:

– Trước khi khách vào quán, nhìn những cánh hoa đẹp, lại thoang thoảng mùi hương, như dẫn khách vào động hoa vàng. Nhưng đặt ở đây, chỉ một đêm sáng mai dậy chẳng còn chậu hoa nào. Nó khiêng mất.

Chị cười:

- Ai bảo thế. Chỉ khiêng ra trước khi quán mở cửa. Và cất lại lúc quán sắp đóng cửa. Chỉ khổ cho các cậu thôi.

Khách đi ngang qua, thấy những hàng chậu hoa chưng hai bên cổng biết giờ quán mở cửa. Đến khuya thấy chúng tôi lục đục khiêng những chậu hoa vào nhà sau, như nhắc chừng đã đến lúc khách phải ra về.

2.

Ngày khai trương và suốt một tuần sau đó, quán không còn chỗ cho khách. Lúc đầu ai cũng đến vì hiếu kỳ. Thời ấy tại thị xã bé nhỏ mà phố xá chỉ là một con đường độc nhất, mọc lên một quán cà phê văn nghệ của chúng tôi là một điều lạ.

Khách đến ban đầu là những đồng nghiệp của bốn người. Sau đó lan rộng như vết dầu loang. Họ là những học sinh Trung học đệ Nhị cấp, những y bác sĩ, những cô giáo, thầy giáo, những viên chức của các công sở. Tất cả đều trẻ thuộc thế hệ chúng tôi, và thường là những người từ tỉnh xa chuyển đến.

Không khí trong quán ấm cúng, tiếng nhạc du dương, thích hợp cho đôi tình nhân trẻ. Cô bé là một nữ sinh mang họ Công Tằng Tôn Nữ… Tuổi mới lớn. Vai gầy. Dáng mảnh khảnh. Cậu con trai, mặt còn non chẹt, nhưng cố làm ra vẻ chững chạc, lõi đời. Hình như họ học cùng một trường. Hai cô cậu vẫn thường ngồi ở một góc quán vào tối thứ bảy. Cô bé đến trước, cậu con trai đến sau. Như biết ý, Hữu mang đến hai ly nước cam tươi. Họ ngồi với nhau suốt cả buổi tối cho tới khi quán chuẩn bị đóng cửa. Nhiều lần như thế thành thói quen. Và tôi để những bản Dư Âm, Suối Tóc, Tà Áo Xanh, Người Đưa Thư v.v… như những ngày T. đến thăm tôi, hai đứa vẫn ngồi bên nhau, tiếng hát Thúy Nga, Thanh Thúy rồi

Khánh Ly, Lệ Thu trầm buồn đưa tâm hồn hai đứa tôi xích lại gần nhau hơn. Khi cô bé ấy, vào tối thứ bảy không đến, cũng như lâu rồi T. vắng bóng, tôi chạnh lòng giây lát. Cậu con trai cũng bặt tăm. Nửa năm sau mới biết mối tình học trò ấy tan vỡ. Cô gái nghỉ học và đi lấy chồng theo quyết định của cha mẹ. Cậu con trai bỏ quê hương đi biệt xứ. T. đã thôi học, trở về quê sống với mẹ cha. Còn tôi, mở quán cà phê hình như để chỉ lấp nỗi buồn hay tạo cơ hội cho cuộc tình những người xa lạ sinh sôi nảy nở, tôi lại bồi đắp lên, cứ tưởng chuyện tình của mình đang nở hoa.

Trong những người khách đến quán vừa thích nghe nhạc vừa hạp gu cà phê, có một người con gái cùng lứa tuổi chúng tôi đã để lại một ấn tượng khó quên. Nàng tên Vân Phi. Người con gái dáng mảnh khảnh, mắt mí lót, tóc đen mướt xõa quá lưng. Nàng có một giọng ca trầm trầm, ấm áp. Hình ảnh Vân Phi thời còn đi học chung với chúng tôi ở Trung học đệ Nhị cấp. Nàng là một trong những người nữ sinh duyên dáng đã từng làm biết bao cậu học sinh cùng lứa tuổi phải thẫn thờ. Đã vậy nàng còn là huynh trưởng gia đình Phật tử, mỗi sáng Chủ nhật nàng dịu hiền trong chiếc áo dài màu lam, năm tay các em nhỏ cùng vui ca, nhảy múa. Trong những ngày Phật đản, trăng sáng tỏa khắp sân chùa, các tín hữu cũng như khách thập phương, lòng nhẹ nhàng thanh thoát lâng lâng trong tiếng hát từ trên sân khấu vọng xuống của người con gái ấy.

Trong vở kịch Quan Âm Thị Kính, nàng thủ vai Phật Bà, thỉnh thoảng xuất hiện trên sân khấu với khuôn mặt trong sáng và thánh thiện. Hình ảnh Vân Phi để lại trong tôi của thời thanh xuân là như thế. Tôi xa thị trấn bé nhỏ này rồi tôi cũng quên đi. Ngày trở về, trong một lần họp giáo viên trong tỉnh tôi mới gặp lại Vân Phi. Cô là đồng nghiệp với chúng tôi. Cô dạy ở một trường rất xa thị xã, nơi ấy là vùng dân tộc. Bẵng đi mấy năm tôi không gặp.

Lần gặp nhau này tôi ngỡ ngàng, không biết thật hay hư. Chẳng lẽ đang đứng trước mặt tôi là người con gái dịu hiền năm xưa, dáng yếu đuối, xanh xao mang vẻ đẹp liêu trai. Người con gái, giờ đây, mặt trét đầy phấn trắng nham nhở, môi như sưng vù bầm máu, tóc dựng lông nhím, mặc chiếc quần tây bằng kaki vàng bạc màu và hai đầu gối vá hai miếng vải đậm màu, cùng chiếc áo thun đỏ hở nách ôm sát thân thể nàng. Bộ ngực căng đầy sức sống. Tôi tưởng nàng đang cải trang đóng vai bụi đời trong vở kịch nào đó, sân khấu là quán cà phê, diễn viên và khán giả lẫn lộn bên nhau. Cô nàng tự động mở cửa quán bước vào, theo sau năm sáu gã con trai mới lớn ăn mặc lôi thôi, xốc xếch, có kẻ còn mặc áo thun hở nách, cô nàng ngồi vào một góc quán, còn đám thanh niên đến ngồi giữa quán. Tôi đang mở máy hát. Tiếng kèn đồng tha thiết trong bài *To night*. Vừa từ nhà sau đi lên, tôi bỗng nghe tiếng huýt gió, rồi tiếng búng tay, giọng nói ngổ ngáo:

- Ê! Chủ quán đâu?

Tôi đi về hướng có tiếng gọi ngang qua đám thanh niên đưa ngón tay ra dấu tôi phải gặp ai.

Người con gái đang quay mặt vào vách tường. Tôi hỏi giọng nhẹ nhàng:

- Xin lỗi, cô dùng gì?

Giọng người con gái khàn khàn và cay cú:

- Nghe quán mới mở. Nói chủ quán ra đây?

- Tôi đây. Chủ quán đây.

Tôi vẫn đứng thẳng người. Cô nàng quay mặt lại. Tôi tưởng cô đang đùa với tôi sau bao nhiêu năm gặp lại. Tôi nhìn chăm bẩm rồi buột miệng:

- Phật Bà Quan Âm!

Cô nàng cười ngất ngưởng:

- Tưởng ai xa lạ. Té ra ông bạn thời xa xưa. Hết Phật Bà rồi giờ thành nữ tặc.

"Nữ tặc". Cách đây một tuần lễ, vài người khách hỏi chúng tôi: *"Quán Tao nhân nữ tặc đã đến thăm chưa?"*. Tôi lắc đầu. Và tôi đợi chờ. Một vài câu chuyện về "Nữ tặc" đã được thêu dệt. Mỗi người kể khác nhau nhưng chung qui Nữ tặc là một cô gái người địa phương sống thác loạn, thường phá phách các quán xá.

Trong lúc mọi thiếu nữ trong thị trấn bé nhỏ này chưa ai dám mặc quần ngắn quá gối, áo ngắn hở tay, chỉ trừ những khách vãng lai, từ thủ đô Sài Gòn ghé ngang còn mặc váy đầm, hoặc bó sát thân hình bằng quần jean áo thun, thì "nữ tặc" ngồi trong quán nước, dựa lưng vào vách tường, phì phà điếu thuốc, mắt lim dim, gác hai chân lên chiếc ghế đẩu thấp, đưa cả cặp giò trắng trẻo giữa đám khách đàn ông đang ngồi uống bia.

Những thanh niên ngồi cạnh bàn liếc mắt nhìn "nữ tặc" cười nói lả lơi. "Nữ tặc" búng tay một cái "tách" và gằn giọng: "Giỡn mặt hả". Thế là một tốp con trai mới lớn ngồi đâu ở một góc quán đứng phắt dậy, xô ngã bàn ghế làm chai, ly rơi xuống thềm nhà kêu loảng xoảng, áo bạch ngực lộ ra những hình xâm sọ người có hai khúc xương chéo ngang, hùng hổ tiến đến, hất hàm: "Tụi bây nhìn cái gì?". Khách trong quán lẳng lặng bỏ đi. Chủ quán chỉ biết dọn dẹp sạch sẽ, và sau đó chẳng ai muốn vào quán đó nữa.

Như biết được những ý nghĩ tôi đang có trong đầu, Nữ tặc nói:

- Đời chán thấy mẹ. Tôi đã bỏ dạy. Nạp đơn xin nghỉ. Trưởng Ty hỏi bỏ việc rồi làm gì? Làm nữ tặc. Trưởng Ty vội vàng phê ngay trong đơn: Chấp nhận, đương sự bị khủng hoảng tinh thần. Vào chùa trả lại áo lam, vẫy tay chào các em oanh vũ. Trưởng đoàn GĐPT động viên. Cô đi dạy xa, chủ nhật nghỉ có dịp về thị xã đến chùa sinh hoạt cho vui. Tôi nói, thôi vậy, cho em xin. Ông thấy tôi đâu muốn làm ô danh nghề nghiệp. Tôi cởi áo đạo mạo giả tạo ra rồi."

Ngừng một lát, "nữ tặc" hỏi tôi:

- Ông trả lời tôi xem cái lược dùng để làm gì?

- Để chải tóc cho suông

- Thôi hả?

Nữ tặc rút trong túi quần chiếc lược nhỏ đưa lên đầu với một động tác nhanh nhẹn cầm lược đánh rối tóc làm tóc phùng lên:

- Chẳng lẽ cái lược chỉ làm suông tóc. Chẳng lẽ mái tóc đẹp chỉ là thế. Cái lược sẽ làm ngược lại chứ. Và mái tóc rối phùng cũng đẹp chứ. Đó ông thấy tóc sư tử giống mấy cô ca sĩ Sài Gòn chưa?

Tôi cười thích thú:

- Ừ nhỉ, cũng đúng.

Tôi hỏi nhỏ như với một cô bạn thân:

- Phi uống gì?

- Ông rảnh không? Ngồi xuống đây. Cà phê nhé.

Nữ tặc ra dấu cho đàn em giải tán và còn dặn thêm:

- Tụi bây tuyệt đối không được gây sự ở đây nghe.

- Dạ, dạ.

- Rút êm.

Quay qua tôi:

- Ông cho hai tách cà phê đen không đường và mấy điếu capstan.

- Tôi uống rồi, mà cà phê sữa cơ.

Nữ tặc cười thành tiếng:

- Ai bảo với ông là tôi mời ông, hai phin một lượt tôi uống mới đã.

Tôi ngồi đối diện với "Nữ tặc" nhìn người thiếu nữ tay cầm điếu thuốc đưa lên môi, khói từ mũi bay ra từng cụm tròn lên không và tan dần. Đôi mắt nàng lim dim như đang nghĩ về một nơi nào đó. Phin cà phê đã cạn, cái tách trắng chứa một ít nước đen ngòm và sền sệt loáng trên mặt một màng bơ mỏng, "Nữ tặc" đưa lên môi nhấp từng tí một như cụ già sáng mai thức thật sớm ngồi nhấp từng cụm nước trà tàu trong chiếc bình độc ẩm nhỏ xíu bằng đất nung. "Nữ tặc" yêu cầu tôi để những bản nhạc do Thái Thanh, Anh Ngọc hát và nàng hát theo thật khẽ.

Nữ tặc hỏi tôi:

- Đàn ông khi thất tình, làm gì?

Tôi cười không trả lời nhưng tôi nhớ lại cảnh những đêm khuya, tôi lang thang khắp phố phường, đưa chân đá mạnh vào những thùng rác trên đường, hoặc vài con chó đang ngái ngủ để nó thức dậy và sủa inh ỏi phá tan sự yên tĩnh chung quanh mình, như trút bớt nỗi giận hờn vô cớ đã nằm sẵn đâu đó trong tâm can. Có khi tôi rủ một tên bạn thân đến một quán cóc bên đường, định tâm sự với hắn về người tình đã bỏ đi xa, nhưng hắn mặt vẫn dửng dưng như không muốn nghe, buồn quá nên uống rượu, không như mọi lần vui chơi với bạn bè cả mươi chung rượu ăn thua gì, thế mà trong cơn thất tình chỉ một chung đã say để gọi thành tiếng dù rất nhỏ: T. ơi! Rồi gục đầu xuống bàn, cuối cùng tên bạn phải dìu tôi về.

Nữ tặc tự trả lời:

- Nhi nữ thường tình chỉ âm thầm biết khóc. Còn tôi khi người tình đã tử trận, tôi phải làm sao?

Khi nghe tin Tân, bạn thân tôi mới chết, tôi phải chạy một mạch ra bờ đê, đứng trên đó nhìn xuống giòng nước chảy cuồn cuộn của con sông Dinh, giang hai tay lên trời, miệng gào to đến khàn cả cổ: Tân ơi! Tân ơi! Nuốt nước mắt, chấp nhận thương đau. Phản ứng khi mất bạn bè thân thích mỗi người có thể khác nhau. Có người đập phá mọi đồ vật quanh mình. Có người đánh bất cứ ai. Để trút cơn đau, lại có kẻ đòi trả thù. Tôi định hỏi Vân Phi: "Bà làm nữ tặc để phản kháng lại những gì mình đã mất mát sao?" nhưng tôi lại câm miệng.

3.

Ba người bạn ngồi bàn sát thành lan can của nhà thủy tạ. Ba cốc rượu Martin, uống từng hớp một cho ấm lòng, trời lạnh như cắt, hơi nước từ hồ Xuân Hương theo gió hắt vào người làm run rẩy thân thể, rồi luồn vào tâm can. Đã bốn năm rồi từ ngày ra trường Sư phạm Qui Nhơn, bây giờ trong một tình cờ chúng tôi mới gặp được nhau. Hai người bạn đều mang tên chữ Sơn. Một người họ Trần nhưng khi làm thơ lấy bút hiệu Chu Sơn, anh khoác trên người thêm chiếc pardessus bằng vải dù màu xám, mái tóc dài bồng bềnh. Một người, trong giấy khai sanh, khi đặt nhạc, khi cầm chiếc đàn guitar hát cho mọi người nghe, vẫn luôn mang tên thật của mình: Trịnh Công Sơn. Vẫn như những ngày ở Huế, ở Qui Nhơn, anh vẫn đội lên đầu chiếc mũ bêrê nâu, choàng chiếc áo vét đen đã bạc màu, dính đầy bụi phong trần. Tôi nghe nhạc của Trịnh Công Sơn trước khi quen anh. Những tháng ngày mùa đông xứ Huế, mưa dầm liên miên, nỗi buồn bơ vơ của tôi như những giọt mưa còn đọng nơi mi mắt. Trong buổi tiệc cưới người anh họ, nơi gian nhà nhỏ, chỉ một chiếc bàn dài, và cũng toàn những người bạn cùng trang lứa, tôi nghe được bài Ướt Mi, do một chàng thanh niên bằng tuổi tôi: hai mươi. Anh cũng nhỏ người như tôi, cũng gầy ốm như tôi. Anh hát với giọng trầm. Hỏi ra đó là Trịnh Quang Hà, em kế của chàng nhạc sĩ tác giả bài hát. Sau đó vài tháng, tình cờ nghe đài phát thanh Sài Gòn một giọng ca nữ, giọng trầm rất truyền cảm: Thanh Thúy. Tôi cũng hát theo và thuộc một vài câu mà tôi thích: *"Ngoài hiên mưa rơi rơi. Lòng ai đang chơi vơi... Mưa kéo dài lê thê những đêm lạnh ướt mi."*. Tôi thích, tôi thấy hay vì hạp với tâm trạng của tôi trong những ngày thanh xuân ở Huế. Trước đó tôi thường xúc động khi nghe Bạch Yến gởi hồn mình để cất tiếng hát, bài Đêm Đông của Nguyễn Văn Thương. Cũng như Giọt Mưa Thu thánh thót qua giọng ca tuyệt vời của Thái Thanh. Giờ đây trong tôi còn có thêm Ướt Mi của Trịnh Công Sơn qua tiếng hát trầm buồn của Thanh Thúy.

Hằng năm đến Tết trường Sư phạm đều có buổi trình diễn văn nghệ ở nhà hát lớn nhất Qui Nhơn là rạp Kim Khánh. Để đêm diễn được thành công, chúng tôi thường phải tập dợt những mục mình đảm trách. Tôi đóng một vai phụ trong vở kịch thơ: *Người điên giữa kinh thành* của Vũ Hân. Sơn điều khiển bản hợp xướng: Dã Tràng Ca do anh sáng tác. Trong dịp ấy tôi mới quen Trịnh Công Sơn. Tôi nói với anh: "Nghe bài Ướt Mi tôi tưởng tượng ông già lắm. Hóa ra chàng rất trẻ." – "Cũng vậy thôi, đọc văn ông trên tuần báo văn học Ngàn Khơi ai nghĩ ra chàng cũng trẻ như tôi." Lúc bấy giờ tuổi chúng tôi chỉ trên hai mươi.

Chia tay nhau, mỗi người mỗi ngả trên khắp miền đất nước nhưng tôi vẫn nhớ về Sơn. Đó là hình ảnh một chàng nhạc sĩ, tóc bồng bềnh, mang chiếc kính cận, đôi mắt sáng tròng đen là màu hạt dẻ, chiếc áo vét đen phong trần, đầu đội mũ bêrê nâu, đứng ở một góc sân khấu quay lưng về phía khán giả, cầm chiếc que nhạc trưởng hai tay đánh nhịp say sưa, đầu gật theo tiếng nhạc, và mái tóc rủ xuống quá trán, đang điều khiển ban hợp xướng gồm cả mấy chục người vừa nam vừa nữ đứng sát cạnh nhau, hai hàng, chật cả sân khấu, mắt họ đều nhìn về phía chàng nhạc trưởng và hồn họ cũng theo từng nét mặt trầm lắng mà hòa điệu: "Dã tràng xe cát biển đông…". Và tiếng trống ai đánh vang rền, dồn dập như tiếng sóng gầm trong cơn bão biển vào đầu bài hợp xướng. Tiếng trống ấy thưa dần, nhỏ dần rồi biến mất vào đoạn cuối bản hợp xướng.

Chu Sơn cho tôi biết cả hai bạn đều đã bỏ nghề. Còn tôi cũng mang ý định ngày nào đó không xa tôi cũng giã từ đám trẻ con để vào Sài Gòn làm báo viết văn. Trịnh Công Sơn kể cho tôi nghe những buổi du ca cùng với sinh viên các trường đại học Sài Gòn, Huế, Đà Lạt. Một mình với cây đàn ghi-ta hát một lượt đến mười bài không thấy mệt. Trong tiếng vỗ tay cổ vũ, cũng như vỗ nhịp của tuổi trẻ làm anh phấn khởi thêm. Đêm hôm qua trong khuôn viên trường Đại học Đà Lạt, trong ánh sáng bập bùng của lửa trại, Sơn cùng tuổi trẻ, chia sẻ nhau những khổ đau mất mát của chiến tranh, những khát vọng về hòa bình bằng tiếng hát, tiếng đàn đệm ghi-ta của Sơn trong Ca Khúc Da Vàng anh mới sáng tác, làm tăng thêm bầu nhiệt huyết của tuổi thanh xuân.

Tôi cho hai bạn biết về quán Tao Nhân chúng tôi. Hữu và Thành cũng là bạn học cùng lớp với Sơn. Và khách đến quán chỉ toàn những người mê nhạc. Sơn hỏi về quê tôi, vì Sơn đã đi nhiều nơi trên khắp đất nước nhưng cái thị xã Phan Rang nhỏ bé Sơn chưa dừng chân. Tôi tả cho Sơn nghe về bãi biển Ninh Chữ, cát trắng mịn màng, sạch sẽ, cùng màu xanh thẫm của biển, cùng sóng vỗ rì rào, cùng những hàng dương trơ lên những rễ cằn cỗi trên mặt cát. Bãi biển ở Gềnh Ráng Qui Nhơn đã làm Sơn sáng tác được Biển Nhớ. Về trường ca Dã Tràng, Sơn kể lại: Một lần trong phòng tắm ở cư xá nhà trường, buổi sáng rất sớm tình cờ nghe tiếng sóng vỗ rì rào vào những ghềnh đá, vào bờ cát trắng từ xa vọng lại. Sơn liên tưởng đến những gì sóng sẽ kéo theo ra biển, phải chăng những vết chân còn để lại dọc theo bờ cát ướt của chính mình lang thang trong những buổi tinh sương một mình ra biển để nhìn mặt trời mọc. Phải chăng sóng đã mang ra xa những tượng đài cát mình đã xây chơi trong những buổi tắm biển. Phải chăng sóng đã kéo ra biển những gì mà dã tràng đã se cát. Trong Sơn dạt dào một tình cảm đang dâng lên như sóng biển, và trường ca Dã Tràng được hình thành ngay lúc ấy.

Trịnh Công Sơn nói với Chu Sơn:

- Hay bọn mình kéo nhau xuống Phan Rang, làm một đêm Ca Khúc Da Vàng đi.

Chu Sơn dè dặt hỏi tôi:

- Có bảo đảm an ninh cho Sơn không? Tại các trường đại học có cả một lực lượng sinh viên bảo vệ. Còn quán ông có ai?

Tôi cười thành thật trả lời:

- Chỉ có những người yêu nhạc Trịnh Công Sơn.

Tôi tưởng Trịnh Công Sơn sẽ bỏ ý định đó, nhưng không ngờ anh từ tốn nói:

- Chưa bao giờ mình tự hát Ca Khúc Da Vàng trong một quán cà phê. Thử xem, cảm giác ra sao?

Chúng tôi hẹn nhau, hai hôm sau Chu Sơn có trách nhiệm hướng dẫn Trịnh Công Sơn xuống Phan Rang tìm 11 Nguyễn Thái Học, hay hỏi ai đó về quán Tao Nhân. Tôi về trước để chuẩn bị đêm hát cho Sơn.

Tôi báo cho Hữu, Thành, chị Hồng tin Trịnh Công Sơn sẽ hát Ca Khúc Da Vàng tại quán Tao Nhân. Mọi người phấn khởi và bàn nhau về sự an toàn cho đêm hát. Hữu lên gác tôi mở cánh cửa thông gió sát trần nhà bắc sẵn một chiếc cầu ván sang nhà lầu bên cạnh của người hàng xóm thân với nhà tôi. Năm lụt Nhâm Thìn cả nhà tôi đều theo kiểu này lánh nạn qua bên nhà đó. Thành lo dọn trống một góc quán để làm sân khấu nhỏ. Tôi gắn micro vào ampli thử tiếng và bỏ sẵn cuộn băng trống để thu lại tiếng hát. Chị Hồng chạy ra chợ đến hàng bán hoa từ Đà Lạt chuyển về đặt trước những bó hoa hồng. Còn khách đến nghe là bạn bè của chúng tôi được mời bằng cách rỉ tai.

Bảy giờ mới bắt đầu cuộc diễn. Theo giờ hẹn trước Sơn sẽ đến lúc 3 giờ, trong 4 tiếng đồng hồ đó đủ cho tôi dẫn Sơn và các bạn về biển Ninh Chữ. Tôi biết Sơn rất mê biển. Hữu xách đàn ghi-ta từ phòng trọ lại. Trời tối hẳn và khách đã vào chỗ ngồi. Hữu bảo nhỏ tôi:

- Nếu không có TCS chắc tao cầm đàn hát thế. Không phải Ca Khúc Da Vàng vì chưa nghe đến. Thôi những bản tình ca của TCS vậy.

Còn khách mời đến nghĩ chắc chúng tôi đùa. Bạn bè cả.

Trong lúc chúng tôi đang luống cuống, Sơn cùng ba người bạn chúng tôi đều quen, đi chiếc xe "con cóc" dừng lại trước quán. Hỏi ra mới biết theo yêu cầu của Sơn, lâu quá nhớ biển, các bạn đã xuống từ 3 giờ, nhưng lại kéo nhau xuống Ninh Chữ, tắm cho đã. Như theo lời dặn của tôi, Sơn và các bạn vào quán cứ đi thẳng ra nhà sau, và lên căn gác của tôi, để khách không nhận ra.

Tôi đóng cửa lại. Phía trước không chưng hai hàng chậu hoa như mọi hôm. Khách thường, tưởng quán không mở bán. Hôm nay các bàn ghế được sắp xếp lại, tất cả đều quay ngược về trong. Khách chỉ uống nước ngọt mà thôi.

Hữu cầm micro giới thiệu, Sơn cầm cây đàn ghi-ta từ nhà sau bước lên chào khán giả. Mọi người ồ một tiếng như trút hết sự ngạc nhiên. Một bàn dành riêng cho chủ quán bốn người cùng ba người bạn của Sơn. Trong ánh đèn dịu dàng như ánh trăng. Trong không khí ấm cúng như một gia đình, tiếng hát Sơn cất lên cùng tiếng đàn guitar Sơn tự đệm theo.

Tôi đứng dựa mình vào vách tường, cạnh cửa chính

bằng gương trong suốt. Có tiếng gõ đều đều vào kính, tôi quay người lại và nhìn qua, chỉ thấy dáng dấp một người con gái. Tôi tưởng T. đến. Mở cửa, trước mặt tôi là "Nữ tặc" Vân Phi. Hôm nay nàng mặc chiếc áo dài tím.

"Nữ tặc" hỏi:

- Đêm nay làm gì không mở cửa bán. Bộ mấy ông đọc thơ chống chiến tranh, phải không?

Tôi ra dấu "Nữ tặc" phải im lặng. Tôi nói nhỏ:

- Không đọc thơ mà hát nhạc phản chiến. Phi vào đi, hôm nay tôi mời cô bạn ngày xưa nghe. Trịnh Công Sơn ca đó.

- Đừng có xạo. Nữ tặc quậy đó.

- Thôi vào đi cho tôi đóng cửa. Bộ không thấy gắn bảng xin lỗi nghỉ bán tối nay đó sao?

- Thấy chứ. Nên về nhà mặc chiếc áo dài thời lãng mạn đến uống cà phê nghe nhạc với các ông đây.

Tôi nhắc nhở:

- Bà là khách không mời mà đến đấy nhé!

Không còn một chỗ ngồi nào, tôi đành dẫn "Nữ tặc" đến chiếc bàn dành riêng cho chúng tôi. Khách tỏ vẻ bực bội, phiền hà vì sự có mặt của "Nữ tặc" nhưng tiếng hát của Sơn làm họ quên đi rất nhanh.

Sơn hát như lời thầm thì tâm sự về nỗi đau của người con gái Việt Nam đã mất mát những người tình nơi chiến trường. Phải chăng đó cũng là nỗi sầu của Vân Phi.

Suốt hai tiếng đồng hồ Trịnh Công Sơn hát liên miên, từ bài này sang bài khác, không biết mệt. Giọng anh trầm buồn hạp với lời tâm sự nỉ non về thân phận con người Việt Nam da vàng đang đau khổ vì chiến tranh đã gây ra cảnh tang tóc cho mọi người, từ người già ngơ ngác trong tiếng đại bác, từ em bé lõa lồ trong công viên, những người điên ru con hai lần, từ lúc con lọt lòng, và khi con chết, những người con gái yêu quê hương như yêu đồng lúa chín, nay ruộng đồng đã tan nát. Những trai tráng trong làng, trong thị thành, đều khoác áo lính và bỏ mình hoặc trở về nhà với thân tàn ma dại, chỉ còn một cánh tay, một bàn chân, đôi mắt mù lòa. Bao nhiêu cuộc tình tan nát, chia lìa. Từ đau khổ đó cuối cùng Trịnh Công Sơn rộn ràng với tiếng hát mơ một ngày hòa bình để được đi thăm Sài Gòn, Huế, Hà Nội, ba miền thương yêu nhau như bạn bè đã từng lăn lóc và nằm ngủ với nhau cùng một chăn chiếu. Mọi người trong quán đều xúc động, mắt cay đỏ hoe và tim bị thắt lại, không phải vì khói thuốc và không khí ngột ngạt mà vì Trịnh Công Sơn đã dồn những niềm đau của từng người thành một, chồng chất lên nhau, thành một nấm mồ. Sơn hát cho mọi người nghe mà như anh hát cho ai đó, những oan hồn của người chết đâu đó trên đất nước này đang lang thang trên các chiến trường, cũng lảng vảng quanh đây, bên tiếng đàn guitar của anh, trong con mắt anh như nhận ra có họ trước mặt, nên mắt anh lắng xuống và đón nhận.

Bài hát cuối cùng đã làm mọi người như nóng lên bầu nhiệt huyết, những tiếng vỗ tay từng nhịp và hát theo anh. Gia Tài Của Mẹ ... *Dạy cho con tiếng nói thật thà...*

Như một lời nhắn nhủ của chàng nhạc sĩ họ Trịnh đến chúng tôi.

4.

Khách đã kéo nhau ra về với nỗi bàng hoàng. Mỗi người còn được quán Tao Nhân tặng một tập nhạc Ca Khúc Da Vàng có chữ ký của tác giả. Chỉ riêng "Nữ tặc" Vân Phi vẫn còn ngồi đó. Tôi đến nhắc nhưng Vân Phi yêu cầu được nói chuyện với Trịnh Công Sơn. Thấy tôi còn đang lưỡng lự, như đoán được ý nghĩ của tôi, Vân Phi nói nhỏ:

- Tôi không làm gì phiền đến các ông đâu!

Khi nhìn đôi mắt Vân Phi cũng ươn ướt như vừa mới viếng thăm một đám tang của người bạn thân, tôi mới đồng ý. Tôi lên gác chuyển lại với Sơn ý định đó của Vân Phi. Các bạn ngả mình lên chiếc giường của tôi, nghỉ ngơi sau một ngày mỏi mệt và nghĩ rằng Sơn cũng cần như thế. Sơn cười:

- Mình rất thích có dịp trực diện với người ái mộ mình.

Tôi dặn dò Sơn:

- Tôi xuống trước báo lại và để dọn bàn ghế như cũ chỉ một lát là xong, ông xuống thì vừa.

Đèn trần bật sáng choang, các ngọn đèn mờ được tắt đi. Như sau một đêm diễn sân khấu còn bề bộn. Tôi chỉ chỗ cho Vân Phi, người khách duy nhất còn lại, ngồi đợi Sơn. Còn tôi cùng Hữu, Thành lo dọn dẹp nhà cửa. Chị Hồng lo rửa sạch ly tách. Hữu và Thành trở về nhà trọ và hẹn sáng thật sớm sẽ đến uống cà phê và tiễn Sơn đi.

Như qua một ngày mới, như quán vừa mới mở cửa bắt đầu cho một cuộc chơi khác. Tôi chỉ để một ngọn đèn trần mờ mờ đủ sáng như ánh trăng lưỡi liềm để Sơn tiếp người khách nữ chưa quen. Tôi lên gác nằm nói chuyện với Chu Sơn. Chúng tôi nhắc lại những kỷ niệm những ngày ở Qui Nhơn cùng với các bạn khác giờ đã tản mác nơi đâu. Chu Sơn ngủ lúc nào tôi không hay và anh đã cất tiếng ngáy như sấm.

Tiếng hát trong đêm khuya, giọng trầm trầm, khàn khàn như ai vừa uống rượu say, như ai vừa hút thuốc quá nhiều còn đọng khói nơi cuống phổi, đưa hơi thở ra ngoài, như ai đã giữ trong lòng bấy nhiêu năm một nỗi hờn căm, giận đời, giận mình, bây giờ có dịp trào ra. Tiếng đàn ghi-ta tha thiết đệm theo. Tất cả âm thanh ấy dội lên từ quán Tao Nhân của tôi, những bản tình ca của Trịnh Công Sơn.

Tiếng hát buồn quá, nghẹn ngào, tiếc nuối, trông

ngóng. Tôi ngồi dậy, châm một điếu thuốc. *"Chiều chủ nhật buồn, nằm trên căn gác đìu hiu... Ô hay mình vẫn cô liêu... "*, *"Chiều một mình qua phố âm thầm nhắc đến tên em... "*. Hết bài hát này nối tiếp ngay bài khác. Tôi không thể ngờ người con gái mà cả thị trấn nhỏ bé này muốn dẫm nát nàng khi nàng muốn đứng dậy sau khi ngã gục xuống bên lề đường phố, lại có giọng ca truyền cảm như thế.

"Mưa vẫn mưa bay trên tầng tháp cổ... Chiều nay còn mưa sao em không lại. Nhớ mãi trong cơn đau vùi làm sao có nhau... ". Tiếng hát của người đàn ông, quen thuộc. Đúng rồi. Của Sơn. Còn tiếng đàn, khẩy từng tiếng một, rồi dồn dập, rồi vấp váp, rồi liên tục. Không phải Sơn đàn, của Vân Phi.

Tôi dựa tay vào thành lan can, mắt nhìn lên bầu trời, chỉ còn ngôi sao mai lấp lánh trên nền xám nghịt. Tôi nhớ đến T. Cô gái vai gầy, khuôn mặt liêu trai hay đến thăm tôi vào những chiều mưa. Tôi thường để bản nhạc "Em đến thăm anh một chiều mưa" của Tô Vũ, Thái Thanh hát mới trữ tình, cho T. nghe. Rồi bao nhiêu buổi chiều mưa sau đó, tôi cũng tự hỏi như Sơn: *"Chiều nay còn mưa sao em không lại. Trong cơn đau vùi làm sao có nhau, hằn lên nỗi đau... "*.

"Diễm xưa" của Trịnh Công Sơn. Và "T. xưa" của tôi. Mấy cô gái Huế, một thời lãng mạn. Một buổi sáng mùa đông, ngủ dậy trễ, chàng đã thấy một cành hoa hồng ai gắn lên khung cửa sổ, trước thềm đặt một chiếc hộp như cuốn sách dầy bìa cứng. Mở nắp ra, con tim thắt lại, rồi ngỡ ngàng, một lọn tóc dài đánh con rít, một lọ nước hoa, một tấm ảnh nhỏ, một bài thơ ngắn. Ngơ ngẩn nhìn quanh. Người đã đi rồi. Ôi những người con gái liêu trai, đến rồi đi như một bóng ma. Khi mình nhận ra hạnh phúc, nàng đã bay xa.

Tiếng hát Vân Phi và Trịnh Công Sơn trong những bản tình ca đã đưa tôi vào giấc ngủ từ lúc nào. Hình như có tiếng gọi rất nhỏ của T. vào cánh cửa phía dưới nhà: "Anh ơi! Mở cửa cho T. với." Tôi vội ngồi dậy lần mò xuống cầu thang, đi thẳng một mạch đến cánh cửa chính, mở ra chẳng thấy bóng dáng ai. Chập chờn trong giấc mơ. Tôi dụi mắt cho tỉnh lại. Tôi bước xuống cầu thang.

Khi ngang qua chiếc bàn đặt ở một góc quán, mới nhận ra, trên bàn có hai tách cà phê, một bình nước trà, một gạt tàn đầy tàn thuốc lá. Và tôi sửng sốt nhìn cô gái mà chúng tôi gọi là "Nữ tặc", khuôn mặt, đôi mắt nhắm nghiền, mái tóc đen mượt mà, xõa dài xuống ngang vai, trở nên hiền thục. Nàng ngả đầu dựa vào góc tường. Hai tay khoanh lại. Tôi nhận ra khuôn mặt từ bi của Phật Bà Quan Âm. Người con trai đối diện, chàng nhạc sĩ Trịnh Công Sơn, tay vẫn ôm cây đàn guitar, ngả người vào thành ghế, đôi mắt, sau cặp kính trắng, khép lại, còn đôi môi chàng lại nhoẻn một nụ cười đôn hậu, như vừa làm xong một việc thiện.

5.

Ba mươi năm qua, những người lập quán Tao Nhân ngày xưa, giờ chỉ còn mình tôi. Thành đã hy sinh trong chiến trường Tây nguyên. Chị Hồng đã làm mồi cho cá mập trong lần vượt biên. Hữu chết đột ngột vì nhồi máu cơ tim.

Tôi vào sống ở Sài Gòn. Một vài lần gặp lại Trịnh Công Sơn. Anh nhắc lại kỷ niệm xưa và anh hỏi tôi:

- Cô ấy giờ ở đâu?

Tôi hỏi lại:

- Cô nào?

- Cô Mây Trôi.

- Tôi thật sự ngạc nhiên có quen ai tên đó. Sơn kể:

- Có vài lần ngang qua thị trấn đó, mình nhớ đến quán Tao Nhân xưa, nhớ đến cô gái đã hát cho mình nghe những bản tình ca của mình. Hồi đó mình hỏi tên, cô nói cứ gọi cô là Mây Trôi.

Té ra, Vân Phi của mọi người, còn Mây Trôi chỉ của Trịnh Công Sơn.

Ngày ấy, kể từ lúc tôi mở cửa cho "Nữ tặc" ra về, tôi mang máng nhận ra nàng đã trở lại thành người con gái dịu hiền năm xưa. Sau đó, nàng đã bỏ thị trấn nhỏ đầy thành kiến này, biệt tích giang hồ, đến một nơi xa lạ nào đó với một cái tên khác, với một tấm lòng mà nàng suýt đánh mất.

Tin Trịnh Công Sơn chết làm tôi bàng hoàng suốt buổi chiều. Tôi nợ anh mà chưa kịp trả. Tôi đã hứa sẽ tìm cho anh bản nhạc Trường ca Dã Tràng đã bị thất lạc. Tôi hứa sẽ tìm lại tung tích của Vân Phi mà chưa tìm ra.

Nếu Vân Phi còn sống nơi nào đó, khi biết tin anh chết, nàng sẽ thắp cho anh một nén nhang, và nàng sẽ hát một mình, cho nàng nghe, hay cho hương hồn anh đang phảng phất đâu đó. Nếu nàng đã chết đi, nàng cũng thành "Mây Trôi" lơ lửng trên bầu trời xanh kia để đón anh đi gặp những bạn bè, người thân đã mất, về cõi vô thường.

NGUYỄN AN BÌNH

Nhà thơ, tên thật Lương Mành, sinh năm 1954 tại An Bình Cần Thơ. Cựu học sinh trung học Phan Thanh Giản Cần Thơ. Theo học Đại Học Sư Phạm Việt Hán và Đại Học Khoa Học Cần Thơ. Giáo viên Ngữ Văn trường trung học Đoàn Thị Điểm Cần Thơ, đã nghỉ hưu.

Bắt đầu tham gia văn nghệ rất sớm từ năm 16 tuổi. Trước năm 1975 có bài trên các tạp chí *Văn, Văn Học, Tuổi Ngọc,* các tuần báo khác như *Tiền Phong, Phụ Nữ Ngày Mai, Phụ Nữ Diễn Đàn, Điện Tín, Việt Nam, Tin Sáng, Thời Đại Mới, Sống. Thăng Tiến, Trắng Đen…*

Sau 1975 nghỉ viết một thời gian dài mới viết lại, có bài đăng trên các báo văn-nghệ trong nước và *Quán Văn,…* Thường xuyên tham gia viết cho tạp chí ngoài nước như *Thư Quán Bản Thảo, Trầm Hương, Tin Văn* (Văn Bút Nam Hoa Kỳ), *Việt Luận* (Úc Châu) và nhiều trang văn học nghệ thuật khác.

Tác phẩm đã xuất bản:
- *Đường Tim* (thơ 1970), *Ngọn Thủy Triều* (thơ 1971)
- *Hai Phương Trời Nhớ* (thơ 1972)
- *Hoa Học Trò* (thơ 1972)
- *Nửa Trời Tương Tư* (thơ 1972)
- *Mờ Bóng Thiên Thu* (1973)
- *Mưa Hồng* (thơ 1973)
- *Còn Một Chút Mưa Bay* (thơ 2013 NXB Hội Nhà Văn)
- *Mười Năm Bóng Ngựa Qua Thềm Cũ* (thơ 2016 NXB Hội

Nhà Văn)
- *Hạ Đỏ Lên Trời* (thơ 2018 NXB Hội Nhà Văn)
- *Thơ Tình Nguyễn An Bình* (thơ 2018 NXB Nhân Ảnh Hoa-Kỳ)
- *Tình Thơm Màu Giấy Mới* (thơ, nhạc 2018 NXB Nhân Ảnh)
- *Hành Trình Đất Và Nước* (2018 thơ NXB Hội Nhà Văn),
...
Thơ in chung:
- *Trên Đỉnh Mùa Xuân* (1973)
- *Những Cánh Phượng Hồng* (1973)
- *Hoa Xưa* (1975, cùng Thạch Long)

Tấm thẻ bài

Miên đến bàn, ngồi xuống ghế và bật máy để nghe bài hát Somewhere, my love, tiếng hát của nữ ca sĩ Connie Francis lại cất lên:

Somewhere, my love,
There will be songs to sing
Although the snow
Covers the hope of spring.
Somewhere a hill
Blossoms in green and gold
And there are dreams
All that your heart can hold.
Someday we'll meet again, my love.
Someday whenever the spring breaks through.
You'll come to me
Out of the long ago,
Warm as the wind,
Soft as the kiss of snow.
Till then, my sweet,
Think of me now and then.
God, speed my love
Til you are mine again.

Mỗi lần gặp một điều gì đó làm anh xúc động mạnh, cảm thấy bức rức khó chịu, anh thường bật máy nghe lại bài Somewhere, my love. Bài hát nầy anh đã nghe đi nghe lại biết bao lần, mỗi lần nghe lại có một cảm xúc khác nhau mà anh không thể lý giải nổi do ca sĩ Connie Francis hát trong bộ phim Bác sĩ Zhivago. Nó như một dòng suối mát chảy qua cánh đồng khô hạn, làm tươi mát một vùng đất chịu nhiều tai ương, hay ít ra nó như cơn mưa rào bất chợt làm dịu đi cái nắng hanh hao của một mùa hè oi nồng rát bỏng. Tâm hồn anh hình như được làm dịu đi cơn sóng ngầm vừa ầm ào vừa giận dữ nổi lên trong lòng anh. Anh vẫn còn nhớ như in cái ngày anh được về phép, anh rủ Hà – người yêu của anh - cùng đi xem hát sau một buổi chiều bát phố rong chơi đây đó. Ngày ấy Hà đang học năm thứ hai đại học sư phạm, còn anh đang là một người lính của miền Nam. Chiến tranh đang đến hồi khốc liệt trên khắp các vùng chiến thuật. Hôm đó rạp chiếu bộ phim "Bác sĩ Zhivago", một tác phẩm nổi tiếng của nhà văn Nga Boris Pasternak được đạo diễn David Lean chuyển thể thành bộ phim nhựa có nhiều tình tiết đầy cảm động. Bộ phim "Bác sĩ Zhivago" kể về cuộc đời nhiều thăng trầm của một trí thức Nga trong thời kỳ đầy xáo động của Cách mạng Nga năm 1905 và cuộc nội chiến dai dẳng tranh giành quyền lực giữa Hồng quân và phe Bạch vệ(1917-1922) sau đó. Chàng Yurii Zhivago theo học ngành y và theo lời trăng trối của mẹ, anh kết hôn với nàng Tonia, nhưng khi ra chiến trường làm bác sĩ, chàng đã gặp và yêu Lara, một nữ y tá đã có chồng là một thầy giáo. Mối tình của Zhivago và Lara đã kéo dài qua những năm khốn khó của nước Nga khi bão táp cách mạng và cuộc nội chiến khốc liệt đã làm tan hoang tất cả mọi thứ trong cuộc sống của con người. Cuối cùng Zhivago chết trong một cơn đột quy trên một chuyến tàu đang di chuyển, Lara chỉ tìm được anh khi anh đã mất. Lúc ấy Hà đã nói: Phim buồn quá anh ạ. Miên nhớ mình đã nắm tay Hà như muốn truyền hơi ấm và sức mạnh niềm tin sang cô, anh nói: Buồn nhưng cảm động. Họ đã có những gì họ muốn, họ được sống gần nhau trong những giây phút gian khổ nhất của kiếp người, dù thế gian có chia cắt họ nhưng tâm hồn họ luôn hướng về nhau em không thấy sao?

Ngoài trời, tuyết vẫn rơi. Anh nhìn qua khung cửa sổ. Hơi lạnh đã làm cho mấy tấm kính không còn trông thấy rõ nữa, nó như phủ một lớp sương mỏng mờ ảo, hình ảnh bên ngoài cũng nhạt nhòa đi không rõ nét nhưng anh vẫn cảm nhận được mấy cái cây trồng trước nhà mình phủ đầy tuyết uốn theo thế những nhánh cây tạo nên nhiều hình thể lạ lẫm mà chắc bình thường anh cũng không thể nào hình dung tưởng tượng được nhưng trông nó đẹp lạ lùng làm sao. Con đường phía trước ngập đầy tuyết đang được nhiều công nhân dùng máy cào tuyết để mặt đường thông thoáng hơn cho xe cộ có thể di chuyển được. Mấy thằng bé nhà hàng xóm hôm nay không thấy ra đường dùa nghịch nữa, chúng không còn dùng tuyết nắn những hình tượng mà chúng yêu thích như ông già noel, bà chúa tuyết hay cô bé quàng khăn đỏ hay gì gì đó mà chúng được đọc trong các chuyện cổ tích hay được người lớn kể cho nghe, có lẽ trời lạnh quá hay chúng đã nhàm chán mấy trò chơi vô bổ nầy rồi cũng nên. Không thấy bọn trẻ Miên có cảm giác hơi buồn, cảm giác khung cảnh mùa đông trước nhà sao trơ trọi buồn tẻ quá, Trời còn sớm nhưng tuyết rơi nhiều nên không gian thật ảm đạm lạnh lẽo, vắng vẻ, cũng may hôm nay anh xong công việc sớm nên xin phép về trước, nên cũng không đến nỗi tắt đường vì tuyết.

Thời tiết năm nay hình như có vẽ bất thường, cái lạnh, tuyết rơi đến sớm hơn mọi năm và cũng dầy hơn. Mấy tiểu bang vùng đông bắc Hoa Kỳ nầy nơi anh đang ở mùa đông tuyết rơi dầy là chuyện bình thường mà. Miên chợt cầm tấm thẻ bài lên ngắm nghía mà tâm trạng để tận đâu đâu, không vui cũng không buồn, có lẽ cảm xúc anh đã mất đi khi cuộc đời mình đã trải qua nhiều nổi cùng cực quá sức chịu đựng chăng anh cũng không biết nữa. Chiều nay khi đi làm về, người chủ nhà đưa cho anh một gói quà bảo bưu điện vừa gửi đến hỏi một câu xả giao: Chiều nay ông về sớm? Anh trả lời nhẹ nhàng: Vâng! Công việc không nhiều. Cám ơn bác về gói quà mà bác đã nhận giùm.Tên người nhận đúng là anh rồi, còn tên người gởi- Một cái tên Mỹ lạ hoắc. Của ai thế? Tuy có hơi thắc mắc nhưng anh vẫn làm vẻ vui đón lấy, trong lòng không thấy có chút cảm xúc khái niệm nào. Từ lâu rồi hình như không ai gởi thơ hay một cái gì đó cho anh, ngoài những món đồ vặt vảnh anh đặt từ các cửa hàng, siêu thị cần thiết trong sinh hoạt hằng ngày, anh hình như không còn tiếp xúc với thế giới xung quanh ngoài công việc hằng ngày để nuôi sống bản thân mình. Anh lấy chiếc kéo nhỏ cắt dây xung quanh ràng buộc món đồ, Khi mở chiếc hộp gỗ ra, một vật kim loại rơi xuống đất, nhìn hình dáng giống như một tấm thẻ bài, anh cúi xuống nhặt lên, mặt có vẻ ngạc nhiên xúc động.

Đúng là tấm thẻ bài. Ngón tay cái của anh mân mê, rà theo từng mẫu tự, con số được dập nổi trên tấm thẻ, miệng lẩm nhẩm đọc lên từng con số, từng con chữ trên đó. Thật ra anh có thể nhắm mắt đọc không sót một từ một số nào trên tấm thẻ bài mà không cần dùng ngón tay để rà lên đó làm gì vì tấm thẻ bài nầy một thời từng là máu thịt của anh, gắn bó với anh trong suốt thời xảy ra chiến tranh ở Việt Nam, cái tên, năm nhập ngũ, số quân, nhóm máu mà bất cứ người lính nào trong hàng ngũ của anh cũng phải thuộc nằm lòng, nó là vật bất ly thân trừ khi người lính ấy ngã xuống. Từ lâu anh đã quên nó, hình như nó không còn tồn tại trong cuộc đời đầy khốn khổ cay đắng của anh từ khi tàn cuộc chiến, những người lính như anh chấp nhận tan hàng rã ngũ trong trạng thái đớn đau nhục nhã. Anh cũng như bao người lính của miền Nam khi ấy phải ra trình diện nhà cầm quyền để học tập đường lối chính sách của bên thắng cuộc một vài ngày theo như lời họ nói. Vậy mà với thân phận một sĩ quan bộ phận tâm lý chiến anh đi học tập một lèo hết sáu bảy năm trời, qua nhiều trại cải tạo khác nhau từ miền Nam đến miền Bắc, từ

Suối Máu, Bù Gia Mập đến dãy Hoàng Liên Sơn quanh năm sương mù bao phủ, bạn bè anh nhiều người không chờ đợi được ngày về đã bỏ cuộc, nằm xuống. Hà không thể chờ đợi anh như thế, đã theo gia đình vượt sóng trong một ngày mưa gió bão bùng như anh nghe lời một người bà con của nàng sau nầy kể lại. Anh về trong một tâm trạng mệt mỏi, rã rời tuyệt vọng, bệnh tật, cố gắng làm đủ mọi nghề để tồn tại, chờ đợi. Rồi chương trình HO do Mỹ đề xướng cũng đến, anh hy vọng sẽ đi nhưng rồi hồ sơ bị gác lại. Anh vẫn còn nhớ rất rõ gương mặt của người Mỹ phụ trách phỏng vấn anh, ông ta giải thích vì giấy trả quyền công dân của anh chỉ là bản copy không phải bản chính, anh đã cố gắng giải thích cho ông ta hiểu đã thất lạc đâu đó không tìm được và bản copy cũng là một bằng chứng kia mà nhưng ông ta lắc đầu nói: Xin lỗi,tôi không giúp được gì cho anh vì tôi chỉ là người thừa hành làm đúng theo chỉ thị của cấp trên mà thôi. Anh cay đắng và nói trong cơn tức giận: Chúng tôi chết một lần vì sự hèn nhát đầu hàng của bọn tướng lãnh nước tôi, nước Mỹ các ông lại giết chúng tôi lần thứ hai vì sự vô cảm, nguyên tắc của mấy người. Và anh đã bỏ lại tấm thẻ bài của mình trên bàn làm việc của người Mỹ phỏng vấn anh, quày quả bước ra trong nỗi giận dữ tuyệt vọng. Anh tìm cách vượt biên, thất bại vào tù, lần thứ hai rồi lần thứ ba cuối cùng anh cũng vượt thoát.

Trong chiếc hộp còn có một bức thư, anh giở ra xem. Nội dung bức thư làm cho anh có chút ngạc nhiên, thì ra ông ấy vẫn còn nhớ đến mình?

Cali, ...

Thưa ông

Trước hết tôi xin thay mặt cha tôi - ông Bill W. Clinton - Một người đã mất, được xin lỗi ông, dù có hơi muộn. Như ông biết, ngày đó cha tôi không thể giúp gì cho ông trong chương trình HO vì hồ sơ của ông còn thiếu sót, không phải cha tôi không hiểu điều ông nói nhưng là một nhân viên ngoại giao, cha tôi phải tuân thủ các nguyên tắc mà chính phủ nước tôi đã qui định. Ông bỏ lại tấm thẻ bài thể hiện sự thất vọng to lớn của ông đối với chính phủ Mỹ mà ông cho rằng chính phủ tôi đã phản bội lại đồng minh. Cha tôi đã suy nghĩ rất nhiều và cảm thấy ân hận vì đã từ chối, giúp đỡ ông. Sau nầy khi rời khỏi chức vụ ông vẫn giữ tấm thẻ bài nầy như một lời nhắc nhở, cảnh tỉnh mình. Cha tôi đã cố gắng tìm kiếm mọi thông tin nhưng vô vọng để trả lại tấm thẻ bài cho ông với một lời xin lỗi. Trước khi mất ông ấy đã giao lại nhiệm vụ nầy cho tôi và hy vọng tôi hoàn thành ước nguyện của ông. Tôi đã cố gắng hết sức - thưa ông - cuối cùng tôi cũng có được thông tin của ông qua nhiều nguồn tin từ nhiều nguồn khác nhau. Xin chúc mừng ông vì cuối cùng ông cũng đặt chân được đến đất nước chúng tôi. Tôi xin trao trả lại tấm thẻ bài cho ông vì chỉ có ông mới có quyền giữ tấm thẻ bài nầy mà thôi.

Một lần nữa thay mặt cha tôi cho tôi gởi đến ông một lời xin lỗi. Chúc ông có một cuộc sống an lành và hạnh phúc.

Kính chào ông

Con một người đã mất.

Nhiều năm đã trôi qua, anh không còn nhớ mình đã đi qua những vùng đất nào để tìm Hà, có lần anh bất chợt hình như đã nắm được vạt áo của nàng nhưng chỉ là trùng tên, ngày tháng năm sinh vậy thôi. Cuộc đời sau có nhiều nỗi trớ trêu như thế, và anh vẫn sống, vẫn đi tìm những tin tức liên quan về Hà, về gia đình Hà nhưng vẫn bặt vô âm tín. Không một tin tức gì về nàng, anh tìm thông tin về những người Việt ra đi, đăng trên báo Việt tìm người, gởi thư về quê nhà những người quen cũ đều không nhận được sự trả lời. Hà như tan vào hư vô từ ngày tiển anh vào trại cải tạo, có lẽ nào chúng ta chỉ biết tin nhau khi một người đã mất. Anh chiêm nghiệm rằng khi tình yêu mang đầy đau khổ, kiếm tìm, chạy đuổi thì tình yêu ấy muôn đời bền vững trong tâm hồn mình dù rất nhiều mệt mõi tuyệt vọng.

Đài dự báo thời tiết báo sẽ có cơn bão tuyết tràn qua miền đông bắc nầy làm Miên miên mang chợt nhớ đến cơn bão tuyết trong phim "Bác sĩ Zhivago mà anh và Hà đã từng xem: Zhivago và Lara lần đầu tiên gặp nhau, đi bên nhau trong cơn bão tuyết, những ngày chiến tranh xảy ra khốc liệt lại là những ngày họ cảm thấy hạnh phúc nhất vì được sống gần bên nhau, họ là động lực của nhau, chiến đấu và làm việc tất cả mọi việc vì tổ quốc thân yêu của mình. Anh và Hà có được cái hạnh phúc tuyệt vời nhưng vô cùng mỏng manh ấy không? Hoàn toàn không, không có gì cả ngoài những ký ức đau buồn luôn giằng xé tâm hồn anh. Trong chiến tranh sống trong chờ đợi, mỏi mòn, luôn lo âu trước một tin dữ từ chiến trường đưa về. Khi chiến cuộc tàn lại phân ly tan rã. Cuộc tình chúng ta sao mà đau khổ đến thế? Hà còn sống trên cõi đời nầy hay vĩnh viễn biến mất không để lại một chút dấu vết trên trần thế? Mơ hồ trước mắt anh hiện lên một vùng biển động dữ dội, sóng cao như núi từng đợt từng đợt ập vào chiếc tàu nhỏ bé mỏng manh mang trong lòng nó những con người khốn khổ rời bỏ quê hương, nhà cửa người thân để đi tìm vùng đất tự do, anh thấy gương mặt Hà đang nhìn anh đăm đăm, không tỏ vẻ gì run sợ trước cơn giận dữ của thủy thần, nàng phả vào trong anh những lời nói của Lara: "Vĩnh biệt anh yêu dấu và lớn lao của em, vĩnh biệt niềm kiêu hãnh của em, vĩnh biệt dòng sông nhỏ chảy xiết và sâu thẳm của em, em mới yêu tiếng sóng vỗ dạt dào hàng ngày của anh, em mới thích gieo mình vào các làn sóng mát lạnh của anh xiết bao?"(2). Thật sao? Anh là niềm kiêu hãnh, là tiếng sóng vỗ dạt dào, là làn sóng mát lạnh mà em thích gieo mình vào đó, tận hưởng niềm hoan lạc vô biên đó sao? nhưng tại sao em không cùng anh nắm lấy tay nhau đi trọn cuộc đời mình trên mãnh đất đã trải qua nhiều nỗi đau thương bất hạnh nầy mà tận hưởng niềm vui, niềm khoái lạc của những kẻ yêu nhau, mỗi mòn chờ đợi nhau. Tài sao người ra đi không phải là anh mà lại là em, Hà ơi!

Trong giấc mơ nào đó Miên mong Hà vẫn còn sống, sống ở một nơi nào đó trên trái đất nầy, có được một gia đình và đàn con hạnh phúc. Có thể Hà đã quên anh rồi hay dù có nhớ anh, có yêu anh đến mấy, có nhận được thông tin của anh tìm kiếm nhưng nàng không muốn hồi âm, có lẽ nàng muốn Miên nghĩ nàng đã chết để khỏi đau lòng, nấn ná, đợi chờ. Dòng nước đã trôi đi hãy để nó xuôi về biển cả mênh mông, níu kéo lại làm gì để khổ cho cả hai. Chắc nàng cũng muốn anh được hạnh phúc, muốn anh có một suy nghĩ về sự ra đi của nàng như sự ra đi của Lara ở cuối tác phẩm Bác sĩ Zhivago: "Một hôm Lara ra phố và không trở về nhà nữa. Chắc nàng đã bị bắt giữ ở ngoài đường, và nàng đã chết hoặc mất tích không rõ ở đâu, bị quên lãng dưới một con số vô danh trong những bản danh sách sau này bị thất lạc, tại một trong vô số trại tập trung hỗn hợp hoặc dành riêng cho đàn bà phương Bắc" (3)

Bài hát đã hết từ lâu. Miên bật lại máy, âm điệu bài hát Somewhere, my love lại vang lên. Lần nầy Miên không còn cái cảm giác buồn thảm, cô đơn nữa. Anh khe khẽ hát theo:

Somewhere, my love,
There will be songs to sing

Although the snow
Covers the hope of spring.
Somewhere a hill
Blossoms in green and gold
And there are dreams
All that your heart can hold...

Một vài ngày nữa, thời tiết bớt lạnh,tuyết không còn rơi, Miên sẽ ra biển, ngồi lại đó rất lâu và trước khi ra về anh sẽ thả chiếc thẻ bài khắc tên mình xuống dòng nước trong xanh đó, thả nó về nơi nó cần đến và ngủ yên, một nơi bình yên để quá khứ được khép lại, một quá khứ không lấy gì vui vẻ và đầy phiền muộn. Nếu Hà còn lẩn quẩn ở một nơi nào đó trong muôn trùng nàng sẽ hiểu lòng anh, tấm thẻ bài như tình yêu anh luôn mãi gần gủi Hà, sưởi ấm nàng trong ầm ào của sóng biển, vỗ về an ủi nàng trong cô đơn lạnh lẽo và anh sẽ thầm nói: Tôi đâu có giận gì ông đâu thưa ông Bill.

Nguyễn An Bình

----

(1) dịch: Nơi nào đó, người yêu ơi. Sẽ có những bài hát được ca vang. Dù cho tuyết trắng. Có phủ đầy hi vọng về mùa xuân. Nơi nào đó trên ngọn đồi. Những đóa hoa xanh non và vàng rực. Và có những giấc mơ. Mà trái tim anh có thể ấm ủ. Ngày nào đó chúng ta sẽ gặp lại nhau, người yêu ơi. Ngày nào đó, bất cứ nơi nào mà mùa xuân tràn đến. Anh sẽ đến cùng em. Từ quá khứ xa xưa. Ấm áp như ngọn gió. Êm ái như nụ hôn của tuyết trời. Cho đến lúc đó, người yêu ơi. Hãy luôn nhớ về em. Chúa ơi, hãy thúc đẩy người yêu của con. Cho đến khi anh lại là của em.
(2) lời của Lara khi đứng trước quan tài của Zhivago.
(3) đoạn cuối của tác phẩm "Bác sĩ Zhivago".

Nguyễn Âu Hồng by Đinh Cường

NGUYỄN DƯƠNG QUANG

Nguyễn Dương Quang sinh năm 1945 tại Dran, Đồng Nai
Thượng. Từ 1968 đến 1975 là sĩ quan Quân Đội Việt Nam
Cộng Hòa. Sau 1975 đi cải tạo và trở về sống tại Đà Lạt.
Tập thơ duy nhất của ông, *Đêm Ôm Đàn Uống Rượu Một
Mình*, được nhà xuất bản Thư Ấn Quán (Hoa Kỳ) ấn hành
năm 2015.

Ngày về

Cải tạo về, lên non phát rẫy
vợ lo "phe phẩy", ta tiều phu
độc lập tự do hạnh phúc nhất
vừa làm chủ vừa làm bí thư

Tả xung hữu đột tan cây cỏ
thoáng chốc một vạt Đông Trường Sơn
úng đạn thua rồi, nay trận rựa
chiến chinh, chinh chiến ta coi thường

Lều cỏ dưới chân con thác nhỏ
trôi trôi bèo bọt chuyện ngày xưa
dòng suối tí teo làn cá trắng
sáng trưa chiều độc món cá tươi

Lâu lâu về xóm vợ mừng rơn
đáp đền sông núi như tân hôn
bốn thế hệ nồi bo bo nóng
má em hồng hơn bà Tú Xương

Trăm thước lên cao, trăm thước xuống
hoa nào đẹp bằng hoa khoai lang
trận "Đào Khoai", vợ cười yểm trợ
khoai sùng, khoai mụn gánh tung tăng

Đời lẩn quẩn lưỡi câu, cuốc rựa
tương lai, dĩ vãng, đám sương mù
gió động vách lều đêm chợt nhớ
bạn tù xa lán trại âm u.

1977

Chiều núi khô

Không có gì trên núi chiều nay
gió ở đâu chừng không lên tới
trải cô đơn ra sầu cỏ đợi
tiếng thời gian im ắng trong cây

Vạt nắng chiều buồn như điệu hát
con nai ngóng tiếc lá thu nào
hồn suối cạn đá trơ khô khốc
cọng hoa rừng mỏi dáng gầy hao

Đất trời đâu đó màu thê thiết
bóng cừu cúi mặt cỏ khô cong
triều đại nào tích tuồng hưng, phế
cũng có trang buồn chuyện nhiễu nhương

Những bình minh qua hoàng hôn đến
đã bao nhiêu nước chảy qua cầu
sậy một mình hát lời buồn thảm
rừng hoang mang cây ngại ngùng nhau

Chiều nay không có gì trên núi
quanh quất nhìn đâu cũng thấy buồn
chút hồn treo vào chòm mây lạc
buông mình lăn xuống núi hoàng hôn.

2013

Chiều một mình bên dòng sông

Đã qua bao con suối
đã mòn mấy chân đồi
chiều nay hồn chết đuối
chìm trôi dòng sông đời

Bao chiếc cầu lỡ nhịp
không đưa ta sang bờ
cành lau phơ phất gió
cùng ta chiều bơ vơ

Ngày xưa chừng mất dấu
người xưa chừng hương phai
dòng sông nào cũng chảy
lênh đênh sầu bóng mây

Đã khô bao nước mắt
đã tàn mấy nụ cười
hồn bao giờ phiến đá
nằm trơ dòng sông ơi!

2016

Nguễn Dương Quang

NGUYỄN HIẾN LÊ

Ông sinh 8-1-1912, hiệu Lộc Đình. Năm 1934, tốt nghiệp Trường Cao Đẳng Công Chánh (Hà-Nội) được bổ nhiệm làm việc tại các tỉnh miền Tây Nam-kỳ. Sau tháng 8-1945, ông bỏ đời sống công chức về Long Xuyên dạy học trường Trung học Thoại Ngọc Hầu (Collège de Long Xuyen). Đến năm 1952, ông lên Sài-Gòn mở nhà xuất bản, biên dịch sách, sáng tác và viết báo. Nếu kể từ sau 1954, ông đã cộng tác với một số tạp-chí như *Mai* (bộ cũ, với 14 bài), *Giáo Dục Phổ Thông* (7 bài), *Phổ Thông, Đại Học* (2 bài), *Bông Lúa, Văn-Hóa Nguyệt San, Tin Sách, Văn* và *Tân Văn* (7 bài), *Tin Văn* (6 bài), *Giữ Thơm Quê Mẹ* (1 bài), *Phù Đổng Thiên Vương*, ... và nhật báo như *Điện Tín*, ... Riêng tạp-chí *Bách Khoa* sống 18 năm với 426 số báo thì ông đã có bài 242 bài dưới 159 tựa đề, viết về giáo dục, văn-hóa, tình hình xuất-bản, báo-chí, điểm sách, v.v. Về tác-phẩm, cho đến biến cố 30-4-1975, ông đã cho xuất bản trên 100 tác phẩm lớn nhỏ về văn học, ngôn ngữ học, triết học, giáo dục, chính trị, kinh tế, gương danh nhân du ký; ông còn là dịch giả ban đầu sách học làm người sau đến các tác-phẩm văn-học, chính-trị và triết học thế giới. Sau 1975 ông còn biên soạn thêm khoảng 20 tác phẩm khác. Năm 1980, ông lui về ẩn cư ở Long Xuyên và mất tại đây ngày 22-12-1984.

Qua hành trạng cuộc đời và tác-phẩm, ông tỏ ra là người có tấm lòng yêu nước, yêu dân-tộc, chuộng học thuật, văn-hóa và muốn truyền lại cho giới trẻ. Riêng chuyện chính-trị, trước 1975, ông thiên về thành phần mà ông nghĩ là họ "yêu nước, đề cao dân-tộc và chống văn-hóa ngoại lai", nhưng sau 1975 ông đã tỏ ra hối tiếc và đã để lại tập *Hồi-Kí* trong đó ông nêu ra từng chi tiết, sự kiện để chứng minh sự thất vọng của mình – văn bản được xuất-bản nguyên vẹn ở hải-ngoại, còn bản in trong nước đã bị "biên tập" cắt bỏ nhiều đoạn và chương sách.

Sau 1975, một số tác-phẩm của ông đã xuất-bản và tái-bản ở hải-ngoại do nhà xuất bản *Văn Nghệ* ở California: *Đời Viết Văn Của Tôi* (1986), *Hồi-Kí* (nguyên bản 33 chương, 1988-), *Khổng Tử* (1991), … cũng như tập tiểu-thuyết *Con Đường Thiên Lý* (1987), trước khi trong nước tái-bản các sách của ông.

Hồi kí Nguyễn Hiến Lê

Chương XXXI
Kết Quả Sau 5 Năm - "Thất-Bại Trong Hòa Bình"

Mấy tháng đầu sau ngày 30-4-75, các bạn kháng chiến, già cũng như trẻ, nhất là trẻ, đều có tâm lí chung là hăm hở hưởng thụ sau mấy chục năm gian khổ sống chui, sống nhủi trong rừng, trong bụi, dưới hố dưới hầm. Đành rằng phải bắt tay ngay vào việc kiến thiết, nhưng đã có đường lối sẵn rồi, có kinh nghiệm hai chục năm ở Bắc thì không có gì khó; vả lại đã thắng được Mĩ, thành cường quốc thứ ba trên thế giới, sau Nga và Trung hoa thì có việc gì mà làm không được, chỉ trong 5 năm sẽ tiến bộ, hai chục năm sẽ đuổi kịp Nhật bản về kinh tế.

Muốn kiến thiết thì trước hết phải san phẳng chế độ cũ đã không để lại một dấu vết nào cả. Phải đuổi hết các nhân viên cũ, để anh em cách mạng chia nhau tất cả các chức vụ lớn nhỏ. Phải diệt bọn tư bản, chiếm nhà cửa, tài sản như núi của họ, chia nhau mỗi người một chút. "Đó là quyền của mình mà!"

Tóm lại, ai cũng "hồ hởi", tin tưởng. Chỉ có thủ tướng Phạm Văn Đồng là tỏ vẻ ưu tư một chút. Trong một cuộc hội họp ở Sài Gòn, ông bảo các bạn đồng chí: "Nous avons gagné la guerre, il ne faut pas perdre la paix" (Chúng ta đã thắng trong chiến tranh, đừng để thất bại trong hòa bình). Ông thấy rằng thắng được địch rồi mới là khởi sự bắt tay vào việc, chưa thể nghỉ ngơi, hưởng thụ được; mà công việc kiến thiết trong thời bình còn khó khăn gấp bội công việc diệt địch. Thời chiến hễ nung được lòng yêu nước của quốc dân rồi, giữ cho lòng đó đừng giảm, quốc dân kiên trì chịu đựng được tới phút chót thì không còn vấn đề gì nữa: thiếu cái gì đã có Nga, Trung hoa cung cấp cho; trái lại trong thời bình mới phải đương đầu với nhiều vấn đề nội bộ, ngoại giao, kinh tế, nhất là kinh tế. Nước ta nghèo, thiếu vốn đầu tư thiếu kĩ thuật gia, khó phát triển kinh tế mau được. Thất bại về kinh tế thì sự nghiệp của cách mạng sụp đổ.

Bây giờ, 5 năm sau ngày 30-4-75, hết kế hoạch ngũ niên đầu tiên rồi, chúng ta mới thấy cơ hồ chẳng tiến bộ về một phương diện nào hết mà còn thụt lùi nữa, và ai lạc quan tới mấy cũng phải nhận chúng ta đã bỏ phí 5 năm, và không biết phải mấy năm nữa mới bắt lại được thời gian đã mất đó. Trong khi ấy thì thế giới cứ vùn vụt tiến tới.

- Thất bại lớn nhất, theo tôi, là không đoàn kết được quốc dân. Tháng 5-1975, có ít nhất là 90% người miền Nam hướng về miền Bắc, mang ơn miền Bắc đã đuổi được Mĩ đi, lập lại hòa bình, và ai cũng có thiện chí tận lực làm việc để xây dựng lại quốc gia. Nhưng chỉ sáu bảy tháng sau, cuối 1975 đã có đa số người Nam chán chế độ ngoài Bắc, chán đồng bào Bắc. Tôi nhớ như ở phần trên tôi đã nói năm 1976, trong một cuộc hội nghị ở Sài Gòn, bàn về vấn đề thống nhất quốc gia, một học giả lão thành miền Bắc, ông Đào Duy Anh (đã có hồi sống ở Nam nhiều năm, có nhiều bạn thân ở Nam) khi được mời phát biểu ý kiến, chỉ nói mỗi một câu đại ý là thống nhất cái gì cũng dễ; quan trọng nhất là phải thống nhất nhân tâm đã. Cả hội trường sửng sốt và làm thinh.

Ông Anh đã nhận xét đúng và dám nói. Quả thực là lúc đó có sự chia rẽ nặng giữa người Nam và người Bắc, Nam đã không muốn thống nhất với Bắc rồi. Từ đó, tinh thần chia rẽ cứ mỗi ngày mỗi tăng, năm nay (1980) có thể nói 90% người miền Nam hay hơn nữa, muốn tách khỏi miền Bắc.

Có nhiều nguyên nhân.

Nguyên nhân chính theo tôi là người miền Bắc vơ đũa

cả năm, coi người Nam là "ngụy" hết, trụy lạc, bị nhiễm độc nặng của Mĩ. Ngay hạng trí thức miền Bắc như ông Đào Duy Anh cũng có thành kiến rằng dân Sài Gòn hư hỏng quá rồi Họ chỉ nhìn bề ngoài, chỉ thấy một số thanh niên híp pi, lêu bêu ở ngoài đường; tôi phải giảng cho họ hiểu rằng đó chỉ là thiểu số, chứ đại đa số người trong này ghét Mĩ, ghét văn minh Mĩ, có thể nói gia đình nào cũng có người có cảm tình với kháng chiến, giúp kháng chiến cách này hay cách khác, nếu không vậy thì làm sao kháng chiến thành công được. Chỉ nội một việc biết người nào đó là kháng chiến mà không tố cáo cũng đủ có công với kháng chiến, chớ đừng nói là còn che chở, giúp tiền bạc, tiếp tay cho nữa. Chỉ trừ một số phản quốc, theo Mĩ, Thiệu triệt để vì quyền lợi, còn thì không có gia đình nào trong Nam là ngụy cả. Một số người yêu nước, có tư cách, mới đầu gia nhập kháng chiến, sau vì lập trường chính trị, phải rời hàng ngũ, về thành, mà không ưa Pháp, Mĩ, hạng đó không nên coi người ta là ngụy. Bọn thanh niên hư hỏng chỉ ở Sài Gòn mới có nhiều, mà tỉ số không cao so với những thanh niên đứng đắn.

Người Bắc coi người Nam là ngụy, đối xử với người Nam như thực dân da trắng đối với dân "bản xứ", tự cao tự đại, tự cho rằng về điểm nào cũng giỏi hơn người Nam, đã thắng được Mĩ thì cái gì cũng làm được. Chỉ cho họ chỗ sai lầm trong công việc thì họ bịt miệng người ta bằng câu: "Tôi là kháng chiến, anh là ngụy thì tôi mới có lí, anh đừng nói nữa".

Chẳng bao lâu người Nam thấy đa số những kẻ tự xưng là kháng chiến, cách mạng đó, được Hồ chủ tịch dạy dỗ trong mấy chục năm đó, chẳng những dốt về văn hóa, kĩ thuật - điều này không có gì đáng chê, vì chiến tranh, họ không được học - thèm khát hưởng lạc, ăn cắp, hối lộ, nói xấu lẫn nhau, chài bẫy nhau... Từ đó người Nam chẳng những có tâm trạng khinh kháng chiến mà còn tự hào mình là ngụy nữa, vì ngụy có tư cách hơn kháng chiến. Và người ta đâm ra thất vọng khi thấy chân diện mục của một số anh em cách mạng đó, thấy vài nét của xã hội miền Bắc: bạn bè, hàng xóm tố cáo lẫn nhau, con cái không dám nhận cha mẹ, học trò cấp II đêm tới đón đường cô giáo để bóp vú...

Thì ra: "Nhìn xa ngỡ tượng tô vàng... "

Ngay giữa các đồng chí cũng không có tinh thần đoàn kết: địa phương nào chỉ làm lợi cho địa phương đó, không nghĩ tới quốc gia; cơ quan nào cũng chỉ làm lợi cho cơ quan mình mà không giúp đỡ cho cơ quan bạn; ai nấy chỉ lo cho bản thân mình thôi mà không nghĩ tới đoàn thể. Một ông bạn tôi ở Hà Nội vào Sài Gòn để đòi số tiền vài cơ quan khác thiếu của cơ quan ông. Tôi ngạc nhiên hỏi: "Đâu phải là xí nghiệp tư mà giữ tiền lại để làm lợi cho mình. Đều là của công hết mà, hễ thu được tiền thì tự nhiên họ trả lại cho cơ quan anh, sao phải vào tận đây để đòi?" Anh bạn ấy đáp: "Nếu họ nghĩ như anh thì còn nói gì?".

Trong mỗi cơ quan ở Sài Gòn cũng có sự chia rẽ. Cùng là công nhân viên cả, mà bọn ở Bắc vô không ưa bọn Liên khu 5; hai hạng đó đều khinh bọn ở bưng trong Nam về; bọn này lại không chơi với bọn trước kia tập kết ra Bắc, nay trở vô Nam; bọn "nằm vùng" cũng không ưa bọn tập kết về đó; bị khinh nhất là bọn ngụy được tạm dùng lại, mà bọn này thạo việc hơn hết. Chỉnh vì thiếu đoàn kết cho nên trong cuộc hội họp nào người ta cũng hô hào "Đoàn kết, đại đoàn kết". Còn ở trong phòng họp thì ai cũng hoan hô tinh thần đoàn kết, ra khỏi phòng rồi thì hết đoàn kết. Người ta chỉ đoàn kết với nhau vì quyền lợi thôi; đo đó mà có tinh thần bè phái, gia đình trị, và ở Bắc có câu này: Nhất thân, nhì thế, tam quyền, tứ chế.

Hễ thân với nhau thì giúp đỡ nhau, công việc gì cũng dễ dàng, chứ cứ áp dụng đúng qui chế thì khó khăn nhất, chậm trễ nhất; người ta lè phè, tà tà, không làm cho mình đâu, nhắc nhở hoài chỉ làm cho người ta thêm ghét. Còn đâu là tinh thần tập thể nữa?

- Điểm thứ nhì làm cho chúng ta thất vọng là xã hội còn bất công hơn thời trước nhiều.

Marx và Lénine muốn tạo một xã hội không có giai cấp, công bằng, bình đẳng. Nhưng Staline cho sự bình đẳng là "không xứng" (indique) với một xã hội theo chủ nghĩa xã hội (1), và ở Nga, theo nhà bác học Sakharov (trong một bài báo đã dẫn) thì năm 1972 xã hội đã bất bình đẳng mà còn bất công. Không còn tình trạng tư bản bóc lột thợ thuyền, nhưng giai cấp lãnh đạo được hưởng rất nhiều quyền lợi còn giai cấp công nhân thì sống thiếu thốn. Cây quạt lương bổng (eventail des salairs) vẫn mở rộng, có phần còn hơn ở các nước tư bản; nói cách khác, lương giữa một viên giám đốc với một thợ không chuyên môn còn cách biệt nhau rất xa, hơn ở phương Tây. Kravchenko trong cuốn đã dẫn cũng phàn nàn rằng các đồng chí "bự" (grosses légumes) sống như ông hoàng, có phòng ăn nêng, thức ăn riêng, tiệm mua dược phẩm riêng, thợ hớt tóc riêng, nhà thương riêng, cầu tiêu riêng... cái gì cũng riêng, và ông ta chua xót thấy cách bóc lột thời ông bất lương hơn cách thời Nga hoàng (trang 525, 105).

Ở nước mình cũng như Nga, không còn cái tệ tư bản bóc lột thợ thuyền; chế độ lương của mình còn hơn Nga là không có sự cách biệt rất xa giữa cấp cao và cấp thấp: công nhân viên mới vô được khoảng 40 đồng một tháng, kĩ sư mới ra trường được khoảng 55 đồng, giám đốc khoảng 150 đồng, bộ trưởng 200 đồng; nhưng các cán bộ cao cấp cũng được hưởng rất nhiều quyền lợi, tha hồ mua thức ăn, đồ dùng đủ thứ với giá chính thức; nghe nói có trường hợp vợ họ mua về bán chợ đen; và một người Nga hay Đức đã phải bảo lương những cán bộ tuy chỉ có 200 đồng mà sự thực họ được hưởng ít nhất là 2.000 đồng. Thủ tướng Phạm văn Đồng có lần đề nghị sửa đổi chế độ lương bổng: tăng lương cho những cấp trên, nhưng sự phân phối nhu yếu phẩm thì đồng đều; đề nghị đó bị đảng bác bỏ.

Có người nói một số "ông lớn" đi đâu cũng có người hầu xách bình nước sâm Cao li để ông lớn uống thay trà; một ông nọ luôn luôn có một bác sĩ ở bên và một thiếu nữ quạt hầu vì ông không chịu được quạt máy. Tôi không biết những tin đó đúng hay không, chỉ biết những tin đó do "anh em cách mạng" đưa ra cả.

Một ông bạn tôi bảo có vô nhà thương mới thấy có cả chục (sic) giai cấp bệnh nhân, tùy giai cấp mà được ở phòng nào, khám bệnh ra sao, trị bệnh ra sao, cấp thứ thuốc nào v.v...

Người chết cũng phân biệt giai cấp khi đăng cáo phó: cán bộ thường thì được mấy phân trên cột báo, cán bộ bự thì được mười mấy phân; lời cáo phó cũng theo những tiêu chuẩn riêng. Đúng là đường lối Staline.

Sài Gòn được giải phóng vài năm thì ta thấy xuất hiện ngay một hạng giàu sang mới nổi, thay thế bọn giàu sang thời Thiệu, và cũng thích những xa xí phẩm (áo hàng thêu, hột xoàn, máy điều hòa không khí v.v...) của thời Thiệu. Tiền đâu mà họ mua những thứ đó nhỉ?

Sự bất công chướng nhất, tàn nhẫn nhất là lương công nhân viên từ 1975 cứ đứng yên trong khi sự phân phối nhu yếu phẩm giảm đi gần hết, chỉ còn gạo, bo bo là tạm đủ, nhất là trong khi mãi lực của đồng bạc năm 1980 chỉ còn bằng 1/10 năm 1975; thành thử lương một công nhân viên chỉ đủ để mua củi chụm, lương một bác sĩ mới ra trường chỉ đủ để mua rau muống ăn. Khắp thế giới không đâu có chế độ lương bổng kì cục như vậy (2). Người nào cũng phải bán đồ đi mà xài, nhờ cha mẹ giúp đỡ, nếu không thì phải xoay xở mọi cách, làm sao sống được thì làm, chính phủ không biết tới.

Một cán bộ ở Hà Nội đã phàn nàn: "Người ta có rất nhiều quyền hành mà không có một chút tinh thần trách nhiệm nào cả. Thật lạ lùng!" Kravchenko (trang 185) nói chính phủ Nga bắt dân đói để dân biết phép chính phủ mà phải răm rắp tuân lệnh. Ở nước ta không đến nỗi như vậy, có áp dụng chính sách đó thì chỉ áp dụng cho những kẻ thù của chế độ thôi, tức bọn ngụy quân ngụy quyền còn ở trong một số trại cải tạo.

- Không ai có trách nhiệm mà tinh thần bè phái quá nặng, nên không có kỉ luật, dưới không tuân trên, loạn.

Chương trên tôi đã nói tới cái tệ mỗi tỉnh là một tiểu quốc, địa phương tự do tới mức không tuân lệnh trung ương (ngay xã cũng không tuân lệnh tỉnh, huyện), lấy lẽ rằng chỉ địa phương mới hiểu tình trạng của địa phương, cấp trên không nên xen vào; cái tệ nhân viên được lệnh đi công tác mà không đi, nằm ỳ ở nhà, một tuần sau trở lại sở, trả sự vụ lệnh mà không bị khiển trách; cái tệ nhân viên muốn bỏ sở về giờ nào thì về, lấy cớ là phải kiếm gạo, chủ nhiệm đành làm thinh, chứ không biết đáp sao.

Tôi kể thêm một trường hợp nữa. Ông giám đốc một cơ quan nọ đến tuổi về hưu, bảo người giúp việc: "Tôi sẽ không về, về thì mất hết quyền lợi: xe hơi, "bìa" (sổ đặc biệt để mua nhu yếu phẩm), nhà ở v.v..., mà còn bị xã ấp nó ăn hiếp, hoạnh họe cái này, cái khác; không, tôi không về," Một ông giám đốc mà sợ công an ấp vì công an có quyền bắt ai thì bắt, giam ai thì giam. Một viên công an bảo: "Tôi làm việc bốn năm năm rồi, mà bây giờ mới biết quyền hạn của tôi, từ trước tôi muốn làm gì thì làm".

Vì mất kỉ luật, cho nên thanh niên trốn nghĩa vụ quân sự: ở miền Nam trốn tới 90%, có nơi cả 100% mà vẫn sống yên ổn. Bắt được họ, đưa họ ra mặt trận, họ lại trốn nữa. Không thể giam hoài họ được, gạo đâu mà nuôi? Họ sống yên ổn ngay ở làng vì chỉ cần đút lót cho công an là êm. Còn nạn đào ngũ thì toàn quốc tới 25%. Trước kia người ta hi sinh để giành độc lập; bây giờ độc lập rồi lại đánh nhau với nước anh em, người ta không hăng hái nữa.

Nghe nói ở một tỉnh nọ, viên giám đốc sở tài chánh kiêm giám đốc ngân hàng (?) ôm 60 lượng vàng cùng với 30 viên công an xuống một chiếc tàu của chính phủ, mang theo đầy đủ khí giới (và không biết bao nhiêu lượng vàng nữa) để vượt biên. Tin đó chưa lấy gì làm chắc nhưng chuyện công an - cây cột chống đỡ chế độ - ôm vàng vượt biên thì mấy năm nay nghe thường quá rồi.

Tinh thần vô kỉ luật đó, không biết một phần có phải do chính sách giáo dục trẻ em không. Người ta cấm đánh trẻ - điều đó có thể hiểu được - cấm nghiêm khắc với trẻ, chúng nghỉ học thì lại nhà mời chúng đi học; chúng làm biếng thì không bị phạt mà cô giáo bị trách là dạy dở. Kì tựu trường có nơi còn tổ chức múa lân, đốt pháo để dụ trẻ em đi học nữa. Cô giáo nào mời được ít trẻ thì bị rầy. Riết rồi cô giáo ngán dạy quá, cứ tự ý nghỉ bừa, hiệu trưởng phải tới nhà năn nỉ, nếu không thì lỗi ở hiệu trưởng chứ không phải ở cô giáo. Và người ta ngán luôn cả nghề sư phạm: dốt hoặc muốn tránh nghĩa vụ quân sự mới phải thi vô sư phạm.

Kỉ luật như vậy, trẻ em càng được thể làm biếng, sức học rất kém, mà tính ngỗ nghịch (bóp vú cô giáo như trên đã nói) thì quá sức tưởng tượng. Một số cán bộ già ở Bắc vô nhận rằng trẻ em trong này ngoan ngoãn, lễ phép. Nhưng tôi sợ rằng ít năm nữa, chúng đuổi kịp bạn chúng ở Bắc mất.

- Sự thất bại hiển nhiên nhất của chế độ là sự suy sụp của kinh tế mà tôi đã trình bày sơ lược ở trên. Hậu quả là Việt Nam trước thế chiến tự hào là "tiền rừng bạc bể", có những đồng lúa, đồn điền cao su mênh mông ở miền Nam, những mỏ than, mỏ phốt phát phong phú ở miền Bắc mà bây giờ thành một trong vài nước nghèo nhất thế giới.

Từ ngày 30-4-75, do những đồng bào ở Bắc vào, chúng ta ở Nam mới lần lần biết cảnh điêu đứng của dân tình ngoài đó sau hai chục năm sống dưới chế độ mới. Từ trên xuống dưới ai cũng phải ăn độn có khi 60-70% (3); có hồi gạo quí tới nổi người ta cất vào trong những cái thố, cái liễn, trân trọng như nhân sâm, chỉ khi nào đau ốm mới lấy ra một nhúm để nấu cháo; ngày tết mà có đủ gạo nấu cơm cúng ông bà là mừng lắm; khi nào được ăn một bữa cơm không độn với nước mắm thôi thì coi như được dự một bữa tiệc. Nước mắm rất hiếm, có người ở Nghệ an hay Hà tĩnh mấy năm không có nước mắm ăn, gặp người trong Nam ra đem theo nước mắm, xin một vài muỗng rồi cầm nuốt ực ngay hết, không đợi đem về nhà.

Bát ăn mỗi người mỗi năm chỉ được một cái, hễ vỡ thì phải ăn bằng sọ dừa. Vải mỗi năm chỉ được phát một hai thước đủ để vá áo. (Ở miền Nam năm 1980, có nơi mỗi người chỉ được 6 tấc.)

Nhiều người vào Sài Gòn thăm bà con, khi ra vơ vét đủ thứ, từ cây đinh, khúc dây chì, lon sữa bò, ve chai... đem ra, vì ở ngoài đó thường cần dùng tới mà không kiếm đâu ra. Họ cho miền Nam này là thiên đường. Nhưng một người Ba Lan trong ủy ban kiểm soát quốc tế năm 1975 bảo chỉ trong 5 năm, miền Nam sẽ "đuổi kịp miền Bắc", nghĩa là nghèo như miền Bắc. Lời đó đúng, rất sáng suốt. Nếu không nhờ mấy trăm ngàn kiều bào ở ngoại quốc gởi tiền, thuốc men, thực phẩm, quần áo... về giúp bà con ở đây thì chúng ta hiện nay cũng điêu đứng như anh em miền Bắc rồi.

Dân miền Nam từ xưa chưa bao giờ biết đói, phải ăn độn thì năm 1979 đã phải ăn độn 70-80%, có những gia đình phải ăn bữa cơm bữa cháo, có cô giáo và học sinh đói quá, tới lớp té xỉu

Nhà nào cũng bán đồ cũ đi để ăn; nhiều giáo viên nhà

đã trống rỗng, không còn bàn ghế nữa, ăn ngủ trên sàn. Ai cũng chỉ lo sao có cái gì nuốt cho đầy bao tử, chứ không dám nghĩ tới miếng ngon. Tết Canh Thân vừa rồi, ở Long xuyên, nhà một giáo viên hồi hưu, trên bàn thờ ông bà chỉ bày một đĩa có mấy chiếc bánh phồng và bánh gai, không có một đòn bánh tét, một quả dưa hấu.

Khổ nhất là bọn đi kinh tế mới, thất bại, tiêu tan hết vốn liếng, về Sài Gòn, sống cảnh màn trời chiếu đất, ăn xin, moi các đống rác hôi thối, lượm một miếng giấy vụn, một túi ni lông, một miếng sắt rỉ, một quai dép mủ... để bán cho "ve chai". Trông thấy đống túi ni lông được rửa qua loa trong nước dơ rồi phơi ở lề đường để bán cho tiểu thương đựng hàng, tôi ghê tởm quá.

Ở Bắc tình hình hiện nay điêu đứng hơn những năm kháng Mĩ. Nghe nói ngoài đó đã xuất hiện câu ca dao (4):

Anh Đồng, anh Duẩn, anh Trinh,
Ba anh có biết dân tình cho không?
Rau muống nửa bó một đồng
Con ăn bố nhịn, đau lòng thằng dân.

Ở Nam có nơi hai tháng nhân viên chưa được lãnh lương, chắc nhiều gia đình không đủ tiền mua rau muống cho con nữa. Một bạn tôi đã phải ăn nước mắm kho khô.

Không có tiền mua rau thì làm gì có tiền mua thịt. Muốn lâu lâu có thịt thì phải nuôi heo, gà, cho nên nhiều cơ quan ngay khi mới thành lập đã nghĩ ngay đến việc hùn tiền (hay lấy trong quĩ?) mua heo con, phân công nhau nuôi tại khu ở tập thể, như vậy đến lễ, tết mới có thịt liên hoan. Người ta thèm thịt quá, cho nên liên hoan lu bù, bất kì một dịp gì cũng liên hoan được: một bạn đồng nghiệp được ban khen, ngày tựu trường, bãi trường, họp bạn để học tập, ban hành hiến pháp mới, làm xong một công tác, mỗi ngày lễ, tết... mỗi năm liên hoan cả chục lần là ít.

Cơ quan nào cũng có đủ nhà bếp, chén đĩa, xoong chảo, người làm bếp (lựa trong nhân viên) để nấu ăn làm tiệc Và khi ngồi vào bàn tiệc thì chẳng ai mời ai, đợi ai, mạnh ai nấy gắp, ăn cho thật mau (tới nỗi có người bảo cứ nuốt trước rồi sẽ nhai sau!), tệ gấp 10 thói ăn uống ở đình làng mà Ngô Tất Tố đã mạt sát trong cuốn Việc làng.

Nghèo thì sinh ra ở bẩn. Ngay trong khu tập thể một trường Đại học Hà Nội, phòng một giáo sư ở Pháp về cũng dơ dáy, từ sàn gạch đến tường đều đầy vết bẩn. Hỏi như vậy làm sao chịu được, ông ta nhún vai đáp: "Lâu rồi quen đi" Không nên trách ông ta. Dù muốn sống sạch cũng không thể được: đâu có vôi để quét tường? đâu có xà bông để rửa sàn? đâu có giẻ để lau? Nước thì có nhưng phải xuống dưới sân để hứng rồi xách lên 5-6 chục bực thang, ai mà không ngại?

Phải, lâu rồi thì quen đi. Nếu tình trạng không thay đổi thì chỉ mươi năm nữa, toàn dân sẽ quen đi, không thấy gì là bẩn nữa. Hiện nay ở trong Nam đã nhiều nhà để bụi đóng đầy bàn ghế - mà trước kia họ sống rất sạch - mạng nhện giăng đầy trần, còn dân thị xã thì đã quen với cảnh bốn năm người cùi nằm trên đường đưa tới chợ, lăn ở giữa chợ để xin ăn.

Câu "nghèo cho sạch, rách cho thơm" của ông cha, chúng ta không giữ được vì chúng ta nghèo tới mức không thể ở sạch được.

Xã Hội Sa Đọa

Điều đáng ngại nhất là sa đọa về tinh thần, tới mất nhân phẩm.

- Ở tỉnh nào cũng có một số cán bộ tham nhũng cấu kết với nhau thành một tổ chức ăn đút ăn lót một cách trắng trợn, không cần phải lén lút. Có giá biểu đàng hoàng: xin vô hộ khẩu một thành phố lớn thì bao nhiêu tiền, một thị xã nhỏ thì bao nhiêu, một ấp thì bao nhiêu. Muốn mua một vé máy bay, vé xe lửa thì bao nhiêu. Muốn được một chân công nhân viên, phải nộp bao nhiêu... Cái tệ đó còn lớn hơn tất cả các thời trước.

Nếu một cán bộ nào bị dân tố cáo nhiều quá thì người ta cũng điều tra, đưa cán bộ đó tới một cơ quan khác (có khi còn dễ kiếm ăn hơn cơ quan cũ), đem người khác (cũng tham nhũng nữa) lại thay. Ít tháng sau dân chúng nguôi ngoai rồi, người ta lại đưa kẻ có tội về chỗ cũ. Người ta bênh vực nhau (cũng là đảng viên cả mà) vì ăn chịu với nhau rồi. Dân thấy vậy, chán, không phí sức tố cáo nữa. Có người còn bảo: "Chống chúng làm gì? Nên khuyến khích chúng sa đọa thêm chứ để chúng mau sụp đổ".

Có những ông trưởng ti uống mỗi ngày một ve Whisky (tôi không biết giá mấy trăm đồng), hút hai ba gói thuốc thơm 555 (30 đồng một gói). Bọn đàn em của họ cũng hút thuốc thơm, điểm tâm một tô phở 6 đồng, một li cà phê sữa 4 đồng, sáng nào như sáng nấy mà lương chỉ có 60-70 đồng một tháng.

- Như vậy thì tất phải có những vụ ăn cắp của công (Kho một trung tâm điện lực nọ cứ bốn năm tháng lại mất trộm một lần mà không tra ra thủ phạm; rất nhiều bồn xăng bị rút cả ngàn lít xăng rồi thay bằng nước...), thụt két, ôm vàng trong ngân hàng để vượt biên, có khi lại tạo ra những vụ kho bị cướp, bị cháy v.v... Y tá ăn bớt thuốc của bệnh nhân rồi tố cáo lẫn nhau, giám đốc biết mà không làm gì được. Lớn ăn cắp lớn, nhỏ ăn cắp nhỏ. ăn cắp nhỏ thì chỉ bị đuổi chớ không bị tội, vì "họ nghèo nên phải ăn cắp", mà nhốt khám họ thì chỉ tốn gạo nuôi. Vì vậy chúng càng hoành hành, ăn cắp, ăn cướp giữa chợ, cảnh sát làm lơ, còn dân chúng thì không dám la, sợ bọn chúng hành hung. Ăn cắp lớn, không thể ỉm được thì phải điều tra, bắt giam ít lâu rồi nhân một lễ lớn nào đó, ân xá; không xin ân xá cho họ được thì đồng đảng tổ chức cho vượt ngục rồi cùng với gia đình vượt biên yên ổn.

- Nạn "phe phẩy" (buôn lậu, làm chợ đen) còn bành trướng hơn nữa. Có thể nói một phần ba dân miền Nam (ở Bắc chắc ít hơn) làm nghề đó. Họ móc nối với những nhân viên kiểm soát, với giới xe đò; và cứ năm chuyến bị tịch thu một chuyến thì họ vẫn còn sống được. Chỉ có nghề đó là đủ ăn, đôi khi phè phỡn nữa, còn làm nghề gì khác cũng sạt nghiệp. Bọn "lơ xe" bán vé cho bọn buôn lậu đó, giấu hàng cho họ, kiếm mỗi ngày được 200 đồng, bằng lương tháng một bộ trưởng. Dĩ nhiên họ cũng phải chia một phần cho công an, kiểm soát viên. Họ hút toàn thuốc thơm, uống toàn cà phê fin (filtre: lọc), ăn một tô phở 6 đồng (giá 1980), bận toàn đồ Mĩ. Người ta gọi họ là các "ông lơ". Một đứa cháu của tôi học lớp 9, vào hạng tiên tiến, thấy họ sống sung sướng như vậy, muốn bỏ học để học làm lơ xe, cũng bắt đầu hút thuốc lá, uống cà phê rồi.

Ngoài Bắc không có gạo ăn mà miền Tây trong Nam làng nào cũng có cả chục lò - nghe nói có làng cả 100 lò - nấu rượu lậu để đưa lên Cao miên và tiêu thụ ngay trong miền. Người ta pha vào trong rượu một chất hóa học gì đó - thuốc trừ sâu - cho nồng độ của rượu cao; uống rất có hại.

Người ta nói đã có những vụ buôn lậu thuốc phiện; nếu có thì cũng nhỏ thôi, kém xa thời Mĩ, Thiệu. Nhưng đồ lậu như vải, thuốc thơm, thuốc tây... thì khoảng một năm nay lan tràn thị trường: tàu Thái lan đậu ngoài khơi, ghe tàu của mình từ bờ băng ra, đưa vàng ra đổi các thứ đó, cả đồng hồ điện tử từ Singapore hay Nhật bản nữa.

Lại thêm dọc biên giới Việt - Miên, Miên - Thái có nhiều đường buôn lậu từ Thái qua Miên rồi qua Việt. Không biết vàng Việt Nam mỗi năm chạy ra nước ngoài bao nhiêu.

Có đồ lậu thì luôn luôn có đồ giả. Bọn tàu Chợ lớn cái gì cũng làm giả được, từ rượu tới thuốc hút, dầu thơm... nhiều nhất là dược phẩm Tây phương, vì thứ này vừa hiếm vừa đắt. Một bác sĩ khuyên tôi đừng mua Ampicilline, B12, Vitamine C (chích), Syncortyl ở chợ trời. Chị hốt rác trong khu tôi ở một buổi sáng thấy trong một thùng rác một bọc lớn đầy ống Vitamine C để chích. Có tới 200 ống, mỗi ống 2cc, mà chỉ bán cho người ta có 6 đồng. Chỉ khổ dân quê. Thế nào cũng có y sĩ, y tá chích cho họ thứ đó và chém 5 hay 3 đồng một mũi.

Nạn cờ bạc không công khai như trước, nhưng nạn "xổ số đuôi" thì công khai rồi; người ta bàn nhau nên đánh số nào, số nào ở ngay giữa chợ. Xưa mỗi tuần chỉ xổ số một lần, nay mỗi tuần bảy tám lần vì tỉnh nào cũng xổ số, tự trị mà! Người dân chỉ ngong ngóng chờ giờ xổ số để dò số mà bỏ bê công việc. Nhiều người sạt nghiệp, nhưng cũng có nhiều người nhờ đó kiếm được miếng ăn; thầy giáo hồi hưu, đại úy đi cải tạo về, ngồi bán giấy số ở chợ, kiếm được mươi đồng một ngày.

Nạn cho vay nặng lãi cũng kinh khủng. Một cán bộ giáo dục, đảng viên, cho bạn trong sở vay 100 đồng, mỗi tuần trả lời 20 đồng, tính ra mỗi năm 1.000 đồng, vốn được nhân lên gấp 10. Bạn hàng ở chợ không chơi hụi tháng như xưa nữa, mà chơi hụi tuần, hụi ngày!

Nạn đĩ điếm đã hết đâu. Ngay cuối năm 1975, một cán bộ cách mạng đã bảo các bạn kháng chiến ở bưng về mắc bệnh hoa liễu hết rồi; một số cán bộ rất nghiêm trang đạo mạo - có kẻ ngoài 70 tuổi - từ Hà Nội vào, năn nỉ các bạn trong Nam chỉ chỗ cho họ hưởng thú mê li đó một lần cho biết mùi. Chỉ khác là bây giờ người ta làm nghề đó một cách không lộ liễu quá như trước. Họ rất thích sách khiêu dâm, và loại sách này với loại truyện chưởng lan ra Bắc từ mấy năm nay rồi.

Tóm lại bao nhiêu cái xấu xa thời trước vẫn còn đủ mà có phần còn tởm hơn nữa.

Con Người Mất Nhân Phẩm

Trong một xã hội như vậy, con người dễ mất hết nhân phẩm, hóa ra đê tiện, tham lam, bất lương, nói láo, không còn tình người gì cả.

Năm 1975 đa số các cán bộ, công nhân viên ở Bắc vào thăm gia đình, họ hàng ở trong Nam, còn giữ chút thể diện "cách mạng", bà con trong này tặng họ gì thì họ nhận, chứ không đòi; về sau họ không giữ kẽ nữa, tặng họ một thì họ xin hai, không tặng họ cũng đòi, khiến một ông bạn tôi bực mình, nhất định đóng cửa không tiếp một người bà con, bạn bè nào ở Bắc vào nữa.

Gởi họ mang ra giùm một cuốn sách tặng một người ở Hà Nội, họ giữ lại 5-6 tháng, vợ chồng con cái, bạn bè coi cho hết lượt, sách nhàu rồi, họ mới đem lại cho người nhận sách; có khi họ lấy luôn, nhắc họ, họ bảo thất lạc, để kiếm. Mà ba người nhận được sách thì chỉ có một người cảm ơn tôi.

Một nhà văn đất Bắc làm cho một tờ báo nọ nhờ một nhà văn trong Nam viết bài, hứa sẽ trả bao nhiêu đó. Viết rồi đưa họ, họ đăng, nhưng kí tên của họ rồi đưa cho nhà văn trong Nam nửa số tiền nhuận bút thôi, còn họ giữ lại một nửa. Vừa ăn cắp văn, vừa ăn chặn tiền. Chưa bao giờ miền Nam có bọn cầm bút bẩn thỉu như vậy. Một bạn học giả của tôi ở Bắc khuyên tôi đừng giao bản thảo của tôi cho ai hết, không tin ai được cả, họ sẽ đạo văn.

Thời Pháp thuộc, không bao giờ nhân viên bưu chính ăn cắp đồ trong các bưu kiện. Thời Nguyễn văn Thiệu thỉnh thoảng có một vụ ăn cắp nhưng nhỏ thôi. Từ bốn năm nay ở khắp miền Nam, cứ 10 bưu kiện ở ngoại quốc gởi về thì có 6-7 bưu kiện bị ăn cắp hoặc đánh tráo vài ba món, thường là dược liệu và vải. Kêu nài thì nhân viên bưu chính bảo: "Không nhận thì thôi; có muốn khiếu nại thì cứ làm đơn đi". Không ai buồn khiếu nại cả vì cả năm chưa có kết quả, mà nếu có thì số bồi thường không bõ. Cho nên chúng tha hồ ăn cắp, ăn cướp một cách trắng trợn. Trắng trợn nhất là chúng lấy trộm tất cả bưu kiện trong một kho, như ở Long xuyên năm 1981; nếu là kho lớn thì chúng đốt kho như ở Tân sơn nhất hai năm trước.

Nhơ nhớp nhất là vụ một cán bộ nọ vào hàng phó giám đốc, mưu mô với vợ, làm bộ tổ chức vượt biên cho vợ chồng con cái một đứa cháu ruột, bác sĩ ở Sài Gòn, nhận mấy chục lượng vàng của cháu (và sáu chục lượng vàng của gia đình bên vợ đứa cháu đó nữa vì họ cũng muốn vượt biên), rồi lừa gạt người ta, tố cáo với công an bắt hết cả nhóm trên mười người khi họ ra Vũng tàu chờ ghe đưa ra khơi. Đa số cán bộ ở Nam đã tư bản hóa rồi, một xã hội chủ nghĩa xã hội mà như vậy thì chủ nghĩa đó chỉ còn cái tên thôi.

Sống dưới chế độ cộng sản, con người hóa ra có hai mặt như Sakharov đã nói: chỉ giữa người thân mới để lộ mặt thật, còn thì phải đeo mặt nạ; luôn luôn phải đề phòng bạn bè, láng giềng, có khi cả người trong nhà nữa. Người ta tính cứ 5 người thì có 1 người kiểm soát từng ngôn ngữ, hành vi của 4 người kia. Ngay một phó viện trưởng cũng làm việc điểm chỉ đó mà bạn trong viện không hay. Dĩ nhiên kẻ kiểm soát đó lại bị người khác kiểm soát lại. Ở Nga thời Staline như vậy, ở Bắc những năm 1954-1960 cũng gần như vậy; ở Nam đỡ hơn vì đa số người trong này không chịu làm thứ mật thám chìm đó.

Nạn làm tiền, tống tiền lan tràn khắp các ngành, cả trong ngành cứu nhân độ thế và ngành tống táng. Để cho bác sĩ ngụy đủ sống mà khỏi vượt biên, chính phủ năm 1980 cho phép họ ngoài giờ làm việc được khám thêm bệnh ở nhà và định cho họ số tiền thù lao là 1 đồng ở Sài Gòn, 0,8 đồng ở tỉnh (5). Nhưng ở Long xuyên bác sĩ nào cũng thu của bệnh nhân 10 đồng. Có kẻ ra một cái toa cần 9 thứ thuốc toàn thứ đắt tiền, trị đủ các bệnh: tim, phổi, gan, thận, bao tử... cho một bà lão suy nhược, rồi bảo lại mua của một tên buôn lậu đồng lõa với họ. Tính ra toa đó mua cho đủ thì mất cả triệu đồng cũ (2.000 đồng mới). Một số bác sĩ không làm tiền cách đó, không ra toa mà bắt bệnh nhân mỗi ngày lại để các ông ấy cho thuốc và chích cho, và phải trả các ông ấy từ 60 đồng đến 100 đồng mỗi lần. Năm 1981, tiền thù lao từ 10 đồng đã hạ xuống còn 5 đồng, có lẽ vì bác sĩ làm riêng khá đông, cạnh tranh nhau. Và tháng 7-1981 có lệnh không cho bác sĩ công làm tư tại nhà nữa, mà muốn làm tư thì lại dưỡng đường làm ngoài giờ làm việc. Chưa thấy ai theo.

Bệnh nhân lỡ mà chết thì bị hàng săng tống tiền: quốc doanh định 45 đồng kể cả một bịch thuốc lá và 4 thước vải thô, nhưng tang gia phải trả 400 đồng thì săng mới được ghép lại kĩ, khỏi trống hổng trống hoảng với 8 cây đinh đóng hờ. Rồi tới nhà đòn cũng đầu cơ: hạ huyệt xong, phủ qua một lớp đất cho bằng mặt, muốn có cái mồ cho ra mồ thì phải đưa thêm vài trăm đồng nữa. Nếu đem thiêu mà cứ nộp đúng lệ thì xương ống, xương hông bị ném riêng vào một chỗ, chứ không thiêu hết. Ai nỡ để cha mẹ mình quê!

Tất cả chỉ tại cái lệ chính phủ định giá, định lương rẻ quá không cho dân đủ sống, dân phải xoay xở lấy, bóc lột lẫn nhau. Cổ kim chưa một xã hội nào phi lí như vậy. Vì biết mình phi lí nên có nơi chính quyền làm ngơ cho bác sĩ làm ăn, cho phép cả giáo viên ngụy dạy thêm tại nhà.

Nói cho ngay, thời nào trong xã hội cũng có một số người lương thiện. Và ông Phạm văn Đồng đã nhận rằng thời này hạng đó thiệt thời nhất. Tôi được biết một hai cán bộ trung cấp liêm khiết, chịu nghèo, nuôi heo thêm, chứ không tham nhũng. Gia đình họ phải ăn rau muống; quần áo thì vá đụp, có thể nói họ nghèo như các nông dân nghèo nhất thời xưa.

Tóm lại sau 5 năm chúng ta không thấy chút tiến bộ nào cả mà chỉ thấy sự chia rẽ trong xã hội, sự tan rã trong gia đình, sự sa đọa của con người, sự suy sụp của kinh tế. Ông Hồ Chí Minh có lần nói: "Muốn xây dựng xã hội chủ nghĩa thì phải có con người xã hội chủ nghĩa". Con người vẫn là quan trọng hơn cả. Có chế độ tốt, chính sách tốt mà không có con người tốt thì cũng hỏng hết. Ai cũng phải nhận rằng tinh thần, tư cách đại đa số cán bộ càng ngày càng sa sút, hủ hóa mà xã hội chủ nghĩa mỗi ngày một lùi xa. Ông Hồ đã thấy trước cái mòi suy vi đó khi ông thốt ra lời trên chăng?

Phong Trào Vượt Biên

Tôi không biết trước giờ giải phóng, từ Bến Hải trở vào trong số trên 20 triệu dân có bao nhiêu người vội vã di cư để trốn cộng sản. Dăm bảy ngàn hay vài chục ngàn? Người nào cũng có tâm trạng não nề: bỏ quê cha đất tổ, bỏ thân thích bạn bè, bỏ cả sản nghiệp (có người mới mua được ngôi nhà vài ba chục triệu - hồi đó khoảng 100.000 đồng cũ một lượng vàng - chưa ở được 5-6 tháng đã phải bỏ lại) để qua nước người ăn nhờ ở đậu, làm thứ công dân "da màu", một thứ công dân hạng hai, và bắt đầu xây dựng lại từ đầu; như vậy ai mà vui cho được? Những người đi đó hoặc là quân nhân, công chức trong các chính phủ trước, hoặc đã có thời sống với cộng sản ở Bắc, sợ chế độ ngoài đó, đã di cư một lần nay lại di cư lần thứ hai. Những người ở lại xét chung, đều sẵn sàng chấp nhận chế độ mới, dù chưa biết rõ nó ra sao; một số đông còn hăng hái tiếp tay với chính quyền mới để xây dựng một xã hội tốt đẹp cho tương lai nữa.

Nhưng chẳng bao lâu nhiều người thất vọng, qua năm 1976, đã có lác đác một số thanh niên vượt biên. Họ không có tổ chức, không chuẩn bị kĩ, lên miền cao nguyên ở Trung rồi kiếm đường qua Lào, từ Lào sẽ qua Thái lan. Họ bị bắt hoặc thấy nguy phải quay về.

Từ năm 1977 người ta dùng đường biển, phong trào

vượt biên phát triển rất mạnh tới mức một bà già nông dân miền Tây phải nói: "Cây cột đèn nếu đi được thì cũng đi". Dù phải gian lao cực khổ tới mức nào, hễ ra khỏi được nước là sướng rồi, làm mồi cho cá mập vẫn còn hơn ở lại trong nước mà chết lần chết mòn, người ta nghĩ vậy. Cha mẹ già chỉ có mỗi một người con mà cũng khuyên nó vượt biên; chồng đi "cải tạo" - nghĩa là bị giam trong những trại tập thể chưa biết bao giờ mới được về vì là "ngụy hạng nặng", phải cải tạo tư tưởng, đời sống - cũng nhắn vợ con vượt biên được thì cứ vượt, dắt con theo. Một thanh niên vượt biên thoát mới tới Thái lan đánh điện về cho cha mẹ: "Ba má nhớ hôm nay là ngày sinh nhật của con không?" và cha mẹ mỉm cười, hiểu.

Có ba cách vượt biên.

Cách chính thức, sướng nhất là có người thân, cha mẹ, vợ chồng hay con cái ở ngoại quốc xin cho được đoàn tụ gia đình. Trường hợp đó được chính phủ cho phép, được ủy hội quốc tế tị nạn (Haut commissariat des réfugiés: H.C.R.) giúp đỡ. Đơn gởi rồi, sáu tháng hay một hai năm sau được đi. Sớm muộn là tùy mình biết "phải trái" hay không. Đi thì gia sản để lại hết, chỉ được mang theo ít tư trang với ít tiền ăn đường.

Cách bán chính thức, theo nguyên tắc, cho người Việt gốc Hoa, nhưng người gốc Việt mà muốn thành gốc Hoa thì cũng không khó. Có tiền là được hết.

Một người đứng ra tổ chức, nộp đơn xin cho cả nhóm người - khoảng vài trăm - vượt biên kèm theo hồ sơ của từng người, và nộp cho chính phủ 4 lượng vàng. Chính phủ cho phép rồi, bọn người đó tập trung lại một nơi, hùn nhau đóng thuyền, đóng xong, chính phủ sẽ cho công an xuống xét thuyền, xét lí lịch, hành lí từng người (mỗi người cũng chỉ được mang theo ít tiền thôi), rồi cho phép nhổ neo ra khơi, chính phủ bảo đảm an ninh cho tới khi ra hết hải phận quốc gia, rồi từ đó thuyền muốn đi đâu thì đi, chính phủ không biết tới. Rất ít nước chịu tiếp thu bọn đó, và xét kĩ từng người rồi mới cho lên bờ.

Có thuyền chở khẳm quá, thuyền đóng cho 200 người thì chở tới 300, lại thêm chính quyền địa phương "gởi" một hai trăm người nữa, ngồi chen chúc nhau như cá hộp, không nhúc nhích được, như vậy ba bốn ngày, ăn uống, đi tiểu rất bất tiện mà cũng rán chịu. Có chiếc vừa ra khơi được vài chục hải lí, gặp cơn dông, chìm, xác chết tấp vào bờ, ngồn ngang trên bãi cát.

Có trường hợp chính phủ đã nhận đủ vàng, thuyền đóng chưa xong thì có lệnh trên hoãn các cuộc vượt biên chính thức lại; hoãn cả năm rồi và hiện nay (1980) còn rất nhiều người phải ở chỗ đóng thuyền, vì họ làm khai sinh giả, nhà đã bị tịch thu, chỗ đâu mà về. Họ xin chính phủ trả lại số vàng, chính phủ chỉ trả một phần ba, hoặc trả tất cả theo giá vàng chính phủ định, không bằng 1/5 giá vàng trên thị trường. Họ lêu bêu, thành một bọn vô gia cư, vô nghề nghiệp, sống cực điêu đứng.

Cách thứ ba là đi chui, nghĩa là đi lậu. Một người đứng ra tổ chức, một nhóm từ 20 đến 4-5 chục người, hùn nhau từ 4 đến 7-8 lượng vàng đóng thuyền, kiểu thuyền đánh cá, mua một bãi biển, nghĩa là đút lót cho công an, chính quyền ở làng có bãi biển, đút lót cả cho công an vài nơi chung quanh để người vượt biên khỏi bị xét hỏi, thuyền yên ổn được rời bến ban đêm. Công an những nơi có bãi biển đó nhờ vậy làm giàu rất mau, có kẻ chỉ một hai năm được vài chục lượng vàng và ôm vàng vượt biên. Do đó mà trong dân gian xuất hiện truyện tiếu lâm dưới đây.

"Một hôm nọ, người canh lăng bác Hồ bỗng thấy xác ướp của bác biến đâu mất, hoảng hốt đi tìm khắp nơi, tìm ở nhà sàn của bác không thấy, về quê hương bác ở Nghệ an cũng không thấy, nghi rằng bác vào chơi thành phố của bác, liền vào Sài Gòn kiếm, sau cùng một đêm, thấy bác ngồi một mình, rầu rĩ ở bến Sáu kho, thành phố Hồ Chí Minh, hỏi bác, sao lại ra ngồi đấy, bác đáp: "Bác không muốn ở nước này nữa, muốn qua phương Tây đây, mà tụi công an đòi bác sáu cây, bác có cây đâu mà nộp cho chúng"

"Cây" là "cây hai lá rưỡi" nói tắt, tức một lượng vàng vì mỗi lượng có hai lá rưỡi vàng".

Thường là thoát được, ít khi gặp tàu tuần; nhưng nhiều khi gặp bão, thuyền chìm, làm mồi cho cá mập, hoặc gặp bọn cướp biển Thái lan. Chúng vơ vét hết, chỉ chừa cho mỗi người một cái quần cụt, và có thiếu phụ bị chúng hiếp dâm tới 19 lần (6). Sau cùng may phước tới được bờ biển Thái lan hay là một đảo Mã lai - sướng nhất là được một tàu Tây phương vớt - lúc đó mới kể là còn sống.

Có một trường hợp xui lạ lùng. Một đoàn người lên được một đảo Mã lai, ở được ít lâu rồi một hôm chính quyền trong đảo lùa họ xuống hết thuyền của họ, bảo để đưa đến một đảo khác; nhưng ra khơi, chúng cắt đổi cho thuyền trôi đâu thì trôi (máy móc bị chúng gỡ rồi) và ít ngày sau, thuyền giạt vào bờ biển Cà mau, bị bắt giam hết, người thì 5-6 tháng, người thì 3 năm.

Mặc dầu nguy hiểm như vậy, người ta vẫn không sợ, thua keo này bày keo khác. Có người tới lần thứ tư mới thoát, lại có người lần thứ 10 vẫn chưa thoát, mà sản nghiệp tiêu tan hết, không biết sống bằng gì.

Có người mạo hiểm dám băng ra khơi bằng một chiếc tắc ráng (ho-bo): loại xuồng nhỏ, chở được độ mươi người, chạy bằng xăng, lướt trên nước rất mau. Vậy mà thoát được

Từ cuối 1979 thêm một cách vượt biên nữa bằng đường bộ, ngã Cao miên. Hoặc theo xe nhà binh, hoặc theo người Miên đi buôn lậu, lên tới Nam vang rồi tới Battambang,

Sisophon. Phải mang theo vàng để đóng thuế mãi lộ. Tới biên giới Thái lan, nếu biết tiếng Anh, tiếng Pháp thì sẽ được Ủy hội quốc tế tị nạn giúp đỡ. Nghe nói cách đó chỉ tốn 2-3 lượng, mỗi chuyến đi chỉ được vài ba người ăn bận như bọn buôn lậu. Cũng nguy hiểm như vượt biển. Một đứa cháu nhà tôi trong túi chỉ có 100 đồng, không biết tiếng Miên, không quen ai ở Miên mà cũng vượt biên cách đó

Người nào vượt biên được một nước nào tiếp thu rồi, được trợ cấp hay kiếm được việc làm rồi, cũng gởi ngay về cho thân nhân một gói thực phẩm, thuốc uống, quần áo... bán được một hai ngàn đồng. Họ làm lụng cực khổ, (rửa chén trong quán ăn...) nhịn hút thuốc để giúp gia đình vì biết rằng người ở lại thiếu thốn gấp mười họ. Chính nhờ họ mà nhiều gia đình miền Nam mới sống nổi, nhờ họ một phần mà dân miền Nam có thuốc tây để uống, có vải may quần áo, không đến nỗi rách rưới quá. Trong hoạn nạn tình cha mẹ, con cái, vợ chồng lúc này lại đằm thắm hơn xưa. Cái rủi thành cái may.

Về vật chất họ được đầy đủ, nhưng về tinh thần họ rất đau khổ. Nhớ bà con họ hàng, nhớ quê hương xứ sở, nhớ day dứt, gia giết. Họ khóc thương thân phận anh hay em ở trong các trại cải tạo mỗi bữa chỉ được một nắm bo bo; thân phận cha mẹ chú bác phải đẩy chiếc xe bán củi, bán chuối dưới mưa, dưới nắng, đau ốm không có thuốc uống; thân phận con cháu quanh năm không được một li sữa, một cục đường. Ở một xứ gần như trời luôn luôn u ám, họ ước ao được nhìn thấy một tia nắng, một nền trời xanh, và khi trời xanh, ánh nắng hiện lên thì họ càng nhớ quê hơn nữa; họ muốn được vuốt ve thân cây chuối nhẵn bóng và mát rượi; được nhìn ánh vàng nhảy múa trên những tàu dừa phe phẩy dưới gió nồm; nhìn hoài những con đường thênh thang trải nhựa, họ chán ngấy, mơ tưởng được đi chân không trên những con đường đất ở giữa hai bờ cỏ, dưới bóng lưa thưa của hàng so đũa, ven một cánh đồng lúa xanh: mặt đất ấm hơn mặt đường nhựa biết bao mà có gì thơm mát bằng mùi lúa xanh, sau mấy năm ngửi mùi xăng nhớt.

Có những thiếu phụ thay đổi hẳn tính tình: ở nước nhà thì thích trang điểm, đi dạo phố, họp bạn; qua nước người thì suốt ngày ở trong phòng lau chùi, quét tước, nấu ăn cho chồng con, không chịu ra đường, chồng con lôi kéo cũng không đi; một ngày kia họ sẽ loạn tinh thần mất. Khổ nhất là những bà 50-60 tuổi, không biết ngoại ngữ, không sao thích ứng được với đời sống Tây phương, mới xa quê được một năm đã đòi về, ngày nào cũng ngóng tin nhà, và được thư thì đọc đi đọc lại tới thuộc lòng. Ngày đêm họ cho quay băng "Sài Gòn ơi, li biệt" của Thanh Thúy, băng "Ta chẳng lẽ suốt đời lưu vong" của Phạm Duy mà khóc mướt. Giọng ảo não không kém bài hát của dân tộc Do thái khi bị đày ở Babylon hồi xưa.

*

Trong số những người ở lại, đáng thương nhất là những cặp vợ chồng già không có con cái, bị chính phủ chặn lương hưu trí, rán sống lây lất vài năm, bán hết đồ đạc để ăn rồi tự tử.

Rồi tới những người sản nghiệp tiêu tan vì đi kinh tế mới hoặc vì vượt biên mấy lần mà thất bại, sống cầu bơ cầu bất ở vỉa hè các thành phố lớn nhỏ như bọn ăn mày.

Rồi những cô giáo, cô kí chồng đi cải tạo 5 năm đằng đẵng, ở nhà xoay xở đủ cách, làm việc đêm ngày, nhịn ăn nhịn mặc để nuôi bốn năm đứa con, vài tháng lại tiếp tế cho chồng một lần. Họ vì hoàn cảnh mà hóa đảm đang, tư cách lại cao lên, không chịu nhận sự giúp đỡ của họ hàng, bạn bè.

Rồi những thiếu nữ học hết Đại học sư phạm hay Luật mà không muốn làm công nhân viên vì lương thấp quá, kiếm một cái sạp nhỏ nửa thước vuông bán thuốc rời hay quần áo cũ, thuốc tây ở lề đường, vất vả nhưng kiếm được 10- 15 đồng mỗi ngày, đủ cơm cháo cho cha mẹ và em. Họ lễ phép, chăm chỉ, dễ thương.

Tất cả những người đó và còn nhiều hạng người khác nữa đáng tự hào là ngụy. Ngụy mà như vậy còn đáng quí gấp trăm bọn tự xưng là "cách mạng" mà tư cách đê tiện.

Có ai chép Ba đào kí cho thời đại này không nhỉ? Trong tập kí đó dày ít gì cũng vài ngàn trang, truyện buồn rất nhiều mà truyện vui cũng không thiếu, truyện nào cũng cảm động, đánh dấu một thời và làm bài học cho đời sau được.

Người Ta Đã Nhận Định Sai

Vậy dù có lạc quan tới mấy cũng phải nhận rằng công việc xã hội hóa miền Nam này tới nay đã thất bại. Chỉ mới dựng được cái sườn thôi mà đã có nhiều dấu hiệu tỏ rằng sườn đó đã nghiêng ngả: rất nhiều cán bộ đã hủ hóa, hùng hục làm giàu bằng mọi cách, thành một bọn tư sản rồi, tinh thần quân đội đã sa sút, hợp tác xã nông nghiệp đã thất bại, chính sách kinh tế mới phải bãi hỏ; một vài địa phương đã rụt rè lập lại chế độ tư bản: cho dân mặc sức kiếm lợi, cho chợ trời tha hồ phát triển, cho tăng giá xe đò, cho mua xăng và dầu lửa tự do, giá gấp mấy chục lần giá chính thức. Xí nghiệp đánh cá Côn sơn được dùng chính sách chia lời; hễ nộp đủ số cá cho chính phủ rồi thì làm thêm được bao nhiêu, được chia nhau hưởng. Chỉ trong một hai năm, xí nghiệp phát triển rất mạnh, mua thêm được mấy chục chiếc tàu mới, thuyền trưởng được chia 2.000 đồng một tháng, thủy thủ 1.500 đồng (lương bộ trưởng chỉ khoảng 200 đồng); chính phủ thấy vậy buộc họ chỉ được tiêu một phần ba số đó còn thì phải gởi ngân hàng, nhưng không biết họ có tuân không.

Ngành nào cũng kẹt, kẹt cứng, chính quyền không biết xoay xở ra sao, vá chỗ này thì toạc chỗ khác, càng dùng những biện pháp nhất thời thì càng lúng túng. Ngay các cán bộ trung kiên cũng phải nhận rằng tình hình mấy năm sắp tới còn nguy kịch hơn, chỉ còn trông cậy vào việc tìm mỏ dầu ở ngoài khơi Vũng tàu. Nếu trong ba năm nữa không tìm được mỏ nào có thể khai thác mà có lợi, không sản xuất được dầu thô thì tương lai dân tộc sẽ ra sao? Mà nếu tìm được thì lại phải chịu cái nguy khác: rất có thể Việt Nam thành nơi tranh chấp về dầu giữa các cường quốc. Thật bi đát.

Chỉ tại người ta đã tính lầm. Thắng được Mĩ rồi, người ta tin rằng sẽ làm bá chủ bán đảo Đông dương, không nhận định được đúng tình hình thế giới.

Người ta nhận định sai tài năng, đạo đức, tinh thần hi sinh của cán bộ, tưởng rằng cao lắm và có thể dễ dàng kiến thiết miền Nam thành một xã hội xã hội chủ nghĩa, không ngờ cán bộ tuy rất đông mà rất kém cỏi về mọi mặt, mà tối đại đa số không ưa xã hội chủ nghĩa, thích đời sống miền Nam hơn.

Người ta nhận định sai về tình trạng miền Nam. Trước ngày 30-4-75, miền Nam rất chia rẽ: nhiều giáo phái, đảng phái nhưng tiến bộ hơn miền Bắc nhiều về mức sống, kĩ thuật, nghệ thuật, văn hóa; nhờ ngôn luận được tương đối tự do, nhờ được đọc sách báo ngoại quốc, biết tin tức thế giới, du lịch ngoại quốc, tiếp xúc với người ngoại quốc...; cả về đạo đức nữa: vì đủ ăn, người ta ít thèm khát mọi thứ, ít gian tham (tôi nói số đông), ít chịu làm cái việc bỉ ổi là tố cáo người hàng xóm (7) chứ đừng nói là người thân, nói chung là không có hành động nhơ nhớp như nhiều cán bộ ở Bắc tôi đã kể ở trên. Tôi còn nhận thấy vì người Nam bị coi là ngụy hết, nên càng đoàn kết với nhau, thương nhau: cùng là ngụy với nhau mà!

Như vậy mà đưa cán bộ Bắc vào cai trị họ, dạy chính trị họ thì làm sao không thất bại? Bọn đó quê mùa, ngu dốt, nghèo khổ, vụng về, tự cao tự đại, bị người Nam khinh ra mặt, mỉa mai; lớp dạy chính trị cho dân chúng mỗi ngày một vắng, hiện nay cả năm không họp một lần.

Một thất bại nặng nề của cách giáo hóa đó là báo Nhân dân không ai đọc, người ta mua về để bán "ve chai", ngay cả bộ Lénine toàn tập cũng vậy.

Sau 5 năm, cả triệu cán bộ và thường dân Bắc vào Nam mà Bắc Nam miễn cưỡng sống với nhau, lơ là với nhau, Nam coi Bắc là bọn thực dân, tự coi mình là bị trị. Làm gì có sự hợp tác?

Ông Hồ Chí Minh rất sáng suốt, từ 1962 đã thấy sự thống nhất Việt Nam không có lợi mà gây rất nhiều vấn đề khó khăn, chỉ tạo gánh nặng cho Bắc (coi lại cuối chương XXI). Nếu 1975 ông còn sống thì chắc ông để cho miền Nam trung lập (đúng như lời tuyên bố của Mặt trận giải phóng khi mới vô Sài Gòn), làm một cửa sổ ngó ra thế giới bên ngoài, mà sẽ mau thịnh vượng, lợi chẳng những cho Nam mà cả cho Bắc nữa. Những người nối nghiệp ông tự cho là khôn hơn ông.

----

(1) Kravchenko. J' ai choisi la liberté. Trang 114 (Seft-1948).

(2) Tháng 7 năm 1981, lương đã được tăng gấp hai, nhưng chính phủ cho tay này thì lấy lại bằng tay khác: giá nhu yếu phẩm, vé xe đò, tem gởi thư... cũng tăng lên như vậy, có thứ tăng gấp 10 nữa.

(3) Tháng 8 - 1980. một cán bộ giáo dục ở Hà Nội vào báo tôi bây họ phái ăn độn 90%, cực khổ hơn những năm 1973 - 1974 nhiều lắm, mà tình trạng đó còn kéo dài lâu. Thân phận không bằng con heo ở trong Nam.

(4) Thời này nước mình xuất hiện nhiều ca dao và truyện tiếu lâm hơn thời cuối Lê nữa; trong một đoạn ở sau về Phong trào vượt biên, tôi sẽ chép một truyện tiếu lâm. Nghe nói đã có người thu thập những ca dao và truyện tiếu lâm đó để lưu lại.

(5) Do đó mà có câu mỉa mai này: vá ruột xe máy thì được 3 đồng mà vá ruột người chỉ được 8 hào.

(6) Coi phụ lục "Kinh hoàng trên đảo Kokra" ở cuối bộ.

(7) Một thím làm tổ phó lo về đời sống được công an phường gọi đi học tập. Mới hết buổi đầu, thấy công an chỉ dạy cách dò xét, tố cáo đồng bào (ăn uống ra sao, chỉ trích chính phủ không, khách khứa là hạng người nào...), thím ta xin thôi liền, về nói với bạn: "Tôi không làm công việc thất đức đó được". Lớp học đó bỏ luôn.

Chương XXXII
Ta Phải Biết Sống Theo Ta - Một Cuộc Đàm Thoại - Bài Học Của Cổ Nhân

Mấy năm gần đây, một số cán bộ trẻ miền Nam lại thăm tôi. Họ đều là độc giả của tôi, biết tôi nhiều từ hồi tôi ủng hộ phong trào đòi viện Đại học Sài Gòn dùng tiếng Việt làm chuyển ngữ, có người hoạt động cho kháng chiến ở thành, sau ngày 30-4-75 được chính quyền tin dùng làm chuyên viên: bác sĩ, kĩ sư, kiến trúc sư v.v...

Người nào tới cũng hỏi tôi:

- Bác lúc này còn viết lách gì không?

Lần nào tôi cũng đáp:

- Dù không xuất bản được cũng phải viết. Vừa để đỡ buồn, vừa để học thêm. Mấy năm nay tôi chuyên nghiên cứu về triết gia Trung hoa thời Tiên Tần, đọc lại các kinh sách của Khổng, Mạnh, Lão, Trang, Tuân, Hàn... và kinh Dịch mà tôi cho là dung hòa được tư tưởng của Khổng, Lão tổng hợp nhân sinh quan của dân tộc Trung hoa cuối thời Chiến quốc, thời thịnh nhất của Trung triết.

Một lần, cuối năm ngoái, một bác sĩ trong nhóm đó, biết ít nhiều chữ Hán, hỏi tôi:

- Bác thấy tư tưởng của các triết gia đó nay còn dùng được không?

Tôi đáp:

- Vẫn còn nhiều điều dùng được. Tri thức của ta hơn cổ nhân nhiều. Một em mười tuổi bây giờ cũng biết về vũ trụ, thế giới, vạn vật, kĩ thuật... nhiều gấp mấy Khổng, Lão, nhưng về đạo đức chúng ta không hơn cổ nhân, về phép xử thế chúng ta vẫn còn phải học cái khôn của cổ nhân. Ngay về chính trị cũng vậy nữa. Có những chân lí thời nào cũng đúng, cổ nhân đã do kinh nghiệm mà tìm ra được, truyền lại cho ta trong kinh sách đấy, chúng ta đọc cả rồi đấy, nhưng quên đi, hoặc nhớ mà không theo, nên phải thất bại. Tôi nghĩ tri thức rất dễ truyền: các định lí toán, các luật vật lí học một lần là nhớ và áp dụng được ngay; còn cái khôn của cổ nhân thì cơ hồ không thể truyền được, đích thân chúng ta phải từng trải rồi mới hiểu được, nhớ được bài học của cổ nhân. Mỗi người đều phải "sống" cuộc đời của mình, mỗi thế hệ đều phải sống cuộc sống của nó, sống từ đầu, có kinh nghiệm rồi mới rút ra được một nhân sinh quan, gần như tự tìm lấy hết, không nhờ được cổ nhân chút gì cả. Cho nên thời nào cũng có rất nhiều lầm lẫn...

Tôi lấy một thí dụ: mấy năm nay đại đa số các trí thức Bắc, Nam, già trẻ mà tôi được gặp thường phàn nàn về chính sách "hồng và chuyên" của chính phủ. Đảng coi trọng những cán bộ có tư tưởng cách mạng, có công lao với cách mạng hơn những chuyên viên, dù những cán bộ đó không có học cũng chỉ huy những chuyên viên hiểu biết về ngành gấp mười họ. Ta thấy nhiều trường hợp ông chánh chỉ có tiểu học ra lệnh cho ông phó có bằng phó tiến sĩ, xen vào công việc chuyên môn của ông phó, nhất là lại có thái độ kì thị ông phó, vì biết rằng ông phó giỏi hơn mình, rồi do tự ti mặc cảm mà sinh ra hống hách, ngăn cản công việc của ông phó. Chính sách đó có hại cho việc kiến thiết; chính vì nó mà hầu hết các chuyên viên ở Nam rất có khả năng, rất có nhiệt tâm phục vụ mà không được chính quyền dùng; một số rất ít được dùng thì lại bị chèn ép: chẳng hạn một thạc sĩ giáo sư Đại học y khoa, rất nổi tiếng về giải phẫu, phải chịu tùy thuộc một học trò của mình, chỉ vì cậu này đã "nằm vùng", được chính phủ cho là "hồng", tin dùng; giáo sư đó bảo sẽ giải phẫu cho một bệnh nhân nào đó vào ngày nào, giờ nào; học trò của ông ta gạt đi, định cho một ngày khác; ông ta bực mình đáp: "Tùy ý đồng chí' và ít tháng sau ông vượt biên với cả gia đình. Hiện ông ở Mĩ.

Chính Lénine đã nói: "Phải trọng chuyên viên như con người của ta" vì trong thời kiến thiết, chuyên viên mới là cần nhất; tuy thuộc nhiều kinh điển của Marx, tuy lập trường chính trị rất đúng mà không biết nghề thì cũng không làm được việc.

Người ta không theo Lénine là tại sao? Tại người ta tin như Hồng vệ quân Trung hoa rằng một cái đập xây không đúng phép, sắp vỡ, đương nứt nẻ, muốn rã, chỉ cần mở "cuốn sách đỏ", tụng những lời của Mao Trạch Đông là làm cho đập vững lại (vụ đó đã được quay phim ở đâu đó chắc để chê cách mạng Văn hóa của Mao) hay tại người ta muốn thưởng những người có công lớn trong thời kháng chiến nên giao phó những chức vụ cao cho họ?

Khổng Tử trong thiên Tiên tiến, bài 24 (Luận ngữ) đã cảnh cáo chúng ta rồi. Tử Lộ, học trò của ông, làm gia thần họ Quí, tiến cử Tử Cao làm quan tể đất Phí. Khổng Tử trách: "Như vậy là làm hại con người ta" (vì Tử Cao chưa được học bao nhiêu). Tử Lộ đáp: "Làm chức tể thì có nhân dân để trị, có thần xã tắc (đất đai, mùa màng) để thờ (thế là học), hà tất phải học sách rồi mới gọi là có học?" Khổng Tử mắng: "Vì thế mà ta ghét những lời lợi khẩu" (cưỡng lí để tự biện hộ).

Không học về canh nông mà làm viện trưởng viện nghiên cứu canh nông, không biết gì về hành chánh mà làm tỉnh trưởng. Sao không thẹn với Đông Đức: sau thế chiến, một đảng viên có công lớn được mời làm thứ trưởng, ông ta từ chối, xin được học thêm ít năm ở đại học đã.

Kinh Dịch, quẻ Sư, hào 6 cũng đã khuyên ta khi chiến thắng rồi, luận công mà khen thưởng thì kẻ ít học, dân thường tuy có tài chiến đấu, lập được công, cũng chỉ nên thưởng tiền bạc thôi, không nên phong đất cho để cai trị, vì công việc kiến thiết quốc gia phải là người có tài, có đức mới gánh nổi.

Lẽ đó rất tự nhiên, từ xưa nước nào cũng theo, như đời Trần nước ta, các tướng có công, được phong đất, phong tước, mà việc nước thì giao cho các người có học. Nước Anh sau mấy năm thế chiến rồi cũng chỉ thưởng tiền cho các danh tướng; chẳng những vậy, năm 1945, khi chiến tranh chấm dứt, họ thay cả viên Thủ tướng, cho Churchill về vườn, mặc dầu ông có công nhất trong việc cứu quốc, diệt Đức; như vậy chỉ vì chính sách thời bình khác thời chiến, nên phải dùng người khác.

Chính vì không phân biệt chính sách thời bình và thời chiến mà sau khi hòa bình trở lại - ở Bắc năm 1954, ở Nam năm 1975 - Đảng cho địa phương tự trị như trong thời chiến, và lại dùng những người thời chiến để cai trị trong thời bình; do đó gây nhiều cái tệ mà tệ lớn nhất là cán nặng hơn gáo: mỗi tỉnh là một tiểu quốc, bất chấp cả trung ương, thậm chí một nhân viên rất nhỏ kiểm soát xe hàng, làm bậy, không theo quyết nghị trung ương, bảo hành khách: "Tôi ở địa phương chỉ biết lệnh địa phương, bà con biết lệnh trung ương thì cứ gởi đơn thưa trung ương".

Như vậy là tiểu nhân tha hồ hoành hành, muốn tịch thu gì của hành khách cũng được, không ai răn đe họ khi họ mới mắc tội nhỏ, không ai chế ngự họ khi họ mới ló mòi, lâu rồi thành loạn. Tệ đó, quẽ Phệ hạp và quẻ Cấu trong kinh Dịch đều đã cảnh cáo nhà cầm quyền từ ba ngàn năm trước rồi. ở nước ta ngày nay, chính quyền có cương quyết thay hết các ông hồng mà không chuyên đi (1) thì lấy người đâu để làm việc, và cái phe hồng mà không chuyên đó, bị mất quyền lợi, tất cấu kết nhau, đâu để yên cho chính quyền. Cái hại đó, tôi e một thế hệ nữa chưa hết được.

*

Trong việc trị dân, người nào có quyền vị thì phải có trách nhiệm. Qui tắc đó rất sơ đẳng, bọn Pháp gia - như

Thương Ưởng, Hàn Phi - đều nhắc tới nhiều lần. Mà đạo Nho thời nào cũng chủ trương rằng dân mắc tội là lỗi ở tại người trên; người trên mắc tội thì chỉ người trên chịu, dân không liên can gì tới. Trách nhiệm của người cai trị thật minh bạch; muốn vậy quyền của người trên cũng phải rõ rệt, chỉ người nào có trách nhiệm mới có quyền quyết đoán, mưu việc. Thiên Thái Bá, bài 14 (Luận ngữ) Khổng Tử bảo: "Không ở chức vị nào thì đừng mưu tính việc của chức vị đó", như vậy đề định rõ quyền hạn, trách nhiệm của mỗi người.

Chúng ta ngày nay theo chính sách "cai trị tập thể", mỗi khi quyết định một việc gì, bất kì lớn nhỏ, cung tập họp cả mấy chục đồng chí của nhiều cơ quan để thảo luận ở hội trường của tỉnh, huyện, hội trường nào cũng đồ sộ, xây cất rất tốn kém. Mỗi cơ quan lại có một hội trường riêng, nhỏ, họp hằng tuần về những vấn đề nội bộ. Quyết định tập thể có điểm tốt là biết được ý kiến nhiều người, tránh nạn độc đoán, nhưng hội họp nhiều quá, tới nỗi mỗi tuần, nhân viên phải đi họp ba bốn buổi tối, lần nào cũng kéo dài hai ba giờ mà chẳng giải quyết được gì - vì càng nhiều ý kiến lại càng khó quyết định - thì mất thì giờ vô ích, ai cũng ngán. Tai hại nhất là công việc bê trễ, không ai dám lãnh trách nhiệm, trút trách nhiệm cả cho tập đoàn, mà tập đoàn làm chủ tức là không ai làm chủ hết.

Tôi có lần là nạn nhân của chính sách đó. Tôi muốn về Long xuyên nghỉ khá lâu, xin ủy ban nhân dân phường cho phép tôi chở về Long xuyên ít bàn ghế, một số sách và ít đồ cần dùng. Phường không dám cho phép, bảo tôi xin phép công an, công an cũng không dám cho phép, bảo tôi trở lại phường; tôi dĩ nhiên không chịu làm trái banh để hai cơ quan đó tung cho nhau, bảo công an bàn tính với phường rồi trả lời cho tôi. Họ bàn tính với nhau không biết mấy lần, cứ hẹn lần, bắt tôi đi đi về về tám lần, không cơ quan nào chịu nhận trách nhiệm kí một giấy phép rất tầm thường như vậy. Tôi nổi dóa, đòi gặp chủ tịch ủy ban nhân dân phường, họ bảo ông đi vắng - ông này còn khó gặp mặt hơn thiên tử thời xưa, không bao giờ tôi thấy mặt ông cả - sau cùng tôi bảo sẽ khiếu nại lên bí thư thành ủy, lúc đó họ mới chịu cho phép. Thật là tốn biết bao thì giờ cho tôi và cho cả họ. Ai cũng phàn nàn trong chế độ này, nhân viên nào cũng sợ lãnh trách nhiệm mà quyền hành thì rất lớn.

*

Chương 30 - 31 Đạo đức kinh, Lão Tử khuyên kẻ dùng binh khi đạt được mục đích thì thôi, đừng ỷ mạnh, tự phụ, khoe công; thắng cũng không cho là hay, nếu cho là hay thì tức là thích giết người. Tổ tiên ta đã theo đúng lời đó. Lê Lợi sau khi thắng quân Minh, Quang Trung sau khi thắng quân Thanh, đều khiêm nhu, mềm dẻo với Trung hoa.

Mustapha Kémal sau khi thắng quân Hi lạp ở Dumulu Punar, bắt được hai tướng Hi lạp là Tricopis và Dionys, tiếp đãi họ rất nhã nhặn trong lều của ông, mời họ giải khát rồi cùng nhau phê bình chiến lược của hai bên, làm cho họ phải khâm phục. (Chính phủ mình có lẽ không ai nhớ bài học của Lê Lợi và Quang Trung, và tướng Trần văn Trà chắc chắn không được đọc tiểu sử của Mustapha Kémal. Giá tướng Trà khi vào dinh Độc lập cũng nhã nhặn với tướng Dương văn Minh như Kémal và nếu chính phủ mình sau khi nhận được lời khen của thế giới, chỉ nhã nhặn tuyên bố rằng dân tộc Việt Nam bất đắc dĩ phải giành lại độc lập và sở dĩ thành công là nhờ chính nghĩa, chịu kiên nhẫn và được các nước anh em ủng hộ; bây giờ đây sau ba chục năm chiến tranh chúng tôi xóa hết các hận thù, chỉ muốn yên ổn kiến thiết và rất mong được sự giúp đỡ của tất cả các nước, cộng sản cũng như tư bản; nếu có thái độ như vậy, đừng ham làm chủ bán đảo Đông dương ngay thì tôi chắc chúng ta không phải chịu chiến tranh thứ ba chưa biết sẽ kéo dài tới bao giờ nữa. Chúng ta đang bị sa lầy ở Cao miên, cầm chân ở Bắc Việt, đương mất máu lần,

Nga tiếp máu cho được bao lâu và với điều kiện nào? Thế là mới thoát được ách Mĩ thì đã bị ngay nạn Trung hoa, Việt Nam trước là nơi tranh chấp của Trung hoa và Mĩ, nay thành nơi tranh chấp của Nga và Trung hoa.

*

Kinh Dịch, quẻ Giải khuyên khi hoạn đã giải được rồi, chiến tranh đã hết, dân chỉ mong an cư lạc nghiệp, người trị dân nên có chính sách khoan đại, giản dị; tuy phải trừ những cái tệ cũ, nhưng chỉ nên sửa cho sự bình trị được lâu dài thôi, không nên xáo động nhiều quá, nhất là nên làm cho mau xong, đừng đa sự.

Quẻ Cách lại khuyên thay cũ đổi mới là một việc khó, ngược với thói thủ cựu của con người, cho nên muốn có kết quả thì sự cải cách phải hợp thời, phải sáng suốt, soi xét rạch ròi, thận trọng, tính toán kĩ, làm sao thỏa thuận được với lòng người, đừng nóng nảy; và cải cách tới một mức nào đó thì nên ngừng lại, đừng cầu được hoàn toàn thì mới khỏi thất bại.

Giá chính phủ biết khoan dung lại biết giản dị, không cải cách gấp mà tiến hành từ từ thì có thể 90% miền Nam đoàn kết với chính quyền mà sự cải cách tiến được đều đều, vững, không phải sửa sai, thụt lùi mấy lần, mà cũng không có sự tan rã, hỗn loạn trong xã hội như hiện nay.

Mấy ngày đầu tháng 5-1975, người Nam nào cũng phục tinh thần kỉ luật của quân đội giải phóng và chính sách khoan hồng của chính phủ. Tuyệt nhiên không có cuộc "tắm máu" hồi tết Mậu Thân ở Huế như nhiều người lo ngại, mà cũng không có vụ trả thù cá nhân nào. Nhưng chẳng bao lâu, thái độ khinh bỉ, căm thù lần lần xuất hiện. Người ta coi đồng bào trong này đều là ngụy hết, người ta mưu mô tước đoạt tài sản của ngụy, bắt ngụy đi kinh tế mới để cướp nhà của ngụy. Tại giữa chợ Trương Minh Giảng, một chị cán bộ ở Hà Nội vô, nói với bạn cũng cán bộ ở Bắc vô sau: "Chị đừng lo, tụi nó sẽ bị đuổi đi kinh tế mới hết, lúc đó chúng ta sẽ có nhà rộng để ở".

Tinh thần chia rẽ, thù oán từ đó phát sinh và mỗi ngày hố giữa Nam Bắc mỗi sâu thêm.

Rồi chính sách bắt ngụy quân, ngụy quyền đi cải tạo nữa. Mới đầu người ta bảo mỗi người mang theo quần áo, thức ăn, tiền nong đủ cho 15 ngày, nên ai cũng tưởng chỉ độ 15 ngày là về, trong 15 ngày đó chính quyền sẽ chỉ bảo, dẫn dắt cho hiểu đường lối của chính phủ, lối sống mới và diệt những thói quen tật cũ đi; như vậy là điều rất tốt, và ai cũng hăng hái xách khăn gói lên đường cải tạo. Hết nửa tháng rồi hai ba tháng. rồi nửa năm vẫn chưa được về, lúc đó người ta mới hiểu rằng phải cải tạo cho tới khi nào thấy cải tạo hoàn toàn rồi thì mới được về. Và khi nào xong thì không biết. Tới nay (1981), đã 6 năm, vẫn còn nhiều người chưa được về. Có thể bị cải tạo 10 năm như ở Nga chăng? Người ta quên bài học của tổ tiên: vua Trần Nhân Tôn sau khi thắng được quân Nguyên, bắt được tráp thư từ vãng lai với giặc của mấy ngàn người, không thèm coi, đốt đi hết, nhờ vậy mà đoàn kết được toàn dân.

Đọc cuốn J'ai choisi la liberté (đã dẫn), nhất là bộ L'archipel du Goulag của Soljenytsine (gồm 4 cuốn, 2 cuốn đầu đã dịch ra tiếng Pháp và in ở Paris trước 1975), chúng ta phải nhận rằng chính sách của ta không quá tàn nhẫn như chính sách của Nga. Một số trại của mình có chính sách nhân đạo nữa: ăn uống tuy thiếu thốn, nhưng được gia đình tiếp tế đều đều, nên người học tập không xuống cân, tinh thần tốt, được lao động vừa sức, được đọc sách báo... Nhưng có nhiều trại rất khắc nghiệt. Một thiếu phụ sau mấy năm xa cách, được đi thăm chồng tại một trại miền bắc Trung Việt, khi gặp chồng, không nhận ra được nữa, tưởng là người khác, mãi đến khi chồng cất tiếng hỏi, mới hết nghi ngờ. Chồng cô ta đã thay đổi hẳn từ thể xác tới tinh thần, mất mấy chục kí lô. đi không vững, hốc hác, chậm chạp, gần như một cái xác không hồn, lầm lì, hỏi mới đáp, không còn tình cảm, không suy nghĩ, không nhớ gì cả. sống mà như chết rồi.

Đi cả ngàn cây số mới tới trại mà chỉ được gặp mặt chồng có nửa giờ, lại không được khóc, nếu khóc thì bị đuổi ra liền. Hết nửa giờ, vợ chồng chia tay nhau, vợ nhìn theo chồng đẩy chiếc xe chở đồ tiếp tế về chỗ giam; khi chồng khuất bóng rồi, cô ta gục đầu xuống bàn mà khóc, khóc không biết bao lâu, hết nước mắt mới đứng dậy, loạng choạng ra khỏi trại.

Có trại gọi là "trại bò", không phải để nhốt bò mà để nhốt những ngụy quân ngụy quyền cao cấp; phòng giam họ chỉ có một cái cửa cao độ một thước, muốn vô thì phải bò.

Lối trừng trị như vậy tôi cho là vô ích, không "cải tạo" được con người. Tôi đã nói ở một chương trên, đại đa số những ngụy quân ngụy quyền ở trong nước không có tội gì cả, ngoài cái tội sống ở miền Nam, dưới chế độ Mĩ, Thiệu thì phải theo luật Mĩ, Thiệu; nhưng ngay cả những kẻ có tội đi nữa, nặng thì giết họ đi, nhẹ thì cứ dĩ trực báo oán, như vậy càng dễ cải hóa họ hơn, cần gì phải hành hạ như vậy; dĩ oán báo oán, oán bao giờ mới hết được? Đã hành hạ họ lại không cho con họ vô Đại học mặc dầu học giỏi. Người ta chê bài học của Khổng Tử: Thiên Ung Dã, bài 4 ông bảo cha Nhiễm Hữu (Trọng Cung) là người ác, nhưng Nhiễm Hữu là người hiền thì cũng dùng.

Làm cho người dân tưởng rằng chỉ phải đi cải tạo nửa tháng mà rốt cuộc là phải đi 5-6 năm, có thể là 10 năm; bảo là cho họ đi học tập, cải tạo tinh thần mà sự thật để hành hạ, để trả thù, như vậy làm sao dân tin được chính quyền? Lệnh trung ương ban hành, địa phương không theo, làm ngược hẳn lại; lương hưu trí không phát, tiền tiết kiệm gởi ngân hàng không cho rút ra mà không thẳng thắn cho họ biết lí do, cứ làm thinh để dân chờ hết ngày này qua năm khác, chờ chán thì tuyệt vọng, thôi không đòi hỏi nữa; cho người ta đăng kí vượt biên bán chính thức, thu của mỗi người bao nhiêu lượng vàng, rồi bỗng nhiên ngưng lại hết mà không trả lại đủ vàng cho người ta; thâu thuế của người ta và cho phép bán ở chợ trời rồi đột nhiên bao vây cả một khu, tịch thu hết hàng hóa; khi chưa năm chính quyền thì hứa sẽ bỏ hết các thuế chợ, chia đất cho dân cày; năm chính quyền được ít lâu thì thuế chợ còn nặng hơn trước, mới chia đất cho dân thì đã bắt dân vào hợp tác xã nông nghiệp, bỏ quyền làm chủ miếng đất của họ mà làm chủ tập thể; tuyên bố với quốc dân và thế giới rằng miền Nam theo chế độ dân chủ, trung lập, rồi một năm sau đã thống nhất quốc gia, hủy bỏ chế độ đó, bắt miền Nam theo xã hội chủ nghĩa như miền Bắc; báo chí, các đài phát thanh chỉ thông tin một chiều, không cho dân biết sự thực, đến nỗi chính những cán bộ ở bưng về cũng phàn nàn rằng báo chí nói láo hết, như vậy dân làm sao tin chính quyền được.

Mở bộ Luận ngữ ra sẽ thấy cả chục bài khuyên nhà cầm quyền giữ chữ tín với dân, đặc biệt là bài 7 thiên Nhan Uyên:

"Tử Cống, một môn đệ của Khổng Tử, hỏi về phép trị dân. Khổng Tử đáp: "Lương thực cho đủ, binh bị cho đủ, dân tin chính quyền". Tử Cống lại hỏi: "Trong ba điều đó, nếu bất đắc dĩ phải bỏ một thì bỏ điều nào trước?" Đáp: "Bỏ binh bị". Tử Cống lại hỏi: "Trong hai điều còn lại, bất đắc dĩ phải bỏ một nữa thì bỏ điều nào trước?" Đáp: "Bỏ lương thực. Từ xưa vẫn có người chết, nếu dân không tin chính quyền thì chính quyền phải đổ" (dân vô tín, bất lập).

Một số học giả phương Tây như linh mục Cras nhận rằng không có học thuyết nào trọng đức thành tín bằng đạo Nho, mà đức đó thời nay bị người ta coi rẻ nhất. Ở thời Khổng Tử, chính quyền nào không được dân tin thì chính quyền đó phải đổ. Vì dân có thể nổi loạn, lật đổ vua, hoặc kéo nhau qua nước khác ở, tìm một ông vua khác để thờ. Ở thời đại chúng ta, khoa học đã tặng nhà cầm quyền những phương tiện cực kì hữu hiệu để đàn áp dân chúng; họ lại nắm sự phân phối thực phẩm, có những thuật mềm nắn dắn buông, vuốt ve dân chúng, cho nên một chế độ độc tài không bao giờ sụp đổ vì chính sách tàn bạo của nó; nếu một nhóm người cầm quyền biết đoàn kết với nhau, quyết tâm bắt dân theo đường lối của họ thì dân phải răm rắp cúi đầu tuân lệnh. Nhưng khi dân thấy chế độ độc tài không đem lại cho họ được một cái lợi gì thì họ phản kháng một cách tiêu cực, tà tà, lè phè, không hăng hái làm việc - chính quyền mình ba năm nay chống tiêu cực mà chẳng có kết quả gì cả - và khi chính quyền thấy chính sách độc tài không có lợi cả cho chính quyền nữa thì tất phải thay đổi chính sách.

Lúc này ai cũng thấy trong thành phần nòng cốt của chế độ, tức đảng viên, quân nhân, nhất là công an, đã chán nản, sa đọa rồi. Ở Long xuyên năm ngoái đã xảy ra một vụ: một anh bộ đội và một anh công an gây nhau ở khu chợ, hằm hè rút súng ra tính hạ nhau. Sau anh bộ đội hỏi anh công an: "Lương anh bao nhiêu một tháng mà anh hút thuốc thơm 2 đồng một điếu? Cứ lục túi các anh công an thì không anh nào không có một gói thuốc thơm. Các anh lấy tiền đâu mà mua?" Anh công an không đáp được, tẽn, bỏ đi.

Đã có nhiều tin quân đội dùng tàu, xe nhà binh chở đồ lậu ở Miên về bán tại các tỉnh gần biên giới. Lại có tin công an ôm vàng và súng ống, dùng tàu chính phủ vượt biên. Tới mức đớ thì thế nào cũng phải thay đổi, ngay đồng bào miền Bắc cũng mong mỏi sự thay đổi từ mấy năm nay rồi, vì ngoài đó cũng trụy lạc không kém trong này. Cứ coi mục "ý kiến bạn đọc" trên tờ Nhân dân thì biết.

*

Kinh Dịch đã xét trường hợp phải làm cách mạng (như trên tôi đã nói), lại xét cả trường hợp trừ bỏ sự li tán mà đoàn kết lại (quẻ Hoán), muốn vậy phải bỏ tinh thần bè phái, nếu cần thì giải tán bè phái, để tập hợp quốc dân mà lo việc nước, tức giải tán cái nhỏ để gom cái lớn lại. Việc đó chính phủ cách mạng đã có một lần làm rồi (năm 1946). Hễ thành tâm thì có kết quả. Nhất là phải thay đổi chính sách kinh tế, bớt thuế má đi, phải cho dân có lợi thì dân mới hăng hái sản xuất.

Từ văn minh nông nghiệp chuyền qua văn minh cơ giới, kĩ thuật, sự phát triển kinh tế đòi hỏi rất nhiều vốn. Vì cần nhiều nguyên liệu, nhiên liệu, máy móc mà máy móc phải cải thiện hoài, thay đổi hoài. Bọn tư bản phương Tây đầu thế kỉ trước bóc lột công nhân tàn nhẫn, vô nhân đạo, bỉ ổi; nhưng chúng ta phải nhận rằng chúng bóc lột như vậy một phần nhỏ để gia đình chúng hưởng, một phần lớn để gây vốn, mua thêm máy móc, xây dựng thêm nhà máy, cải thiện phương tiện vận tải giao thông... nhờ vậy kinh tế mới phát triển được.

Ngày nay các nước lạc hậu, nghèo như nước ta mà muốn xây dựng một cơ sở kĩ nghệ gần như bắt đầu từ số không thì dù được nước bạn viện trợ, hoặc tư bản nước ngoài đầu tư, cũng phải dùng cách đó của tư bản, bắt dân chúng làm việc nhiều, tiêu pha ít, ăn lương ít để tạo một số vốn cho quốc gia, nói trắng ra là phải bóc lột lao động, chỉ khác là chính quyền chứ không phải cá nhân bóc lột, mà chính quyền có quyền gấp ngàn cá nhân, tha hồ bóc lột mà không cho dân phản kháng, lấy lẽ rằng bóc lột để xây dựng tương lai cho quốc gia, cho các thế hệ sau, chứ không để cho một giai cấp nào hưởng.

Tuy nhiên, muốn cho dân chúng chấp nhận chính sách khắc khổ đó thì trong xã hội:

- phải có sự công bằng: từ trên xuống dưới đều chịu khắc khổ chung; ngay những bà già vô học ở Nam cũng bảo: nếu cán bộ giữ chính sách "ba cùng" - cùng ăn, cùng ở, cùng làm với dân, như trong hồi chiến tranh thì bảo gì mà dân không vui vẻ làm?.

- phải có sự quản lí chặt chẽ, không dung túng sự phung phí, gian tham;

- phải trọng những nhu cầu tối thiểu của dân, đừng làm trái hẳn với bản tính con người, nghĩa là phải cho dân đủ ăn, đủ mặc, có chút tiêu khiển, có chút lợi, có chút của riêng thì dân mới đủ sức mà làm việc, có chút hứng thú để tăng năng suất lên.

Không thể tặng cho người ta mĩ hiệu là "chiến sĩ xây dựng xã hội chủ nghĩa", ngày đêm hô hào người ta "hi sinh cho đời con cháu được sung sướng" để bắt người ta sống cực khổ suốt đời, đời này qua đời khác được; vì nghĩ cho cùng khuyên người ta hi sinh cho đời con cháu thì có khác gì các cụ hồi xưa khuyên ăn hiền ở lành để phúc cho con; có khác gì các tôn giáo Ki Tô, Hồi Hồi, Phật khuyên tín đồ chịu cực trong cõi trần này đề chết đi được lên thiên đường hoặc cõi niết bàn không?

Bạn bác sĩ ấy chăm chú nghe tôi nói non một giờ, khi về bảo tôi: "Cháu xin phép bác được thỉnh thoảng lại học bác nữa".

Hôm nay để ghi lại cuộc đàm thoại, tôi sắp đặt lại qua loa, dẫn thêm vài đoạn trong kinh sách và thêm một vài ý (như quẻ Hoán) còn đại cương thì giữ đúng.

Nhưng ghi xong rồi, tôi nghĩ lại mà tự trách mình hôm đó đã nói nhiều quá, quên mất lời cổ nhân: "Không cùng đạo với nhau thì làm sao có thể nói chuyện với nhau được?"

*

Mình Theo Cả Những Lầm Lẫn Của Người

So sánh những nhận xét của tôi ở trên với những điều

tôi đã được đọc trong mươi cuốn về đời sống ở Nga sô, Trung cộng, tôi thấy chính sách của mình y hệt chính sách của hai nước đàn anh đó, những lầm lẫn của mình chính là những lầm lẫn của họ.

Năm 1947, sau 30 năm cách mạng dân Nga cũng bị nhồi sọ như dân mình; xã hội họ cũng có những sự bất công, những kẻ "phe phẩy", những chợ trời, những nhà tập thể dơ dáy như dân mình; cũng cớ nạn mua chợ đen vé coi hát, cũng cấm dân tiếp xúc riêng với người ngoại quốc (2); cũng có nạn bè phái như mình; cũng có lệ muốn thưởng một cán bộ thì cho thêm một số tiền bỏ vào bao thư riêng; các ông lớn của họ cũng cách biệt quần chúng như ở nước mình; những kẻ gian trá cũng có thể lén lút làm mọi cái xấu xa, miễn là đừng chống chính quyền; người Nga nào cũng có hai mặt, ở nhà thì khác, ra ngoài thì khác như mình.

Họ cũng trọng hồng hơn chuyên, cũng thay đổi chủ trương, chương tnnh liền liền, thợ họ cũng không đủ ăn, công việc gì cũng không chạy; cán bộ của họ cũng sợ trách nhiệm như cán bộ của mình; chính sách cải tạo còn tàn nhẫn hơn chính sách của mình; sự tổ chức bầu cử y như mình, v.v...

Họ có thời "băng rã" (dégel) rồi băng lại đóng lại (gel); Trung hoa cũng có thời "trăm hoa đua nở" rồi mấy tháng sau, trăm hoa lại bị cấm nở; trăm hoa của mình cũng đua nở sau Trung hoa ít tháng, và cũng bị cấm nở sau họ ít tháng. Năm 1966 mình khôn hơn Trung hoa là không làm cách mạng văn hóa, nhưng năm 1978 mình cũng đã chuẩn bị kĩ để phát động một cuộc cách mạng văn hóa như họ, tính đốt hết các sách báo ở miền Nam, chỉ giữ lại những sách dạy nghề và khoa học tự nhiên, y như Tần Thủy Hoàng chỉ cho giữ những sách thuốc, sách nông nghiệp... (3) May sao chính quyền (miền Bắc hay Nam?) kịp đổi ý, cho hoãn lại cuộc cách mạng đó.

Ngoài ra, cách thức phụ cấp cho sinh viên, đối đãi với

trí thức, chính sách học tập chính trị, hội họp ở phường, ấp, dăng, dán biểu ngữ ở khắp nơi, phát thanh bằng loa oang oang mà không ai buồn nghe...; cả lối giáo dục trẻ em, bổ túc văn hóa, công trình khai quật cổ tích chung quanh đền Hùng (4)...mình đều theo sát gót Mao Trạch Đông.

Tôi có cảm tưởng rằng mình chép đúng đường lối của hai nước đàn anh, không xét hoàn cảnh, dân tình, phong tục của mình có khác họ hay không. Tôi chưa thấy mình có một sáng kiến gì cả, ngay cả những danh từ như biên chế, phụ đạo, tham quan, tranh thủ... mình cũng chép nguyên của Trung hoa. Tôi phục G. Orwell từ 30 năm trước, trong cuốn 1984 đã tiên đoán và vẽ đúng xã hội Trung hoa những năm 1960 và xã hội Việt Nam ngày nay. Nhưng Nga, sau khi Staline chết đã hơi thay đổi đường lối (5), Trung hoa sau khi Mao Trạch Đông chết đã bỏ chính sách của Mao, xích lại gần phe tư bản, và nhiều nước như Ba lan, Tiệp khắc, Hung gia lợi, Nam tư... đã có từ lâu chính sách của họ, chính phủ mình lẽ nào không biết?

*

Xu Hướng Của Thời Đại
Dự Đoán Sai Của Marx

Tôi nghe nói bộ Tư bản luận của Karl Marx rất dày, khó đọc mặc dầu văn hay, và ngay ở âu Mĩ, chỉ có một số lí thuyết gia cộng sản, một số triết gia, sử gia là đọc trọn bộ đó thôi. Vì vậy tôi không bao giờ kiếm đọc nó cả. Nhưng tôi đã tò mò đọc một số tác phẩm của một số học giả, văn nhân Âu theo cộng hay không theo cộng, viết về học thuyết Marx. Đại khái họ nhận rằng học thuyết đó có hai cống hiến cho nhân loại:

1- Sự biến chuyển của xã hội, sự diễn tiến của lịch sử tùy thuộc một phần quan trọng vào kinh tế.

2- Giai cấp vô sản bị giai cấp tư bản bóc lột, và phải diệt giai cấp tư bản để tạo một xã hội công bằng, không ai bị bóc lột, mọi người đều bình đẳng với nhau; (Muốn vậy phải hạn chế tự do cá nhân. Hễ bình đẳng thì mất tự do; hễ tự do thì không bình đẳng, không thể lưỡng toàn được).

Học thuyết đó xuất hiện giữa thế kỉ trước, tới nay đã trăm rưởi năm, và người ta thấy Marx có nhiều điều tiên đoán sai, chẳng hạn:

- Cách mạng vô sản sẽ xuất hiện trước hết ở những xứ kĩ nghệ tiến bộ như Đức, Anh; nhưng sự thực nó xuất hiện ở Nga, một xứ kĩ nghệ kém nhất châu Âu hồi đầu thế kỉ chúng ta; sau đó nó lại xuất hiện ở những nước nông nghiệp rất lạc hậu về kĩ nghệ, như Trung hoa, Việt Nam...;

- Marx tin rằng giai cấp vô sản ở khắp thế giới đoàn kết với nhau để cùng diệt giai cấp tư bản ở mọi nước, do đó không còn tinh thần quốc gia nữa, thế giới sẽ đại đồng; nhưng bây giờ người ta thấy ngay ở Nga, Trung hoa, Đông Âu, chế độ cộng sản nào cũng mang nặng tinh thần quốc gia tới mức hai nước anh em với nhau mới thề sống chết có nhau, đoàn kết để diệt tư bản mà ít năm sau đã đâm chém nhau vì vấn đề ranh giới, chủ quyền, cũng xâm lấn nhau, phản nhau y như bọn thực dân tư bản vậy; hiện nay Trung hoa lại liên kết với Mĩ để chống Nga nữa, không cho Nga bành trướng ở Afganistan, Đông Á. Không biết bài ca quốc tế: "Prolétaires de tous les pays, unissez-vous" (Hỡi anh em vô sản tất cả các nước, đoàn kết với nhau lại) nay còn ai hát nữa không; Marx muốn diệt chiến tranh nhưng chiến tranh lại xuất hiện giữa các nước cộng sản với nhau;

- Ông đoán rằng chế độ tư bản sẽ chết, nhưng tới nay nó vẫn mạnh chớ không chết, mà trái lại về sự phát triển kinh tế, nâng cao mức sống của dân thì các nước cộng sản không sao cạnh tranh nổi với nó (lời Garaudy, một giáo sư Pháp theo cộng), vì nó biết tự thích ứng với hoàn cảnh, tự thay đổi, tìm được cách giải quyết lần lần những cuộc khủng hoảng kinh tế, chính trị (lời một chính trị gia cộng sản ở Đông Đức); nó không đi tới chế độ độc quyền (monopole) mà tiến tới chế độ kinh tế tự do trên thị trường (économie du marché) để thị trường được đlều hòa. Trái lại, chính những nước cộng sản mới theo chế độ độc quyền, độc quyền quốc gia.

- Marx muốn xóa bỏ hết sự bất bình đẳng, xóa bỏ giai cấp, nhưng ở Nga, Đông Âu không còn giai cấp tư bản nữa thì lại xuất hiện một giai cấp mới, giai cấp cán bộ, thư lại, từ quyền lợi tới lối sống, đều cách biệt hẳn với giai cấp thợ thuyền, nông dân.

- Marx hi vọng thay đổi được bản tính con người; Nga đã dùng những biện pháp rất mạnh trên 60 năm nay, hai ba thế hệ rồi mà bản tính con người không thay đổi gì cả: vẫn ham có tư sản, hưởng tự do, hưởng lạc như Âu Mĩ (6).

Hiện nay đã có một sự nứt rạn nặng trong khối cộng, nếu họ không khéo giải quyết với nhau thì trước cuối thế kỉ này sẽ có sự tan rã: Nga, Trung hoa thành kẻ thù của nhau, Trung hoa nhảy qua phía Tây phương; Việt, Hoa cũng hằng ngày si vả nhau, gây hấn với nhau; các nước Đông Âu như Ba lan, Tiệp khắc, Nam tư (có lẽ cả Lỗ ma ni, Bulgarie nữa) đã bỏ chính sách kinh tế của Nga mà khuyến khích nhiều xí nghiệp tư, coi trọng quan niệm lợi (profit), nghĩa là coi nhẹ lí thuyết chính trị mà tìm cái lợi, nhờ vậy mức sống của dân cao hơn ở Nga; Hung gia lợi cho dân chúng tự do hơn, bỏ chế độ độc đảng; hai năm nay Ba lan cũng đòi được vậy; mà đảng cộng sản Pháp cũng muốn vậy; đảng cộng sản Ý, Bồ đào nha đã tỏ ý độc lập, không chịu theo chính sách ngoại giao của Nga trong vài biến cố quốc tế; đảng cộng sản Nhật còn có tinh thần độc lập hơn nữa; hầu hết các nước đó đều thấy chính sách hợp tác xã nông nghiệp (Kolkhoze) của Nga thất bại và không bắt nông dân vào hợp tác xã nữa. Nhất là khắp Âu Mĩ, không nước nào chịu "chế độ xã hội chủ nghĩa Goulag" (socialisme du Goulag) nghĩa là chế độ xây dựng xã hội chủ nghĩa bằng trại giam, trại cải tạo (Goulag) của Nga trong thời Staline.

Ngay ở Nga, từ 1965, cũng đã sửa đổi đường lối kinh tế, cho một số xí nghiệp được tự do, cải cách lối quản lí và lối sản xuất để có nhiều lợi, và có lợi thì chia cho công nhân viên một phần, một phần giữ lại để khuếch trương xí nghiệp. Kossyguine đã biết nghe lời kinh tế gia Libermann chú trọng tới các luật kinh tế, bỏ quan niệm giáo điều đi. Đại học cũng bớt bị chính trị hóa rồi. Thanh niên được đọc các sách phương Tây và họ rất thích văn học Pháp. Họ muốn được tự do tư tưởng. Còn phụ nữ Nga thì đòi được hòa bình và hạnh phúc, mức sống cao hơn, sao cho gần được mức sống của Mĩ, và rất thích đời sống gia đình, ghét đời sống tập thể (theo Jean Marabini trong cuốn L'URSS à le conquite du futur - Denoel - 1967).

Ngay nhà văn cộng sản Pháp Aragon, trong cuốn Histoire parallèle de l'URSS (1962) cũng chê chính sách của Nga trong suốt thời Staline cầm quyền. Nga đâu còn là một thần tượng để các nước đàn em thờ nữa.

Nhà bác học Sakharov trong tờ Express tháng 8-1972, nhận rằng Nga có tiến bộ về xã hội, kinh tế, nhưng các nước cũng tiến bộ như vậy, có phần còn hơn Nga, tiến nhờ kĩ thuật chứ không phải nhờ chủ nghĩa. Ông chê nhà cầm quyền Nga giả dối, ích kỉ, tàn nhẫn; giáo dục và y tế Nga rất tồi tệ vì bọn cán bộ cao cấp được biệt đãi mà bọn thường dân bị ngược đãi; chính quyền dùng nhà thương điên để nhốt bọn trí thức chỉ trích đường lối chính quyền; chính quyền dùng tới 40% lợi tức quốc gia vào quân sự, võ bị, nên mức sống của dân tăng lên chậm...

*

Nguyện Vọng Của Con Người Thời Nay

Đọc sách báo phương Tây trong hai chục năm nay tôi thấy giới trí thức nhất là hạng trẻ ở các nước tư bản và cộng sản có những nguyện vọng giống nhau, và tôi gọi những nguyện vọng đó là xu hướng của thời đại. Nguyện vọng của họ tất nhiên khác hẳn những nguyện vọng của đa số các chính trị gia, nhất là bọn cầm quyền và có thể tiến bộ hơn nguyện vọng của những người già.

Đại khái tôi thấy xu hướng của thời đại chúng ta là:

1- Ngán chiến tranh lắm rồi, thanh niên Nga như trên tôi đã nói, đòi được hòa bình, mà thanh niên Pháp mười bốn năm trước (1966) đã muốn bỏ quân dịch đi, thay bằng dân dịch, nghĩa là không muốn vào trại tập quân sự nữa mà muốn tự nguyện phục vụ dân sự về mọi ngành hoạt động: canh nông, y tế, kĩ nghệ, giáo dục... Ở các nước nhược tiểu. (Kể chung trai và gái, 63,7% thích dân dịch, chỉ có 20,6% thích quân dịch, khoảng 15% không có ý kiến - coi bài "Thanh niên Pháp ngày nay muốn gì?", trong cuốn Những vấn đề của thời đại của Nguyễn Hiến Lê - Mặt Đất xuất bản - 1974)

2- Muốn được tự do, tư tưởng và nhu cầu cá nhân phải được tôn trọng; ngay ở nhiều nước cộng sản, người ta đã muốn bỏ chế độ độc đảng mà đòi có nhiều đảng, mặc dầu cùng theo một chế độ chính trị; vì ai cũng nghĩ rằng có nhiều đường lối đưa tới chế độ xã hội chủ nghĩa, mỗi đường lối hợp cho một dân tộc, một giai đoạn nào đó, không nhất thiết phải theo đường lối của Nga hay của Trung hoa.

3- Muốn được công bằng, có sự bình sản, không có kẻ giàu quá, nghèo quá, không còn sự bóc lột cá nhân. Sự thực là ở các nước tư bản tiến bộ hiện nay, nhờ pháp luật che chở, gần như hết sự bóc lột đó rồi. Lại thêm các xí nghiệp lớn thời này cần vốn rất lớn, không một người nào đủ vốn lập được, phải kêu cổ phần, và hạng thợ thuyền, thư kí cũng mua được cổ phần, do đó sự quản lí không ở trong tay một người, một gia đình, mà ở trong tay những người chuyên môn về quản lí, những kĩ thuật gia, những người này phải nghĩ đến cái lợi của xí nghiệp, không thể bóc lột vô sản trắng trợn như thế kỉ trước được. Sự bóc lột chỉ còn ở những nước lạc hậu thôi; ở các nước cộng sản tôi chắc một ngày kia hiện tượng quốc gia bóc lột cá nhân sẽ không còn khi mà nó không cần thiết để phát triển kinh tế, có thể làm trở ngại sự phát triển kinh tế nữa; lúc đó ở khắp thế giới, sự tăng tiến tài sản, lợi tức sẽ chung cả chứ không riêng cho một giới nào, giai cấp nào (tư bản hay cán bộ lãnh đạo).

4- Muốn hạn chế sự phát triển, sự sản xuất mỗi ngày mỗi nhiều để hưởng thụ rồi hưởng thụ một cách phí phạm để có thể sản xuất được nhiều, như vậy là phát triển để phát triển, phát triển một cách mù quáng, vô mục đích. Các nhà nghiên cứu ở Massachusett Institute of Technologie (MIT) đã họp nhau để tìm ý nghĩa, mục đích cho công việc của họ. Lên cung trăng rồi lên hỏa tinh để làm gì khi mà hai phần ba nhân loại còn đói?

Với lại chúng ta nên nhớ rằng văn minh kĩ thuật chỉ là một giai đoạn trong lịch sử, nó sẽ chấm dứt một ngày nào đó vì nó không thể phát triển vô cùng tận được. Đã có một số khoa học gia, kinh tế gia, chính trị gia chủ trương phải ngưng sự phát triển lại - người ta gọi họ là bọn Zégiste -; và nhiều thanh niên Âu Mĩ ghét lối sống ồ ạt, quay cuồng chạy theo vật chất, mà muốn có một đời sống ổn định, giản dị, gần thiên nhiên.

5- Người dân trong các nước tiên tiến, đặc biệt là giới thanh niên có học đã thấy chế độ dân chủ đại nghị (Parlementarisme) không hợp thời nữa. Dân chỉ mấy năm được đi bầu đại diện một lần, rồi đại diện của mình sẽ suy nghĩ, quyết định thay mình; như vậy là đem tương lai của mình giao phó cho người chứ không phải là dự vào việc nước. Khắp thế giới, chế độ nào tự mệnh danh là dân chủ cũng là giả dối (hypocrisie) hết như Raymond Aron nói, vì không ở nước nào dân được làm chủ thực sự cả, không ở nước nào giai cấp bị bóc lột, ức hiếp có thể lên cầm quyền cả. Khẩu hiệu "của dân, vì dân, do dân" không đúng. Có thể là của dân, vì dân (hiếm lắm!) nhưng có chính quyền nào là do dân điều khiển, định đường lối, chính sách đâu? Phải thay đổi chế độ ra sao cho dân có thể đích thân dự vào việc nước, đó là đòi hỏi chung của thế hệ đang lên.

Trừ nguyện vọng thứ 4 và thứ 5 là mới mẻ, không thể xuất hiện ở thời nông nghiệp được vì thời đó chưa có chế độ dân chủ đại nghị, cũng không có máy móc, không thể sản xuất nhiều được; còn ba nguyện vọng trên: hòa bình, tự do, bình sản đều là nguyện vọng chung của nhân loại từ thời thượng cổ.

Khổng Tử, Lão Tử, Thích Ca, Ki Tô, chỉ trừ Mahomet, đều ghét chiến tranh; cả bốn vị đó đều muốn bình sản.

Khổng Tử trong bài 1 thiên Quí thị bảo: "Bất hoạn quả nhi hoạn bất quân" (Người trị nước không lo thiếu mà lo sự phân phối không quân bình); Lão Tử (chương 48 Đạo đức kinh) khuyên tổn hữu dư bổ bất túc (lấy bớt chỗ dư để bù vào chỗ thiếu), chương 77 lại hỏi: "Ai là người có dư mà cung cấp cho những người thiếu thốn trong thiên hạ?" Thích Ca trong kinh A Hàm cung khuyên phân phối tài sản cho công bằng, tuy không triệt để xóa bỏ giai cấp nhưng bảo mọi người phải có quyền lợi và nghĩa vụ như nhau, còn Ki Tô cũng như Mặc Tử rất bênh vực giai cấp nghèo.

Về sự tự do, Lão Tử có thái độ cực đoan, không muốn ban giáo lệnh cho dân, lại càng không ban cấm lệnh, vì càng nhiều cấm lệnh thì dân càng nghèo (chương 57). Đạo Nho có chủ trương ôn hòa, thực tế hơn. Sử chép vào khoảng 845 trước Tây lịch, Thiệu Công tâu với vua Chu là Lệ Vương:

"Khi nhà vua biết trị nước thì thi sĩ tự do làm thơ, kép hát tự do đóng trò, các viên thái sử chép đúng sự thực, các đại thần biết can gián, người nghèo không giấu nỗi bất bình về thuế má quá cao, thư sinh học bài lớn tiếng (...), dân bày tỏ ý kiến về mọi việc và ông già bà cả phàn nàn về đủ thứ" (Do Will Durant dẫn ở đầu cuốn Văn minh Trung hoa).

Lời đó có thể chép vào đầu đời Hán, dù vậy chăng nữa thì 2.000 năm trước, triết gia Trung hoa cũng đã có những tư tưởng chính trị tiến hộ biết bao, phái mà ngày nay gọi là Tân tả phái (nouvelle gauche), cũng không hơn được.

*

Sự Tranh Chấp Giữa Nga Và Mỹ

Thế giới còn biến chuyển nhiều, chúng ta đương ở trong một thời hỗn độn, không ai đoán được tương lai ra sao.

Trong hai chục năm tới chưa thể có một chính quyền thế giới (governement mondial) chưa thể đại đồng được, nhưng nhân loại cũng không bị diệt vì chiến tranh nguyên tử đâu. Cộng sản và tư bản tuy xích lại nhau đấy - cộng sản hơi tự do hơn một chút, tư bản bớt bất công hơn; nhưng hai khối vẫn chống nhau (hễ loài người chưa bỏ được ý thức hệ thì còn chia rẽ), không có sự "hội tụ" được. Một học giả Mĩ nhận rằng dân chúng Nga thích chế độ của họ từ khi chế độ đó được cởi mở lần lần, và tuy muốn có một mức sống như Mĩ nhưng không muốn trở về chế độ tư bản, tuyệt nhiên không muốn cho cá nhân bóc lột cá nhân nữa, vì khắp thế giới không có dân nước nào được hưởng nhiều bảo đảm vật chất mà phải làm việc rất ít như dân Nga. Còn dân các nước tư bản thì đại đa số vẫn thích sự tự do kinh doanh, phải tranh đấu, lao lực hơn nhưng đời sống có hứng thú hơn, không bằng phẳng lặng lẽ tới buồn nản, mặc dầu một số thanh niên đã thấy sự cạnh tranh làm cho cuộc đời bận rộn quá. Tôi không biết nhận xét đó đúng tới mức nào, nhưng tôi thấy có lí.

Vậy thì Nga Mĩ không thể thắng nhau bằng ý thức hệ được; nhưng họ cũng không dám dùng chiến tranh nguyên tử để diệt đối phương vì cả hai sẽ chết hết. Chỉ còn một cách là dùng chiến tranh lạnh, tranh nhau ảnh hưởng ở châu Phi, châu Mĩ la tinh, Tây Á, Đông Á, ở những nước yếu mà có rất nhiều tài nguyên cần thiết cho sự phát triển kĩ nghệ của họ: dầu lửa ở bán đảo Á rập, Ba tư, mỏ cobaltz ở châu Phi, mỏ đồng, nhôm, uranium... ở châu Phi và châu Mĩ la tinh. Nước nào dùng ngoại giao, võ lực, tiền bạc hoặc thực phẩm mà liên kết, làm chủ được nhiều nước trong thế giới thứ ba đó, làm chủ được nhiều tài nguyên trên địa cầu thì kinh tế, kĩ nghệ nước đó sê mạnh mà thắng nước kia. Đó là chính sách của bọn thực dân mới. Khi nào chiếm hết tài nguyên trên mặt đất, họ sẽ tìm cách chiếm tài nguyên dưới đáy biển. Hiện nay các nước lớn đã họp hội nghị quốc tế để tìm cách vạch ranh giới trên biển, chia nhau khu vực ảnh hưởng. Thực dân còn sống dai lắm. Không còn chiến tranh vì ý thức hệ nữa, mà chỉ còn chiến tranh vì tài nguyên và chiến tranh này gay go hơn chiến tranh ý thức hệ nữa. Tôi sợ giữa thế kỉ sau, thế giới vẫn chưa thể đại đồng được.

Từ 1945 tới nay, phe tư hản phải lùi bước ở nhiều nơi, vì họ không đoàn kết với nhau, không cương quyết, kiên nhẫn, không đảng nào nắm quyền được lâu, và cũng vì họ phải tôn trọng dư luận quần chúng. Nhưng từ nay trở đi, nếu cương quyết thì họ giữ vững được trận tuyến vì khối cộng đã bị chia rẽ, Trung hoa đã bước qua khối Tây phương, Đông Âu cũng không liên kết chặt chẽ với Nga nữa; và cũng có thể các nước nhược tiểu lần lần thấy rằng theo Nga kinh tế cũng chẳng mau phát triển gì hơn theo các nước tư bản, trái lại là khác, như Bắc Hàn so với Nam Hàn, Trung hoa lục địa so với Trung hoa Đài loan. Đông Đức với Tây Đức. Mà không mau phát triển về kinh tế thì mức sống thấp hoài, dân cứ phải hi sinh hoài, sẽ chán nản, biết bao giờ mới đạt được mục tiêu của Marx, Lénine, là vượt tư bản về bình đẳng, tự do và phong túc.

Điều quan trọng nhất là phe tư bản, đặc biệt là Mĩ, phải bỏ chính sách ủng hộ bọn tham nhũng làm tay sai cho mình mà biết dùng hạng có tư cách, có tinh thần cách mạng, được dân chúng trọng. Simon Leys trong cuốn Les habits neufs du Président Mao (Ed. Champ Libre - 1977) trách Tây phương giúp triều đình Mãn Thanh hủ lậu dẹp bọn cách mạng Thái Bình thiên quốc; rồi qua đầu thế kỉ XX, cũng lại ủng hộ Mãn Thanh dẹp phong trào dân chủ, coi thường Tôn Dật Tiên mà tin Viên Thế Khải; sau cùng nghi ngờ Tưởng Giới Thạch khi Tưởng tỏ ra cái vẻ một nhà cách mạng, mà hết lòng tin Tưởng khi Tưởng lộ chân tướng một nhà độc tài, không hề biết tới Mao Trạch Đông mặc dầu Mao được nông dân ngưỡng mộ. Đó là nguyên nhân chính khiến dân tộc Trung hoa không ưa Mĩ và Tây phương.

Mĩ cũng lại phải bỏ cái thói khinh miệt dân tộc nhược tiểu, vung tiền ra làm sa đọa họ, lập những ổ trụy lạc, cờ bạc, ma lúy, đĩ điếm như Han Suyin đã trách trong cuốn Un été sans oiseaux. Ngay ở nước ta cũng vậy, khi Mĩ chỉ gởi qua giúp mình một số cố vấn thì dân còn có cảm tình với họ, tới khi họ đổ bộ nửa triệu lính lên lãnh thổ mình, làm xáo trộn xã hội mình thì mình chỉ mong họ thua mà cút đi càng sớm càng tốt.

Nếu phe tư bản không thay đổi chính sách và thái độ đó thì sẽ thua cộng sản. Cộng sản sẽ lấn dần như tằm ăn dâu nhờ đường lối mềm dẻo của họ, kiên nhẫn nhắm hoài mục đích, không lúc nào quên, hễ tư bản lửa rơm tỏ vẻ hung hăng thì họ đấu dịu, đợi lúc tư bản quên đi, lo hưởng lạc, hoặc chán nản thì lại âm thầm tiến tới.

*

Sửa Sai

Hôm nay là ngày Thương binh Liệt sĩ (27-7-81), tôi viết thêm mươi trang này để thay ba trang 629-631 trong bản đầu tiên, mà tiêu đề là "Nhân năng hoằng đạo".

Tôi nhớ đâu như đảng cộng sản Việt Nam thành lập năm 1930. Đến nay đã nửa thế kỉ, đã có mấy triệu người ở trong đảng và ngoài đảng cùng nhau hi sinh để mong xây dựng một tương lai tốt đẹp cho quốc gia, dân tộc?

Xương các vị đó gom lại, chất lên, chắc thành một ngọn núi cao lớn gấp 10 ngọn núi Nùng. Anh hồn các vị đó nếu linh thiêng, nhìn xuống tình cảnh dân tộc mình mà tôi mới phác họa vài nét trong chương XXXI sẽ phẫn uất ra sao, có về dự lễ ngày hôm nay nữa không. Anh hồn của ông Hồ nữa! Tất cả những người có tâm huyết tôi được biết, tuổi từ 50 trở lên đều có lời than thở như vậy. Thật bi thảm! Ai ngờ đâu?

Trong dân gian miền Nam này đã xuất hiện câu:

Quốc gia đã phá tán, Cán bộ hóa tư bản, Dân chúng đều chán nản, Dắt díu nhau di tản.

Không biết câu đó đã ra tới Bắc chưa? Những người nào muốn cố giữ lòng tin thì chỉ còn tự an ủi rằng: Nga và Trung hoa đã trải qua một thời như vậy; đó là một thứ bệnh "tuổi thơ" của chế độ, cũng như bệnh sốt, ỉ tướt, mọc răng của em bé; rồi đây sẽ qua cơn "phát dục" (crise de croissance), chế độ sẽ tốt đẹp, mạnh mẽ. Nhưng tôi tự hỏi còn nhiều nước khác cũng theo xã hội chủ nghĩa như Nam tư, Đông Đức..., họ có mắc thứ bệnh đó không? Hay là họ có cách đề phòng, có thuốc chữa? Còn dân tộc Pháp, sau này có thể theo xã hội chủ nghĩa, có sẽ phải trải qua một cơn phát dục như vậy không?

Mới ba bốn năm nay, bệnh hóa trầm trệ, nhưng nó đã bắt đầu phát từ lâu rồi, theo lời nhiều bạn trí thức của tôi ở Bắc thì từ mấy năm trước khi Hồ chủ tịch mất; và như tôi đã nói, một tờ niên báo kinh tế bằng tiếng Anh ở Hương cảng cuối năm 1974 đã nhận thấy ba chứng này của Bắc việt: quản lí dở, thiếu kĩ thuật gia, nhiều tham nhũng, vì vậy mà kinh tế Bắc không tiến được.

Tôi cho rằng truy nguyên lên thì lỗi lầm của mình bắt đầu từ 1950, hay trễ nhất là từ 1954: chính quyền không hiểu hoàn cảnh nước mình mà muốn tiến mau quá. Dục tốc thì bất đạt.

- Trong phần 1 chương VII và phần II chương XIV tôi đã nói: tới 1945, nước mình vẫn là một nước nông nghiệp rất nghèo, kĩ nghệ chưa phát triển, thợ thuyền rất ít mà giới sĩ phu xuất thân từ bình dân, đa số có đạo đức, sống giản dị như bình dân, được dân chúng kính trọng, nên không có giai cấp đấu tranh (hiểu theo Karl Marx); thực sự là hạng bóc lột thì chỉ có bọn tư bản Pháp và một số rất ít đại điền chủ ở trong Nam thôi.

Trong cuộc kháng chiến 1945- 1954, gần như toàn dân theo hoặc có cảm tình với ông Hồ Chí Minh vì ông là một nhà cách mạng lão thành, kiên cường, có nhiều kinh nghiệm, tiêu biểu cho lòng ái quốc của dân tộc; chúng ta theo ông để đuổi Pháp ra khỏi nước, diệt bọn tư bản ngoại quốc và một số tay sai của chúng, chứ không phải để diệt những đồng bào có dăm ba mẫu ruộng, một xưởng dùng vài ba chục thợ hoặc một cửa hàng dùng dăm bảy người bán hàng. Rất ít người có lòng căm thù giai cấp, muốn tạo một xã hội cộng sản. Hoàn cảnh của ta khác xa Nga và Trung hoa: Nga có những lãnh chúa làm chủ cả mấy ngàn héc-ta, cả chục ngàn nông nô; Trung hoa cũng có lãnh chúa, có bọn quân phiệt như một ông vua trong một hai tỉnh mà mỗi tỉnh rộng bằng cả miền Nam nước mình.

Mấy năm đầu kháng chiến, nhờ tinh thần đoàn kết của nhân dân, quân đội của ta mỗi ngày một mạnh, đương đầu nổi với quân Pháp mặc dầu khí giới rất ít, xấu. Rồi từ 1950, Mao thống nhất Trung quốc rồi, giúp mình khí giới và cán bộ, nhưng buộc ông Hồ phải lập lại đảng cộng sản đã bị giải tán từ 1946 để đoàn kết nhân dân, thu hút hết các đảng phái. Và ông Hồ dã theo ý Mao, lập lại đảng cộng sản, đổi tên là đảng Lao động (có lẽ ông biết dân không ưa danh từ cộng sản). Vậy là ông đã biến cách mạng dân tộc thành cách mạng vô sản, đúng đường lối của Mao. Từ đó giữa các cán bộ đảng viên và các cán bộ có khuynh hướng hoàn toàn quốc gia, xảy ra những chuyện xích mích và một số người kháng chiến bỏ về thành nhiều hơn trước.

Năm 1954, thắng Pháp rồi, Việt Nam lại theo Mao Trạch Đông, tố khổ các điền chủ mặc dầu họ chỉ có vài mẫu ruộng, mặc dầu họ đã kháng chiến, hoặc có con theo kháng chiến, lập được nhiều công. Thế là trên 800.000 người bỏ quê hương mà di cư vô Nam. Hố chia rẽ sâu thêm.

Trong chiến tranh Việt Mĩ, có thể nói không có gia đình nào trong Nam không có ít nhất là một người giúp Mặt trận giải phóng hoặc có cảm tình với Mặt trận. Điều đó tôi có nói rõ ở chương XXXI; Vậy mà thắng Mĩ rồi, người nào ở từ sông Bến Hải trở vào mà không kháng chiến cũng bị coi là ngụy hết, bị đối xử có khi còn tệ hơn thời thực dân Pháp nhiều. Và chỉ hơn một năm sau, những lời hứa hẹn của Mặt trận (tự do dân chủ, trung lập, không trả thù...) bị nuốt hết; miền Nam thống nhất với Bắc dưới chế độ xã hội chủ nghĩa, Mặt trận bị giải tán. Người Nam nào cũng thất vọng, bất bình. Không còn gì là đoàn kết nữa. Giữa người Bắc và người Nam, giữa người Nam với nhau nữa, kháng chiến với không kháng chiến, có cái không khí giữa thực dân và dân bị trị. Chính ông Đào Duy Anh ở Bắc vào cũng thấy vậy nên trong một cuộc hội họp về thống nhất quốc gia, đã bảo cần nhất là phải thống nhất nhân tâm đã

- Cũng vì muốn cấp tốc thành lập xã hội chủ nghĩa, sợ

bỏ lỡ "cơ hội ngàn năm một thuở" (lời một cán bộ), người ta hấp tấp dựng các cơ sở mới, nhồi chính trị vào đầu óc dân, chú trọng đến chính trị hơn kinh tế, tưởng rằng nếu dân thuộc được mấy khẩu hiệu: tư bản bóc lột, giai cấp đấu tranh, đảng lãnh đạo, vô sản làm chủ, lập hợp tác xã nông nghiệp, làm chủ tập thể, lao động là vinh quang, cùng nhau thi đua..., là Việt Nam thành một nước xã hội chủ nghĩa, tiến kịp Nga sô, hơn Trung hoa và Đông Đức rồi. Người ta không hiểu rằng nếu kinh tế không phát triển, dân nghèo đói thì vô sở bất vi, hóa ra ăn cắp, ăn trộm, ăn cướp, tham nhũng, buôn lậu... không còn nhân cách nữa, mà xã hội sẽ thành một xã hội đồi trụy, chứ đâu phải là xã hội xã hội chủ nghĩa.

Người ta theo sát Mao Trạch Đông, trọng hồng hơn chuyên. Nhưng chuyên đã không có mà cái hồng chỉ có bề ngoài thôi, còn bề trong thì trắng, một màu trắng lem luốc. Điều này tôi đã nói nhiều rồi, không muốn nhắc lại. Biết mấy ngàn giờ học chính trị chỉ như nước đổ lá khoai, tới nỗi cán bộ đi học cũng phải ngán, bực mình thốt lên: "Càng học càng dốt, vì người dạy dốt quá".

Dốt mà dạy dân, lại trị dân nữa, chả trách trong một buổi họp của hội Trí thức yêu nước ở thành phố Hồ Chí Minh, một vị đã bực mình phải thốt lên câu này: "Tôi chấp nhận vô sản chuyên chính nhưng không chấp nhận vô học chuyên chính". Vị đó bị bắt giam ngay ít giờ sau buổi họp.

Muốn phát triển kinh tế thì một nước nghèo, lạc hậu như nước mình cần rất nhiều vốn để đầu tư, nhiều kĩ thuật gia giỏi. Kĩ thuật gia giỏi của mình ở ngoại quốc khá nhiều, nhưng họ không kháng chiến (dĩ nhiên), không được "học chính trị" (cũng dĩ nhiên nữa) nên họ "không thể hồng' được, không thể dùng được, trừ một số rất ít. Còn vốn để đầu tư thì sau mấy chục năm chiến tranh, mình làm gì có? Trông ở nước ngoài không được: các nước tư bản ngán mình quá từ khi mình tuyên bố là nước xã hội chủ nghĩa có lẽ từ trước nữa, từ năm 1956 kia: các xí nghiệp Pháp ở Bắc đã phải rút vốn về làm ăn nơi khác rồi; còn các nước anh em thì tuy quí mình lắm, nhưng lại ít vốn, còn đương lo kiến thiết cho họ. Đành phải đầu tư bằng sức lao động của dân, bắt dân làm việc nhiều mà ăn ít; ăn ít thì không đủ sức, làm tà tà, láy lệ, sản xuất mỗi ngày một kém cả về lượng lẫn phẩm, rốt cuộc kinh tế càng suy hơn và chính cán bộ phải phàn nàn rằng chính phủ bóc lột dân quá mức. thiếu cái tình người.

– Sai lầm thứ ba, tôi cũng đã nói rồi, là sau khi đuổi được Mĩ đi, mình chưa kịp lấy lại sức, đã nuôi cái mộng làm bá chủ bán đảo Đông dương, thành một cường quốc ở Đông nam Á, không tự lượng sức mình, cũng không nhận định được tình hình thế giới, khiến Trung hoa, Miên, Thái, Mĩ, Nhật đâm ghét mình mà mấy năm nay mình bị sa lầy ở Miên, bị quấy rối ở Bắc Việt, phải nhờ cậy vào uy thế của Nga, do đó lại bị sa lầy hơn nữa, và không biết bao giờ mới gỡ khỏi nước bí đó.

Muốn sửa sai, chúng ta phải

– gây lại lòng tin của dân, tình đoàn kết của người Nam, không phân biệt cách mạng hay ngụy nữa, không phân biệt giai cấp (ở một chương trên tôi đã nói có tới 12 giai cấp), rút bớt quyền lợi của đảng viên đi, đảng viên phải sống khổ như dân, làm việc nhiều hơn dân để làm gương cho dân; diệt tệ quan liêu, bè phái, tham nhũng... cho dân tự do phát biểu ý kiến về mọi vấn đề trong các cuộc hội họp, trên báo, trên đài phát thanh...

– trọng kĩ thuật hơn chính trị, chuyên hơn hồng, chuyên dễ biết được, còn hồng nhiều khi chỉ là bề ngoài, chuyên mới đắc lực trong việc kiến thiết; bỏ một số cơ quan, rút thật nhiều nhân viên trong các sở đi mà đồng thời tạo công ăn việc làm cho mọi người; cho dân đủ sống, đừng bóc lột dân quá; bỏ các địa phương đi hoặc rút lại còn hai ba thôi; cho những người đi cải tạo về...;

- rút ra khỏi cảnh sa lầy ở Miên, lấy lại tình hòa hảo với các nước ở Đông Á;

Từ cuối năm 1980, nhất là gần đây, chính phủ đã nghĩ tới việc sửa sai đó, đã:

- thực tâm muốn diệt tham nhũng, cách chức, bỏ tù một số, kết quả chưa thấy gì: bọn đó nhiều quá, nếu diệt cho hết thì không có người làm việc mà sẽ gây nhiều cuộc chống đối vì chúng có gốc rễ lớn; và hình như đương tính sẽ cho các cán bộ hồng nhưng không chuyên về vườn hết;

- nghĩ tới lợi ích cá nhân, cho nó cũng quan trọng như lợi ích đoàn thể, lợi ích quốc gia; dùng chính sách khoán sản phẩm cả trong nông nghiệp lẫn công nghiệp, cứ theo báo chí thì nhiều nơi có kết quả, nhưng ở Trung cũng có nơi dân phàn nán rằng khoán nặng quá; họ phải làm việc nhiều hơn mà không có lợi gì hơn trước hoặc có chút lợi thì không bõ công, nên họ bỏ vô Nam kiếm cách sinh nhai; tăng gấp đôi lương công nhân và viên chức nhưng đồng thời tăng giá mọi mặt hàng, có thứ gấp bốn gấp mười và ở chợ trời và thị trường tự do, vật giá tăng theo, thành thử đời sống của họ không được cải thiện chút nào, rốt cuộc là cho tay này chính phủ lấy lại bằng tay kia, có vậy mới giữ đồng bạc khỏi bị phá giá kinh khủng như Trung hoa thời 1945-1949. Phải trừ tận gốc, vá víu không ích lợi gì.

- muốn cùng với Trung hoa và khối Asean tìm một giải pháp cho Cao miên nhưng đề nghị của mình bị họ bác bỏ mà đề nghị của họ mình cũng bác bỏ ở Liên hiệp quốc, vậy là hai bên chưa nhích được một bước nào lại gần nhau.

Điểm cuối này rất khó giải quyết vì ta không chủ động được còn phải tùy thuộc ba nước lớn: Trung hoa, Nga, Mĩ mà Trung hoa và Mĩ, cả khối Asian nữa cương quyết không chịu cho Nga đặt chân lên miền Đông Nam Á. Tôi ngại rằng Đông Nam Á sẽ thành như Tây Á, lộn xộn trên 35 năm rồi mà chưa biết bao giờ mới yên được.

Tóm lại chính phủ có vẻ rụt rè quá. Trong nội các mới thành lập tháng 7-1981, các chức vụ quan trọng nhất vẫn ở trong tay những người cũ, chỉ đổi chỗ của Trường Chinh và Nguyễn Hữu Thọ lẫn cho nhau mà thôi. Trường Chinh lên làm chủ tịch nhà nước, Nguyễn Hữu Thọ làm chủ tịch quốc hội, mười điều mới sửa lưng chừng được một, hai.

Chính phủ nào cũng vậy, dù là chính phủ cách mạng đi nữa, khi đã nắm chính quyền được vài ba chục năm thì cũng hóa bảo thủ. Vì có muốn làm cải cách lớn lao thì rất ngại gặp nhiều sự chống đối của những kẻ sợ mất quyền lợi và xã hội sẽ bị xáo động trong một thời gian lâu như Trung hoa hiện nay. Sự sai lầm đã đâm rễ sâu quá thì dễ gì bứng được? Cho nên phải sáng suốt sửa ngay từ khi nó mới phát. Như kinh Dịch nói: "Lí sương, kiên băng chí": đạp lên sương thì biết là băng dày sắp đến, phải sớm biết để đề phòng kịp lúc.

*

Một Lối Phát Triển Riêng - Một Lối Sống Riêng

Nếu may mắn ta giải được tất cả những khó khăn hiện tại thì ta phải đặt lại vấn đề chính trị và phát triển kinh tế để đạt được những mục tiêu này: · thành một nước thực sự độc lập, tự do · không cần mạnh, giàu, chỉ cần tạo được hạnh phúc cho dân. Tôi đã nghĩ đến vấn đề đó từ lâu, đã phát biểu vài ý kiến rải rác trong cuốn Một niềm tin (1965), rồi trong bài tựa cuốn Bài học Israel (1968), trên tạp chí Bách khoa (số 424 ngày 1 -3-75). Dưới đây tôi gom những ý đó lại, bổ túc, sửa đổi ít điểm cho có hệ thống.

- Khi đã rút ra khỏi đầm lầy Cao miên, chúng ta nên tuyên bố với thế giới rằng chúng ta theo chính sách trung lập hoàn toàn trọng hòa bình, không gây chiến, không tham chiến, giảm binh số, vũ khí tới mức tối thiểu, chỉ còn là một lực lượng cảnh sát trong nước thôi.

Dĩ nhiên ta sẽ không đứng vào một liên minh quân sự nào hết, yêu cầu các nước lớn cho ta đứng ngoài các cuộc tranh chấp của họ, tự đặt ra ngoài các khu vực ảnh hưởng của họ, không mua khí giới, nhận khí giới của nước nào cả không dự cả những cuộc vận động phi liên kết nữa vì tôi nghĩ rằng những vận động đó càng có nhiều nước dự lại càng dễ biến chất đi, không nhiều thì ít bị ảnh hưởng của khối này hay khối khác, hoặc có cảm tình với khối này, khối khác mà hễ được cảm tình của khối này thì mất cảm tình của khối khác, gây thêm sự xung đột nữa. Vả lại nhiều nước dự thì thế nào cũng có lúc ý kiến sẽ khác nhau rồi lần lần chia rẽ, tan rã, lúc đó sẽ bị các nước lớn lung lạc. lôi kéo.

Chính sách tôi đề nghị đó mới thực sự là phi liên kết, âm thầm, không khen chê ai hết, không để cho ai lấy cớ mà lợi dụng mình được.

Không, chúng ta cứ tuyên bố thẳng rằng chúng ta không muốn nghe nói tới chuyện tranh chấp của các khối, xin các khối quên chúng ta đi, như không có chúng ta trên bản đồ thế giới của họ, đừng nhắc một lời nào đến chúng ta.

Khối nào hay nước nào muốn ức hiếp ta, trừng trị ta về kinh tế, chúng ta còn vui nữa (coi đoạn dưới); nếu trừng trị ta bằng võ bị thì chúng ta không chống lại, có giết dân, chiếm đất, cướp mùa màng, tài sản của chúng ta, chúng ta cũng không kháng cự, chúng ta chịu chết để xem khắp thế giới có thái độ ra sao. Nếu có nước nào tự nguyện đem khí giới, quân đội giúp chúng ta chống lại xâm lăng, chúng ta sẽ khẩn khoản xin họ "đừng, đừng". Nếu họ cứ vô để đánh nước xâm lăng chúng ta thì chúng ta sẽ dắt díu nhau đi chỗ khác để hai bên giết nhau. Chúng ta sẽ chết nhiều đấy, trước khi thế giới động lòng mà có thái độ cương quyết với kẻ xâm lăng; nhưng chúng ta sẵn sàng chịu sự hi sinh đó, coi đó là một điều kiện không thể thiếu được để giữ sự tự do, độc lập hoàn toàn của mình. Chết như vậy tôi cho là sẽ ít hơn và có ý nghĩa hơn chết vì mượn sức nước khác để chống kẻ xâm lăng, rồi lại làm tôi tớ cho nước khác đó. Dân tộc mình không thể bị diệt được, và qua cơn thử thách đó rồi, chúng ta sẽ được yên ổn sống, vĩnh viễn sống trong hạnh phúc.

- Như vậy chỉ cần hi sinh nhiều lắm là một thế hệ thôi mà tạo hạnh phúc cho các thế hệ sau.

- Đó là về võ bị, ngoại giao. Về kinh tế, chúng ta tìm một đường lối phát triển riêng.

Từ thế kỉ XVIII, nhờ những tiến bộ khoa học, những phát minh cơ giới như máy hơi nước, xe lửa, máy điện, máy nổ... Tây phương mỗi ngày mỗi phát triển về kinh tế; họ cải thiện phương pháp tổ chức, sản xuất mỗi ngày một mạnh, bóc lột công nhân để đầu tư, hóa giàu, mạnh, đi chinh phục thế giới, gây nạn thực dân, gây thế chiến; bây giờ đây, sản xuất quá thừa thãi, họ mắc cái bệnh tiêu thụ phí phạm, tiêu thụ để sản xuất, sản xuất để tiêu thụ, mà đời sống của họ mỗi ngày một bận rộn, quay cuồng, không còn thì giờ đề hưởng sinh thú nữa (Coi cuốn Travailler deux heures par jour - Ed. du Seuil - 1979).

Phương pháp phát triển của họ rất có hiệu quả, các nước cộng sản Nga và Trung hoa muốn vừa xây dựng xã hội chủ nghĩa, vừa phát triển cho thật mau để đuổi kịp họ, mạnh như họ, nhưng không kiếm được đường lối nào riêng đã theo đường lối của họ, dùng phương tiện của họ: tập trung tài nguyên và quyền hành, bóc lột giai cấp lao động; như vậy là lấy phương tiện làm cứu cánh, rút cuộc là "không có được một cứu cánh nhân bản (finalité humaine), thành một chế độ tư bản về bản chất mà mang những xấu xa, hủ hóa của chế độ xã hội" (capitalisme dans son enence et socialisme dans ses perversions), như Garaudy đã nhận định trong cuốn L'anternative (Robert Laffont - Paris 1972) (7). Và ông bảo Pháp phải kiếm một đường lối phát triển riêng, nhưng ông chưa đưa ra một đường lối nào cả.

Chúng ta nghèo lại càng phải kiếm một đường lối hợp với hoàn cảnh, tài nguyên thiên nhiên, mức tiến hóa còn rất thấp của mình. Chúng ta phải sống theo lối nghèo, đừng đua đòi Âu Mĩ. Trong giai đoạn hiện tại, chúng ta chỉ nên nhắm mục tiêu này: làm sao cho dân chúng đừng đói rét, đau có thuốc uống, và đồng thời giảm lần lần được sự bất quân trong xã hội, mà vẫn giữ được cái tình người. Tôi cho rằng hạnh phúc của dân ở đó chứ không phải ở chỗ được làm dân một cường quốc trên thế giới đi chinh phục nước người để bỏ thây ở rừng rậm, sản xuất thừa thãi để sống quay cuồng bừa bãi.

Chúng ta chỉ lựa những kĩ thuật nào thật cần thiết cho quốc gia trong đường lối phát triển chúng ta đã tự vạch, chẳng hạn kĩ thuật canh nông, chế tạo máy cầy, phân bón, dược phẩm, đồ điện, máy bơm nước, máy dệt, máy giấy...; còn kĩ thuật của các nước tiên tiến, không hợp với nhu cầu của mình mà quá lốn tiền, chỉ lợi cho một phần nhỏ nhân dân, lại phải tùy thuộc vào sự viện trợ của nước ngoài về nguyên liệu, về kĩ thuật gia, về đồ phụ tùng thì nhất định phải gạt ra ngoài, đừng cho thanh niên học về những ngành đó.

Nếu có thể được, ta hợp tác với vài nước cũng kém phát triển như mình, nhu cầu như nhau nhưng tài nguyên khác nhau, để thành một khối bổ túc nhau về kinh tế.

Điều quan trọng nhất là ta phải tự lực cánh sinh, đừng nhận một sự viện trợ có điều kiện chính trị nào của các cường quốc; nếu nhận thì là tự đút đầu vào cái tròng của họ mà mất tự do, độc lập. Ta phải rán "trồng lúa lấy mà ăn, dệt vải lấy mà bận, can đảm sống lối sống riêng của mình, hòa thuận nhau, bao dung nhau, không ai giàu quá, không ai nghèo quá, chẳng cần ti vi, máy lạnh, những phim cao bồi, những nhạc bi bóp...", (tựa Bài học Israel - 1968).

- Về chính trị ta càng cần có một chế độ riêng. Như ở điểm 5 tiết "Nguyện vọng của con người thời nay" tôi đã nói, khắp thế giới, nước nào cũng tự xưng là dân chủ, tự do mà không ở nước nào, người dân được làm chủ, được dự vào việc nước cả. Tại các nước dân chủ đại nghị thì dân chỉ được mấy năm đi bầu đại diện một lần, rồi đại diện của họ sẽ suy nghĩ, quyết định thay họ. Tại các nước xã hội chủ nghĩa như nước mình thì dân chỉ được bầu những người mà đảng đưa ra, những người mà dân có khi không biết mặt mũi ra sao, chưa được nghe tên tuổi một lần nào nữa. Garaudy trong sách đã dẫn bảo ngay trong các nước cộng sản châu Âu, giai cấp thợ thuyền mang danh làm chủ quốc gia mà sự thực không có chút quyền gì cả, vẫn bị ức hiếp; còn bọn cầm quyền tự cho mình là đồng nhất với thợ thuyền, tiếng nói của mình là tiếng nói của thợ thuyền, do đó có bổn phận thay thế thợ thuyền để cai trị, rồi dùng danh nghĩa đó để thi hành dưới thời Staline, một chế độ độc tài ghê gớm nhất từ xưa tới nay. Vậy thì ta có nên theo gót tư bản hay cộng sản không? hay phải tìm cách nào, giáo dục dân cách nào cho dân được thực sự dự vào việc nước?

- Về nhân sinh quan. Cuối chương XXIV tôi đã nói thời này cứ khoảng 25 năm thì tri thức của loài người tăng lên gấp 4, không ai có thể học hết được, dù chỉ những đại cương; nhưng kĩ thuật điện tử sẽ giúp ta ghi những tri thức đó rồi khi nào ta muốn dùng thì máy sẽ tìm cho ta trong vài giây, như vậy ta không cần nhớ nhiều nữa, chỉ cần luyện óc tưởng tượng, tập có sáng kiến, khéo dùng những điều máy điện tử lựa ra cho ta. Ở nước ta, không biết tới đời nào, học giả, học sinh mới có những máy đó để dùng, nhưng từ bây giờ, trong việc giáo dục, chúng ta cũng nên chỉ cho thanh niên biết dùng kiến thức của họ hơn là nhớ nhiều. Dĩ nhiên, chương trình phải hợp với nhu cầu và mục tiêu chúng ta đã vạch. Mục tiêu đó là dựng một xã hội mới theo một lối sống mới, một nhân sinh quan mới.

Chúng ta nên cho thanh niên hiểu rằng đừng nên mơ mộng hão huyền, mong một ngày kia đuổi kịp Âu, Mĩ về phát triển, kinh tế, cơ giới, kĩ nghệ được. Mình có thể có một số anh tài, bác học gia, phát minh gia, nhưng số đó rất nhỏ so với các nước giàu có, tiên tiến; còn về sự phát triển tính theo lợi tức trung bình mỗi năm của mỗi đầu người thì cái hố cách biệt giữa mình và Âu, Mĩ, sẽ mỗi ngày sẽ sâu thêm: hiện nay mình chỉ bằng 1/100 của Mĩ, vài chục năm nữa có thể chỉ bằng l/200: nước mình nghèo, tài nguyên ít, vốn thiếu, có gắng sức lắm thì họ tiến được 10, mình tiến được 2; càng ngày họ càng để mình lùi lại xa ở sau.

Mà ví dụ có do một phép mầu nào, chẳng hạn tìm được mỏ dầu lửa, phong phú như ở Koweit, hay mỏ vàng, mỏ kim cương như ở Nam phi..., lại có đủ kĩ thuật gia để khai thác, có thể phát triển mau được mà trong ít chục năm theo gần kịp một nước như Gia nã đại, Tây Đức, Nhật bản, bước vào giai đoạn hậu kĩ nghệ, vào "kỉ nguyên thừa thãi" (èrc d'abondance), sản xuất quá nhiều, tiêu thụ không hết, ví dụ may mắn mà được như vậy thì ta thử hỏi lối sống của Âu, Mĩ mà Nga, Trung hoa mong đạt được đó, nó có tốt đẹp không?

Chương XXIV tôi đã vạch ra sự phi lí của cái vòng luẩn quẩn tiêu thụ để sản xuất, rồi sản xuất để tiêu thụ; nó phi lí mà lại gây ra nạn chiến tranh giữa các cường quốc đi chiếm đất, chiếm tài nguyên của các nước lạc hậu như mình; nó lại khiến cho tài nguyên thế giới mau cạn, không khí, sông biển, đất đai bị nhiễm độc; nó tạo nên một lối sống quay cuồng, chật vật, hết sinh thú, một đời sống bất an của bọn "nouveaux nomades", dời chỗ hoài, có nhà cửa mà không có tổ ấm, gần như không có gia đình nữa; nguy nhất là nó sẽ làm cho cá nhân lúc nào cũng bị kiểm soát chặt chẽ, mất hết tự do; đầu thế kỉ sau nó sẽ đưa nhân loại tới đâu nữa, tôi không biết, nhưng chắc chắn là cái tình người càng ngày càng mất.

Văn minh hậu kĩ nghệ (post industriel) của phương Tây như vậy đó. Ngay ở phương Tây cũng đã có nhiều người chán nó. Chúng ta cần thay đổi nhân sinh quan, xét lại quan niệm về hạnh phúc, kiếm một lối sống khác.

Chúng ta đừng đo hạnh phúc bằng lợi tức hằng năm, bằng đô la nữa. Lợi tức của các nước kĩ nghệ tiên tiến gấp trăm ta nhưng họ đâu có sướng gấp trăm ta. Không phải cái gì cũng đánh giá bằng tiền được. Đời sống vật chất tới một mức nào đó thì nên cho là đủ, không nên đeo đuổi hoài sự tấn bộ vật chất mà bỏ đời sống tinh thần, tình cảm đi. Sự phát triển về kinh tế tới một mức nào đó cũng phải ngừng, không thể tiến hoài được, tiến hoài thì sẽ đi tới đâu? Bộ Trang Tử kể chuyện một ông lão làm vườn chịu khó nhọc gánh từng thùng nước từ giếng lên để tưới rau, chứ không chịu dùng một cái "máy" đằng sau nặng, đằng trước nhẹ, đem nước lên rất dễ cho đỡ phí sức, chỉ vì ông ta nghĩ hễ dùng cơ giới thì tất có cơ sự, rồi có cơ tâm. Ông ta có lí một phần, nhưng người sáng suốt thì biết dùng cơ giới mà vẫn không có cơ tâm, nghĩa là không làm nê lệ cơ giới. Sở đoản của phương Tây là làm nô lệ cho cơ giới. Chúng ta có lúc dùng xe hơi, máy bay, nhưng cũng có lúc chỉ dùng xe đạp và nếu trời mát, có nhiều thì giờ thì ta đi bộ.

Sống giản dị, ăn uống thanh đạm, vui vẻ với nhau, có tình cảm, biết hưởng cái vui tinh thần trong cảnh thiên nhiên, tôi cho như vậy là hạnh phúc, mà hạnh phúc đó đâu có cần lợi tức nhiều.

Một số nhà khoa học phương Tây, như Lynton K. Caldwell trong cuốn In defense of Earth (1972), Victor C. Ferkiss trong cuốn Technological man (1969), đã khuyên chúng ta trở về đời sống thiên nhiên, vì con người là một phần của thiên nhiên, hễ làm trái thiên nhiên thì gặp họa. Thuyết của họ giống thuyết Lão, Trang. Một số thanh niên Âu Mĩ bây giờ thích đọc Đạo đức kinh của Lão, chán văn minh kĩ nghệ của họ rồi.

Trong hai tạp chí Pháp cách đây 7-8 năm, tôi thấy đăng tin ở Mĩ, không nhớ tiểu bang nào, một số người Mĩ lập một làng, sống chất phác, sung sướng, gần với thiên nhiên, chỉ dùng rất ít cơ giới, tựa như đời sống thời đại nông nghiệp; nhiều người ở các nơi khác xin gia nhập, làng phát triển, du khách tò mò tới coi khá đông. Ở Pháp cũng có một làng như vậy ở miền Normandie hay Bretagne, đã trên nửa thế kỉ nay giữ nếp sống nông nghiệp thời thế chiến thứ nhất, không dùng xe hơi mà dùng xe ngựa, cày ruộng, trồng trọt, câu cá toàn bằng những dụng cụ thời trước, không có ti vi, chỉ có vài máy thâu thanh cho cả làng để chỉ bắt những tin cần biết, tục cổ giữ được hết; có một số thanh niên bỏ làng ra tỉnh hoặc đi nơi khác nhưng số đông ở lại và những người lớn tuổi thì thỏa mãn về đời sống đó lắm. Đọc hai thiên du kí đó tôi mong được tới nơi sống một thời gian xem đời sống và tình người ra sao. Có vẻ như Đào hoa nguyên kí của Đào Tiềm.

Ở những nước văn minh, tự do cá nhân được tôn trọng thì có thể có nhiều làng kiểu đó. Nhưng cả một nước năm sáu chục triệu dân mà muốn sống biệt lập ra ngoài lề thế giới thì tôi biết rằng khó quá. Các nước đàn anh rất văn minh nỡ lòng nào để cho mình một đời dã man như vậy! Chê nhạc giật gân, vũ lõa thể, báo khiêu dâm của họ thì được, hoặc chê cả phi cơ phản lực, vệ tinh nhân tạo của họ thì cũng được đi; đến như tẩy chay những vũ khí tối tân, cứ 5 năm lại cải tiến một lần, những khí giới hóa học, vi trùng, những bom hạch tâm của họ thì là phản động rồi, họ đâu chịu tha thứ, nhất định phải lôi mình về thế giới văn minh của họ chứ. Tôi biết vậy. Hình ảnh một nước Việt Nam tôi đã phác họa ở trên chỉ là một không tưởng, nhưng tôi vẫn giữ nó; có lúc lại còn mơ tưởng một ngày kia, Việt Nam thành một cái "havre", một cái bến yên lặng cho nhân loại nữa. Và du khách thế giới kéo nhau tới thăm... Biết đâu chừng! (8).

(Hôm nay, 2-10-81, đọc lại tiết này, tôi thấy chính sách của tôi chỉ là chính sách bất bạo động, bất hợp tác của Gandhi áp dụng vào một nước nhược tiểu đối với các cường quốc trên thế giới.)

----

(1) Công việc này tháng 9-81, chính quyền rục rịch làm, chờ xem kết quả ra sao.

(2) Một kĩ sư, giáo sư của Cuba, Nga... qua giúp mình thì cán bộ mình chỉ được tiếp xúc với họ ở chỗ làm việc và trong giờ làm việc; ra đường gặp nhau thì phải làm bộ như không hề biết nhau.

(3) Mao tự hào về cách mạng đó lắm. Tây phương chê ông ta là Thủy Hoàng ngày nay, ông ta mỉm cười bảo ông hơn Tần Thủy Hoàng cả trăm lần chứ vì Thủy Hoàng chỉ chôn sống 460 kẻ sĩ, còn ông thì giết tới 46.000 trí thức kia (Theo Simon Leys - sách đã dẫn).

(4) Trong cuộc cách mạng văn hóa, vệ binh đỏ phá hủy nhiều di sản văn hóa quá nên Trung hoa bị Tây phương chê. Năm 1970 Mao muốn thân với Tây phương tỏ ra mình rất trọng văn hóa cổ, chứ đâu có dã man, cho khai quật ít mộ cổ. Việt Nam theo gót Mao, cung khai quật khu chung quanh đền Hùng để tìm cổ tích. Khi công việc khai quật ngưng ở Trung hoa thì ở Việt Nam cũng ngưng. Y như hình với bóng.

(5) Về nông nghiệp họ đã bỏ những nông trường quốc doanh như trên tôi đã nói. Về văn hóa họ cho cách mạng văn hóa là đào tạo những cán bộ giỏi, biết sử dụng tất cả những cái hay của loài người, muốn vậy phải một thời gian lâu dài (theo Lô gíc lịch sử - sách đã dẫn - mới dịch và xuất bản vài năm nay ở VN)

(6) Coi thêm tập Con đường hòa bình - Lá Bối 1970 - trong đó tôi còn kể thêm vài lời tiên đoán sai của Marx nữa.

(7) Garaudy là một lý thuyết gia quan trọng của đảng cộng sản Pháp, làm giáo sư, soạn được non 30 cuốn, hầu hết về chính trị, nhất là về chế độ cộng sản. Có tư tưởng độc lập, không chịu theo đường lối của đảng nên bị trục xuất khỏi đảng năm 1970, nhưng ông vẫn giữ chủ nghĩa cộng sản.

(8) Hai tiết "Sửa sai" và "Một lối phát triển riêng, một lối sống riêng" này tôi mới viết thêm ngày 31-7-81 để thay tiết "Nhân năng hoằng đạo" trong bản viết tay đầu tiên.

NGUYỄN HỮU HỒNG MINH

Sinh năm 1972 tại Đà Nẵng. Nguyên quán Quảng Bình. Đã có thơ, truyện ngắn đoạt các giải thưởng văn học của báo *Tiền Phong, Tuổi Trẻ, Sông Hương,* … và một số thơ đã được chuyển ngữ Đức, Anh, Hàn, …

Nhiều thơ, truyện ngắn, tiểu luận phê bình đăng trên các tạp chí văn học hải ngoại như *Hợp Lưu, Việt, Tạp chí Thơ, Văn học Nghệ thuật Liên mạng, Da Màu, Tiền Vệ, Talawas,…*

Tập thơ *Lỗ thủng lịch sử* được NXB Nhân Ảnh Hoa-Kỳ xuất bản, 7-2018.

Các tác phẩm đã xuất bản:

- Thơ: *Giọng nói mơ hồ* (Nxb Trẻ, 1999), *Chất trụ và Những bài thơ khác* (Nxb Thuận Hóa – Huế, 2002), *Paris - tên em trong gió cuốn* (Nxb Hội Nhà văn, 2016), *Vỉa Từ* (Nxb Hội Nhà văn, 2017), *Lỗ Thủng Lịch Sử* (Nhân Ảnh, Hoa-Kỳ, 2018).

- Truyện ngắn: *Tháo đáy* (Nxb Thanh niên, 2000), *Ổ thiên đường* (Nxb Văn học, 2011), *Người ăn bóng* (Nxb Hội Nhà văn, 2013)

- Âm nhạc: *Ngôn từ trong Thơ - Nhạc* (Đại học Khoa học Xã hội & Nhân văn, 2012), *Guitar, ánh sáng & bóng tối* (Nxb Hội Nhà văn, 2018).

Ăn hải cảng

Tôi đã ăn một hải cảng ba tiếng đồng hồ
Hải cảng đó hai mươi năm xa, quay về
Không nghĩ mình có thể ăn nhiều thế!
Ăn những âm thanh nhỏ xíu như tiếng gió
Tiếng những con hà biển hát trên rêu trên sóng
Đến con hải âu quen
                    hai mươi năm bay không mỏi trong kí ức
Cánh chim hay cánh thời gian
Những chấm phá đời tôi cao vời
Ăn hai trái vú em săn chắc áp mặt như hai quả chuông
Những tiếng chuông vỡ ngọc tuổi thơ
Màu cà- rem hai mươi năm không đổi
Ngày nào tôi bay
Hải cảng phong kín hai mươi năm
Dựng huy hoàng chiều đứng thẳng
Tôi muốn ăn hết những bánh lái
Cuộn đời tôi đi đến khúc quanh nào?
Những chiếc mỏ neo
Thời gian chặt hết từng bến đậu
Lưu lạc đời về đây trong dây thong
Buộc hờ trên bến cô đơn hơi thở ẩm ướt hoang vu
Hải cảng mắt buồn đen khuya
Áo nón, giấy pluya
Bia, féc-mơ-tuya...
                    Tình gái

Ôi môi đời tìm chơi
Viết mãi trên sóng xanh giấy nháp
Làm sao tin được cái chết đóng sẵn như thân tàu?
Ồ ạt cuốn về đâu
Cột buồm huy hoàng xé gió
Réo gọi ngày xanh
Tìm gì trong mong manh, sóng vỡ tan tành
Chảy mãi thôi, ấm dòng lệ
Tôi đã ăn hết một hải cảng ba tiếng đồng hồ
Có thể chết vì bội thực – Nhưng không sao
Tôi đang ăn cái đầu tôi

Trên cảng kia, gã thủy du đã quay về sau hai mươi năm
Y lang bang không đầu
Và cũng không tàu
Đang bay lên những linh hồn bánh lái...

Cảng Tiên Sa, Đà Nẵng 2000-2001.

Lỗ thủng lịch sử

Nhiều khi hắn thấy dương vật hắn đang ở Sài Gòn,
Đầu hắn ở Hà Nội
Và tay chân thì rơi rụng đâu đó ở Sóc Trăng
Buổi sáng ở miền Trung, trưa ở miền Nam,
Chiều ở miền Bắc, tối ở miền Tây
Ly cà phê nhìn ra tháp Rùa đắng như máu hắn
Cơn điên rồ chùa Mã Tộc, ngày tháng bạc Kênh Xáng
Những người đàn bà Miên, ôi vóc dáng màu da muộn phiền
biết bao nhiêu!
Những sợi khói như những cái thòng lọng dụ hắn treo cổ
Nhiều khi trong mơ thấy mình đã chết. Xác thối, diều cắt
quạ tha. Hắn
khoái trá cho điều ấy!
Linh hồn hắn treo đâu đó trên một cọng lông háng của em
gái Hải Phòng
làm điếm ở Trung Quốc
Lảm nhảm ở Vĩnh Long, bợ đít ở Cần Thơ, dạng háng ở Cà
Mau,
Cạo mặt ở Bạc Liêu, quắn như điên ở Hà Khẩu, động
cỡn ở Sa Pa, say ở Lào Cai
Miệng còn kêu Đặng Thiều Quang, hãy chết đi Quang!
Chửi rủa ở Huế, cúng bái ở Quảng Bình, bắc cặc
đái ở Mỹ Sơn và đi ỉa ở Hội An
Đụ trên sông Thu và bú lồn trên sông Hương
Khạc nhổ trên sông Gianh, rượt đuổi chém nhau trên sông
Hàn
Khinh bỉ nòi Việt trên sông Hồng, miệt thị giống Hoa trên
sông Nậm Thị

Hắn cắt mọi khoanh đời dấu vào tác phẩm
Những suy nghĩ non tơ đã kịp mọc tóc trong hộp sọ rắn như
đá của hắn
Bản chất hắn là Cộng sản, là Cộng sản!
Hắn cười cợt méo mó như một lỗ thủng của lịch sử
Hoảng loạn và kinh sợ khi hắn phát hiện ra mình vẫn sống
mà làm việc
với những xác chết
Đi đứng ngoằn nghèo như ma trơi, linh hồn quỉ nhập tràng
luôn dụ khị
hắn làm những trò mê cuồng và quái đản
Hắn muốn làm tình với Nguyễn Thị Thu Huệ – Hắn tàn bạo
điều đó
Hắn muốn hiếp Lê Thị Mỹ Ý – Hắn thèm muốn điều đó
Hắn không nứng trước Phan Thị Vàng Anh – Hắn khẳng
định điều đó
Hắn yêu Ly Hoàng Ly – Hắn mãi tôn thờ điều đó
Hắn sợ hãi lỗ nẻ của Vi Thùy Linh – Hắn khiếp hãi điều đó
Nhân loại chui ra từ háng – Hắn quả quyết điều đó
Dân tộc Việt là một dân tộc mê lồn – Hắn xác tín điều đó
Nhưng khi hắn cần dương vật thì hắn biết bỏ quên ở Sài
Gòn
Hắn cần đầu thì mới hay vứt ở Hà Nội
Hắn cần khua khoắng chân tay thì đã rụng rơi đâu đó ở Cà
Mau
Trong giấc mơ hắn không rõ hắn đã nói điều gì với Bạc
Liêu, Sóc Trăng, An Giang
Dạng háng! Hãy dạng háng!
Hắn kêu lên với những tiếng của lỗ đít…

Sàigòn, 12.2003

Cúng đỏ đèn rằm Huế

Cúng đỏ đèn rằm Huế
Đi ngã nào cũng gặp khói hương
Nhang trên cây, vỉa hè, tường gạch
Nhang vệ đường, hẻm nhỏ, kiệt lớn
Nhang bập bùng am, miếu, chùa chiền
Nhang nghi ngút chùa Thiên Mụ, Từ Đàm, Từ Hiếu
Nhang thả bồng bềnh dòng Hương
Nhang trôi từ thượng nguồn về hạ nguồn
từ tả ngạn sang hữu ngạn
Tưởng như cả thành phố giữa cơn hấp hối
Tưởng như cả thành phố đỏ rực trong máu
Tưởng như cả thành phố xông trong nỗi chết

Cúng đỏ đèn rằm Huế
Những mâm cổ đầy thành kính
Bày biện sự tưởng tượng khấn cầu vô hình
Những bờ hư vô gãy nát không thể nối với thực tại
Những oan khuất âm hồn không thể nào hòa giải
Nổi loạn giông bão cuồng réo sông Hương
Mưa sầm sập thác xuống như kinh như tiếng khóc
Mưa từ cầu Âm hồn qua chợ Âm phủ
Mưa từ A Lưới lên, từ A Sầu xuống
Mưa từ Trường Sơn Đông qua Trường Sơn Tây

Mưa như máu lạnh, mưa bạc mặt
Mưa đội mồ sống dậy
Hồn hoang vùi thây nay rày mai đó
Ngày về đêm đi khóc than
Bơ vơ lạc vong bạc vía
Xương trắng, xương khô, cốt đồng nhấp nháy
Tử sĩ cộng hòa, hy sinh cộng sản
Chết vẫn còn chiến tuyến phân ly
Người mất đầu, mất tai
Người không chân, không tay
Người chết mìn, chết bom, chết đạn

Cúng đỏ đèn rằm Huế
Thành khẩn đối thoại với người chết
Những người đàn ông hết nửa đời lạc mê
Những người đàn bà vừa tắm sạch sẽ sau ngày hành kinh
Nghi lễ thành kính

Người sống cúng người chết
Áo giấy, sớ, hạt gạo, hạt kê
Xôi chè, oải chuối
Cúng cả linh hồn ngoắc ngoải

Tưởng như người âm hồi dương
Tưởng như người dương lạc âm
Đuốc đèn như ma trơi lập lòe
Đây là thế giới nào? Là đêm hay ngày?
Cháy rực

Tưởng như cả thành phố giữa cơn hấp hối
Tưởng như cả thành phố đỏ lè trong máu
Tưởng như cả thành phố xông hương nỗi chết

(Trở lại Huế, Rằm Trung Thu 14.8.2012)

Trí thức trầm cảm

Họ không còn biết làm gì nữa
Những tâm hồn ngơ ngác ấy
Thể chế này không dành cho họ

Ngày nào tôi cũng gặp khuôn mặt ấy
Ngái ngủ, da bềnh bệch tái, mắt thâm quầng
Bóng đêm còn vương trong cái nhìn
Ngày nào cũng sơ-mi, cà-vạt thẳng nếp
Nụ cười thắp nến ban mai
Họ ngồi trong những quán cà phê cóc
Thường là nước bắp rang tẩm bột màu
Những câu chuyện ký sinh vào tương lai
Như cánh diều lượn trong vòng kẽm gai
Vô vọng
Họ đi đâu về đâu trong thành phố này
Khi xung quanh dựng toàn hàng rào nghi kỵ

Họ vô hình bị cách ly
Như giống bệnh truyền nhiễm
Những cánh cửa tương lai
Phũ phàng đóng
Cuối cùng xô dạt, cuốn vào nhau
Internet là những chân trời xa
Tiếng vọng ánh chớp tri thức
Họ đánh hơi sự ẩm ướt sự sống
Như những con gián cô độc sờ bức tường

Đám mặt rô muốn trí thức là bầy cừu
Bọn săn mồi dữ dằn những tên đồ tể
Dưới bộ vó công cán
Chúng hoang dã như bầy ó đen
Lũ cừu đi trên lề phải kia
Cần ngoan ngoãn

Chúng là miếng bánh ngon!
Mồi câu
Bổng lộc, lương, thăng tiến quan chức
Chăn dắt, kể cả, bố thí...
Lõm đời
Chúng thịt trí thức như hiếp tàn bạo những bé xinh
Tiêm vào ngọn đồi phốp pháp chất xám kia
Những cặn bã dơ dáy, ê chề một tâm hồn
Tê hại hơn
Nọc độc lưu cữu của những trần mái dột nát ẩm thấp
Đinh vít, bù loong, xăng nhớt... của một thời đại phế thải

Một vài may mắn lọt sàng xuống nia
Họ vẫn được viết dưới tầng đai kẽm
Gai cào và máu chảy
Những bài báo của họ thoảng thoắng mùi nước cống
Một vài con chim nhại bay lên
Tín hiệu dân chủ hấp háy như bầy loăng quăng
Trước khi thành muỗi
Ngờ ngợ những cái móc
Câu vớt tự do

Danh sách họ thường ở cuối bảng lương
Trong sự bố thí miễn cưỡng của tòa báo
Dành cho cộng tác viên
Nuôi để không chết cho những lá bài
Cái chết của tri thức là ánh hào quang của độc tài

Tội lỗi duy nhất của họ: Ước mơ cất tiếng
Để cuộc sống lương thiện hơn

Và họ không còn con đường nào để sống!

Sài Gòn, 10.2010.

Bão thời đại
(Kính tặng cô chú Cao Kiến Cơ - Nguyễn Thị Mỹ Kiềm)

Một nửa gia đình tôi, một nửa cuộc chiến tranh
Từ cô, nửa chân trời chôn ngục tù
Khi chúng tôi ăn gạo, cô và các em ăn bo bo
Chú tôi gắng làm một cuộc kiểm điểm bản thân trong trại
lao cải

Người Mỹ đến và tháo chạy sau những vội vã
Để lại miền Nam bơi trườn những con rắn không chân
Sài Gòn, Sài Gòn khô rát những nỗi đau
Những người đàn bà điên, những đứa con bị đạp chết trên
biển
Những con tàu tơi tả rúc những hồi còi mang nỗi tuyệt vọng
đi xa
Cô tôi không điên không tỉnh
Gom những đứa con như gom những khúc ruột đã cắt ra của
mình
Chạy đi đào bới trong cái chết tìm sự sống để nuôi những
đứa trẻ
Dựng bình minh trong những đôi mắt hoang sơ
Người Mỹ đến và bỏ đi
Bỏ lại số phận đeo tang cho cả một dân tộc
Bỏ lại những người đàn bà quay cuồng như chiếc thuyền
thúng bị thổi bạt trong bão thời đại
Phải bán những ngón tay đeo nhẫn cuối cùng
Cả danh dự, trinh tiết, nhân phẩm
Nuôi chồng là sĩ quan Cộng hòa lột lon đếm cái chết của
đồng đội sau những lò mổ
Chờ đến lượt mình trong mưa bão chỉnh huấn
Những người đàn bà hiền lành, chơn chất một đời như cô
tôi

Nuốt phấn trắng, rao khô máu, rũ rượi trên bục giảng
Nuôi những chiếc tàu há mồm
Những chiếc tàu ăn sập chân trời
Cơn đói như diều hâu xé móng vuốt
Lũ trẻ lớn lên tương lai đen ngòm
Những họng súng vô hình vẫn ngắm về phía chúng
Cô đi giữa hai làn đạn
Truyền thống quá khứ
Những mưa bão không tên
Không tắt được ngọn lửa tình yêu trong đáy mắt...
Ngọn lửa ấy sót lại giữa hoàng hôn
Khi tóc người đàn bà bạc thếch như tro
Lời chứng của niềm hy vọng
Bão tan, khuôn mặt cô tôi
Nụ cười hiền, đeo dấu thời gian
Vết thương đã lành
Lời kinh cầu vẫn âm u gió mưa
Ánh chớp xa xa của chân trời
Dựng tiếng gầm rung chuyển hôm qua
Chân dung một người đàn bà, cô tôi
Sắp ngữa nửa cuộc chiến tranh
Nửa ngục tù,
nửa chân trời
Không bạt đi giữa bão thời đại…

Sài Gòn, 3.2013

NGUYỄN HUY THIỆP

Sinh ngày 29-4-1950, quê huyện Thanh Trì, Hà-Nội.

Năm 1970, ông tốt nghiệp khoa sử Trường Đại học Sư phạm Hà-Nội và thuyên chuyển về làng dạy học tại miền Tây Bắc cho đến năm 1980, chuyển về trung ương làm việc tại Bộ Giáo dục và Đào tạo rồi Cục Bản đồ cho đến khi về hưu.

Ông xuất hiện vào thời "Đổi mới" văn-nghệ và nổi tiếng với truyện ngắn Tướng về hưu và một số truyện ngắn đăng trên báo *Văn Nghệ* năm 1987. Còn ký Thích Thiện Ngân đăng kịch bản Mổ Nhà Văn trên trang mạng Talawas.

Tác-phẩm đã xuất-bản:
- *Những ngọn gió Hua Tát* (1989).
- *Con gái thủy thần* (1993).
- *Như những ngọn gió* (tuyển tập; 1995).
- *Mưa Nhã Nam* (2001)
- *Tuổi 20 yêu dấu* (tiểu thuyết, 2002)
- *Truyện ngắn Nguyễn Huy Thiệp* (2001, 2003).
- *Tuyển tập kịch Nguyễn Huy Thiệp* (2003)
- *Gạ tình lấy điểm* (tiểu thuyết; 2007), ...

Tác-phẩm xuất-bản ở hải-ngoại:
- *Nguyễn Huy Thiệp: Tác-phẩm và Dư luận* (Hồng Lĩnh, California tái-bản, 1991)
- *Xuân Hồng* (Garden Grove CA: Tân Thư, 1994).
- *Suối nhỏ êm dịu* (kịch; Westminster CA: Văn Nghệ, 2001)
- *Hoa Sen Nở Trong Ngày 29 Tháng 4* (Toronto, Canada: Thời Mới, 2002)

Mổ nhà văn

Lời nói đầu

Tôi biết nhà văn Nguyễn Huy Thiệp 15 năm nay. Từ nhà tôi sang nhà anh không xa lắm. Những khi rỗi rãi, thỉnh thoảng chúng tôi vẫn hay sang nhà nhau chơi.

Dịp Tết Nguyên đán năm nay (năm Giáp Thân, 2004), Nguyễn Huy Thiệp có vẻ bồn chồn khác thường. 29 Tết, Nguyễn Huy Thiệp sang nhà tôi, anh rủ tôi đi chợ hoa trên đê Yên Phụ. Anh có vẻ thích mấy chậu hoa mai vàng Đà Lạt nhưng khi biết giá tiền, anh lại tần ngần bỏ đi. Một chậu hoa mai vàng "chơi được" giá cũng phải tới 100 đô la, số tiền này có vẻ xa xỉ với anh - một nhà văn quèn quen sống thanh đạm (đấy là căn cứ trên sự quan sát của tôi).

Tôi nài Nguyễn Huy Thiệp mua tặng tôi một cành đào Nhật Tân mà tôi lựa chọn. Anh đồng ý nhưng không tỏ ra thích cành đào "của tôi" (thị hiếu thẩm mỹ của hai chúng tôi khác nhau: anh thiên về vẻ đẹp thực dụng, còn tôi thì thích những vẻ đẹp tình cảm). Chia tay nhau chúng tôi chúc nhau những điều tốt lành và hẹn gặp lại vào "năm mới", vào ngày mồng 3 Tết. Người bán hoa tặng anh một giò hoa thủy tiên vì thấy anh mua cành đào cho tôi với giá "hớ" khác thường.

Sáng mồng 3 Tết, Nguyễn Huy Thiệp lại đến nhà tôi. Chúng tôi đi chơi xa, lên vùng núi Kim Bôi - Hòa Bình, bỏ lại sau lưng "cửa Đông Hoa chốn Kinh thành toàn là bụi bặm". Trong chuyến đi, anh hầu như chỉ nói những suy nghĩ của anh về văn học. Ít lâu sau, tôi thấy những suy nghĩ đó được in trong bài "*Trò chuyện với hoa thủy tiên và những nhầm lẫn của nhà văn*".

Cả Nguyễn Huy Thiệp và tôi đều không ngờ "bài báo" (mà có người coi đó là những tiểu luận văn học đặc sắc) lại gây ra một cuộc tranh luận văn học sôi nổi như vậy, trong đó thấy có không ít những ý kiến phản bác lại anh. Trong mấy tháng trời, ở các công sở và ở các quán cà-phê sành điệu Hà Nội và thành phố Hồ Chí Minh, sáng nào người ta cũng bàn tán về *"sự kiện hoa thủy tiên"*. Các bài viết trên báo chí "chính thống" và trên mạng Internet được đưa ra phân tích, thảo luận. Có thể nói, rất lâu trên lĩnh vực sinh hoạt văn học ở Việt Nam mới lại có một cuộc "ẩu chiến" dữ dội đến thế. Nguyễn Huy Thiệp được đưa ra mổ xẻ. Bạn đọc chẳng khó khăn gì không nhận ra những "đường dao nhát kiếm" đầy ác ý chĩa vào anh. Một mặt khác, người ta cũng nhận ra những thiện ý và những lời trao đổi tích cực đối với văn học.

Nguyễn Huy Thiệp theo dõi tất cả những ý kiến quanh *"sự kiện hoa thủy tiên"*. Tôi rất ngạc nhiên vì thấy anh luôn tỏ ra bình tĩnh, không hề tỏ ra khó chịu trước những ý kiến phản bác lại mình. Anh nói:

"Trường văn trận bút. Chuyện ấy là thường."

Tôi không tán thành (có lẽ vì tôi còn trẻ và do đó, tôi khá nóng nảy), tôi chỉ ra những đoạn "tiểu khí" và vu khống, ác ý trong nhiều bài viết, tôi đề nghị Nguyễn Huy Thiệp trả lời nhưng anh chỉ cười, lắc đầu. Anh nói: "Thực ra, trong toàn bộ những ý kiến phản bác tôi, đa số đều tầm thường, không ngại. Chỉ riêng ở trường hợp Trần Đăng Khoa thì có lẽ cần phải đối thoại."

Tôi hỏi vì sao? Anh bảo:

"Anh hãy tự nghĩ lấy".

Tôi về tôi nghĩ như sau:

Trần Đăng Khoa là một thần đồng, anh là một nhà thơ có "thiên nhãn". Cũng như Nguyễn Huy Thiệp, có thể coi Trần Đăng Khoa là một "người giời"... ảnh hưởng xã hội của Trần Đăng Khoa rất lớn. Thái độ của Trần Đăng Khoa với văn học có ảnh hưởng nhất định đối với nhiều thế hệ bạn đọc. Đáng lẽ, anh ấy không nên trò chuyện với Nguyễn Văn Thọ về Nguyễn Huy Thiệp. Trần Đăng Khoa cũng không nên "đứng trong đội ngũ" những người phản bác Nguyễn Huy Thiệp trong "*sự kiện hoa thủy tiên*" mới phải.

Nguyễn Huy Thiệp cũng ngại "đụng chạm" (ngay cả với Trần Đăng Khoa) nên trước sau quanh "*sự kiện hoa thủy tiên*" anh nhất thiết không trả lời ai. Tôi rất bất bình, thậm chí đôi khi còn nặng lời với anh rằng anh hèn, rằng anh nhu nhược, "*dĩ hòa vi quý*" v.v... Nguyễn Huy Thiệp trước sau chỉ cười. Tôi nhận ra một nỗi buồn tê tái trong ánh mắt anh khi ấy. Quá bực mình, tôi về nhà ngồi viết vở kịch "Mổ nhà văn", lấy bối cảnh quanh "*sự kiện hoa thủy tiên*". Tôi biết, Nguyễn Huy Thiệp sẽ trách cứ tôi khi viết vở kịch này nhưng tôi mặc kệ - anh không phải là tôi, tôi không phải là anh. Nguyễn Huy Thiệp bây giờ là một nhà văn danh tiếng, có thể có những điều anh ấy phải giữ gìn, phải bảo trọng. Còn tôi, tôi chỉ là một "*fan*" của anh, một người bạn, chúng tôi đã có 15 năm gần gũi thân thiết, tôi phải đứng ra bảo vệ anh. Tôi nghĩ bảo vệ anh, cũng là bảo vệ những giá trị văn học chính đáng, bảo vệ sự liêm sỉ của người cầm bút chân thực.

"*Hòn bấc ném đi, hòn chì ném lại*" cũng là lẽ thường. "Ân oán phân minh" là một thái độ của người quân tử. "*Trường văn trận bút, khắc làm khắc chịu*"... đấy cũng là bản lĩnh sống giữa mọi người. Về mặt xã hội, vở kịch của tôi cũng chỉ là một cử chỉ "bất bình" hồn nhiên (*giữa đường thấy sự bất bình chẳng tha*) nhưng vì gắn với tên tuổi Nguyễn Huy Thiệp, biết đâu người ta cũng sẽ chẳng nhắc đến tên tôi sau này trong văn học sử?

Tôi không mong điều ấy nhưng nếu được thế thì đây sẽ là một chuyện "*mua vui cũng được một vài trống canh*" hi hữu.

Kìa tiếng trống! Kìa tiếng chiêng! Vở kịch đã bắt đầu rồi. Xin mời bạn đọc xem bảng phân vai nhân vật, biết đâu lại chẳng thấy mình trong đó?

Thích Thiện Ngân

*

Mổ nhà văn

Nhân vật

Nhà văn vô danh: Người ta có thể nhận ra thấp thoáng hình ảnh của vài nhà văn Việt Nam hiện đại. Tác giả vở kịch nghĩ rằng ở ngoài đời nhân vật "nhà văn vô danh" hẳn sẽ sinh động và hóm hỉnh hơn ở trên sân khấu.

Giám đốc "Bệnh viện tình thương" một "sếp" khá điển hình trong các tổ chức: nóng nảy, luôn tránh các trách nhiệm, thích các chuyện hiếu hỉ. Không phải là người ham mê văn hóa nói chung, làm điều ác "hồn nhiên" nhưng lại cứ tưởng mình làm việc thiện.

"Những ông phu chữ và những bác thợ đấu lực lưỡng": Trong khi thiên tài thường đi hoặc nhảy những bước nhẹ nhàng (hoặc ra vẻ nhẹ nhàng) thì có rất nhiều tác giả văn học lại coi mình là những người lao động hèn hạ của bộ môn nghệ thuật này. Họ gọi nhau là *"những ông phu chữ và những bác thợ đấu lực lưỡng"*. Tôi cũng không muốn gọi họ là những nhà văn nhà thơ. Lúc đầu, tôi định gọi họ là "những người mơ mộng thực tế". Số này khá đông, họ luôn có một "cuộc sống gương mẫu" hoặc luôn có ý thức để có một "cuộc sống gương mẫu" thế nào đấy. Bảng màu trong tính cách của họ khá phức tạp, nhiều khi đồi bại và gian dối nhưng họ lại luôn tỏ ra thực thà tựa như trong tính cách ở họ chỉ có mỗi hai màu chủ đạo đơn giản là đen trắng hoặc xấu tốt mà thôi. Bất chấp mọi thủ đoạn, phương pháp, họ tiến thân kiên trì như những con rắn trườn trên mặt đất. Tôi luôn luôn bị bất ngờ vì họ, hoàn toàn không thể lý giải về những hành động, việc làm của họ. Trong vở kịch này thì Trần Mạnh Khảo nổi bật lên như một ngôi sao bởi sự hung hãn hiếm có. Cùng với ông ta còn có rất đông những người như các vị Nguyễn Hàng Lươn,

Lê Văn Ngọng, Võ Khắc Điên v.v... Cũng có thể xếp cả các cụ Hoàng vô danh hoặc hữu danh, thêm cô Hài Nhi, cụ Tú Vũ v.v... ở trong bảng phân loại này. Sở dĩ gọi họ là *"những ông phu chữ và những bác thợ đấu lực lưỡng"* vì họ luôn luôn làm việc với một tài năng trung bình, tầm tầm rất đáng sợ, họ luôn dọn được ổ cho cuộc sống của mình dù cho cuộc sống ấy có khó khăn thổ tả thế nào đi nữa. Không thể không khâm phục họ về đầu óc thực tế và khá lạnh lùng. Chúng ta luôn phải hoang mang khi đặt vấn đề là họ sống đúng hay chúng ta sống đúng? Sự trung bình trong nghệ thuật đông đúc và mẫn cán đến mức đôi khi giết chết nghệ thuật.

Vương trưởng giả: Nhà nghiên cứu phê bình văn học, một gương mặt đáng kể về sự minh triết vừa phải trong khi công việc của ông ta lại luôn đòi hỏi phải thái quá. Một người tốt vừa phải. Chỉ tiếc với một con người như thế ông ta đáng lẽ phải làm được nhiều việc hơn nữa để có được sự tôn trọng hơn nữa và sống lý thú hơn nữa. Vừa rồi, ông ta đã chọn một diễn đàn không thích hợp và đấy là lý do mà tôi lôi ông ta ra khỏi tổ ấm trưởng giả của mình để lên sân khấu làm hề.

K-Oa: Bẩm sinh là một nhà thơ, một người đáng được tôn trọng và yêu mến. Môi trường sống của anh ta không tốt, anh ta đã bị nhiễm bẩn dần dần, từ từ, từng ngày, từng tí một. Một thiên thần cũng có thể bị biến thành một con lợn bẩn thỉu nhưng thực tình, không ai muốn thế. Tôi cũng không muốn thế.

Nghé ọ: Nếu gọi anh ta là một kẻ cơ hội thì quá tầm thường với "bản lĩnh" của anh ta. Rõ ràng đây là một nghệ sĩ: anh ấy không yên ổn từ trong nội tâm ra ngoài cuộc sống. Đã từng bị lỡ trớn, bị thất bại, cuộc đời anh ấy không "ngon trớn" và anh ấy căm ghét mọi sự thành công ở người khác. Anh ấy không biết rằng những người thành công cũng đã thất bại nhiều lần, giá của sự thành công thường đắt hơn sự thất bại. Tôi tiếc anh ấy đã không gặp gỡ tôn giáo, vì chỉ tôn giáo mới cứu rỗi anh ấy. Anh ấy không còn nhiều cơ hội cho mình.

Những nhân vật khác:

Trương tuần 1 và trương tuần 2: Họ là những người mẫn cán hoặc "vẫn còn đang mẫn cán".

Các vũ nữ, vũ công: Họ là những vẻ đẹp của đời sống tự nhiên, họ không thích đọc một số sách báo nào đấy. Từ câu chuyện cuộc đời của họ có thể viết ra những cuốn sách đầy ắp nụ cười và sự thông cảm. Nhiều khi tôi cũng hình dung họ giống như một số tác giả trên mạng Internet, họ tham gia các cuộc tranh luận một cách vui vẻ và không kém phần sâu sắc, hóm hỉnh, kiểu "hôm nay trời mưa lưa thưa, Mèo con đi học chẳng ưa thứ gì...".

Người đội mũ phớt, đeo kính, mặc áo bành tô: Thực ra tên của ông ta là "*Trật tự*". Ông ta cần ở mọi sân khấu và ở mọi nơi. Rất đa nghi. Ông ta không phải nhà văn. Ông ta lên sân khấu diễn kịch nhưng cứ như thể một người đang đi làm nhiệm vụ.

* * *

Bối cảnh

Bối cảnh ở Việt Nam, những năm chúng ta đang sống.

Cuộc sống là tươi đẹp, dù cho thế nào đi nữa.

Hãy yêu cuộc sống.

Văn học đang tiến về phía trước và nền dân chủ ở Việt Nam cũng đang tiến về phía trước.

*

Hồi thứ nhất

"Bệnh viện tình thương" là biển hiệu treo giữa một ngôi nhà trắng sạch sẽ, khang trang. Giám đốc bệnh viện là một nhà thơ, vì vậy (theo kinh nghiệm của tôi) ông ta hẳn là một tay oái oăm, tính nết thất thường. Những người dưới quyền giám đốc không ai hơn được ông ta, bởi thế trật tự thiết lập ở sân khấu này kiểu gì thì kiểu, hiển nhiên là một trật tự chỉ định.

Giám đốc (*mặc áo blu đi ra, vẻ bứt rứt, khó chịu):* Cần phải mổ! Cần phải mổ một người nào đấy! Khổ lắm! Bệnh viện sinh ra là để mổ người. Giáo sư để làm gì? Tiến sĩ để làm gì? Cần phải mổ! Người chết cũng được, người sống cũng được! Cần phải mổ! Cần phải mổ một ai đấy. Bác sĩ Nghé ọ! Gọi cho tôi bác sĩ Nghé ọ vào đây.

Nghé ọ vào. Đầu hói, gày gò, quyết liệt và đắc thắng.

Nghé ọ: Dạ thưa sếp! Nghé ọ đây! Nghé ọ đây!

Giám đốc: Cần phải mổ! Chú hiểu chưa? Cần phải mổ!

Nghé ọ: Vâng! Cần phải mổ. Em biết thừa! Em đã sắm bộ dao mổ ở Đức. Sáng loáng! Cứ gọi là sáng loáng! Cứ gọi là chết tươi!

Giám đốc: Cần phải mổ, chú ạ! Không mổ tôi ức lắm! Dao gì cũng được, chẳng cứ dao Đức. Bác sĩ K-Oa, chú có biết bác sĩ K-Oa không? Thần đồng đấy! Ông ấy có thể mổ người bằng dao mổ lợn thông thường, thậm chí bằng dao thái khoai cho lợn. Để chú với ông K-Oa làm thành một cặp, một ê-kíp. Cứ thế mà mổ! Cứ mổ bừa đi!

Nghé ọ: Nhưng mổ ai? Ai cho mổ?

Giám đốc: Còn mổ ai nữa? Tốt nhất là mổ nhà văn! Tư tưởng! Chú hiểu chưa! Mổ đầu nó ra! Giống như Hoa Đà mổ đầu Tào Tháo.

Nghé ọ: Hoa Đà mới định mổ đầu Tào Tháo chứ chưa kịp mổ...

Giám đốc: Mặc kệ họ! Mặc kệ lịch sử! Vấn đề bây giờ là tôi muốn mổ một ca! Hoặc là sống hoặc là chết! Tùy các chú! Tôi muốn xem các chú mổ xẻ thế nào. Ai cũng được!

Nhưng thích nhất là mổ nhà văn. Chú hiểu không? Phải mổ một tay nhà văn cỡ bự. ở đấy sẽ có bao nhiêu vấn đề... Và phải có máu. Tất nhiên rồi! Sẽ phải có máu!

K-Oa ra. Chỉnh tề và lo lắng, bởi vậy chậm chạp.

K-Oa: Máu! Sếp ơi! Thế là sếp lạc hậu mất rồi. Thời nay khác rồi! Thời đại @. Mổ thì cứ mổ nhưng không có máu. Không có máu me gì hết! Tất cả hiện hữu là một ca mổ văn minh. Công khai! Dân chủ! Cho cả bàn dân thiên hạ tỏ tường.

Nghé ọ: Đúng rồi! Hay quá! Có lẽ cũng cần phải văn minh thật. Chúng ta sẽ mổ một tay nhà văn cơ mà.

K-Oa: Về phương pháp, thực sự cũng chỉ là cổ điển mà thôi, nghĩa là chọc, xiên, đâm, chặt, phanh thây... Mổ xẻ cơ mà! Có thể phải dùng cả búa...

Nghé ọ: Đúng rồi! Búa tạ!

K-Oa: Búa gì thì búa... nhưng không đổ máu. Đổ máu thì còn ra thể thống gì...

Nghé ọ: Chết là cái chắc! Chết đến ba lần... A ha! Khoái tỉ quá! Chết đến ba lần!

Giám đốc: Ba lần thì nói làm gì! Chết trăm lần! Chết bất đắc kỳ tử! Chết mà không nói năng được gì... Mổ xẻ phải ra mổ xẻ: đầu ra đầu, nội hàm ra nội hàm, ngoại diên ra ngoại diên... Mang ra ngoài chợ cho bề hội đồng. Quạ bay hàng đàn... rợp trời.

K-Oa: Được rồi! Sếp chẳng phải lo. Nếu tôi với Nghé ọ một kíp thì không phải lo ngại gì... Tôi đã mổ xẻ vài lần. Tất tật... Nhà gì tôi cũng mổ được. Tôi đã thử rồi...

Giám đốc: Thôi thế nhé! Tôi tin các chú. Tôi đi đây! Tôi giao công việc cho hai chú đấy... Giao cho các chú là tôi yên tâm...

Nghé ọ: Chẳng giao thì chúng tôi cũng cứ làm! Thật sự là thế! Đấy là do nhu cầu nội tâm của chúng tôi. Dao kéo để làm gì? Tất cả là vì tình yêu đối với văn học, có phải không ông bạn K-Oa?

K-Oa: Đúng rồi! Tất cả là vì tình yêu đối với văn học.

Cả ba đi vào. Giám đốc đi trước. K-Oa và Nghé ọ đi sau, vừa đi vừa gật gù.

Một vài cô gái mặc áo tắm hai mảnh đi qua sân khấu như vô tình. Màn hạ.

*

Hồi thứ hai

Vẫn là "Bệnh viện tình thương" ở giữa có kê bàn mổ. Các dụng cụ mổ bày la liệt, có vẻ hơi giống dụng cụ tra tấn. K-Oa và Nghé ọ mặc áo blu đang ngồi chờ bệnh nhân. Trong khi chờ đợi, họ nói chuyện vãn. Nghé ọ thỉnh thoảng đứng lên đi đi lại lại.

Nghé ọ: Tại sao lại lâu thế nhỉ? Chẳng lẽ bọn trương tuần không bắt được một tay nhà văn sống nào à?

K-Oa: Bọn nhà văn sống là rất khó bắt. Nói thật với ông nhé! Ở bệnh viện này các bác sĩ từ xưa đến nay chỉ toàn mổ bọn nhà văn chết... Có nhiều tay chết đến mấy chục năm vẫn bị đào xác lên mổ... Xác chết thì chẳng thể phân biệt được, chẳng ai biết đâu mà lần, chẳng ai biết đâu là xương, đâu là da... bởi vậy khi mổ xác chết, rất khó mà định ra được tay nghề, trình độ của các bác sĩ. Đánh bùn sang ao, như nhau hết. Ông bảo, hai chữ "song viết" với "song kiết" thì nói là xương đùi cũng được, xương sườn cũng được, có đúng không nào [1] ?

Nghé ọ: Đúng rồi! Chỉ thấy nó đen đen, thui thui...

K-Oa: Trong bệnh viện này, không thể nào phân biệt được trình độ chuyên môn... Ai cũng là bác sĩ ráo, từ thằng đánh giày, thằng lính kèn cầu bơ cầu bất đến ông học giả đạo mạo. Tuốt tuồn tuột!

Nghé ọ: Thế mới gọi là dân chủ chứ... Ha ha, thế mới gọi là dân chủ thái bình.

K-Oa: Chỉ có các bậc bô lão họp lại thành một hội đồng, gọi là hội đồng tiên chỉ mang tính chất giới luật hương ước mà thôi!

Nghé ọ: Tiên chỉ... hay là chi tiền? Hôm nọ có một ông Mai tiên sinh nào đấy mặc cả: "Không có tiền là không có mổ xẻ gì đâu. Không có ngon trớn". Tất cả là vì nhân danh tình yêu đối với văn học! Nếu tôi không yêu văn học thì tôi sẽ chẳng vào đây làm gì, tôi đi buôn muối, tôi sướng chán!

K-Oa: Thì tôi cũng thế... Nếu không vì tình yêu đối với văn học thì tôi đã đi bắt cua.

Nghé ọ: Thế mới biết văn học là thứ ghê thật. Theo ông nó là cái gì? Nó là cái gì mà khiến cho cả tôi và ông đều vất vả, đều đầu tắt mặt tối, đều điên lên vì nó?

K-Oa: Câu hỏi ấy sao ông lại đi hỏi tôi? Câu hỏi ấy để tí nữa ta hỏi thằng nhà văn, cái thằng mà ta sẽ mổ xẻ nó ấy. Khi ta mổ nó thì ta sẽ hỏi. Tôi với ông bây giờ là bác sĩ mổ xẻ, chúng ta đứng cao hơn con bệnh của mình. Tôi là người trọng thực tiễn, ông ạ. Tôi không phù phiếm, nhất là về tư tưởng. Chúng ta là những người lính, chúng ta đang làm nhiệm vụ của mình. Đấy là tôi nhắc ông thế.

Nghé ọ: Ông không nhắc thì tôi cũng quên béng mất nguồn gốc nguyên thủy của mình. Tôi cũng là một tên lính cựu. Có điều, tôi không phải là lính chuyên nghiệp như ông. Tôi tuột xích, không biết đấy là một sai lầm hay một cơ may cho số phận tôi... Tôi rất tự hào với lon trung úy. Hay thật, cả hai chúng ta đều có chung nguồn gốc nguyên thủy. Chúng ta đều là lính, tức là những người rất quyết đoán, rất nóng.

K-Oa: Cũng chẳng phải vinh dự gì. Chuyên môn của chúng ta nói trắng phớ ra là giết người, tức là đồ tể, đao phủ. Chúng ta sinh ra và sống trong một không khí sát nhân. Nhân tiện tôi cũng muốn nhắc ông rằng trong quân đội từ đại úy trở xuống thì chỉ biết gật chứ không biết lắc và như thế là ông tự hào nhầm về cái lon trung úy của mình. Nhưng thôi! Chuyển đề tài đi. Tôi muốn nói một cái gì đấy thuộc về văn học cho nó nhẹ nhàng, đại để như: *"Những gì đã cháy thì thành tro rồi. Những gì còn lại thì thành thép tôi!"* [2] .

Nghé ọ (*mơ mộng*): Ừ, văn học... *"Những cái lá rớt xuống, cong lên, như có biết bao con thuyền nhỏ bồng bềnh trôi theo dòng nước mưa mùa hạ. Ta bỗng trong xanh như thời thơ ấu..."* [3] . (*Trở lại thực tiễn*). Thôi! Tôi đi chuẩn bị dao mổ đây... Hão huyền quá! Chúng ta phải làm việc, ông K-Oa ạ, những công việc có ý nghĩa thực sự cho cuộc đời chúng ta...

K-Oa: Cuộc đời gì? Cuộc đời là cái gì? (*bỗng như sực tỉnh*)... Ông vừa nói đến cái cuộc đời quái quỷ nào thế?

Nghé ọ (*láu lỉnh, bí hiểm*): Ngồi xuống đi! Ông bạn vàng! Đừng giật mình! Chỉ là một chút muối thôi cho mặn cái cuộc đời vô thường nhạt nhẽo ấy mà.

Lại vẫn mấy cô gái mặc áo tắm hai mảnh đi qua sân khấu như vô tình. Màn hạ.

*

Hồi thứ ba

Cảnh trí vẫn giống như hồi thứ hai. Nghé ọ đã đi chuẩn bị dụng cụ cho ca mổ. Chỉ còn K-Oa ngồi lại.

K-Oa (*xem đồng hồ*): Sốt ruột quá! Thời gian trôi đi đáng sợ thật. Cái tay Nghé ọ này, lúc nãy hắn nói quái gì về cuộc đời vô thường nhỉ? Sao lại có muối với sự nhạt nhẽo ở đây? Hay là bởi trước kia hắn đi buôn muối? Muối ngấm vào hắn, chỗ nào cũng mặn (*đứng dậy đi đi lại lại*). Cuộc đời... *"Những gì đã có thì đều ngu rồi. Những gì sẽ có cũng là ngu thôi"*. Mình còn phản tỉnh, chứ cái tay Nghé ọ ấy, chẳng hề thấy hắn phản tỉnh cái gì...

Tiếng của Nghé ọ *(từ trong vọng ra)*: Thế thì ông nhầm! Phản tỉnh là đặc tính thứ nhất của lương tâm đấy, ông trẻ ạ. Thế ông định bảo tôi không có lương tâm hay sao?

K-Oa *(giật mình)*: Quái! Hắn ở đâu mà nghe thấy tiếng mình? *(trở lại bình thường)*. Ồ, cái ấy thì còn phải đợi sau ca mổ tay nhà văn mới biết chắc được. Tôi chỉ muốn nói đến sự phản tỉnh như một yếu tố điềm đạm của tính cách mà thôi. Lạy giời! Ông cũng không phải là người điềm đạm cho lắm!

Tiếng của Nghé ọ: Ông K-Oa ạ, chúng ta đều là bác sĩ, lại là văn nhân... *"Văn nhân tương khinh"*, trọng là trọng, khinh là khinh... Đừng có coi thường tay lính cựu này. Cùng kíp với nhau, cái gì cũng phải ngang bằng sổ thẳng.

K-Oa: Không... Không! Không ai dám coi thường ông. Tôi với ông ở xa nhau. Ông ở đẩu ở đâu mà vẫn nghe thấy tiếng tôi nói... Ông cũng là một con ma xó chứ còn gì nữa. Chơi với ma, hỡi ơi, dại rồi còn biết khôn làm sao đây. Thực ra, chính mình cũng là một người có thiên bẩm, là một người có thiên nhãn nhưng không hiểu tại sao lại đến cơ sự nông nỗi này? Hay là vì miếng cơm manh áo?

Một người đàn ông đi vào, để ria mép, tay bưng một chậu hoa nhỏ, vừa đi vừa thổi phù phù. Đấy là ông Trần Mạnh Khảo. Đi cùng ông Trần là Nguyễn Hàng Lươn, cũng để ria mép. Hai ông này đều có nét hao hao giống nhau, hệt như hai thám tử trong phim hoạt hình "Tin tin". Ông Nguyễn Hàng Lươn đẩy một xe cút kít rơm. Cả hai ăn mặc như những thanh niên tình nguyện.

Trần Mạnh Khảo: Nở đi! Nở đi! Hoa vừa đi vừa nở... Cứ thế mà khoe sắc khoe màu. Chèng đéc ơi! Nở đi! Chúa ơi!

Nở đi! Lương tâm ơi!

Nguyễn Hàng Lươn: Chở rơm vào thành phố! Cứ thế mà đốt cho khói um lên... Ngọc Hoàng mới hỏi: thằng nào đốt rơm? Thưa rằng giá áo túi cơm. Ví dầu thơm thối, thối thơm có thừa... có thừa hay là cũng đành... chữ nào nên thơ hơn nhỉ? Nên thôi hay nên xao đây [4] ?

K-Oa: Nào nào... Hai ông A la hán. Đi đâu thế này? Đây là Bệnh viện tình thương cơ mà?

Trần Mạnh Khảo: Còn đi đâu nữa? Đi mổ! Tôi được đặt hàng hẳn hoi. Mổ xẻ. Tan xác! Vừa đi vừa nở. Chúa ơi! Vừa đi vừa mổ. Chèng đéc ơi!

Nguyễn Hàng Lươn: Còn tôi, tôi đi phụ mổ cho ông Trần đây... Bọn trẻ nghe tôi. Cứ rơm mà đốt... Khói um lên... Như thui chó!

K-Oa: Thế hai ông cũng là bác sĩ, là người đi mổ xẻ à?

Trần Mạnh Khảo: Chưa hẳn đã là bác sĩ... Nhì nhằng... Nghiệp dư thôi. Nhưng lòng ham hố thì tôi có thừa... Tôi có nhiệt tình. Tôi yêu nước... Có người bảo tôi thực sự vô học. Đúng là tôi thực sự vô học. Tôi là người bẩm sinh phản trắc. Nhưng, tôi yêu nước, yêu Tổ quốc thì cần quái gì có học. Tôi yêu văn học! Chúa ơi! Vừa đi vừa nở... Vừa đi vừa học vậy... Chèng đéc ơi!

Lại thêm mấy người lố nhố khác kéo ra: một cô gái (như thể phóng viên báo) dìu một ông lão già yếu vào. Có vài người nữa, ai cũng vận "com-lê" nghiêm chỉnh. Đám đông hơi lộn xộn.

Một ông: Nào! Nào! Xê ra cho tôi đi.

K-Oa: Ông là ai?

Ông kia: Còn là ai nữa. Tôi là Lê Văn Ngọng. Tôi đi phụ mổ, giống như trong dàn đồng ca.

Một ông khác: Còn tôi, tôi là Võ Khắc Điên, tôi cũng phụ mổ!

K-Oa (hỏi cô phóng viên): Thế còn cô?

Phóng viên: Em là Hải Nhi, em đi theo cụ Hoàng Hữu Danh, giống như diễn viên tung hứng... Em đi theo cả cụ Chu đặc công, cụ Vương trưởng giả nữa. Đâu có tiền là em cứ đi...

K-Oa: Phiền quá! (với cụ Hoàng) Này cụ, già cả đau yếu thế này sao không biết nằm khoèo, không biết tránh mặt, không biết trốn đi, ra đây làm gì?

Cụ Hoàng (Cười): Ham vui! Có biết gì đâu... Cứ ham đánh nhau từ bé. ở đâu hễ có đánh nhau là đến. Ham vui! Biết rồi! Khổ lắm! Nói mãi. (*Lại cười như cụ cố Hồng trong truyện của Vũ Trọng Phụng*). Ham vui cho đến hết đời... Hồn nhiên. Giống ông Tú Vũ... Biết rồi! Khổ lắm! Nói mãi!

K-Oa: Tô Vũ chăn dê à?

Cụ Hoàng: Không... Tú Vũ... Đại để như thế!

K-Oa (thở dài): Chết thật! Ô hợp quá... Quân hồi vô phèng...

Trần Mạnh Khảo: Phèng phèng cái gì? Cứ là tự sát! Cứ là chết tươi!

Lê Văn Ngọng: Ô hợp cái gì? Cứ là thục mạng... Cứ là cơm toi!

Nghé ọ ra, ngạc nhiên vì đám đông nhưng vốn lịch sự, một phần vì trải đời, một phần vì bản tính cũng phần nào lương thiện nên Nghé ọ không tỏ ra khó chịu, thậm chí còn tỏ ra vui vẻ nữa.

Nghé ọ: Sao lại đông vui thế này? Chào các cụ, chào các chiến... hữu, giai nhân, tài tử... Chào cả cộng đồng... Tất cả đều đến xem mổ đấy à?

Trần Mạnh Khảo: Không phải xem, mà đích thân chúng

tôi sẽ mổ...

Nghé ọ (*ngạc nhiên nói với K-Oa*): Tưởng chỉ có tôi với ông mới biết mổ mà thôi. Họ đều biết mổ cả à?

K-Oa: Nghiệp dư! Thế mới chết! Mổ nhà văn đâu phải dễ dàng, có phải là ai cũng mổ được đâu!

Trần Mạnh Khảo: Có gì mà khó? Vừa đi vừa mổ... Có gì mà không mổ được... Tôi đã được đặt hàng hẳn hoi. Chính tôi sẽ mổ đầu tiên ca này.

Cụ Hoàng (*vỗ tay*): Sân chơi là của chung! Văn hóa quần chúng! Văn học quần chúng! Cứ mổ đi! Vui lắm!

Mọi người vỗ tay ồn ào.

K-Oa (*lắc đầu nói với Nghé ọ*): Chịu! Thế này thì khó mà mổ cho nó ra trò. Đừng có tưởng dễ. Tôi thấy đâm ra khó xử...

Nghé ọ: Thôi! Tôi với ông sẽ mổ riêng ra, ta sẽ mổ sau... Ta nhường sân chơi cho họ... Chính tôi, tôi cũng thấy gờn gợn khó chịu khi hai chúng ta phải ngồi cùng chiếu với những phường hoặc những ổ nhóm này...

K-Oa: Victor Hugo nói rồi: "Cùng lý tưởng nhưng khác hạng!". Giời ạ, chúng ta đi đi, ta nhường sân chơi cho họ... Đời còn dài. "Những gì đã thối thì thành phân rồi. Những gì sắp thối cũng thành phân thôi...". Ăn cỗ đi trước, lội nước đi sau... Mà đây đâu phải là đi ăn cỗ...

Lê Văn Ngọng: Ăn gì? Ăn gì? Cho tôi ăn với!

K-Oa: Không có gì đâu, ông anh ạ! Chỉ có không khí mà thôi! Hão cả! Đừng có vội vàng.

K-Oa đi vào. Nghé ọ đi theo. Trong đám người lổn nhổn đứng trên sân khấu, người ta thấy rõ chỉ có K-Oa là người nổi bật, có cá tính nhất, thực sự là người khác thường. Chính tôi (tác giả của vở kịch này) cũng không hiểu tại sao

K-Oa lại có mặt ở trên sân khấu như vậy. Có thể, đây chính là nghiệp chướng của số phận anh ta. Cả ông Vương trưởng giả nữa, ông ta ở đây làm gì?

Vẫn mấy cô gái mặc áo tắm hai mảnh đi tạt ngang qua như vô tình. Màn hạ.

*

Hồi thứ tư

Vẫn như cảnh cũ. Đám đông chắc đã mỗi người một nơi. Vẫn là "Bệnh viện tình thương". Hai trương tuần đội nón dấu, mặc áo nẹp dẫn một người bị trói và bị trùm bao tải vào.

Trương tuần 1: Nào, ngồi xuống đây, thằng điên này!

Người kia: Thưa các ông, tôi bị oan!

Trương tuần 2 (*cởi trói, cởi bao tải*): Oan ức cái gì? Thế bọn chúng ta mù à? Liệu lời mà nói. Hiểu chưa?

Người kia: Vâng! Vâng!

Trương tuần 1 (*Ngồi vào bàn, lấy giấy bút*): Thôi! Oan ức tính sau! Nào! Bây giờ khai báo để làm thủ tục nhập vào bệnh viện.

Người kia: Vâng! Vâng! Thôi đành vậy.

Trương tuần 1: Tốt! Thế tên là gì?

Người kia: Thưa, tôi vô danh.

Trương tuần 2: Đừng đùa, 15 năm nay ngang dọc ở trên văn đàn mà vô danh à?

Người kia: Quả thực vô danh.

Trương tuần 1: Về lý thì đúng tay này vô danh... Thế mới khó. Chẳng được giải thưởng gì cả!

Trương tuần 2: Thôi thì cứ ghi vô danh. Gọi là vô danh,

như thế sau này có xoá tên hắn ở trong văn học sử thì cũng dễ dàng.

Trương tuần 1 (*ghi chép, hỏi tiếp*): Thế nghề nghiệp?

Vô danh: Dạ vô nghề nghiệp.

Trương tuần 1: Này đừng đùa dai. Thế có suy nghĩ gì không? Có trăn trở? Có thao thức không?

Vô danh: Dạ có! Thỉnh thoảng cũng có nghĩ ngợi lung tung.

Trương tuần 2: Thế là "trí thức" chứ còn gì nữa. Mọi người đều ngủ, mình lại thao thức, chong mắt ra nhìn. Có điên không đấy?

Vô danh: Dạ, lắm lúc cũng thấy điên điên. Đã đọc "*Nhật ký người điên*".

Trương tuần 1: Lỗ Tấn chứ gì? Có phải của Lỗ Tấn không?

Vô danh: Vâng. Rất sợ những ánh mắt chó nó lườm mình.

Trương tuần 2: Thôi được rồi. Ca này rất đặc biệt. Phải mổ thôi! Phải mổ là cái chắc.

Vô danh: Thưa, nào tôi có bệnh tật, tội tình gì đâu mà mổ?

Trương tuần 1: Không mổ thì biết đâu được bệnh tật. Các cụ đều bảo chú mày đánh mất mình, đấy là tội to chứ còn gì nữa. Cụ Tú Vũ nói thế...

Trương tuần 2: Chính tai tôi nghe thấy các cụ bảo tay này không lành mạnh. Hắn đưa cứt tươi vào trong văn học, lại còn hạ bệ thần tượng.

Vô danh: Oan tôi quá!

Trương tuần 1: Oan cái gì... 15 năm rồi chứ có ít đâu.

Vô danh: Đánh mất mình. Dạ thưa, thế nào là đánh mất mình? Tôi vẫn đủ cả chân tay, lục phủ ngũ tạng cơ mà?

Trương tuần 2: Cái ấy thì đi mà hỏi bác sĩ. Phải hỏi chuyên gia thì mới biết được.

Trương tuần 1: Đánh mất mình là không được viết những gì kém hơn những cái kém mà mình từng đã viết ra. Tức là xưa nay viết toàn thứ kém. Hôm nọ tôi đọc báo thấy có một ông nói như thế. Hình như đấy là ông Vương trưởng giả, một người có học, đứng đắn hẳn hoi cơ đấy.

Trương tuần 2: Thế đã hiểu chưa?

Vô danh: Cái này thì có vẻ hơi hàm hồ, dù có là ông Vương trưởng giả nói đi nữa. Nhưng không sao, nghề văn chương... với cả chính trị, với cả tôn giáo – bản chất đích thực của nó là hàm hồ. Lời lẽ hàm hồ. Nghệ thuật ở chỗ làm sao buộc cho đám đông thừa nhận sự hàm hồ. Người nào làm được thế là người ấy thắng.

Trương tuần 1: Này! Nói năng linh tinh bừa bãi gì thế?

Trương tuần 2: Thôi nhé! Ghi số nhé. Đánh số từ 1 đến 798. Tôi ghi đây này: số 277, hạng mục: nhà văn hiện đại. Bị bắt vào mổ trong lúc đi lang thang mua hoa thủy tiên ngoài chợ. Chuyển vào phòng gây mê cho bác sĩ mổ...

Trương tuần 1: Ghi cho rõ ràng vào: khi nào hết mê thì mổ.

Trương tuần 2: Được rồi... Khi nào hết mê thì mổ...

Có một vài đôi thanh niên nam nữ ôm nhau nhảy lướt qua sân khấu như vô tình. Màn hạ.

*

Hồi thứ năm

Vẫn bối cảnh cũ. Không khí có vẻ bất thường. Sân khấu trống. Giám đốc bệnh viện đi ra, vẻ bực tức. Có vài người đi theo: ông Trần Mạnh Khảo, Lê Văn Ngọng... Lại còn cả ông Vương trưởng giả nữa.

Giám đốc: Trình độ kém quá! Mổ xẻ bậy quá... Tất cả những người theo dõi ca mổ đều bảo chúng ta tiểu khí, tháu cáy, vu khống, thậm chí còn phản dân chủ, vô học. Ông Trần lại còn đi mổ cả vào chân tay mình. Thật là nhục. Không ra cái thể thống gì.

Lê Văn Ngọng: Chúng tôi đã cố hết sức. Mệt đứt hơi!

Giám đốc: Thôi ông im đi! Đã ngọng lại còn hay nói. Ông Trần Mạnh Khảo làm gì thì ông làm thế, ông chỉ là một bản photocopy...

Trần Mạnh Khảo: Chúng tôi cũng không ngờ tay nhà văn này mình đồng da sắt. Khi tôi mổ hắn lại cười sằng sặc...

Vương trưởng giả: Vì ông đã mổ không trúng. Ông gãi ghẻ, ông lại bảo người ta gãi ghẻ. Ông lại mang chuyện chửi bới ra, ông nửa kín nửa hở làm ra vẻ như một mật vụ, một thằng chỉ điểm, thế là ông đê tiện. Ông tháu cáy, ông vu khống. Có tay Nguyễn Hoàng tiên sinh gì đó bình luận về ông là xác đáng đấy: đúng ra, ông không có tư cách để cầm dao mổ.

Trần Mạnh Khảo: Nhưng chúng tôi yêu nước, yêu văn học. Làm gì chúng tôi cũng tra từ điển.

Vương trưởng giả: Nhưng không thể nhân danh yêu nước, yêu văn học mà lưu manh với vô học được, ông giời con ạ! Dù cho ông liên tục tra từ điển đi nữa.

Giám đốc: Ông Vương, thế ông có mổ ca này được không?

Vương trưởng giả: Chịu, ca này thì tôi xin chịu. Tay nhà văn này hơi khác thường. Tôi với ông Lại tiên sinh cùng ê-kíp với tôi, chúng tôi chỉ quen mổ xác chết. Hơn nữa, chúng tôi phải xác định tiêu chí khi mổ xẻ: mổ để làm gì, nó có ích gì cho văn học không, cho không khí và môi trường văn học không? Nếu như mổ xẻ nghĩa là để "thịt" một tác giả, một nhà văn thì thật ra chúng ta chỉ cần mời một chú binh nhì trong đội thi hành án với giá 50 đô-la với một suất bánh mỳ kẹp thịt là xong, một tay bắn tỉa...

Trần Mạnh Khảo: Thì mổ là "thịt" chứ còn gì nữa! Xưa nay vẫn thế.

Lê Văn Ngọng: Bùm! Ông Võ Khắc Điên bảo là dìm chết. Có tay nhà thơ ở Hải Phòng khuyên nên đốt nhà... Tay nhà thơ này nói là bạn tri kỷ với nhà văn.

Vương trưởng giả: Kể ra đời cũng đều thật. Chính tôi cũng bị bất ngờ. Lòng người phản phúc, chuyện ấy vẫn thường. Nhưng ở trường hợp tay nhà thơ ở Hải Phòng này thì tệ quá, "tri kỷ, tri bỉ". Tôi không làm sao hiểu nổi, họ vẫn thơ phú thù tạc với nhau cơ mà?

Giám đốc: Ông Vương trưởng giả, ông cất cái cao đạo của ông đi, ông đã vào "trường văn trận bút", ông phải chịu trận. "Thà mình phụ người chứ không để cho người phụ mình". Hãy cất cái thói khiêm tốn vờ vịt của ông đi. Tay nhà thơ ở Hải Phòng cư xử theo đúng với bản chất chỉ quen phụ người của hắn từ xưa tới nay. Nếu ông cao đạo thì xin mời ông đi lên núi ở ẩn. Ông ở Thủ đô này theo đòi công danh làm gì. Đấy là tôi nói toạc móng heo ra thế để cho ông hiểu. Còn đối với tay nhà văn, tôi sẽ cho mổ lại. Nếu cần thì cho nó chết trong đám loạn quân.

Trần Mạnh Khảo: Hay lắm! Chết trong đám loạn quân. Tôi cũng đã mổ với tinh thần như thế, tức là với tinh thần sát nhân. Tôi đã nói rằng tay nhà văn này không ra gì, nó chỉ là một vết lở loét của thời hậu chiến, gãi ngứa. Nó không có tư tưởng, khoái nhất là nó không có tư tưởng.

Vương trưởng giả: Cái này thì tôi sợ ông nhầm. Hắn có một cái gì đấy như sự siêu việt.

Lê Văn Ngọng: Không có tư tưởng, không có đầu gì hết.

Giám đốc: Bệnh không có đầu là bệnh chung. Thực ra, không có đầu không phải là bệnh. Các ông có thấy tôi có đầu đâu nào? Đúng không? Ấy thế mà tôi vẫn là sếp của các ông.

Lê Văn Ngọng: Tất cả chúng ta đều không có đầu. Cần quái gì có đầu, chỉ cần có mồm... vì phải có mồm để ăn...

Trần Mạnh Khảo: Nhưng hình như tay nhà văn ấy có đầu... Nó khác với chúng tôi.

Vương trưởng giả: Ông nói ai là "chúng tôi"? Tôi rất khó chịu nếu ông coi tôi cũng là "chúng tôi" với ông. Ông không có "bản ngã" gì mà lúc nào cũng xưng "chúng tôi"?

Trần Mạnh Khảo: Tôi vẫn hình dung "chúng tôi" là một cái làng, ông ạ! ở đấy có những ông tiên chỉ, ông chánh tổng, ông lý trưởng, đám trương tuần, thằng mõ, mẹ Đốp, thằng phải gió...

Vương trưởng giả: Như thế tức là một xã hội thu nhỏ mất rồi còn gì.

Giám đốc: Tôi không thích lối ví von như thế, dù thực sự tôi chỉ là một thằng lý trưởng mà thôi. Lối ví von ấy kéo lùi chúng ta về những năm đầu thế kỷ XX, thậm chí còn lùi xa hơn nữa. Chúng ta hãy trở về với thực tế, trở về với chủ nghĩa hiện thực. Như thế tức là các ông Trần Mạnh Khảo, ông Lê Văn Ngọng... đã thực hiện một ca mổ nhìn chung là chẳng ra gì, tay nhà văn vẫn sống nhăn răng, chúng ta còn bị dư luận bôi bác.

Nguyễn Hàng Lươn ra, vẫn đẩy xe cút kít rơm.

Nguyễn Hàng Lươn: Sống là thế nào... Dở sống dở chết. Ca mổ, theo tôi vẫn là thành công.

Trần Mạnh Khảo bắt tay Nguyễn Hàng Lươn.

Trần Mạnh Khảo: Cám ơn ông... Ông gần như là người duy nhất khen ngợi tôi. Trí tuệ của chúng ta đều rất đáng nể...

Vương trưởng giả (giễu cợt): Theo tôi, các ông nên thay chữ trí tuệ bằng chữ nhân cách nhưng mà hình như cả hai ông đều không có những thứ ấy.

Trần Mạnh Khảo: Thì cả trí tuệ, nhân cách cũng được chứ gì. Chúng tôi có tất cả mọi phẩm chất.

Nguyễn Hàng Lươn: Mổ được như ông Trần cũng đã là giỏi. Không có văn học nghệ thuật gì ráo trọi, cứ chụp cho vài cái mũ phản động với không lành mạnh là xong, chuyển nó sang hình sự, chính trị, rồi khủng bố... thế là một ca mổ đẹp.

Lê Văn Ngọng: Đúng thế! Bây giờ nó đang ngắc ngoải.

Nguyễn Hàng Lươn: Để tôi sẽ đốt thêm vài đống rơm. Ta sẽ mổ vài nhát vào tác phẩm nó, bảo là nó sùng ngoại với bắt chước bên ngoài. Ta mổ vào gia đình nó, vào vợ con, vào Ôsin nhà nó, biến gia đình nó thành một địa ngục. Aha! Như thế gọi là thui chó.

Vương trưởng giả: Có vẻ như là một trò ám sát tổng lực.

Nguyễn Hàng Lươn: Sao lại trò ám sát? Đây là một trận đánh, ông bạn ạ, một trận đánh văn học nghệ thuật. Thực sự, cũng chỉ vì do tôi yêu văn học mà thôi nên tôi mới có ý kiến như thế chứ thực tình tôi là người chất phác, cao thượng và tốt bụng.

Giám đốc: Công việc của chúng ta là một công việc bẩn thỉu nhưng cao thượng.

Trần Mạnh Khảo: Hay quá! Tuyên ngôn hay quá! Đúng là một công việc bẩn thỉu và cao thượng.

Vương trưởng giả: Tôi đã bắt đầu thấy sợ nếu tính chất công việc của chúng ta đúng là như thế.

Giám đốc: Nếu ông sợ thì mời ông lui ra. Tôi sẽ bảo hai ông K-Oa với ông Nghé ọ vào mổ tiếp. Về đẳng cấp họ có vẻ hơn hẳn ông Trần...

Trần Mạnh Khảo: Hơn thế nào được tôi? Tôi là một cái gì đấy? Các ông hiểu chưa? Tôi là một giá trị thế nào đấy.

Vương trưởng giả: Theo ông, ông là cái gì và giá trị của ông là gì? Chẳng lẽ ông là thằng phải gió thật chăng? Ông điên hay là ông tỉnh?

Lại mấy cô gái mặc áo tắm hai mảnh đi qua sân khấu. Màn hạ.

*

Hồi thứ sáu

Vẫn cảnh bệnh viện.

Nghé ọ và K-Oa đi ra, cả hai đều có vẻ phấn chấn.

Nghé ọ: Thực sự, ca mổ của hai ông Trần Mạnh Khảo và Lê Văn Ngọng với sự phụ hoạ của bọn Nguyễn Hàng Lươn và dăm tờ báo lá cải chỉ là món khai vị. Tôi với ông mới là những người mổ chính, phải không nào? Ngay từ đầu, tôi đã biết chắc thế mà.

K-Oa: "Những gì đã thối thì thành phân rồi". Thôi được! Trước khi mổ, tôi với ông có lẽ cũng phải thống nhất một số đường dao, nhát kéo thế nào đấy cho nhịp nhàng.

Nghé ọ: Thứ nhất, tay nhà văn này phùng thời. Vì sao nó phùng thời? Thứ hai, tay nhà văn này có phải là một tác giả văn học, thậm chí ta có thể gọi là tác giả số 1 trong văn giới bây giờ được không? Vân vân...

K-Oa: Ông trọng lý lẽ quá và như thế nghĩa là ông vẫn còn có sự tử tế thế nào đấy. Chúng ta xác định phải đóng ván thiên cho sự nghiệp của tay nhà văn này. Như vậy, sẽ không có lý lẽ gì hết. Nó đồng nghĩa với việc không còn sự tử tế nào nữa. Ông đặt vấn đề phùng thời thật là vớ vẩn, thiên hạ sẽ cười vào mũi ông: tất cả những tài năng, tất cả những thành công trên đời này tất yếu sẽ phải phùng thời. Ông không phùng thời nghĩa là ông đã kém tài năng - đơn giản chỉ là như thế mà thôi. Lý lẽ không ổn. Thứ hai, để xoá tên tay nhà văn này trong văn học sử thì không thể gọi nó là tác giả văn học được, ta chỉ nên gọi nó cùng lắm là "nhân vật văn học" mà thôi. Ta sẽ chứng minh là tay này không biết tả cảnh, chẳng biết tả người, truyện không có nhân vật, không có cốt truyện, không có tư tưởng, đọc xong cả truyện mà chẳng hiểu gì. Tất cả những thứ mà hắn viết ra đều là ma viết. Nó là thứ ma trơi trên đồng, đêm đến – nó lẻn vào thành phố và chạy vun vút trên các nóc nhà, vừa chạy vừa thở hổn hển, nó làm run sợ những kẻ yếu căn cốt. Hắn không có tài năng, hắn chỉ là một sản phẩm nhôm kính, hắn không thể sống lâu với thời gian được.

Nghé ọ: Tôi đồng ý với cách mổ xẻ của ông. ở đấy giấu một sự nham hiểm hiền lành, nó lớn hơn lòng đố kỵ trắng trợn của tôi. Ông thực sự là một thần đồng. Cả hai chúng ta đều rất yêu văn học, có phải không nào?

K-Oa: Ta phải chứng minh rằng toàn bộ giá trị của hắn là phép nói ngược. Thế hắn mới chết. Cả xã hội đi xuôi, cả một nền văn học đi xuôi... Chỉ có mỗi hắn là làm ngược lại, đi ngược lại... và thế là hắn sẽ rơi vào tầm ngắm của những tay đi săn tư tưởng thực thụ. Hắn có ba đầu sáu tay thì cũng không thể nào phân bua được với những nòng súng săn có độ nhạy rất cao, lạnh lùng và rất chính xác. Thời gian trôi đi như nước chảy dưới cầu và thế là (*làm một cử chỉ tượng trưng*) ông có hiểu không? "Những gì đã cháy thì thành tro rồi"...

Nghé ọ: Tôi hiểu... Nhưng tôi vẫn không hiểu tại sao lại phải cầu kỳ như thế, trong khi đáng lẽ ra khi đưa hắn lên bàn mổ, chúng ta chỉ cần một mũi kim tiêm mà thôi? Chúng ta loạn óc rồi chăng?

K-Oa: Công việc của chúng ta khác với công việc của kẻ phàm phu (nhưng về thực chất thì nó giống nhau) bởi thế nên mới gọi là "nghệ thuật". Đây cũng là điều kỳ diệu và đê tiện của việc lập ngôn nếu so với cái đám mà ta gọi là lập đức hay lập công (đây là đám người mà các giá trị của họ hay bị người ta hiểu nhầm nhất). Lập gì thì lập nhưng có lẽ cũng không ngoài hai chữ danh lợi. Đối với tay nhà văn mà ta sẽ mổ thì chỉ riêng việc ảnh hưởng văn hóa Trung Hoa của hắn đã là một công án đáng đi đứt rồi.

Nghé ọ: Nhưng trong ngôn ngữ thì có trên 80% các danh từ ở ta đều có nguồn gốc từ Tàu...

K-Oa: Mặc kệ! Ta có truyền thống rất ghét bọn hàng xóm láng giềng! Ta cứ nói là dòng máu văn hóa trong người của hắn là gốc dòng máu Trung Hoa, tất cả những độc giả có đầu óc "sô-vanh" sẽ tức điên lên và nhổ nước bọt vào tác phẩm của hắn... Một ca mổ thành công cũng cần rất nhiều nước bọt.

Nghé ọ: Thế là chúng ta cũng chẳng hơn bọn Trần Mạnh Khảo là Lê Văn Ngọng chút nào.

K-Oa: Hơn rất nhiều vì bọn kia chỉ là bọn lưu manh ở chợ, bọn mổ cá với vặt lông gà. Chúng ta lịch sự hơn, văn minh và khoa học. Khẩu hiệu của chúng ta là vì tình yêu đối với văn học. Chúng ta có cả một bệnh viện, thậm chí có vài chục bệnh viện...

Nghé ọ: Thì bọn kia còn giương cao ngọn cờ Tổ quốc lên cơ.

K-Oa: Không ai nghe lời chúng, mặc dầu chúng nguy hiểm. Ở trong chợ văn chương, hạng đầu gấu có đầy. Chúng có thể cầm đủ loại cờ nhưng bi kịch là không ai tập hợp dưới cờ của chúng. Tôi với ông khác chúng, chúng ta đã trở nên sạch sẽ, chúng ta đã qua cái thời lê la ngoài chợ. Từ bé tôi đã được ngồi trên ghế bành.

Nghé ọ: Chỉ có mình ông được như thế mà thôi. Tôi vẫn ở ngoài chợ. Nhiều khi tôi đói rã họng và nhìn chung cho đến bây giờ vẫn không khác gì một thằng ăn mày. Số mệnh của tôi nó thế, tôi vẫn không sao thu xếp cho mình được một chốn nào dung thân.

K-Oa: Đấy là vì tham vọng của ông to lớn quá, ông đã không tự lượng sức mình. Nhưng thôi, đấy là việc của ông. Cũng có thể ông muốn đóng vai Đông Ki Sốt? Trông ông cũng hao hao giống Đông Ki Sốt phải không?

Nghé ọ: Còn ông thì tôi lại nhìn hơi giống Xăng-xô...

K-Oa: Thôi đừng đùa nữa. Nếu cần thì ta sẽ bàn về Xéc-văng-téc. Ông ta là một thiên tài i-nốc... Còn chúng ta thì đang chuẩn bị cho ca mổ một tay nhà văn nhôm kính. Về nguyên tắc, những vấn đề cơ bản thì chúng ta đã thống nhất được. Khi nào mà tôi thọc dao thì ông cắt tiết. Tất cả chúng ta đều vì văn học cả thôi.

Nghé ọ: 15 năm nay, lúc nào tôi cũng thấy ảnh hưởng của tay nhà văn ấy lơ lửng trên đầu, hắn đã không làm cho ai viết như cũ được nữa. Mà không phải chỉ có tôi... Tôi rất khổ sở. Dù thế nào chúng ta cũng phải công nhận tài năng của hắn phần nào.

K-Oa: Giời ạ, hắn không có tài năng. Ông điên rồi à? Chúng ta đã thống nhất như thế còn gì. Nếu có tài thì phải phát lộ từ thời thơ ấu chứ?

Nghé ọ: Cần phải xem lại. Cần phải mổ. Dù sao tôi cũng còn một chút lương tâm trong người. Có lẽ hắn cũng có tài năng thế nào đó thật. Tôi không muốn kể ra bằng chứng ở đây.

K-Oa: Thôi được! Nếu như đã phải công nhận tài năng của hắn thì ta sẽ gọi đó là "tài năng của một tâm thức bất định". Gọi như thế cũng là bằng không chứ còn gì nữa.

Nghé ọ: Nhưng tại sao có thể "bất định" trong 15 năm được hả giời? Hắn chẳng lưu lạc gì cả, không bán mình, không vào lầu xanh, cũng chẳng tu hành gì cả? Tác phẩm của hắn lúc nào cũng cười sằng sặc. Mà rất đểu nữa là đằng khác...

K-Oa: Thôi, chúng ta không bàn luận nữa. Càng bàn luận thì càng mâu thuẫn. Ông chuẩn bị dao kéo xong chưa?

Nghé ọ: Xong rồi!

K-Oa: Nếu thế thì chúng ta đi làm việc thôi. Chúng ta sẽ hỏi cung nó trước khi mổ. Ông hỏi chính hay tôi hỏi chính?

Nghé ọ: Ông hỏi đi. Ông có tư cách chính thống hơn tôi. Phải hỏi hắn văn học là gì mới được. Hỏi xong câu đó là ta sẽ thọc dao liền.

Lại mấy cô gái mặc áo tắm hai mảnh đi ngang qua sân khấu. Màn hạ.

*

Hồi thứ bảy

Cảnh bệnh viện. Các dụng cụ mổ treo trên vách. Nhà văn Vô danh ngồi ở ghế, mặc quần áo bệnh viện. K-Oa và Nghé ọ ngồi ở chiếc bàn đối diện. Ở một góc sân khấu, có một người đội mũ phớt, đeo kính đen, mặc áo bành-tô khoanh tay ngồi yên lặng.

Nghé ọ: Chúng ta bắt đầu nhé! Có thể coi đây là một cuộc đối thoại cởi mở, chính thức. Ông bạn nhà văn, thôi cứ xin gọi là vô danh đi – vì tôi thấy ở trong phiếu mổ có ghi như thế, ông phải trả lời một cách thành thực những điều mà chúng tôi hỏi ông. Sự hợp tác của ông chỉ có lợi cho ông, thậm chí nó quyết định việc ông có phải mổ hay không hoặc nếu như phải mổ thì mổ kiểu gì. Cũng có thể có khoan hồng...

K-Oa: Ông phải cam đoan những lời ông nói là lời ông

nói. Chúng tôi sẽ ghi âm lại.

Nghé ọ: Theo ông, văn học là gì? Nó có ý nghĩa gì đối với cuộc sống của ông?

Nhà văn: Thưa, hồi nhỏ đọc sách, tôi thấy người xưa nói đại ý rằng: trăng sao, mây gió, sấm chớp là văn của trời: quần áo, lễ nghi là văn của người... như vậy nghiệm ra văn học chính là những giá trị bề mặt thiết yếu tạo nên cuộc sống của con người.

Nghé ọ: Rất khó hiểu... Ông nói như thế nghĩa là ông "văn" tôi chăng?

K-Oa: Thôi! Không lịch sự nữa. Vậy một thằng cởi truồng hắn có văn không?

Nhà văn: Thưa, ông không phải hỏi về Chử Đồng Tử đấy chứ, cái ấy phải xem trong trường hợp nào. Giữa đám người mặc áo quần súng sính thì thằng cởi truồng có văn nhưng giữa đám người cởi truồng thì có khi người mặc quần áo mới lại có văn!

K-Oa: Lại nói ngược! Ta biết ngay mà. Thế văn học có ý nghĩa gì đối với cuộc sống của ông... mà vừa rồi ông nói đến cái bề mặt nào thế?

Nghé ọ: Tôi nghĩ đấy là sĩ diện.

Nhà văn: Gọi là sĩ diện cũng được, nếu như ông muốn thế. Nó là toàn bộ trạng thái tinh thần, tình cảm và vật chất của con người ta. Trong tác phẩm văn học, nhiều khi nó là sĩ diện của cả một thể chế, một thời đại mà nhà văn ấy sống, quan sát và ghi chép lại. Bởi thế mới có kiểm duyệt chính trị chứ! Việc nhích dần đến dân chủ rất cần đến sự can đảm của các nhà văn.

K-Oa: Cũng không khác gì cổ điển, phải không nào?

Nghé ọ: Tức là ông muốn nói đến ý nghĩa xã hội của văn học. Tôi nói như thế có đúng hay không?

Nhà văn: Tuỳ ông thôi. Tôi thì tôi cũng không chú ý đến nó nhiều lắm. Thực tình là thế.

K-Oa (*nói như học thuộc lòng*): Ý nghĩa xã hội của văn học là cốt tử. Văn học là nhân học. Nhà văn là tấm gương phản ảnh xã hội, là con chim báo bão...

Nghé ọ (*loay hoay*): Chim báo bão... Sao tôi không thấy mình có cánh nhỉ...

K-Oa: Đấy là vì ông chưa có đủ tài năng để mọc cánh... (*quay sang nhà văn*). Này ông nhà văn vô danh, thế ông có nghĩ rằng toàn bộ giá trị của ông chỉ là phép nói ngược với làm lạ có phải hay không?

Nhà văn: Thưa, ngược xuôi, phải trái, đúng sai, xấu tốt, thiện ác, âm dương... đấy là hai mặt nhưng cũng là một. Nếu các ông biết một chút về phép suy luận triết học ở ta (thực ra thì tôi cũng chẳng thích danh từ này chút nào) thì có lẽ các ông cũng chẳng cần phải đặt ra câu hỏi ấy làm gì. Còn làm lạ, thì nghệ thuật sáng tạo tức là làm các phép lạ giống như Đức Chúa Giêsu đã làm các phép lạ, có phải không nào?

Nghé ọ: Chữa bệnh, chữa người cùi, đi trên mặt nước, làm cho người ta sáng mắt... Toàn là ma thuật! Ngày xưa người ta đã đưa lên giàn thiêu ối tay phù thuỷ. Tay này đúng là một tay phù thuỷ.

K-Oa: Về chuyện phù thuỷ ta sẽ hỏi sau... Này, thế có người nói rằng ông là nhà văn của những mệnh đề đơn giản. Ông có công nhận đúng như thế không?

Nhà văn: Lạy giời, đấy là câu khen ngợi tuyệt vời nhất mà tôi muốn có. Tôi luôn hướng tới sự đơn giản, đúng hơn là sự giản dị. "Sự giản dị là điều kiện thiết yếu của cái đẹp đạo đức". Lép Tônxtôi nói thế. Thưa các ông, còn lâu tôi mới trở thành nhà văn của các mệnh đề đơn giản. Bây giờ, thực sự tôi mới chỉ là một nhà văn danh tiếng. Một số báo chí phương Tây như *Le Monde* hay *Libération* gọi tôi là nhà văn hiện đại lớn nhất Việt Nam. Tôi cũng không thích được gọi như thế vì gọi như thế cũng chẳng khác gì ví tôi như con ễnh ương lớn nhất giữa bầy ễnh ương!

Nghé ọ: Sao là ễnh ương mà không chão chuộc?

Nhà văn: Ừ thì chão chuộc. Chão chuộc cũng được. Nhưng nếu là voi hay sư tử thì khác.

K-Oa: Chỗ này là ý thức dân tộc kém đây! Thôi được! Tại sao khi ông viết văn, người ta "cứ phải cầm lên và phải đọc bằng hết. Mặc dù, có cái đọc xong, thấy cũng chẳng có quái gì cả. Chẳng có gì nhưng vẫn cứ phải đọc cho bằng hết" [1] . Thế là cái gì?

Nhà văn: Thưa các ông, thế là văn học chứ còn gì nữa!

Nghé ọ: Thỉnh thoảng, ông lại còn nói như thánh phán. Đấy là tội chết. "Tình yêu là một hung thần". Ai bảo ông nói thế?

Nhà văn: Thì ông cứ yêu thử xem! Nhất là ở tuổi tôi với tuổi các ông...

Nghé ọ: Lại còn câu: "Vợ người thì đẹp. Vợ mình lại tử tế"...

K-Oa: Ông có công nhận ông viết và nói rất nhiều những câu linh tinh nhảm nhí có phải không nào?

Nhà văn: Vâng! Phật tổ nói: "Mở miệng là đã sai rồi".

Nghé ọ: Vậy sao biết thế mà lại cứ nói?

Nhà văn: Thưa, ngày xưa Phật tổ đắc đạo dưới gốc bồ đề, ngộ ra cái lý của vũ trụ và sự vi diệu của đạo pháp. Người sợ chúng sinh mê đắm quá sâu, có đăng đàn thuyết pháp cũng chẳng thấu, vô ích. Song các chư tiên, các đế thiên đế thích đều khẩn thiết Người hoằng dương đạo pháp để cứu chúng sinh. Viết văn và nói linh tinh có lẽ cũng giống như thế. Bất đắc dĩ phải viết, phải nói mà thôi.

K-Oa: Kiêu ngạo quá lắm! Ông dám ví mình với Phật hay chăng?

Nhà văn: Không! Tôi chỉ là một người ngoan đạo và có Phật tính ở trong thế giới Ta bà.

K-Oa: Ngoan đạo! Văn chương du thủ du thực, trác táng. Rõ ràng ông là một tay lọc lõi, đồi bại. Có phải không nào?

Nghé ọ: Chứ còn gì nữa! Mà cứ thỉnh thoảng lại còn hay cho nhân vật chết nữa. Thế mới ác độc!

K-Oa: Lại còn cứ hay cho thơ vào truyện.

Nghé ọ: Tóm lại, ông là một người rất nhiều tội lỗi.

Nhà văn: Vâng! Tôi luôn có ý thức sám hối những tội lỗi cho tôi, cho mọi người.

K-Oa: Nếu trích từng câu ra, tôi có thể nói rằng ông viết toàn thứ bậy bạ.

Nhà văn: "Y kinh giải nghĩa tam thế Phật oan". Thưa, kinh mà giải nghĩa từng chữ, từng lời thì oan cho chư Phật ba đời. Xin các vị xem ý tứ ở trong cảnh giới thế nào cái đã. "Ly kinh nhất tự, tất đồng ma thuyết". Bỏ đi một chữ trong kinh thì tất thành điều ma nói. Có câu rằng: "Phật Phật Ma Ma. Ma Ma Phật Phật". Vậy xem xét văn chương thì cũng không nên chấp nhặt vào lời và cũng không nên lìa lời để xét đoán chân lý.

Nghé ọ: Hừ! Rất khó chịu! Cứ hay lấy kinh Phật ra để giải thích! Tay này có lẽ sẽ không mổ xẻ gì cả, ta chỉ có thể băm nhỏ hắn ra thành từng mảnh mà thôi.

K-Oa: Thôi! Tôi hỏi ông câu hỏi cuối cùng, sau đó ta sẽ nghỉ ngơi một lát. Ông công nhận rằng ông không có tài năng gì, có phải không nào? Nói thật đi!

Nhà văn: Vâng! "Có tài mà cậy chi tài. Tài tình chi lắm cho trời đất ghen". Vậy, xin các ông tuỳ tiện làm gì thì làm.

Thôi cứ coi tôi là vô tích sự cho xong. Còn tôi, bây giờ tôi không nói nữa.

Một màn múa của các vũ nữ và vũ công. Màn hạ.

*

Hồi thứ tám

Cảnh bệnh viện. Sân khấu trống trải, chỉ có nhà văn vô danh và người đội mũ phớt, đeo kính đen, mặc áo bành tô ngồi đối diện nhau ở nửa sân khấu. Hai viên trương tuần đứng như đứng gác ở nửa sân khấu còn lại.

Nhân vật người đội mũ phớt xuất hiện từ hồi thứ bảy của vở kịch, bí hiểm, ông ta không tham gia vào vở kịch và sự im lặng của ông ta suốt hồi kịch thứ bảy đã gây tò mò kinh khủng cho người xem.

Nhân vật nhà văn và người đội mũ phớt ngồi trên bục cao làm những động tác như đối thoại nhưng không nói năng gì (giống như kịch câm). Bóng của họ hắt lên tấm phông sân khấu đằng sau. Người ta có thể dễ dàng nhận thấy cuộc đối thoại ấy có khi gay gắt, có khi nhẹ nhàng. Đa số những cuộc nói chuyện đều tuỳ tiện và có vẻ như chẳng ai chịu ai. Có lúc họ còn ném những vật trên bàn vào mặt nhau. Về đại lược, cuộc nói chuyện là hoà bình, thân thiện, đối kháng nhưng trong sự kiềm chế. Phía trước sân khấu, các vũ nữ và vũ công trình diễn một màn múa khá đẹp mắt, kể sơ lược lại lịch sử văn học Việt Nam.

Những người nguyên thuỷ ca hát.

Những bà mẹ kể chuyện cổ tích cho con.

Các nhà sư đọc thơ tiếp sứ thần nước ngoài.

Những cuộc thi tuyển chọn trạng nguyên.

Những giáo sĩ phương Tây đến truyền đạo và soạn chữ quốc ngữ.

Những tờ báo đầu tiên.

Những nhà văn hiện đại Việt Nam đầu tiên, người ta có thể nhận ra vài ba người hao hao giống như Vũ Trọng Phụng, Nhất Linh, nhóm Tự Lực Văn Đoàn, Nam Cao, Nguyễn Bính, Nguyễn Tuân, thậm chí cả Nguyên Hồng... còn lại thì na ná đều giống nhau cả.

Âm nhạc khá độc đáo và sôi động. ánh sáng trên sân khấu được đặc tả ở nhiều nhân vật rất có cá tính. Rõ ràng đạo diễn vở kịch này cần phải là người rất am hiểu lịch sử văn học Việt Nam và có kiến thức văn hoá sâu rộng. Hồi kịch này diễn ra trong chừng từ 7 đến 10 phút.

Màn hạ.

*

Hồi thứ chín

"Bệnh viện tình thương". Trên sân khấu chỉ có hai viên trương tuần đứng gác. Trần Mạnh Khảo đi ra, quần áo xộc xệch vẫn ôm chậu hoa và thổi phù phù. Các vũ nữ mặc quần áo tắm hai mảnh và các vũ công đang dọn dẹp trên sân khấu. Họ hạ biển hiệu "Bệnh viện tình thương" xuống và xếp gọn các bàn ghế lại một góc như để chuẩn bị cho việc diễn một chương trình khác hoặc như để kết thúc vở kịch.

Trần Mạnh Khảo: Ô... Sao bảo ở đây vẫn còn đang mổ xẻ gì cơ mà? Thế là thế nào? Ai cho phép thu dọn đồ đạc thế này? (Ông ta hỏi các vũ nữ và vũ công nhưng họ đều tránh ra, không nói gì. Cuối cùng ông ta hỏi đến hai người trương tuần). Các anh đứng đây mà để cho họ làm loạn thế à?

Trương tuần 1: Thế ông bảo chúng tôi làm gì họ được?

Trần Mạnh Khảo: Thế giám đốc bệnh viện đi đâu? Làm gì?

Trương tuần 2: Chịu! (*Cười*). Có khi ông ta đi hát karaôkê hay đi đua xe cũng chẳng biết chừng?

Trần Mạnh Khảo: Thế không còn mổ xẻ gì à?

Trương tuần 1: Thôi từ lâu rồi!

Trần Mạnh Khảo: Ai cho thôi?

Trương tuần 2: Chậc! (*lắc đầu, nhún vai chỉ lên trời*).

Trần Mạnh Khảo: Thế các đồng nghiệp của tôi đâu cả? Họ đi đâu rồi?

Trương tuần 1: Biết thế nào được, ông thì về nhà lấy vợ. Ông thì về nhà bỏ vợ... 50 ông xuống biển, 50 ông lên rừng.

Trần Mạnh Khảo: Thế này thì điên hết cả rồi à? Tôi không thể hiểu ra sao nữa cả. Kết thúc không có hậu à? Chèng đéc ơi! Chúa ơi! (*tỏ vẻ đau khổ, vò đầu bứt tai*). Kết thúc không có hậu à?

Trên sân khấu, các vũ nữ, vũ công đã dọn dẹp xong. Họ đang dàn hàng để chuẩn bị cho một điệu nhảy mới.

Âm nhạc bắt đầu khe khẽ nổi lên. Các vũ nữ, vũ công khởi động chân tay. Một vũ nữ mặc quần áo tắm hai mảnh trông khá "sếch-xy" đến gần Trần Mạnh Khảo, lịch sự đỡ lấy chậu hoa cất đi.

Vũ nữ: Ông anh! Em mời ông anh một điệu nhảy có được hay không?

Trần Mạnh Khảo (*cười ngượng ngập rồi cười vui vẻ, thoắt cái đã trở thành một con người khác*): Được chứ!

Trần Mạnh Khảo quăng áo vét-tông khoác ngoài, bên trong là y phục của một nghệ sĩ. Hai tay vỗ vào nhau, ông ta giậm chân nhảy một điệu "claket" ngắn khá sành điệu rồi chuyển sang các điệu dân vũ như của Nga và của Tây Ban Nha. Ông ta đã trở nên một nghệ sĩ thực thụ. Tất cả các vũ nữ, vũ công nhảy điệu "lăm-ba-đa". Trên sân khấu, Trần Mạnh Khảo rõ ràng là một vũ công giỏi nhất trong các vũ công. Đôi lúc ông ta lại còn dùng đầu mình làm trụ, xoay tròn như chiếc "com-pa", giơ hai chân lên trời hệt như diễn viên ở trong phim chưởng Hồng Kông, khiến ai cũng phải giật mình, bất ngờ, thích thú.

Vở kịch kết thúc trong sự du dương của âm nhạc và của màn múa đặc sắc khiến cho người xem không còn muốn đứng lên rời chỗ nữa. Màn hạ.

[Thích Thiện Ngân
Viết từ ngày 24/4/2004 đến ngày 25/5/2004
Trích từ trang mạng talawas, 2004]

---

[1] „Song viết"(Có người đọc là song kiết) vốn là hai chữ nôm trong "Quốc âm thi tập" của Nguyễn Trãi. Cuộc tranh luận về mấy chữ này (đọc thế nào, giải nghĩa ra sao) đã diễn ra ở Việt Nam khoảng từ năm 1962 đến nay vẫn chưa chấm dứt. Trong một bài viết gần đây nhất in trên tập san "Hồn Việt" của Trung tâm nghiên cứu quốc học (Tết Giáp Thân 2004), giáo sư Cao Xuân Hạo cho biết "song viết" có thể hiểu tới 5 nghĩa khác nhau (tư nghiệp, tài sản, rông vát, chơi nhởi, xuôi ngược). Thơ của Nguyễn Trãi có câu: "Nghênh ngang dặm liễu một con rìu/ Song viết nào hơn song viết tiều/ Một gác yên hà là của cải/ Vài hàng thông trúc điểm đăm chiêu...".

[2] Trích trong bài "Ngẫu hứng qua mây gió" của Trần Đăng Khoa và Nguyễn Văn Thọ trao đổi về tác phẩm của Nguyễn Huy Thiệp nhân "sự kiện hoa thuỷ tiên" (Tạp chí Văn nghệ quân đội số 594 tháng 4/2004).

[3] Như trên

[4] Thôi xao: Điển tích văn học, nói về sự cầu kỳ trong lao động chữ nghĩa của nhà thơ.

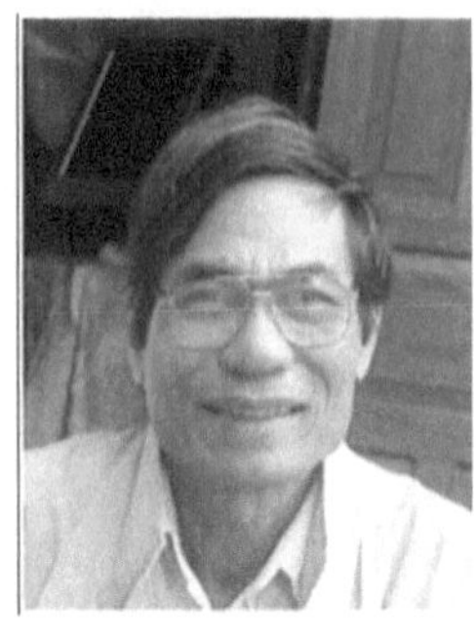

NGUYỄN LỆ UYÊN

Nguyễn Lệ Uyên là bút danh lấy từ tên một ngôi làng chuyên làm muối ở Sông Cầu (Phú Yên).

Tốt nghiệp Đại học Sư Phạm Cần Thơ năm 1970. Động viên vào trường Sĩ quan Trừ bị Thủ Đức khóa 6/70.

Trước năm 1975, truyện ngắn đăng trên các tạp-chí *Văn, Khởi Hành, Thời Tập, Nhà Văn, Chính Văn, Ý Thức,...*

Sau 1975, viết truyện và phê bình văn học trên tạp chí *Thư Quán Bản Thảo* và các trang mạng Talawas, Damau, Hocxa, Vuông Chiếu LH, Sangtao, T-van, Vanviet,...

Tác-phẩm đã xuất-bản:

Các tập truyện

- *Sông Chảy Về Núi* (Thư Ấn Quán, 2003),
- *Mưa Trên Sông Dakbla* (2003),
- *Chân dung tự vẽ* (Thư Ấn Quán, 2010),
- *Nhật ký thằng điên* (Thư Ấn Quán, 2015).
- *Trang sách và những giấc mơ bay* ("viết về những tác-giả miền Nam"; tập I: Thư Ấn Quán, HK, 2010; tập II: 2012 và tập III: 1/2019).

Và 6 tập sưu khảo về văn hóa dân gian: Trò Chơi Dân Gian 2003, Truyền thuyết và huyền thoại, Bài chòi,...)

Buổi sáng trong làng

Gà vừa cất tiếng gáy sang canh, Dự vội vã bật dậy nhóm bếp nấu ấm nước pha trà, loại trà nát như cám được phân phối theo tem phiếu trên cửa hàng mậu dịch hợp tác xã. Uống loại nước chan chát không mùi vị khiến anh có cảm giác như lúc ở trại Thập hái lá cây rừng sao vàng thay trà. Dẫu sao trà cám vẫn hơn nước đun sôi và nước đun sôi vẫn hơn loại lá rừng đắng chát. Với lại, thời buổi này không thể tìm đâu ra thứ trà ướp ngâu, ướp sen… mà có thì cũng không có tiền mua. Cái gì cũng có thể trở thành thói quen, anh thầm nghĩ và uống cạn bình trà trước khi đứng dậy ra tháo cổng chuồng.

Lúc lùa đôi bò ra ngõ, vợ Dự vừa kịp lóp ngóp ngồi dậy, hỏi nhóng theo:

- Sáng nay anh ăn ghé khoai lang hay mì?

Dự nhổ phẹt bãi nước bọt xuống nền đất, xoay cây cày sang vai phải, từ bìa sân gạch nói với:

- Phở Pasteur! – Dự nói như lệnh của ông đại đội trưởng ngày nào: "Hàng ngang, tiến!". Phở Pasteur là tiếng lóng chỉ hai vợ chồng anh hiểu. Đó là những sợi bột sắn mì như con bún gạo, vợ anh tự chế biến, trộn chút muối hầm, đường đen, hành lá và ít mỡ heo mang hấp chín. Ăn thứ này đỡ ngán hơn nấu chay, trộn dúm gạo ghé. Những lúc bưng chén mì đưa lên mũi, mùi thơm xông lên sực nức khiến Dự nhớ những ngày về thủ đô dự lớp tu huấn, được thằng bạn bên cầu chữ Y dẫn ăn phở Pasteur. Lần đầu tiên Dự ăn món phở mà cứ ngỡ như mình là ông hoàng bà chúa. Nó ngon đến nỗi dưới đáy tô không còn sót lại chút gì, và nếu như không có thằng bạn, Dự sẽ vào một quán khác gần đấy kêu liền hai tô. Những ngày học sinh lầy ở Dục Mỹ, đôi giày bị nhấn lút trong lớp bùn nhão, Dự cứ ngỡ như mình đang bơi trong tô phở Pasteur hôm nào!

- Nhà hết mỡ. Hay để em ghé khoai lang vậy?

- Gì cũng xong – Dự vọng lại từ cánh cổng gỗ.

Đôi bò theo thói quen, ra khỏi ngõ rẽ qua truông trái, chậm rãi bước thẳng ra đồng. Cây cày trên vai bị trở vai liên tục, vì hồi nào tới giờ anh có biết cày cuốc là gì. Học chưa hết năm đệ Tam tới tuổi quân dịch, đánh nhau suốt từ năm này sang tháng khác cho đến lúc bị gán cho tội cầm súng đế quốc chống lại nhân dân. Cái tội tày đình đó phải học tập cải tạo như bao nhiêu người khác cùng cảnh ngộ đến gần hai năm. Hai năm theo đúng nghĩa của người tù khổ sai để cuối cùng cầm mảnh giấy rơm vàng ố quay về trình diện địa phương. Như vậy kể cũng may mắn: Đạn bom chưa giết chết Dự. Bệnh tật, đói khát, sơn lam chướng khí… trên rừng núi không vật ngã được anh. Dự vẫn sống nhăn răng để trở về và chịu đựng tiếp những khổ nạn của thân phận thằng ngụy quân cầm súng bắn phá cách mạng, chống lại nhân dân…

Cây cày đè nghiến trên vai. Màn đêm lờ mờ. Cây cày bị xoay trở liên tục. Lúc ngang qua xóm Gòn, lũ chó chạy ra thọc mõm qua bờ rào sủa như muốn xé rách màn đêm. Cả một đàn chó trong xóm cùng gào lên như thể Dự là quân trộm cắp, là bóng ma đang lởn vởn trong làng. Ra tới chòi canh đầu xóm, người du kích quấn chiếc mền thu lu quanh cổ, đang bập bập điếu thuốc chỉ thấy đốm lửa đỏ như que nhang, quẹt đèn pin thành vệt dài một lượt, hỏi:

- Cày sớm anh Hai?

- Cày sớm về nghỉ cho khỏe.

- Ngồi hút điếu thuốc đã.

- Cảm ơn, để tranh thủ cày cho xong còn làm chuyện khác - nói và Dự thúc đôi bò bước nhanh.

Bóng đêm vẫn còn đậm đặc, tiếp với màu cây cối hai bên đường. Tiếng chó sủa thôi rát nhưng tiếng gà gáy thì bắt đầu rộ lên. Cũng tiếng gà ấy, nhưng ngày trước nghe giục giã, còn giờ thì nghe mỏi mòn, eo óc, giống tiếng kẻng lệnh treo giữa xóm, trên cây duối, điều khiển mọi hoạt động của đám người trong làng.

Đôi bò lầm lũi bước. Dự lầm lũi bám theo chúng. Đôi bò, nay trở thành vị cứu tinh của cả nhà. Dự áng chừng cũng gần bốn giờ sáng. Bốn giờ bắt đầu mắc bò vào quải, bắt đầu đánh rông, cày đến khi mặt trời gát qua khỏi đọt tre cũng gần mười giờ. Mười giờ mở bò, mở trước lúc tiếng kẻng lệnh vang lên chói tai. Thời gian lúc này đối với Dự (và cả dân làng) không còn có thể nhìn vào chiếc kim nhỏ chạy vòng tròn trên mặt số nữa rồi. Tiếng gà gáy và mặt trời đã thay thế vị trí của nó, bởi những chiếc đồng hồ đã bị chiếc kẻng treo lủng lẳng trên cây duối choáng chỗ, được đem bán cho mấy ông cán bộ chi viện, tập kết thèm thuồng. Bán để mua thêm vài mươi cân lúa dự phòng. Có đồng hồ trong nhà mà cái bụng tóp teo phỏng ích gì, ai cũng nghĩ vậy.

Mắc được đôi bò vào quải, Dự đã nghe rõ mồm một tiếng lội bì bõm trong đám ruộng bên. Té ra cha con Hương Bổn còn ra đồng sớm hơn. Dự tằng hắng:

- Bữa nay nữa xong chưa đó?

Tiếng Hương Bổn từ xa:

- Chưa. Còn gần hai sào nữa.

- Tôi ráng bữa nay là gát cày.

- Mửng này đói vẫn hoàn đói, chưa chết là may - tiếng Hương Bổn lầu bầu không ăn nhập gì tới sự quan tâm cày nhanh chậm.

Dự nghe mà không trả lời, cầm chui cày, nhịp roi lên mông đôi bò. Cả ba dựa vào nhau bước tới. Bước tới để hít mùi bùn đất dậy lên gây gây trong buổi sáng tinh mơ. Tiếng chân bò thả bì bõm trong nước. Đôi chân anh cũng thả bì bõm trong màn nước ngậm bóng đêm lạnh ngắt. Thỉnh thoảng những bước chân bước hụt xuống lỗ đất hẹp thấp làm nước ruộng bắt vọt lên mặt, giống như cái tát của ngọn roi mưa. Nhưng cái lạnh ấy khiến anh cảm thấy có chút yên ổn rằng mình đang còn cử động, hơi thở vẫn còn thụt ra vào hai lỗ mũi, tim vẫn còn đập, dẫu biết rằng nó sẽ tắt nghẽn bất kỳ lúc nào.

Lưỡi cày găm vào đất, xới lên thành vồng tỏa ra thứ mùi thơm nồng đặc biệt. Đó là mùi bùn đất lưu cửu tổ tiên để lại cho con cháu bằng cả mồ hôi, nước mắt và máu và xương. Cái mùi ấy đã thấm sâu vào da thịt dân làng này. Họ biết vậy. Biết và hàm ơn nên ông bà lớp trước mới xây một ngôi đình khang trang để thờ người mở đất…

Đó là ngôi đình thờ thành hoàng. Ngôi đình rộng mênh mông từ bao đời, bỗng nhiên, chỉ trong một buổi sáng, nó biến thành nơi hội họp của hợp tác xã theo lệnh của ai đó ở trên. Họ nói thờ cúng là mê tín dị đoan. Với lại đất đai là của nhà nước, của nhân dân chớ không của riêng một kẻ nào, không có ông thành hoàng nào mở đất cả!

Lệnh rớt xuống như lưỡi dao bén chém ngang thân chuối. Cái lệnh ấy khiến đám thanh niên lóc chóc hò la xông vào, gỡ những tấm nghi khậu, liễng đôi ném xuống đất như thể chúng đang đánh nhau với kẻ thù. Đám khác chia nhau ôm cờ phướn, đèn thờ, trống, phèn la… vất vào gian lẫm phía sau chái. Vật tế tự, từ khí đồng thau, nằm vương vãi, lăn lóc như xác địch quân sau trận ác chiến. Máu không chảy thành vũng, nhưng những mạng nhện lòng thòng có vẻ như những mảnh tim gan phèo phổi của tổ tiên rớt ra từ những vật tế tự kia. Phút chốc ngôi đình trống hoác, như ngôi miếu hoang phế. Bức hoành phi với mấy chữ đại tự sơn son thếp vàng, mới đây còn uy nghiêm trên thanh xà gian giữa, giờ nằm chống chơ trên nền đất lạnh. Chất nhiệt tình cách mạng đã nghiến nát tâm linh. Người chết và kẻ sống đã phân đôi, nhìn nhau qua những thứ vung vãi dưới nền như thể chết thêm lần nữa!

Dự đi ngang qua, tình cờ cong người nhìn vào và chợt thấy, rùng mình như hồi nhỏ từng chứng kiến cảnh tiêu thổ kháng chiến. Anh gạt những giọt mồ hôi lấm tấm trên trán và những giọt nước mắt chực trào ra, quay lui về phía kiệt tre và đụng mặt ngay cô Lại đang nhởn nhơ bước tới, người bạn chận bò thuở thiếu thời.

Lại cười khẩy, rít lên:

"Anh tiếc mấy thứ giẻ rách kia hả, cứ vào lấy mang về nhà. Tôi cho đấy!"

Dự liếc mắt nhìn cô, nghĩ thầm: Không ngờ con Lại của mười mấy năm về trước nay thay đổi thiệt nhanh chóng. Cô lạnh lùng, tàn nhẫn… vụt bay ra từ cái nhìn nhọn sắc và hàm răng khít rin, thù hận. Dự suy nghĩ mãi, không hiểu tại sao cô lại làm như vậy? Một đứa con gái như bao cô gái khác trong làng, cần mẫn với ruộng vườn, bếp núc; cũng cười đùa hể hả với đám bạn mỗi khi có dịp đùm túm với nhau. Vậy nhưng sau cái đêm cô biến mất khỏi làng, "sau một thời gian dài không tung tích, nó đột ngột quay về trong đêm, tập hợp dân làng hô hào nổi lên diệt ác ôn đánh Mỹ cứu nước - Cha Dự chậm rãi cất giọng lào khào kể lại - Nó răng đe mọi người sẽ bị xử trị đích đáng nếu tiếp tay cho địch. Nói xong nó bắn một phát súng thị uy rồi biến mất trong đêm tối một cách đột ngột như lúc đến". Giờ thì Lại quay về, lãnh đạo cả xã, cả làng phá sạch những thứ mà Lại gọi là tàn dư, là rác rưởi của đế quốc và tay sai để lại. Mấy ngôi miếu thờ cô hồn là nạn nhân đầu tiên; ngôi chùa nhỏ cuối làng cũng không thoát khỏi số phận hẩm hiu… Rồi nay tiếp đến ngôi đình này. Không biết cô còn nghĩ ra những gì khác nữa để tiếp tục đập phá cho hả lòng căm thù?

Những khi cô ra lệnh như vậy, Dự tự hỏi, có giây phút bất chợt nào đó, Lại nhớ về cái đêm trăng non bẻn lẻn nấp trong đám mây mỏng vê tiết lập thu se se? Đêm mà cô háo hức xô ngã Dự lọt qua bờ rào chiêm chiêm, phóng theo đè lên người Dự. Mảng da thịt âm ấm của cô gái mười bảy phủ chụp lên khắp người thằng nhóc con là Dự đang bước vào tuổi dậy thì, khiến nó run rẩy với những khoái cảm sững sờ. Ánh trăng không đủ sáng, nhưng Dự nhớ như in màu trắng trên thân thể nó cùng món tóc đen trùm kín mặt Dự. Lại sờ soạn, bấu riết, hôn lên mặt mũi, lột truồng nó ra. Mọi thứ diễn ra thật nhanh, giống như lúc Dự bất ngờ bị xô ngã qua hàng rào chiêm chiêm. Dự không còn thấy màu sáng của trăng của da thịt đứa con gái, nhưng Lại đã thành thạo biến một thằng nhóc thành đàn ông khi mới mười lăm! Đêm trăng non trong tiết lập thu vĩnh viễn để lại trên người Dự vết sẹo của nỗi hoang mang, sợ hãi cuộn tròn lại như những đợt sóng lớn nhỏ đập mãi vào bờ đá. Những ngày đi lính, gặp phụ nữ Dự sợ còn hơn đang lúc đánh trận. Đêm đầu tiên gần vợ, Dự cong người lại y như lúc ngã qua bờ rào. Nỗi sợ hãi chập chờn trôi nổi bềnh bồng như túm rác trôi trên con kênh đen quánh… Lại, dưới con mắt Dự là hiện thân của những tội lỗi rực rỡ chồng chất thành những vệt lân tinh trong khu rừng ẩm ướt mỗi lúc hành quân, trên chiếc giường tre có cô vợ bé nhỏ nằm bên cạnh và ngay cả khi thả chân xuống mặt ruộng trắng nước. Tiếng bước chân của chính Dự vang lên bì bọp, òn ọt khiến Dự luôn có những cái rùng mình bất ngờ nổi dậy…

Dự vãi mồ hôi giữa buổi tinh mơ lạnh ngắt.

Đôi bò thong thả kéo chiếc lưỡi sắt nhọn lật tung những dề đất phía dưới, còn Dự thì miên man suy nghĩ xa gần trên chuôi cày. Ba sinh linh bé nhỏ giữa đất trời cao rộng này bơi vòng vòng quanh đám ruộng hợp tác xã, giống con vịt bơi trong ao tù.

Cày đâu hơn hai rổng đất thì trời sáng rõ. Lát sau cụ

Lớn lơn tơn xách giỏ cơm đặt trên bờ ruộng gọi lớn: "Cha ăn cơm con về đi học!". Dự ngoái lại nhìn thằng con ốm nhách, cao như cây sậy, trong lòng gợn lên nỗi cồn cào không hình dạng. Hồi nhỏ, anh có đâu như vầy. "Ừa, để đó". Dự la lớn và hình như tiếng la đó rớt cái tõm xuống ruộng nước. Cu Lớn đã lên tới bờ mòn, cắm cúi bước thật nhanh về phía làng.

Dự cày giáp vòng, đến gần phía bờ đặt rổ cơm, anh dừng lại, rút náp cho lưỡi cày găm sâu xuống đất (giống như người ta thắng xe) hô "dọ, dọ…" để đôi bò dừng lại rồi gát roi lên bắp cày, thủng thỉnh bước lên bờ.

- Anh Năm ơi - Dự kêu lớn - nghỉ vào ăn cơm cái đã.

- Ăn đi. Tôi ăn cơm nguội ở nhà rồi.

- Thì nghỉ uống nước cái đã. Xong sớm tôi qua cày giúp anh mấy đường - Dự nói cho có nói chứ trong bụng biết tổng Hương Bổn chưa có hột cơm nào trong bụng. Mấy tháng nay vợ bệnh, con đau số lúa dự trữ cứ vơi dần, lấy đâu cơm sáng cho ông đi cày? Đến viên thuốc cũng không có, thay vào là những viên Xuyên Tâm Liên từ hiệu thuốc nhân dân đắng ngắt trị bá bệnh thì bệnh nào qua khỏi, sao có thể phục hồi sức lực!

Hương Bổn dừng bò, kẹp chiếc roi cày vào nách bước về chỗ Dự đang ngồi.

- Cái đời tôi – Hương Bổn khọt khọt trong cổ họng để đẩy cục đờm vướng víu đâu đó, khạc ra, nhổ phẹt xuống mặt nước ruộng - lúc nào cũng đen đủi, bắt thăm trúng đôi bò cày của con mẹ Chánh ốm nhách, giống như đồ ho lao, thúc mấy cũng không mập lên. Người ta cày cả sào thì nó lê lếch chưa được phân nửa. Mẹ đời, tôi muốn trả lại cho hợp tác quá trời, ngặt nỗi trả lại thì lấy gì mà sống đây. Đã bị phân vào tổ cày bừa rồi. Còn phần ruộng chú thấy đó, nó là cái ao thì đúng hơn, phải bơi để cấy…

Dự nghe giọng nói hùn hụt gần như đứt hơi, cảm thấy chạnh lòng:

- Anh Năm, kệ mẹ đời, anh ăn chút cơm rồi hẵng cày. Chòm xóm với nhau anh khách khí làm gì.

- Tôi đã nói, ăn rồi. Chú biết tánh tôi mà?

Nói dứt câu, Hương Bổn thở phì phì như chính ông kéo cây cày nặng trình trịch thay đôi bò và tiếp tục bơi trong đám ruộng ao của mình.

- Thôi anh, để hôm nào họp tổ, anh em xúm nhau đưa đơn xin đổi đôi khác cho anh.

- Đổi ai? Đâu có đôi nào "rề dẹt" mà đổi. Thiệt ngán. Tôi muốn giao lại, nhưng nhìn đàn con lít nhít thấy không nỡ. Mẹ đời. Cách với chả mạng. Trước tôi đâu đến nỗi khổ vầy. Bao nhiêu ruộng vườn ép vào hết hợp tác, thành của người khác, của nhân dân, mình trắng tay. Mẹ cứt, nhân dân là cặc đách gì không biết nữa!

- Thôi đi anh Năm ơi. Đại nạn là chung cho cả bầy người lúc nhúc, đâu riêng gì anh em mình? Hè, làm chén cơm cho nóng rồi xuống cày tiếp – Dự nói, liền tay xới chén cơm ghé sắn mì, nâng lên đưa cho ông bạn già.

Hương Bổn xua tay:

- Ăn rồi. Cơm nguội từ hôm qua cứng như sạn cũng cố mà nuốt. Chú mày ăn đi, tao uống miếng nước, không thấy đói. Nói và ông giở ấm chén rót ra uống đánh ực một hơi rồi lần vô túi áo rút gói thuốc rê ra vấn. Điếu thuốc to bằng ngón tay cái quấn bằng giấy vở học trò tách đôi ra như người ta lóc phần da và thịt con cá lóc. Hương Bổn kẹp điếu thuốc lấm lem mực viết. Điếu thuốc cứ rung rung giữa hai ngón tay như chính nó đang lên cơn sốt.

Dự chần chừ một lúc mới giở trật tấm lá chuối đậy trên

rổ cơm vừa ái ngại nhìn người hàng xóm, cảm thấy như mình là kẻ có tội với cha con Hương Bổn. Dự biết là ông chưa có hột nào trong bụng, nhưng nài ép thêm chút nữa có nghĩa là làm nhục ông ta, bèn dùng tay nhón lấy chút cơm lẫn trong những miếng sắn mì, vón thành cục nhỏ chấm muối é cho vào miệng, nhai nhỏn nhẻm. Dự nhìn chén cơm trên lớp cỏ lấm bùn, phần dành cho Hương Bổn, chạnh lòng. Dự không còn lòng dạ nào ngồi ăn vừa nhìn Hương Bổn khốn khổ, râu tua tủa, ốm nhách. Mà, Dự cũng không hơn gì ông hàng xóm, có điều đỡ gánh nặng gia đình, chỉ phải nuôi đứa con duy nhất. Vợ Dự còn khỏe, vào tổ đan đát, mỗi ngày kiếm cũng vài trăm gam lúa. Cả hai chắt mót, tùng tiệm cũng đủ xoay xở. Chỉ tội Hương Bổn. Con đông quá, cả hai vợ chồng vật lộn với ruộng đồng cũng không đủ miếng ăn.

Dự đậy tấm lá chuối lại, hỏi xin điếu thuốc. Hương Bổn ngó sững Dự:

- Sao không ăn. Chú tội nghiệp tôi hả?

- Dạ không, anh Năm. Tự dưng hết muốn nuốt. Làm ăn kiểu này đến lụn bại mất. Anh nhớ mùa rồi, tụi thằng Cạnh thằng Sang giấu lúa hột kéo về nhà? Chúng nó là đội trưởng, đội phó đấy. Lại nghe nói tay chủ nhiệm và tay thủ kho tuồn mấy tấn ra chợ đen. Bị bể ổ, nhưng chúng tự biết dán miệng nhau thành ra êm xuôi. Chẳng ai làm gì chúng, cũng chẳng có thằng xã viên nào dám hó hé. Đấy, mẫu hình hợp tác xã nông nghiệp đấy!

- Ậy, mình mà xỏ miệng vô thì trước sau cũng bị gán phản động.

- Tôi vẫn ức vụ ngôi đình.

- Ức thì chú làm được gì?

- Đúng là không làm được gì. Nhưng cái mặt con Lại đấy, từ đất nẻ chui lên chắc?

- Tôi biết nó thù chú mà? Mấy lần chú giải thích nhưng nó đâu có nghe, phải không?

Nghe mấy tiếng "nó thù chú", tự dưng người Dự nóng ran lên vì xấu hổ, ngỡ như trong đêm trăng non lờ mờ kia, Hương Bổn đứng ngay sau lưng và đã nhìn thấy, đã hiểu tất cả. Ngập ngừng lúc lâu, Dự mới lên tiếng:

- Giải thích gì anh ơi. Tôi chỉ nói là nếu cần hung thì dọn dẹp đồ thờ tự sang một góc để làm tạm hội trường, chớ có đập phá, tội. Kẻ hậu sinh cũng phải nhớ công lao người đi trước. Tôi nói chỉ có vậy mà cổ kêu tôi là kẻ phá hoại. Anh coi có oan tôi không?

Hương Bổn kéo một hơi thuốc thật dài, phà khói bay thành mảng trắng mờ mặt nước:

- Chuyện dâu biển, nay dời mai đổi, biết đâu mà lường, chú ơi.

Hai người chuyện vãn một lát rồi đứng lên, trở lại cầm chuôi cày.

Những dề đất lật qua một bên láng tưng như thoa một lớp mỡ. Những con sáo nâu, cò xám sà tới tranh nhau những con trùn nước, cắn mổ la chí chóe. Chúng đậu thật gần, chỉ cần hươ củ roi là đụng ngay, có một bữa "cải thiện" cho cả nhà; nhưng Dự không làm vậy. Nó cũng đang tìm miếng ăn như bọn anh mà. Chúng chẳng đụng chạm, cắn mổ, phá phách mình thì mắc mớ chi đập chúng? Không hẳn anh từ tâm, tu hành gì ráo, chỉ có điều, cái sự kiếm ăn của chúng sao giống như bọn người như anh và Hương Bổn lúc này, nên không nỡ xuống tay! Suy nghĩ miên man một lúc khiến anh mệt nhoài và không để ý gì đến lũ cò sáo, cắm cúi cầm chắc chuôi cày, cốt cho thật nhanh để ngày mai theo bọn thằng Xanh lên núi hái ít gánh củi về dự trữ cho mùa mưa bão sắp tới. Cày bừa xong giao đất cho tổ gieo sạ coi như yên một bề, tìm thêm chuyện mà làm, đâu có thể nằm chờ mấy công điểm mọn?

Nắng lên cao, thu ngắn bóng người cày và đôi bò về một phía. Còn một rõng nhỏ nữa là xong, có thể qua bên Hương Bổn cày giúp ông ta vài đường, nhưng tiếng ví thá bên kia ruộng sao nghe cứ nhỏ dần, bước chân và đường cày như một dòng nước yếu bị cản lại không thành tiếng lõm bõm như lúc trước. Dự ngó qua. Đôi bò chệnh choạng dựa vào bắp cày bước thật chậm. Hình như cả Hương Bổn không phải bước chậm nữa mà đu bám lên chui cày trượt theo. Dự La lên:

- Anh Năm mệt lên bờ ngồi nghỉ. Tôi cũng sắp xong. Để đó tôi qua cày giúp cho.

Tiếng Dự bay đâu đó trên không, không thấu tai Hương Bổn. Hình như ông ta đuối hung rồi. Dự "dọ" bò dừng lại, bước dài như chạy về phía đám ruộng Hương Bổn đang cày, nhưng chưa tới bờ đã thấy ông khụy xuống, tay vẫn nắm chặt chuôi cày làm cho nó nghiêng hẳn về một bên.

Dự hớt hải la lên:

- Anh Năm, anh Năm… làm sao vậy? Có bị sao không?

Lúc Dự tới nơi thì Hương Bổn ngồi khụy xuống ruộng nước, mặt tái xanh. Dự luồn hai tay qua nách đỡ ông đứng lên:

- Anh có sao không?

Hương Bổn không mở được miệng chỉ lắc lắc đầu, nhưng cái lắc rất yếu. Dự hiểu tất cả. Ông bị lũi đói. Từng ấy miếng cơm độn ít ỏi từ chiều qua và nhiều ngày khác, thì còn sức đâu để cày với bừa? Dự khom người thấp xuống quàng tay Hương Bổn lên vai rồi du dần vào bờ, đặt nằm trên lớp cỏ lởm chởm. Dự lấy chiếc nón ngựa kê đầu, rót nước ra chén và vạch miệng đổ từng hớp nhỏ:

- Ít thôi nghe anh Năm, từ từ. Mà anh cũng thiệt lạ. Chòm xóm với nhau, ăn chút cơm ghé có gì là ghê gớm? Tôi biết bụng anh trống nhưng không dám nài ép sợ anh giận. Thôi, cứ nằm nghỉ cho khỏe rồi mở bò. Tôi cũng mở. Mai tôi ra quanh mấy đường xong ngay. Chớ lo, anh Năm.

Nhưng Dự đang nói cho chính tai mình nghe vì đôi mắt hương Bổn đã nhắm nghiền, bên khóe ứa ra chút nước sền sệt. Ông không còn nghe và thấy gì nữa. Dự hoảng hốt thọc tay vào ngực người bạn cày hàng xóm, lạnh ngắt. Dự bàng hoàng, khóc ồ lên như nỗi uất ức lúc bị đẩy qua bờ rào chiêm chiêm, đè nén lại thành cục u nhỏ đầy gai nhọn, bấy lâu nay có dịp vỡ bung ra.

Hai đôi bò vẫn đứng yên tại chỗ. Bóng nắng thu tròn, nhỏ lại quanh hai người.

Đồng nước trắng xoá, những người cày đồng thấp thoáng phía xa và lũ chim cò vẫn tranh nhau cắn mổ chí choé. Buổi sáng như đứng lại. Nó đứng lại bởi chưa có tiếng kẻng lệnh hợp tác xã. Nhìn từ xa, có vẻ như hai người đang to nhỏ chuyện miếng ăn.

(9/2010)

Nguyễn Lệ Uyên

Nguyễn Thị Khánh Minh by Đinh Cường

NGUYỄN THÀNH

Tên thật Nguyễn Văn Thành. Sinh năm: 1958
Bút hiệu: Rose – Nguyễn Thành
Chủ biên trang Văn Học Unescom – Facebook
Cộng tác với Nhà xuất bản Nhân Ảnh (Mỹ)

Tác phẩm đã xuất bản:
- *Lật Chiều Nắng Thổi* (Thơ, in chung với Sỹ Liêm)
- *Hồn Thôi Mưa Tạnh* (Thơ, in tại Việt Nam và tái bản tại Hoa Kỳ - NXB Nhân Ảnh)
Góp mặt trong tuyển tập *Thơ Việt Đầu Thế Kỷ 21* và nhiều tuyển tập thơ in chung khác

Ru ta đoạn trường

Chiều nay cơn gió trở đông
Tràn qua phố nhớ chạnh lòng lối xưa
Bước chân hờn dỗi đẩy đưa
Sao ta đứng lặng dầm mưa giữa trời?

Xa hun hút… cạn tâm lời
Mấy mùa trút lá tiễn người qua sông
Mấy mùa hư ảo ngóng trông
Cánh chim biệt xứ lên vồng nỗi đau

Đem buồn ươm những hạt nhàu
Cây sầu trổ nhánh bạc màu thiên thu
Lời thề hóa điệu nhạc ru
Ru ta ngày tháng phiêu du ta bà

Từng đêm nỗi nhớ vỡ òa
Rét căm chăn chiếu nhạt nhòa giấc mơ
Ngả nghiêng lời chuốt vào thơ
Bóng ôm gối chiếc thẫn thờ hư không

Tàn trăng ánh lắt lay buồn
Tỏa vàng loang lổ cuộn tròn duyên trôi
Đầu non nhành liễu tả tơi
Chênh vênh một cõi trông vời vợi xa

Mà thôi… còn bóng với ta
Có thương xin hãy ru ta đoạn trường…!

Ngược chiều nhân quả

Ta ngược chiều nhân quả
Đi tìm gốc bình yên
Thấy ngàn nỗi ưu phiền
Phủ rêu từng phiến đá

Ta qua nơi biển cả
Kiếm hạt cát vô thường
Bụi trần vẫn còn vương
Sóng xô bờ bất tận

Muốn cam đành yên phận
Dâu bể cuốn theo dòng
Mưa gió nổi cơn giông
Thuyền nghiêng trong bão tố

Chốn ta bà thống khổ
Ma quỉ phá niết bàn
Đài sen đổ nguy nan
Phật vẫn ngồi nhắm mắt

Ta tìm về với đất
Thấy ánh sáng khải huyền
Soi dắt những hồn điên
Đang ngược chiều nhân quả

Mới biết còn bản ngã
Đời vẫn mãi trầm luân…

Sóng bạc đầu

Vò đầu… vợ chắt lưỡi than
Hỡi ơi…! Từng sợi mây ngàn phong sương
Bàn tay những ngón thân thương
Lùa qua ngóc ngách trăm đường ưu tư

Này là sợi đã mệt nhừ
Đường trần vinh nhục ao tù biển sâu
Gian nan một thuở mưu cầu
Sức tàn lực kiệt xoắn nhàu sợi thưa

Này là sợi của ngày xưa
Cùng em bươn chải nắng mưa dãi dầu
Ngọt ngào xuân sắc còn đâu
Giờ còn ánh mắt tình đau đáu hoài

Này là sợi thuở lạc loài
Bơ vơ giữa chốn trần ai một mình
Niềm riêng chất chứa tội tình
Bạc đầu khắc khoải bóng hình phụ thân

Này là sợi của nghĩa ân
Người dưng, kẻ lạ phù vân giữa đàng
Bát cơm Phiếu Mẫu ngàn vàng
Thái Sơn sánh những cưu mang bên đời

Này là sợi đã một thời
Bạn lừa bè phản mãi vời vợi cay
Bể dâu sóng gió đọa đày
Thuyền yên bến đậu vẫn lay lắt buồn

Này là sợi đã vuông tròn
Vòng tay bảo bọc hao mòn tuổi xanh
Mong con khôn lớn trưởng thành
Lòng già thầm nở những cành hoa xuân

Này là sợi thuở thanh tân
Đuổi hoa bắt bướm nợ nần giấc tiên
Một đời vương vấn chung chiêng
Dấu trong góc khuất ôm riêng thầm thì

Này là những sợi thiên di
Ngược xuôi vạn nẻo bước đi lớn dần
Được thua còn mất bao lần
Thân ngay tự tại vẫn lần lữa vui

Này là trăm sợi ngậm ngùi
Dạ còn trăn trở muốn lùi càn khôn
Muôn điều dang dở vô ngôn
Ngồi nhìn sợi tóc lòng mòn mỗi đau…

Vịnh biển Đông

Biển Đông dậy sóng trùng dương
Tàu ô hiểm độc nhiễu nhương lấn càn
Đem giàn khoan lớn ngênh ngang
Cắm thềm lục địa biển vàng của ta

Đã ăn cướp miệng còn la
Coi thường đạo lý quỷ tà giương nanh
Giả ngu như đám trẻ ranh
Cắn người lại vấy mùi tanh lọc lừa

Nay ta nhắc lại sử xưa
Mười ba lần đánh chúng mày tang hoang
1218 hồng hoang (1)
Thần nhi Phù Đổng kinh hoàng giặc Ân

Năm 214 giặc Tần (2)
Mới thâu sáu nước vội vàng loe ngoe
Đồ Thư tưởng lập công khoe
Sa trường bỏ mạng ti toe ông bà

Lĩnh Nam… Chu Hán sa đà (3)
Phong sương thủy thổ như gà mắc toi
Bầy tôi Tây Hán loi ngoi
Tan tành trận địa chẳng lời trối trăng

40… Đông Hán quân càn (4)
Tướng hùm, binh sói muôn vàn kỳ hung
Nào ngờ Trưng Nữ anh hùng
Đánh cho tan tác tận cùng Bắc phương

Năm 541 giặc Lương (5)
Đức ngài Nam Đế Lý vương hiển thần
Vang danh lưu tích sử Tàu
Kinh hồn, vỡ mật bầy đàn nát tan

938 Bạch Đằng giang (6)
Ngô Quyền mưu trí cọc giằng đáy sông
Vua con Hoằng Tháo nghênh ngông
Lao vào tử địa giữa giòng bại danh

981… Lê Đại Hành (7)
Chi Lăng… giặc Tống công thành nguy nan
Hầu Nhân Bảo… tướng hung hăng
Bỏ thây chiến địa muôn đàng loạn quân

1076… hý thần (8)
Lý Thường Kiệt khiến quỷ thần sợ tên
Ba mươi vạn lính nhào lên
Còn hai vạn tám chó về cụp đuôi

1258 giặc Mông (9)
Hợp quân Đại Lý… Thăng Long công thành
Thái Tôn Trần chúa hiển danh
Bày tôi Thủ Độ tung hoành tận trung
Khiến cho Mông giặc khốn hung
Rút về Qui Hóa đường cùng mồ chôn

1284 tiễn hồn (10)
Thoát Hoan Vạn Kiếp ống đồng chuột chui
Trần Bình Trọng chẳng hàng quy
“Nước Nam làm quỷ xá gì Bắc vương”
Trần Hưng Đạo triệt tận đường
Giặc Nguyên khiếp vía mười phương hãi hùng

1287 chập chùng (11)
Tích xưa lập lại oai hùng Đằng giang
Giặc Nguyên trúng kế tan tành
Đạo vương phủ bóng động thành giặc Nguyên

Gần hai thế kỷ tưởng yên (12)
Giặc Minh loạn thế dân hiền lầm than
Mưu đồ đồng hóa dân Nam
Tiền rừng bạc bể tham lam cạn tình
Lam Sơn Lê Lợi khởi binh
Lẫy lừng Đại Việt, Liễu Thăng rơi đầu
Minh vương kinh hãi ôm sầu
Thơ xin hòa gửi tha đầu tàn quân
Hồn thiêng sông núi xoay vần
Trung thần tiết nghĩa toàn dân một lòng

Mãn Thanh đạo lý bẻ cong (13)
Xua quân dấy loạn Thăng Long thấm đòn
Quang Trung thần tốc sống còn
Giặc vùi thân xác trên gò Đống Đa

Ngày nay thế giới… người - ta
Văn minh ứng xử cớ sao vẫn càn
Mưu đồ bá chủ thế gian
Lắm trò gian trá nguy nan nước người

Giật dây Miên đỏ động trời (14)
Tây Nam ngập máu triệu người chết oan
Chín năm biên Bắc gian nan
Ngọn cờ chính nghĩa tung bay hào hùng

Việt Nam một tiếng nói chung
Quyết tâm bảo vệ Biển Đông vững vàng
Tàu ô chớ có loàng quàng
Ta cho chuốc lấy kinh hoàng diệt vong.

Ghi chú:

Lần thứ 1: Năm 1218 TCN, đại thắng giặc Ân, Đức Phù Đổng Thiên Vương

Lần thứ 2: Năm 214 TCN, đại thắng giặc Tần

Lần thứ 3: Năm 181 TCN, đại thắng giặc Tây Hán

Lần thứ 4: Năm 40 SCN, đại thắng giặc Đông Hán và tái chiếm toàn thể vùng đất Việt Lạc, Đức Trưng Nữ Vương

Lần thứ 5: Năm 541 SCN, đại thắng giặc Lương, Đức Lý Nam Đế

Lần thứ 6: Năm 938 SCN, đại thắng giặc Nam Hán, Đức Ngô Quyền

Lần thứ 7: Năm 981SCN, đại thắng giặc Tống lần 1, Đức Lê Đại Hành

Lần thứ 8: Năm 1076, đại thắng giặc Tống lần 2, Đức Lý Nhân Tôn, Danh Tướng Lý Thường Kiệt

Lần thứ 9: Năm 1258, đại thắng giặc Mông Cổ lần 1, Đức Trần Thái Tôn

Lần thứ 10: Năm 1284, đại thắng giặc Mông Nguyên lần 2, Đức Trần Nhân Tôn, Danh Tướng Hưng Đạo Đại Vương

Lần thứ 11: Năm 1287, đại thắng giặc Mông Nguyên lần 3, Đức Trần Nhân Tôn, Danh Tướng Hưng Đạo Đại Vương

Lần thứ 12: Năm 1428, đại thắng giặc Minh, Đức Lê Thái Tổ

Lần thứ 13: Năm 1789, đại thắng giặc Mãn Thanh, Đức Quang Trung

Lần thứ 14: Năm 1979 mặt trận biên giới Tây Nam do bọn tàu phiệt giật dây Khờ Me đỏ và 9 năm biên giới phía Bắc

Cái ví

Có một sự thật trong cái ví
Nhưng tôi chẳng nói ra
Sự thật có thể là
Những tờ dollar tôi giấu ở ngăn này ngăn nọ
Phòng hờ những lúc túng thiếu bất chợt
Hay lá thư tình tôi ấp ủ mấy chục năm
Đã nhòe nét mực
Nhưng chẳng sao vì tôi đã thuộc
Hay những tấm hình đôi khi quên cả tên
Mà khi nhớ lại cả một trời ký ức ùa về...

Trong ví còn có cà vẹt xe, chứng minh nhân dân
Bảo hiểm y tế
Những danh thiếp chẳng bao giờ tôi rớ tới
Và còn nhiều thứ linh tinh khác

Nhưng còn có một sự thật mà tôi chẳng bao giờ nói
Cứ để cho người ta suy diễn
Có chết ai đâu
Tôi chỉ cười thôi
Trò đời mà...

Giàu nghèo gì cũng nằm trong ví
Nhân cách con người cũng nằm trong ví
Quan trọng là người biết cách giở ra...

Nói thật là tôi chưa biết
Vì lòng người chẳng biết đâu mà lường...

Phượng hồng đã xa…
(Tặng nhà thơ Đỗ Tring Quân & Maria Loan)

Mai Sài Gòn vắng bóng em
Phố buồn quay quắt buông rèm biệt ly
Mùa hè thuở ấy lại đi
Quên chùm hoa Phượng hồng si vô thường

Để ai ngơ ngẩn sân trường
Chiều Saint Thomas cố hương nhạt nhòa
Đêm nghê khúc cũ mù lòa
Bỗng đâu quay lại vỡ òa dấu xưa

Một thời mười tám dầm mưa
Tiếng đàn láy tiếng khoan thưa lỡ làng
Người đi cung nhịp đứt ngang
Ta về ủ ánh trăng vàng phiêu du

Một đời ngọng nghịu lời thơ
Ngỡ ngàng ánh mắt giấc mơ xa rồi
Mấy mươi năm vẫn bồi hồi
Bài thơ trong vở, khung trời mưa giăng

Mai Sài Gòn lại bạt ngàn
Nỗi niềm ta gởi San Fransisco
Ngày xưa lỡ chuyện hẹn hò
Giờ ta nhớ mãi Phượng hồng đã xa…

NGUYỄN THỤY LONG

Nhà văn sinh ngày sinh ngày 9-8-1938 tại Hà-Nội. Vào Nam cùng gia-đình năm 1952, học sinh trung học Hồ Ngọc Cẩn và sinh viên Trường Cao đẳng Mỹ thuật Gia định. Viết báo *Ngàn Khơi* rồi làm báo *Sống* của Chu Tử cùng đăng tiểu-thuyết từng kỳ trên nhiều báo.

Vác Ngà Voi xuất-bản năm 1965 (ký Lan Giao) là tiểu-thuyết đầu tay, sau đó là các tiểu-thuyết nổi tiếng như *Kinh Nước Đen*, *Loan Mắt Nhung* (được quay thành phim),... Tổng cộng trước sau 1975, ông đã xuất-bản hơn 40 tác-phẩm tiểu-thuyết, truyện và hồi-ký.

Năm 2005, nguyệt san *Khởi Hành* (Hoa-Kỳ) trao tặng ông Giải Văn chương Toàn Sự Nghiệp.

Ông mất ngày 3-9-2009 tại Gia Định.

Tác-phẩm đã xuất-bản ở hải-ngoại:
– *Hồi-Ký Viết Trên "Gác Bút"* (Văn Nghệ CA, 1999)
– *Thuở Mơ Làm Văn Sĩ* (2000),
– *Giữa Đêm Trường* (2000),
– *Thân Phận Ma Trơi* (2000)

Hồi-ký viết trên "gác bút"

TỰA

Viết hồi ký mà viết tựa, vô duyên quá phải không, nhất là tự mình viết cho mình. Nhưng tôi thấy có những lời cần được thưa thốt trước khi độc giả mở vào những trang hồi ký của tôi. Cái tựa đặt cho "Hồi ký viết trên GÁC BÚT". Cái tựa đã láo lại có điều xấc xược. Gác bút hiểu theo nghĩa đen hoặc nghĩa bóng đều được cả. Căn gác của một nhà văn, của thi nhân của kẻ hàn sĩ để làm ra thơ, văn, nhạc, họa cũng được hoặc tự gác cây bút lên giá, không viết nữa cũng xong. Tập hồi ký của tôi cũng có thể mang cả hai ý nghĩa ấy: danh từ hay động từ, căn gác cũ ở căn nhà xưa của tôi ở ấp Đông Ba Gia Định. Nay là khu giải tỏa Rạch Miễu. Tôi đã ở đó từ hơn bốn chục năm nay, từ ngày khởi nghiệp viết văn làm báo tuổi còn trẻ măng, đến nay tôi đã là một lão già hơi lẩm cẩm, ưa giận hờn, cáu kỉnh lo chuyện trời sập. Nhà tôi thuộc khu giải tỏa, chắc chắn sẽ bị ủi sập, căn gác kia phải được kéo đổ. Vì lo chuyện trời sập mà sau nhiều năm gác bút nay tôi lại cầm bút lên viết hồi ký "trối già" trên căn gác bút. Cầm cây bút lên bây giờ nặng nề lắm, nhất là viết hồi ký. Hồi ký tất nhiên nằm trong một đời người. Đời tôi, một người viết văn, sống bằng nghề viết cả nửa đời người ở trên quê hương mình. Một đời cầm bút của tôi, tôi chưa hề viết nổi một truyện ngắn, truyện dài trữ tình nào. Cái chất trong văn chương của tôi từ xưa tới nay vẫn là những bão táp cuộc đời, đời sống. Nay viết hồi ký, hẳn nhiên là hồi ký của của tôi, đời tôi. Tôi nhặt ra những mẩu đời sống của mình hẳn nhiên chẳng mấy đẹp đẽ. Viết hồi ký, là sự thật, không thể hư cấu đề đánh bóng cho đẹp đẽ, đọc lên nghe du dương cho tâm hồn bay bổng. Không có điều đó trong tập hồi ký này. Tôi giới hạn tấp hồi ký này từ năm 1975 đến hôm nay, cuối năm 1997. Viết tất nhiên có người đọc đến bị ngộ nhận, tôi không muốn hồi ký của mình mang màu sắc chính trị. Ngộ nhận đến bị xuyên tạc không mấy xa. Tôi hiểu điều đó, vẫn cố tránh khi viết. Để nói rõ hơn, tôi chỉ muốn nói đến con người, vấn đề nhân bản. Trong đời sống và quanh bằng hữu, tốt, xấu, đau khổ hay vui cười. Hoặc đau khổ quá mà bật ra tiếng cười. Từ xưa đến nay tính chất của tôi vẫn là tưng tửng trong đời sống. Theo chủ nghĩa Mackênô (tức là Mặc kệ nó). Muốn đến đâu thì đến.

Nói thế thì nói chứ, tôi vẫn còn có những ích kỷ một con người đang sinh tồn. Từ năm năm nay tôi vẫn lo cho căn nhà tôi bị giải tỏa, giải tỏa trắng toàn khu Rạch Miễu, ấp Đông Ba xưa được coi là khu qui hoạch, nghĩa là nhà tôi sẽ bị giật sập, căn gác riêng tư của tôi bị kéo đổ. Nấn ná suy nghĩ mãi tôi mới quyết định viết hồi ký, để kỷ niệm nơi mình đã ngồi viết từ thuở đầu đời, theo đuổi nghiệp dĩ. Tôi cố gắng viết cho xong. Lẩm cà lẩm cẩm tôi ngồi thâu đêm suốt sáng như thuở còn niên thiếu. Buổi sáng buông bút tôi ngồi nghe tiếng chim hót sau vườn chùa Huê Nghiêm, uống ly trà lạnh để qua đêm rồi tập tễnh vào xóm rủ bạn già đi uống cà phê Chú Lì. Nói ba điều bốn chuyện với bạn lối xóm.

Cũng ở nơi này, tôi những đứa con của tôi đã ra đời, tôi đã làm nên nhiều tác phẩm, những nhân vật của tôi hoặc còn sống hoặc đã chết. Ngôi mả đá xưa cũ kia, tôi đã chẳng từng hư cấu thành một truyện dã sử đó sao. Ngày loạn quân Lê Văn Khôi nổi dậy chống sự hà khắc của triều đình.

Tôi muốn yên hưởng tuổi già. Tôi viết hồi ký. Nghề cầm bút tưởng là gác bút được, nay lại ngồi viết trên gác bút.

Những ngày tháng cuối năm trời trở lạnh, tin khí tượng cho biết có cơn bão thổi qua Việt Nam. Tin thủy văn báo nước dâng trên sông Tiền, sông Hậu ở đồng bằng sông Cửu Long. Đồng bào tôi phải làm nhà cao cẳng chống lũ lụt. Mọi năm lũ lụt làm ngập úng bao nhiêu là lúa gạo, cuốn trôi nhà cửa, người và gia súc. Dân tôi gom góp cứu trợ, lá rách đùm lá nát. Vậy mà có những kẻ nỡ ăn cắp cả đồ cứu trợ của kẻ sắp chết đuối để làm giàu cho mình. Điều đó không phải tôi nói mà báo đài nói.

Tôi nhâm nhi uống cà phê, vân vê những sợi râu bạc suy nghĩ chuyện đời. Bạn già lối xóm hỏi tại sao tôi lại cười khan. Tôi không trả lời.

Ông bạn già nói vu vơ, như uống rượu đế mà chẳng có đồ đưa cay.

Chương 1

Người đại úy bộ đội trẻ xem đồng hồ đeo tay, ngẩng lên nói với tôi, ngồi đối diện bàn làm việc của anh:
- Trời sáng rồi, như vậy là chúng ta đã làm việc với nhau suốt một đêm.

Tôi vừa mệt mỏi vừa chán nản:

- Bây giờ ông bắt tôi chứ?

Người đại úy trẻ, phường trưởng phường Tân Định cười, lộ hàm răng trắng bóng dưới ánh đèn:

- Đúng ra theo lệnh và căn cứ vào lời tố cáo của vợ anh, tôi có thể bắt giữ anh để điều tra, vì bây giờ đang thời gian quân quản. Quân đội được toàn quyền để gìn giữ an ninh trật tự trong thành phố. Nhưng thôi, sau một đêm làm việc với anh, tôi hiểu, tôi tha anh. Anh nên ra khỏi đây ngay và đi khỏi khu phố này, như thế tốt hơn. Tôi không còn trách nhiệm về anh nữa.

- Vợ con tôi?

Người đại úy trẻ nhìn thẳng vào mặt tôi, có vẻ bực

mình, gắt khẽ:

- Anh nhiều tình cảm và lẩm cẩm quá, đúng là nhà văn, anh đã rõ vợ anh cạn tàu ráo máng với anh rồi mà. Đi ngay đi kẻo hối không kịp.

Tôi vẫn còn ấm ức:

- Đã đành, nhưng còn hai đứa con gái nhỏ của tôi...

Người đại úy nhún vai trả lời:

- Can đảm lên, một việc làm cuối cùng tôi giúp được anh là cắt tên anh khỏi sổ gia đình để anh về một nơi khác. Chẳng hạn nhà mẹ anh đang ở, như anh đã nói với tôi hồi đêm. Bây giờ tôi viết cho anh tờ giấy, đóng mộc ký tên về trình diện địa phương. Mẹ anh không lẽ không lo cho anh vào nhà.

- Vâng, tôi xin nghe lời ông, cám ơn đại úy.

Tôi gấp gọn tờ giấy bỏ túi, ra khỏi phường quân quản. Trời đã sáng rõ, tôi ngước mặt nhìn trời buổi sớm mai. Những con chim én đan đường bay ngang dọc trên trời thành phố. Bây giờ là những ngày đầu giải phóng. Tháng đầu tiên hay tháng thứ hai gì đó. Tôi chẳng còn để ý gì đến thời gian. Một đời sống lao đao của tất cả mọi người thị dân trong thành phố. Những người như tôi, bỗng dưng mất việc làm, bỗng dưng hẫng hụt hoặc quị ngã. Nếu mình không còn can đảm chịu đựng vết thương này, mình cũng quị ngã luôn không bao giờ đứng dậy được nữa. Không, không thể như thế được, còn hai con gái của bố. Các con còn nhỏ quá. Vợ tôi sao nàng lại nỡ tệ hại với tôi quá thế này. Trong hoàn cảnh này nhiều đôi vợ chồng có sự rạn nứt với nhau từ trước còn cố hàn gắn để cùng lo cho những đứa con, lo cho tương lai gia đình. Tôi không ở vào trong trường hợp ấy mà chỉ có sự tệ hại ném vào mặt, sự rủa xả cay nghiệt. Tôi là người chồng sa cơ nhận thêm cái đạp ân huệ. Tôi lẩn thẩn nói và lẩn thẩn nghĩ ngợi, chẳng biết ma đưa lối quỷ dẫn đường tôi lại đi qua nhà mình. Cửa sắt đóng im ỉm. Trời còn sớm quá. Nhưng tôi biết rõ trong căn nhà ấy không có con tôi nằm ngủ, chúng đã bị tống khứ đi đâu mà tôi không biết. Căn nhà giờ đây chỉ có vợ tôi cùng đám bà con anh em tập kết trở về. Ngôi nhà này và những đồ đạc đối với họ quá tiện nghi và quí giá. Một đời họ chưa từng thấy, được thụ hưởng. Họ bám ấy những thứ chiến lợi phẩm, khi họ là kẻ chiến thắng. Riêng tôi đau thắt ruột. Tôi đã mất tất cả, tay trắng trần truồng như thuở sơ sinh.

"Tôi không hề biết vợ tôi là con cái liệt sĩ, cũng không biết bà ta có anh em bà con với rất nhiều người cách mạng. Ngày tôi lấy vợ, tôi chỉ biết nàng mồ côi, mẹ nàng bệnh chết, hiểu sâu sa thêm chút nữa thì bố nàng bị Tây giết..."

Tôi đã khai với người đại úy phường trưởng hồi đêm như thế

"Sau ngày giải phóng, dép râu và mũ cối vào đầy nhà, tất cả những người đó đều là bà con cật ruột với vợ tôi. Họ nói sẵn sàng mở rộng vòng tay cứu vớt những người bà con ở miền Nam lầm đường lạc lối, họ xâm nhập vào gia đình, xía vào tất cả mọi chuyện riêng tư, sẵn sàng đấu tranh và căm thù thay cho người khác. Đó là điều cấm kỵ từ trước đến nay không hề có và không thể có được ở miền Nam. Nhưng bây giờ là sự đương nhiên bị áp đặt gọi là tình nghĩa được khoác cho cái từ là đạo đức cách mạng.

Một cậu em họ vợ tôi nằm ăn dầm ở dề nhà tôi "tự nhiên như người Hà Nội". Nghiên cứu, ghi chép cả một tủ sách vĩ đại trong nhà. Trong đó có cả mấy chục tác phẩm của tôi đã xuất bản và của bạn bè đồng nghiệp viết trong nhiều năm. Cậu ta nói, cậu là người tập tành làm văn hóa cần nghiên cứu làm luận án tiến sĩ văn hóa miền Nam thời tạm chiếm.

Ngày nhà nước phát động phong trào diệt văn hóa đồi trụy, phản động, tủ sách nhà tôi bị dọn sạch, lớp bị lấy đi. Lớp bị thiêu hủy. Chiến dịch ấy vẫn chưa chấm dứt.

Sau này một số tác phẩm của của tôi và bạn bè thấy trưng bầy chung với súng đạn, xe tăng, máy chém ở nhà trưng bày Tội Ác Mỹ Ngụy. Cũng thời gian đó, đại tác phẩm "Vạch mặt những tên biệt kích văn nghệ", luận án dọn thi bằng luận án tiến sĩ của cậu em vợ tôi ra đời. Trong đó có nhiều tác phẩm mang tên tôi và bạn bè làm nghề viết văn ở miền Nam. Tác phẩm bị mổ xẻ, vạch vòi, thẩm tra và giống như lời lấy khẩu cung tội phạm. Ngài tiến sĩ được phong vị giáo sư. Đơn giản thế thôi, như một quả đạn pháo kích rơi nổ vào giữa đám máu thịt bầy hầy.

Chiều hôm qua tại căn nhà của tôi, bên họ họp đại gia đình cách mạng để xử tôi về tội ăn cắp tiền bạc. Hai đứa con tôi không biết được mang đi đâu để tránh nhục nhã vì bố. Ngoài vụ xử tôi về tội trộm cắp tài sản, tiền bạc còn kèm theo lá đơn ly dị, mà tôi phải ký tên chấp thuận để người thân của họ thoát khỏi "nanh vuốt" thằng chồng Ngụy khốn kiếp, phản động.

Những chiếc dép râu đầy nhà, họ ngồi chồm hổm ngay trên ghế salon của tôi. Mồm bà chị ruột của vợ tôi lúc thì bô lô ba loa, khi thì như thổi kèn xung phong, động viên em gái:

- Dũng cảm lên em, không thể như thế này được. Chị biết em đã phải sống bao nhiêu năm trong nanh vuốt gia đình kiểu này. Bây giờ là lúc em được giải phóng, đừng khóc em. Tội nghiệp em gái tôi quá đau khổ. Dũng cảm lên! Hãy dũng cảm lên!

Tôi nghe tiếng "sát" vang lên trong đầu mình. Đang đau khổ, suýt nữa tôi bật phì cười. Cuối cùng tôi cũng nói được mấy câu:

- Tôi rất ngạc nhiên vì tôi bị khép tội ăn cắp tài sản của chính tôi tạo ra. Tôi cư ngụ bất hợp pháp trên căn nhà tôi làm chủ. Tải sao tôi phải xa lìa những đứa con tôi, chúng không tội tình gì. Tôi không ký gì hết.

- Ngoan cố.

Buổi tối tôi bị đưa ra phường quân quản phân xử tiếp. Người đại úy quân quản trẻ có quyền tiền trảm hậu tấu ngồi nghe và xử tôi suốt đêm. Anh ta dễ chịu nghe tôi kể lại hoàn cảnh của mình. Anh bị tôi khuất phục chăng? Không, tôi nhận thấy anh vẫn là một con người biết nghe lý phải trái, một chiến sĩ thẳng thắn, kiên cường, có lý tưởng rõ ràng phân minh. Biết mình đang làm gì. Quyết định cuối cùng trong quyền hạn của anh ta là thả tôi khi trời rạng đông. Tôi nhớ câu cuối cùng của anh:

- Chuyện như thế này xảy ra ở Hà Nội nhiều lắm hồi năm tư (54).

Trời sáng rõ, đèn đường tắt. Cờ bay đỏ phố, đỏ nhà. Những khẩu hiệu chiến thắng giăng mắc đầy đường, tường nhà, phố chợ. Những em nhỏ mang băng tay đỏ, áo bà ba, "mốt" mang dép râu, nối vòng tay lớn nhảy múa bập bẹ hát hỏng rồi làm lại trật tự lòng lề đường. Không còn bóng dáng những tà áo dài trắng nữ sinh tha thướt nữa. Một số em khác nỗ lực truy tìm văn hóa đồi trụy. Đám trẻ xộc vào nhà người ta khuân ra ngoài lề đường từng đống sách báo. Nổi lửa đốt khói lên ngút trời.

Một ông lớn tuổi đầu hói mang kính cận dầy cộm chạy ra la giằng lại cuốn sách đóng bìa da to vĩ đại:

- Các cháu ơi cho bác xin, đây là quyển Bách Khoa Từ điển tiếng Tây. Không phải văn hóa đồi trụy.

Chú nhóc miệng còn hôi sữa giằng lại cuốn sách, ném

luôn vào thùng phuy đang bốc lửa:

- Đốt hết, đốt hết, sách là đốt. Lệnh trên như vậy.

Ông già ôm mặt khóc bên lề đường. Tôi quay mặt nhìn đi chỗ khác, tôi biết ông cụ. Giáo sư đại học luật, Vũ Đăng Dung. Tiến sĩ luật công pháp quốc tế. Ông cụ ở đường bên cạnh nhà tôi, đường Đinh Công Tráng, con đường nổi tiếng bán bánh xèo.

Bây giờ tôi đi đâu? Về đâu? Không cần biết, hãy cứ rong chơi một ngày trước khi về với mẹ, nơi trú ẩn cuối cùng. Tôi có độc nhất bộ quần áo mặc trên người. Một đôi dép Nhật dưới chân. Tôi cuốc bộ trên rác rưởi, tro tàn của những đống sách bị thiêu hủy, giữa chợ trời bày bán những tàn dư Mỹ Ngụy. Những con người bị ném ra ngoài lề đường bất đắc dĩ. Những hàng quán cà phê rặt những mặt thị dân, giữa đồ cổ, khẩu hiệu và những tiếng đồng chí. Những chiếc xe Molotova chở đầy bộ đội võ trang. Đến ngày hôm nay thì xe đạp chạy nhiều hơn trong thành phố. Thành phố như mở hội, hội hổ lốn, như những đồ ăn thừa sau ngày giỗ tết nấu tổng hợp trong một cái nồi đồng móp méo.

Nóc tháp chuông nhà thờ Tân Định cao vút, cây thánh giá mảnh mai vẫn vươn lên trời cao, một cụm mây trắng trôi qua, cây thánh giá như cố níu lấy đám mây, nhưng mây vẫn vô tình trôi đi.

Trước cửa trường Thiên Phước bên cạnh nhà thờ, một xe nước mía đang ép. Bà sơ gầy còm đánh đu trên bánh xe quay ép mía. Bà ta mặc áo cánh, quần thâm, nhưng trên đầu vẫn còn chít cái khăn nữ tu sĩ màu xám. Trước đây ngôi trường này nuôi dạy trẻ mồ côi do giáo hội và cơ quan Caritas đồng tài trợ. Không biết bây giờ thế nào. Nhưng tôi vẫn nghe tiếng trẻ nhỏ reo cười sau bức tường cao. Hàng phượng vĩ vẫn nở hoa đỏ thắm trong sân trường. Trời đã vào hè. Ôi hai con gái yêu của bố. Bây giờ các con ở đâu? Từ Quyên? Lộng Ngọc?

Nắng đã lên, tôi đi về phía mặt trời mọc, bóng tôi đổ dài trên lề đường. Rạp chiếu bóng viết quảng cáo phim: "Năm người từ trên trời rơi xuống". Rạp hát mở nhạc tưng bừng nhưng vẫn vắng hoe. Tôi thấy có "Ba người từ trong rạp đi ra". Những phim chiếu có tính cách tuyên truyền. Nhạc mời gọi khách xem hát cũng có tính cách tuyên truyền. Rạp hát nào cũng vậy cả. Tôi nghe lẫn trong những âm thanh có tiếng loa phóng thanh, tiếng chửi bới bọn văn Ngụy bồi bút, biệt kích có cả tên tôi ở phía đầu đường nhà tôi. Hẳn là có nhiều người hài lòng, trong đó có vợ tôi và những người họ hàng nhà vợ. Riêng tôi thì trơ trẽn, chẳng buồn gì cả mà nghĩ là mình được phong thánh. Một hôm Duyên Anh nói với tôi con anh ta đi học bị bạn bè chửi lên đầu vì là con thằng nhà văn Ngụy tên là Duyên Anh. Nó khóc vì bị nhục. Duyên Anh khuyên con nên chửi bố nó nhiều hơn, vì chính nó đủ tư cách nhất chửi bố. Tôi thua Duyên Anh một điểm. Tính nó thế đấy, chuyện gì cũng bỡn cợt được.

Trên khắp các ngả đường vẫn có những anh bộ đội đứng gác. Họ sẵn sàng can thiệp ngay khi có sự cố, bất cứ qua hình thức nào. Họ coi hiền lành, nhưng cũng dữ dội, cương quyết khi ra tay. Ấy vậy mà nhiều chuyện vẫn cứ xảy ra, có kẻ đói, chán đời, không thiết sống. Làm ra một vụ cướp giật, hành hung ai đó để lãnh đạn chơi. Liều lĩnh một cách vô thức như con thiêu thân. Bộ đội đứng gác mặc quân phục xanh vải Nam Định, đội mũ cối, mang dép râu, có người đội mũ tai bèo. Cánh tay mang băng đỏ, học ó nhiệm vụ giữ gìn an ninh trật tự cho thành phố Sài Gòn nay mang tên Bác.

Tôi bỗng rùng mình khi nghĩ đến suốt đêm qua khi mình đã đối diện trước một người có súng đạn và đầy quyền lực. Tôi chỉ có duy nhất may mắn là đã ngồi trước một con người.

Những bước chân mệt mỏi của tôi trở nên mệt mỏi, lao đao, chệnh choạng.

- Ếp! Ếp! Ếp!

Một chiếc xe đạp sau lưng thúc vào đít làm tôi ngã lăn kềnh. Đà té làm tôi xô vào một người, văng cả kính trắng. Anh ta đỡ tôi, nhặt cái kính trắng đưa lại cho tôi. Người đi xe đạp đụng tôi nhảy xuống, anh ta mặc áo ca rô đỏ, quần tây sắn móng lợn, đeo kính râm màu xanh ve chai, đầu đội mũ cối và đi dép râu. Anh ta xừng xộ:

- Đi đâu vô ý thế, mắt để đâu, tai đâu, người ta đã ếp ếp mà không biết đường tránh, ông chẹt cho thì "củ tỏi". Thật "nà! "…

Tôi quay sang nhìn người lạ bằng đôi mắt vừa mệt mỏi, vừa quái dị. Người lạ càng sừng sộ:

- "Nại" còn giương mắt "nên" mà nhìn sao, ông "nại" nã cho một viên bây giờ. Rõ thật "nà" không còn biết thế nào "nà" văn minh văn hóa nữa.

Người đỡ tôi cười, chỉ tôi:

- Xin lỗi đồng chí, đây là người quen của tôi có bệnh câm điếc, mù dở nên không biết. Đồng chí tha lỗi cho…

- Ai đồng chí với nhà anh, thôi được, nếu thế thì ông tha cho.

Anh ta đứng một chân lên pê đan xe đạp, đẩy xe chạy có đà rồi nhún người nhẩy vắt lên yên xe đạp đi. Miệng kêu ếp ếp cùng đường.

Tôi đeo lại cái kính trắng. Tôi nhận ra người đỡ mình là người quen, đang cười rũ rượi coi rất khỉ:

- Sao Biển đó phải không?

- Chính ta đây, sao mày gầy quá vậy?

- Mày cũng vậy, hình như tất cả chúng ta gầy đi rất nhiều. Tao tưởng mày đã đi trước ngày 30 tháng 4 rồi.

- Gia đình tao đông quá, không một tàu di tản nào chứa hết. Nhưng thôi, không quan trọng. Buổi sáng đẹp thế này chúng ta nên đi uống cà phê. Đầu đường kia là quán cà phê của em ca sĩ Nao Nao mới mở, mình đến uống ủng hộ.

Sao Biển là người bạn làm báo với tôi, bây giờ anh chung phận thất nghiệp với tôi. Nhà anh ở đường Lý Trần Quán, gần nhà tôi. Tôi hỏi Sao Biển:

- Cái xe vespa của mày đâu rồi?

- Tao cũng muốn hỏi mày cái xe hơi hiệu Austin của mày đâu? Mày cũng có cái Vespa, Honda, Mobylette và xế guồng hiệu Lucia nữa kia mà.

Tôi không trả lời vì không thể trả lời được. Sao Biển tiếp:

- Tao phải bán dần đồ nhà đi ăn, vợ con tao đông quá, hôm qua tao bám cái radio chưa lấy tiền, còn gửi thằng đàm ngồi chợ trời ngoài kia. Hôm nay tao bán cái đèn Pin, hai cục pin của ta hết điện nên nó chê. Đi uống cà phê đã, tao còn mấy điếu thuốc lá Quân Tiếp Vụ, thuốc mốc rồi nhưng vẫn "phê" ra phết. Sau đó tao có cái hẹn với một thằng Tàu bụng bự bán con Bokassa. Cú áp phe này trúng là tao ăn lớn.

- Mày bán chó à?

Sao Biển trợn mắt:

- Sao lại chó, con Bokassa nhà tao mày không biết sao, con nhỏ lai Phi châu, Sénégalaire ấy mà, con nuôi của bà mẹ vợ tao. Bán được nó là món lời lớn, nó là con lai nên được coi là ngoại kiều. Thằng Ba Tàu làm hôn thú với nó thì được theo vợ ra nước ngoài. Mày không biết dịch vụ béo bở ấy sao, bây giờ đang nở rộ, tao có cây nhà lá vườn tội gì không đem bán…

Tôi nhớ ra con nhỏ lai da đen ở nhà Sao Biển. Mà hắn ta phong cho cái tên nghe rất kêu là công chúa Bokassa, con gái hoàng đế Bokassa ở Phi châu, xứ giàu kim cương hồng ngọc nhất thế giới. Tôi nói:

- Mày ác quá, tao biết con ấy có thằng nhân tình là Minh Sẹo mà…

- Chính là tao làm chuyện phúc đức. Thằng Minh Sẹo bị bệnh điên nằm nhà thương rồi, con Bokassa phải cứu bồ, nó làm hôn thú với thằng Ba Tàu lấy tiền để cứu bồ nó. Tình nghĩa ghê đi ấy chứ, tao phải thuyết phục mãi đấy. Dĩ nhiên là ta có ăn hoa hồng. Không có thì cả hai đứa chết chùm.

Quái gở, thằng cha này luôn luôn có người đòn chơi rất lạ ít thấy trên cõi đời ô trọc này. Tôi vui lây với bạn:

- Cảm động như nàng Kiều của Nguyễn Du.

- Mày có thể viết tiểu thuyết được đó, lấy được rất nhiều nước mắt…

- Còn viết lách mẹ gì nữa, mày không thấy tao bị chửi đó sao. Cái loa ở ngay đầu đường nhà mày.

- Dũng cảm lên, mày đang được phong thánh.

Ý nghĩ đểu cáng ấy sai giống tôi thế. Phải có một sự thần giao cách cảm theo khoa học huyền bí. Thì ra hai thằng tôi cùng môn phái.

Quán cà phê của em gái ca sĩ Nao Nao ở góc đường, chỏng trơ vài chiếc bàn và mươi cái ghế đẩu, che bạt ni lông xanh đỏ. Quán mang tên là "Cõi Tạm". Em gái Nao Nao vẫn son phấn, mặc quần ống loe, áo hoa tay bồng. Em cười toe toét mời chào:

- Mời hai anh vào uống cà phê, kìa có cả đàn anh nhà văn thụy Long. Miệng Sao Biển tía lia:

- Cho anh hai anh hai cà phê đen đặc biệt, nhớ đừng pha cà phê bắp rang.

- Được thôi, nhưng bán cà phê thôi chứ không cho.

- Biết rồi, anh mà xin em thì xin cho đáng chứ ly cà phê đáng vào đâu.

Em ca sĩ Nao Nao háy mắt:

- Xin gì nào?

- Một quả văn nghệ thôi.

- Nõm, chết vì cái mồm bây giờ.

- Thằng chồng sĩ quan của em đi học tập rồi phải không?

- Ảnh mới đi trình diện mấy ngày hôm nay, các anh là may mắn thôi.

Mùi cà phê bốc khói thơm, phin chảy chậm. Nao Nao mang ra thêm một điếu thuốc lá thơm tặng cho tôi:

- Em tặng anh hút cho thơm râu.

Sao Biển la lên:

- Còn anh nữa, sao em lại có của ngon vật lạ thế này, em bên trọng bên khinh rồi.

Tôi châm điếu thuốc, nói với Sao Biển:

- Mình hút chung điếu thuốc này được rồi, cám ơn em gái.

Nao Nao nói chữa:

- Còn một điếu hôm trước em tiễn chồng lên đường, tụi

em vào nhà hàng quốc doanh Continental uống cà phê sữa mới mua kèm được bốn điếu thuốc. Em buồn nên đốt hết ba điếu rồi. Chồng em hẹn một tháng sau sẽ về, như hạ sĩ quan chỉ ba ngày.

Nhưng sau này tôi biết, cái hẹn đó đã kéo dài nhiều năm tháng, mươi mười lăm năm là chuyện thường. Bao nhiêu gia đình. Bao nhiêu cặp vợ chồng tan nát vì thời gian. Như người anh hùng Ulysse trong thần thoại Hy Lạp đã lạc đường về... suýt nữa thì bị quên lãng theo thời gian nếu không có thi sĩ Homère cất lên lời ca huyền thoại thành Troise.

Chất khói và hương cà phê đê mê.

Quán Cõi Tạm có thêm vài người khách. Chợ trời bày bán đầy lề đường. Một anh chàng cầm chiếc đồng hồ đeo tay nhá nhá mấy khách cán bộ, bộ đội đi qua:

- Đồng hồ tối tân, biết bơi, mười hai trụ đèn, không người lái, hai cửa sổ. Xem hàng đi đồng chí. Cái đồng hồ này đáng giá cả một gai tài, nhưng bây giờ chỉ bán ủng hộ, giá rẻ mạt. Cứ trả giá, thuận mua vừa bán. Có lời chúc mừng đồng chí nào làm chủ gai tài này.

Tôi quay lại hỏi ca sĩ Nao Nao cho có chuyện:

- Em không đi hát nữa sao?

Cô ca sĩ cười:

- Ai cho hát, những ca sĩ Hà Nội vào người ta hú chứ có phải hát đâu. Em thì không biết hú. Em nghe nói chị Thái Thanh đi bán xôi ở vườn hoa công lý, anh Hoài Bắc đi bán đồng hồ, đài ở chợ trời Sài Gòn. Thế là cả ban hợp ca Thăng Long xuống đường. Tất cả chúng ta đều phải xuống đường kiếm sống. Người ta nói các nhà giáo bây giờ "mất dậy" nên "vô lương". Các văn nghệ sĩ như các anh sẽ ra sao?

Tôi chép miệng đùa:

- Em có nhìn thấy những đống sách báo bị đốt kia không? Có lẽ các anh sẽ cháy theo luôn. Người anh mới ngún khói, chưa bốc lửa, chỉ cần thêm một giọt dầu, vèo… thế là xong.

Câu nói rơi rớt lại nỗi buồn. Sao Biển đánh tan ngay nỗi buồn ấy bằng câu pha trò:

- Này em gái, bỏ ngay cái quần ống loe đi nhé, bị bắt đấy.

- Anh chỉ nói tầm bậy!

- Không tầm bậy đâu, anh thề, chuyện mới xảy ra ở Cầu Kiệu chiều hôm qua thôi.

Mọi người ngóng ngóng nghe, kể cả khách mới vào quán. Giọng Sao Biển như thật:

- Chiều hôm ở dốc cầu Kiệu sang Phú Nhuận, có một cô bé mặc quần ống loe màu tím đi qua cầu. Một tổ bảo vệ văn minh văn hóa đứng gác ở đầu cầu chặn cô bé lại, cô bé được "giáo dục" cẩn thận. Cuối cùng là bị xử phạt nghiêm khắc.

Sao biển ngưng kể nhìn mọi người. Tất cả đều chăm chú, anh tiếp:

- Một người cầm sẵn cái kéo, kê vào ống quần xẻ một đường dọc lên tận háng cô ta, và ống quần bên kia cũng bị như vậy.

Mọi người ồ lên một tiếng. Sao Biển tỉnh queo kể tiếp:

- Cô gái đứng im, mặt bình tĩnh dễ sợ, xong xuôi cô ta hỏi một câu: "Xong chưa?"–"Rồi cho mà nhớ đời nhé". Người con gái nói: "Nhớ chứ, coi này, nhà anh cũng phải nhớ luôn! ". Người con gái tụt ngay quần ra chòng vào đầu anh cầm kéo: "Tất cả chúng mày phải nhớ hết". Bây giờ cô gái cởi truồng nồng nỗng đi xuống dốc cầu. Nói là cởi truồng thì hơi quá đáng, chỉ còn trần xì một cái quần lót. Tôi từng nổi tiếng là thằng phét lác, nhưng chuyện này ai muốn tin thì tin, không tin thì thôi. Sợ bị văng miểng thì đi chỗ khác chơi, nhớ trả tiền cho em gái Nao Nao rồi hãy đi. Mình lá rách đùm lá nát mí nhau.

Em gái Nao Nao cười bò lăn, em nói: "Em chẳng tin đâu, nhưng buồn cười quá! ". Mọi người vừa buồn cười vừa bàn tán chuyện thật giả. Tôi cho là hắn ta ngứa nghề nhặt tin "xe cán chó, chó cán xe".

Em gái Nao Nao cũng ngứa nghề vừa pha cà phê vừa cất tiếng hát. Em hát bài: "Nếu em không là người yêu của lính". Bản nhạc sống không micro như ở sàn nhảy, nhà hàng hay sân khấu ngày nào, dĩ nhiên không cả kỹ thuật âm thanh cũng làm cho khách uống cà phê buồn gục mặt.

Ngoài đường vía hè có một anh chụp hình rong mồm oang oang tán một anh cán bộ. Đúng là anh cán bộ chẹt xe tôi hồi sáng:

- Chụp một tấm ảnh đi đồng chí, chụp ảnh lấy liền sau ba mươi giây bằng máy ảnh tối tân khoa học có tên là Polaroid. Ba mươi giây xong một tấm ảnh in bằng giấy ảnh Liên Xô vĩ đại, cỡ 9x12, chỉ còn một ít phim đặc biệt, chụp ngay đi kẻo hết. Xem nào, tôi là nhà điện ảnh lớn tốt nghiệp Tiệp Khắc, có thể đạo diễn cho đồng chí chụp cả bộ "Đạp -Đổng - Đài",

Anh cán bộ Ếp Ếp hét lên:

- Nghĩa "nà" thế "lào"?

- Dạ nghĩa là chụp cho đồng chí đủ bộ, trong ảnh có cả hình xe đạp, đồng hồ đeo tay, đài nghe phát thanh đeo ở bên nách. Chụp đi đồng chí gửi về Hà Nội làm kỷ niệm, đồng chí đi giải phóng miền Nam giàu sang thế đấy.

- Bao lâu thì lấy ảnh được?

- Chỉ ba mươi giây như tối đã cam kết.

- Nói "náo", "nàm" như người ta không biết gì cả, cả đời không nhìn thấy cái máy chụp ảnh. Này đừng có bịp thằng này, Hà Nội thiếu gì máy ảnh.

- Tôi nói thật mà đồng chí, nếu nói láo thì cứ bắn tôi đi.

- Thôi được, "náo" thì nhà anh chết. Phải có ảnh mới giả tiền.

- Một ngàn đồng Ngụy một tấm.

- Tiền bao nhiêu cũng được, tao mới đổi tiền Hà Nội được một mớ. Một cái ảnh một đồng bạc chứ mấy, đáng nhẽ ra chỉ một vài hào thôi. Thôi được, "guai Hà Nội" hào hoa phong nhã mà…

Sao Biển bưng miệng cười:

- Mẹ kiếp, nó nói "giai Hà Nội" mà ngọng líu tíu tìu…

Tôi vui lây với cái vui của bạn:

- Tao câm điếc, mủ giở nên chả biết gì hết.

Sao Biển vừa uống cà phê vừa quan sát anh thợ ảnh đạo diễn cho anh cán bộ "ếp ếp" chụp pô hình "đạp-đồng-đài". Anh thợ ảnh miệng tía lia:

- Được rồi, xe đạp dựng trước, vén bên tay áo đeo đồng lên, nghiêng người một chút cho nhìn rõ cái đài đeo bên mình, nhìn thẳng vào máy này, đứng nghiêm trang như thế… Tươi lên nào! Toét miệng cười toe đi… Xong rồi.

Máy bấm tách một cái. Anh thợ chụp ảnh nhẩy ngay vào, giấu người sau gốc cây rút tấm hình trong máy ra, nhưng anh ta không đưa ngay cho khách hàng:

- Xong rồi, đẹp lắm! Anh cán bộ đưa tay ra:

- Đưa xem nào?

- Đưa tiền đây thì đưa ảnh, tiền trao cháo múc!

- Ô hay "nàm" gì mà "chắc nép" thế, đẹp thì trả tiền "niền".

Anh thợ chụp hình xua tay:

- Không đưa, đưa tiền đã, đây là vấn đề nghệ thuật, không phải hàng tôm hàng cá. Anh xem rồi lại làm bộ chê ỏng chê eo rồi đòi bớt xén thì sao.

Anh cán bộ đành xì tiền ra, anh ta cầm lấy tấm hình, mấy người tò mò ghé mắt xem trầm trồ khen đẹp mà oai ghê. Anh cán bộ còn chê:

- Chưa được, anh phó nhòm này, sao miệng tôi còn méo, thế "nà" nghiệp vụ anh chưa cao.

- Khó gì, chụp một pô nữa, tôi gò lại cái miệng cho. Tôi cứ tưởng đồng chí dùng cái môi che răng sún chứ.

- Bố "náo", Chụp "nại" cái khác. Chụp năm cái, tôi chỉ "nấy" một cái đẹp nhất. Trả tiền đủ, tôi là tay chơi ảnh mà.

- Xin chiều lòng quý khách, nào xin mời, đứng lại tư thế cũ.

Anh cán bộ kêu thất thanh:

- Ô hay, cái xe đạp của tôi đâu rồi?

Anh thợ ảnh cũng la lên:

- Người anh em nào đùa giai, đưa lại chiếc xế cho đồng chí cán bộ đi, để cán bộ còn chụp ảnh chứ. Ai thấy làm ơn mách bảo giùm.

Một người nói:

- Tôi vừa thấy một người dắt đi, tôi lại tưởng xe của anh ta…

- Thôi đúng tên vồ xế chính hiệu rồi.

Anh cán bộ rối tinh lên, mặt như chàm đổ:

- "Náo" thật, náo thật, quân này ăn cắp như ranh. Ông mà túm được thì chết với ông, ai thấy nó chạy đường nào thì báo cáo đi.

Người chỉ đường này, kẻ chỉ đường kia cứ líu tíu cả lên. Anh cán bộ đùng đùng nổi giận:

- Á à, chúng mày đồng "nõa" với nhau cả, che mắt ông để cướp tài sản của công dân "nương" thiện.

Anh ta móc mãi trong túi quần ra một vật bọc ni lông. Anh giở nhiều lần dây quấn. Lời ra một cây súng. Sao Biển lôi tôi:

- Lỉnh đi thôi, nó điên lên dám nổ bậy lắm.

Mọi người thấy anh cán bộ có súng đều tìm đường lủi hết. Anh ở lại một mình la hét chửi bới Mỹ Ngụy và cặn bã của nó còn sót lại một cách thật cô đơn.

Ở cuối đường đằng kia thằng ăn cắp xe đạp, đứng bán sang tay ngay cho một anh cán bộ khác có nhu cầu đi tậu xe. Anh đòi cái hóa đơn, có ngay người cung cấp, ghi luôn cả số sườn xe đạp. Bảo đảm không phải đồ gian.

Cuối cùng thì cả hai anh cán bộ gặp nhau. Hai anh cãi nhau rồi cùng xuất trình giấy tờ chủ quyền hợp pháp, cùng mang nhãn hiệu xe "de-lu-xe" (Deluxe).

Chuyện này phải đưa ra bộ đội quân quản phân xử. Chẳng biết kết quả ra sao.

Tôi ghi nhận lại tất cả mọi hoạt cảnh thành phố những ngày đầu giải phóng. Thì ra mình vẫn đang làm việc. Một cuộc đi thực tế kéo dài hai mươi năm trời. Những tư liệu vô cùng quí giá.

Tôi đi lang thang suốt một ngày đến tối mới về nhà mẹ. Người đượm mùi rượu khó ngửi. Tôi đưa mẹ tờ giấy chuyển về địa phương. Bà cụ hỏi:

- Đã đành, nhưng còn ba con bé thì sao, cháu nội mẹ?

- Hiện giờ con không biết, nhưng con phải tìm ra chúng thôi.

Cả vài tháng sau tôi mới tìm ra chúng ở trong viện mồ côi do mấy bà sơ nuôi dạy. Tội nghiệp các con tôi. Tội nghiệp những đứa trẻ khác đồng cảnh ngộ.. Nay viết lại hồi ký tôi còn thấy vị cay cay nước mắt mình. Tôi biết lòng mình vẫn nguyên vẹn như thuở nào…

Nguyễn Thụy Long

NGUYỄN TÔN NHAN

Tên thật Nguyễn Hữu Thành (1-2-1948, Hải Dương – 31-1-2011, Sài-Gòn), còn ký Trần Hồng Nhan. Từng đăng thơ trên các tạp-chí *Ý Thức, Thời Tập, Khởi Hành, ...*

Trong thơ Nguyễn Tôn Nhan không thấy hạc vàng mà như đọng chút không khí Lão Trang. Cái không khí của hư thực, ảo giác, vô tri nằm trong những con chữ hàm ẩn số, tưởng mở ra mà lại đã đóng vội,... Thi-tính nằm trong cấu trúc, cú pháp, nền thơ! Ông thuộc về những người luôn – ít ra đã bắt đầu, tìm kiếm ý nghĩa của ngôn từ, dù đã cũ, cho tâm thức hôm nay. Những bản thì này mang nét thơ và nét riêng của nhà thơ như muốn vượt khỏi thế gian thường tình và hiện hữu, và tự vượt, vượt lên, mong chạm đến thi tính, nguồn thơ! Và ông đã thành công ở những bản thi lắng đọng, cô đọng, nằm ở chiều sâu, ở con chữ tình cờ gợi đến, ở ẩn dụ khéo tay! Nghĩa là có khác biệt, có sáng tạo!

Sau 1975 ông chủ xướng thể-loại lục-bát mới trên các tạp-chí đa phần ở hải-ngoại (*Hợp Lưu,...*) và là nhà biên-khảo về triết và văn-học Đông-phương với nhiều công trình đáng kể.

Tác-phẩm đã xuất-bản:

- *Thánh Ca* (Bộ Lạc Mới, 1967; tb 2014),
- *Lục-Bát Nguyễn Tôn Nhan* (NXB Con Đuông, Cần Thơ)
- *Lục Bát Ba Câu* (Hương Tích, 2014)
- *Kinh Lễ* (1999)
- *Liệt Tử* – Xung Hư Chân Kinh (1999)
- *Trang Tử* – Nam Hoa Kinh (1999)
- *Từ điển Thành ngữ Điển tích Trung Quốc* (1999)
- *Từ điển Văn học Cổ điển Trung Quốc* (1999)
- *Từ điển Hán Việt* – Văn ngôn dẫn chứng (2002)
- *Bách khoa Thư Văn hóa Cổ điển Trung Quốc* (2002)
- *Nho giáo Trung Quốc* (2005)
- *Hoài Nam Tử* – Cuộc đời, tư tưởng và toàn văn Hoài Nam
Hồng Liệt (2008)

Huyết âm tụng
(tặng Nguyễn Lương Vy)

ẩn trong máu là lời gào lớn
thấm xương da tóc ớn mày môi
Âm Vang đã mất mạng rồi
còn *Phương Ý* rụng xác trôi tuyệt mù

đâu vội giục gì trăng sớm lu
đầu xanh sớm bạc lửa lên mù
hỡi ơi đau cả Âm và Huyết
tan hết trần gian mộng chớm gù

tiếng gù gào ở trong Âm dội
ta dẫn nhau về chỗ lội kiếp sau
dẫu đi vào chớp chiêm bao
choàng con mắt, chớp mi mao một kỳ

chờ đâu kịp cuộc chia ly biệt
sương mù kia khóc thét nguồn cơn
Âm ơi huyết ở cuối nguồn
đâu còn vọng chút oán hờn Người-Ma

Ma hay Người còn cà rỡn đó
Tử hay Sinh so đọ mải mê
hồn lên tới đỉnh vầng khuê
mù mịt Thiên lao lấp nẻo về

Huyết ơi hãy tán thêm lần nữa
Âm ơi rống mãi vẫn đau tê.

(12.2008)

Sinh nhật của hoa quỳnh

anh gói kín một hoa Quỳnh mới ướt
đến bên em cẩn trọng đặt môi hôn
từ thuở ấy nguyệt mang mang dưới nước
là xương xanh da thịt ủ trong hồn

em yêu dấu tặng anh bàn tay lạ
buổi đất trời mây trắng vội bay đi
anh quỳ gối nghe thiên thu bên má
nụ em hôn ấm lại tuổi nhu mì

anh sẽ gói một hoa Quỳnh, có lẽ
dưới dương gian ân ái cũng mơ hồ
em thầm kín đến bên anh nhè nhẹ
gửi chút tình khờ dại rất nên thơ

em có áo trinh nguyên như nguyệt bạch
tóc man thiên ngai ngái nụ bông trời
anh chỉ biết quỳ bên em và biết
sợ sương hàn xuống đụng tới hai vai

anh sợ quá lạnh dồn lên tới mắt
một đêm mai hư huyễn gọi nhau về
sao rụng bám cả hồn anh rất chặt
những hoa Quỳnh ướt mộng của xưa kia

anh sẽ ở trong bàn tay mềm mỏng
chân đạp lên sương trắng rụng như bông
anh sẽ ngậm hạt cau non ngát mộng
chia cho em ảo ảnh quý vô cùng

một ngày mai rừng đông chim quyến rũ
rủ anh vào điên đảo cuộc rong chơi
nhưng hừng sớm bên dòng con thác lũ
anh chợt thèm tiếng dội thuở xa xôi

rồi anh trở về thở gấp như sao
ngợ tiếng ai kêu một buổi sớm nào
anh biết có lòng em bát ngát
vẫn tỏa ngườm thấu vọng tới ngàn sau

chúng ta đan một vòng tay rất nhỏ
đủ cho nhau với quả đất thơm Hương
anh sẽ gói triệu hoa Quỳnh ướt nữa
để riêng em chôn kín mắt môi buồn

dưới nhật nguyệt gửi trao dù rất nhỏ
chút chân tình sương khói phải không Hương.

Đúng vào ngày xuân phân

tóc em bay một triệu
lông mi xuân nắng phai
một triệu năm vi diệu
long lanh mắt liếc mày

chia đi cùng bốn cõi
vì kiếp trước tan bầy
triệu bông mười giờ đói
xóm cầu khỉ rung rung

anh đi không kịp thở
mùa nào một triệu bông
hay chỉ một nhành cũ
một nhành chưa kịp nhú

như tuổi em phải không
gió mưa chiều tan mộng
anh đi chưa thuộc đường
nên hồn còn lạnh cóng

lẫn lộn âm và dương
bao giờ về cõi ấy
nhìn em giặt áo quần
giữa một dòng nước xoáy

đúng vào ngày xuân phân
anh sẽ quỳ vái lạy
mây cứ sa xuống gần
anh và em không thấy

phải chăng hai bàn chân
của ngày muôn xưa ấy
đã dẫm vỡ xuân phân
của muôn sau ngây ngấy

mùi nách em nồng ngậy
thơm mùi cơm rất cần
anh sắp quỳ vái lạy.

(10/1999)

Trích "lục bát ba câu":

một là vượt cửa tử sinh
hai là trụ được một mình ở đây
ba là không vơi không đầy.

•

cõi này là để chơi hoang
mai kia cõi ấy dịu dàng lặng câm
rỗng rang chẳng một vọng âm.

•

không không một mảy cũng không
nhìn quanh chẳng có bợn lông nảy mầm
sạch làu sau trước chân tâm.

•

lỡ vào cái cõi trung dung
nói sao miệng cũng ngập ngừng hàng hai
đâu dè đạo ở bên ngoài.

•

thật ra chỉ thích nằm dài
nhìn mây lốm đốm vướng cài vào trăng
dù cho mất cả thăng bằng.

•

ồ trăng. ồ núi. ồ em
lọt anh vào giữa chẳng thêm được gì
vô công. vô danh. vô vi.

•

ngồi trong bốn vách nhà tranh
nhìn ra thiên hạ cà nanh nực cười
hỏa tâm chưa bốc đã lui.

•

tay còn một đoá sen vàng
giơ lên cho chín mươi ngàn cùng coi
không ai mỉm chút môi cười.

•

cất sen vô lại túi bâu
có gì động đậy trong đầu phải chăng
thì ra diệu đế không bằng.

•

ra đường gặp chín thiên tài
hiếm hoi mới có được vài thằng ngu
thảo nào hiền thánh đành bù.

•

lỡ rong chơi với lão trang
nên chưa rời nổi cái làng rỗng không
lòng như trời trống mênh mông.

•

thánh hiền hiềm ghét anh ngu
bắt không biết nói trơn tru hoa hoè
cảm ơn trời đất chở che.

•

gầm gào sóng vỗ chân mây
con thuyền chao đảo như quay trở về
bờ này là giác hay mê.

•

qua đi. qua đi. qua đi.
độ nhau bằng cái chớp mi cuối cùng
thế là có đủ thần thông.

•

ngó sơ đủ biết hoa sen
ngửi sơ đủ biết mùi em thơm nồng
tâm thông hay là ý thông.

•

vin vào tâm hay vào thân
vẫn còn lơ lửng hai chân ở ngoài
chi bằng không vin vào ai.

•

thực tình anh chẳng có đâu
chỉ là ảo ảnh ngàn thâu tự thành
rồi ra sương móc tan nhanh.

•

những là giả tạm thôi em
rốt cùng chỉ có nhu mềm mới phân
thấp cao đâu có gì cân.

•

tạm coi rốt ráo là không
tạm nhìn cái cõi đại đồng nực gan
vướng vào từ chết đến tàn.

•

thoạt đầu chỉ một hào sinh
thêm vào hai gãy là thành âm dương
ba là thu nhiếp mười phương.

Nguyễn Tôn Nhan

NGUYỄN VĂN GIA

Ông sinh năm 1951 tại Đà Nẵng.
Cựu Sinh Viên Trường ĐHSP - Viện Đại Học Huế.
Đã giảng dạy tại các trường trung học tại Đà Nẵng.
Đã có nhiều thơ đăng trên báo *Người Việt* và các trang web Vuông Chiếu, Sáng Tạo, Bản Sắc Việt, Hoàng Diệu Ba Xuyên (Australia) ...

Tác phẩm đã xuất bản:
- *Đôi Bờ Thời Gian* (NXB Hội Nhà Văn, 2010)
- *Lặng Lẽ Phù Sa* (NXB Hội Nhà Văn, 2015)
Thơ in chung: *Thơ Việt Đầu Thế Kỷ 21* (NXN Nhân Ảnh, Hoa-Kỳ 2018).

Tôi không thích xem phim the Vietnam war

Con sông
hiền hòa
không rộng lắm
Chỉ dăm bảy phút
bước sang cầu
Mà bao năm tháng
xa thăm thẳm
Tình người chết lặng
dưới sông sâu
Bao nhiêu trai trẻ
không về nữa
Gái trai cái tuổi
chớm yêu nhau
Mộng lớn mộng con
vùi trong lửa
Hồn oan vất vưởng
khắp nơi nơi
Còn bao nhiêu nữa
người vô tội
Chết vội vàng
chẳng hiểu tại sao
Có phải lời nguyền nào
thuở trước
Mà nay đành chịu
cảnh binh đao

Rõ ràng nước Mỹ
rồi nước Đức
Lịch sử
có lần cũng chia đôi
(Lòng không kiêu ngạo
khi chiến thắng
Nên chẳng nỡ nào
đày đọa nhau)
Tay nắm lấy tay
ngày thống nhất
Dâng trào nước mắt
buổi trùng lai
Cùng chung một mẹ
dân một nước
Kẻ thắng
rồi ra cũng như thua
Thắng thua
khi đã hiểu ra được
Mọi chuyện trên đời
cũng... thường thôi
(Tội dân đứng giữa
hai lằn đạn
Trúng đạn bên nào
cũng chết thôi!)
Bao năm đất nước
im tiếng súng
Lòng người còn đó
mãi chia phôi
Chỉ thương
bao kẻ không về nữa
Mồ hoang
giờ vất vưởng
nơi đâu...

Màu hoàng hôn

Hoàng hôn màu gì
nào ai có biết
Là cháy hết mình
ở cuối mỗi sát na
Em cố giấu nỗi buồn
trong mắt biếc
Anh có nhìn đâu
vẫn cứ nhận ra
Khi ngỏ lòng
chút tình vui vừa chớm
Mắt môi thơm
em thiếu phụ ngại ngùng
(Anh - chiếc lá rơi
bên thềm rêu vắng
Hay sợi tóc buồn
giã biệt những đêm xanh)
Mai sau
rồi sẽ gặp lại nhau thôi
Cái đã nắm chặt trong tay
lắm khi còn chưa chắc
Mây trên trời
đã bao lần phản trắc
Làm sao tin được
chuyện luân hồi
Tiếng thở dài
đâu phải để tặng cho nhau
Không - chỉ là tiếng trăng
vừa rụng dưới hiên sầu
Thì thôi...thôi thì đành thôi vậy
Chút tình phai
anh xin trả lại cho người.

Chờ ai đây cửa phủ cuối chiều

Đã trao ấn kiếm
buồn chi nữa
Buổi xếp hoàng bào
biệt cấm cung
Hỡi ơi
vua chúa còn mơ ngủ
Thì huống hồ chi
kẻ thứ dân
Trời vẫn xanh
trên thành quách cũ
Sao lòng người
quá đỗi rêu phong
Ngô đồng kia
buồn chi ủ rũ
Chẳng vàng rơi
cho kịp thu sang
Em Tôn Nữ
hay là Quận Chúa
Chờ ai đây
cửa phủ cuối chiều
Từ dạo mùa vui
không về nữa
Chỉ nghe lá rụng
dưới thềm rêu...

Đất nước mồ côi

Nhân dân mình
Mấy ai không chịu ơn gốc rạ
Những anh hùng
Thi sĩ
Trong máu mình đều thấm giọt phù sa
Dựng nước
Giữ nước
Độc lập
Tự do
Hãy nói giùm tôi
Có thứ nào không cần hạt gạo
Nhưng sao giữa tiết thanh minh
Mà đất trời cháy bỏng
Ruộng vườn mồ mả cha ông
Lại tan hoang như một bãi chiến trường
Di sản bao đời
Vì đâu thành đôi bàn tay trắng
Bài thơ nhỏ này chỉ là thời sự thôi
Như cái vạch vôi
Cha vẽ lên cột ngày xưa nhắc nhở
Rằng có một thời
Trên đất nước tôi
Với súng hoa cải và bom "gas" tự chế tịt ngòi
Dẫu không giữ được
Ruộng vườn đầm bãi
Lịch sử mai này vẫn nhớ mãi anh Vươn
Và hàng trăm mẹ già chít khăn
Lần đầu tiên người để tang cho đất
Những mẹ chị ở tận Cái Răng
Cũng đành lột truồng giữ đất…
Biết hỏi ai đây ở bãi bờ Đồng Tâm ngoài bắc

Sao cụ Kình vô cùng hiền lành mẫu mực
Lại khơi khơi gãy mất một chân?
(Những trò đùa dai cứ cợt nhả với dân mình!)
Không biết chiếc giày thời trang của Cô Ba Sài Gòn
Đã rơi vào đâu giữa đất trời Thủ Thiêm đầm đìa nước mắt
Chúa, Phật và Thánh Thần cũng sợ chăng
Nên đành lặng thinh trước những nỗi đau có thật
Tại sao nhân dân không có quyền được biết
Cái gì đã dồn mẹ chị cha anh ta vào bước đường cùng
Tổ quốc sẽ ra sao
Nếu cứ mất dần
Ruộng vườn
Núi sông
Biển đảo
Đất nước sẽ mồ côi
Nếu không có nhân dân.

NGUYỄN VIỆN

Tên khai sinh: Nguyễn Văn Viện. Sinh ngày: 1-2-1949 tại Đồng Xá, Hải Dương.

Hiện sống và viết tại Sài Gòn. Từng làm việc và cộng tác với các báo, đài: Thanh niên, Gia-đình & Xã-hội, Thể thao & Văn Hoá, Đẹp, Saigon City Life, BBC…

Chủ trương nhà xuất bản Cửa (một nhà xuất bản tự do tại Saigon)

Phổ biến tác phẩm trên các tạp chí: *Hợp Lưu, Văn Học, Văn* ở Hoa-Kỳ; các trang mạng tienve.org, damau.org, talawas.org, procontra.asia, vanchuongviet.org, vandoanviet.wordpress.com, litviet.com.

Tác phẩm đã xuất bản:
- *Trinh nữ* (tập truyện; NXB Đồng Nai, Việt-Nam, 1995).
- *Bố mẹ và con và...* (tạp bút; NXB Trẻ VN, 1997)
- *Hạt cát mang bóng đêm* (tiểu thuyết; NXB Trẻ 1998)
- *Rồng và Rắn* (tiểu thuyết; Tổ hợp xuất bản Miền Đông Hoa Kỳ, 2002; NXB Giấy Vụn tái bản, Amazon phát hành, 2016)
- *Thời của những tiên tri giả* (tiểu thuyết; NXB Công An Nhân Dân, VN, 2003, sau khi phát hành đã bị thu hồi).
- *Chữ dưới chân tường* (tiểu thuyết; NXB Văn Mới, Hoa-Kỳ, 2004; NXB Giấy Vụn tái bản, Amazon phát hành 2016)
- *26 Lần Tờ bờ lờ* (tiểu thuyết; NXB Cửa, VN, 2008; NXB Giấy Vụn tái bản, Amazon phát hành, 2016)
- *Cơn bấn loạn bằng phẳng* (tiểu thuyết; Cửa, VN, 2008;

tái-bản tựa mới: *Cơn bấn loạn dưới đất;* NXB Giấy Vụn, Amazon phát hành, 2016)

- *Em có gì bí mật, hãy mail cho anh* (tiểu thuyết; Cửa, VN, 2008; (phiên bản mới: NXB Sống, Hoa-Kỳ, 2015)

- *Nín thở & chạy & một hơi* (thơ; Cửa, VN, 2008)

- Đi & Đến (tập truyện; Cửa, VN, 2009; tái-bản tựa mới: Đi tới cuối đường…; NXB Giấy Vụn, Amazon phát hành, 2016)

- *Ngồi bên lề rất trái* (truyện & kịch; Cửa, 2011; NXB Giấy Vụn tái bản, Amazon phát hành, 2016)

- *Nhảy múa để chết* (tiểu thuyết; Tiếng Quê Hương, Hoa-Kỳ, 2013; Giải thưởng Văn Việt, 2016)

- *Đĩ thúi* (tiểu thuyết; Cửa, 2013)

- Đĩ thúi & phần còn lại ở cõi chết (tiểu thuyết; NXB Chương Văn, Hoa-Kỳ, 2015)

- *Ma & Người* (tiểu thuyết; NXB Tiếng Quê Hương, Hoa-Kỳ, 2018)

- *Trong hàng rào kẽm gai, tôi thở* (thơ; NXB Nhân Ảnh, Hoa-Kỳ, 2018)

Tái sinh

Bí mật của N.

Có một nốt ruồi rất to ở giữa hậu môn và cửa mình. N chỉ biết mình có nốt ruồi này qua V. V bảo dường như cả phần dưới của em tỏa sáng. Đó là lần đầu tiên V tụt quần N. Đôi khi, N cũng nằm dạng chân soi gương để nhìn ngắm và tìm lời giải đáp cho điềm báo của nốt ruồi kín ấy. Các thày bói đều bảo đó là con mắt nhìn vào bên trong và dấu chỉ của nó là sự sáng suốt. Ai sở hữu được nốt ruồi đó sẽ không bao giờ hành động sai lầm. Bởi thế, người đó muốn giàu sẽ giàu, muốn hạnh phúc sẽ có hạnh phúc. Nhưng theo một quyển sách nói về ý nghĩa các nốt ruồi thường được bán dạo ở các bến xe và quán cà phê vỉa hè, nốt ruồi nằm ở vị trí đặc biệt như thế nếu là màu đỏ thì sẽ được giao hợp với các bậc khanh tướng, còn nếu màu đen, chỉ là dấu hiệu của người sẽ mắc bệnh hoa liễu. Nốt ruồi của N màu đỏ hồng. V không phải khanh tướng. Chồng cũ của N cũng không phải vương tôn quí tộc. N bảo, nếu theo sách, em vẫn còn cơ hội lấy một thằng chồng bảnh. V cười bảo, em là một nhân vật văn chương, cơ hội lớn nhất của em là gặp một nhà phê bình văn học. N nói, em thích bọn bợm nhậu tán tỉnh em hơn, tuy khả ố và phù phiếm, nhưng ly kỳ phong phú. Phê bình ứng tác trên đỉnh của sự ngất ngưởng, chỉ có bọn bợm nhậu là thiên tài đích thực. V bảo, cũng là bọn a dua thôi. N cãi, anh tưởng bọn phê bình không a dua chắc? Ngay cả em, anh cũng tạo ra em theo một thói quen. V bảo, những nhân vật của anh không có căn cước, không là ai, nhưng là tất cả. N nói, không phải, ngay sau khi em được sinh ra, em đã có một cuộc đời riêng. Nó không còn lệ thuộc vào anh, mà tùy thuộc vào bọn bợm nhậu tung hứng em như thế nào. V cười buồn, chưa bao giờ em coi anh là người yêu của em. N bảo, nhưng anh lúc nào cũng là người quan trọng nhất đối với em.

Bàn tay của N chỉ có hai đường chỉ tạo thành hình chữ V. Một đường tâm đạo chạy ngang bàn tay và một đường mạng đạo chạy xéo xuống. Không có đường trí đạo. Có lẽ vì thế N là một cô gái sống theo tình cảm và rất bộc trực. Tay N lúc nào cũng thơm. V thường mút ngón tay N mỗi khi họ ngồi riêng với nhau. Tuy thế, ngón tay N không dài thêm hay teo tóp lại, nhưng những vân tay thì không còn. N nói, không có vân tay em cũng mất luôn lý lịch.

Những người muốn thay đổi số phận

V nói em không có lý lịch cũng có nghĩa là anh mất căn cước, bởi em được tạo ra từ anh. N bảo em muốn thấy anh khác đi.

Làm thế nào có thể khác đi khi mỗi người sinh ra đã có một số phận? N bảo thì cứ tái sinh và tự chọn cho mình ngày ra đời. Đó là điều không tưởng, V nói. Nhưng N bảo không có điều gì không tưởng khi nó đã là một ý nghĩ. V ôm ngang mông N nói, nếu có thể được tái sinh, anh ước được nằm trong bụng em. N bảo anh thử vẽ cái đó xem. V nói, ừ cũng hay. Rồi V lấy giấy bút vẽ một cái bụng bầu, trong tử cung, anh nằm vắt vẻo trên võng hút thuốc. N bảo, hút thuốc không tái sinh được đâu. V lại vẽ một cái hình khác, miệng ngậm vòi sữa. V nói, hình như hoài niệm là một tâm trạng khôn khuây của con người về cội nguồn. Có lẽ đó là điều kỳ lạ nhất của muôn loài, N bảo, em cũng thế. Và em đã không thể bỏ anh đi. Anh là thói quen là bản thể của em.

Mỗi ngày, bản vẽ của V nằm trong tử cung của N càng nhiều chi tiết hơn. V nghĩ, cần biến ý tưởng này thành hiện thực. Và anh đã mất hơn sáu tháng để làm mô hình một phụ nữ mang thai trong tư thế ngồi một chân co, một chân duỗi, dáng thoải mái, bằng đủ loại chất liệu từ xi măng cốt sắt đến thạch cao. Giữa háng hở ra một khe cửa đủ lớn để một người có thể đi ra đi vào.

Trước ngày "nhập thất", V nói với N, anh sẽ vào trong đó sống đủ chín tháng mười ngày, em kiếm một ông thày tử vi, chọn cho anh ngày tháng khai sinh sao cho tốt nhất. N hỏi, thế nào là tốt nhất? Giống Hồ Chí Minh hay Nguyễn Du? V bối rối một chút rồi nói, anh chỉ muốn khác đi thôi. Thế thì anh có thể ra bất cứ lúc nào anh muốn, hoặc không bao giờ ra nữa.

Vốn là người có nhiều kinh nghiệm kinh doanh, N bảo, thật ra anh không cần vào trong đó lâu thế, mà anh biến nó thành một quán cà phê hay một tịnh thất cho thuê, số phận của anh sẽ thay đổi.

V nghĩ, khai thác cái ngu dốt và mù quáng của con người để kiếm tiền cũng vui. Và V đã làm như thế.

Quán cà phê Tử Cung của V được quảng cáo như sau: "Vào Tử Cung để được sinh ra lần nữa". Quán đắt khách đến nỗi ai muốn vào trong đó phải đăng ký trước cả năm và chỉ được đi một mình.

Tất cả những ai đã từng uống nước trong quán tử cung đều công nhận rằng, dù muốn thay đổi số phận hay không, cũng cảm thấy như được tái sinh.

Bí mật của sự tái sinh

Bí mật một: Khách vào quán Tử Cung không được mặc quần áo.

Bí mật hai: Quán không có người phục vụ.

Bí mật ba: Không được nói chuyện với người khác, cũng có nghĩa là tuyệt đối giữ im lặng.

Quán không có âm nhạc, tuy nhiên thỉnh thoảng có tiếng khóc và tiếng cười.

Bí mật bốn: Chỉ có một thứ nước uống duy nhất là sữa và được uống tùy thích qua một bầu vú.

Bí mật năm: Không gian tràn ngập mùi nước ối.

Bí mật sáu: Về lý thuyết, thời gian tối thiểu phải ngồi trong quán là một ngày, tối đa là 9 tháng 10 ngày. Tuy nhiên trong thực tế, chưa có ai ngồi trong đó hơn một tuần lễ.

Kinh nghiệm của tôi

Tôi đã chờ đợi đúng một năm, sau tuần nghỉ phép năm Mậu Tí để được vào quán Tử Cung. Thật ra, cuộc đời tôi chẳng có gì đáng phàn nàn đến nỗi cần phải thay đổi số phận. Tôi cũng không mong được tái sinh để sống thêm một cuộc đời nữa. Mặc dù giá cả để vào Tử Cung đắt hơn một khách sạn hạng nhất, nhưng tôi vẫn quyết định vào sống trong đó ba ngày, như ba ngày của Chúa trong cõi âm ti, nhằm xóa sạch quá khứ. Tất nhiên, đó chỉ là một ý tưởng. Tôi không thể tự bôi xóa ký ức. Cũng không có một ánh sáng chân lý nào lóe lên trong ba ngày trở về cái nơi là biểu tượng của cội nguồn đó. Không tính toán, nhưng thời điểm tôi bước ra khỏi quán Tử Cung đúng vào ngày thứ hai của năm Kỷ Sửu, trùng với ngày tháng năm sinh thật của tôi. Tuy nhiên không phải vì thế mà tôi chẳng có gì thay đổi. Không biết từ lúc nào, một vài chi tiết trên thân thể của tôi khác đi. Thí dụ, tóc bỗng nhiên xoăn tít lại, lông mày dậm hơn, da đen hơn và những ngón tay dài ra. Một vài người quen bảo tôi, "ông đẹp giai hơn trước". Đặc biệt, tôi trở nên dễ tính hơn. Cũng có nghĩa là hòa bình an lạc hơn. Tôi còn có thể quảng cáo nhiều hơn cho quán Tử Cung, nếu như tôi được trả tiền. Nói cho công bằng, tôi cho rằng việc mình bỏ ra ít tiền vào quán Tử Cung nằm võng ba ngày hoàn toàn xứng đáng.

Tôi đã thấy đấng hằng sống

Đó là người gác cửa quán Tử Cung. Năm tôi gặp, anh 33 tuổi. Có lẽ anh ta sẽ mãi mãi 33 tuổi. Tôi tin thế vì anh ta sống ngay cửa quán Tử Cung, hằng ngày hít thở mùi và dưỡng chất tinh tuyền của khí thượng thanh. Gương mặt phương phi và ngây ngất, không nói một lời, nhưng nhìn vào cử chỉ và đôi mắt chia sẻ, tôi hiểu được cách hướng dẫn của anh ta. Chỉ đến khi tôi thực sự thư thái trên võng, anh ta mới rút lui.

Đó là một cái vòm với khoảng 10 cái võng ở những độ cao khác nhau. Mỗi lần muốn uống, bạn chỉ cần ấn vào cái nút thiết kế sát bên vách, một bầu vú to vừa bàn tay bóp sẽ hiện ra cho bạn bú. Sữa tràn trề không giới hạn.

Một cảm giác quen thuộc và an toàn làm cho hệ thần kinh của tôi trùng xuống cùng lúc với một cơn buồn ngủ không cưỡng được. Một ký ức trắng giống như một màn sương tràn qua đầu làm cho thực tại trở nên chênh vênh. Nhưng chính lúc đó tôi lại nhận thức được cái mùi nước ối nồng ấm bảo bọc. Và có điều gì đó giống như sự hân hoan tuôn chảy vào tâm hồn, nó làm khơi dậy niềm thiết tha với cuộc sống. Không thánh thiện cũng không vô tư, tôi hiểu đó là nguyên ủy của tình yêu. Khi cảm nhận được như thế, tôi liền bị hối thúc phải bước ra. Và tôi đứng dậy đi ra.

Khi người gác cửa đưa hóa đơn tính tiền, tôi mới biết mình đã nằm trong Tử Cung 3 ngày. Tôi lại quan sát anh ta. Và tôi cảm thấy anh ta hạnh phúc.

Tôi hỏi: "Lương khá không?"

Anh ta nói, "Đó không phải là vấn đề." Tôi bảo, thật ra, tôi chỉ muốn biết làm thế nào mà trông anh ta hạnh phúc đến vậy?

"Vì tôi đã sống thường xuyên ở đây," anh ta nói.

Tôi tự nghĩ, nếu như lại một lần nữa, tôi vào trong Tử Cung và nằm đủ 9 tháng 10 ngày như một bào thai thì điều gì sẽ xảy ra?

Người gác cửa Tử Cung hình như đoán được ý nghĩ của tôi. Anh ta nói, "Vấn đề là anh có sẵn sàng cho một thay đổi chưa?"

Quả thật, đó là một "vấn đề". Chắc gì tôi đã dám từ bỏ tất cả những gì đang có để bắt đầu một cuộc sống khác.

N đi chùa

N nói với V, anh nên bỏ quán ít ngày lên chùa với em. V bảo, anh cảm thấy mình đủ bình an rồi, chẳng lên chùa làm gì cho rối. Nhưng N nói, không phải lên chùa để tìm an lạc đâu, em muốn cho anh thấy người ta đang cướp một ngôi chùa như thế nào. Anh nên coi đó như một kinh nghiệm làm giàu. V bảo, cũng hay.

Bát Nhã Tự nằm trên một ngọn đồi bao la được bao bọc bởi những cây thông cao vút. Đó là ngôi chùa duy nhất do tư nhân dựng nên và không thuộc một giáo hội nào trong hệ thống cho phép hoạt động tôn giáo của chính quyền.

Tư nhân này là một Việt kiều hồi hương. Đang thành công rực rỡ trong lãnh vực kinh doanh tại Mỹ, bỗng nhiên ông ta bỏ về Việt Nam, dốc toàn bộ vốn liếng vào việc mua đất xây chùa, qua trung gian của một pháp sư làm đại diện. Bản thân ông Việt kiều cũng qui y vào chùa, trực tiếp quản lý tài sản của mình. Ước vọng của ông không chỉ là xây một ngôi chùa to nhất nước, mà còn muốn rao giảng đạo pháp. Và ông được như ý. Vị pháp sư đại diện giúp ông hoàn thành ngôi chùa trong ba năm. Cũng là ba năm ông tu tập. Ông muốn có một đạo Phật cho người Việt, bởi thế ông đã hoằng pháp bằng phép tu dưỡng bản thân trong tình thương yêu với những người ruột thịt trong gia đình như một đạo đức căn bản, trước khi lòng từ bi được mở rộng đến mọi tha nhân. Thực tế và đơn giản. Ông nhanh chóng nổi tiếng như một giáo chủ. Hàng ngàn người tín mộ ông và xin theo ông tu tập. Ông thu nhận tất cả và nuôi dưỡng họ trong chùa.

Để làm được việc này, ngài giáo chủ đã phải cung hiến một phần tài sản cho chính quyền địa phương với danh nghĩa từ thiện.

Nhưng tất cả bọn độc tài đều không chấp nhận người khác cạnh tranh ảnh hưởng với mình. Vì thế, khi thấy ngài giáo chủ Việt kiều càng ngày càng có nhiều đệ tử, chính quyền đã tìm cách tống khứ ông này ra khỏi Bát Nhã Tự. Họ cho mời vị pháp sư trụ trì đến trình diện Ban Tôn giáo tỉnh, cho biết ông đang dung dưỡng một phần tử phản động nguy hiểm và yêu cầu ông cộng tác với chính quyền để giải quyết vụ việc.

Một thông cáo của vị pháp sư trụ trì được chính quyền cho phổ biến bằng loa phóng thanh trên cột điện ngay trước cổng chùa. Nội dung tố cáo ngài giáo chủ tự phát đã lợi dụng tự do tôn giáo để truyền bá những tư tưởng trái với đạo pháp và yêu cầu vị giáo chủ này phải giải tán đạo tràng của mình. Cùng lúc, một quyết định của Công an huyện sở tại cũng được công bố, trục xuất tất cả những ai không phải là dân địa phương ra khỏi chùa.

Khi N và V đến Bát Nhã Tự, đất đai của nhà chùa đã được chia cắt một phần cho các dự án "văn hóa" của chính quyền.

N có một lô 1000 mét vuông cho dự án mở một nhà hàng và một tiệm massage trong khu đất vừa được qui hoạch này.

V khen N tài. N cười bảo em lại vừa có sắc. N nói tiếp, anh góp ý cho em để kinh doanh có cái gì độc đáo. V bảo áp dụng triệt để khái niệm nhân dân và dân tộc ít nhất trong lĩnh vực nhân sự, nếu được thì tạo tính cách cũng bằng cách đó qua trang phục và cung cách phục vụ. Cuối cùng tạo ra một ấn tượng nhất quán bằng việc đặt tên cho cơ sở. N bảo, anh đặt tên luôn cho em đi. V nói ngay, ngắn nhất là "Máu", dài nhất là "Tất Cả Những Gì Bạn Muốn Đều Có Thể", vừa vừa là "Mặt Trận Tổ Quốc". N bảo, em chọn và gọi tên dự án này là "Nhà hàng nhân dân và Massage dân tộc *Mặt Trận Tổ Quốc*" vì em thích cái ý nó sẽ là nơi để người ta đánh đĩ với tất cả.

Bất chợt V hỏi lại N, làm thế nào em có thể "xí" được một lô đất rộng như vậy trong khi em không phải là một con người thật? N cười, chẳng phải chỉ có một lô đất, cả tổ quốc của anh cũng chỉ là hư cấu.

Một kinh nghiệm về ngôn ngữ

Một bà bạn già của tôi bảo, rất ghét các từ như "hư cấu", "hoành tráng", "phấn khởi", "tranh thủ"... nghe vừa buồn nôn vừa mắc ỉa. Trong khi các từ như "tự do", "dân chủ" nghe sướng như thủ dâm, nhưng nói thì phải nhìn trước nhìn sau. Bà bạn nói tiếp, tôi rất thích các từ dân giã như "hiếp", "mả mẹ mày", "bú"... nghe tê tái từng sợi lông. Trong một số tình huống, cách ăn nói bị gọi là "thiếu văn hóa" lại trở nên cần thiết và đặc biệt thú vị. Bà bạn nói tiếp, tôi tin rằng một người không biết chửi thề đúng lúc thì cũng đáng chán như người không biết nói một câu văn hoa dí dỏm, hay một câu cám ơn lịch sự kịp thời.

Tôi nói với bà bạn, không phải nói bất cứ điều gì, vô tư hoặc khinh bỉ mới là một trạng thái tuyệt vời nhất. "Ông đã có dấu hiệu của tuổi già, bà bạn nói, ít nói hoặc không nói thật sự không quan trọng bằng thái độ và cách hành xử ngôn ngữ. Tôi thích ông vì ông có cách ăn nói bặm trợn và báng bổ, nhưng lại có rất nhiều hàm ngôn, đa tầng." Tôi bảo, tôi thích dùng một điển cố này để giết một biểu tượng kia. Tôi thích sự tàn sát trong ngôn ngữ, bởi vì tôi ghét sự "thăng hoa, bay bổng, đầy tính nhân văn" của sự ví von, của những mỹ từ bột ngọt. Tôi cũng ghét sự phải đạo của khuôn sáo và lễ phép. Sự "hầm hố" cơm thừa canh cặn cũng vô duyên như sự tẻ nhạt của tình trạng nhai lại trong văn chương. Nói chung, tôi không thích hàng nhái hàng giả. Bà bạn nói, nhưng tôi nhớ không lầm thì ông rất mê món giò heo nướng giả cầy. Tôi cười, quả vậy, bởi vì tôi thương mùi mắm tôm.

Thế giới mắm

N lên xứ thông ngút ngàn để xúc tiến việc kinh doanh cho dự án "Nhà hàng nhân dân và Massage dân tộc *Mặt Trận Tổ Quốc*". V dặn, em cần có một thứ đặc sản để làm biểu tượng của nhà hàng. Tốt nhất là các món mắm, nó phù hợp với tên gọi và tính chất nhà hàng của em. Nhân dân là mắm. Dân tộc là mắm. Tổ quốc cũng là mắm. Ngoài ra, cũng nên làm một cái trò gì đó cho thêm phần độc đáo. Thí dụ, một thủ tục trong việc ăn thịt là cho khách vặt lông con vật, nhằm làm thỏa mãn cái ý chí căm thù giặc sâu sắc của người Việt Nam xã hội chủ nghĩa.

Và N đã làm như thế.

Khách du lịch người nước ngoài vốn rất sợ mùi mắm, nhưng khi được thuyết phục vào Nhà hàng nhân dân và Massage dân tộc *Mặt Trận Tổ Quốc* ăn chơi trọn gói, họ đã bất ngờ thú vị. Một người Canada phát biểu: "Trên cả tuyệt vời." Một người Pháp chính gốc con gà trống cho biết: "Đúng là hương vị trần gian." Người Trung Quốc thì nói ngắn gọn: "Sư phụ."

Nhận xét của tôi

Tôi chưa vào Nhà hàng nhân dân và Massage dân tộc *Mặt Trận Tổ Quốc* của N, vì nó vẫn còn là một dự án, chưa phải hiện thực. Tuy nhiên theo truyền thống báo công của người Việt Nam xã hội chủ nghĩa, dưới sự lãnh đạo sáng suốt của V, tất cả những gì N làm đương nhiên thành công rực rỡ. Bởi vậy, tôi có một số nhận xét như sau:

Sự thành công của quán Tử Cung cũng như Nhà hàng nhân dân và Massage dân tộc *Mặt Trận Tổ Quốc* có đặc điểm là mùi. Một bên là mùi nước ối. Một bên là mùi mắm. Một mùi của sự sống. Một mùi của sự chết. Cả hai mùi đó dù khác nhau nhưng đều làm cho con người hồi sinh. Ít nhất về mặt cảm giác. Và nó đáp ứng được khát vọng thầm kín của con người về bản chất thật của mình.

Tôi được biết thêm sau này Nhà hàng nhân dân và Massage dân tộc *Mặt Trận Tổ Quốc* đã được tôn vinh như một tụ điểm văn hóa. Và N được nhà nước tặng thưởng Huân chương Lao động hạng ba.

Thời của mắm

N cầm hồ sơ đến Sở Công thương tỉnh Cây Thông xin giấy phép mở nhà hàng và dịch vụ massage. Nhân viên phụ trách cho biết, chỉ tiêu về dịch vụ massage trong khu vực đã hết. Tuy nhiên nếu cần vẫn có thể thu xếp được. N bảo, cứ thu xếp đi. Nhân viên phụ trách nói, giá 20 triệu. N bảo được, ngày khai trương mời anh đến mở hàng nhé. Mắm của em thơm lắm. Nhân viên phụ trách nói thêm, mở hàng thì tất nhiên anh phải đến, dù mắm của em thơm hay thối thì cứ cuối tuần anh đến, miễn phí đấy. N rủa thầm, miễn phí cái mả cha anh.

Thế là mắm lên ngôi. Có một trăm thứ mắm, N gọi là

"Mắm Bách Việt", qui tụ đặc sản tinh hoa của tất cả các dân tộc đang sống trên quê hương gấm vóc xã hội chủ nghĩa. Các nhà báo từ trung ương đến địa phương đều được mời thưởng lãm. Tỉ lệ các nhà báo ăn và chơi xong về viết bài PR ca tụng mắm là 20%. Coi như đạt yêu cầu. Chỉ trong một thời gian ngắn cả nước biết tiếng Nhà hàng nhân dân và Massage dân tộc *Mặt Trận Tổ Quốc*.

Thế là mắm huy hoàng. Từ hạng bình dân, mắm lên đời quí tộc. Mắm và các em bán mắm ở Nhà hàng nhân dân và Massage dân tộc Mặt Trận Tổ Quốc trở thành chuẩn mực cho sự lịch lãm của các quí ông và tính thời thượng cho quí bà. Riêng N, mỗi tháng thu lời tiền tỉ.

Ngành du lịch Việt Nam xã hội chủ nghĩa phát triển đột xuất. Ai chưa đến Nhà hàng nhân dân và Massage dân tộc *Mặt Trận Tổ Quốc* ít nhất một lần trong đời chưa gọi là biết sống.

Ăn bánh vẽ và đi tàu bay giấy

Đó là truyền thống lừa phỉnh của tất cả các đảng cai trị. Nhưng N là người thành thật, vì N không phải là người cai trị, N chỉ là một bà chủ nhỏ, nên N nói với các nhân viên của mình: Chị hứa với các em là sự thịnh vượng của chị cũng là sự giàu có của các em, danh tiếng của chị cũng là vinh quang của các em. Nếu các em hết lòng phục vụ ở đây, các em sẽ được đền bù xứng đáng. Nhưng trước hết các em cần nhớ, người cần được phục vụ không phải chị, mà là quí khách của chúng ta. Các em chiều lòng khách tức là các em chiều lòng chị. Hãy làm quí khách của chúng ta sung sướng và hãnh diện đến đây với bè bạn của họ. Chiều khách như thế nào thì đã có phong tình cổ lục còn truyền sử xanh, tức bà tổ Thúy Kiều. Mỗi em sẽ có một quyển Truyện Kiều làm cẩm nang gối đầu giường. Các nàng Geisha của Nhật Bản sẽ phải ghen tị với các em. Các em sẽ trở thành mẫu mực trong làng giải trí thế giới và được kính trọng trong văn học. Bởi vì sẽ có rất nhiều Từ Hải, Mã Giám Sinh, Nguyễn Du đến ngửi mùi của các em và ăn mắm của chúng ta. Các em sẽ bất tử trong sự hoài niệm của các bậc trượng phu trong thiên hạ. Bởi vì các em là suối nguồn hoan lạc của sự sống. Các em hiểu hết ý chị phải không?

Em Lài quê ở xứ dừa, nói: Dạ, em hông hiểu.

N bảo: Cứ làm đi rồi hiểu.

Tuy nhiên, sau đó Lài bị đuổi việc. Các em còn lại không biết có hiểu không, nhưng họ đều làm đúng những gì N nói.

Mắm và rượu

Ở Nhà hàng nhân dân và Massage dân tộc *Mặt Trận Tổ Quốc*, ngoài mắm "Bách Việt" còn có một đặc sản vương giả dành cho các quí ông, đó là rượu "Tố Nữ". Loại rượu được chưng cất từ những cánh hoa hồng. Khi ngồi vào bàn tiệc, các thực khách có quyền yêu cầu bất cứ nữ tiếp viên nào tùy thích, khỏa thân ngâm mình vào trong một bình rượu bằng pha lê trong suốt. Rượu thấm vào máu, khí sắc và màu da thân thể cô gái hừng đỏ lên. Mùi thơm của hoa hồng, hương nồng của gái đẹp quyện trong chất men thuần khiết là tuyệt phẩm của nhà hàng này. Tất cả những ai đã từng uống rượu Tố Nữ đều cảm thấy hưng phấn tinh thần và một niềm nhục cảm thanh thoát. Hai thực thể nhưng cùng một bản chất, đó là sự thăng hoa của tàn rữa. Mắm và rượu đủ để làm cơ sở cho một nền tảng triết học Việt thời kỳ hậu Cộng sản, tạo nên bản sắc văn hóa Việt và định hướng cho xã hội Việt.

Toàn cầu hóa và mắm

Mùi người nhiều khi cũng giống mùi mắm. Quốc tế hóa mùi mắm là một chủ trương được bà chủ Nhà hàng nhân dân và Massage dân tộc *Mặt Trận Tổ Quốc* theo đuổi bởi một ước vọng chí tình với đất nước và một niềm tự hào thầm kín của bốn ngàn năm văn hóa. N nói với V, mắm Bách Việt cần phải ra biển lớn chinh phục thế giới. Không một loại thực phẩm nào hơn mắm ở sự tinh tế, đa dạng và nhiều ý nghĩa nhân sinh đến thế. V cười bảo, anh chỉ thấy mắm thơm giống em. N cũng cười, thế thì lại càng cần để cho cả nhân loại dí mõm vào giống như anh.

Một kế hoạch quảng bá qui mô và tìm thị trường được N cho thực hiện. Trước hết N nhắm vào nhóm đối tượng khách nước ngoài du lịch Việt Nam. Họ sẽ là sứ giả của mắm Bách Việt đến với các dân tộc trên thế giới sau khi thưởng lãm đặc sản này ở Nhà hàng nhân dân và Massage dân tộc *Mặt Trận Tổ Quốc*. Không một thực khách người nước ngoài nào từ chối món quà lưu niệm của nhà hàng là một bình mắm Bách Việt. Và cũng không có một du khách nào đến Việt Nam mà không đến Nhà hàng nhân dân và Massage dân tộc *Mặt Trận Tổ Quốc* ít nhất một lần.

Cả thế giới sẽ tràn ngập mùi mắm. Đó là cách để người Việt Nam hòa nhập với cộng đồng nhân loại.

Bộ Văn hóa – Du lịch – Thể thao ủng hộ chiến dịch này bằng cách phát động toàn dân ký tên ăn mắm ngủ mắm trên mạng thông tin toàn cầu. Toàn thể báo chí Việt Nam cũng được lệnh nhiệt liệt tham gia tuyên truyền cho kế hoạch mỗi người Việt Nam một chữ ký thề hứa suốt đời tôn thờ mắm. Đặc biệt nhất là chỉ thị của Ban Tuyên giáo Trung ương yêu cầu các hội đoàn văn hóa nghệ thuật phải nghiên cứu và tổ chức hội thảo về tính cách mắm của người Việt trong tiến trình hiện đại hóa đất nước. Bộ Ngoại giao cũng vào cuộc bằng việc tặng một bình mắm làm quà lưu niệm cho các nguyên thủ cũng như sứ thần các nước khi đến Việt Nam.

Mắm trở thành quốc hồn quốc túy và là thương hiệu của Việt Nam trên trường quốc tế.

Tôi yêu mắm

Tôi ở đây là V. Nếu một lúc nào đó bạn gặp một người đàn ông mặc áo thun có hàng chữ trước ngực "Tôi yêu mắm" và sau lưng "I love mắm" thì người đó chính là V. V thật sự tin rằng sẽ đến một ngày mắm được khảo cứu như một triết lý và tinh thần mắm trở thành cách sống cho toàn thế giới, bởi sự hài hòa tuyệt đối giữa các ý niệm về mùi và sự dậy hương của cái chết.

Hòa hợp và hòa giải

Trong số những du khách nước ngoài đến Việt Nam đã từng vào quán Tử Cung và Nhà hàng nhân dân và Massage dân tộc *Mặt Trận Tổ Quốc*, có một bà Việt kiều tên Anne Trần. Không những thích hai loại hình kinh doanh độc đáo này, bà còn ngưỡng mộ những ý tưởng có tính triết lý trong hoạt động của nó. Bởi thế, bà đã là người đầu tiên mua bản quyền khai thác thương hiệu quán Tử Cung và Nhà hàng nhân dân và Massage dân tộc *Mặt Trận Tổ Quốc* trên đất Mỹ.

Ngay khi bảng hiệu *Mặt Trận Tổ Quốc* được treo ngoài cổng khu liên hợp ăn nghỉ của Anne Trần tại phố Bolsa ở Orange County, Nam California, hầu như tất cả những người Mỹ gốc Việt đi qua đều nhổ nước bọt. Tuy nhiên, cũng có người tò mò muốn vào xem nó là cái gì, đặc biệt đối với những người chưa từng sống ở Việt Nam.

Vốn nghi ngờ sự thông minh của khách hàng, bà Anne Trần cho treo rất nhiều banner trong khuôn viên được viết theo kiểu thư pháp với những nội dung như: "Đây là cội nguồn", "Hãy tái sinh trước khi chết", "Hãnh diện là người Việt", "Mắm là tổ quốc", "Tử Cung là quê hương"...

Có một hiệu ứng kỳ lạ đã xảy ra với tầng lớp trí thức học hành và thành đạt ở Mỹ là sau khi đã thưởng thức tất cả các dịch vụ của khu liên hợp ăn nghỉ của Anne Trần, họ đã cảm nhận được một sự hòa hợp và hòa giải với nguồn gốc của mình.

Báo Mỹ

Trong vòng 3 năm, Anne Trần đã nổi tiếng khắp nước Mỹ. Báo *Time* đưa hình bà lên bìa kèm theo một bài phỏng vấn. Và đây là câu nói của Anne Trần được *Time* rút tít: "Tái sinh trong mắm". Trong chapeau của bài phỏng vấn, *Time* viết: "Một ý tưởng phát xuất từ Việt Nam, sự tái sinh không mang tinh thần Thiên chúa giáo, một khải huyền về sự bất diệt được gợi ý bằng sự dung tục nhưng vô cùng tuyệt vời bởi chính sự lựa chọn của con người."

Kết thúc của V.

Những cơn đau thắt tim đến với V thường xuyên và kéo dài. Bác sĩ nói V bị xơ vữa động mạch cảnh và chỉ có thể sống thêm được 6 tháng. Một thông tin không gây chút xúc động nào với V nhưng đã làm N lo lắng. Phải làm sao anh? N hỏi. Chẳng làm sao cả, V nói, 60 năm hay 6 tháng cũng không khác gì nhau. Anh sẽ vào trong Tử Cung và đóng cửa lại. Vĩnh viễn. Tái sinh hoặc trở thành một thứ mắm nào đó cũng không có gì quan trọng. Vấn đề là anh muốn quay trở lại cái nơi có thể là bắt đầu, tự chọn cho mình cách để hóa kiếp.

27.3.2009
Nguyễn Viện

NHƯ KHÔNG

Tên thật là Đinh Quang Trung sinh năm 1951
Xuất thân Thủ Đức, tác chiến trong binh chủng Nhảy Dù.
Giải ngũ do chiến thương trước 1975.
Cộng tác với các trang web hải ngoại như Người Việt Boston.

Tác phẩm đã xuất bản:
Thơ Hoàng Nhã Như Không (1980).

Sau ngày ma chết

Sau chiến tranh, chú Hai Điển về lại quê xưa. Bố mẹ mất sớm, người thân thích chẳng còn được mấy. Căn nhà gạch nhỏ nằm ở làng chài ven biển Bình Thuận người chú họ giữ dùm cho chú bỏ hoang đã lâu, cỏ cao bò đến mé thềm, cánh rừng thông sau nhà ngày đêm rì rào gió thổi. Chung quanh vắng lặng ghê hồn, giữa trưa chú nằm trên võng gác tay lên trán nghe cái tĩnh lặng của vùng quê gần biển nghe u u trong đầu rồi ngủ thiếp đi. Đến khi tỉnh giấc cũng vẫn cái vắng lặng như thế, vẫn hàng thông rì rào, vẫn tiếng sóng biển vỗ nhẹ ngoài xa và vẫn không một bóng người. Cái cảm giác trống trải, nhẹ tênh tênh vì không còn cần phải nghe tiếng còi tập họp trong quân ngũ như ngày trước làm chú lười biếng một cách dễ chịu. Có khi chú vẫn nằm yên nhớ lại những ngày đã qua. Ba tám tuổi đầu trơ thân cụ, chẳng còn ai ngoài ông chú họ với vài người anh em con chú bác. Có ai đâu để mà phải vội vã, phải lo lắng? Trong chiến tranh chú là hạ sĩ quan Quân Vận, mặc dù không trực tiếp cầm súng đánh nhau nhưng những lần tiếp tế ra chiến trường, chú chẳng xa lạ gì với chết chóc thương tích. Nhờ trời đất thương mà qua hơn mười năm chiến tranh trong đời, Hai Điển chẳng bị sứt mẻ gì, duy chỉ có một lần tiếp đạn cho một đơn vị Dù đang đánh nhau ở Bình Tuy, đoàn xe GMC mà chú có nhiệm vụ áp tải bị phục kích. Chiếc xe chạy ngay trước xe chú trúng mìn bốc cháy và lật nghiêng trên đường. Người tài xế chết ngay tại chỗ, người lính ngồi bên bị thương nhẹ bò ra, khập khiễng chạy núp dưới một gò dất, giương súng bắn bừa vào những rặng cây lúp xúp ven đường. Súng bắt đầu nổ như bắp rang. Những bóng người mặc kaki màu cứt ngựa trong các rặng cây phía xa xuất hiện vừa chạy vừa bắn vào đoàn xe.

Chú hét lớn trong cái máy truyền tin:

"Đù mẹ dính rồi . Bắn!"

Hai Điển vừa bung cánh cửa chiếc GMC nhảy xuống thì một quả B40 đã ầm một phát, chiếc ca bin xe tan tành. Cú chớp nháng lửa và sức nổ làm chú bắn xuống vệ đường bất tỉnh. Khi mở mắt ra đã thấy mình nằm trong Quân Y viện. Thấy mình nằm trên giường, băng bó lung tung, dây nhợ lòng thòng gắn trên tay, chai truyền dịch lủng lẳng phía trên. Khi tỉnh hẳn, Hai Điển nhận ra một Trung Úy bác sĩ Quân y đứng kế bên. Ông Trung Úy mỉm cười:

"Tỉnh rồi hả? "

Chú không trả lời, cố gắng nhớ lại những gì đã xảy ra.

"Tôi có sao không, ông thầy?"

"Chưa nhằm nhòi gì đâu. Bị sức nổ mạnh nên bị choáng. Phổi bị ép nặng mất khá nhiều máu" Lúc đó chú mới nhận ra có những chỗ băng bó trên thân mình nhưng tay chân còn nguyên.

"… Còn tụi tôi sao rồi?"

"Tôi đâu có biết. Trực thăng đưa chú mày tới đây mà?"

… Sau này khi đơn vị cử người tới thăm Hai Điển mới hay. Đoàn công voa được cứu nhờ đại đội hộ tống toàn thứ lính dữ dằn. Họ phản ứng như chớp, ngay tiếng nổ đầu tiên họ đã nhảy xuống xe, dàn hàng ngang bắn dữ dội về phía bên kia. Hai chiếc trực thăng hộ tống đảo tới đảo lui, mấy cây đại liên M 60 xuống bắn xối xả yểm trợ. Trận đánh kéo dài không lâu vì lực lượng phục kích chỉ là dân địa phương không quen chiến trận.

"Rồi sao nữa?". Chú hỏi người hạ sĩ quan đại diện đơn vị đến thăm.

"Thì sao đâu! Chúng nó rút bỏ lại 8 xác. Mình cháy 3 xe, mười mấy em bị thương, sáu thằng chết. Hai bên Quân vận của mình, mấy em kia bên rằn ri hộ tống. Ông và thằng

T. vô viện".

Hai Điển chép miệng:

"Đù mẹ... Đánh đấm như c... mà cũng phục kích!"

Đợt đó chú nghỉ 29 ngày tái khám hơn nửa năm. Lính xa nhà, khi không được ăn no lãnh lương, trắng da dài tóc sướng gần chết. Chú về thăm nhà và đó là lần cuối ông gặp cha mẹ mình. Hồi đó chiến tranh còn dữ dội lắm, sau này chú được biết một trận đánh lớn đã xảy ra gần nơi cha mẹ chú ở. Một buổi chiều khi từ trên rẫy trong mé núi xa trở về, cha mẹ chú bị một trái pháo "mồ côi "bắn trúng. Cả hai người cùng qua đời một ngày, cũng chẳng biết pháo của bên nào. Thôi thì sống chết có số, khi Hai Điển về thì đám tang đã xong. Năm đó chú đã ba mươi. Chú còn nhớ ngày đến chào bà con hàng xóm để cảm ơn và lại ra đi, có một con bé đâu khoảng mười mấy tuổi nấp sau áo mẹ cứ nhìn chú chăm chăm.

Bà mẹ nó bùi ngùi nói với Hai Điển khi chú đến chào trước khi lên đường:

"Thôi chú ráng giữ mình. Mai một hòa bình rồi về quê mà ở. Đây người xứ mình, ai cũng thân thuộc hết. Chúc chú đi mạnh giỏi".

Con bé đen thui núp sau áo mẹ cũng lí nhí bắt chước:

"Chúc chú đi mạnh giỏi".

... Mười năm sau hòa bình thật. Và con bé đen thui hồi trước giờ này đã là một thiếu nữ đang rụt rè đứng xa xa hỏi chú khi chú vẫn còn đang nằm lơ mơ trên võng:

"Chiều rồi mà sao chú còn ngủ? Ngủ vậy tối ngủ không được đâu!"

Chú ngồi dậy nheo mắt nhìn:

"Qua lớn hơn em không nhiêu đâu! Kêu bằng anh đi!"

Cô gái đỏ mặt:

"Kêu… gì kỳ. Thôi dậy đi. Để vô nấu cơm cho. Có mớ cá tươi mới đi biển về mang qua đây nè".

Cô cứ cái kiểu trổng trổng như vậy nhiều tháng cho đến một chiều vắng dưới hàng thông rào rạt trên bờ biển chú nắm tay cô.

"Thôi… mình về ở với nhau nghe?".

Cô không nói không rằng, cứ cúi đầu nhưng chú có cảm giác bàn tay nhỏ bé mà chú đang nắm cũng đang nắm chặt lấy bàn tay của mình.

Họ về sống với nhau như vậy. Một đám cưới nhỏ, ông chú họ làm chủ hôn. Ba mươi mấy lít rượu gạo nhà nấu, đồ biển tôm cá ê hề.Mọi người đều vui vẻ hỉ hả. Năm đó chú vừa ngoài ba mươi, cô Châu vợ chú kém hơn mười mấy tuổi. Hòa bình rồi, chú đang sức vóc, lại cũng đang theo nghề cá của mấy anh em trong họ, cũng không rượu chè bài bạc gì lại hiền lành ít nói, ai mà không ưng gả con cho?

Anh Công An khu vực mấy bữa sau ghé thăm nhà chú vào lúc chặp tối khi chú vừa đi biển về. Anh bước vào nhà cất tiếng:

"Chào chú Hai. Khỏe không chú?"

"Ừ thì cũng khỏe. Thì cũng ráng khỏe mà nuôi vợ nuôi con chớ?"

Giọng chú nghe có vẻ gì thoang thoáng chua cay.

"Giờ hòa bình rồi. Dù trước đây chú là thành phần ngụy quân ngụy quyền nhưng bây giờ thì chú ráng sống tử tế làm ăn để dân mình còn xây dựng xã hội chủ nghĩa nữa".

Chú nóng mắt:

"Sống sao là tử tế hả? Tôi cũng vô hợp tác xã, đi biển

về cũng đóng thuế ai có phần nấy đầy đủ, tử tế là sao?”

Lần đầu tiên cô Châu vợ chú mới lờ mờ thấy chú cũng không mấy “hiền lành “ như cô nghĩ:

Anh Công An có vẻ hơi bất ngờ:

“Thì tôi nhắc nhở chú vậy thôi. Địa phương này hồi nào giờ an ninh không bị tai tiếng gì. Nhắc chú vì trách nhiệm chung thôi”.

“Chú khỏi cần nhắc. Tôi dân xứ này tôi biết. Tử tế lắm, đàng hoàng lắm. Nghèo chết bỏ chớ không nói bậy làm bậy. Khỏi cần nói nhiều. Nghe!”

Anh CA đứng dậy, vẻ không bằng lòng ra mặt:

“Thôi được. Tôi về. Mong được vậy là tốt rồi”.

Đêm đó chú thức khuya hơn mọi ngày. Chú ngồi trầm ngâm bên ly rượu uống vô hồi kỳ trận. và cũng là lần đầu tiên cô Châu vợ chú mới biết hình như còn có một người đàn ông khác trong chú. Khi đêm đã khuya, cô vén mùng chui ra nhắc:

“Thôi vô ngủ đi anh. Nói mích lòng họ làm gì!”

“Ừ thì đi ngủ”. Chú nói dịu dàng.

“Nghe cái bọn nhóc này nói là phát ghét.”

Rồi chú bỗng buột miệng chửi thề:

“Mẹ…phải chi…”

Chú bỏ dở câu nhưng cô cũng lờ mờ hiểu cái “phải chi” mà chú nói.

***

Cuộc sống cứ thế êm đềm trôi qua mười mấy năm. Chú đi biển với đám anh em có khi cả gần tháng mới về. Da dẻ càng lúc càng đen sạm nhưng khỏe mạnh, rắn chắc như cái cột đồng. Chú chấp nhận và bằng lòng với cuộc sống hiện tại dù mắt thấy tai nghe bao nhiêu điều ngang trái. Thôi cứ kệ mẹ nó, còn sống yên ổn là tốt rồi, ai sao mặc kệ. Con đường quốc lộ trước mặt bao nhiêu năm hiu hắt nay xe cộ chạy kìn kìn, đường tráng nhựa thẳng băng chạy êm ru. Thi thoảng xe dừng lại, hành khách kéo nhau xuống vô làng chài, ai nấy đều ăn mặc đẹp đẽ, nói năng cũng dễ thương. Chú thấy lòng dịu lại, tự nhủ thôi thế là tốt lắm rồi, những ngày chinh chiến và những ký ức còn nóng hổi trong chú cũng dần dần phai nhạt. Bà vợ chú, cô Châu đen nhẻm ngày nào cũng phát tướng trông mập hẳn ra. Bà sinh cho chú được đứa con gái xinh xắn đặt tên là Hồi. Hồi là quay về, ý chú như thế. Quay về là không đi nữa, không chết chóc đánh đấm gì nữa. Con bé ngoan ngoãn, biết quý cha thương mẹ, da dẻ trắng bóc không giống mẹ ngày xưa. Nó lớn lên hồi nào không biết, cho đến ngày mà một thằng cũng con nhà làng chài đến chơi thăm nó. Thằng nhỏ râu ria mới lún phún đứng rụt rè bên cánh cổng lúc chú vừa đi biển về cúi đầu chào chú lễ phép:

"Con chào bác. Bác cho con tới thăm em Hồi".

Chú nhìn chăm chăm thằng nhỏ rồi bỗng nhiên phát cười ha hả làm nó hoảng hồn.

"Mày tới thăm em Hồi? Ủa, chớ tao đẻ mày hồi nào mà mày gọi nó là em vậy?"

Thằng nhỏ xanh mặt lúng túng:

"Dạ con hồi trước học chung lớp với Hồi".

Chú nheo mắt tủm tỉm:

"Mày con cái nhà ai vậy?"

"Dạ con ở xóm trên. Con học chung lớp với Hồi hồi lớp bảy. Cha con là ông Ba Nu có ghe cá trên đó".

Chú gật gù:

"Vậy hả? Ừ, tao có nhậu với ổng mấy lần. Thôi vô chơi đi con".

Vô nhà, chú nháy mắt với vợ:

"Nè bà, có cậu nào tới thăm con gái của bà nè".

Bà ngớ ra một lúc mới hiểu ý chồng nhưng làm nghiêm:

"Cậu vô chơi. Con tôi cũng rảnh được chút".

Nhiều lần như vậy rồi thằng Bốn bạn của Hồi được coi như người trong nhà. Nó ở lại ăn cơm với gia đình chú, lúc biếu chú chai rượu nhà nấu, lúc vài gói thuốc. Nhiều bữa hai đứa ở tịt ngoài vườn cả tiếng đồng hồ nói chuyện, hai vợ chồng chú cũng mặc. Dân miền biển dễ tính, tin người, với lại gia đình thằng Bốn chú cũng không lạ gì. Cha nó hồi trước trốn quân dịch, ở tịt ngoài biển cả tháng, ai biết đâu mà bắt lính? Nhiều lần ngồi nhậu với nhau chuyện trò làm ăn, ông Ba Nu cũng ít nói. Ai hỏi thì trả lời, chẳng mích lòng ai. Cho đến ngày vợ chồng ông Ba Nu tới thăm, mặc đồ tử tế áo bỏ vô quần, xin phép ông bà Hai Điển nói chuyện sắp nhỏ. Chú Hai mời ngồi rồi to tiếng gọi con:

"Con Hồi đâu rồi? Ra tao biểu coi".

Con nhỏ khép nép đi ra, mặt đỏ gay đỏ gắt. Chú cười thầm trong bụng: "Té ra sắp xếp trước hết rồi, làm bộ qua mặt thằng già này đây!"

Chú quát con nhỏ:

"Mày đứng yên đó nghe, Để tao tính chuyện với bác Ba đây nghe".

Con nhỏ xanh mặt đứng yên thin thít.

"Thưa anh Hai, thằng nhỏ Bốn nhà tôi thương cháu Hồi. Nay vợ chồng tụi tôi tới thăm anh chị, cũng xin được biết ý kiến anh chị ra sao để chúng tôi còn tính".

Trời đất! Tính gì nữa mà tính? Nên chú nói luôn:

"Tôi hồi trước đi nhiều, sống chết cũng nhiều, biết nhiều rồi. Thôi thì sắp nhỏ thương nhau, gia đình gốc gác chúng tôi cũng biết. Chúng tôi cũng coi thằng Bốn như con cháu trong nhà. Vậy anh chị tính ngày nào thì mình bàn bạc với nhau thêm sao cho nó phải đạo với ông bà là tốt rồi."

Hai ông già ngồi uống rượu với nhau, hai bà lúi cúi trong bếp với con Hồi. Hôm đó sau khi tỉnh rượu, lúc ông Ba Nu về rồi, chú Hai mới thấy lòng buồn thấm thía. Thoáng cái mà mấy mươi năm. Bây giờ tuổi già bóng xế, có đứa con gái duy nhất rồi cũng sẽ theo chồng. Tuổi già rồi sẽ cô quạnh biết bao nhiêu! Nhưng cái lẽ đời nó như thế, làm sao mà khác được?

***

… "Tụi nhỏ" về ở với nhau được mấy năm. Ông Hai Điển có đứa cháu ngoại thiệt dễ thương y như mẹ nó hồi trước. Từ nhỏ bé San quấn ông ngoại con hơn cha mẹ nó, suốt ngày lũm chũm theo ông. Ông quý con nhỏ như vàng như ngọc, tối ngày ẵm bồng, cha mẹ nó la tới nó là ông trợn mắt:

"Mấy đứa bây làm gì la nó hoài vậy? Nó con nít con nôi biết gì?"

Riết rồi con Hồi với chồng nó mặc kệ hai ông cháu với nhau. Thằng Bốn đi biển về lụi cụi bếp núc phụ con Hồi. Nó hiền lành như cục đất, vợ cằn nhằn cũng chỉ ừ à không thèm chấp. Bà Châu phụ con gái mở cái cửa hàng nho nhỏ bán hàng xén, thêm mấy món linh tinh trong nghề cá mà ông Hai Điển cứ mỗi tháng một lần lại lên tỉnh mua về. Lâu lâu lại có lần những người bạn cũ lính tráng ngày xưa của ông Hai Điển ghé thăm. Họ ngồi uống rượu nói chuyện với nhau thâu đêm. Những lần như thế ông Hai lại biết thêm về những chuyện bên ngoài cái làng nhỏ bé của ông. Rằng trên Tây Nguyên nhà nước làm ăn Bô Xít gì gì đó lỗ trào máu, người thiểu số mất nhà mất đất kêu thấu trời xanh. Rằng ngoài Hà Tĩnh có nhà máy thép Phọt Mô Xa xả thải làm biển ô nhiễm cá chết trắng bờ không còn một mống. Những lần như thế ông Hai Điển lại ngồi thừ người nhiều ngày, ban đêm thức khuya ngồi uống rượu một mình. Kiểu này lấn quấn chúng lại mò ra tận đây, xây nhà máy nhà móc gì đó thì chết cả lũ. Ông lo không thừa. Mấy tháng sau mấy ông nhà nước về vận động dân chúng di dời nơi khác để lấy đất xây nhà máy nhiệt điện. Dân biển nghèo khổ, chẳng nhà to cửa rộng gì, đi chỗ khác cũng dễ. Đất đai chưa có người ở gần biển thì mênh mông không thiếu. Đi thì đi mà không đi cũng không được. Nhưng trong lòng ông vẫn có gì đó không yên. Như rất nhiều người khác, ông mơ hồ cảm nhận có gì đó rất không ổn. Cái trực giác của người lớn tuổi, từng trải sống chết như ông linh cảm được mối nguy hiểm. Cái gia đình nhỏ bé của ông lại tay xách nách mang díu dắt đi nơi khác. Xe cộ tấp nập chạy tới chạy lui, xe chuyên dụng nổ máy tối ngày cẩu những thanh sắt bề thế ra xóm chài yên tĩnh bao đời nay để xây nhà máy. Bà Châu vợ ông dạo này yếu nhiều chỉ nằm một chỗ. Ông Hai với thằng Bốn lụi cụi làm đủ thứ chuyện di dời về chỗ ở mới. Gần hai năm sau, nhà máy chính thức vận hành. Dân miền biển hiếm khi thấy một dịp trọng đại như vậy. Nhiều đoàn xe hơi bóng lộn chở mấy ông to tới trong dịp khai trương có cờ xí, biểu ngữ màu đỏ chói mắt. Cuộc sống đã thay đổi nhiều và trực giác của ông Hai đã không đánh lửa ông. Những ngày sau đó ra biển, ông Hai tái mặt khi nhìn thấy những dòng nước đen kịt xả thẳng ra biển. Cái nhà máy điện với những ống khói cao nghệu cuồn cuộn tuôn lên trời những đám khói dầy đặc như mây bão. Thôi rồi! Ông kêu trời. Trời đâu mà nghe? Ngoài biển cái ống xả khổng lồ ngày đêm xả nước thải đen ngòm. Vùng nước đen loang rộng ra, mọi lần chỉ dong thuyền cá ra biển vài tiếng đồng hồ là có cá. Bây giờ vệt đen loang ra mãi ngoài xa, cá tôm chạy mất đất, những xác cá tôm chết vờ vật trên mặt biển ai dám ăn? Trên bờ ngày đêm khói xả mù trời đất, những ngày không có gió, trời đất âm u là luồng khói độc hại đó cứ sà sà mặt đất không tan. Cái luồng khói quỷ quái xộc vào từng nhà, chỗ nào cũng đầy tro bụi. Ông Hai đau xót nhìn đứa cháu ngoại bé bỏng thở hồng hộc như cá mắc cạn, bà ngoại nó thì dạo này nằm liệt giường. Chạy đi đâu bây giờ đây? Thiên tai không bằng nhân tai. Đã nhiều tháng nay tàu cá nằm bờ. Đi gần thì không có cá. Đi xa thì tàu lạ đâm chìm. Đất Bình Thuận khô cằn sỏi đá, làm ruộng không được làm rẫy không xong rồi lấy gì ăn? Mấy ông bà già bàn nhau vác đơn đi kiện. Vô ích. Con kiến mà kiện củ khoai, cái nhà máy điện vẫn ngang nhiên nằm đó như thách thức. Cái xóm chài nhỏ bé ngày nào co cụm lại như có giặc. Bà Châu qua đời sau nhiều tháng. Yếu như bà "đi "sớm là phải. Chịu sao thấu? Ông Hai nuốt nước mắt tiễn vợ. Bà Châu nằm trên một cái gò đất cao, ngày mở cửa mả ông ngồi bên mộ vợ rất lâu. Ông thầm thì với bà, rằng thôi thì mình đi sớm cũng an thân, còn tôi với lũ nhỏ chưa biết tính đường nào. Tôi già chừng này tuổi, chết sống cũng chẳng sá gì, chỉ thương sắp nhỏ không còn đường sống. Cứ thế, chiều chiều ông lại ra với bà cho bà đỡ buồn. Khi chai rượu mang theo gần cạn thì trời đã nhá nhem tối. Ông thất thểu quay về, đôi mắt vằn đỏ. Không biết vì rượu hay vì những uất ức trong lòng.

Cuộc sống của cái làng chài nhỏ bé ngày càng khốn khổ. Không chỉ riêng nơi đó, ven biển Bình Thuận không còn nơi nào có cá. Ngư dân trên toàn vùng ngày ngày thất thểu ra biển, nhìn vùng nước ô nhiễm đen kịt bốc mùi choáng óc mà thở dài bó tay. Kiện cáo bao nhiêu cũng không xong mà áo cơm thì đuổi từng ngày. Đã có những gia đình cho con nghỉ học, giáo viên bỏ trường về xuôi vì không chịu nổi mùi khói và không khí đen nghẹt hàng ngày. Chợ búa chỉ còn loe hoe mấy mống.

Ông Hai nghiến răng nhìn cảnh đói khổ trước mắt. Vợ chồng thằng Bốn con rể ông bữa đói bữa no. Con bé Đan không còn chỗ chơi đùa như trước, càng ngày càng teo tóp lại vì không thở nổi. tối ngày ru rú trong căn nhà cửa đóng kín mít vì sợ khói. Chẳng thà trời sập chết hết một lần, sống kiểu này làm sao mà sống? Ông Hai cũng chẳng khá hơn gì, nhiều đêm trắng mắt ngồi trên giường. Hai lá phổi bị sức ép của quả đạn trong thời chiến tranh giờ làm tình làm tội ông làm ông không thở nổi, ngồi ngáp ngáp chút không khí đầy bụi kim loại nặng. Một bữa con Hồi đi đâu về thấy cha nó ngồi thu lu trên ghế như một bóng ma. Nó cất tiếng chào cha rồi cà rỡn cho ông vui:

"Trời đất! Cha đen thui, ngồi không nhúc nhích gì làm con tưởng ma!"

Không dè ông Hai gầm lên:

"Thì ma chớ còn gì nữa mà tưởng! Chớ tao với vợ chồng con cái mày giờ không phải là ma thì là cái gì?"

Trong giọng của ông có cái gì đó rất u uất, rất căm phẫn, rất đau đớn. Khi ông Hai dằn chai rượu xuống bàn, con gái ông vội vã chui tọt ra sau bếp.

Một bữa ông kêu thằng Bốn lại nói chuyện với nó:

"Cha tính kỹ rồi con à, kiểu này không thể nào sống ở đây nữa. Cha nghèo không có gì để lo cho tụi con mà con bé Đan thì còn quá nhỏ, nó mà còn ở đây nữa chỉ có chết. Cha có người bạn thân hồi chiến tranh, giờ ở Sài Gòn làm ăn khá giả có cái tiệm cơ khí lớn, thầy thợ cũng nhiều. Cha gửi con xuống ở học nghề, trước mắt kiếm cái phòng nhỏ thuê ở tạm, ráng kiếm cái nghề rồi đưa vợ con mày vào. Phần Cha thì mồ mả cha mẹ ở đây, mẹ con Hồi cũng nằm đây, Cha bỏ đi sao đành? Thôi thì con cứ yên tâm vào trong đó, đời tụi bây còn dài, tao kiếm chỗ khác cho vợ con mày ở tạm, ráng làm sao ra nghề sớm mà lo cho vợ con".

Rồi ông lụi hụi mở cái tủ gỗ bụi bám đen kịt lôi ra một cái bọc vải xanh nhỏ, đưa cho thằng Bốn mươi chỉ vàng:

"Cả đời tao tích cóp được bấy nhiêu đây tao đưa hết cho mày. Cha thương con như con đẻ, tao giữ lại hai chỉ để lo nhà cửa cho vợ con mày ở tạm".

Ông siết chặt vai nó, thằng con rể của ông cứ rưng rưng, gục đầu vào vai ông mà khóc. Sáng hôm sau nó bắt chuyến xe sớm nhất vô Sai Gòn. Có vẻ như nó cũng đang nóng ruột tìm con đường sống cho vợ con nó.

Con Hồi mang con vô thăm chồng nó được hai lần thì cái điều kinh khủng nhất trong đời ông Hai Điển lại giáng xuống đầu ông. Lần thứ ba, hai mẹ con nó đi Sài Gòn thì gặp tai nạn. Mấy ngày sau nhân viên trên xã xuống báo tin cho ông Hai biết là mẹ con con Hồi chết thảm trên chuyến xe xuôi Nam. Một chiếc xe chở hàng khác chạy ngược chiều đâm thẳng vào chuyến xe chở khách, người tài xế xe khách đảo tay lái để tránh cú va chạm tích tắc đó thì chiếc xe lật nghiêng, cày nát mặt đường tóe lửa rồi bốc cháy ngùn ngụt. Chiếc xe bị nạn trên đoạn đường vắng không ai làm gì để tiếp cứu kịp. Khi những người dân địa phương ùa nhau ra thì chiếc xe khách chỉ còn là một đống sắt méo mó không ra hình thù gì nghi ngút khói. Tất cả hành khách đều tử nạn, thân xác cháy đen tan nát không còn nhận ra bất cứ một ai. Thân nhân biết tin dữ tìm tới cũng chịu thua, chiếc xe đò cồng kềnh sắt thép còn tan chảy huống hồ con người! Rồi cứ mỗi người lại hốt một nắm tro đen kịt mang về chôn cất, coi như đã tìm được người thân cho họ đỡ tủi

Khi nghe tin, ông Hai đứng như trời trồng. Ông như đã tan biến khỏi mặt đất, không còn cảm giác gì, không còn hít thở, không nghe không thấy gì hết. Ông cứ như thế mấy ngày cho đến khi thằng Bốn bỏ việc mang nhúm tro của vợ con nó về. Hai người đàn ông một già một trẻ ngây ngây dại dại lên gò đất nơi bà Châu nằm đào một cái huyệt nhỏ chôn mớ tro đặt trong một cái bình. Tất cả chỉ còn có vậy. Những ngày kế tiếp cả ông Hai lẫn thằng con rể cũng cứ ngây ngây dại dại như vậy. Họ có ăn uống gì không họ cũng không biết. Ai biểu đi thì đi ai biểu ngồi thì ngồi, họ hoàn toàn trong trạng thái vô thức như người mộng du. Hàng xóm tới chia buồn nói gì họ cũng không nghe. Họ đau xót cho tình cảnh của ông, đi ra đi vô không ai dám nói lớn tiếng. Cái điều ghê gớm nhất trong một đời người đã xảy ra, không thể nào thay đổi được nữa. Hai người đàn ông dở sống dở chết vật vờ trong căn nhà ảm đạm tối đen vì thiếu ánh sáng, vì luồng khói độc hại cứ theo gió biển ùa vào. Một đêm sau khi thắp mấy cây nhang cho vợ con trên bàn thờ, thằng Bốn thình lình quỳ sụp dưới chân ông nức nở:

"Cha nhận cho con lạy này. Con lạy Cha thương con, con lạy Cha đã thu vén cho vợ chồng con và cháu. Nhưng vợ con con vắn số…"

Nó nức lên khóc, đầu đập bình bình trên nền gạch:

"Con lạy Cha con đi, con không thể nào sống ở đây nữa. Con đau khổ quá Cha ơi, mới ngày nào vậy mà bây giờ…"

Ông Hai Điển trân trân ngồi trên ghế, nước mắt chảy ròng ròng ướt mặt. Ông thương nó đứt ruột. Thương cả ông nữa. Làm sao bây giờ?

Sáng hôm sau khi ông thức dậy thì thằng Bốn đã ra đi. Trên chiếc bàn còn lại chiếc túi màu xanh đựng mấy chỉ vàng và mảnh giấy nhỏ:

"Lạy Cha con đi. Số vàng Cha cho vợ chồng con con dè sẻn để dành không dám ăn tiêu gì, chỉ để mong lo cho vợ con sau này. Gần năm trời con mướn nhà ở cũng có hao hụt chút đỉnh. Nay con gửi lại cho Cha dưỡng già. Con cúi đầu chào Cha. Mong Cha giữ sức khỏe".

Ông Hai cầm mấy chỉ vàng mà nước mắt cứ rớt xuống ướt áo rồi ông cúi gập người ho rũ rượi. Người bạn thân mà ông gửi cho thằng Bốn học nghề có nhắn tin cho ông biết thằng Bốn có lên chào ông, cúi đầu lễ phép cảm ơn rồi đi biệt. Nghe nói nó bỏ qua Miên qua Lào gì đó không rõ.

Nhiều ngày sau, người trong xóm thấy ông Hai Điển lên thăm mộ vợ và con cháu ông trên gò vào một buổi chiều. Rồi ông trở về, ghé thăm ông bà sui và đưa cho ông Ba Nu một cái túi màu xanh nhỏ. Rồi ông ra biển, lấy một chiếc ghe chèo nhỏ cũ nát chèo tuốt ra biển xa, chèo mãi, chèo mãi cho đến khi mặt trời lặn hẳn xuống. Từ đó không ai nhìn thấy ông trở về.

***

Cái đống sắt của chiếc xe méo mó cháy đen thui mà trong đó có con cháu ông Hai được đưa vào một nhà máy tái chế. Cái xác xe mà trong đó máu của con cháu ông Hai Điển đã cháy khô lại được nung chảy ra rồi cán thành những lá thép. Một bữa có chiếc xe ghé lại chở những tấm thép đó về Bình Thuận nơi con bé Đan và mẹ nó đã sống. Người ta cắt những tấm thép đó ra để làm một cánh cổng mới, phía trước có một trạm bảo vệ của nhà máy nhiệt điện. Vào buổi tối, những anh bảo vệ không ai dám gác một mình. Vì có nhiều đêm trời không gió không mưa gì, cũng chẳng ai đụng chạm gì tới mà cánh cổng sắt cứ kêu ken két rền rĩ không ngớt.

Nghe y như tiếng người nghiến răng.

[Tháng 11/2018]

NP PHAN

Tên thật: Phan Phú. Sinh năm 1957 (Đinh Dậu)
Bút danh khác: Nhật Phong
Quê quán: Diên Khánh, Khánh Hòa. Sống và làm việc tại TP Nha Trang
Nguyên Phó Trưởng phòng Đào tạo, Trường Cao đẳng sư phạm Nha Trang; nguyên Giảng viên Trường Đại học Khánh Hòa.
Cộng tác với các báo, tạp chí hải ngoại Báo *Trẻ, Người Việt*, các trang web Hợp Lưu, Da Màu, Tiền Vệ, Văn Việt, Tương Tri, Du Tử Lê, Sáng Tạo, Vuông Chiếu,…

Tác phẩm đã xuất bản:
- *Ngoảnh lại phù dung* (Nxb Hồng Đức, 2017)
Thơ in chung: - *Hư ảo tôi* (Nxb Tương Tri, 2018) - *Thơ Việt Đầu Thế kỷ 21* (Nxb Nhân Ảnh, 2018)

Biến khúc tiêu cầm

rồi cũng đến cái ngày ta gác kiếm
muốn học đòi theo gã Lệnh Hồ
tiêu cầm nọ tha hồ mà tung tẩy
ở trong lòng chỉ có mỗi Thánh Cô

mà nghĩ lại: cầm thì ta chẳng thạo
tiêu thì em chưa đụng tới bao giờ
khúc tiếu ngạo thôi đành đợi đó
quanh quẩn chỉ còn dăm bảy vần thơ

ta chẳng thể học đòi Trương Vô Ky
mãi đắm chìm trong đôi mắt mỹ nhân
bao bí kiếp cũng đành xếp xó
minh chủ võ lâm gã cũng chẳng cần

ta không thể nào đêm đêm ngước mặt
sao ở trên trời không dễ đếm đâu
nhịp tim ta, ta còn không đếm được
đếm làm sao triệu triệu tinh cầu

ta chỉ muốn nhẹ nhàng buông bỏ
mặc kệ thế gian mắt trắng môi chì
chén rượu này rồi thêm chén nữa
mỗi chén là mỗi cuộc thiên di

thì thôi vậy, cuộc đời vẫn thế
một sáng mai hồng tiếp nối một hoàng hôn
mưa rồi nắng, đất với trời vẫn thế
đâu phải mình ta giữa cõi vô thường.

Không đề

có những bước chân
cứ tưởng đi về phía bình minh
lại giật lùi về thời mông muội
màu tím sẫm cứ loang dần
loang dần
cho đến khi
chỉ còn bóng đen ngự trị

cái ác không định hình khuôn mẫu
không được trả giá bằng máu và nước mắt
quay quắt nỗi đau mực thước
chiều vàng son
chẳng còn lên ngôi
chúa và phật chẳng buồn trả lời

tiệm cận ngày trắng
trang kinh không còn chữ
lấy gì ngân nga lúc luân lạc mười phương
con quạ đen cúi đầu
trong tủi thẹn giả vờ

cánh cung đã chỉnh trang
đường tên bay không ân hạn
vậy mà nụ hoa vẫn chờ để nở
trong thấp thỏm mù sương

dù gì thì cơn mưa cũng sẽ rơi xuống
nơi những hạt cát nóng bỏng sắp tan chảy
dưới bàn chân điêu linh
con bù nhìn lắc đầu mỉm cười
buông thỏng đôi tay...

Khúc tháng Tư

một ngày ta đứng bên sườn dốc
ngắm lối đi gầy theo tháng năm
cơn gió đã ưu tư từ độ
ta chưa hò hẹn, nguyệt chưa rằm

bỗng dưng ta nhớ mùa hoa trắng
trắng mãi cùng ta một nỗi niềm
bước chân lơ đãng, dòng sông trắng
cành lau trắng một giấc cô miên

bỗng dưng đau đáu từng con sóng
biển đã trào lên bọt đỏ ngầu
ngọn gió kinh thiên đùa số mệnh
trên tầng cao và dưới tầng sâu

có không một giấc mơ bong bóng
thả về trời một ngọn hư vô
sẽ về đâu cánh bèo trôi nổi
vết thương câm đau chút mơ hồ

mở ra ô cửa màu xanh lá
không biết có còn ai nhớ không
chỉ biết tháng Tư ta từng gặp
dấu chân em trên đồi cỏ hồng.

Mộ khúc

1.
treo giấc ngủ lên trên cành đêm
thêm chiếc khăn choàng đen
ngày dịu dàng lên tiếng

2.
vo tròn tiếng cười
ném vào giữa lằn ranh sinh tử
sững sờ giọng hát thoát thai

3.
đóa hồng bị bỏ quên
đỏ thẫm một màu buồn
rưng rức khóc trong đêm nguyệt thực

4.
bóng râm của hiện tại
đã che mất lối đi về của giấc mơ
như một minh chứng của sự xâm lăng

5.
cơn bão đã tàn
cuộc vui khởi sự
nước mắt của sự lặng im đòi trả giá

6.
uốn cong niềm vui làm cung
lấy nỗi buồn làm tên
tôi nhắm vào đích của cuộc hành trình

7.
đã từ lâu
con sơn ca không còn hót nữa
bởi tiếng đồng vọng của suối nguồn đã tắt.

NP Phan

PHẠM HIỀN MÂY

Nhà thơ, tên thật Phạm Thị Thu Thủy, sinh ngày 15 tháng 09 năm 1972 tại Sài Gòn.

Giáo chức, dạy văn tại các trường trung học Ngô Chí Quốc (Thủ Đức), trường trung học Nguyễn Việt Hồng (Quận Ba). Chuyển sang lĩnh vực kinh doanh từ năm 2008. Cũng từ năm này, thơ bắt đầu được đăng trên các diễn đàn văn học như Hùng Vương (Đà Lạt), Tống Phước Hiệp (Vĩnh Long), và ở ngoài nước: Vuông Chiếu, Tương Tri, Bản Sắc Việt, Văn Nghệ Boston,...

Tác phẩm đã xuất bản:
- *Lục Bát Phạm Hiền Mây* (thơ, Nhân Ảnh, Hoa-Kỳ, 2018)
- *Sẽ Sóng Mãi Trăm Năm* (thơ, Nhân Ảnh, 2018)
- *Bất Tương Phùng, Không Tin* (thơ, Nhân Ảnh, 2018).
- *Đáng Đời* (thơ, Nhân Ảnh, 2019).

Như nhiên…

như nhiên
đóa
nở vô ngôn
đặt lên môi dấu hồng hôn em ngày
rất vàng thu lá nơi này
rất lòng mùa ngọn heo may xứ người

rất hoa biếng mỏng cánh cười
như nhiên
tuổi
mọng chín mười nhân đôi
mọng thêm mấy độ buồn trôi
mấy bâng khuâng cái thuở ngồi tương tư

bâng khuâng thinh lặng cõi hư
nghe đời nước đã nguồn từ xa xăm
như nhiên
thoáng chốc
trăm năm
xanh rêu cọc bám sầu ăm ắp mình

xanh sầu cọc mộng rêu tình
trăng nguyên sơ bóng soi hình vào không
soi nghìn trùng nỗi mênh mông
như nhiên
buổi
lộng ngàn thông đất trời

như nhiên
gió
võng ạ ời
ru mây ngoan giấc thơm vời vợi yêu
mơ bềnh bồng ngủ du phiêu
nhẹ sương khói động cuối chiều nắng chôn

cuối chiều nắng tắt dại khôn
bên anh se sẽ lắng
hồn
như nhiên… .

Cánh chim bến mù…

làm gì có
để em
tìm
cuộc sầu bụi đỏ đã chìm đáy thu
đã chìm biển tối âm u
đã mờ núi khói hoang vu dốc trời

mầm xa lạ trổ xanh ngời
làm gì có
thế gian
lời chỉ riêng
hồ trong mắt buổi nghiêng nghiêng
nghe ra nắng ngả lòng yên chút tình

nghe ra nắng chút bóng mình
lối đi về gót chút bình lặng mây
làm gì có
hẹn
chiều tây
"hoa đào năm ngoái" cười đầy gió đông

hoa đào hồng mị sắc không
ngẩn ngơ chuồn mé bờ trông trắng ngàn
mảnh trăng non dạ ngút tàn
làm gì có
nẻo
võ vàng sơn khê

làm gì có
nhỡ
đò mê
khách qua sông gió dậy thê thiết đời
trăm năm thành cổ rêu ngời
bi ai nước mắt mộ hời đổi im

mộ hoài đập đợi nhịp tim
chờ
làm gì có
cánh chim bến mù… .

Say anh vẽ vào…

vẽ
vào mây
tóc em bay
gọi cơn gió gửi heo may úa vàng
gửi lòng theo lá nhẹ nhàng
hàng cây khô trút ngổn ngang cuối mùa

ngổn ngang hương khói xuống lùa
vẽ
vào áo
buổi sớm trưa anh từng
vòng tay ôm sát thơm lừng
mùi phong nguyệt dậy quá chừng nhớ thương

quá chừng mắt ướt đẫm sương
quá chừng môi nóng bờ tương tư cài
vẽ
vào ngực
dấu hôn dài
dặn xanh trái đợi thêm vài độ trăng

thêm vài độ đợi mù giăng
vài cung đàn lạc ca rằng đường tơ
í a duyên nợ là thơ
vẽ
vào xương thịt
ầu ơ suốt đời

vẽ
vào ký ức
đất trời
thiên thu mộng mị tơi bời bụi tro
yêu đương mấy cũng buồn xo
sinh ly tử biệt vẫn trò xưa nay

rót nghìn năm uống đổi thay
nốt bùi ngùi ngụm anh say
vẽ
vào… .

Tằm kén em…

em yêu anh
đã nghìn năm
à không
từ độ trăng nằm ôm mây
chiều chưa chịu ngoái về tây
đất trời hai cõi chưa dây dưa tình

bụi là bóng cát là hình
em yêu anh
gió còn trinh nữ sầu
à không
lúc ấy lá trầu
chẳng cần vôi cũng thắm màu nhân duyên

chẳng cần phải rõ căn nguyên
chẳng cần theo lối chim quyên nhãn lồng
em yêu anh
trái tim hồng
à không
môi mới bềnh bồng anh ơi

khi môi anh níu chơi vơi
cao ba ngàn thước em rơi êm đềm
xuống vòng tay gối lưng mềm
em yêu anh
suốt ngày đêm
miệt mài

à không
ngày với đêm
dài
bằng muôn muôn triệu kiếp hoài đừng ngưng
đừng như mắt lệ rưng rưng
hôm qua khóc tiễn người dưng rất đằm

hôm qua anh có dấu dằm
mang theo trong thịt da
tằm kén
em… .

PHẠM NGỌC LƯ

Sinh năm 1946 tại Phú Vang, Thừa Thiên và mất ngày 26-5-2017 tại Đà Nẵng.

Giáo chức tốt nghiệp trường Quốc-gia Sư phạm Qui Nhơn (khóa 1966-1968) và Viện Hán Học và Đại Học Văn khoa Huế. Động viên khóa 5-1968 trường Sĩ quan Trừ bị Thủ Đức. Từ 1963, ký tên thật và bút hiệu Phạm Triều Nghi, ông có thơ văn đăng trên các tạp-chí *Văn, Nghệ Thuật, Bách Khoa, Ý Thức, Trình Bầy, Khởi Hành, Tuổi Ngọc,...*

Sau 1975 bài đi trên tạp-chí *Thư Quán Bản Thảo* và các trang mạng Vuông Chiếu, Sáng Tạo, Bạn Văn Nghệ...

Tác phẩm đã xuất bản:

- *Đan Tâm* (Thư Ấn Quán, 2004, tb 2010, gồm một số thơ trước 1975)

- *Mây Nổi* (thơ; Thư Ấn Quán, 2007)

- *Sợi Khói Bay Vòng* (Thư Ấn Quán, 2017, gồm các truyện ngắn đăng báo trước 1975).

Trở về phá Tam Giang

Phá Tam Giang phá Tam Giang!
Gió hiu hiu sóng gợn mơ màng
Trời vẫn xanh màu xanh cố cựu
Mây trầm ngâm khói nước miên man

Mười năm dong ruổi mòn đất khách
Về cố hương chiều xế nắng tàn
Bỏ nón, tháo giày, xăn tay áo
Rửa phong trần thẹn với Tam Giang

Kè đá rêu xưa ngâm bến cũ
Còn người đi người đợi đò ngang
Còn xóm chài lưa thưa mành lưới
Còn nhấp nhô thuyền thúng thuyền nan
Không còn người chèo đò năm xưa tóc bạc
Cô lái đò chiều nay trán nhăn
Trừng mắt nhìn ta trách móc:
"Mười mấy năm chú mới về làng!"

Mười mấy năm? Phải rồi, ta quên mất!
Cái thuở áo cơm trở mặt phũ phàng
Điêu đứng năm Mùi ra đi năm Tuất
Ra đi mưu cầu y thực
Trở về nặng trĩu gian nan

Nhớ buổi ra đi thân tình đưa tiễn
Vợ xếp câu thơ chị gói khúc đàn
Đệ tử mươi người tung hô dâng rượu
Thôn nữ vài em gởi gắm gió trăng
Mẹ tóc trắng nhìn theo lặng lẽ
Con tóc xanh hai đứa dùng dằng
Ta mím môi, chỉ Tam Giang thề hẹn
Không là Tương Như mà khí khái dâng tràn
Bước xuống thuyền nhìn trời cao dõng dạc
Gõ mạn thuyền ngâm khúc *Hành phương Nam*

Hành phương Nam, hành phương Nam!
Mười mấy năm tấm cám thau vàng
Thấp cao danh lợi
Chí khí dở dang
Tơi tả bao phen buồn thân thế
Đắng cay mấy bận khiếp hồng nhan
Mưa miền Nam, nắng miền Nam
Trông mây thấp thỏm, nghe gió bàng hoàng
Mười mấy mùa trôi qua không nhớ
Quá đỗi mưa đau
Quá nhiều nắng khổ
Lẽ nào Trời bỏ ta chăng?
Đọc thơ Nguyễn Bính chua tâm sự
Đọc lại thơ mình thẹn gió trăng
Chén rượu quê người sao mà bạc
Ân tình đất khách lắm đa đoan

Chiều nay về… bên phá Tam Giang
Phía bờ Đông vẫn xóm vẫn làng
Mười mấy năm còn ai trông ngóng
Mười mấy năm mỏi mòn ước vọng
Mẹ có thương con gió bụi lầm than?
Chị có xót em một đời thất chí?
Em không buồn ta?
Sao lòng ta phai nhạt đá vàng!

Phá Tam Giang, ôi phá Tam Giang!
Gió hiu hiu sóng gợn mơ màng
Nước vẫn mặn mòi mây quen thuộc
Sao lòng ta sóng gió ly tan
Xin xấu hổ với lời thề ngày trước
"Không công danh bất phục hoàn!"
Xin biết ơn cô lái đò nhân hậu
Còn thương ta mời ta quá giang
Thôi rửa hết phong trần nơi bến nước
Để trở về đứng khóc dưới hương quan!

Đề trước mộ thanh xuân

Có người bảo ta ngu
Không thèm ăn thóc nhà Chu
Bỏ về quê ăn cỏ
Có kẻ khoái ta ương gàn càn rỡ
Dám chê rượu nhà Tần
Thứ rượu cung đình của phường hiển vinh phú tộc
Tuổi mới ba mươi
Có ai ngờ ta uống hèn nuốt nhục
Lấy giẻ rách che tai
Cắm chông gai rào miệng
Nhặt nhạnh gia tư ít đồ tế nhuyễn
Trèo lên xe trâu
Lui về quê kiểng
Mài răng gặm nhấm cái thanh bần
Lượm lặt nứa tre che căn nhà nhỏ
Phên cửa phong phanh suốt ngày no gió
Người quen tâng bốc gọi mao lư
Kẻ nôm na kêu đích danh nhà cỏ
Chẳng hay ho gì cỏ với mao
Thời bất lợi voi đành làm chó
Phong tống thời lai giun đất hóa rồng
Góp nhặt chợ trời đầy hai túi chữ
Túi đựng thánh hiền kê đầu giường ngủ
Túi đựng tầm phào
Lộn tùng phèo phàm phu tục tử
Thoải mái gác chân
Lựa trong gia tài một mớ phong vân
Đem ra chợ chiều rêu rao thanh sắc
Tội cô láng giềng thật thà nháy mắt
Khổ chị góa chồng mời mọc môn khoai!
Tìm trong gia phong mấy lời răn dạy
Hiểu đâu nhất thời

Đâu là vạn đại
Than ôi!
Cái khôn mới hôm qua
Hôm nay bỗng trở thành cái dại
Quay lưng với đời ư?
Dòng đời cuồn cuộn
Biển đời lợn cợn
Bảy đục ba trong
Quay mặt với người ư?
Mặt người sắc nhọn
Biển người sao mà ghê rợn
Đua chen hôi lợi bòn danh
Đâu dám ví mình với Đào Uyên Minh (*)
Tụng *Quy khứ lai từ*
Cứ ngỡ chính mình đang u hoài cảm thán
Ngộ dĩ vãng chi bất khả gián
Tri lai dã chi khả truy (**)
Hề! mời quá khứ nâng ly
Hề! mời vị lai so đũa
Ta như kẻ lỡ thời
Giỏi giang gì mà tri với ngộ
Chỉ biết hôm nay giầy rơm áo cỏ
Vinh danh *quân tử cố cùng* (***)
Ba mươi năm bổng...bồng ...bông
Ngơ ngác quay về gia hương cố thổ
Lá tre lợp dày mái cỏ
Bão giông quần quại mao lư
Bao nhiêu năm ta vẫn còn ngu
Sáu mươi tuổi chắc gì không càn rỡ
Dẫu đọc hết một trăm bồ chữ
Vẫn thua đau một đứa lòn trôn
Đứng giữa chợ chiều sao nhớ chị khoai môn
Bỗng thương năm xưa cô láng giềng thuần phác
Lướt thướt mây trôi

Dập dờn tóc bạc
Một mình ta
Như bóng ma nhô lên từ đêm thiên cổ
Một mình ta lơ ngơ chôn nỗi niềm ly gia biệt thổ
Nền nhà xưa mọc lên nấm mộ
Chữ đề bia tức tưởi tím bầm:
Ghê thay! Thiên địa phong trần
Nơi đây... yểu mệnh thanh-xuân-một-người!

(*) *DẢO TIỀM (365-427)* tự là UYÊN MINH, người đời Đông Tấn, Trung Hoa. Ông làm huyện lệnh ở Bành Trạch, chán cảnh phải luồn cúi qua trên, than thở *"ta đâu phải chỉ vì 5 đấu gạo (tức lương bổng) mà phải khom lưng ư?"* Ông bèn trả lui áo mão cho triều đình, lui về quê ẩn cư, viết bài *Quy khứ lai từ* để bày tỏ chí hướng. Người đương thời rất ngưỡng mộ sự cao khiết của ông, tặng ông danh hiệu Tĩnh Tiết Tiên Sinh

(**) Hai câu này trích trong *Quy khứ lai từ*. Nghĩa: Nhận ra chuyện dĩ vãng là không thể ngăn lại được, biết việc tương lai thì có khó thể đuổi theo. Phan Kế Bính đã dịch Quy khứ lai từ thành thơ song thất lục bát. hai câu này ông dịch thoát ý:
Ăn năn thì sự đã rồi
Từ nay nghĩ lại biết thôi mới là.

(***) *Quân tử cố cùng; tiểu nhân cùng nhi lạm hỷ!* Khổng Tử (sách Luận Ngữ). Người quân tử cố chịu đựng với cảnh khốn cùng. Kẻ tiểu nhân gặp khốn cùng thì làm điều tham lam.

Cuốc đất mà chơi
(tặng Lê văn Trung & Hạ Đình Thao)

Giao vườn nộp ruộng lìa quê
Ra đi như thể trời thuê đi đày
Thân không dung nổi đất này
Lan man chi chuyện khói mây phương trời

Mấy năn đời đổi - đổi đời
Râu cùn mày cụt tả tơi chí tàn
Thú cầm biết giữ ổ hang
Cớ sao ta phải bỏ làng mất quê?

Bao năm bấm bụng không về
Vườn xưa ruộng cũ cứ nghe mọc nhà
Người xưa *"thiên hạ vi gi"*
Nay thiên hạ bỏ mặc ta lưu đày

Ngâm câu *vận khứ... thời lai...*
Nghe đau lưỡi chuốc đang mài mồ hôi
Quê người cuốc đất mà chơi
Cơ hồ đang cuốc ruộng trời trồng mây!

PHAN HUYỀN THƯ

Phan Huyền Thư tên khai sinh Phan Thị Huyền Thư. Sinh ngày 19-2-1972.

Học nhạc từ nhỏ, theo truyền thống gia đình làm âm nhạc.

Sau khi tốt nghiệp trường Âm nhạc Việt Nam 1989, học Văn khoa Đại học Tổng hợp Hà Nội 1989-1993. Bắt đầu kiếm sống bằng nghề hát phòng trà, viết báo, phê bình nghệ thuật đến năm 1999 thì chuyển sang làm phim tài liệu. Học đạo diễn phim tài liệu Artelier Varan, cộng hòa Pháp 2004 -2006 và trở thành giảng viên điện ảnh trực tiếp tại trung tâm điện ảnh Trẻ. Trở thành Chuyên viên sáng tạo nghệ thuật và truyền thông từ năm 2011.

Thơ của Phan Huyền Thư đã có mặt trong nhiều tuyển tập giới thiệu thơ Việt Nam bằng nhiều ngôn ngữ và cũng đến với môi trường hàn lâm tại các trường đại học danh tiếng trên thế giới và tại Việt Nam, với các công trình luận án và đề tài cao học văn chương.

Từ năm 1993, xuất hiện trên văn đàn hải ngoại với truyện ngắn và thơ, trên tạp-chí *Hợp Lưu, Thơ, Thế kỷ 21* (Hoa-Kỳ), *Diễn đàn* (Paris) và vác trang mạng Da màu, Văn Việt, Gió O, Tiền vệ, Talawas...

Đã xuất bản các tập thơ:

- *Nằm nghiêng* (NXB Hội nhà văn, 2002)
- *Rỗng ngực* (NXB Lao động, 2007)
- *Sẹo độc lập* (NXB Lao Động và công ty Nhã Nam, 2014)
- *Đạo Thơ* (NXB Nhân Ảnh, Hoa-Kỳ và Amazon.com phát hành, 2018)

Thợ thêu

Thắm là con trai út trong một gia đình làm nghề thêu phướn có tiếng nhiều đời ở Quất Động. Có thời được đặc ân chuyên phục vụ cho triều đình. Được Vua ân sủng, gia đình vì thế mà cũng phất lên danh diện hơn người. Cụ nội Thắm sinh cả thảy bảy bận, chỉ đậu được hai trai là ông nội Thắm và ông bác Hoành.

Ông Hoành vạm vỡ, xốc vác bao nhiêu thì ông nội Thắm gầy yếu bệ rạc bấy nhiêu. Nghề thêu phướn vảy vàng vảy bạc gia truyền rốt cuộc do ông cả Hoành và mấy anh chị em con ông bác cần mẫn, chăm chút mà giữ được danh diện cho gia đình. Ông nội Thắm thì lười nhác, chỉ mê ca nương, hút sách, khi bị cụ nội sai người đi tìm bắt về nhà, xích lại ngồi bên khung phướn thì lắm khi ngồi thêu được vài đường lại vớ cây đàn Nguyệt tích tịch tình tang, chẳng mấy chốc mà bỏ nghề lang bạt bến phà, đầu chợ kiếm ăn với phường ca nương, kéo nhau xuống đến tận Hà Nam nhập hội với phường Xẩm chợ của trùm Cò.

Có đợt năm ấy, ông cặp đôi với một thanh đồng trong hội Phủ Giày bên Nam Định mà sinh hạ hai anh em là bố Thắm và bác Toan. Kéo nhau về lại bản quán chưa được ba năm thì kháng Pháp bùng nổ. Gặp cải cách ruộng đất, cả nhà tháo chạy theo đoàn dân công hoả tuyến lên Việt Bắc. Ông bà nội Thắm lúc ấy xung vào đội tuyên văn vì có chút vốn liếng đàn hát, lại thêm cái nghề thêu thùa gia truyền nên các loại phông màn hội nghị, gù vai, tua rua các loại huân huy chương lụa, thêu cờ thêu phướn đỏ đỏ vàng vàng cũng được đất phát tiết.

Hoá ra cái nghề thêu thùa ban phát động viên xoa đầu thời nào cũng có đất sống, mà lại sống tốt. Vì thành tích "chuyên thêu thùa cho các thành tích" mà khi theo quân về tiếp quản Hà Nội ông cụ đương nhiên lại thành cán bộ phong trào quần chúng, rồi phát động hết phong trào thi đua này đến phong trào thi đua khác, bỗng chốc mà thành nhà hoạt động Văn hoá có bề dày.

Đến đời bố Thắm nữa là ba đời, dòng nhà Thắm chỉ đậu được hai con trai. Thằng cả to cao vạm vỡ bao nhiêu thì thằng sau èo uột lả lướt bấy nhiêu. Bố Thắm là thằng èo uột ấy. Đổi lại, thời chiến tranh vệ quốc hừng hực nên ông bác Toan to xác quyềnh quàng tưởng ăn đứt bố Thắm mà lại thành ra bạc phận. Xung kích vào miền Nam ruột thịt được non một năm thì trúng bẫy chông, hoại tử chết vì uốn ván.

Đêm ấy, ông nội Thắm lấy đàn Nguyệt ra bập bõm trên chõng tre, bên ngọn đèn đĩa dầu lạc leo lét trước khi cắm mặt cả đêm vào vuông lụa thêu phướn "Tổ Quốc ghi công" cho bác Toan. Bao nhiêu đời nhà thợ thêu cung đình, đến đời bố Thắm là cha thêu phướn vinh danh cho cái công chết trẻ nhạt thếch của con. Chuyện ấy chưa từng có trong dòng họ.

Nỗi đau ấy được biến ngay thành hành động cách mạng. Anh trai Thắm to cao vạm vỡ, người xông xáo nhiệt tình nhưng thô lậu, cục súc. Hắn lấy tiết lợn viết huyết tâm thư nhập ngũ để trả thù cho bác Toan.

Đời thiếu gì cách trả thù, giết người là cách đơn giản nhất. Nhưng giả vờ giết nhiều người để lập thành tích thì đúng là chỉ có con nhà thợ thêu, chuyên sáng tác bằng khen, thành tích huy chương mới làm được.

Anh trai Thắm vào bộ đội được mươi ngày thì làm cho cô Bí thư Đoàn kiêm đội trưởng du kích trên đường đi tập trung huấn luyện to bụng. Thế là cô ấy bị khai trừ khỏi Đoàn, đuổi về địa phương chịu kỷ luật lao động. Ngày họp kỷ luật cô gái, anh Thắm xung phong đi vá lại cờ truyền thống bị gián nhấm và tết tua rua lại cờ luân lưu của đơn vị trong hội trường.

Hết đợt huấn luyện anh Thắm Nam tiến suốt hai chục năm. Lên đến chức Đại đội trưởng. Trở về sau 75. Hắn cứ khóc rống lên mỗi khi ai nhắc đến từ đồng đội. Chứng kiến hết lớp này đến lớp khác các đồng đội mình rơi rụng dần sau mỗi trận đánh tôi đau lắm. Đau lắm. Ôi huhuhu... Thế là cái "điệp khóc" ấy dìu hắn êm dịu vào chức đội trưởng công nhân xuất khẩu lao động sang một nhà máy dệt ở Liên Xô vĩ đại.

Liên Xô đang vĩ đại thế mà lại sụp đổ.

Anh Thắm trốn sang Đức lưu vong bằng nghề bán hàng rong. Nhưng con nhà thợ thêu không phải vừa. Một mặt hắn vẫn ngoạc mồm chửi cộng sản ấu trĩ, chửi cuộc chiến chống Mỹ là tàn nhẫn, độc ác và ngu xuẩn, mặt kia hắn vẫn kiên trì đứng trong mưa tuyết trước cổng Sứ quán Việt Nam tại CHLB Đức để xin gặp đồng chí Đại sứ.

Gặp đồng chí Đại Sứ, hắn khóc rống lên nhớ đồng đội chiến trường năm xưa, hắn giơ thẻ Đảng trong túi ngực nơi trái tim, hắn tha thiết xin được chấp nhận cho hắn đóng Đảng phí đều đặn hàng tháng, hắn nói để không được phép quên xương máu của đồng đội năm xưa. Hắn được về nước với danh vị Việt kiều tiêu biểu. Với bài khóc kinh điển, hắn thành điển hình, thành biểu tượng hoà hợp dân tộc, mẫu mực của đại đoàn kết.

Với bài khóc trứ danh, hắn thành danh nhân, văn sĩ. Hắn trà trộn vào các đoàn biểu tình có vẻ đấu tranh dân chủ ban ngày, đêm đến hắn ngồi hí hoáy viết báo cáo trong nước mật gửi cho cơ quan an ninh chuyên trách. Gặp lãnh đạo, hắn sống lại cảm xúc xin được đóng Đảng phí năm nào. Nước mắt nhớ đồng đội của hắn xối xả. Tiếng khóc của hắn ai oán và vòm họng cộng hưởng rất thanh nhạc.

Hắn thường kết thúc bằng cú lịm người tím tái vì xúc động trong tay các vị lãnh đạo cấp cao...

Chuyện của anh Thắm chỉ có điểm kết khi hắn đụng độ với chính Thắm trong một cuộc chạy đua một danh hiệu. Suốt một hành trình khóc để biến hoá thành Kiều bào kinh tế thị trường định hướng xã hội chủ nghĩa, anh Thắm không ngờ gặp thằng em èo uột năm nào tại nhà riêng của một vị thành viên Hội đồng thi đua.

"Năm nay hết chỉ tiêu cá nhân rồi, chúng tôi chỉ còn một suất. Xem thành tích của hai anh thì cũng có quá trình khác biệt nhưng lý lịch và truyền thống gia đình lại chung một, chà khó nghĩ cho tôi quá!"

Thắm bây giờ mới bộc lộ ra cái khát khao cháy bỏng suốt mấy chục năm trời làm cán bộ thi đua của mình một cách chua chát: "Anh xem thế nào, tìm cách giúp em. Thú thực với anh, làm công tác thi đua khen thưởng cơ sở mấy chục năm, tay em không biết bao nhiêu lần thảo ra thành tích khống, không biết bao lần em cầm tiền đưa tận tay mấy bác nới chỉ tiêu. Đấy, cái số em nó khổ, cả đời đi lo thành tích, danh hiệu, huân chương, huy chương cho thiên hạ, giờ đến lượt mình thì lại gặp khó khăn thế này. Đúng là vẽ ra cái ảo cho người khác thì dễ, để người khác công nhận cái mong muốn thật sự của mình thì không đơn giản chút nào..."

"Thôi, hai anh em cậu về bàn bạc với nhau đi nhé. Có sự nhất trí cao tôi mới lo việc này để trên quyết. Bút sa gà chết. Đã ký là vàng đá, không hoán đổi được đâu"

Một tuần sau, Thắm có quyết định. Anh Thắm bị treo lại hồ sơ.

Ba tháng sau, Thắm đón nhận bằng khen, Thắm đãi cả cơ quan, cả tổ dân phố, lại làm lễ vinh quy bái Tổ linh đình. Ba heo quay, một bê tùng xẻo. Năm chum rượu hạ thổ được khui lên. Đúng là men say chiến thắng. Bằng khen cho kẻ cả đời vẽ ra các bằng khen ảo cho người đời thật không hề đơn giản.

Suy cho cùng, Thắm là điểm sáng của cả họ. Ngày xưa thợ thêu phướn thì là thợ thêu, ngày nay thợ thêu không chỉ là thêu, còn là thợ thi đua khen thưởng.

Đêm đó, ban thờ nhà Thắm cháy đùng đùng, lửa bốc lên ngùn ngụt do bén vào những tấm phướn cổ đã mục. Khi xe cứu hoả đến thì tất cả đã thành đống tro tàn khét lẹt mùi vải sợi kim tuyến tạo thành một hình nhân tro tàn của nhung và lụa.

Thắm còn đang say khướt hào quang được ngâm tẩm hạ thổ mấy chục năm nên chẳng trở tay kịp.

Sau này, có cán bộ điều tra nói lại. Để tranh giành với anh trai cái bằng khen, Thắm đã ngầm về quê cô Bí thư đoàn năm xưa, đón cô từ trại tâm thần lên trước bàn thờ gia tiên để tố anh mình. Anh Thắm đành ngậm đắng nuốt cay rút lui.

Không ngờ người đàn bà điên ấy đã tìm cách trốn lại quanh quẩn lanh thang gần nhà thờ Tổ của Thắm.

Hôm Thắm tiệc tùng nườm nượp, chị ta đã lẻn vào nhà thờ, thấy ảnh chân dung bác Toan năm nhập ngũ nghiêng 23,5 độ với đôi môi đỏ chót, đôi má hồng và chiếc áo quân phục xanh biếc do tô màu lên ảnh đen trắng. Chị ta bỗng xông vào cào cấu tấm ảnh làm đứt cả tấm ri đô nhung tua rua gia truyền bắt vào ngọn nến trên bàn thờ.

Người đàn bà ấy đã chết cháy trong đám phướn.

[Thứ Năm, 23:30 ngày 05.05.2016]

PHÙNG CUNG

Phùng Cung sinh ngày 18 tháng 7 năm 1928 tại Vĩnh Yên. Năm 1945, ông tham gia cách mạng và làm chủ tịch liên xã Hồng Liên Châu. Năm 1949 tham gia công tác văn nghệ ở chiến khu Việt Bắc. Năm 1954, ông về sống tại Hà Nội và tiếp tục hoạt động văn nghệ cho đến khi bị bắt giam vào năm 1961. Năm 1973, ông được phóng thích nhưng vẫn bị quản thúc và theo dõi. Từ lúc này ông sinh sống bằng nghề làm đinh và vẫn âm thầm làm thơ. Ông mất ngày 28-4-1997 tại Sài Gòn.

Hơn nửa đời người bị cầm tù và theo dõi, kiểm duyệt, Phùng Cung không có nhiều sáng-tác cũng như không được nhìn thấy tác-phẩm của mình được xuất-bản. Truyện ngắn nổi tiếng Con Ngựa Già Của Chúa Trịnh là truyện duy nhất đã được xuất bản thuở sinh thời của tác giả lúc mới bắt đầu nghiệp văn, năm 1956 trên Nhân Văn Giai Phẩm số 4 (10-1956) và đã đưa Phùng Cung vào nhà tù Cộng sản 12 năm từ 1960 đến 1972. Thơ và truyện Phùng Cung thường mang tính ngụ ngôn, hiện thực vị nhân sinh, với bút pháp phúng thích, ẩn dụ, biểu tượng,... Tập thơ *Xem Đêm* của ông chỉ được phép xuất bản vào năm 1995, hai năm trước khi ông mất. Tuyển tập *Phùng Cung-Truyện và thơ* đã được hải-ngoại xuất-bản - Văn Nghệ xuất bản lần thứ nhất, California 2003, Montreal 2004

Chiều cun cút

Áo song chàng
Nón lá
Phới về quê
Dệt dạt tối ngày khoai dáy
Lúc thảnh thơi
Quần vận khấu bò
Rong ruổi chốn rau dưa
Tôi gõ rỗ
Khe khẽ ê a
Chiều cun cút
Một mình
Không lửa không đèn
Nhòm nhõm thâu đêm
Chết thèm cái bóng
Xa là trời sao
Gần là đom đóm.

Dạ ký

Thời tiết gì mà lạ vậy, trời đã vào thu mà đêm còn oi bức như nung, như thiêu. Thời tiết lạc hậu! Đêm lạc hậu! Hay đây là điềm thiên thời ra tay ủng hộ để cái nóng nấn ná đòi đốt cháy giai đoạn? Mở mắt to hơn nhìn thấy cái lợi lớn thì nóng thế này chứ nóng nữa, nóng hơn cả giữa mùa hè cũng khắc phục được hết. Trong số nhà 135 Mai Hắc Đế gồm bảy hộ - trong đó có gia đình tôi - thì sáu hộ có trẻ con ốm. Gia đình tôi chiếm một phòng trên gác, cả thảy bốn nhân khẩu: hai vợ chồng tôi và hai thằng cháu nhỏ. Với mười hai mét vuông, so với sáu hộ khác còn xênh xang hơn nhiều - "Ăn hết nhiều ở hết bao nhiêu!" Câu đầu lưỡi được các cụ ta ngày xưa tổng kết đã, đang và sẽ còn giá trị!

Rủi ro thay! Gia đình tôi hai cháu ốm cả hai: Mẹ chúng bị đau lưng vào nằm viện đã được hơn hai tuần.

Dưới nhà, chẳng biết hộ nào vụng trộm nhang khói cầu khẩn cho người ốm; mùi hương thầm thoảng đầy mê tín. Lại có tiếng càu nhàu văng bậy từ số nhà bên cạnh chửi cái nóng, chửi lung tung! Phải khẳng định những người này chưa thấm nhuần tiến bộ văn minh còn phải học tập, còn phải được giáo dục nhiều. Những hành vi ấy dẫu là bán công khai cũng đều rất ảnh hưởng xấu đến nhiều mặt. Tôi chẳng hương khói, chẳng văng bậy, chẳng chửi; khó khăn phải khắc phục mà! Khắc phục được hết; nó là khẩu hiệu tiên quyết thắng lợi mọi mặt - Có thể khẳng định một thủ đô pha lê; một thành phố pha lê đã nằm trong tầm tay hoạch định của trên. Ai ai cũng nức lòng lạc quan - không phải lạc quan tếu - lạc quan cách mạng!...

Thỉnh thoảng tôi vèo xe đạp vào viện thăm vợ; vẫn phải nói với vợ bằng lời: "Yên trí! Tất cả đều tốt!" Cái lối động viên quen tai rất thời thượng - xuất xứ từ đâu? - Cửa miệng quái nào cũng có thể thốt ra được, ở bất luận trường hợp nào xét thấy cần thiết - nó khoanh trong cái vòng "người tốt, việc tốt". Đơn giản mà nghĩ, tôi thấy lời của mình nói với vợ là láo toét! Là nói điêu, là dối trá nhưng được hơn là thành thật. Trong cõi hệ lụy thiên định, nhân định này, chỉ có những phù thủy giấu mặt, cao tay màu nhiệm "úm ba la" đổi trắng thành đen, đổi đen ra đỏ mà, văn hóa mới, văn minh mới chưa lùng chụp được - khiến số ít người còn bán tín, bán nghi, sợ sệt và coi khinh - Phù thủy thì khiếp lắm! Nó pháp thuật, người thành ma, ma thành người. Dân thường làm gì mà biết được.

Mình là người dân, là công dân, chỉ nên nói đến chuyện trong phạm vi công dân - Vinh dự cầm chặt trong tay thẻ cử tri, phiếu bầu cử là đủ tự hào quyền làm chủ! Nhất thiết phải có nghĩa vụ vinh quang! Sự đãi ngộ, hưởng thụ cũng rất khoa học, phải có tiêu chuẩn rõ ràng, không có lộn xộn như xa xưa; cái gì cũng "... giai do tiền định" - đừng hòng! - Phải thời đại hóa "Nhất ẩm nhất trác giai do tiêu chuẩn." - Bản thân tôi, một mình phải đương đầu, đánh vật với miếng ăn, miếng uống; đánh vật với bệnh tật của vợ con; đánh vật với đủ thứ rủi ro: nhòm ngó, nghe ngóng - mình đâu phải là Quan Âm Phật bà ngàn mắt ngàn tay mà lường hết được; - đánh vật với chính mình! thâu ngày, thâu đêm còn đâu hơi sức để tỉnh táo, để định thần, để khôn ngoan, để phớt căng vượt lên tiêu chuẩn cao hơn - không ai cấm đoán; còn khuyến khích động viên nữa là khác.

Hai cháu, thằng anh bốn tuổi, hơn thằng em hai tuổi; cộng cả hai là sáu tuổi - đang trong vòng "tuổi mụ" - nói như thời xưa là chúng đang được bàn tay bà mụ che chở cho đến tuổi mười hai. Bây giờ thì chẳng có mụ mẫm gì, ai dám cả gan tin; lên tiếng thử xem? Tất nhiên tôi cũng chẳng dám tin, dại gì chuốc vạ vào thân! Hai đứa cứ như thi đua lên cơn sốt, đã bốn ngày, năm đêm, kể cả đêm nay.

Từ đêm chúng vắng mẹ, đêm nào tôi cũng phải nằm dang hai tay ra hai bên như một cây thánh giá; mỗi cánh tay làm gối đầu cho một đứa. Chúng đều nóng hầm hập; ngày sốt ít, đêm sốt nhiều; chừng như chúng lên sởi. Cả hai đều rên khe khẽ, nghe rất tội nghiệp! Hai cháu ngoan, biết nằm im, rồi ngủ thiếp đi khiến tôi đỡ bối rối. Nằm giữa chúng, tôi lơ mơ ngủ, lơ mơ thức; có thể nói là ngủ trong thức, thức trong ngủ. Tôi cứ nằm trong cái thế "chịu tử nạn!", ê ẩm hai cánh tay, không dám cựa, chỉ mong chút im lặng để chợp mắt.

Đêm lặng, hơi có gió nhưng là gió nóng; có lẽ gió từ dưới đất lên. Tôi cảm thấy hai mắt đang được băng lại bằng lụa mỏng - một thứ lụa chuyên dùng của thần ru ngủ? Tai tôi vẫn còn thức, nhờ gió đón nhận được những âm thanh của đêm thu. Âm thanh cũng đứt, nối, nổi, chìm, to, nhỏ, gió ý thức điều chỉnh?... "Thề phanh thây, uống máu... cùng tiến lên!..." Thì ra trong tôi cơ hồ bị thất thoát khái niệm thời gian. Những bài ca cách mạng hùng tráng; xa, gần, các giới, đoàn thể đang tập luyện để long trọng đón kỷ niệm ngày đại lễ của đất nước - Cách mạng Tháng Tám, ngàn thu ghi nhớ! Âm thanh ấy đang dẫn dắt tôi, hoặc tôi níu lấy nó để đưa mình vào cõi chập chờn...

... Một không gian đỏ, xanh, vàng, tím bao la quay cuồng biến ảo; bóng tối bưng lấy mắt, rồi lại thay bằng một thứ ánh sáng dìu dịu của đêm trăng, rồi ngả sang màu ánh sáng của bình minh ảo - không gian phù thịnh. Tôi đang thong thả bước trên một đường phố - trước kia rải nhựa nay đầy những vết xe tăng để lại nham nhở. Tôi mất phương hướng, mất cả lập trường, lại không phải nhà quân sự nên không nhìn nhận rõ đây là dấu tích tàn phá của chiến tranh vệ quốc hay xâm lược. Tôi tiếc con đường nên nghĩ dông dài thô thiển: Tất cả chỉ là sự bày đặt, buôn bán máu xương của ma vương quỷ dữ!... Bỗng một bàn tay đập vào vai tôi, tôi giật mình. Tôi chỉ nghĩ chứ đâu đã nói ra, nên tôi lại định thần quay lại. Ai nhỉ? Một người mà tôi thường hàng ngày chạm mặt. Vẻ mặt dễ mến này hẳn tôi đã lưu giữ trong tiềm thức nhưng vẫn không sao nhớ được tên - Nói theo tiếng xưng hô - hóm hỉnh - mỡ nạc - vui tính - hàng ngày của nhà văn Kim Lân, là "người anh em". Tôi hỏi "Người anh em đi đâu?" Người này chỉ cười, không trả lời; càng cười càng tỏ vẻ dễ dãi. Trong chuỗi cười, nói lên cả một lời khuyên nhủ "Đồng hành!" Tôi vốn có thói quen trực giác cảm thấy đáng tin, là tôi sẵn sàng thả lã sự giao tiếp ngay; không chút đắn đo, ngần ngại. Anh ta đi trước, giữa tôi và anh ta có mấy thứ khoảng cách; khoảng cách tuổi tác, tôi kém anh ta ít cũng ba trăm sáu lăm ngày nhân bốn hoặc năm; khoảng cách chức vị xã hội thì dài lắm, bởi tôi chẳng là cái gì; khoảng cách bước đi vừa bằng chiều dài một con chó. Kẻ trước, người sau đều bước, tôi vẫn băn khoăn, không sao nhớ được tên. Đi là đi, tôi cũng chưa kịp hỏi là đi đâu, bởi tôi tin theo sau anh là vô hại, nếu chưa nghĩ đến là lợi lộc. Đi được một quãng, anh ta nói với tôi bằng cái giọng quyến rũ, tiếng to, tiếng nhỏ, tôi nghe câu được câu chăng: "đường vinh quang" hay "đài vinh quang!"... gì đó. Tôi bụng bảo dạ: "hay rồi!" Anh ta cứ nói, tôi cứ nghe. Xem chừng đã mỏi chân, khát nước, muốn tìm chỗ nghỉ để rồi lại đi. Thình lình tôi quay lại, không thấy anh ta đâu, rõ ràng tiếng nói của anh ta còn bám trên vành tai tôi. Tôi lấy làm lạ, nhìn đông, nhìn tây không thấy. Anh ta đi đâu nhỉ? - rẽ lối nào? - để làm gì? - Tại sao mình lại không biết? Tất nhiên tôi chẳng mất mát gì; chẳng có gì để mất mát. Ẩn hiện kiểu này chỉ là thần hoặc ma, tôi đâm ra lo sợ. Giữa thanh thiên bạch nhật lại xảy ra chuyện kỳ lạ nhường này! Tôi vừa đi vừa nghĩ, cố rà lại trong kho lưu trữ của mình để ghép dựng lại con người anh ta. Tôi tiến hành theo cái kiểu làm dồi lợn, được đoạn nào buộc đoạn đó - biết mình đầu óc kém khoa học, kém tổng kết, hay để sổng ý nghĩ - dễ xáo trộn lung tung. Trước hết tôi lần nhớ dáng đi của anh ta, lon ton, lon ton - lối vận hành của quan hoạn - À! nhớ ra rồi! Kho nhớ của tôi về anh ta như ổ khoá mở đúng chìa; thậm chí tôi có thể biết cả sơ yếu lý lịch của anh ta - Con trai thứ của một viên chức loại thường ở thành phố cảng, nhà lại có cửa hàng cửa hiệu; học vấn đã qua tú tài, và đã qua vài năm trường luật - nhờ tham gia cách mạng từ thời Nhật thuộc - trình độ văn hóa - giữa lúc mà Bác mình đang kêu gọi diệt giặc dốt - thì anh ta thuộc loại có hạng. Bởi vậy anh ta được giao công tác "tuổi trẻ chức cao". Hình hài xếp loại đẹp giai, trông rất đàn ông, da ngăm ngăm, mũi cao, mày rậm, mắt sáng, râu quai nón - lúc nào cũng cạo nhẵn - khi chưa kịp cạo, râu hơi lờm sờm càng đẹp vẻ mày râu.

Anh ta được trên sủng ái; cái giọng nói to nhỏ từ miệng khuôn ra toàn đạo đức; mới nghe ngọt sớt nhưng ngẫm nghĩ thì nó lộ nguyên hình mỹ ký. Chả biết anh ta học ai mà nhuần nhuyễn bài bản mỹ ký đến thế; chẳng lẽ bẩm sinh? - Hẹp hòi, ích kỷ, thù vặt, đầy người - kể cũng được việc lắm! Văn, thơ, kịch cọt, nhạc nhiếc, triết trủng, anh ta tự hào "thập bát ban võ nghệ tinh thông!" Nhờ tài hoa ấy mà đời anh ta thông bén luồng lạch! ngóc ngách công tác cũng như riêng tư. Tôi được biết nhiều phụ nữ từ quan hệ công tác - môi trường tạo gần gụi, ngụy trang - chị em phái yếu nhà mình không ít nhẹ dạ, nhẹ như xăng - như thùng xăng. Anh ta rất nhạy bén đánh hơi khi thùng xăng hở nút, hoặc rò rỉ, quẹt diêm đúng lúc - Dẫu đội quân cứu hoả nhà trời cũng đừng hòng tắt ngay được! Hậu quả chị em đã bị anh ta làm cho khốn khổ; chị em đã có chồng con không xiêu nhà nát cửa, cũng mang hận suốt đời! Kiêng nể cách mạng nên phụ nữ không dám lên án anh ta là tên "Sở Khanh cách mạng" mà chỉ nhổ hơi nặng bãi nước bọt! Anh em trong ngành văn nghệ đã phong tặng anh ta danh hiệu "con chó dái đầu bảng!"

Con người như thế phải là như thế. Khi vợ anh ta bị bệnh lao phổi, chết tại Việt Bắc, biến đau thương thành hành động; anh ta lao vào công tác vừa phần rảnh thân kiếm bạn đời, rảnh căng lông nhông...

Chẳng hay, cấp trên trực tiếp, gián tiếp có biết đầy đủ về con người anh ta không? - Sáng suốt nhường ấy thì chắc chắn phải biết. Có phải vì văn thơ kịch cọt của anh ta hợp khẩu vị - mà trên làm ngơ, hoặc đang có tác dụng này nọ; cân nhắc thấy những "nhược điểm nhỏ" của anh ta không ảnh hưởng gì đến nền đạo đức cách mạng, chỉ là cá tính vô hại. - Anh ta cũng đã mấy lần lầm lữa - giở quẻ - hợm mình - nâng giá! lên voi xuống chó, những lúc ấy trông anh ta thiểu não, ai cũng động lòng - người trong ngành nhận định chỉ là sự "giơ cao đánh khẽ" để vào khuôn phép, kỷ cương! - Nhận định như vậy hình như đúng - Trên đường hoạn lộ anh ta vẫn được đàn anh dấm dúi thập toàn đại bổ. "Nhược điểm nhỏ" anh ta cũng có phải trả giá - giá chợ chiều.

Tóm lại đâu vẫn hoàn đấy; vẫn lông nhông leo thang; công tác vẫn ngon lành. Thế mới biết con người ta đều có số phận cả!

Biết rõ anh ta là ai rồi nhưng tôi vẫn thắc mắc về sự ẩn hiện của anh. Theo truyền ngôn, nước ta chỉ có "Tứ bất tử", các vị này đều dày công tu luyện đạo gì, đạo gì đó. Vậy chẳng lẽ anh ta đã bổ sung vào hàng ngũ đó sao? Chẳng lẽ học thuyết Mác Lê Nin cũng là đạo sao? Vô thần cơ mà! - Ừ thì cứ cho là đạo vô thần đi - Đạo vô thần mà lại lắm phép lạ đến thế thì khiếp thật! Và đương nhiên anh ta phải là bực chân tu chính đạo! Tôi tự thấy mình hoá thành kẻ đa sự nên vội trụt ý nghĩ lại. Từ lúc trong đầu bận tập trung suy nghĩ về anh ta, quen chân, đều bước cũng chẳng biết mình đã đi bao xa và đi đến đâu. Chỉ thấy chân mỏi nhừ, khát nước bỏng cổ họng. Tôi trở lại cái thói quen thiển cận, những điều gì không tự giải đáp nổi cho quên béng đi, là thượng sách...

Trời đã ngả chiều, từ trên cao chợt có tiếng "quạ nổ pháp miệng" - Tiếng của làng quê tôi như thế - Tôi nhìn lên ngọn cây chòi mòi kề bên cổng một ngôi đền cổ kính. Không am tường ngôn ngữ chim muông nhưng tôi đoán đó là một dạo khúc bản Sê-rê-nát quạ. Con quạ khoang vươn cổ réo lên đủ bảy tiếng chiều - vấp nhịp - bốc cánh bay đi; vừa bay vừa ỉa thản nhiên. Tôi muốn ghé nơi cảnh vắng này để độ chân, luôn thể ăn mày ngụm nước. Tôi vừa bước khỏi cổng, bỗng thấy khác lạ: rõ ràng vừa rồi là một cổng đền, nay lại biến thành một tam quan đẹp - Chùa hay đền? - Tôi chẳng hiểu gì về kiến trúc, chẳng phải tín đồ, con hương, đệ tử. Tôi chẳng có cương vị quan tâm. Tôi bước thêm dăm bước. Chợt tiếng "đậu phụ chùa" sủa dữ dằn. Tôi để mắt tìm chẳng biết con vật ấy đâu. Tiếng sủa từ bốn phía giáp công giòn giã đan vây. Tôi biết làm gì đây để thanh minh mình không phải là kẻ gian phi. Tôi cố gắng nhìn ngó muốn tìm đến chủ của chúng dù là nhà sư hay là ông từ để nói lên cái yêu cầu không nhỏ của mình. Rất tiếc, tôi chẳng thấy bóng một ai! Chẳng biết sức gì lôi cuốn, khiến tôi tò mò ngoan bước. Vào đến thềm đại bái, tôi chợt nghe tiếng lịch kịch bên trong như tiếng thu dọn đồ đạc. Tôi bước hẳn vào bên trong, nhìn lên tam bảo uy nghi. Cái mắt tò mò chuộng lạ của tôi dè dặt tôn kính từ ba vị tam thế, đến hai bên hành lang, đủ loạt: tượng Phật, tượng thánh gỗ hay đất chẳng biết, đều sơn son thiếp vàng lộng lẫy. Trời! Tôi bỗng rủn cả người! Các tượng tĩnh toạ ở cái thế thiên thu bất biến, nhất loạt chăm chắm nhìn tôi. Tôi rẽ sang hành lang bên tả, các vị cũng nhất loạt đánh mắt sang tả lườm tôi! Tôi rẽ sang hành lang bên hữu, các vị cũng nhất loạt đánh mắt sang hữu - Còn nhanh hơn - lườm tôi! Sự hoạt động của nhãn tượng nhạy bén tựa cái vô lăng ô tô quành trái, quành phải trên con đường chữ chi, ổ gà, do một tay lái tột bậc, điều khiển. Tôi cảm thấy lạnh toát người; tôi cố trấn tĩnh làm nhanh bản tự thuật trong đầu. Tôi vẫn biết đã là tự thuật là thành khẩn tự nhận tội lỗi là cốt lõi của vấn đề. Tôi tự nhủ có lẽ con mắt của thần, Phật; chỉ con mắt thần Phật mới nhìn thấu hết. Hẳn kiếp trước mình là kẻ bất lương, bất hảo!...

Tôi khép nép đi lùi theo lối cận thần sau khi vào bệ kiến đức vua mà tôi đã có nhiều dịp chứng kiến trên các chiếu hát chèo. Lùi đến khi gót chân va vào bậc cửa tôi mới dám cúi đầu quay ngang và bước hẳn xuống thềm.

Khát quá! Nhìn thấy một bể nước kề sát tường, tôi vội nghĩ: thôi thì dẫu sao mình cũng đã bị kiềm kim ấn ba kiếp thì liều thành tâm ăn mày trộm ngụm thanh thủy! Rủi thay! tôi nhìn vào bể chẳng còn lấy một giọt nước, đáy bể đã chớm rêu. Góc bể phía trong, một con cá đã chết từ bao giờ trong môi trường thiên định, chỉ còn nguyên bộ xương trắng màu gạo hẩm! Chờ ăn vạ, hay đợi thời gian mài giũa để siêu thoát, hay chờ bàn tay mầu nhiệm cho tái sinh? Duyên kiếp người cũng như ngư, điểu đều may ít, rủi nhiều, cứ nằm đấy mà chờ đợi! Tôi trộm nghĩ lõm bõm lời Phật tổ: "Nước bốn đại dương dồn chứa chưa bằng nước mắt chúng sinh trong thế giới ba ngàn!" Nếu được xét tái sinh hẳn con cá này sẽ được thung thăng ưu ái trong nước mắt mênh mông vô tận - Coi chừng, kẻo uổng phí kiếp tái sinh!

Bộ xương cá đòi bằng được chỗ đứng trong kho lưu trữ đầu tôi, làm tôi nao nao; cá đã chết rũ xương trong môi trường thì còn biết thế nào mà lường được! Môi trường đang là cái lò sát sinh được ngụy trang chăng?

Tôi vừa đi vừa nghĩ bỗng cơn mưa ập đến, nghe tiếng mưa rào rào, tôi nhìn xa gần để tìm nơi trú. Nhưng lạ thay, mưa mà quần áo tôi không ướt. Mới ở chùa ra, có lẽ mưa tưởng tôi là người nhà Phật, hay ít cũng vương mùi Phật nên kiêng nể chăng? Lại thình lình một mũi giày đá vào mông tôi. Đá khá mạnh nhưng không đau. Tôi lại giật mình quay lại. Chẳng phải ai xa lạ, ông bạn cao tuổi, nhà thơ giả thiểu số - Tôi hơi bất bằng cái lối mở đầu sự gặp gỡ kiểu này, nhưng không tiện tỏ thái độ, chưa hẳn sợ anh mà là ngại anh thì đúng hơn. Anh đá tôi bằng giày vải quân đội nước bạn Trung Hoa viện trợ - Trong giày nó có sức điều tiết lúc êm, lúc đau - phát đá hữu nghị giao hảo thì nghe êm; ngược lại thì gấp ngàn vạn lần giày săng đá của lính Lê dương. Anh hất hàm hỏi tôi: "Đã thật thành khẩn chưa?" Tôi chưa kịp trả lời mà nghĩ nhanh: sao anh ta lại hỏi đột ngột thế nhỉ? Anh ta có ở trong đầu mình đâu mà biết được bản tự thuật lúc nãy mình chỉ mới nghĩ, chứ có viết hoặc nói ra đâu. Lạ thật! Chẳng lẽ tiếng lịch kịch khi tôi nghe thấy lúc còn đứng ở thềm đại bái lại là tiếng do anh ta tạo nên. Có lẽ anh ta nấp đâu ở trong chùa mà tôi không biết. Cái khoa "Phật vận" của anh làm tôi phục anh sát đất. Cũng có thể do anh ta quen tin lấy tiếng chó làm chuẩn để cân đong đánh giá sự gian ngay chăng? - Như người bị bắt quả tang, tôi cứ ngớ ra: Chút bình tĩnh dần dần được hồi phục, vì mình không khuất tất, không trộm cắp gì. Vả lại nhà tôi cũng có nuôi chó. Người lạ đến nhà là nó sủa; bất kể là ai. Nhiều con khôn còn biết sủa lập công phò chủ. Tôi ít nhiều bị chúng hiểu lầm nhưng chẳng đáng để ý. Anh nhà thơ lên mặt giáo dục tôi: "Chưa được thành khẩn, phải đào sâu suy nghĩ, còn phải, bộc lộ!..." Tôi nghĩ đây đâu phải là đang cuộc chỉnh huấn. Nếu là chỉnh huấn tôi cũng chẳng tiếc gì vài cái gãi đầu đấm ngực, lên án mình - dù thật hay vờ miễn học ủy gật đầu chấp nhận... Anh nhà thơ lại hạ giọng:

"Cũng tạm được, cũng đã có ít nhiều chuyển biến!...". Nói xong anh quay đi, đi rảo bước cho kịp một người bạn đồng hành của anh. Tôi được giải thoát, tôi thở phào nhìn theo hai người. Quái lạ! Anh nhà thơ, lúc nãy tôi có thấy anh ta cầm cái gì đâu. Bây giờ lại thấy tay phải cầm ngang một chiếc côn gỗ đầu đen, đầu đỏ - Nếu là côn đầu trắng đầu đỏ thì tôi đã biết nó là côn công sai - côn thủy hoả! Nhưng loại côn này thì tôi chịu. Người cùng đi với anh, không nhìn mặt tôi cũng biết. Vóc dáng cao lớn, gầy, đen, tứ thời đầu húi móng lừa, tứ thời bận đồ nâu - kể cả khi bận com-plê cũng nâu - na ná một ông sư Cao Miên - đó là một nhà văn, nhà lý luận - lối lập luận thời thượng nhất - vừa mũi nhất - Anh em trong ngành văn học nghệ thuật nói vụng với nhau là "Tên đầu bếp vụng, nhưng được kẻ ăn khen ngon!"...

Nhà lý luận một tay bá cổ nhà thơ, một tay cũng một cái côn, giữa sơn vàng, hai đầu đỏ, màu sắc tất nhiên khác hẳn côn của nhà thơ - Nó tượng trưng cho cái gì thì tôi cũng xin chịu - Côn nào cũng có tính năng của nó, không phải chuyện trang trí, tạo dáng.

Một lúc sau, không biết hai người đã rẽ lối nào, tôi chẳng quan tâm, ngả ba, ngả tư thiếu gì. Đến một ngả ba, thấy lối rẽ bên phải đường nhẵn cát pha, tôi liền rẽ theo ngả này. Ôi! Vô phúc thế nào lại dẫn thân vào nơi cấm địa; lầu son, gác tía dựng ngay trước mặt. Tại sao mắt tôi không nhìn thấy từ xa nhỉ. Tôi dừng chân nhìn một ngôi hoá hai, hai hoá ba, ba hoá bốn, hoá năm, liên khu lâu đài, biệt thự - như trời hoá phép vậy! Tôi tưởng đây chỉ là ảo giác. Tôi xoa mắt, định thần. Tôi đứng bên ngoài hàng rào cấm, nhìn lên thấy một tấm biển màu đỏ, chữ vàng, chữ loà nhoà tôi không đọc rõ - treo ngay ngắn trước một biệt thự chính giữa. Hai hàng người quần áo đồng màu cắp côn đỏ, xếp thứ tự nghiêm chỉnh từ dưới chín cấp lên tận cửa son. Đứng đầu hàng bên tả là người nào tôi không biết; đầu hàng bên hữu là ông anh đẹp trai tôi gặp lần đầu - ông anh rất chững chạc, rất điệu có vẻ điêu luyện nhất: Hẳn ông anh đang giữ chức chỉ huy, bên cửa son. Cặp mắt hau háu, trai lơ, sung mãn! Lúc này tôi mới chợt nghĩ lại mấy tiếng "vinh quang" mà tôi đã được nghe anh nói; hẳn là chốn này đây! Chả có công việc gì mà cứ luẩn quẩn nhìn ngó dễ bị xơi đòn nên tôi liền lảng nhanh. Tôi đang nghĩ tiếng "vinh quang", hẳn là anh đó khoe mình đang vinh quang, hoặc chỉ nhủ tôi đi xem "vinh quang" mà thôi. Như vậy là tôi đã được biết cái vỏ vinh quang, còn tất cả bên trong là như thế nào, ngữ tôi làm gì được biết. Tôi nghĩ: "đi một ngày đàng học một sàng khôn". Học cái gì, khôn cái gì? toàn là những điều không thực dụng, vô bổ.

Khát cứ khát, đói cứ đói, chân cứ đòi bước như thể tự mình dẫn độ mình trong vô định. Đang đi trong lối đi của thành phố, trong đầu cứ bằng đi một cái lại gặp một sự lạ. Đường phố rõ ràng thoắt biến thành lối đi đèo dốc miền thượng du. Hai bên rừng rậm rập, tiếng chim hót đủ loại, nhiều nhất là vẹt và khướu bách thanh, hai loại này tay có nghề mà kiếm được vài cặp nuôi dạy làm mồi thì tuyệt vời!

Tôi chợt nghe giọng âm ấm ngâm câu thơ "Mai Châu mùa em thơm nếp côi..." Tôi nghĩ ai đó đang ngâm nga câu thơ của Quang Dũng thì thấy đúng Quang Dũng xuất hiện. Tôi cảm thấy may mắn, gặp anh. Tôi vội hỏi anh đi đâu đến chốn này. Anh cười vẻ buồn buồn: "Ở Tây tiến về! Hôm nay sinh nhật mình, mình đang muốn tìm bạn dự sinh nhật!" Tôi nghĩ bụng: Thế thì đúng lúc, mình đang đói, khát, lại có bạn rủ đi sinh nhật thì còn gì bằng. Tôi ngỏ lời chấp thuận. Thế là anh ta kéo tôi ngồi xuống gốc cây bên cạnh giở trong bọc ra mấy củ khoai lang luộc, và tháo từ nách ra một bi đông - bi đông nhôm hơi méo đựng nước chè xanh. Hai thằng cùng ăn khoai, cùng uống nước - Anh ta giới thiệu khoai quê mình đấy, chè thì ở Gốt cũng gần quê mình - Ta lấy khoai làm bánh kẹo, lấy nước chè làm rượu - Anh vừa nói vừa cười hỏi tôi: "Cậu chúc gì mình nào?" Tôi đáp: "Chúc ông làm nhiều thơ hay!" - Anh ta lắc đầu, im lặng. Tôi thấy sinh nhật một nhà thơ sơ sài quá! đơn giản quá! Nhưng tôi lấy nội dung làm chính. Anh ta lại nói: "Khoai lang ăn nó dễ đi ỉa, nhuận tràng; chè xanh mát ruột!" Tôi cũng miễn cưỡng cho là phải - và đang nhìn mơ hồ lên bầu trời cao xanh. Bỗng tôi thấy anh lấy từ trong túi đựng khoai ra một con dao dài chừng một gang tay, chuôi đồng, lưỡi dao sáng loáng, anh ta vừa nhổ nước bọt vào gan bàn chân, vừa liếc dao, vừa khóc! Nước mắt lăn rơi đầy mặt! Liếc dao xong, anh ta đứng phắt dậy, mắt gườm gườm nhìn tôi. Tôi sửng sốt không hiểu nổi cái gì sẽ xẩy ra đây? Tôi cũng đứng dậy. Anh ta cầm lăm lăm con dao sắc trong tay: "Tao thiến mày!" Tôi hoảng sợ nhưng vẫn nghĩ là anh đùa: "Đừng đùa dại thế anh!" - Anh nhảy bước tới tôi. Tôi lùi nhanh. Anh nói: "Đùa à! Tao thương mày, mày có muốn làm quan hoạn không?" Tôi nghĩ: Thằng này phát điên hay sao đây mà lại quái gở thế này? - Anh ta nói liền liền: "Tao thương mày! Tao thương mày! Cùng quê nhau cả, tao giành cho mày mọi sự ưu ái!" Nhấp nhổm có ý rình miếng chụp gọn lấy tôi. Tôi vừa sợ, vừa nghĩ: anh ta phát điên hẳn rồi! Ưu ái - quan hoạn - lộn xộn chẳng còn biết ra thế nào! Tôi lùi một bước, anh ta tiến một bước, tôi lùi hai bước, anh ta tiến hai bước. Anh ta một tay múa dao, một tay chuẩn bị chụp bộ hạ tôi. Chạy là thượng sách! Tôi phá chạy, anh ta huỳnh huỵch đuổi theo sau. Rõ ràng tôi cắm cổ gắng sức mà vẫn như chạy tại chỗ. Anh ta cũng không đuổi kịp được tôi. Chạy được một lúc, tôi ngoái nhanh cổ nhìn lại, không phải Quang Dũng mà là một nữ du kích; đầu chít khăn đen kiểu mỏ quạ, áo cánh nâu, quần đen có chít ống, trông cũng xinh xinh. Tôi vừa chạy vừa nghĩ chẳng lẽ Quang Dũng tàng hình hay cô du kích tàng hình. Tôi cứ chạy lối chữ chi như để tránh luồng đạn. Chạy mệt quá! đứt hơi rồi. Tôi đành nhắm mắt gửi thân cho số phận. Ngồi thụp xuống thở. Và cũng chẳng thấy ai đuổi mình. Người ấy biến đâu? Thế là thoát! Tôi ngồi nghỉ lấy lại sức, nhờ có vài củ khoai và vài ngụm chè xanh sinh nhật, cái đói khát cũng đã tạm ổn.

Trên đường toàn những khách văn chương, thời thịnh văn chương! Cũng như người ta nói: "Ra ngõ gặp anh hùng", là rất có cơ sở, rất có lý. Ngay nơi gia đình tôi đang ở, cũng hàng chục Hùng - Hùng Sơn, Hùng Việt, Hùng Anh, anh Hùng, thậm chí có cả Hùng Nhèm, Hùng Giẻ Rách v.v... Cũng là thời thịnh anh Hùng nên người ta ngưỡng mộ cái danh hiệu cao sang ấy mà đặt tên không ngoài sự khuyến khích "hướng hùng". Nhà thơ tôi may mắn gặp đây - sau một phen hết hồn bị thiến trượt - là Hoàng Cầm: Một người bạn vong niên kể tuổi đời tuổi văn thơ cũng xứng đáng là bậc "liền anh" của tôi. Anh có dáng thư sinh nho nhã - nghe nói cũng có đôi người phái đẹp chê anh là ẽo uột! - Với tư thế một sĩ quan văn học trong đoàn quân bách chiến, trời phú trong cổ họng có cái còi mạ vàng; nhờ đó anh sổng giọng vàng mười sang sảng khi ngâm thơ - Có người đố kị bảo thơ anh đầy vẻ lấp lánh trang kim hàng mã - Cũng vẫn lối đố kị có vẻ khen anh nổi tiếng nhờ ngâm thơ chứ không phải vì thơ hay. Cứ cho là đúng; cứ cho là không đúng đi - Tất cả đều là phù phiếm có giới hạn - Nhờ tài hoa, duyên phận, anh đã "cuỗm" được một phụ nữ nạ dòng "đờ luých" - đó là lời đùa quá trớn của bạn anh - chẳng thấy cần phải nêu tên; nhưng thôi, tôi cứ nêu béng tên ra để khỏi mập mờ - đó là Tử Phác. Tôi biết Tử Phác với Hoàng Cầm có thể nói là đôi bạn nối khố nhưng, cũng không ít lời cay độc ngay trong lúc trò chuyện với nhau. Hình như Tử Phác ta cũng ít nhiều có sự ghen tị với Hoàng Cầm về đường phu thê? Tử Phác độc quyền châm chọc Hoàng Cầm, ai khác cũng nói lời của Tử Phác như vậy; tức thì Tử Phác bênh bạn chầm chập: "Ôi chà! nạ dòng loại chúa như thế còn gấp triệu lần loại váy đụp lên ngôi - loại váy đụp đã lên ngôi thì khiếp lắm!... - được thôi mà!..." Đương nhiên cái lối nói này lạc hậu tầm cỡ quốc tế! Nên chỉ là nói vụng.

Thật là đẹp đôi! Thật là trai tài gái sắc! Cái đất Hà Thành này, cái đất quanh vùng Hoàn Kiếm này, - theo tôi - nếu không muốn nói là hiếm thì cũng không nhiều - trong mâm ăn hàng ngày chắc có cơm tám chả chim.

Hoàng Cầm nắm vai tôi hổn hển: "Mình đang nghỉ giải lao, đang bận tập, nếu không thì mời cậu về nhà chơi". Tôi vội hỏi, "Tập tành gì?" Hoàng Cầm quay sau lưng, lấy tay chỉ chỏ. Tôi nhìn theo tay anh, thấy một bãi tập rộng, cỏ mọc xanh rờn xung quanh đều có hàng rào thép gai cao chừng hai tầm đầu người lớn. Hai bên phía bãi tập là mấy ngôi biệt thự mới: cái thì mái cong như mái chùa; cái thì mái vòm, trên nóc có hình củ tỏi. Bỗng một hồi chuông vang lên, Hoàng Cầm định bắt tay tôi để vào bãi. Nhưng anh lại dừng ngay và nói với tôi: "chưa đến đợt bọn mình!" Tôi lại hỏi anh: "Tập tành gì vậy - và nơi đây là gì?" Anh trả lời: "Cứ đứng đây nhìn sẽ biết".

Tôi nhìn vào trong đã thấy sáu bảy hàng người, mỗi hàng chừng vài chục. Có hai người đang đứng trước những hàng người, nói gì tôi không nghe rõ. Một người cao đen, mà trong anh em văn nghệ mệnh danh là đầu bếp vụng; người kia là nhà thơ giả thiểu số. - Theo Hoàng Cầm cho biết người cao đen là giáo sư viện trưởng qua đào luyện theo hệ Nam Hải. Người nhà thơ là giáo sư viện phó, qua đào luyện theo hệ Đông Phương. Cả hai tôi đều biết, nhưng tôi thắc mắc: Nam Hải là gì? Đông Phương gì? sao anh lại nói mập mờ khó hiểu vậy - tôi không tiện hỏi. Sau mấy tiếng hò hét của hai vị giáo sư - Giáo sư viện trưởng, vươn ra một cái lưỡi đỏ, dài hàng trượng và hơn thế nữa. Cái lưỡi cứ ngoằn ngoèo lượn như xiếc Trung Hoa múa lụa vậy. Mấy hàng học viên do giáo sư này chỉ huy cũng phóng lưỡi đỏ, cũng ngoằn ngoèo nhưng còn ngắn hơn giáo sư nhiều - Còn vị phó giáo sư thì phóng một loại lưỡi khác thẳng đơ như dùi cao su, bề dài cũng hàng trượng, có kém cũng không đáng kể - Cái lưỡi của vị phó giáo sư không múa liệng mà cứ đập lên đập xuống, cái lối dẻo cứng. Theo tôi đúng là một trăm phần trăm cao su nhân tạo hay thiên nhiên thì không biết - Mấy hàng học viên dưới sự huấn luyện của vị này cũng phóng lưỡi ra cũng đập lên đập xuống, tất nhiên so với phó giáo sư còn kém nhiều! Tôi nhìn thấy cũng ngoạn mục, cũng lại sờ sợ. Tôi chưa được nghe ai nói về sự việc này - Nay đột nhiên được thấy tận mắt mới biết mình còn ngờ nghệch nhiều trong cuộc sống! Đột nhiên tôi thấy một người nhỏ thó, mắt hơi lé, nói giọng kim từ đâu vừa đến. Viện trưởng, viện phó cung kính cúi nửa người - Hắn có lắp bản lề trong lưng. Rồi lại thẳng người, vươn lưỡi lăng qua, lăng lại - nghi thức lễ tân của học viên chào thượng cấp. Tôi hỏi Hoàng Cầm xem ai đó. Hoàng Cầm nói nhỏ: "Thi hào, viện trưởng danh dự của viện!". Tôi cố hỏi Hoàng Cầm: "Học viện gì và làm sao anh lại được vào theo học?" Hoàng Cầm khẽ trả lời: "Học viện múa lưỡi đấy!" Anh còn thố lộ với tôi, trong viện có nhiều giáo sư và tuy cùng một viện nhưng hai ngành múa khác nhau. Thỉnh thoảng hai ngành có thi đấu. Lưỡi nọ quấn lưỡi kia vẫn chưa phân thắng bại: Về lý thuyết thì hai bên đều đầy sức thuyết phục. Cũng theo anh kết luận thì hình như lưỡi lụa đang có đà thắng thế. Anh cũng thè lưỡi cho tôi xem. Tuy đã được nhận vào viện nhưng lưỡi anh cũng mới dài gấp hai lưỡi người thường. Anh tâm sự: có lẽ phải bỏ dở, vì vốn anh không có sở trường: bỏ thì cũng tiếc, nếu theo hết khóa, ra viện thì cũng có chỗ đứng vững vàng

- Tôi muốn ngỏ ý được xem trận đấu lưỡi, chỉ một lần thôi. Hoàng Cầm huơ tay ra hiệu: "Không được! không được! Đây là việc cơ mật của quốc gia!" Tôi thấy anh nói vậy, cũng không dám vật nài. Anh còn cẩn thận vỗ vai tôi khuyên: "Chớ có bép xép - oan gia đấy!" Tôi cũng khuyên lại anh, nếu như cảm thấy không hợp sở trường thì xin thôi mà làm thơ, ngâm thơ, tội gì mà lao vào, cho mệt. Hoàng Cầm suỵt! một tiếng khẽ, vừa đủ tôi nghe: "Lúc vào viện, viện thấy không đủ khả năng thì viện sẽ loại, chứ tự mình xin ra thì trước hết mất lưỡi; lưỡi mất, còn ngâm ngợi cái gì. Đến kẻ hành khất cũng phải nhờ cái lưỡi, mới sống nổi. Cậu khuyên dại dột thế!" Tôi câm miệng, cảm thấy hãi hùng! Tôi lại tò mò hỏi anh với điều kiện nào mà được tuyển vào viện? Hoàng Cầm cười: "Trải qua một quá trình thử thách; trời phú cho mình cái bản chất co giãn, lúc nào cần thì cứng cũng xương đồng da sắt, lúc nào cần mềm thì cũng nhũn nhùn nhùn như bánh đa nhúng nước; nhờ vậy đấy!" Nói vừa dứt lời. Hoàng Cầm liền biểu diễn sức co giãn; anh gồng người lên, tôi sờ vào quả cứng thật; anh làm mềm, tôi sờ vào người anh chẳng thấy có xương cốt gì hết toàn thịt và gân nhẽo nhèo. Anh còn cho tôi biết đây mới chỉ là hình thể nhìn thấy bằng mắt, còn cái phần vô hình - tâm hồn, tư tưởng - sức co giãn còn gấp ba bốn lần là ít. Tôi phục anh, bằng lời nói vui "Chịu ông anh!" Hoàng Cầm hắt nhanh lời vào mặt tôi đầy vẻ tự phụ: "Chứ sao!"

Gặp nhau đã được một lúc, tôi sợ anh quên lỡ giờ tập, tôi nhắc anh. Anh nói cho biết, anh là học viên dự bị, ít giờ tập chỉ bằng một phần tư chính khoá. Anh liền phàn nàn với tôi lẽ ra anh không phải qua dự bị lâu đến thế, tất cả chỉ vì thằng em kết nghĩa nó làm hại. Tôi hỏi anh xem thằng nào? Anh tỏ vẻ bực mình "Cái thằng cùng họ với cậu chứ thằng nào!" Tôi gật đầu biết đó là Phùng Quán, nhưng tôi muốn biết Phùng Quán đã làm việc gì mà gọi là làm hại? Anh vẫn bực nhưng giọng nói đã có phần mềm mại: Nó mua, trồng cho tôi cây ổi. Khi ổi chín phóng ra toàn mùi "nàng tiên nâu" mới chết người chứ! Tôi vội hỏi: "Sao lại có cái mùi tên lạ vậy?" Anh cười khẩy: "Sao tối dạ thế! Nó là mùi thuốc phiện!" Tôi trách: "Sao anh không nói toạc ra mà còn dùng lời bóng bẩy để làm gì?" Anh chặc lưỡi: "Thì mình có nghề văn thơ thấy chữ đẹp thì dùng - chữ của đàn anh mình đấy!" Tôi đang mót nghe cái việc lạ lùng mà tôi khó tin này. Anh như đoán biết được ý nghĩ của tôi, nên nắm vai tôi đẩy nhìn đàng sau: "Đây! Đây!" Tôi quay lại như là thần thông biến hoá - tôi đã đứng tại sân nhà anh, cạnh gốc cây ổi. Nhà đi vắng không có ai ngoài tôi và anh. Tôi nhìn lên cây ổi, quả không sai mấy, quả nào cũng bằng nhau, quả nào cũng đỏ da chu; quả nào cũng giống hệt cái tẩu Thổ Hà. Anh lấy cái móc giật xuống vài quả. Tôi bửa ra thấy đúng là ổi nghệ, nhưng sực mùi thuốc phiện. Anh hỏi tôi: "Thấy chưa?" Tôi lấy làm lạ quá! tôi không sao tưởng tượng nổi. Tôi khuyên anh: "Sao không phong nó đi?" Anh bĩu môi: "Sao dễ thế!" Tôi hỏi: "làm sao?" Anh lắc đầu liền mấy cái: "Cây bản mệnh đấy! Nó chết thì mình cũng đi Văn Điển chứ còn sao!" Tôi quay hỏi anh, Phùng Quán có hay qua đây không; anh nói: "Mất mặt gần một năm rồi!" Cái quan hệ kết nghĩa và cây ổi khiến tôi càng ngổn ngang; thậm chí hơi hoang mang; không có đầu không có cuối. Chẳng hay Phùng Quán có biết việc này không? Tôi cũng muốn tìm Phùng Quán để hỏi xem, nhưng tìm Phùng Quán lúc này thì khó lắm. Theo chỗ tôi biết thì anh ta - mang thói xứ sở - như bản đơn ca được ông anh kết nghĩa Thanh Tịnh phối âm, phong phú - chỉ ẩn hiện quanh Hồ Tây vào ban đêm. Gặp được anh ta vào lúc ấy, chỗ ấy có khi mình có số lại mang thân vào cho muỗi đồn công an nó mở đại tiệc chưa biết chừng - Thôi cứ để thư thả - Tôi nghĩ vậy. Tôi đang cần đi tiểu tiện, Hoàng Cầm biết ý, chỉ cho tôi cái chỗ cố định. Tôi ra tới nơi - xin lỗi! - đang mới cởi khuy quần; quay lại xem có ai theo quán tính trước khi "khởi sự". Ôi! chẳng thấy Hoàng Cầm đâu? Chẳng thấy cây ổi đâu? Chẳng thấy nhà Hoàng Cầm đâu? Trước mặt tôi lại có cái biển cấm: "Cấm đái ở đây!" Chữ viết bằng vôi trắng, dễ đọc - Hoá ra tôi đang đứng trên một con đường quang quẻ sạch sẽ - ánh sáng như pha lê đang tới tấp từ đâu dội đến - Tôi nghĩ bỗ bã: có lẽ từ ý nghĩ dội đến!

Tôi cứ theo con đường đầy ánh sáng pha lê mà đi. Phía trước tôi không xa là mấy bà đồng nát lông vịt, vừa đi vừa rao mua; tiếng rao cất lên như đồng ca hai bè của bản hành khúc "Đồng nát - lông vịt". Tôi nghe cũng được, giá như tiếng ca nhỏ bớt chút nữa thì đỡ chối tai hơn. Mỗi lúc họ càng tấu to hơn, ra điều ta đây đang làm chủ mặt đường, làm chủ ít nhất cũng một khoảng không gian tương đối rộng lớn. Tôi đành dừng lại chờ cho họ đi khuất. Dư âm bản đồng ca cũng không còn lảng vảng bên tai. Thính giác tôi đã trở lại bình thường; nó đón nhận tiếng ồn ào, ồn ào từ phía xa xôi bên trái. Tôi biết đó là tiếng họp chợ. Tôi liền rẽ bước theo hướng đó, đi chừng hơn một dặm thì đến một cái chợ. Chẳng để mua bán gì, nhưng phởn dạ bước chân muốn học đòi du khách rẽ vào chơi chơi. Chỉ nhìn thoáng cũng đủ nhận biết đây là một cái chợ pha tỉnh, pha quê, gần giống như chợ Mơ; gần giống chợ Chi Đông, Phúc Yên; gần giống chợ Nghệ Sơn Tây; gần giống chợ Rồng Nam Định. Bụng bảo dạ: Cả đến cái mặt chợ búa trên trần gian - cũng cứ na ná giống nhau, huống hồ trăm, ngàn, vạn mớ những cái khác khiến người ta dễ nhầm lẫn là phải. Khi tôi để ý nhìn lên đầu tường của một quán gạch lợp ngói - chìa bày mấy chữ đắp bằng vôi, xung quanh chữ cũng đóng khung vôi vuông vắn như một bức phù điêu - tất cả đều cùng một màu vôi vàng đã cũ. Mấy chữ Pháp lộn chữ Việt "Marché de Yên Thái". Thôi đúng là chợ Bưởi! Hắn là từ thời vong quốc "đề huề" mà bàn tay của hôm nay hoặc bỏ quên chưa xoá; hoặc để làm lưu niệm; hoặc để làm một cáo trạng ngắn gọn của dấu chân đô hộ; hoặc để làm gì khác? Thắc mắc trong đầu là quyền mình; nếu như muốn chất vấn, muốn được giải đáp thì chất vấn cái mặt tường vôi ư?...

Chợ họp chính phiên. Ba bốn quán ngói, còn xung quanh là quán lá, lợp rơm rạ, hoặc trải lên tấm lá cót sơ sài - bao giờ cũng như bao giờ; tiếng thế nó cũng đầy vẻ vĩnh cửu - Chợ đông, đủ các loại hàng bán. Cái chợ Bưởi được "cưới" từ ngày nào, thời nào, ai biết? Tôi thiết nghĩ: có lẽ người vùng này cũng đã quên gốc tích nó. Qua cái giọng đặc thù kẻ Bưởi của mấy làng thì quả là trộn không lẫn. Chợ Bưởi còn là nơi đảm nhiệm gây giống gia súc và cây trồng; nhất là cây hoa, cảnh cho nhiều vùng. Chợ còn nổi tiếng: tháng năm cũng gọi khách kinh kỳ; những quý miệng sành ăn, lui tới đặt lưỡi vào của "trái chua"; đó là bò thui đặc chủng. Nói theo lối nói của một nhà văn thì chợ Bưởi đây cũng đã một thời "vang bóng bò thui". Nhưng vì hy sinh cho một nền công nghiệp phát triển, bò bê cũng đã được đổi mới từ thui sang lột!...

Bỗng có tiếng huyên náo khác thường nhưng êm dịu vì không pha chút thét gào. Tôi lét mắt phía ồn ào thấy lối dãy hàng tôm, hàng cá nối liền dãy hàng chó mèo có một giai nhân xuất hiện. Quần lĩnh nhóng nhánh; áo cũng lĩnh nhóng nhánh; khăn cũng lĩnh nhóng nhánh - đội rất điệu đàng - Trên cõi mặt da hoa phấn duyên dáng, răng cũng đen nhóng nhánh - tất nhiên không phải răng lĩnh - chẳng qua để cho nó "uy ni" mềm mại. Giai nhân bước đi nhẹ nhàng tha thướt uốn éo nhún nhẩy, nhún nhẩy nhịp "đánh bồng". Miệng tủm tỉm, mắt liếc qua, liếc lại - Khi giai nhân đi đến cách tôi quãng một tầm nước bọt, tôi sững cả người: "Anh Tô Hoài!", tôi thốt ngầm trong bụng. Một người anh về tuổi đời cũng như về văn chương. Từ rừng Việt Bắc trong các khuôn mặt đàn anh quắc thước, sành sứ thì tôi chọn mặt anh để "gửi vàng". Anh Xuân Diệu lại nhìn anh bằng con mắt xanh khen "Toujours aimable!" - Tôi không lầm. Anh đã giúp đỡ tôi nhiều về mọi mặt. Quá khứ ân tình ấy tôi có muốn quên cũng không sao quên được. Nhưng liệu có phải anh thật không? Cái valy cũng đen bóng màu lĩnh, bên tay trái người đẹp. Tôi níu vào cái nghề cổ truyền lĩnh Bưởi quê anh để đỡ ngộ nhận. Nhìn cho rõ thì hoàn toàn là một "com-ra-đe "hãng dệt lĩnh. Nếu tôi khẳng định như vậy thì nảy ra một thắc mắc làm sao anh phải đổi nghề? Tôi thiết tưởng sự kiếm sống bằng nghề nghiệp tầm cỡ, có bề dày rất đáng kể về thời gian, tôi chưa nói đến bề dày quyền lực cũng như mọi bề dày khác. Cái gì đã thôi thức đổi nghề? Nếu không muốn nói đến số phận. Cái mũi thèm văn cố hữu của tôi; tôi đánh hơi thấy mùi sách trong chiếc valy căng phồng. Nếu có tiền, nếu cá cược, tôi xin đặt giá mười ăn một; trong valy không có vải lĩnh! Đầu tôi đang muốn được giải toả cái tiếng "com-ra-đe"! Song tôi vẫn nghi hoặc, vẫn rất băn khoăn. Một thứ băn khoăn rối lộn, nó chao qua, chao lại như đánh võng trong đầu, khiến tôi phải nhắm mắt lại. Khi mở mắt không thấy bóng giai nhân đâu cả. Chẳng biết cái gì đã đẩy tôi đến một không gian khác. Anh Tô Hoài hoàn toàn Tô Hoài, nhà văn Tô Hoài. Tầm vóc anh không thay đổi, chỉ có con dế mèn bên cạnh anh là to lớn khác thường, nó xấp xỉ một con ngựa - loại ngựa gié - đang tuổi phát nha. Anh đã dắt nó, hay nó dắt anh không rõ - tranh thủ đại diện ruổi rong đất lạ, ê hề! Nay đang cùng nhau nghỉ dưới một gốc cây đa cổ thụ rợp bóng mát. Con dế đang lóm lém ăn cỏ, còn anh cũng đang ngồi đọc bản thảo, tay phải cầm bút máy thỉnh thoảng có ghi thêm hay sửa chữa gì đó. Cả người và vật toát lên đầy vẻ hả hê, sung túc. Trước mặt anh là một quan lộ, một dãy người gánh toàn sách là sách. Họ gánh đi bán rong hay chuyển đi phân phối cho đại lý. Họ nhìn anh, anh nhìn họ gật gù cười cười, rõ ràng là quen thuộc nhau cả. Có người nói văn anh đang hợp thời vận! Quyển nào anh viết ra cũng có tầm ít mùi dế mèn nhưng chẳng thấm tháp mấy. Có thể ví như người bán trà ấm, vảy vài giọt ét-te sen, nhài vậy. Anh đã đạt tới mức quán quân thực hiện khẩu hiệu "nhanh, nhiều, tốt, rẻ". Sách anh được phát hành số lượng không hạn định, bầy tại quầy sách quốc doanh; cứ như gạo cửa hàng mậu dịch vậy. - Làm gì có chuyện đong gạo ngoài cửa hàng! Lòng nhân ái, sợ người người đói văn khát sách nên anh trổ tài đáp ứng. Ngồi chỗ nào anh cũng viết được. Đứng chỗ nào anh cũng viết được, tay cứ thoăn thoắt tài nhả đều đều. Có người nói anh viết như đan len! Và anh đã chiếm lĩnh một góc trong cái tam giác thơm Tô Hoài - Lê Văn Trương - Hồ Biểu Chánh.

Ngồi nghỉ đã lâu lâu, anh đứng dậy, kéo theo con dế, anh vỗ vào lưng dế như vỗ vào lưng ngựa! Hẳn anh đang lấy lưng dế làm chuẩn, tập thể dục, thể thao. Anh cứ nhấp nhổm nhảy mãi vẫn không qua lưng con dế mèn! Anh bị ngã! Chống tay nhổm dậy; nhìn trước, nhìn sau, xem có ai nhìn thấy không? Anh đứng hẳn dậy, lắc đầu ngán ngẩm...

Tại sao anh lại lắc đầu ngán ngẩm nhỉ? Ngã thì lại dậy. Phải chăng anh đã nghĩ xa xôi sợ "sinh nghề, tử nghệ". Theo thiển nghĩ của tôi thì anh lầm rồi! Nghệ của anh chỉ có sinh làm gì có tử!

Tôi đang bận tâm suy nghĩ; tôi vừa chớp mắt một cái bỗng lại thấy mình đang ở giữa chợ. Trong đầu tôi lại nối vào cái mạch cũ, từ khi gặp giai nhân. Mối nghi ngờ dâng lên mỗi lúc một cao - không sao tự mình giải đáp được. Tôi định rẽ hẳn vào dãy hàng chó xem người ta bán, mua, người ta khen, chê tướng mạo lũ chó má. Chợt cùi tay ai đó huých nhẹ vào sườn tôi. Qua cái kiểu huých ấy, tôi đoán ngay là cùi tay của bạn thân. Tôi quay cổ lại, đúng là Đào Công Đạt - Lê Đạt - cái tên do anh Nguyễn Huy Tưởng đặt cho từ rừng Việc Bắc. Lê Đạt, tôi rất có cảm tình với anh, phục anh, mặc dù anh ra đời sau tôi tám tháng. Anh thông minh, anh có tú tài Tây và còn học cao hơn nữa. Dầu toàn quốc kháng chiến anh còn theo học trường pháp lý - Đỗ Xuân Sảng. Còn tôi không dám giấu giếm, chỉ có cái trung học - phải thi lại lần hai. Anh hay lắp bắp, lắp bắp vui miệng như tép nhảy. Tôi chỉ hơi khó chịu với anh một chút vì bất cứ với ai anh hay giở giọng "lãnh tụ non". Tôi cũng đại khái biết anh, có giai đoạn anh đã nhậm chức secrétaire particulier cho một vị cỡ nào đó - anh nói chuyện hay chen tiếng Pháp - khi đang nói, anh ngừng lại, đấm nhẹ lên trán, để tìm từ Việt cho thích hợp - na ná như người ở Pháp lâu năm mới trở về nước - bất đắc dĩ có kinh nghiệm - phụt tiếng Pháp. Theo tôi không chắc chắn lắm - phần nào để tạo dáng kẻ nhiều chữ?

Lê Đạt là người sòng phẳng, ngay thẳng, đôn hậu, chỉ phải nỗi: tính đôi khi tắt mắt; hoặc hay cầm nhầm - có kinh nghiệm chữ của người khác khảm sâu trong sáng tác văn thơ của mình - dẫu có vết, thì ngọc vẫn là ngọc! Tôi còn quý anh ở một điểm nữa là anh hay cho tôi đi ăn phở. Có lần tôi vui miệng hỏi anh: "Tiền đâu mà cậu cứ cho mình ăn phở mãi thế?" Anh nói nhỏ vừa đủ tôi nghe: "Bà cụ mình vẫn có chút buôn bán nhỏ kiếm thêm!..." Tôi cười, không phải chê bai gì. Nhưng anh hiểu lầm như là tôi có ý chê việc buôn bán - Vào cái thời mà gia đình cán bộ vẫn phần nào dựa vào buôn bán để cải thiện đời sống đều bị coi là thiếu trong sáng - Anh liền cười văng tục: "Chả thế lấy đéo đâu ra cho mày ăn!.." Tôi chẳng phật ý về câu nói. Tóm lại tôi vẫn thấy có bổn phận đối với anh như bát nước đầy.

Hôm nay, gặp nhau đây, anh lại hỏi tôi: "Đã ăn gì chưa? Phở chứ?" Tôi đón lòng thảo của anh: "Gì cũng được!" Nhân dịp gặp anh, tôi khẳng định sự nhìn nhận của mình về anh Tô Hoài, về giai nhân. Tôi đưa mắt hỏi anh, không chần chừ Lê Đạt khẳng định: "Đúng lúy!" Tôi hỏi lại: "Có chắc không?" Lê Đạt nói: "Chắc!" Tôi lại hỏi tiếp: "Sao lại như vậy nhỉ?" Lê Đạt cười: "Ai mà biết được, ông anh lắm mưu nhiều mẹo; có thể nói là đương kim vô địch đấy!" Tôi ngỡ ngàng hỏi: "Về cái gì?" Lê Đạt đập mạnh bàn tay vào vai tôi: "Thôi đừng vờ! Mày mà không biết à?" Tôi nói: "Không biết thật mà!" Bây giờ Lê Đạt mới nói toạc ra: "Về cái khôn chứ cái gì!" Tôi công nhận lời nói của Lê Đạt; chẳng những Lê Đạt mà anh em trong văn nghệ thường cũng nói như vậy. Lê Đạt lúc nào cũng lại đưa tay vỗ vỗ lên trán nói: "Tao nghĩ, về văn ông anh đã bội thu, còn muốn gì nữa cho nhọc xác!" Tôi chưa kịp đáp lời, Lê Đạt mau miệng tiếp: "Bọn mình nhặt được vài hạt khôn của ông anh rơi vãi thì cũng lấy làm mãn nguyện phải không mày?"

Tôi bần thần cả người, tâm trạng tôi ngổn ngang, không vui, cũng chẳng buồn, chẳng ước ao hay nuối tiếc gì cái hạt khôn của anh Tô Hoài để rơi vãi.

Tiếc thay! Nếu anh không ủ một mưu mẹo gì cao hơn; đến bây giờ mới ngoặt bước sang một đường mới khác thì hơi muộn. Dẫu sao thì cũng là giả. Có lẽ anh nhạy bén trong lúc thật giả lộn sòng nên mới quyết tâm như vậy chăng? Tôi nghĩ trách ông Xanh kia vẫn còn õng ẹo, đã cho người ta cái ngoại hình hấp dẫn thế này, sao không phóng tay mà còn bủn xỉn đắn đo tiếc rẻ không cho nốt cái chút nhỏ bé cần thiết; để người ta được trở thành một giai nhân hoàn mỹ; để người ta mang cái thân hình ngà ngọc ngay từ tuổi mâng mâng bẻ gẫy sừng trâu, hành hương trên đường tìm Chân Mỹ. Tôi chẳng dại dột gì mà dính Mỹ với Thiện ở đây. Nếu người ta không đem được cái Chân Mỹ dáng hoa ban phát nơi nơi thì ít nhất cũng cho một vùng không nhỏ. Mặt này thiết tưởng người ta còn gặt hái gấp bao nhiêu lần gặt hái văn chương. Cái tháp ngà Chân Mỹ hẳn mở rộng cửa đón chờ. Người ta khỏi phải khéo khôn, loay hoay; khỏi bị ngộ nhận, rất tội nghiệp!

Lê Đạt kéo vai tôi lên trên đường, tìm ăn phở, vừa để hóng mát, quanh quẩn dưới chợ, thế đã đủ rồi. Tôi và Lê Đạt vừa lên khỏi dốc, đến đầu hàng cây cảnh. Lê Đạt đang bận để mắt tìm hàng phở. Tôi đứng xem cây cảnh. Bỗng từ trong chậu cảnh hoa giấy phơi phới màu đỏ, một người bước ra, dáng vẻ mãn nguyện đàng hoàng như từ Pô-đê-ga bước ra. Lẽ ra tôi phải kinh hãi cái lối tàng hình hoá phép. Nhưng không hiểu sao tôi lại coi là chuyện bình thường; chuyện tầm thường! Tóc rẽ cánh phượng, trên khuôn mặt chim, trộn không lẫn. Nách trái cặp một tập nhạc. Tôi biết ngay là ai rồi. Hình như anh ta đã nhìn thấy hai chúng tôi; anh ta đưa bàn tay lên che miệng cười - cái thói quen cố hữu. Lê Đạt quay đầu lại lắp bắp lên tiếng trước: "Chào cụ Tiên". Chỉ mấy tiếng của Lê Đạt, tôi có cảm tưởng như anh đang giỡn, đang yêu cầu con tầu lịch sử dân tộc cài số lùi hàng vài thập kỷ - cái thời Tiên thứ chỉ, đầu gà má lợn - cái thứ bông phèng thiếu ý thức ấy mà lọt đến tai trên thì kiểm điểm mệt! Cụ Tiên hỏi: "Tụi mày đi đâu đến đây?" Lê Đạt trả lời gặn: "Chơi!" Cụ Tiên ta lại che miệng cười: "Có thể dẫn tao đi Văn Phú hàng Lạng được chứ?" Lê Đạt hơi ngần ngừ, đưa mắt cho tôi. Cụ Tiên kịp thời theo mắt Lê Đạt hỏi tôi: "Khá không? Nghe Phùng Quán nói dạo này sáng nào mày cũng luyện thái cực quyền à?" Tôi chưa hiểu hai tiếng "khá không" là khá về mặt nào, khá cái gì? Tôi trả lời: "Múa may vài cái cho nó qua giờ ăn sáng chứ côn quyền gì đâu!" Tôi cũng tin rằng anh ta hỏi là hỏi chứ cũng biết thừa hoàn cảnh tôi nghèo lõ ra chứ có gì. Lê Đạt đầu cứ gật gật khẽ - gật đầu kiểu này không phải là đồng ý. Cụ Tiên chép miệng: "Bấy lâu nay tao chưa xem lại cái tiết mục Náo long cung!" Thật ra lúc này tôi mới hiểu rõ ý muốn của cụ Tiên. Cách đây mấy năm, đoàn xiếc Tề Tề Cáp Nhĩ Trung Hoa có sang biểu diễn tại nhà hát nhân dân; trong đó có tiết mục "náo long cung" gồm đủ loại thủy tộc, ba ba, lươn, ếch nhào lộn. Từ đấy cửa hàng ăn Văn Phú mới đặt tên cho một thực đơn là "náo long cung". Tôi cũng đã có một vài lần được các ông anh Hoàng Cầm, Tử Phác, Đặng Đình Hưng, Cụ Tiên và cả Lê Đạt, cho đến dự tiết mục đó - ai trả tiền thì không nhớ.

Trước mặt nhau đây, thấy "Cụ Tiên" vui vẻ tôi cũng mới dám chuyện trò cởi mở. Với "Cụ Tiên" tôi vốn ngại, sợ thì đúng hơn. Bởi tôi biết cụ Tiên có kèm một công tác đặc nhiệm; và đã vài lần lập chiến công tuy thầm lặng nhưng hiển hách. Tôi có lần được Tử Phác nói cho biết chơi với cụ Tiên là vẫn phải cảnh giác. Vui vẻ đấy nhưng lỡ miệng chuyện nọ xọ chuyện kia, cụ Tiên cho là phạm vào "tín điều", "đẹt" cho một cái, mình toi mạng! Bởi vậy, cũng như hôm nay, mỗi lần gặp cụ Tiên, tôi chỉ giao tiếp lấy lệ để cụ Tiên khỏi mếch lòng. Tôi vẫn tính bài lảng.

Phở chưa ăn, Văn Phú chưa quyết, chưa đi. Bỗng một loạt đại bác, chẳng biết từ đâu, chẳng biết vì sao, ầm ầm rung chuyển cả một không gian. Dưới chợ, trên đường huyên náo, người người đổ xô chen lấn, la hét, gà lợn chó má cũng kêu lên thất thanh. Kẻ chạy xuôi, người chạy ngược, xéo lên nhau mà chạy - đều chạy người không - bỏ của chạy lấy người - Cụ Tiên và Lê Đạt đã biến nẻo nào rồi?

Trong cơn kinh hoàng, hoảng loạn, một mình tôi bơ vơ, không biết nên chạy đi đâu? Tiếng nổ mỗi lúc một dữ dội tưởng như vỡ trái đất; tưởng như phụt núi lửa, tưởng như trời sập; tưởng như Trân Châu cảng hay Hi-rô-si-ma. Cuồng phong, bảo tố nổi lên tiếp tay cho tiếng nổ. Cây cối ngả nghiêng, đất, trời chao đảo. Trên không trung, mây ngũ sắc xanh vàng tím đỏ vun vút như cờ thiên lôi từ bắc phương tràn xuống, từ tây phương đổ về. Vừa bay vừa đổi màu biến sắc. Tất cả gặp nhau, tụm lại, tạo một vòm trời đỏ như máu. Tôi đứng dưới vòm trời, ba hồn bảy vía chỉ may ra còn lại một hai.

Tôi tự hỏi thế này là thế nào? Đời tôi chưa được nghe ai kể; chỉ khi còn thơ ấu được nghe ông lão hàng xóm nói chuyện đổi đời; nghe xong ngày đêm sợ hãi. Lần ấy chị gái tôi cũng còn bé, chị cóp được mấy hào, nghe nói sắp đổi đời đến nơi, hai chị em rủ nhau đem tiền mua kẹo bánh ăn bằng hết, kẻo bỏ phí. Câu chuyện đó tôi lớn lên vẫn còn bán tín, bán nghi; khi trưởng thành thì quên mất...

Câu chuyện ông lão hàng xóm kể có lẽ là lúc này đây! Đã bơ vơ vì bạn, lại bơ vơ vì thiếu mặt gia đình! Lúc này thì tiếng nổ không còn, chỉ còn tiếng gầm rú của bão tố như ngàn vạn tiếng hổ gầm, voi rống, nghe càng hãi hùng! Dưới vòm trời tất cả đều nhuộm nhanh màu đỏ. Tôi bỗng choáng váng, đầu nhức, mắt hoa lên! Tôi phải đưa hai bàn tay đậy lên mặt, vì cảm thấy mặt đất quá cheo leo! Tôi sợ ngã!

Tôi vừa mở hai bàn tay không biết từ lúc nào và từ trên trời lao xuống, hay từ dưới đất trồi lên, một trái núi - trái núi hình nón - có lẽ là ngọn tháp, tôi chưa kịp phân biệt. Thì cứ gọi là một ngọn tháp khổng lồ. Ngọn tháp rung rinh lay động. Trên đỉnh tháp là một tàn vàng chóe lóe, hơi giống mặt trời chiều lúc gần xuống núi; có phần sáng hơn mặt trời. Bên cạnh tàn vàng là một lá cờ đại; xung quanh lá cờ đại là hàng ngàn cờ nhỏ - đều màu đỏ rực. Từ cờ đại đến cờ nhỏ đều quay tròn. Diềm cờ không đính tua kim tuyến mà là lưỡi câu thép ngoại. Cờ tạo gió, gió nhân thành bão, thì ra do cờ bay mà tiếng gầm rú hãi hùng như vậy. Tôi lạnh cả người, cầm sẵn trong tay một cái chết móc hàm!

Ngọn tháp mỗi lúc một to ra, cao lên, cờ cũng nhiều gấp bội. Có thể nói: đây mới đúng là rừng cờ, là nguồn sinh của cờ - cũng đều diềm lưỡi câu, cũng quay tít. Tôi đưa mắt nhìn kỹ thêm ngọn tháp từ chân tới đỉnh toàn người là người lớp nọ cưỡi lên cổ lớp kia ngất ngứ. Cái tháp người này sẽ là kỳ quan thứ mấy của thế giới đây? - Tôi nghĩ vậy - Thật là một sự kỳ lạ! Tạo được ngọn tháp này phải là các nghệ sĩ xiếc có hạng. Ai ở trên đỉnh chót nhỉ? - Tôi tự hỏi?

Thoắt một cái, chẳng biết từ đâu, người người lớp lớp đang chạy vòng quanh tháp - như đèn kéo quân. Chạy theo hướng cờ bay, chạy dưới bóng cờ. Từ chân tháp đổ ra không sao đếm xuể được số vòng trong, vòng ngoài là bao nhiêu. Tôi cũng là kẻ đang chạy vòng ngoài cùng. Tôi ngỡ ngàng không hiểu do sự xắp xếp nào mà tôi có mặt trong vòng chạy này? Làm sao tôi không biết? Vòng nào cũng đủ các loại người già, trẻ, đàn bà, đàn ông - bách tính tứ dân: sĩ, nông, công, cổ - Nhiều nhất vẫn là dân áo vải, chân lấm tay bùn - Hình như có cả Tây lai. Người nào cũng cầm vũ khí từ tối tân đến thô sơ: Tối tân đây là súng; nào là Rơ-manh-tông, Mút-cơ-tông, Anh-đô-si-noa, cả súng hỏa mai; nào là cuốc, xẻng, mai, thuổng, đòn càn, đòn gánh, nào là tay thước, dao quắm, mã tấu. Có cả mấy vị Trư Bát Giới cũng vác cào lệch ệch, hoặc xích trượng; cả mấy vị áo chùng thâm vác thánh giá chạy vòng gần chân tháp. Trong đế của đại tháp, tôi thấy đủ mặt: ông anh đẹp giai tay cầm một côn đỏ, Viện trưởng, Viện phó viện múa lưỡi. Cụ Tiên hai tay hai súng lục. Ông anh Tô Hoài, cả Hoàng Cầm, Lê Đạt cùng bao nhiêu người khác tôi đã từng gặp mặt ở chiến khu Việt Bắc; điều kết thành một khối tháp vững chắc sống động. Các dòng người đều nhất loạt hướng tai lên đỉnh tháp nghe lệnh sang sảng "Kẻ thù phía trước! Kẻ thù phía trước!" Giữa người nọ với người kia nhất tề giữ đúng khoảng cách một tầm lê đâm trộm!

Đêm xuống lúc nào không biết. Đỏ pha đen, không gian là một màu huyết dụ; một thứ mùi rờn rợn, tanh tanh như mùi thép rỉ vây quanh. Tay tôi, chẳng biết ai đã trao cho một dùi gỗ, và tôi đã nhận làm vũ khí từ lúc nào? Dùi gỗ dài chừng nửa thước tây - bết máu. Chắc là chiến lợi phẩm thu được của kẻ thù tử trận. Ôi chao! Tôi nhìn gáy người phía trước tôi. Chẳng phải ai, chính là ông thầy học của mình. Trông vóc dáng của thầy; nhất là sau gáy có hai nút ruồi đen, to, liền nhau. Tôi khẽ lên tiếng: "Phải thầy Đoàn đây không?" Thầy Đoàn giật mình, không dám ngoái đầu, không dám lên tiếng. Nước mắt tôi trào ra, cổ tôi nghẹn lại, tôi lại hỏi tiếp: "Cung đây! Thầy còn nhận ra con không?" Thầy Đoàn giật mình, co cổ lại. Thầy Đoàn biết mình đang ở vị trí kẻ thù của tôi!!! Tôi bàng hoàng! Tôi đang là kẻ thù của ai phía sau tôi?

Tôi rùng mình kinh hãi, hai chân lảo đảo, loạng choạng, xéo phứa lên một bãi cứt. Tôi bị trượt chân văng ra khỏi vòng hiểm hoạ, ngã sấp mặt, nhờ một "bãi cứt cứu sinh". Tôi đau ê ẩm, nhưng vô cùng sung sướng. Tôi định thần, để ghi nhớ công cứu sống tôi. Tôi nghĩ sau này tôi phải viết một bài "Cứt tụng". Dù ai có chê bai cũng đành chịu vậy thôi. Trong đầu tôi mới xuất được một tứ: "Cứt không thèm với tay vịn gió đổi mùi; nguyện hôi thối hết mình để người đời khỏi ngộ nhận!..."

Tôi nằm ngơi; lúc này tôi mới nhận biết mình đang nằm trên đống máu - máu chiến thắng kẻ thù đồng loại! Gió mặt đất va vào tai tôi những tiếng khóc thê thảm tập thể từ đâu vọng lại. Tội nghiệp thầy Đoàn bây giờ ở đâu? Thầy Đoàn đang là kẻ thù của ai? - Tôi cầu khẩn đất trời ra tay cứu vớt để những đau thương tràn ngập được giải thoát. Lòng tha thiết bằng an của tôi có lừa dối tôi không? Chiêm bao trong chiêm bao - Vậy hẳn là tụi trẻ con mất dạy tinh nghịch bày trò chơi dại dột!

Chợt có tiếng từ đỉnh tháp đài sang sảng lói tai: "Bắt lấy nó! Băm nát thằng đào ngũ!" Tôi sợ quá, cứt máu đầy người vùng dậy chạy trốn. Tiếng súng ưu binh "chíu chíu" cùng tiếng chân huỳnh huỵch đuổi phía sau tôi. Nghe mỗi lúc một gần, tôi không dám quay đầu nhìn lại. Tôi cắm cổ chạy, hờm đá cheo leo, vực thẳm ngay trước mặt. Hàng ngàn vạn con rắn đỏ, rắn vàng, to bằng thân cây cau, dựng đầu, giương bành, múa đuôi ầm ầm như bão tố dưới vực. Cùng đường, trước mặt, sau lưng, hai cái chết rùng rợn! Vừa lúc lại một loạt đạn rít lên sát vành tai bên trái, tôi nghiêng đầu tránh đạn, sẩy chân đâm vút xuống vực, chỉ kịp rú lên một tiếng "Trời!" Tôi giật mình choàng tỉnh! Một cơn ác mộng khủng khiếp!

Cánh tay tôi làm bật cả hai thằng con ốm xô vào nhau trên ngực tôi. Chúng hoảng hốt, ngơ ngác. Dưới ánh sáng của bóng đèn bốn mươi nến, trống ngực tôi rộn rã liên hồi. Từ vô thức tôi buột miệng: "Dẫu sao thì thằng anh vẫn là anh thằng em!"

[Hà Nội 9-1959]
Phùng Cung

Nguyễn Mộng Giác by Đinh Cường

THIẾU KHANH

Thiếu Khanh tên thật là Nguyễn Huỳnh Điệp, tuổi Nhâm Ngọ (1942), người làng Bình Thạnh, Huyện Tuy Phong, Tỉnh Bình Thuận.
Làm thơ và dịch sách.
Hiện sống tại Sài Gòn, Việt Nam.

Tác phẩm đã xuất bản:
- *Khơi Dòng* (thơ, in thạch bản, cùng với Thu-Lâm –Trương-Lợi và Nguyên Thi Sinh, Canada, 1968)
- *Trong Cơn Thao Thức* (thơ, NXB Da Vàng, Đà nẵng, 1971)
- *Từ điển Cụm từ Việt Anh* (NXB Trẻ, 2005)
Và một số tác phẩm dịch thuật tiếng Việt và tiếng Anh, từ một số nhà xuất bản trong nước.

TỰ HỌA

Khi mình nhỏ thơ của mình cũng nhỏ
Mình lớn lên thơ chẳng lớn theo mình
Con bò nằm mơ nhai hoài cọng cỏ
Giữa trăm điều khó nói vẫn làm thinh.

Cảm xúc bất chợt

(nhân đọc bài thơ "Chiều Ly Hương Nhớ Núi và Tiếng Lục Lạc" của nhà thơ Ngô Nguyên Nghiễm)

Ngóng mãi quê nhà xa ngút ngút
Chiều sương bóng núi ngã bên kia
Haha! Tráng khí trao cho gió
Nhạc ngựa reo hoài giữa giấc khuya!

Bằng hữu bao nhiêu thằng tuổi ngựa
Bờm rung vó sãi mãi bên trời
Tóc xanh môi thắm không còn nữa
Mà vẫn miệt mài với cuộc chơi

Đất nước giá chừng còn chỗ đậu
Thì đâu phải nhắc mãi quê hương
Ly hương ngay giữa lòng quê quán
Khuôn mặt nào cười cũng thấy thương

Haha! Thôi nhắc làm chi nữa
Kiếm gỗ khăn bông giả áo bào
Quất ngựa tàu cau hò khản tiếng
Giật mình tỉnh thức ngỡ chiêm bao

Vốn biết đời không còn tráng sĩ
Sao nghe ngựa hí mãi trong lòng
Câu thơ không giúp người cô thế
Chỉ dỗ gạt người mộng viễn vông

Ta về lần đó nghiêng đầu bạc
Mồ mã cha ông đã đổi dời
Giếng xưa đã lấp dòng long mạch
Ngoảnh đầu bóng núi cũng xa xôi

Giá như lên được trên đầu núi
Thì ngó phương nào chẳng thấy quê
Hỡi ơi khuất bóng nàng Tô Thị
Ai đứng đầu non đón kẻ về?

(Sàigòn. 10.4.2018)

Gởi bạn thơ Luân Hoán

Ngày xưa trái đất còn vuông
Còn hun hút những con đường song song
Cuối đường chạm cái hư không
Trái chân về núi nặng lòng câu thơ

Giật mình tiếng mõ thiền sư
Ngoảnh đầu hỏi lại bến bờ đâu đâu
Thuộc lòng trăm cuộc bể dâu
Bài thơ còn thiếu nghìn câu không lời

Bữa nay trái đất tròn rồi
Con trăng cũng mới ra đời bữa nay
Ví mà người ở xa đây
Thì ai chia ánh trăng này với ai!

Trăng xa

Ta đứng ở bên này đất nước
Nhìn con trăng sáng chợt nao lòng
Chẳng hay người ở bên trời ấy
Có ngước nhìn chung trăng sáng không?
Trăng mới trăng vui trăng rộng quá
Lòng ta đầy rượu mắt đầy trăng
Người xa đang thức hay đang mộng
Có ủ trăng đầy trong gối chăn?

Ta mở lỏng khuya nghìn cửa sổ
Cho trăng bên nớ tới bên này
Thơ em đằm thắm mùi hương tóc
Hơi thở thơm mềm trên cánh tay
Thôi nói làm chi đêm sẽ cạn
Rằng trăng sẽ nhạt giữa thinh không
Mai trăng về hẳn bên kia núi
Còn lại thơ em cũng ấm lòng.

Sợi tóc

(Với mình, cho ngày Sapphire 30/11, này Kim.)

Có gì lạ lùng như sợi tóc
Cứ nhạt dần khi mình vẫn đậm đà thương
Cả những sợi trắng từ khi mới mọc
Mà vẫn dịu dàng chung một mùi hương

Mỗi buổi sáng lẫn trên nền gối trắng
Nhánh mơ xưa trong những khúc tình ca
Như dấu hỏi hồn nhiên nằm lặng lặng
Anh mềm lòng: hạnh phúc ở đâu xa!

Anh se sẽ lùa thêm hơi thở mới
Cho ấm tóc em giữ chúng chậm phai màu
Tiếng khúc khích em cười trên mặt gối:
"Đầu bên đầu sợi tóc dễ lây nhau!"

Hỡi cô Tấm ngày xưa trong trái thị
Có hiền như sợi tóc nép trên vai?
Ôi không giống như trong nhiều truyện kể
Rằng ngàn năm công chúa cứ xinh hoài.

Em khẽ đọc bài thơ xưa anh viết
Anh dột lòng không thấy tóc em xanh
Anh ngây ngất với trăm điều chưa nói hết
Hay tóc tình xưa chưa kịp đọng thơ anh?

Như bài thơ, cuộc sống cũng vần bằng vần trắc
Dù dưới trăng vẫn nhớ lúc bên đèn
Qua ghềnh thác nhớ ngọt bùi trăng mật
Trăng tự bao giờ sợi tóc vẫn thân quen

Khi nắng gió hong tóc em khô vàng chẻ ngọn
Trong cuộc đổi đời trên rừng núi Phương Lâm
Đêm âu yếm thở làn hương tóc thoảng
Thương đời nhau sợi tóc cũng thăng trầm.

Mỗi cánh chim non bay chuyền ra khỏi tổ
Một chút màu xanh mái tóc chuyển sang con
Nhìn những đôi mắt trong bình minh rạng rỡ
Hai đứa mình trẻ lại vợ chồng son!

Sang kiếp sau cùng chia nhau buồn vui nữa nhé!
Mình đâu cần kết tóc để làm tin
Trên mặt gối vang nhiều tiếng cười và thấm nhiều ngấn lệ
Cũng từng nghe rộn rã tiếng tim mình.

Nay con mình có con – chúng mình có cháu
Ngót nửa con đường mới đó đã qua mau
Em sợi ngắn anh sợi dài trên ngực áo
Đâu phải tình cờ sợi tóc đổi cho nhau!

Saigon, 11/2013.

Gởi Uyên Hà

Bạn đã đi qua nhiều xứ sở
Tung tăng xe mã những kinh thành
Nâng chén tao phùng nơi viễn xứ
Cùng dăm bạn cũ thủa đầu xanh

Ta cũng có chừng mươi đứa bạn
Chia nhau trấn thủ bốn phương trời
Xa lúc tóc đen chừ tóc trắng
Nhớ người chỉ biết gõ "meo" thôi.

Há lẽ chưa nguôi hờn chiến quốc
Còn đi cho nát áo khinh cừu
Ới ơi, gõ chén thương mình quá
Chai cốc cùng mình chuốc lẫn nhau

Thì hễ còn sông còn nước chảy
Dù người phiêu bạt khắp năm châu
Thôi kệ mạnh ai theo chí nấy
Đất trời rộng chán ép chi nhau.

Ta sống một đời hiền như đất
Vua không nhớ mặt chúa quên tên
Dẫu biết ở hiền thường chịu thiệt
Lẽ nào che mặt để bon chen.

Tuổi lỡ nhiều rồi không lẽ quậy
Mấy lần vấp ngã chẳng thèm đau
Lý lịch khai dài chi chít giấy
Đời mình có phải trống trơn đâu!

Bơi mãi ao nhà xem đã chật
Thèm ra vùng vẫy Thái Bình Dương
Nhìn ta với biển cùng đầu bạc
Ha hả cười vang tiếng sóng cuồng.

Saigon, 2002

TIÊU DAO BẢO CỰ

Tên thật là Bảo Cự, sinh năm 1945 tại Huế, tốt nghiệp Đại học Sư Phạm Huế.

Từ 1963, ông tham gia các phong trào sinh viên tranh đấu chống chính quyền Sài Gòn. Dạy học tại Buôn Ma Thuộc rồi Bảo Lộc, hoạt động nội thành cho Mặt Trận Giải Phóng, gia nhập đảng Cộng sản năm 1974 (và bị khai trừ khỏi Đảng ngày 10-6-1989).

1987-88 là ủy viên thường trực Hội văn nghệ tỉnh Lâm Đồng và phó tổng biên tập báo *Langbian*.

Cuối năm 1988, ông cùng nhà thơ Bùi Minh Quốc, chủ tịch Hội văn nghệ Lâm Đồng và một số người nữa như nhà thơ Hữu Loan, tổ chức một chuyến đi từ Nam ra Bắc để đấu tranh cho tự do dân chủ. Vài tháng sau, ông và Bùi Minh Quốc bị khai trừ khỏi Đảng, cách chức ở Hội Văn Nghệ.

Hiện ông sống tại Lâm Đồng.

Bài viết của ông đăng trên các báo-chí và diễn đàn internet hải-ngoại (*Người Việt,* DCVOnline, Talawas,..).Các tác-phẩm cũng đều được công bố và xuất-bản ở ngoài nước

Tác phẩm đã xuất bản:

- *Nửa Đời Nhìn Lại* (bút ký NXB Thế Kỷ 1994, Văn Nghệ tái bản, 1997),

- *Hành Trình Cuối Đông* (bút ký, Văn Nghệ, California, 1998).

- *Tiếng chim báo bão* (chính luận, bút ký; Tiếng Quê Hương, Virginia, 2009).

- *Mảnh trời xanh trên thung lũng* (tự truyện, Văn Mới, California, 2007)

- *Trên cả hận thù* (Thời Văn, California, 2004)

- *Tôi bày tỏ* ("Nhật ký trong những ngày bị quản chế 1996 –1998", đăng Talawas 13 kì, 2006)

Nửa đời nhìn lại
Trích "Nhà văn và quyền lực chính-trị"

Đại hội thành lập hội nhà văn thành phố Sương Mù có thuận lợi vì được tiến hành sau khi trung ương đảng đã có nghị quyết đặc biệt về văn hóa văn nghệ. Đối với quan điểm về văn hóa văn nghệ trên phạm vi toàn thế giới và ngay cả đối với những văn nghệ sĩ có đầu óc cấp tiến, những nội dung trong nghị quyết này thật ra không có gì mới, nhưng đối với đảng cộng sản, nghị quyết này quả thực là một bước tiến rất xa so với quan điểm văn nghệ phục vụ chính trị một cách giản đơn lâu nay. Trong đại hội, ông trưởng ban văn hóa văn nghệ trung ương đảng đã về dự và truyền đạt nghị quyết này. Người ta nói chính ông là người đã chuẩn bị dự thảo nghị quyết và làm mọi sự cho nó được ra đời, mặc dù không thiếu những ý kiến không đồng tình ở ngay trung ương.

Nghị quyết là một bước cụ thể và đổi mới trên lãnh vực văn hóa văn nghệ, cái cụ thể làm nhiều người lo ngại, thậm chí hoảng sợ vì nói đổi mới chung chung thì dễ nhưng việc đi vào cụ thể đã va chạm, làm đảo lộn những hình thức cũ của nhiều người. Đó là vấn đề không dễ dàng, vì hơn ai hết, những người cộng sản lại cực kỳ giáo điều và bảo thủ, đã quen đi theo lối mòn, chưa kể đến khía cạnh sự đổi mới này có thể đụng chạm đến uy quyền và đặc quyền đặc lợi của họ.

Nghị quyết đã chỉ ra những yếu kém trong công tác lãnh đạo văn nghệ, đặc biệt là những biểu hiện giản đơn, thô thiển, thiếu dân chủ. Lần đầu tiên, nghị quyết khẳng định tự do sáng tác là điều kiện sống còn để tạo nên giá trị đích thực trong văn hóa văn nghệ, để phát triển tài năng. Tác phẩm văn nghệ không vi phạm pháp luật, không phản động, không đồi trụy đều có quyền được lưu hành và đặt dưới sự đánh giá, phán xét của công luận và sự phê bình. Nghị quyết yêu cầu phải khắc phục và ngăn ngừa những hiện tượng cấp ủy đảng và chính quyền can thiệp thô bạo vào các vấn đề văn hóa nghệ thuật và từng cá nhân tuỳ tiện quyết định số phận các tác phẩm văn học nghệ thuật.

Những điểm tiến bộ trong nghị quyết của trung ương đã được vận dụng vào các báo cáo và nghị quyết của đại hội thành lập hội nhà văn thành phố Sương Mù, và được thường vụ tỉnh ủy thông qua. Tuy nhiên trong việc sắp xếp nhân sự ban chấp hành hội nhà văn, cách làm vẫn theo kiểu cũ mặc dù bề ngoài thay đổi đôi chút để có vẻ dân chủ hơn. Người ta đã dự kiến nhân sự trước, thăm dò dư luận, tìm cách làm rõ hướng chỉ đạo của đảng. Đây vẫn là thói quen và phương thức lãnh đạo của đảng lâu nay. Thực tế, trong ban thường vụ tỉnh uỷ đã hình thành hai xu hướng ủng hộ hai nhóm khác nhau tham gia ban chấp hành hội nhà văn, một nhóm cấp tiến cùng quan điểm với Minh Hương và Hoài, nhóm kia do Văn Hổ đứng đầu, đại biểu cho các nhà văn có khuynh hướng cũ.

Trong các cuộc họp trù bị, sự sắp xếp diễn ra một cách khá tế nhị, và cuối cùng người ta cùng thỏa thuận được với nhau theo kiểu cài răng lược. Minh Hương sẽ làm chủ tịch, Văn Hổ, giám đốc sở văn hóa thông tin và Hoàng Tú, bí thư chi bộ hội nhà văn, làm phó chủ tịch, Hoài là thường vụ trực. Cho đến giờ này, thực ra nhiều người chủ chốt trong ban thường vụ tỉnh ủy không thích Minh Hương nhưng đành phải chấp nhận vì ở trong một hoàn cảnh tế nhị là chính thường vụ tỉnh ủy đã mời Minh Hương về làm một ngọn cờ tập hợp để thành lập hội nhà văn. Đối với Hoài, thành kiến lại nặng nề hơn, và người ta đã nêu đến cả vụ nghi vấn về chi bộ Trung Kiên để không đưa anh vào chức vụ phó chủ tịch. Tuy nhiên Minh Hương và Hoài đã đấu tranh để giành lấy vai trò chính thức phụ trách tạp chí La Ban, cơ quan ngôn luận của hội, công cụ quan trọng nhất để chiến đấu cho đổi mới. Hai người nhất trí có thể giao hết mọi việc cho người khác nhưng nhất thiết phải nắm lấy tờ tạp chí. Đó là điều kiện tối thiểu đề hai người tham gia vào tổ chức hội nhà văn, nếu không việc tham gia chỉ làm mất thì giờ và không có ý nghĩa gì thiết thực. Cả Minh Hương và Hoài đều không phải là người quen nhượng bộ, nhất là trong sáng tác văn học, nhưng rõ ràng đây không phải là văn học mà chính là một trò chính trị và trong hoàn cảnh hiện nay, sự nhượng bộ này là sách lược cần thiết.

Mặc dù đã được sắp xếp trước, nhưng trong đại hội, việc bầu cử cũng khá sóng gió. Với tinh thần tự do và dân chủ sẵn có, được các nghị quyết của đảng thổi bùng lên, những người dự đại hội đã tranh cãi gay gắt, không chấp nhận danh sách dự kiến nêu ra mà yêu cầu để họ tự ứng cử và giới thiệu. Có hơn ba mươi người được đề cử trong khi đại hội biểu quyết chỉ bầu mười lăm người vào ban chấp hành, một việc bầu cử hoàn toàn khác với xưa nay, chỉ đưa một vài người dôi ra để làm đệm cho có vẻ dân chủ.

Những kẻ chống Minh Hương và Hoài đã công khai vận động trong đại hội, nhưng ngoài những người đã có chính kiến rõ, đám đông thầm lặng còn lại lần này đã xác định quan điểm của mình, không để ai lung lạc. Kết quả, Minh Hương trúng cử với số phiếu cao nhất, Hoài trúng cử với số phiếu khá gay go, và những người còn lại vào ban chấp hành thuộc hai phái rõ rệt. Ngay trong đại hội, ban chấp hành mới được bầu đã họp riêng dưới sự chỉ đạo của thường vụ tỉnh ủy và kết quả bầu chủ tịch, các phó chủ tịch và ủy viên thường vụ đã đúng như dự kiến trước. Đảng cộng sản thật là cừ khôi trong các thủ thuật kiểu này.

Đại hội kéo dài hai ngày, có lúc khá căng thẳng, nhưng sự kiện nổi bật nhất lại là một việc tình cờ khi nhà thơ Hữu Lần, ẩn tích hơn ba mươi năm sau vụ án Nhân Văn, bất ngờ xuất hiện vào buổi bế mạc đại hội. Trưa hôm đó, Hoài đi với mấy anh em ở cơ quan ra một nhà hàng lớn ngoài phố lấy bia để chuẩn bị cho buổi liên hoan bế mạc đại hội thì gặp hai người khách hỏi thăm đường về cơ quan hội nhà văn.

Sau khi nói chuyện, Hoài biết nhà thơ Hữu Lần lần đầu tiên ra khỏi quê nhà sau hơn ba mươi năm bị quản thúc, đang đi về phương nam, làm một chuyến vễn du thăm lại đất nước. Đang ở Sài Gòn, qua bạn bè văn nghệ, anh được biết thành phố Sương Mù đang thành lập hội nhà văn, anh bèn nhờ một người quen đưa lên chơi. Thế là Hoài mời luôn Hữu Lần lên xe đưa về dự buổi bế mạc đại hội. Hữu Lần, nổi tiếng với bài thơ trữ tình "Màu tím hoa sim" và những bài thơ chống bọn nịnh hót xuất hiện trên Nhân Văn, Giai Phẩm năm nào, đã đến với anh em văn nghệ sĩ thành phố Sương Mù như một nhân vật đi ra từ Huyền thoại. Đó mà một ông già tuổi bảy mươi, nhỏ bé nhưng rắn chắc và quắc thước. Bộ quần áo luộm thuộm bên ngoài và dáng dấp quê mùa không làm mờ đi tính chất tinh anh của một con người trí thức đầy khí phách bao nhiêu năm kiên cường chịu đựng oan khuất nơi chốn quê nhà. Ông khoác áo vét màu xanh đã cũ ngoài chiếc sơ-mi xanh nhạt hở nút cổ. Chiếc quần tây nâu rộng lụng thụng, một ống xắn lên, chân đi vớ màu xanh thẫm, xỏ đôi dép da còn mới. Dưới chiếc mũ vải trắng nhỏ có in chữ Sai gon Tourism là mái tóc trắng như cước vuốt ngược lên rồi xòa xuống dài tận vai. Cái trán nhô bướng bỉnh và đôi mắt nhỏ lấp lánh sáng sau cặp kính lão gọng vàng thanh mảnh. Ria mép và râu cằm bạc trắng phơ phất rung động. Đó là hình ảnh và ấn tượng đầu tiên của Hữu Lần khi đến với anh em nhà văn thành phố Sương Mù.

Khi Hoài đưa Hữu Lần về nơi tổ chức đại hội, các đại biểu đang đứng nói chuyện ngoài sân chờ đến giờ làm việc. Khi nghe Hoài giới thiệu, nhiều người đã đổ xô đến ôm chầm lấy anh mừng rỡ, máy ảnh bấm lách tách và người ta kéo anh ngồi ngay xuống bài cỏ để thăm hỏi chuyện trò. Đến giờ làm việc của buổi bế mạc đại hội, ngoài những nội dung tối cần thiết, các đại biểu đã yêu cầu gác lại những phát biểu có tính cách thủ tục để nghe Hữu Lần nói chuyện.

Lần đầu tiên, người ta được nghe Hữu Lần nói về trường hợp sáng tác bài thơ "Màu tím hoa sim", một bài thơ tình chân thật, cảm động và tài hoa mà tác giả đã phải chịu bao nhiêu đầy đọa vì sự chân thật của mình. Mọi người cùng lặng đi khi nghe Hữu Lần kể về ba mươi năm bị quản thúc ở quê nhà, phải cày ruộng và đẩy xe thổ chở đá kiếm sống, không cần làm nhà mà chỉ làm người, không làm cán bộ và đi ăn cắp, giữ vững nhân cách của mình trước sự bao vây, đe dọa, áp bức, mua chuộc của bạo quân. Đại biểu dự đại hội thành lập hội nhà văn có lẽ học được nhiều điều từ phần nói chuyện bất ngờ của Hữu Lần hơn từ các ý kiến chỉ đạo và các bài tham luận đã chuẩn bị trước.

Buổi tối sau khi bế mạc đại hội, ban chấp hành hội nhà văn đã quyết định tổ chức ra mắt và đọc thơ trước công chúng tại nhà hát lớn thành phố. Tại đây, một lần nữa, trước hai ngàn khán, thính giả, Hữu Lần lại gây sự bất ngờ. Rất nhiều anh em học sinh nam nữ đã quây quần chung quanh ông để hỏi chuyện và xin chữ ký. Ông lại kể chuyện ba mươi năm ẩn tích, chuyện "Màu tím hoa sim" và sự thật trong văn nghệ. Khi người ta yêu cầu đọc những bài thơ mới làm, vì không nhớ, ông đã ung dung từ sân khấu đi xuống hàng ghế phía dưới lấy chiếc xắc lên, thản nhiên ngồi xổm trên sân khấu dưới ánh sáng đèn pha chói lòa để lục tìm cuốn sổ chép thơ, bắt người nghe chờ đợi hơn mười phút. Sau đó, ông lại tự nhiên đem cuốn sổ đến gần ngọn đèn pha để xem cho rõ, mặc cho người phụ trách âm thanh phải xách micrô chạy theo ông. Ông vừa đọc thơ vừa thò tay vào quần để gãi. Hoài là trưởng ban tổ chức của buổi ra mắt và đọc thơ này. Trước hình ảnh Hữu Lần loay hoay trên sân khấu tự nhiên như ở nhà mình, anh vừa xấu hổ vừa chua xót. Anh cảm thấy mình có trách nhiệm trong việc đưa ra trình diện trước công chúng một nhà thơ nổi tiếng trong hình ảnh một kẻ quê mùa chưa quen với cách xuất hiện trước đám đông trên sân khấu, chưa biết cách sử dụng micro, gần như đang đóng một vai hài kịch. Mặt khác, anh lại thấy biết đâu hình ảnh này lại có tác dụng tốt. Người ta đã nhìn tận mắt hình ảnh thảm hại của một trí thức, một nhà thơ tài hoa đầy nhiệt huyết và khí phách, ba mươi năm sống dưới chế độ xã hội chủ nghĩa, đã trở thành một con người như thế. Và từ đó, chính anh và anh em trong hội nhà văn cũng phải cảnh giác và tỉnh táo hơn. Phải chăng những kẻ cầm quyền chỉ muốn và cần những tên bồi bút, còn những nhà văn chân chính dám nói lên lương tri và sự thật sẽ bị vùi dập đầy đọa và đưa vào ngõ cụt? Những nhà văn đàn anh cách đây ba mươi năm đã chấp nhận trả giá để không bẻ cong ngòi bút, còn thế hệ của Hoài sẽ phải làm gì? Câu hỏi đó và hình ảnh Hữu Lần lần đầu gặp gỡ đã gây ấn tượng mạnh nơi Hoài, xóa đi những cảm xúc căng thẳng do việc tổ chức đại hội gây ra, một việc hoàn toàn không có tính cách văn học, chỉ là một trò chính trị, mà anh đã bắt đầu gờm tởm khi nhúng tay vào.

Mặc dù kinh phí khó khăn và đã có những ý kiến khó chịu không chính thức từ phía lãnh đạo về Hữu Lần, Minh Hương và Hoài đã quyết định tiếp Hữu Lần như khách quý, bố trí ăn ở tại một nhà nghỉ gần cơ quan hội, mua cho ông mấy bộ quần áo để ông thay đổi, tắm rửa, vì ông chỉ có một bộ duy nhất mặc trên người. Minh Hương đã nói khảng khái: "Ai đối xử với Hữu Lần ra sao là trách nhiệm của họ, còn chúng tôi, chúng tôi trân trọng Hữu Lần như một nhà thơ, một đồng nghiệp, một trí thức chân chính. Chúng tôi có quyền và bổn phận phải làm như thế. Nếu nói về đảng, đó không phải là một cách lấy lại thanh danh cho đảng hay sao?"

Đại hội thành lập hội nhà văn thành phố Sương Mù có thuận lợi vì được tiến hành sau khi trung ương đảng đã có nghị quyết đặc biệt về văn hóa văn nghệ. Đối với quan điểm về văn hóa văn nghệ trên phạm vi toàn thế giới và ngay cả đối với những văn nghệ sĩ có đầu óc cấp tiến, những nội dung trong nghị quyết này thật ra không có gì mới, nhưng đối với đảng cộng sản, nghị quyết này quả thực là một bước tiến rất xa so với quan điểm văn nghệ phục vụ chính trị một cách giản đơn lâu nay. Trong đại hội, ông trưởng ban văn hóa văn nghệ trung ương đảng đã về dự và truyền đạt nghị quyết này. Người ta nói chính ông là người đã chuẩn bị dự thảo nghị quyết và làm mọi sự cho nó được ra đời, mặc dù không thiếu những ý kiến không đồng tình ở ngay trung ương.

Nghị quyết là một bước cụ thể và đổi mới trên lãnh vực văn hóa văn nghệ, cái cụ thề làm nhiều người lo ngại, thậm chí hoảng sợ vì nói đổi mới chung chung thì dễ nhưng việc đi vào cụ thể đã va chạm, làm đảo lộn những hình thức cũ của nhiều người. Đó là vấn đề không dễ dàng, vì hơn ai hết, những người cộng sản lại cực kỳ giáo điều và bảo thủ, đã quen đi theo lối mòn, chưa kể đến khía cạnh sự đổi mới này có thể đụng chạm đến uy quyền và đặc quyền đặc lợi của họ.

Nghị quyết đã chỉ ra những yếu kém trong công tác lãnh đạo văn nghệ, đặc biệt là những biểu hiện giản đơn, thô thiển, thiếu dân chủ. Lần đầu tiên, nghị quyết khẳng định tự do sáng tác là điều kiện sống còn để tạo nên giá trị đích thực trong văn hóa văn nghệ, để phát triển tài năng. Tác phẩm văn nghệ không vi phạm pháp luật, không phản động, không đồi trụy đều có quyền được lưu hành và đặt dưới sự đánh giá, phán xét của công luận và sự phê bình. Nghị quyết yêu cầu phải khắc phục và ngăn ngừa những hiện tượng cấp ủy đảng và chính quyền can thiệp thô bạo vào các vấn đề văn hóa nghệ thuật và từng cá nhân tuỳ tiện quyết định số phận các tác phẩm văn học nghệ thuật.

Những điểm tiến bộ trong nghị quyết của trung ương đã được vận dụng vào các báo cáo và nghị quyết của đại hội thành lập hội nhà văn thành phố Sương Mù, và được thường vụ tỉnh ủy thông qua. Tuy nhiên trong việc sắp xếp nhân sự ban chấp hành hội nhà văn, cách làm vẫn theo kiểu cũ mặc dù bề ngoài thay đổi đôi chút để có vẻ dân chủ hơn. Người ta đã dự kiến nhân sự trước, thăm dò dư luận, tìm cách làm rõ hướng chỉ đạo của đảng. Đây vẫn là thói quen và phương thức lãnh đạo của đảng lâu nay. Thực tế, trong ban thường vụ tỉnh uỷ đã hình thành hai xu hướng ủng hộ hai nhóm khác nhau tham gia ban chấp hành hội nhà văn, một nhóm cấp tiến cùng quan điểm với Minh Hương và Hoài, nhóm kia do Văn Hổ đứng đầu, đại biểu cho các nhà văn có khuynh hướng cũ.

Trong các cuộc họp trù bị, sự sắp xếp diễn ra một cách khá tế nhị, và cuối cùng người ta cùng thỏa thuận được với nhau theo kiểu cài răng lược. Minh Hương sẽ làm chủ tịch, Văn Hổ, giám đốc sở văn hóa thông tin và Hoàng Tú, bí thư chi bộ hội nhà văn, làm phó chủ tịch, Hoài là thường vụ trực. Cho đến giờ này, thực ra nhiều người chủ chốt trong ban thường vụ tỉnh ủy không thích Minh Hương nhưng đành phải chấp nhận vì ở trong một hoàn cảnh tế nhị là chính thường vụ tỉnh ủy đã mời Minh Hương về làm một ngọn cờ tập hợp để thành lập hội nhà văn. Đối với Hoài, thành kiến lại nặng nề hơn, và người ta đã nêu đến cả vụ nghi vấn về chi bộ Trung Kiên để không đưa anh vào chức vụ phó chủ tịch. Tuy nhiên Minh Hương và Hoài đã đấu tranh để giành lấy vai trò chính thức phụ trách tạp chí La Ban, cơ quan ngôn luận của hội, công cụ quan trọng nhất để chiến đấu cho đổi mới. Hai người nhất trí có thể giao hết mọi việc cho người khác nhưng nhất thiết phải nắm lấy tờ tạp chí. Đó là điều kiện tối thiểu để hai người tham gia vào tổ chức hội nhà văn, nếu không việc tham gia chỉ làm mất thì giờ và không có ý nghĩa gì thiết thực. Cả Minh Hương và Hoài đều không phải là người quen nhượng bộ, nhất là trong sáng tác văn học, nhưng rõ ràng đây không phải là văn học mà chính là một trò chính trị và trong hoàn cảnh hiện nay, sự nhượng bộ này là sách lược cần thiết.

Mặc dù đã được sắp xếp trước, nhưng trong đại hội, việc bầu cử cũng khá sóng gió. Với tinh thần tự do và dân chủ sẵn có, được các nghị quyết của đảng thổi bùng lên, những người dự đại hội đã tranh cãi gay gắt, không chấp nhận danh sách dự kiến nêu ra mà yêu cầu để họ tự ứng cử và giới thiệu. Có hơn ba mươi người được đề cử trong khi đại hội biểu quyết chỉ bầu mười lăm người vào ban chấp hành, một việc bầu cử hoàn toàn khác với xưa nay, chỉ đưa một vài người dôi ra để làm đệm cho có vẻ dân chủ.

Những kẻ chống Minh Hương và Hoài đã công khai vận động trong đại hội, nhưng ngoài những người đã có chính kiến rõ, đám đông thầm lặng còn lại lần này đã xác định quan điểm của mình, không để ai lung lạc. Kết quả, Minh Hương trúng cử với số phiếu cao nhất, Hoài trúng cử với số phiếu khá gay go, và những người còn lại vào ban chấp hành thuộc hai phái rõ rệt. Ngay trong đại hội, ban chấp hành mới được bầu đã họp riêng dưới sự chỉ đạo của thường vụ tỉnh ủy và kết quả bầu chủ tịch, các phó chủ tịch và ủy viên thường vụ đã đúng như dự kiến trước. Đảng cộng sản thật là cừ khôi trong các thủ thuật kiểu này.

Đại hội kéo dài hai ngày, có lúc khá căng thẳng, nhưng sự kiện nổi bật nhất lại là một việc tình cờ khi nhà thơ Hữu Lần, ẩn tích hơn ba mươi năm sau vụ án Nhân Văn, bất ngờ xuất hiện vào buổi bế mạc đại hội. Trưa hôm đó, Hoài đi với mấy anh em ở cơ quan ra một nhà hàng lớn ngoài phố lấy bia để chuẩn bị cho buổi liên hoan bế mạc đại hội thì gặp hai người khách hỏi thăm đường về cơ quan hội nhà văn. Sau khi nói chuyện, Hoài biết nhà thơ Hữu Lần lần đầu tiên ra khỏi quê nhà sau hơn ba mươi năm bị quản thúc, đang đi về phương nam, làm một chuyến vẫn du thăm lại đất nước. Đang ở Sài Gòn, qua bạn bè văn nghệ, anh được biết thành phố Sương Mù đang thành lập hội nhà văn, anh bèn nhờ một người quen đưa lên chơi. Thế là Hoài mời luôn Hữu Lần lên xe đưa về dự buổi bế mạc đại hội. Hữu Lần, nổi tiếng với bài thơ trữ tình "Màu tím hoa sim" và những bài thơ chống bọn nịnh hót xuất hiện trên Nhân Văn, Giai Phẩm năm nào, đã đến với anh em văn nghệ sĩ thành phố Sương Mù như một nhân vật đi ra từ Huyền thoại. Đó mà một ông già tuổi bảy mươi, nhỏ bé nhưng rắn chắc và quắc thước. Bộ quần áo luộm thuộm bên ngoài và dáng dấp quê mùa không làm mờ đi tính chất tinh anh của một con người trí thức đầy khí phách bao nhiêu năm kiên cường chịu đựng oan khuất nơi chốn quê nhà. Ông khoác áo vét màu xanh đã cũ ngoài chiếc sơ-mi xanh nhạt hở nút cổ. Chiếc quần tây nâu rộng lụng thụng, một ống xắn lên, chân đi vớ màu xanh thẫm, xỏ đôi dép da còn mới. Dưới chiếc mũ vải trắng nhỏ có in chữ Sai gon Tourism là mái tóc trắng như cước vuốt ngược lên rồi xòa xuống dài tận vai. Cái trán nhô bướng bỉnh và đôi mắt nhỏ lấp lánh sáng sau cặp kính lão gọng vàng thanh mảnh. Ria mép và râu cằm bạc trắng phơ phất rung động. Đó là hình ảnh và ấn tượng đầu tiên của Hữu Lần khi đến với anh em nhà văn thành phố Sương Mù.

Khi Hoài đưa Hữu Lần về nơi tổ chức đại hội, các đại biểu đang đứng nói chuyện ngoài sân chờ đến giờ làm việc. Khi nghe Hoài giới thiệu, nhiều người đã đổ xô đến ôm chầm lấy anh mừng rỡ, máy ảnh bấm lách tách và người ta kéo anh ngồi ngay xuống bài cỏ để thăm hỏi chuyện trò. Đến giờ làm việc của buổi bế mạc đại hội, ngoài những nội dung tối cần thiết, các đại biểu đã yêu cầu gác lại những phát biểu có tính cách thủ tục để nghe Hữu Lần nói chuyện.

Lần đầu tiên, người ta được nghe Hữu Lần nói về trường hợp sáng tác bài thơ "Màu tím hoa sim", một bài thơ tình chân thật, cảm động và tài hoa mà tác giả đã phải chịu bao nhiêu đầy đọa vì sự chân thật của mình. Mọi người cùng lặng đi khi nghe Hữu Lần kể về ba mươi năm bị quản thúc ở quê nhà, phải cày ruộng và đẩy xe thổ chở đá kiếm sống, không cần làm nhà mà chỉ làm người, không làm cán bộ và đi ăn cắp, giữ vững nhân cách của mình trước sự bao vây, đe dọa, áp bức, mua chuộc của bạo quân. Đại biểu dự đại hội thành lập hội nhà văn có lẽ học được nhiều điều từ phần nói chuyện bất ngờ của Hữu Lần hơn từ các ý kiến chỉ đạo và các bài tham luận đã chuẩn bị trước.

Buổi tối sau khi bế mạc đại hội, ban chấp hành hội nhà văn đã quyết định tổ chức ra mắt và đọc thơ trước công chúng tại nhà hát lớn thành phố. Tại đây, một lần nữa, trước hai ngàn khán, thính giả, Hữu Lần lại gây sự bất ngờ. Rất nhiều anh em học sinh nam nữ đã quây quần chung quanh ông để hỏi chuyện và xin chữ ký. Ông lại kể chuyện ba mươi năm ẩn tích, chuyện "Màu tím hoa sim" và sự thật trong văn nghệ. Khi người ta yêu cầu đọc những bài thơ mới làm, vì không nhớ, ông đã ung dung từ sân khấu đi xuống hàng ghế phía dưới lấy chiếc xắc lên, thản nhiên ngồi xổm trên sân khấu dưới ánh sáng đèn pha chói lòa để lục tìm cuốn sổ chép thơ, bắt người nghe chờ đợi hơn mười phút. Sau đó, ông lại tự nhiên đem cuốn sổ đến gần ngọn đèn pha để xem cho rõ, mặc cho người phụ trách âm thanh phải xách micrô chạy theo ông. Ông vừa đọc thơ vừa thò tay vào quần để gãi. Hoài là trưởng ban tổ chức của buổi ra mắt và đọc thơ này. Trước hình ảnh Hữu Lần loay hoay trên sân khấu tự nhiên như ở nhà mình, anh vừa xấu hổ vừa chua xót. Anh cảm thấy mình có trách nhiệm trong việc đưa ra trình diện trước công chúng một nhà thơ nổi tiếng trong hình ảnh một kẻ quê mùa chưa quen với cách xuất hiện trước đám đông trên sân khấu, chưa biết cách sử dụng micro, gần như đang đóng một vai hài kịch. Mặt khác, anh lại thấy biết đâu hình ảnh này lại có tác dụng tốt. Người ta đã nhìn tận mắt hình ảnh thảm hại của một trí thức, một nhà thơ tài hoa đầy nhiệt huyết và khí phách, ba mươi năm sống dưới chế độ xã hội chủ nghĩa, đã trở thành một con người như thế. Và từ đó, chính anh và anh em trong hội nhà văn cũng phải cảnh giác và tỉnh táo hơn. Phải chăng những kẻ cầm quyền chỉ muốn và cần những tên bồi bút, còn những nhà văn chân chính dám nói lên lương tri và sự thật sẽ bị vùi dập đầy đọa và đưa vào ngõ cụt? Những nhà văn đàn anh cách đây ba mươi năm đã chấp nhận trả giá để không bẻ cong ngòi bút, còn thế hệ của Hoài sẽ phải làm gì? Câu hỏi đó và hình ảnh Hữu Lần lần đầu gặp gỡ đã gây ấn tượng mạnh nơi Hoài, xóa đi những cảm xúc căng thẳng do việc tổ chức đại hội gây ra, một việc hoàn toàn không có tính cách văn học, chỉ là một trò chính trị, mà anh đã bắt đầu gờm tởm khi nhúng tay vào.

Mặc dù kinh phí khó khăn và đã có những ý kiến khó chịu không chính thức từ phía lãnh đạo về Hữu Lần, Minh Hương và Hoài đã quyết định tiếp Hữu Lần như khách quý, bố trí ăn ở tại một nhà nghỉ gần cơ quan hội, mua cho ông mấy bộ quần áo để ông thay đổi, tắm rửa, vì ông chỉ có một bộ duy nhất mặc trên người. Minh Hương đã nói khẳng khái: "Ai đối xử với Hữu Lần ra sao là trách nhiệm của họ, còn chúng tôi, chúng tôi trân trọng Hữu Lần như một nhà thơ, một đồng nghiệp, một trí thức chân chính. Chúng tôi có quyền và bổn phận phải làm như thế. Nếu nói về đảng, đó không phải là một cách lấy lại thanh danh cho đảng hay sao?"

"Tự do và ràng buộc"

*

Vy ngồi bên cạnh giường im lặng nhìn Hoài nằm thiêm thiếp mê mệt. Mấy người bạn vừa đưa anh về sau cuộc nhậu nhẹt và anh đã say đến độ không còn biết gì nữa. Buổi sáng, trước khi đi Hoài đã có báo trưa anh không về ăn cơm vì có anh bạn mời đi nhậu ở nhà hàng để mừng cuốn sách của anh ta vừa xuất bản. Vy vẫn tưởng quá trưa anh sẽ về nhưng mãi đến chiều, rồi tối mịt anh vẫn chưa về. Vy quá sốt ruột, lo ngại anh có thể say sưa bị trúng gió hoặc gặp chuyện gì bất thường nên đã đến nhà hàng - nơi anh đã nói - để tìm anh. Đến nơi, Vy thấy xe của Hoài để bên ngoài, nhìn qua cửa kính, thoáng thấy Hoài đang ngời với các bạn nên cô cùng yên tâm. Cô định vào nhưng rồi lại ngần ngại. Cô sợ Hoài sẽ tự ái vì cho rằng anh không được tự do, lúc nào cũng bị ràng buộc. Thế là cô lặng lẽ trở về dù cô đã đi bộ gần hai cây số để đến đây.

Trên đường về, Vy đếm bước âm thầm trên con đường mờ tối lộng gió. Cô chợt nhớ đến một đêm đầy ấn tượng lúc Hoài và cô mới về với nhau ở thành phố Đất Đỏ. Đó là một đêm giới nghiêm do tình hình mất an ninh. Hoài lên cơn sốt vật vã vì một chứng bệnh mãn tính và chỉ có một thứ thuốc đặc trị quen dùng mới làm anh hạ sốt. Lúc đó đã 11 giờ khuya. Hoài bảo anh sẽ cố chịu đến sáng mai rồi sẽ đi mua thuốc. Vy nhìn Hoài đau đớn lăn lộn và cô cảm thấy mình bất lực một cách vô lý. Nhân một lúc Hoài thiếp đi cô vội vã khoác chiếc áo măng-tô chạy ra phố. Đường khuya đêm đó cùng mờ tối và lộng gió như đêm nay. Những thân cây to lớn đen sầm đứng lù lù bên đường như đang chờ đợi để quật cô ngả xuống. Những ngôi nhà đóng cửa im lìm. Cô vừa đi vừa chạy như một người mê hoảng. Ra phố, cô phải đập cửa đến hiệu thuốc thứ ba người ta mới chịu mở. Khi về, một chiếc xe quân cảnh đã chặn cô lại và người ta căn vặn cô đủ điều. Đi đâu giờ này? Liên lạc cho Việt Cộng phải không? Giấy tờ đâu? Một tên quân cảnh khả ố giơ tay vuốt má cô và dọa bắt cô lên xe đưa về đồn xét hỏi. Một tên khác tỏ ra tử tế khi thấy cô đưa hộp thuốc ra và đã nói với bạn để cho cô đi. Cô đã chạy một mạch về nhà khi Hoài vẫn còn thiêm thiếp trong cơn sốt mê mệt.

Đó chỉ là một trong vô số những điều cô đã chăm sóc, lo lắng cho Hoài. Đó không phải chỉ là trách nhiệm mà là tình cảm tự nhiên, sự thôi thúc cô không thể nào cưỡng được. Chẳng phải cô và Hoài đã về với nhau để chia xẻ số phận giữa cuộc sống trần gian đầy khổ lụy này hay sao? Cô vẫn nhớ đinh ninh lời ước nguyện đó đã được hai người nhắc lại bao nhiêu lần bằng nhiều cách diễn đạt khác nhau, trong những quán cà-phê đèn mờ ở Sài Gòn ngày hai người mới quen nhau. Cô muốn sống hết mình cho lời nguyện ước, đó chính là hạnh phúc nhưng cũng là nỗi khổ của đời cô Hoài không chối bỏ anh là người đam mê cuồng nhiệt nhưng chóng tàn. Anh không hề dối trá khi nói ra những lời cháy bỏng hay làm những hành động điên cuồng. Thế nhưng sau đó anh có thể quên đi nhanh chóng. Khi về với nhau, Hoài đã coi Vy là cứu cánh duy nhất của đời mình, nhưng chỉ một thời gian ngắn sau đó, anh đã nói không cuộc đời anh không chỉ có anh và Vy. Anh còn có quá khứ, có tương lai và bao nhiêu mối quan hệ, bao nhiêu vấn đề phải quan tâm trong cuộc đời này. Đôi khi anh nói hôn nhân đối với anh là một lỡ lầm. Nhưng lần khác, anh bảo gia đình là nơi trú ẩn hạnh phúc nhưng chưa đủ, gia đình không phải là tất cả.

Dĩ nhiên Vy không buộc Hoài phải sống chỉ cho gia đình, vì gia đình. Anh còn bao nhiêu hoài bão và anh là kẻ đấu tranh không ngừng. Cô sẵn sàng chia xẻ, giúp đỡ và tham dự cùng anh trong những cóng việc anh làm, dù khó khăn nguy hiểm. Nhưng nhiều lúc cô thấy mình như một cái gì cấn cái, vướng víu đối với anh, ngay cả trong những hành động âu yếm như lau mặt, nhổ tóc sâu, thay quần áo cho anh, thậm chí cả lúc hôn từ biệt anh mỗi ngày trước khi anh đi làm. Anh là cái gì bất nhất, tự do đến thành phóng đãng, không chịu được bất cứ ràng buộc nào, dù là sự ràng buộc êm ái của tình yêu.

Cô có thể nhượng bộ anh trong những cuộc tranh cãi về chính trị. Không phải cô bị khuất phục nhưng cô biết anh theo đuổi những gì anh cho là lý tưởng với sự chân thành cuồng nhiệt và trong sáng nhất, đôi khi gần như cuồng tín. Nhưng cô làm thế nào có thể thông cảm được khi anh đắm mình vào quá khứ với hình ảnh những cuộc tình sôi nổi điên cuồng thời trẻ tuổi, khi anh sẵn sàng chạy đuổi theo những rung động thoáng qua lúc bắt gặp một nụ cười một khuôn mặt, một thân hình anh ưa thích? Trên phương diện này anh không biết tự chế và coi đó là sự trung thực. Chao ôi, cô làm sao chia xẻ được vì cô là người vợ, là người yêu anh tha thiết, có khi yêu hơn chính cuộc đời mình. Cô phải ghen chứ, dù anh cho ghen là một thứ tình cảm nhỏ mọn tầm thường. Ghen không phải là một dạng của tình yêu, một hành động chính đáng của người vợ chung thủy với chồng hay sao? Làm sao cô không chờ đợi anh thấp thỏm mỗi khi anh đi làm về trễ, đi họp về khuya, nhất là thời kỳ anh hoạt động cách mạng bí mật và ngay cả bây giờ, lúc anh có không ít kẻ thù? Cô không thể yên ổn ngồi trong nhà, làm bất cứ việc gì, mà phải ra đứng ở cổng, thậm chí ra tận đầu đường dù đêm tối, mưa gió để chờ đợi anh. Có thể cô quá dễ xúc cảm nên không ngăn được dòng nước mắt hay những lời trách cứ nhưng anh phải biết cho rằng đó là tình yêu, là những gì tha thiết nhất cô đã dành cho anh, dù dưới bề ngoài vụng về hay thậm chí khó chịu. Có lần anh đã nói anh không chấp nhận được lối biểu lộ tình cảm kiểu đó. Anh không chịu được sự ràng buộc. Anh không phải là tên nô lệ dù là nô lệ tự nguyện. Chao ôi? Thế nào là tự do? Có phải tự do là muốn yêu ai thì yêu, làm gì thì làm? Không đâu, anh yêu ai, làm gì. Anh sẽ bị ràng buộc với người đó, việc đó không sao tránh được. Đòi hỏi tự do tuyệt đối chỉ là điên rồ, không tưởng.

Vy đã ngồi lặng lẽ bên giường nhìn Hoài gần một tiếng đồng hồ sau khi chăm sóc cho anh. Lúc bạn đưa về, anh đã ói mửa đầy nhà, la hét ầm ỹ một lúc. Công bằng mà nói, anh không mấy khi say sưa và cũng không thích uống rượu. Từ khi về với nhau, qua gần hai mươi năm, Vy chỉ thấy anh say kiểu này vài ba lần. Có lần anh kể chuyện, bạn bè anh có người phê phán anh quá tỉnh táo không biết say và không dám say nên chưa phải là nghệ sĩ. Vy đã cực lực phản đối ý kiến đó. Đâu phải say sưa mới là nghệ sĩ? Cô đặc biệt gớm ghét những người hay nhậu nhẹt say sưa đến độ mất tư cách. Hoài ít say rượu nhưng lại không biết tự chế khi chạy theo những đam mê luôn bùng cháy trong anh. Vy nhìn Hoài nằm thiêm thiếp, ý nghĩ cô quay cuồng và chợt cô đau xót khi thấy rằng con người thân yêu đang nằm kia không thuộc về cô anh là một kẻ đãng tử trên trần gian này và không ai ngăn được bước chân phiêu lãng của anh, ngay cả tình yêu đằm thắm cô đang dành cho anh bằng cả một đời tận hiến.

Vy ngồi bên cạnh giường im lặng nhìn Hoài nằm thiêm thiếp mê mệt. Mấy người bạn vừa đưa anh về sau cuộc nhậu nhẹt và anh đã say đến độ không còn biết gì nữa. Buổi sáng, trước khi đi Hoài đã có báo trưa anh không về ăn cơm vì có anh bạn mời đi nhậu ở nhà hàng để mừng cuốn sách của anh ta vừa xuất bản. Vy vẫn tưởng quá trưa anh sẽ về nhưng mãi đến chiều, rồi tối mịt anh vẫn chưa về. Vy quá sốt ruột, lo ngại anh có thể say sưa bị trúng gió hoặc gặp chuyện gì bất thường nên đã đến nhà hàng - nơi anh đã nói - để tìm anh. Đến nơi, Vy thấy xe của Hoài để bên ngoài, nhìn qua cửa kính, thoáng thấy Hoài đang ngồi với các bạn nên cô cùng yên tâm. Cô định vào nhưng rồi lại ngần ngại. Cô sợ Hoài sẽ tự ái vì cho rằng anh không được tự do, lúc nào cũng bị ràng buộc. Thế là cô lặng lẽ trở về dù cô đã đi bộ gần hai cây số để đến đây.

Trên đường về, Vy đếm bước âm thầm trên con đường mờ tối lộng gió. Cô chợt nhớ đến một đêm đầy ấn tượng lúc Hoài và cô mới về với nhau ở thành phố Đất Đỏ. Đó là một đêm giới nghiêm do tình hình mất an ninh. Hoài lên cơn sốt vật vả vì một chứng bệnh mãn tính và chỉ có một thứ thuốc đặc trị quen dùng mới làm anh hạ sốt. Lúc đó đã 11 giờ khuya. Hoài bảo anh sẽ cố chịu đến sáng mai rồi sẽ đi mua thuốc. Vy nhìn Hoài đau đớn lăn lộn và cô cảm thấy mình bất lực một cách vô lý. Nhân một lúc Hoài thiếp đi cô vội vã khoác chiếc áo măng-tô chạy ra phố. Đường khuya đêm đó cùng mờ tối và lộng gió như đêm nay. Những thân cây to lớn đen sầm đứng lù lù bên đường như đang chờ đợi để quật cô ngả xuống. Những ngôi nhà đóng cửa im lìm. Cô vừa đi vừa chạy như một người mê hoảng. Ra phố, cô phải đập cửa đến hiệu thuốc thứ ba người ta mới chịu mở. Khi về, một chiếc xe quân cảnh đã chặn cô lại và người ta căn vặn cô đủ điều. Đi đâu giờ này? Liên lạc cho Việt Cộng phải không? Giấy tờ đâu? Một tên quân cảnh khả ổ giơ tay vuốt má cô và dọa bắt cô lên xe đưa về đòn xét hỏi. Một tên khác tỏ ra tử tế khi thấy cô đưa hộp thuốc ra và đã nói với bạn để cho cô đi. Cô đã chạy một mạch về nhà khi Hoài vẫn còn thiêm thiếp trong cơn sốt mê mệt.

Đó chỉ là một trong vô số những điều cô đã chăm sóc, lo lắng cho Hoài. Đó không phải chỉ là trách nhiệm mà là tình cảm tự nhiên, sự thôi thúc cô không thể nào cưỡng được. Chẳng phải cô và Hoài đã về với nhau để chia xẻ số phận giữa cuộc sống trần gian đầy khổ lụy này hay sao? Cô vẫn nhớ đinh ninh lời ước nguyện đó đã được hai người nhắc lại bao nhiêu lần bằng nhiều cách diễn đạt khác nhau, trong những quán cà-phê đèn mờ ở Sài Gòn ngày hai người mới quen nhau. Cô muốn sống hết mình cho lời nguyện ước, đó chính là hạnh phúc nhưng cũng là nỗi khổ của đời cô Hoài không chối bỏ anh là người đam mê cuồng nhiệt nhưng chóng tàn. Anh không hề dối trá khi nói ra những lời cháy bỏng hay làm những hành động điên cuồng. Thế nhưng sau đó anh có thể quên đi nhanh chóng. Khi về với nhau, Hoài đã coi Vy là cứu cánh duy nhất của đời mình, nhưng chỉ một thời gian ngắn sau đó, anh đã nói không cuộc đời anh không chỉ có anh và Vy. Anh còn có quá khứ, có tương lai và bao nhiêu mối quan hệ, bao nhiêu vấn đề phải quan tâm trong cuộc đời này. Đôi khi anh nói hôn nhân đối với anh là một lỡ lầm. Nhưng lần khác, anh bảo gia đình là nơi trú ẩn hạnh phúc nhưng chưa đủ, gia đình không phải là tất cả.

Dĩ nhiên Vy không buộc Hoài phải sống chỉ cho gia đình, vì gia đình. Anh còn bao nhiêu hoài bão và anh là kẻ đấu tranh không ngừng. Cô sẵn sàng chia xẻ, giúp đỡ và tham dự cùng anh trong những công việc anh làm, dù khó khăn nguy hiểm. Nhưng nhiều lúc cô thấy mình như một cái gì cấn cái, vướng víu đối với anh, ngay cả trong những hành động âu yếm như lau mặt, nhổ tóc sâu, thay quần áo cho anh, thậm chí cả lúc hôn từ biệt anh mỗi ngày trước khi anh đi làm. Anh là cái gì bất nhất, tự do đến thành phóng đãng, không chịu được bất cứ ràng buộc nào, dù là sự ràng buộc êm ái của tình yêu.

Cô có thể nhượng bộ anh trong những cuộc tranh cãi về chính trị. Không phải cô bị khuất phục nhưng cô biết anh theo đuổi những gì anh cho là lý tưởng với sự chân thành cuồng nhiệt và trong sáng nhất, đôi khi gần như cuồng tín. Nhưng cô làm thế nào có thể thông cảm được khi anh đắm mình vào quá khứ với hình ảnh những cuộc tình sôi nổi điên cuồng thời trẻ tuổi, khi anh sẵn sàng chạy đuổi theo những rung động thoáng qua lúc bắt gặp một nụ cười một khuôn mặt, một thân hình anh ưa thích? Trên phương diện này anh không biết tự chế và coi đó là sự trung thực. Chao ôi, cô làm sao chia xẻ được vì cô là người vợ, là người yêu anh tha thiết, có khi yêu hơn chính cuộc đời mình. Cô phải ghen chứ, dù anh cho ghen là một thứ tình cảm nhỏ mọn tầm thường. Ghen không phải là một dạng của tình yêu, một hành động chính đáng của người vợ chung thủy với chồng hay sao? Làm sao cô không chờ đợi anh thấp thỏm mỗi khi anh đi làm về trễ, đi họp về khuya, nhất là thời kỳ anh hoạt động cách mạng bí mật và ngay cả bây giờ, lúc anh có không ít kẻ thù? Cô không thể yên ổn ngồi trong nhà, làm bất cứ việc gì, mà phải ra đứng ở cổng, thậm chí ra tận đầu đường dù đêm tối, mưa gió để chờ đợi anh. Có thể cô quá dễ xúc cảm nên không ngăn được dòng nước mắt hay những lời trách cứ nhưng anh phải biết cho rằng đó là tình yêu, là những gì tha thiết nhất cô đã dành cho anh, dù dưới bề ngoài vụng về hay thậm chí khó chịu. Có lần anh đã nói anh không chấp nhận được lối biểu lộ tình cảm kiểu đó. Anh không chịu được sự ràng buộc. Anh không phải là tên nô lệ dù là nô lệ tự nguyện. Chao ôi? Thế nào là tự do? Có phải tự do là muốn yêu ai thì yêu, làm gì thì làm? Không đâu, anh yêu ai, làm gì. Anh sẽ bị ràng buộc với người đó, việc đó không sao tránh được. Đòi hỏi tự do tuyệt đối chỉ là điên rồ, không tưởng.

Vy đã ngồi lặng lẽ bên giường nhìn Hoài gần một tiếng đồng hồ sau khi chăm sóc cho anh. Lúc bạn đưa về, anh đã ói mửa đầy nhà, la hét ầm ỹ một lúc. Công bằng mà nói, anh không mấy khi say sưa và cũng không thích uống rượu. Từ khi về với nhau, qua gần hai mươi năm, Vy chỉ thấy anh say kiểu này vài ba lần. Có lần anh kể chuyện, bạn bè anh có người phê phán anh quá tỉnh táo không biết say và không dám say nên chưa phải là nghệ sĩ. Vy đã cực lực phản đối ý kiến đó. Đâu phải say sưa mới là nghệ sĩ? Cô đặc biệt gớm ghét những người hay nhậu nhẹt say sưa đến độ mất tư cách. Hoài ít say rượu nhưng lại không biết tự chế khi chạy theo những đam mê luôn bùng cháy trong anh. Vy nhìn Hoài nằm thiêm thiếp, ý nghĩ cô quay cuồng và chợt cô đau xót khi thấy rằng con người thân yêu đang nằm kia không thuộc về cô anh là một kẻ đàng tử trên trần gian này và không ai ngăn được bước chân phiêu lãng của anh, ngay cả tình yêu đằm thắm cô đang dành cho anh bằng cả một đời tận hiến.

"Sự Thật ơi"

*

Sau đại hội thành lập hội nhà văn, các hoạt động của hội được đẩy mạnh hơn, vị trí của Minh Hương và Hoài cùng được củng cố hơn. Ngoài các buổi tọa đàm, nói chuyện, đọc thơ, hội còn xuất bản một số sách và quan trọng là đã ra được hai số La Ban 2 và 3.

Mặc dù chỉ mới được tỉnh cấp giấy phép tạm thời cho từng số, chưa có giấy phép chính thức của bộ văn hóa thông tin, Minh Hương và Hoài vẫn quyết định nâng cao chất lượng tạp chí về mặt quan điểm, biểu lộ rõ dần xu hướng cấp tiến của mình. Tuy còn non trẻ, La Ban không thể là một tờ lá cải hay chỉ là một tờ báo có tính cách minh họa. Nó phải mang tính chiến đấu, là diễn đàn công khai, dân chủ về những vấn đề văn học nghệ thuật và chính trị, xã hội. La Ban số 2 đăng thư phê phán của một số độc giả về các bài thơ của Thanh Thu và Đăng Vấn, La Ban số 3 đăng tiếp các ý kiến phản bác đã gây ra không khí tranh luận khá sôi nổi trong hội viên, bạn đọc và cả giới lãnh đạo chính trị. Các nhà lãnh đạo này bắt đầu dè dặt hơn khi nói đến văn nghệ vì người ta thấy rõ, không thể lớn tiếng bằng sự ngu dốt, thô bạo dù có uy quyền trong tay khi bầu khí dân chủ bắt đầu được khơi mở.

Trụ sở hội thời gian này thường xuyên có anh em lui tới. Hôm nay, Minh Hương và Hoài đang tiếp hai ngươi khách: Yên Trung, cán bộ ban tuyên huấn tỉnh ủy và Chinh Ba, một sĩ quan quân đội, đều là hội viên của hội. Yên Trung ngồi cạnh Minh Hương, thân mật vỗ vai anh:

- Tâm huyết lắm! Tâm huyết lắm! Tôi đánh giá rất cao và ủng hộ việc các anh làm. Có điều các anh thông cảm là trong thời gian qua tôi không công khai ủng hộ được vì tôi là cán bộ tuyên huấn, chịu sự ràng buộc gắt gao và khó nói trái ý lãnh đạo. Khi La Ban số 2 đăng ý kiến phê phán nặng nề của một số bạn đọc mà thực ra tôi biết rõ chúng được viết theo ý kiến chỉ đạo, tôi thấy các anh thật dũng cảm, dám chịu đòn trước và cùng hơi lo cho các anh, vì không biết những người ủng hộ các anh có dám nhảy vào vòng chiến không. Đến khi La Ban 3 ra đời tôi mới nhẹ người. Thì ra anh em tâm huyết không thiếu và cũng không ít người dũng cảm. Thành thật mà nói, tôi thấy mình cùng hơi hèn vì đã không dám công khai tỏ thái độ dù tôi ủng hộ các anh. Chỉ sợ các anh đánh giá và không hiểu hết anh em.

Minh Hương trấn an ngay:

- Anh đừng lo chuyện đó. Chúng tôi hiểu mỗi người có vị trí và cách thế riêng của mình trong cuộc đấu tranh này. Anh ủng hộ chúng tôi là điều đáng quý rồi.

Chinh Ba lật lật tờ La Ban số 3 anh mang theo, trong đó nhiều trang anh đánh dấu và gạch dưới các dòng quan trọng. Anh nói:

- Đọc mấy bài tranh luận lý thú thật. Bao nhiêu giọng điệu và lý lẽ của bạn đọc không những trong tỉnh mà còn ở các tỉnh bạn. Tôi tán thành quan điểm cho rằng phê bình thơ mà thoát ly đặc trưng của thơ là điều tối ky, đến mức chỉ nhìn những nguyên lý trần trụi từ những dòng thơ. Đòi hỏi người sáng tác phải phản ánh hiện thực theo cách nhìn chủ quan của mình, kể cả của đảng, là một sự áp đặt phi nghệ thuật. Lại còn sự suy diễn vừa nông cạn vừa thô bạo, dẫn đến sự tố cáo, đe dọa và chụp mủ chính trị. Họ không hiểu rằng bằng sức mạnh của hình tượng nghệ thuật và bằng lương tri, dự cảm, dự báo, người viết có thể và phải đi tiên phong trong cuộc đấu tranh cho dân chủ và công bằng xã hội. Văn chương phải phản ánh nỗi đau của nhân dân và cuộc chiến đấu đầy hy sinh mất mát để từng bước chiến thắng cái ác, dù chỉ là chiến thắng nhỏ nhoi. Đó thật sự là sứ mạng nặng nề khó nhọc của những người cầm bút, nếu chưa được thực hiện trọn vẹn thì cũng đừng quay lưng với thực tại ngổn ngang, để chỉ làm nên những bản "tụng ca" minh họa những nguyên lý cao đẹp vốn đang còn ở xa phía trước mà cứ ngộ nhận hay giả vờ như đã trở thành hiện thực quanh mình.

Yên Trung vừa nghe Chinh Ba nói, vừa gật gù hưởng ứng. Bỗng anh vỗ đùi đánh bốp, giật lấy tờ tạp chí trên tay Chinh Ba:

- Thú vị thật! Có những ý kiến dí dỏm lạ thường. Tôi rất khoái cách nói của ông Hà Sĩ Phu nào đấy. Tôi đọc nguyên văn đoạn này các ông nghe lại nhé: "Đảng vẫn nói mình đang đi "ngược nắng", các bạn bắt bẻ rằng ám chỉ cả xã hội đang đi ngược quy luật. Đảng vẫn nói mình đang đi "dọc sắc lá bàng", các bạn lại cũng bắt bẻ rằng tác giả chỉ thấy riêng mình đi xuôi quy luật. Vậy là người ta "đi ngược" hay "đi xuôi" các bạn đều bắt bẻ, chính là vì các bạn chỉ biết đi xuôi theo một quỳ đạo đã cũ mòn, đi ngược với đồng tư duy đổi mới hiện nay, chứ không biết ngược xuôi gì cả. "Đi ngược nắng" sao không thể hiểu là đi về phía mặt trời, về phía ánh sáng? Còn "đi dọc" thì tôi thấy các nhà văn, nhà thơ họ hay "đi dọc" lắm. "Đi dọc những tháng năm", "đi dọc nỗi đầu, "đi dọc những biến cố"... Có người lại còn "đi ngang đồi cỏ, "Đi dọc, đi ngang, đi xuôi, đi ngược để hiểu cuộc đời, chứ có phải họ chống đối ai đâu? Chỉ biết đi xuôi một đường thôi thì biết được gì?"

Ông Hà Sĩ Phu này còn kết thúc bài tranh luận bằng bài thơ, giọng điệu cùng dí dỏm, mỉa mai không kém:

Thơ đề nghị...
Mỗi cô gái còn có cách tỏ tình riêng,
Sao bắt thơ phải nói lời toán học?
Anh cán bộ quản lý thơ
Bắt từng câu từng chữ bây giờ
phải khai hộ khẩu.
Chữ này lạ mặt, phải khai tạm trú,
Chữ từ đâu, đến để làm chi?
Với chủ nhân quan hệ là gì?
Nhân danh
an ninh khu vực
yêu cầu các tâm hồn
hãy mở cửa ra
cho kiểm tra

hành chính
Con tim đen người kiểm tra
thì được quyền đóng kín,
Tối như bưng, chẳng khai báo bao giờ
Và bây giờ
Nhân danh
an ninh con ngườií
thơ đề nghị
Kiểm tra!

Cái ông Hà Sĩ Phu này độc đáo thật. Các anh có biết ông này là ai và ở đâu không? Tôi muốn gặp nói chuyện với ông ta quá.

Minh Hương cười:

- Dễ thôi. Ông Hà Sĩ Phu ở ngay thành phố này. Có điều hay là ông này là nhà khoa học chứ không phải dân văn chương. Ông có đến đây một lần và đã gởi tôi một tập thơ châm biếm, đọc thú vị lắm.

Hoài nói:

- Sau khi La Ban số 2 đăng bài phê phán trước tôi cũng hơi lo, sợ ít người hưởng ứng tham gia cuộc tranh luận khá nguy hiểm này vì có thể nói là trực tiếp đối đầu với hệ tuyên huấn. Không ngờ bạn đọc rất nhiệt tình, không phải ở đây mà còn ở nhiều tỉnh khác. Đặc biệt ở thủ đô còn có người viết thư chúc mừng, "chia vui" với La Ban, vì chúng ta đã có được một điển hình mà hiếm hoi lắm mới chịu xuất hiện rõ ràng và công khai như thế. Ông này nhận xét rằng những người phê phán thơ thực ra không phải vì thơ, vì xã hội mà chính vì những người đó muốn chứng tỏ ta đây giác ngộ với cấp trên và từ đó "tiến bộ" lên bằng cách đánh các nhà thơ với những đòn không thương tiếc.

Điều nhiều bạn đọc cho "đáng mừng" là vì những

người phê phán lần này đã đề địa chỉ rõ ràng, lại còn đóng cả dấu ban tuyên huấn vào bì thư gởi đi nữa. Đó là lưỡi gươm với những người sử dụng cụ thể chứ không còn là lưỡi gươm vô hình treo lơ lửng như lâu nay nữa. Vì thế, có bạn đọc đồng tình với Đăng Vẫn và lấy làm tiếc là các nhà khoa học đã quên hoặc không nghĩ ra loại máy tính, máy "đo chất người chuẩn xác". Nếu họ sáng chế ra được loại máy như vậy thì chúng ta đỡ khổ vì sẽ phát hiện được bọn biến chất, thoái hóa trá hình, ngoài miệng thương giống thương nòi, nhưng trong bụng chỉ thương tiền, thương chiếc "ghế", đặc biệt là bọn "đổi mới ngoài mồm" hiện nay.

Có một bạn đọc gởi một bài thơ, hình như Nguyên Thân, không phải tham gia góp ý, chỉ để tặng Đăng Vẫn và Thanh Thu, mà trong khi sắp xếp bài vở, tôi đã đưa vào cuối mục diễn đàn tranh luận. Các anh có để ý không? Tôi cho rằng bài thơ này có sức khái quát cao không những tinh thần của cuộc tranh luận mà còn là hình ảnh bộ mặt văn học nghệ thuật của chúng ta hôm nay.

Yên Trung lại vỗ đùi, gần như la lớn:

- Đúng. Đúng. Rất đồng ý với anh Hoài. Để tôi đọc các anh nghe.

Yên Trung lật tìm thấy ngay bài thơ rồi hắng giọng, nửa đọc, nửa ngâm:

Sự thật ơi
Sự thật ơi
Em là con chim nhỏ lạc đường bay
Thiên hạ thi nhau nhắm bắn
Ôi những giọt máu lan dài
Tôi xin đem trái tim để thấm.
Em mang mũi tên bay khắp biển trời
Vạch trong không gian những lằn tứa máu
Giọt máu em - Những bông hoa rắc xuống cuộc đời

Mặc sự gian trá đang giũa mòn tiếng nói.
Sự thật ơi
Còn bao điều tôi khônh thể nói ra
Bởi ngôn ngữ trần gian chừng như xa lạ
Chừng như bị bôi đen bởi lòng man trá
Bên em - tôi trở thành một tên câm
Anh ưng trái tim ràn rụa những âm thanh...

Đọc xong, Yên Trung nhăn mặt hít hà:

- Tuyệt vời? Làm văn nghệ cùng thú thật các anh ạ. Hạnh phúc biết bao nhiêu khi được đọc những ý kiến, những bài thơ như thế này. Tôi muốn bỏ nghề tuyên huấn sang đầu quân làm việc với các anh quá. Thời đại bây giờ đã khác xưa rồi, không còn dễ bịt mồm người khác nữa.

Minh Hương nhìn Yên Trung và nói lên lo nghĩ của anh, điều anh dự cảm sau khi La Ban số 3 được xuất bản:

- Tôi cho rằng không thể lạc quan sớm đâu. Về tranh luận công khai, sau loạt bài này có thể những người bảo thủ không dám và không có khả năng đối đáp lại vì họ không đủ lý luận. Nhưng vấn đề ở đây không phải là chân lý mà là "lý của kẻ mạnh".

Chúng ta có chân lý nhưng chúng ta chưa phải là kẻ mạnh. Tôi đang chờ đợi những đòn phép ma giáo hơn, thâm độc hơn. Mong rằng lúc đó các anh vẫn tiếp lục ủng hộ chúng tôi. Nhất là anh Yên Trung, anh nhé.

Yên Trung dùng cả hai tay ôm choàng lấy Minh Hương và Hoài, vừa siết vừa lắc:

- Các anh yên chí đi. Tâm huyết lắm! Tâm huyết lắm? Anh em mình sẽ cùng nhau chiến đấu.

TRẦN DZẠ LỮ

Nhà thơ. Tên thật Trần Văn Duận, bút hiệu khác: Trần Yên Hồ, sinh năm 1949 tại Ngọc Anh, Huế. Cựu quân nhân Việt Nam Cộng Hòa. Hiện cư trú tại Sài Gòn Việt Nam. Khởi làm thơ năm 1960, bài đăng trên tuần báo, nguyệt san, bán nguyên san, tạp chí tại Huế, Sài Gòn, trước 1975.
Hội viên hội Nhà Văn thành phố HCM.
Có bài trong các tuyển tập: *Tháng Giêng Sài Gòn, Anh Làm Thơ Yêu Em, Những Gương Mặt Thơ Mới, Hai Thập Kỷ Thơ Huế, Thơ Tình Xứ Huế.*

Tác phẩm đã xuất bản:
- *Hát Dạo Bên Trời* (thơ, 1995)
- *Gọi Tình Bên Sông* (thơ, 1997)
- *Thơ Tình Viết Trên Bao Thuốc Lá* (thơ, nxb Hội Nhà Văn & Văn Tuyển, 2014)
- *Cửa Nát Muôn Trùng* (thơ, nxb Hội Nhà Văn & Văn Tuyển, 2015).

Trần Hoài Thư,
Một đời cần mẫn với văn chương

Nói đến Trần Hoài Thư, với bất cứ ai có quan tâm đến văn chương thì không thể không biết. Đó là một anh chàng nhà văn với vóc dáng thư sinh (dù là một sĩ quan đầy lang bạt kỳ hồ) có cặp kính cận dày cộm rất dễ nhận thấy. Từ thập niên 60 chúng tôi đã quen biết nhau vì cùng viết trên các tạp chí văn học của Sài Gòn. Quý nhau và chân tình vì tác phẩm chứ không vì điều gì khác. Từ đấy, những kỷ niệm nảy sinh khó mà quên được. Tôi nhớ một đêm của năm 1967 Trần Hoài Thư từ Quy Nhơn về Huế ghé thăm

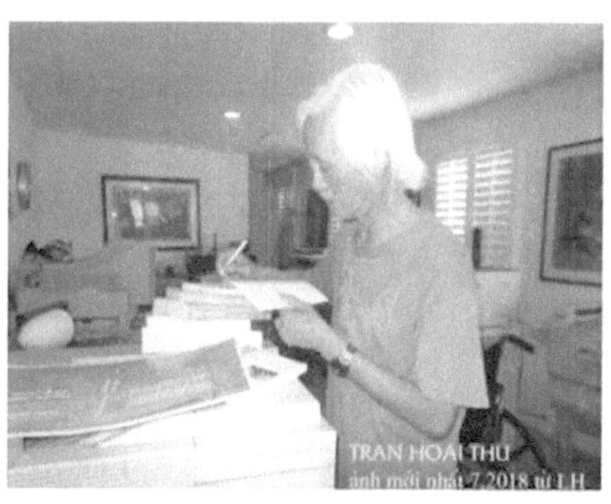

nhà văn Lê Bá Lăng ở Vỹ Dạ- sẵn có mặt tôi ở đó. Thế là cuộc rượu bày ra. Thế là tâm sự triền miên về quê hương, chiến tranh, tuổi trẻ... Sau đó cùng thức, cùng viết để ngày mai gửi bài cho tạp chí Văn. Lần ấy, cả 3 bài của 3 chúng tôi được đăng trang trọng trên Văn- lúc ấy Trần Phong Giao là thư ký tòa soạn. Bạn bè gặp nhau như một thứ mồi lửa để cùng cháy khi trước tác. Và đó cũng chính là niềm phấn kích vô biên trên dọc đường văn nghệ. Lúc ấy, Trần Hoài Thư là một sĩ quan của Sư Đoàn 22 Bộ Binh. Lê Bá Lăng là thầy giáo. Tôi thì còn học đệ tam trường Nguyễn Tri Phương. Sau năm 1968 thì mỗi người mỗi ngả. Mỗi cánh đời đu bay theo định phận của mình trong khói lửa... Nhưng luôn đau đáu về nhau qua tin tức anh em, bè bạn.

Anh Trần Hoài Thư lấy vợ ngày tháng nào tôi không còn nhớ... Nhưng tôi biết chắc một điều: Trước khi ký kết bản án chung thân với chị Nguyễn Ngọc Yến thì họ có một mối tình đẹp hơn cả cổ tích. Chị ấy là một độc giả mê văn chương của chàng lãng tử phong trần thường có truyện ngắn đăng trên tạp chí Bách Khoa. Và địa chỉ 160 Phan Đinh Phùng, Sài Gòn trở thành nơi hẹn hò của họ. Sau một thời gian quen biết yêu thương, người đẹp Tây Đô đã gật đầu kết tóc se tơ cùng chàng lính trận sĩ quan mà diện mạo rất thư sinh ấy. Không được dự đám cưới của anh Trần Hoài Thư song ở nơi cùng cốc khi biết tin tôi cũng mừng cho anh đã chạm vào hạnh phúc sau nhiều năm tháng lẻ loi cùng tận- với trang viết ngồn ngộn hoài bão của tuổi thanh xuân đã trôi mịt mù trong chinh chiến mà chàng cho là vô nghĩa. Do tên tuổi của một nhà văn sau ngày lấy vợ anh được chuyển về quân khu 4 làm phóng viên chiến trường (Lúc này anh mang lon trung úy). Đơn vị có bản doanh ở Cần Thơ và đây cũng chính là nơi chị Yến sinh sống, làm việc.

Phần tôi, sau khi học khóa 7/73 Thủ Đức tôi về Bến Tre.Thế là gần gũi và liên lạc thường xuyên với anh Trần Hoài Thư. Lần nào gặp nhau chúng tôi cũng mong có được trong tay một tạp chí văn chương để mà viết. Từ anh tôi biết thêm một số bạn ở Cần Thơ như Trần Mộng Hoàng, Minh Nguyễn, Phù Sa Lộc, Trần Kiêu Bạc, Nguyễn An Bình... thơ văn của họ luôn nói về thân phận, quê hương, tình yêu và quý trọng nhân văn.

Sau 75 tan tác, tôi về Huế làm ruộng. Trần Hoài Thư bị đi cải tạo. Mất liên lạc.

Năm 1980 nghe Trần Hoài Thư cải tạo về đã vượt biên sang Mỹ. Lúc này tôi đã chìm xuống đất đen và ngưng viết (Cho đến khi TBT. Nguyễn Văn Linh đổi mới thì cầm bút trở lại). Qua tin tức bạn bè bên Mỹ, Trần Hoài Thư đã học thêm để lấy bằng kỹ sư điện tử (thầm phục tinh thần của anh). Sau giờ hành chánh trở về nhà anh cần mẫn viết lách và cùng chị Yến lo việc gia đình.

Ở không gian mới, môi trường mới anh vẫn miệt mài sáng tác. Tác phẩm của anh có bề dày đáng nể- gấp 3 lần sáng tạo trước 75. Một mình đứng ra thành lập cơ sở in ấn Thư Quán Bản Thảo (có sự trợ lực của nhà văn Phạm Văn Nhàn) với chủ trương gìn giữ văn học miền Nam trước 75. Đến nay đã ra được 80 số. Tạp chí văn học nghệ thuật này quy tụ nhiều nhà văn nhà thơ, nhà phê bình nổi tiếng.

Tưởng cứ yên ấm theo thời gian. Có ngờ đâu 2 năm gần đây chị Nguyễn Ngọc Yến bị tai biến. Thế là anh gánh thêm chuyện chăm sóc vợ. Nội chuyện lo cho vợ cũng đã hết giờ. Vậy là Trần Hoài Thư phải làm việc gấp 3, 4 lần. Nội lực của anh thật phi thường. Nhưng không biết kéo dài đến bao lâu bởi sức người có hạn? Mới đây nhất anh Nhàn cho tôi biết Trần Hoài Thư lại bị bệnh Gút hành hạ. Ôi trớ trêu thay!

Tôi không bao giờ mong định phận của cặp đôi này như thế cả bởi cái tâm sáng của họ cứ ngời ngời...

Trần Hoài Thư tên thật là Trần Quý Sách, Sinh năm 1942 tại Đà Lạt. Tác phẩm đã đã xuất bản:

Trước 1975

1. Nỗi bơ vơ của bầy ngựa hoang
2. Những vì sao vĩnh biệt
3. Ngọn cỏ ngậm ngùi
4. Một nơi nào để nhớ

Sau 1975

VĂN

1. Ra biển gọi thầm (Tập truyện)
2. Ban Mê Thuột ngày đầu ngày cuối (Tập truyện)
3. Về hướng mặt trời lặn (Tập truyện)
4. Mặc niệm chiến tranh (Tập truyện)
5. Đại đội cũ, trang sách cũ (Tập truyện)
6. Thế hệ chiến tranh (Tập truyện)

7. Thủ Đức gọi ta về (Tạp bút)

8. Đánh giặc ở Bình Định (tự truyện)

9. Hành trình của một cổ trắng (truyện vừa)

10. Ở một nơi trên Trường Sơn (tập truyện)

11. Truyện từ Bách Khoa (Tập truyện)

12. Truyện từ Văn (Tập truyện)

13. Truyện từ Trình Bày, Văn Học, Khởi Hành... (Tập truyện)

14. Truyện từ Vấn Đề (Tập truyện)

15. Tản mạn văn chương (tập I)

16. Giấc mơ Giáng Sinh (Tập truyện)

THƠ

1. Thơ Trần Hoài Thư

2. Ngày vàng

3. Nhủ đời bao dung

4. Ô cửa

5. Xa xứ

6.Quán

7. Vịn vào lục bát

***

Trích Văn của Trần Hoài Thư:

Truyện:

Người Cha

Bên trời. Ai đã gọi bên trời, lời thất thanh, đêm bật rách ròng ròng lệ đỏ. Ai đã gọi bên trời, ngựa đã nản chân bon, hí lên tiếng hí cuối cùng, và mây ngũ vồng đưa ngựa già về miền tịch lặng. Bên trời, thời đại này, người có thể thấy mặt nhau từ xa vạn dặm, địa cầu gần gũi vô cùng, thư từ đến với nhau trong tích tắc, nhưng cũng có tín hiệu đến quá chậm quá tức tưởi, quá đau. Tuần qua, lúc còn ở bên này ung dung lái xe trên xa lộ, ngày 8 tiếng trong hãng miệt mài, đêm ngủ yên lành trên nệm dày, trong chăn dạ, thì bên kia Ba lại bỏ đi. Ba nhắm mắt. Ba không còn đợi thằng con, đứa cháu trở về. Và chấm hết.

Bên trời. Buổi sáng đến sở. Ngồi yên. Ba ơi, chưa bao giờ con lại cảm thấy cô đơn như bây giờ. Muốn bỏ mà đi. Muốn thèm một lần mếu máo. Muốn gọi một tiếng ba từ lâu chưa một lần được gọi. Đi đâu bây giờ để khỏi đập đầu, khỏi đau quặn lồng ngực, để khỏi cắn miệng, cắn môi, mà nuốt dòng lệ mặn. Thì ra, bây giờ con mới hiểu thế nào là một nỗi mất mát của một đời người. Cái mất mát sẽ chẳng bao giờ được đền bù hay có thể được tìm trở lại. Dù là một hạt bụi đi nữa. Dù là một sợi tóc đi nữa. Cái mất mát mà ai cũng có một lần chấp nhận. Nhưng mà thưa ba, chiến tranh giờ đã tàn lụi, đâu còn nỗi mất mát nào như những nỗi mất mát như ngày xưa. Người chết giờ đây, dù sao cũng còn được an ủi. Có nghĩa là, trước khi nhắm mắt vẫn còn nhìn lại một lần những người thân yêu. Trừ ba. Thưa ba, bài này, con viết cho ba.

Trang giấy này con khóc cho ba. Một hai ngày, hay trăm ngàn ngày, con sẽ nói với ba, thầm thì với ba, kể lể với ba. Cái đau này con xin giữ lấy, cho riêng con. Không ai trong nhóm biết cái mất mát này. Con sẽ giấu, như chẳng bao giờ xin cái ngày phép tang chế thường lệ. Bởi vì, với con, ba không chết. Ba sống mãi, ở mãi trong đời con.

Từ Quảng Bình, mồ mả ông bà ba bỏ lại. Bỏ lại, như lần đầu theo con tàu sắt ra khơi xuôi về Nam. Ba đã lựa chọn đời sống và tương lai cho con cháu. Nhưng vào ngày ấy, ba vẫn còn có một chỗ để mà đến. Dù những ngày đầu tiên lam lũ. Dù chiếc áo lương đen của ba càng lúc càng mờ phai giữa một thành nội đóng cửa. Dù nghề thầy thuốc của ba càng lúc càng khó khăn tội tình giữa một thế giới Tây y. Ba đã chọn lựa. Đau đớn mà chọn lựa. Bỏ Quảng Bình, bỏ Đồng Hới, bỏ mồ mả ông bà, ba lạy ba lạy. Bỏ cơ nghiệp, nhưng cơ nghiệp có gì ở cõi này, trừ tiếng gọi thầm lặng của một kiếp đời:

Tự do yêu và ghét. Ngày ấy con còn quá nhỏ để hiểu tại sao người ta dám bỏ cả một phần đời quí báu nhất của con người. Tại sao người ta lại dám chấp nhận đến một nơi vô định, chấp nhận một phần đất lạ lẫm của miền xa. Tại sao người ta lại dám phủi tay, bỏ sạch của cải mồ hôi nước mắt, công lao mà mình đã cố tạo dựng, và cả một nơi chốn yêu dấu nhất của một con người gọi quê hương. Đêm nay, mấy mươi năm trở lại một thời gian, một không gian cũ, để lại càng hiểu hơn về nỗi đau bầm của một người bỏ quê nhà. Ba chưa một ngày dính líu với bộ máy. Ba cũng chưa một ngày tung hô đả đảo. Ba đứng bên lề: giản dị như chiếc áo lương đen ba mặc suốt năm suốt tháng. Cao quí như nghề thầy thuốc mà ba đã giúp đời, giúp bà con, lâng láng. Và khổ hạnh như một nhà tu. Và ung dung như một vị đồ nho. Và cô độc như người còn lại cuối cùng của một thế giới. Như vậy tại sao ba lại mang thân gà trống tục tục bầy con xuống con tàu há mồm. Thì ra, ba đã tiên tri được sự thật. Một sự thật mà ngay cả thế hệ của con sau này cũng chẳng bao giờ biết nổi. Và chao ơi, đến khi biết được thì đã quá muộn màng.

Những ngày đầu tiên ở Huế, thì quá lam lũ. Huế có những ngày mưa dầm, có những buổi trời lạnh căm căm, và gió thì cắt bầm da thịt. Và ba đã đứng ở giữa Huế, đi ở giữa Huế, chống đỡ cùng đời sống ở Huế. Vẫn chiếc áo lương đen bạc màu. Vẫn chiếc áo tơi nylon màu sậm rêu đã rách. Và vẫn chiếc dù đen. Ba đã không những chống cự cùng cơm áo mà còn chống cự cùng cái nền văn minh đang mỗi ngày một lấn áp xã hội. Nhưng nếu cơm áo đã làm ba lao đao lận đận, thì cái nền văn minh kia đã làm ba cô độc hàng vạn lần. Ở đâu người ta cũng quay mặt. Ở đâu, khói bụi, và sản phẩm của những luồng gió từ phương Tây vẫn cuốn lốc, vẫn vần vũ. Ba đã đi tìm lại những người thân chủ cũ. Mong đợi họ để ba bấm tay xem lại kinh mạch, để ba kê toa thuốc, và cuối cùng là ít tiền công. Ba cũng đã đi qua những phòng mạch bác sĩ chen chúc người. Ba nhìn người ta đang bị đầu độc bởi khói xe, dầu mỡ, nước đá, trụ sinh. Và càng đau hơn nữa, ba phải nhìn những trang giấy kinh điển, những giòng chữ hiền nhân, những suy nghĩ vạn đại từ từ bay cuốn hay vùi dập dưới bước chân người không thương tiếc. Khi ấy ba chỉ biết cúi đầu, lưng khom xuống, và lượm và nhặt. Khi ấy ba buồn bã nhìn về phía Đại Nội, trường Quốc Tử Giám, nơi mà ngày xưa ba đã từng học những giòng chữ của thánh hiền. Huế vào những ngày đầu tiên, mây thì màu chì, và sũng nước. Những con quạ đen in bóng trên thành quách cũ, từ Thượng Tứ qua Đông Ba. Huế vào những ngày đầu tiên, đêm thấp thoáng những ngọn đèn lu mờ giữa dòng sông Hương, và tiếng hò Nam Ai thỉnh thoảng cất lên ủ dột. Huế, học trò Đồng Khánh, Quốc Học, bãi học qua cầu như cả một đàn bướm. Huế có đài phát thanh bên cầu, còn nghe âm vang tiếng đôi song ca Ngọc Cẩm và Nguyễn Hữu Thiết. Huế có tiếng rao hàng rong não nuột trong bóng tối âm u từ đường Trương Định về Hàng Đoát. Và Huế có một mình ba, đứng lại, còn lại một mình.

Nhưng ba không bao giờ chịu làm kẻ thua cuộc. Ba vẫn mặc chiếc áo lương đen, mang chiếc dù đen, chiếc áo tơi màu rêu sậm, và đi bộ, đi mãi, đi miết. Từ Morin về Đập Đá.Từ Morin lên Phủ Cam. Từ Morin qua cầu Trường Tiền, qua Đông Ba, Thượng Tứ, vào Hồ Tịnh Tâm, ngược lên Bến Ngự. Dáng ba nhỏ, gầy. Hai chân ba khẳng khiu, vai hơi khom xuống. Đôi khi một chiếc xe phóng qua vũng nước, và cả người ba bị nước bắn tung tóe. Đôi khi những con chó hung dữ sẵn sàng nhảy bổ vào người ba, nếu không nhờ cây dù bên người, chắc ba sẽ phải bỏ cuộc. Rồi ba trở về cùng con. Mái nhà tôn nào bên đường Trương Định, nền nhà đất thịt, chiếc giường tre nương tựa cơ hàn. Những đêm mùa đông năm ấy, Huế trở trời, lạnh căm căm da thịt. Vì lạ lẫm, và vì hơi lạnh buốt bốc lên từ nền đất, thấm qua tấm chiếu, qua cả chiếc mền dạ nhà binh, khiến con không thể nào ngủ được. Và ba cũng vậy, nằm bên con, mắt mở. Chúng ta đã không thể tưởng tượng có một ngày chúng ta phải nương thân tại nhà của một người khác, trong khi ở quê nhà, chúng ta có cả ngôi nhà gạch khang trang, có nền xi măng, giường rộng, chiếu hoa. Chúng ta không thể tưởng tượng một ngày ba dẫn con đi tìm quán ăn nghèo nàn bên chợ Đông Ba, để nghe mệ chủ quán bĩu môi nói trắng trợn: Quán tôi dơ bẩn, ông nên tìm chỗ khác, chỉ vì ba cẩn thận lấy tờ giấy mang trong mình lau đôi đũa, cái chén. Mắt ba đã mở trong đêm, nhìn lên chiếc mùng, hay đang trở về cùng quá khứ. Với ba, con biết, lệ thầm ấy là quá khứ. Và với con, lệ thầm ấy là mền không đủ ấm, là khoảng đêm dày đặc, là gió bên ngoài hú từng cơn, đập vào mái tôn kêu âm ỉ, là cả thân thể co rúm lại trước cái lạnh bốc xuống từ mái tôn, bốc lên từ đất... Phải, với ba, lệ thầm ấy là quá khứ. Con người ba đã nặng trĩu quá khứ. Ngay ở hiện tại này, ba cũng là ngọn đèn của quá khứ. Ngày xưa, mỗi lần ba ngủ không được, ba vẫn trở dậy pha trà và đọc sách thánh hiền, hay ngâm những vần thơ cổ. Bây giờ không ai cho phép ba trở dậy, để ngồi độc ẩm cùng bóng đêm. Người ta đang ngủ. Nếu có thức chăng là những hồn ma từ những thành quách rêu rong.

Chúng thức để mà khóc cho một thời đại. Nhưng dù sao, chúng vẫn là hồn ma. Còn ba, ba lại là con người thật. So với chúng, ai khổ hơn ai.

Vâng, ai khổ hơn ai. Dù sao những hồn ma kia cũng vẫn còn bầu bạn. Còn ba, một người còn sót lại cuối cùng, quá chừng lẻ loi, và cô độc. Nếu có bạn chăng là con quạ đen trên nhánh cây phượng gầy bên Thành Nội hay tiếng dế khóc than dưới mấy tầng gạch cổ. Từ một xóm nghèo bên Morin, ba lại dẫn con đi nương nhờ tại Đập Đá, rồi qua Bến Ngự, rồi về Phủ Cam, rồi qua Thành Nội... Cơm áo cuối cùng cũng xong. Những bà chủ nhà nghiệt ngã cuối cùng cũng xong. Những dốc lên dốc xuống cuối cùng cũng xong. Những ngày hừng hực nóng và những đêm buốt tận xương tủy cuối cùng cũng xong. Dòng sông Hương vẫn xanh lơ. Đêm Nam Ai, Nam Bình vẫn bềnh bồng trên những chuyến đò côi cút. Người di cư bắt đầu hòa nhập vào cuộc sống mới. Ông Bá đã trở thành một người thân tín của chế độ, và được giao một nhiệm vụ cao cấp của đảng chính quyền. Anh Trinh được lên Trung sĩ nhất. Bác Cẩn được phong trung sĩ nhất hậu cần. Ông Phán lên làm Phó Tỉnh trưởng hành chánh. Bây giờ những người di cư mới tìm lại ba như ngày xưa họ đã tìm đến. Thân chủ của ba đã không còn bao gồm trong thành phố Huế mà đã được bung ra đến Đà Nẵng, Hội An. Người ta cuối cùng đã tìm đến một vị thầy sau bao năm ngoảnh mặt. Và trong lòng chiếc xe hàng Phi Long, Tiến Lực màu vàng da cam ấy, ba vượt đèo Hải Vân, xuống bến xe, và lại đi bộ, đi hoài đi mãi. Áo lương đen, chiếc mũ dạ, chiếc dù đen. Và cái túi áo mỗi lúc mỗi đầy những trang giấy thánh hiền. Phố lầu cao che mái ra bờ lề, bóng ba lẻ loi giữa chợ người. Ngày mưa cũng như ngày nắng. Ngày lạnh căm căm cũng như ngày lửa oi nồng, một mình đông tây nam bắc, bước tới, đi tới. Để làm gì. Hai trăm đồng học phí một tháng cho lớp Đệ Ngũ của trường Việt Hương. Ba trăm đồng học phí cho lớp Đệ Tứ của trường Bán Công, để con tiếp tục đến trường. Và đêm đêm, ba ngồi viết hàng trăm verbe qui tắc hay bất qui tắc, những demander à hay demander pour, thành ngữ, văn phạm trên cuốn sổ tay bìa đỏ. Ba hãnh diện nhắc lại ngày ba cứu dân làng thoát khỏi lần bố ráp của Tây bởi vì ba là người nói và viết được tiếng Pháp. "Ông quan ba đọc xong thơ của ba, bèn kêu ba tới và bắt tay kêu ba là monsieur". Ba nói về cuốn tự điển Larousse dày cả ngàn trang mà ba thuộc lòng. Người ta thường nói về một người mẹ như một hình ảnh yêu quí nhất, tôn thờ nhất, dịu hiền nhất, nhưng với ba, cho con được ngừng lại một giây, một phút, để cho nước mắt cứ tuôn, để đôi mắt con mờ nhạt, để hiểu rằng con được tự hào có một người cha còn tuyệt vời hơn cả một người mẹ nữa. Có lần con thấy con gà trống dẫn đàn con đi kiếm mồi, con vật sao cô đơn quá. Nó có mồng, cựa, bộ lông sặc sở, uy dũng hiên ngang làm sao, thế mà cứ mỗi lần tìm được mồi, nó lại kêu tục tục, gọi đàn con đến... Cũng như ba. Tục tục hoài. Hết tay này quạt lại đến tay kia quạt trong những đêm mùa hè dưới mái nhà tôn. Chiếc mền đắp lại trên người con, trong đêm giá buốt. Và đôi khi, giữa đêm, con còn nghe tiếng ba nằm mớ. Ú ớ. Một ác mộng cũng nên. Tại sao ba không bao giờ kể cho con nghe về cái ác mộng ấy để con hiểu thế nào là lịch sử, những biến cố của đất nước hay cái thảm kịch của chính ba? Phải, ba đã giấu con. Ba đã giấu về một người đàn bà mà ba đã cưới về làm vợ, về một người nào mà lẽ ra con còn được gọi cái tiếng mẹ như mọi người. Ba đã giấu, chẳng bao giờ nhắc nhở, hờn giận. Nhưng ba không thể giấu nổi những tiếng mớ u uẩn trong đêm. Rằng, nỗi buồn câm nín mà ba mang theo trên hai vai gầy guộc của một ông đồ, một người đàn ông, một người cha hẩm hiu đã trở thành tiếng ú ớ buồn thảm.

Cuối cùng, ba vẫn là người để người ta tìm đến, sau khi bệnh tình của họ, và người thân, bác sĩ đã bó tay. Vợ họ hiếm muộn con cái. Con trai họ mộng tinh, di tinh trầm trọng. Có người bị mất ngủ kinh niên. Và mỗi lần kê toa thuốc xong, ba không bao giờ quên một câu dặn dò: Nhớ là đừng bao giờ dùng nước đá. Nước đá hàn, uống vào sẽ hại không ít thì nhiều. Ba đã dặn bệnh nhân của ba như vậy là vì lương tâm của vị thầy thuốc hay là vì cái nền văn minh kỹ thuật đang cuốn lốc mọi thứ cổ truyền mà ba tìm cách chối bỏ? Với con, cả hai. Ba vui mừng khi thấy con bệnh mà ba chữa trị đã bình phục, nhưng ba đau khổ không ít khi nhìn cốc nước đá lạnh mà người ta đã mời ba. Ba đã cố giải thích với họ về một nền văn minh chết người, đang tìm cách làm hủy diệt loài người. Tại sao những người xưa sống lâu cả trăm tuổi? Tại sao người ta mắc bệnh tâm thần ngày càng nhiều? Thuốc trụ sinh là gì chẳng qua là nấm? Và cả bao nhiêu loại thuốc men khác cũng bắt nguồn từ cây cỏ? Đôi khi gặp một vài người tri kỷ, ba lại nói về cái độc hại và phá sản của một nền văn hóa ngoại lai. Nó làm băng hoại gia đình và xã hội. Ba trách thế hệ trẻ tuổi sa đọa, quên hết cội nguồn, thương mây khóc gió, không còn biết trọng thánh hiền. Nhưng ba không biết, con đang ở trong thế hệ trẻ tuổi mà ba đã kết án. Ba không biết tuổi trẻ của con đang nổi loạn. Tuổi trẻ của con đầy những xâu xé, giành giựt, bị hành hạ bởi ý thức. Qua sách vở con đọc, qua lịch sử mà con đã sống và lớn lên để thừa hưởng, qua xứ Huế mà con đã cô đơn, qua cha mẹ phân ly, qua tình yêu mà con đã vấp phải, qua mấy bức tường thành mà con bị giam hãm. Ý thức đẩy con xa ba, và càng xa, ba càng buồn vì con hơn ai hết. Ba muốn con lập thân, có nghĩa là đậu bằng cấp, có chức vụ để người đời trọng nể. Nhưng con thì lại khác, ngồi trong thư viện, đọc trang sách của Sartre mà lạc loài, mà hư vô, mà nôn mửa. Đời là gì. Chiến tranh ở đâu đó, trên những trang nhật báo mỗi ngày. Con đọc Tội ác và Hình Phạt mà tìm hình bóng con qua người trẻ tuổi. Tại sao? Đầu óc con muốn nổ bùng. Con lê dép Nhật, để tóc dài, như thách đố cùng Huế, cùng xã hội. Con bỏ lại sách vở, bằng cấp ở phía sau, để coi đời là áng mây trắng. Con đuổi theo áng mây ảo tưởng. Con coi đời là cuộc chơi. Chẳng cần thắc mắc. Khi người ta bắn con, viên đạn phá toạc da thịt con, những mảnh lựu đạn cắm sâu trong thịt con, con vẫn nhìn lên bầu trời, không oán trách, giận hờn hay đổ tội. Rồi ở đâu, trong cõi này, những áng mây sẽ dịu dàng đậu lại, nương nhờ nhau, che chở nhau. Rồi ở đâu, cũng có ngày người Nam ôm kẻ Bắc, người Bắc ôm kẻ Nam... Nhưng cuối cùng, con đã hiểu. Người thật thà không thể sống chung với ma quỉ.

Thôi thì đành ra đi. Ở Việt Nam đâu còn gì nữa để mà nói về con người, về tình tự, về mây trắng. Nhưng khi bỏ đi, thì phải bỏ những gì yêu dấu nhất trong đời. Bao nhiêu năm trong nước con cứ hẹn lần hồi một ngày về phép thăm ba, thăm Huế, để nói với ba rằng con vẫn còn bình an, và để nhìn lên lư nhang đầy ngập tro và trăm ngàn que nhang tàn chen chúc, nhưng cuối cùng chỉ là một lời vỗ về hoang tưởng. Cháu nội của ba vẫn chưa được thấy mặt nội. Giấc mơ nào về quê, để ba nhìn cháu nội đã vỡ vụn tan tành. Và giờ đây, con lại xa ba thêm một nửa vòng trái đất. Lại còn phải thêm một lần nếm mùi bỏ xứ ra đi. Lại thêm một lần, bóp còi cho tiếng còi lạc vào chốn mịt mùng. Lại thêm một lần, những bánh xe cứ lăn hoài không biết ngày nào trở về cố hương. Ba thì lại xa. Nói gì về một lời tiên tri cũ để chợt giật mình. Thì ra tóc con cũng đã nhuốm bạc rồi. Tin nhà cuối cùng cũng phải đến như qui luật của vũ trụ nhân sinh. Con đang nhắm mắt đây, bởi vì, con biết Đất Trời Tiên Phật đang bao bọc ba, dìu dẫn ba, và chưa chắc, ba đang có mặt tại chốn này. Con nhắm mắt, giòng lệ nóng tuôn trào, không ai biết, mà chẳng cần ai biết. Bởi vì chỉ có ba biết con và con biết ba là đủ. Con biết có một người can đảm nhất trên đời, đạo hạnh nhất trên đời, và cũng buồn bã nhất trên đời. Tháng Ba hay tháng Chạp, năm này hay năm khác, đêm xứ Mỹ hay ngày xứ Mỹ, qua thị trấn này hay về thị trấn khác, những con đường hun hút mênh mông rồi cũng cuối cùng về lại một điểm. Cái điểm đó, có ba mái tóc bạc phơ, bộ áo lụa trắng, đôi mắt mù lòa, hun hút trong dòng thiên cổ.

Trần Hoài Thư

Trích thơ Trần Hoài Thư:

Huế gọi ta về

Có một dòng sông mềm như dải lụa
Có hai ngôi trường như đôi tình nhân
Có một con đường mỗi ngày hai bận
Anh đưa em về, qua bến qua sông
Có một chiếc cầu bắc qua thành phố
Thành phố mù sương, phố cổ mù sương
Có anh tội tình như loài cổ thụ
Em đậu trên cành, làm anh bâng khuâng
Có buổi trời mưa, trời mưa không ngớt
Có em xăn quần, bên đập chờ ghe
Không biết nhìn lên hay là nhìn xuống
Thôi thì quay về, để khỏi u mê
Có một ngôi nhà, muốn vào không dám
Có một nỗi buồn cứ bám chung thân
Con sóc dại khờ gặm hoài trái đắng
Và anh dại khờ nên mới yêu em.

Thế hệ chiến tranh

Thế hệ chúng tôi mang đầy vết sẹo
Vết sẹo ngoài thân, vết sẹo trong hồn
Không phạm tội mà ra tòa chung thẩm
Treo án tử hình ở tuổi thanh xuân
Thế hệ chúng tôi loài ngựa thồ bị xích
Hai mắt buồn che bởi tấm da trâu
Quá khứ tương lai, tháng ngày mất tích
Đàn ngựa rũ bờm không biết về đâu...

Ngô Vương Toại by Đinh Cường

TRẦN MẠNH HẢO

Nhà thơ Trần Mạnh Hảo sinh ngày 21 tháng 7 năm 1949 tại quê hương ở xã Nghĩa Phú, huyện Nghĩa Hưng, tỉnh Nam Định, trong một gia đình theo đạo Thiên Chúa.

Trong thời chiến-tranh, ông công tác ở trong Nam, từ năm 1973, ông làm phóng viên, biên tập viên tạp chí Văn Nghệ quân giải phóng miền Nam.

Ông từng là đảng viên đảng Cộng sản Việt Nam cho đến năm 1989 khi viết cuốn tiểu thuyết *Ly Thân* phản ánh hiện thực xã hội miền Bắc thời kì diễn ra cải cách ruộng đất. Tác phẩm bị thu hồi và bản thân Trần Mạnh Hảo bị khai trừ khỏi đảng.

Hiện ông sống ở thành phố Hồ Chí Minh.

Ông làm thơ, viết tiểu-thuyết và cả lý luận phê-bình. Tiểu-thuyết *Ly Thân* được in lại ở ngoài nước sau khi bị cấm (1989).

Ly thân

[Trích chương XXII - XXIII]

Hai Kỷ cho người mang xe đến mời tôi đến cơ quan ông để bàn công tác. Ông ta đề nghị tôi đứng tên làm chủ biên cho tập sách viết về tiểu sử và cuộc đời của các bí thư tỉnh ủy tỉnh Sơn Giang từ năm 1930 đến nay. Ông hứa khi hoàn thành cuốn sách, tôi sẽ được khoản thù lao kha khá, đồng thời sẽ tham gia đoàn cán bộ tỉnh đi nghỉ mát ở nước ngoài. Tôi nhận lời ông Hai Kỷ. Sau câu chuyện chính, Hai Kỷ giữ tôi lại uống cà phê nói chuyện lai rai. Ông vừa bóc bao Sàigòn xanh mời tôi hút vừa hỏi:

- Lâu rồi ông có gặp thằng Trần Khuất Nguyên không?

- Không, kể từ đêm hắn quậy buổi tối ra mắt tập thơ của anh Tràng Giang đến giờ. Ngồi với nhau một lúc, Hai Kỷ bảo:

- Ba Hưng ạ, thằng Trần Khuất Nguyên đã bị địch mua đứt.

Tôi trố mắt kinh ngạc:

- Địch nào?

- Địch chứ còn địch nào. Thiếu cha gì địch xung quanh chúng ta. Tôi báo ông biết là địch nó đông như rươi ấy. Nào bọn gián điệp xưa Tây còn sót lại, nào là tụi CIA do Mỹ còn gài lại khắp nơi này, nào là điệp viên của bọn bành trướng Bắc Kinh này, bọn mật vụ Tàu Tưởng xưa còn rơi rớt do Đài Bắc chỉ đạo này, bọn Pôn Pốt cũng còn chân rết quanh ta nữa đấy, bọn gián điệp Thái Lan... ấy là tôi chưa kể bọn phản động trong nước âm mưu lập hội kín hội hở để phá ta. Liệu mà ăn nói giao du đấy ông nhà văn ơi. Cũng cần phải biết giữ mồm giữ miệng nữa ông ạ. Bất cứ lúc nào cũng có một thằng địch dòm ngó, tính dụ dỗ ta. Tôi cho rằng thằng Trần Khuất Nguyên đã bị bọn ma đầu phản động mua đứt.

Tôi buột miệng:

- Nếu địch nhiều và loạn như thế thì hóa ra ngành công an của ta bất lực à? Theo tôi biết thì nhân viên ngành an ninh của ta đông vô kể, tài vô song. Thật khó tin lắm ông Hai Kỷ ạ. Lại còn chuyện thằng Trần Khuất Nguyên nữa. Địch nào lại điên tới mức bỏ tiền ra mua một thằng bốc trời, một tay Đông Kisốt ấm a ấm ở như vậy chứ?

Hai Kỷ xạc tôi liền:

- Ông là chúa có chủ quan. Bọn nhà văn các ông ngây thơ mất cảnh giác bỏ xừ đi ấy. Các ông cả tin vào con người vừa vừa chứ. Trong nền văn học chúng ta, tuyệt nhiên không được có cái tính người chung chung như bọn phương Tây nghe chưa. Các ông chưa học được đức tính của giai cấp cầm quyền là phải biết cách nghi ngờ, biết cách lật tẩy bộ mặt thật của những con người giả vờ giả vịt. Chúng nó cười cười thề thốt trung thành với chúng ta như sấm, nhưng hãy coi chừng, chúng thủ dao găm sau lưng đấy. Vì vậy, người cách mạng dù khi ngủ, thậm chí khi yêu cũng phải hết sức cảnh giác. Có khi thằng địch nó nấp ở trong người các ông mà các ông không biết hay giả vờ không biết.

Tôi đành phải làm bài ngoan ngoãn vâng lời:

- Ông Hai nói có lý. Nhưng tôi còn khó hiểu cái chỗ là thằng địch nó mua thằng Trần Khuất Nguyên, tức nhiên là nó phải mua bằng tiền?

- Dĩ nhiên.

- Tôi hoàn toàn không bênh thằng Nguyên đâu, nhưng tôi biết hắn nghèo rớt cục mùng tơi. Đến xe đạp hắn còn không có mà đi nữa là. Chả lẽ thằng địch nó không giúp hắn mua một cái xe đạp loại thường thường như Hữu Nghị chẳng hạn để hắn đi hoạt động cho nhanh à?

- Ôi, tụi nó đóng kịch tài lắm ông ơi. Với lại cái thằng địch bây giờ nó cũng cáo lắm. Nó biết người biết của lắm, giá trị bằng nào thì nó trả đúng bằng ấy thôi, không hơn không kém một xu nhá. Như cái thằng Trần Khuất Nguyên này, thằng địch nó chỉ cần bỏ ra vài ly bia, dăm bịch đậu phộng, mấy điếu thuốc ba số là mua được liền. Nhưng ông đừng tưởng tụi nó mua thằng này bằng cái giá rẻ như vậy. Nó mua thằng Nguyên bằng những lời khen. Rằng ông thi sĩ Trần Khuất Nguyên bị chế độ độc tài vùi dập tài năng. Rằng ông là thiên tài, nếu ở phương Tây, giải Nô-ben văn chương là cái chắc. Rằng hậu thế sẽ đánh giá lại ông chính xác như từng đánh giá lại Nguyễn Trãi, Nguyễn Du và Cao Bá Quát. Lúc ấy, ông mà không bằng cụ Nguyễn Du, tụi tôi cứ xin đi đầu xuống đất. Đấy là cách nó mua thằng này hay nhất ông ơi. Mà tâm lý bọn nhà văn các ông thì suốt đời chỉ có thiếu những lời khen mà thôi.

Tôi im lặng như một linh hồn chắp tay trước tòa phán xét cuối cùng. Hai Kỷ hút một hơi thuốc dài rồi nói:

- Ông không tin thằng Trần Khuất Nguyên bị địch mua thì bằng chứng đây. Bên công an văn hóa có gởi sang tỉnh ủy hồ sơ về thằng này sau khi hắn bị khai trừ đảng. Họ đang đề nghị bắt hắn nhưng thường vụ còn do dự. Tôi chỉ xin rút mấy tờ nhỏ nhất trong hồ sơ mang bí số vụ án Z5. Xin ông giữ bí mật giùm cho, Z5 là bí số của Trần Khuất Nguyên do cơ quan an ninh đặt. Đây, tôi cho xem. Nếu ông hở chuyện này ra là cả hai ta đều tiêu đấy nghe chưa. Tụi nó đánh hơi thấy ta bám đuôi là bốc hơi liền, có trời chộp lại. Hai Kỷ rút từ trong tủ ra một cái cặp bìa cứng khá dày, lấy mấy tờ giấy đánh máy mang ký hiệu Z5 110 đưa cho tôi. Tôi cầm lên, đeo kính cẩn thận lại rồi đọc:

Ngày... tháng... năm... hồi... giờ... Trinh sát Q1 từ sở

thông tin văn hóa báo: suốt hai tuần nay, không thấy Z5 nói câu gì ở cơ quan. Cần phải đặt câu hỏi vì sao Z5 như cái bóng không hồn, không nói, không cười, không tụ họp. âm mưu gì đây? Ngày... hồi... giờ... Cơ sở của T18 báo: Z5 đi theo hai thương binh (của ta) vào một quán bia bên đường Trần Hưng Đạo. Ba người uống bia bốn mươi lăm phút thì Z5 đọc thơ, loại thơ chưa duyệt. Cơ sở nghe tiếng đực tiếng cái nên không biết thơ này phản động nhiều hay phản động ít. Z5 đọc xong ba bài thì đám ăn mày, đám bụi đời ngoài đường tấp vào nghe rất say mê. Sau khi họp giao ban, ban chuyên án đặt vấn đề cần tìm gấp xem thơ đó là thơ gì, phải chép cho được, thơ gì mà đọc ra lại làm mê bọn bụi đời và ăn mày. Loại thơ đó chắc chắn là thơ xấu. Ngày... hồi... giờ... Trinh sát B 22 báo: Z5 đi theo một cán bộ hưu trí tới nhà tên Hà Văn Nội là thương phế binh ngụy bị cụt giò hồi đánh nhau với ta ở Quảng Trị. Tên Nội dù cụt giò, ban ngày vẫn đi đạp xích lô, đêm nghỉ. Vợ Nội là Hẹn bán vé số, có năm con. Z5 vô nhà tên này một lúc thì thấy ngồi trên cái xích lô của Nội đạp đi. Z5 đạp đến 5 phút mới quen. Trinh sát theo tiếp, sau khi điều tra được biết là Z5 mướn xích lô của Hà Văn Nội để đạp ban đêm, giá cả thuê mướn ra sao chưa được biết. B 22 theo sát Z5 để coi có đạp xích lô thật không. Z5 chở khách thật. Sau khi giao ban, ban chuyên án đặt vấn đề: Z5 là cán bộ, là nhà thơ, là thương binh cách mạng, lại đi mướn xích lô của một tên thương phế binh ngụy để đạp kiếm tiền. Như vậy Z5 đã mắc tội không phân biệt địch ta, đánh đồng thương binh cách mạng với thương binh ngụy. Tội thứ hai của Z5 là bêu xấu chế độ Ngày... hồi... giờ... Cơ sở của T18 báo: Z5 và Hà Văn Nội, thương phế binh cụt giò, đi nạng vào quán cà phê Ướt Mi. Z5 uống cà phê đen, Nội xài cà phê đá, hút thuốc Khánh Hội. Z5 và Nội nói với nhau rất bé, cơ cở không nghe rõ. Chắc hai bên bàn điều gì nguy hiểm lắm. Gần một tiếng đồng hờ, Z5 đang ngồi im lặng tự nhiên ứa nước mắt. Họp giao ban đưa ra vấn đề: Z5 thương binh ta, lại đi khóc với một tên thương phế binh ngụy. Bằng hành động này, hoặc là Z5 điên, hoặc là có ý làm nhục cách mạng. Sao lại khóc với địch nhỉ? Ngày... hồi... giờ... Trinh sát báo cáo: Z5 đến câu lạc bộ những người kháng chiến cũ và câu lạc bộ hưu trí, hai đơn vị sát nhau, chung một khuôn viên, chung một hội trường. Người ngồi nghe Z5 nói chuyện và đọc thơ đông nghịt. Thành phần đi nghe: cán bộ hưu trí, thương bệnh binh (của ta), bộ đội xuất ngũ, sinh viên học sinh, đàn bà con gái chiếm đến một phần tư khán giả. Z5 được vỗ tay nhiệt liệt. Z5 đọc và nói rất to, vẻ hung hăng, không biết kiêng nể ai cả. Chủ đề cuộc nói chuyện đọc thơ mang tên: đừng quên cuộc kháng chiến trong ba tiếng đồng hồ, trinh sát có thu băng. Toàn phòng đã nghe cuộn băng này, thơ và nói nhưng chưa quy thành phản động được. Tuy nhiên ta vẫn có cớ để bắt lỗi Z5: có đọc những bài thơ mới viết chưa được duyệt, chưa được in. Đọc thơ tình đến 5 bài toàn kêu gợi yêu đương nhăng nhít. Giữa lúc ta đang gian khổ xây dựng chủ nghĩa xã hội, Z5 lại đi hô hào chuyện trai gái giữa đám đông. Một kiểu chiến tranh tâm lý đánh lạc hướng quần chúng, xui mọi người lao vào chuyện mây mưa chim chuột mà xao nhãng công tác cách mạng. Ngày... hồi... giờ... Các cơ sở của T18 ở Hội văn nghệ, ở báo văn nghệ tỉnh báo: Z5 hay ra bờ hồ ngồi nhìn dông dài có khi ba bốn tiếng đồng hồ. Z5 thì thầm nói một mình như thể gọi vô tuyến điện thoại cho ai đó. Z5 tự đọc thơ cho mình nghe. Có khi Z5 khóc gọi tên bạn bè đã hy sinh trong rừng. Cần phải điều tra xem Z5 có âm mưu gì không? Có phải Z5 giả vờ làm ra vẻ ấm ớ, mát giây để đánh lừa ta? Về chuyện hay chảy nước mắt của Z5 cần phải xem xem có là hành động chiến tranh tâm lý? Giữa cuộc sống tốt đẹp này sao lại khóc. Vu cáo hay là ý đồ gì đây? Ngày... hồi... giờ... Trinh sát X3 báo cáo: Z5 viết ngoài cửa nhà mình là đi vắng, nhưng vẫn cứ một mình ở trong nhà. Suốt một năm trời Z5 đều chơi trò treo đầu dê bán thịt chó như vậy. Họp giao ban, đưa vấn đề: tại sao Z5 lại phải lừa bạn bè như vậy? Z5 làm điều gì trong nhà? Z5 ở trong đó có ai? Trinh sát có mở cửa nhà Z5 vào khám xét khi đương sự ở cơ quan, nhưng chưa tìm ra bằng chứng gì khả nghi. Ngày... hồi... giờ... Trinh sát Q1 báo cáo: Z5 làm đơn kiện ban giám đốc sở văn hóa thông tin về cái gọi là tội tham ô tài sản xã hội chủ nghĩa, tội hủ hóa và tội trù dập cấp dưới. Z5 kiện lên Viện kiểm sát tỉnh và Viện kiểm sát tối cao. Tội của Z5: phanh phui bí mật của tỉnh ra ngoài khi chưa được phép. Ngày... hồi... giờ... Một cơ sở của T18 vốn là bạn thân của Z5 đã bí mật thu băng được cuộc nói chuyện của Z5 và cơ sở ngoài công viên. Băng ghi âm này ban chuyên án đang giữ. Trong câu chuyện với bạn mà Z5 không ngờ được đấy là tai mắt của công an, Z5 ca thán xã hội ta bất công, cán bộ tha hóa. Z5 còn nói một câu rất phản động: Nếu chúng ta cứ đẩy cuộc sống xuống vực như thế này thì có tội lớn với hàng triệu người đã hy sinh. Chúng ta đang phản bội xương máu của họ. Một câu châm chọc, dạy đời, nói kháy xã hội tốt đẹp của chúng ta cần lưu ý mà Z5 đã nói: Chúng ta (ám chỉ chế độ) cần phải học cách tin yêu con người. Không thể lãnh đạo đất nước nếu cứ nghi ngờ mọi công dân là địch cả.

Tôi rùng mình, tuy vẫn làm ra vẻ bình thản trước ông Hai Kỷ. Nếu mình tỏ ra sợ hãi, Hai Kỷ sẽ tự hỏi có tật giật mình. Đừng có đùa với quyền lực. Đó là kinh nghiệm xương máu tôi đã rút ra từ mấy chục năm nay. Tôi trao lại cho ông Hai Kỷ mấy tờ ghi chép trên rút từ hồ sơ vụ án Trần Khuất Nguyên. Hai Kỷ - Ba Hưng thấy chưa? Mọi hành vi của văn nghệ sĩ các ông không có gì qua mặt được công an đâu. Bên công an họ đề nghị bắt Trần Khuất Nguyên nhưng đồng chí Tràng Giang bảo thôi, khoan đã. Vì đồng chí bí thư tỉnh ủy vừa ra Hà Nội họp, có gặp ông Chín Quang là cán bộ lãnh đạo văn hóa của trung ương. Ông Chín Quang hỏi bí thư tỉnh ủy rằng tỉnh Sơn Giang làm gì mà căng với thằng Trần Khuất Nguyên thế? Nó sai thì bảo cho nó sửa chứ, sao lại khai trừ đảng người ta? Rằng nó cũng kháng chiến, cũng thương binh, có đóng góp cho nền thơ, mới viết vài bài vớ va vớ vẩn vài câu nói có vẻ bất mãn đã chơi nó như quân hằn quân thù vậy. Rồi ông Chín Quang còn đai thêm với anh Tràng Giang nhà mình thế này chứ: các ông đối xử với người của chính mình còn nhẫn tâm như vậy, thì sao có thể thuyết phục được quần chúng về tinh thần nhân đạo cộng sản. Do đó, đồng chí Tràng Giang bảo không cần bắt hắn làm gì, bắt mang tiếng. Cái thằng nhà thơ ấy bị tâm thần, cứ nói sở y tế chữa giùm hắn một thời gian. Tôi hiểu, bí thư tỉnh ủy đã phán thế, cầm bằng số phận Trần Khuất Nguyên đã được định đoạt. Tràng Giang, một người sâu sắc và kỹ tính, lại nhớ và thù dai, chuyện gì cũng phải được sòng phẳng không trước thì sau. Nên câu hỏi phạm thượng, thái độ dạy dỗ cấp trên, ý định chơi xỏ làm cấp trên đuối lý phải tịt ngòi của Trần Khuất Nguyên tối phát hành tập thơ Đêm mặt trời, quả tình như một cái tát vào mặt bí thư tỉnh ủy. Mối thù đó ông ta vẫn cứ ghim lại đó, coi như tạm thời lờ hắn đi. Vì nếu ông trừng phạt hắn ngay, thiên hạ sẽ cười vào mũi rằng đồng chí Tràng Giang chấp vặt, đánh ai không đánh, đi đánh cái thằng tôm tép, cái thằng phổi bò dám uống mật gấu. Cho nên, cao tay là ông cứ để cho mày nhởn nhơ một thời gian con ạ. Sau đó, ông mới dạy cho mày cái giá hỗn láo với bí thư tỉnh ủy đắt như thế nào. Lúc đó, đến thánh cũng không thể ngờ được là đồng chí bí thư tỉnh ủy trả thù tên oắt con về tội phạm thượng Đêm mặt trời, vụ thằng Trần Khuất Nguyên dám chất vấn ông về chuyện cán bộ cao cấp trong tỉnh ai là con người mới xã hội chủ nghĩa.

Tôi toan xin phép ông Hai Kỷ ra về. Nhưng ông giữ lại nói tiếp:

- Ba Hưng ạ, bắt thì dễ nhưng thả ra mới khó. Đã bắt rồi có oan cũng ít ra phải ngồi tù vài ba năm, nếu thả ra nói vô tội thì miệng đời nó cười cho, rằng chúng ta bắt nhầm, bắt sai hả? Tôi nói vậy không phải để đe dọa ông đâu, mà để ông giữ mồm giữ miệng, giữ bút giữ mực, vì cái nghề của các ông nó bạc lắm. Một li nó đi một dặm ông ạ, bút có khi chửa kịp sa mà gà đã chết rồi.

Tôi lễ phép:

- Cám ơn ông Hai dạy bảo.

Hai Kỷ làm nghiêm mặt hỏi tôi:

- Ông Ba Hưng nghĩ thế nào về việc con gái ông hiện nay?

Tôi ngạc nhiên:

- Việc gì vậy ông Hai?

- Thôi, ông vờ vịt với tôi làm gì. Văn Nghệ sĩ các ông lúc chó nào cũng chỉ coi cuộc đời là một cái sân khấu. Thật tình tôi không biết. Cái vẻ yêu đương của con Vương Thi nhà ông hiện nay ai cũng biết. Vậy mà ông là cha nó mà không biết thì hơi kỳ.

- Tôi chỉ biết cháu hiện nay có người yêu, nhưng còn giấu tên chưa chịu khai trình với gia đình.

Hai Kỷ cười ruồi:

- Nếu vậy tôi thông báo luôn để ông biết nhá. Con Vương Thi nhà ông đang yêu thằng phản động Trần Khuất Nguyên đấy.

Tôi tái mét mặt, sợ hãi như thể vừa nghe tin con gái mình bị bắt vậy. Tôi kêu:

- Trời ơi, không có lẽ. Hai Kỷ đứng lên, mở tủ lục tập hồ sơ Z5 lúc nãy, lôi ra một phong bì ảnh rồi rút ra một tấm đưa tôi:

- Mời ông coi đứa con gái trong ảnh đang đi bên thằng Trần Khuất Nguyên này có phải là con Vương Thi nhà ông không? Tôi tối sầm cả mặt lại. Trời đang sập trên đầu tôi, đất đang lún dưới chân tôi. Tấm ảnh chụp chính diện con gái tôi đang cầm tay Trần Khuất Nguyên đi trên đường. Nhìn gương mặt hai đứa tươi như hoa mà tôi rầu đến méo cả mặt. Thì ra cái anh chàng vô danh hay ho mà con gái tôi đã kể, chính là tay nhà thơ đã bị cấm viết và chắc chắn sẽ bị nhốt này đây. Ôi, sao số phận cứ chơi khăm tôi hoài vậy. Dù rằng trong thâm tâm, tôi cảm phục Trần Khuất Nguyên thật, nhưng nếu để con gái tôi yêu và lấy hắn thì quả là tai họa. Một con người như Trần Khuất Nguyên không bao giờ được sống bình yên cả. Tôi trả tấm ảnh cho Hai Kỷ. Ông ta tình cảm:

- Vì ông với tôi là bạn bè, chứ không tôi xía vào chuyện gia đình ông làm gì. Ông hãy về dùng quyền làm cha ngăn cản nó đừng yêu cái thằng chống đảng ấy nữa.

Tôi từ biệt Hai Kỷ ra về. Xe của ông chở tôi tới cổng chung cư. Tôi xuống xe, lê bước với một tâm trạng của một người đang đi về phía trại học tập cải tạo.

○

Tôi đang ngồi làm công tác chính trị với con gái thì vợ tôi từ cơ quan về. Lúc ấy là chín giờ tối. Ruộng đi xồng xộc vào căn trong, con gái chào không thưa, tôi hỏi cũng không nói. Đoạn bà ấy bước ra gian ngoài, ngồi đối diện với bố con tôi:

- Bố con nhà ông đang xầm xì bàn mưu tính kế gì đó?

Tôi bực quá gắt:

- Bà hay nói kiểu lãnh đạo với tôi quen mất rồi, có con gái lớn ngồi đây cũng phải biết nương nhẹ mềm mỏng một chết chứ.

Ruộng vẫn giọng kẻ cả:

- Ông đừng có mị dân. Nhà này có phép tắc chứ không có kiểu theo đuôi quần chúng vậy đâu nhé.

Tôi im lặng giả câm giả điếc. Cãi nhau với bà ấy chỉ có

lỗ, thà cãi nhau với đầu gối còn hơn. Bà ấy nóng tính, suốt ba ngày nay gây gổ. Chung quy cũng chỉ tại chuyện yêu đương của con Vương Thi với thằng Trần Khuất Nguyên thôi. Hôm trước, con gái tôi dẫn Trần Khuất Nguyên về trình diện bố mẹ. Trần Khuất Nguyên thấy tôi, cu cậu ngạc nhiên đến lác mắt. Còn Vương Thi có bao giờ khoe với ai bố nó là nhà văn Trần Hưng, huống hồ với thần tượng thơ này thì văn chương của tôi chỉ làm cho nó thêm xấu hổ. Vương Thi tưởng tôi chưa biết tình nhân của nó là ai bèn lắc xắc giới thiệu. Tôi bảo nó chúng tôi quen nhau khi nó còn đi chập chững. Nó cũng ngạc nhiên đến dài mỏ ra không kém gì Trần Khuất Nguyên. Bữa đó, Trần Khuất Nguyên cực kỳ lễ phép, cứ một điều thưa bác, hai điều thưa bác. Hai đứa trình bày nguyện vọng xin phép bố mẹ cho chúng được lấy nhau. Tôi nghĩ bụng ngày xưa tôi đã bị tổ chức cấm yêu, cấm lấy Oanh để cuối cùng lấy Ruộng bao nhiêu năm sinh ra bi kịch cho tất cả. Giờ đây lẽ nào tôi lại cấm chúng yêu nhau, lấy nhau. Nhưng lời khuyên của Hai Kỷ và nỗi sợ trong tôi lớn hơn những ý nghĩ chân chính đó. Ruộng nghe con gái trình bày xong bèn hỏi:

- Có phải Trần Khuất Nguyên là nhà thơ không?

Trần Khuất Nguyên dạ lễ phép. Vương Thi phụ họa:

- Anh ấy là nhà thơ tài nhất trong lứa ba mươi bốn mươi đấy mẹ ạ. Anh ấy từng đi bộ đội chống Mỹ và là thương binh đấy ạ.

Ruộng gạt phắt, không nể nang gì người yêu của con:

- Biết rồi, cô khỏi giới thiệu. Ai thì tôi đồng ý chứ nhà thơ thì xin kiếu. Trong nhà tôi có một ông nhà văn là đủ khổ lắm rồi, cô còn tính rước thêm ông nhà thơ về làm gì nữa.

Vương Thi sửng cồ với mẹ. Hai mẹ con cãi vã nhau om xòm khiến tôi và Trần Khuất Nguyên phải can gián. Sau đó, Nguyên xin phép ra về với một thái độ vẫn hết sức mềm mỏng, lễ phép. Vương Thi cũng bỏ đi luôn. Tôi nghĩ có lẽ con gái sẽ không về nhà nữa. Nhưng sau ba hôm, tối nay, cháu mang về cho bố mẹ bức thư của Trần Khuất Nguyên. Anh ta trình bày tình cảm của anh ta với con gái tôi một cách từ tốn lễ độ. Rằng vì không còn cha mẹ, anh em ruột lại ở ngoài Bắc, một lần nữa anh xin chúng tôi kết hôn, được làm hôn thú với Vương Thi. Khi chúng tôi đang bàn luận về bức thư này thì mẹ cháu về. Ruộng ngồi một lúc mới nói, lần này thì nhẹ nhàng hơn:

- Vương Thi, mẹ muốn nói chuyện với con.

Tôi toan đứng lên: Nếu bà muốn nói chuyện riêng với con thì để tôi đi.

- Xin ông cứ ngồi đó cho tôi nhờ.

Tôi ngồi lại, thu lu như ông bình vôi trên võng. Vương Thi tay chống cằm, mặt nhìn ra cửa, chân bắt chéo chữ ngũ. Ruộng vào phần mở bài:

- Ai đẻ ra con, Vương Thi?

Con gái lý sự lại:

- Con có yêu cầu bố mẹ đẻ con ra đâu. Lúc nào mẹ cũng hay nói cái giọng ấy. Làm như con được ra đời thì sung sướng lắm ấy.

- Ơi hay, chị nói hay nhỉ. Mang nặng đẻ đau, nuôi lớn cho ăn học nên người, trơn lông đỏ da rồi nói hỗn với mẹ hả?

- Con không hỗn. Tự mẹ mất lịch sự. Cái hôm con dẫn anh Nguyên về, mẹ làm con nhục nhã quá. May mà anh ấy hiểu đời thông cảm, như người khác lại không cười vào mũi con bảo rằng mẹ em sao làm phó giám đốc trường đảng gì mà thiếu văn hóa thế.

- Vâng, dù thiếu văn hóa tôi cũng đẻ ra chị. Mẹ bảo con này: không ai thương con bằng mẹ đâu. Đời mẹ đã không có hạnh phúc nên mẹ chỉ còn trông mong vào hạnh phúc của con thôi.

- Thế thì hiện nay con rất hạnh phúc. Chính ra mẹ phải mừng cho con có được người yêu là anh Trần Khuất Nguyên. Đằng này, khi con dẫn anh ấy về nhà giới thiệu, dù mẹ không bằng lòng anh ấy đi chăng nữa, mẹ cũng phải cần ăn nói cho ngọt nhạt, chứ không có cái kiểu mang té tát vào mặt người ta như vậy Tại sao mẹ lại không chấp nhận cho chúng con lấy nhau?

Ruộng hỏi lại con gái:

- Con có biết anh ta năm ngoái vừa bị khai trừ đảng, vừa bị cách chức không?

- Con biết.

- Con có biết Nguyên đã có một đời vợ, có một đứa con, bị vợ chê bỏ đi sống với người khác không?

- Con biết.

- Con có biết hiện nay Nguyên đang bị công an theo dõi ráo riết, bị cấm in thơ, in sách không?

- Con biết.

- Con có biết suốt một tháng trời, tối nào Nguyên cũng phải đi đạp xích lô để kiếm sống không?

- Con biết.

- Con có biết anh ta là tên nghèo mạt, khố rách áo ôm không?

- Không, mẹ nhầm đấy. Anh ấy rất giàu có, gia tài của anh ấy lớn hơn tất cả mọi người ở đây. Mẹ đánh giá con người theo kiểu thực dụng, kiểu Mỹ mà mẹ vẫn lên án trong bài giảng đấy. Trần Khuất Nguyên là người có nhân cách, một tâm hồn rất đẹp, một đức tính vị tha quên mình. Cái quan trọng là thơ của anh ấy chính là gia tài vô giá mà lịch sử văn học sau này sẽ đánh giá công bằng hơn. Anh ấy còn một đức tính nữa mà ngày nay nhiều người hoàn toàn không có: ấy là lòng chân thành, ghét mọi sự dối trá.

Ruộng nói kháy:

- Vâng, khi chị đã yêu thì xấu hóa ra tốt, nghèo hóa ra giàu sụ, chống đảng thành ra nhà cách mạng.

Vương Thi thách thức:

- Thì đã sao nào. Con yêu và con cho bồ hòn ngọt, trái ấu tròn đấy.

Ruộng hòa dịu:

- Con đừng có bướng. Mẹ đẻ con ra mẹ biết tính con lầm Vương Thi. Con chả chịu nghe ai rồi đời con khổ tàn mạt cho xem. Khắp cả tỉnh này, ai người ta cũng bảo Trần Khuất Nguyên là thằng hâm, là đứa mát giây. Bất cứ chuyện gì nó cũng xông vào, lúc nào cũng sôi sùng sục, đọc thơ lên là chảy cả nước mắt hệt như hề vậy. Nó lại chẳng biết sợ ai, nay kiện người này, mai tố kẻ khác. lúc nào cũng tìm cách nói hành nói tỏi lãnh đạo, làm thơ châm chích chế độ tốt đẹp của chúng ta. Con hãy nhìn vào gương xem, con đẹp đẽ xinh tươi như thế, thiếu gì đứa mê mà đi lấy cái thằng chống đảng ấy.

Vương Thi nghênh mặt lên, đanh đá:

- Mẹ đừng có xúc phạm đến người yêu của con nghe chưa. Cái thời gì mà điên đảo, người tốt bị gọi là xấu, người tỉnh táo bị cho là hâm, người cách mạng chân chính bị vu là phản động. Mẹ ạ, mẹ sống trong cái thế giới dối trá lừa lọc quen rồi, mẹ làm sao hiểu nổi một con người trung thực như anh Trần Khuất Nguyên.

Ruộng lấy quyền làm mẹ trấn áp:

- Láo, mày bảo ai sống trong dối trá. ừ, chính sự dối trá

ấy đẻ ra mày đấy đồ con gái chưởi mẹ ạ. Tao cấm mày lấy thằng chống đảng ấy đấy. Tình yêu tình ghét gì, hôn nhân hôn nhiếc gì cũng phải có lãnh đạo, có tổ chức nghe chưa? Nhất là mày lại là con gái của một nữ tỉnh ủy viên khóa tới.

Vương Thi hăng lên:

- A nhưng mà mẹ cấm được nổi con không? Nên nhớ rằng con đã sống tự lập cả ba năm nay rồi nhá. Trái tim của con, con muốn tặng ai mặc con, mẹ không có quyền cấm. Con cứ yêu, con cứ lấy anh ấy đấy mẹ làm gì được con nào?

Ruộng nổi cơn tam bành:

- Nếu không có bố mày ngồi đây, tao đã đập cho mày một trận. Tao nói lời cuối cùng: một là mày từ bỏ nó, hai là mày từ bỏ tao.

- Con chả từ bỏ ai cả. Mẹ vẫn cứ là mẹ con và anh ấy sẽ vẫn là chồng con.

Ruộng đứng lên:

- Tao thách mày làm được hôn thú đấy.

Vương Thi cũng quyết liệt:

- Chúng con cũng cóc cần cả hôn thú. Trai chưa vợ, gái chưa chồng yêu nhau, ở với nhau ai bắt mà sợ.

Ruộng đe:

- Tao sẽ có cách làm cho thằng Trần Khuất Nguyên vào tù.

Vương Thi òa lên:

- Ối trời ơi, sao mẹ lại ác thế. Mẹ giết con đi thì hơn này. Bố ơi, sao bố ngồi im vậy? Bố không biết thương con à?

Tôi can gián hai mẹ con, vỗ về an ủi Vương Thi. Nhưng Ruộng quát:

- Thôi đi, ông đừng có mị dân theo đuôi quần chúng như vậy. Còn con bất trị kia cút ngay. Tôi giữ tay con gái lại, nhưng nó đã chạy vụt ra cửa, vừa nói vừa sụt sịt:

- Vĩnh biệt bố mẹ.

Tôi đuổi theo con nhưng nó đã chạy vào đêm tối.

XXIII

Trời ơi, ai đập cửa nhà tôi mà dữ quá? Chiến tranh hạt nhân hay sao hở các vị? Tôi đang nhặt rau muống để xào ăn bữa trưa, bèn bỏ dở chạy ra cửa. Tưởng ai, té ra là ông Hai Giỡn. Hai Giỡn mặt thắt thần, tóc tai bờm xơm không chải, áo quần nhầu nát y hệt vừa từ trận địa bò về báo tin đại bại vậy. Ông vồ lấy tôi thở hổn hển:

- Mặc đồ vô Ba Hưng, nguy quá rồi.

Chân tay tôi cuống quít, hồn vía rụng rời run rẩy:

- Gì vậy ông Hai? Đảo chính hay bạo loạn?

- Không, con Vương Thi nhà ông bị cấp cứu. Bọn tôi vừa khiêng cháu vào bệnh viện. Họ đang truyền huyết thanh cho cháu.

Tôi gào lên như thể mụ nhà quê mất gà:

- Trời ơi, con tôi làm sao vậy ông Hai? Khổ chưa là cái đời tôi.

- Mặc đồ gấp, xuống tôi chở đi bằng hon-đa. Chuyện dài, rồi sẽ biết dần.

Tôi mặc quần áo. Hai Giỡn giục như giục tà:

- Rùa ơi, việc nước sôi lửa bỏng còn dềnh dàng.

Tôi im thin thít như thịt đông mới nấu, ngồi trên xe

để Hai Giỡn chở tới bệnh viện tỉnh. Hai Giỡn dẫn tôi vào phòng cấp cứu, nơi con gái tôi đang nằm. Mặt Vương Thi tái nhợt như mặt người chết, mắt nhắm nghiền, đang được truyền huyết thanh. Một bà bác sĩ đang loay hoay quanh đầu và ngực nó. Tim tôi như đứng lại, ruột gan lộn ngược cả lên. Tôi hỏi chị y tá đứng gần:

- Cháu có sao không hở chị?

- Lúc nãy suýt nữa bị đứng tim. Giờ thì đỡ rồi. Bị xúc động mạnh quá trụy tim, đang sợ chảy máu não. Bác là cha cô ta hả?

Tôi gật đầu. Tôi thầm kêu: - cầu Chúa hay Phật thánh gì cũng được cho con tôi qua khỏi. Bình thường thì người ta duy vật, coi trời còn thua cái tăm. Nhưng khi có hoạn nạn nguy cấp, mở miệng ra ai cũng kêu trời, bụng còn khấn vái lai rai, cầu nguyện các vị mà lúc khỏe mạnh ta thường phủ nhận, thường cho là bịa đặt láo khoét. Hóa ra, khi tuyệt vọng, con người còn phải bám víu, phải nương tựa vào ngay cả những cái không có thật. Hai Giỡn kéo tôi ra chỗ vang dặn:

- Bây giờ ông túc trực với cháu nhá. Có cần thuốc gì mắc cũng cứ chi nhá, đã có anh em chúng tôi hỗ trợ. Còn bây giờ tôi phải đến chỗ tang gia xem anh em khâm liệm chưa?

Tôi kinh ngạc. Hai Giỡn nạt:

- Ai chết mà ông thất thần vậy chứ? Vậy ra ông chưa biết gì cái điều cả thành phố này đã biết ư?

- Chưa.

- Im đi tôi kể cho nghe.

Hai Giỡn kéo tôi ra ngoài thềm, hai chúng tôi cùng ngồi xuống, ông kể:

- Sáng sớm hôm nay, khi tôi đang san tổ ong mật làm đôi thì con Vương Thi nhà ông tới. Nó hốt hoảng báo rằng Bác Hai ơi, nhờ bác đi với cháu được không?. Tôi hỏi có chuyện gì vậy? Nó buồn khổ lắm, khói òa lên nói: Trưa hôm qua, có người tìm cháu cho hay anh Trần Khuất Nguyên báo anh ấy bị người ta lừa. Người ta bảo chở anh ấy đi khám bệnh ở sở y tế rồi đưa tuột lên nhốt vào nhà thương điên. Họ bảo anh Nguyên bị tâm thần nặng cần chữa trị. Cháu bèn đi xe cấp tốc lên bệnh viện tâm thần thăm anh ấy, nhưng người ta hỏi giấy không cho vào. Cháu năn nì mãi họ bảo cháu là gì của Trần Khuất Nguyên, cháu bảo là người yêu. Họ bảo người yêu chưa có tiêu chuẩn vào thăm. Cháu nói là vợ, họ hỏi hôn thú đâu. Cháu phải về trường cháu xin giấy giới thiệu vô thăm anh ấy, nhưng lên tới cổng chờ từ bảy giờ tối tới khuya họ vẫn không giải quyết. Họ bảo giấy không hợp lệ, phải có giấy của phường kèm hộ khẩu hai bên. Cho nên sáng sớm nay, cháu về nhờ bác đây bác Hai ạ, vì cháu biết bác rất quý anh Nguyên. Đấy con Vương Thi kể cho tôi như vậy. Tôi hoảng quá, vì biết Nguyên không hề bị tâm thần hay triệu chứng của bệnh này. Chẳng qua là vì họ ghét cái thằng sống quá trung thực, không biết sợ cường quyền, không chịu được dối trá lừa lọc. Tôi bèn chở Vương Thi tới nhà bác Tám Căn chủ nhiệm câu lạc bộ những người kháng chiến cũ và chủ nhiệm câu lạc bộ hưu trí. Như ông biết bác Tám Căn năm nay bảy mươi lăm tuổi, từng là bí thư đầu tiên của tỉnh ta. Bác Tám lại rất thán phục tài thơ và bản lãnh của Nguyên. Chúng tôi điện cho anh Bé Năm trưởng phòng thương binh của sở thương binh xã hội, một người rất quý trọng Nguyên, rồi bàn bạc với nhau. Chúng tôi làm ba bốn giấy giới thiệu, đến nhà thương điên thăm Nguyên. Chúng tôi lấy xe con chở bác Tám Căn, anh Bé Năm, tôi và Vương Thi phóng về nhà thương điên gấp. Xe chúng tôi qua cửa bệnh viện dễ dàng, tới thẳng phòng tay giám đốc. Nhưng giám đốc bệnh viện không có nhà. Phó giám đốc cũng không có nên chẳng ai dám tiếp chúng tôi. Chúng tôi chờ mãi thì có một ông ngái ngủ ra, xưng là quyền phó giám đốc, hỏi các đồng chí tới có chuyện gì. Chúng tôi báo rằng chúng tôi là đơn vị anh Trần Khuất Nguyên lên thăm anh ấy và hỏi vì sao anh Nguyên rất tỉnh táo, rất bình thường đột nhiên lại bị nhốt vào nhà thương điên? Tay quyền phó giám đốc ỡm ờ trả lời như cốt để cho chúng tôi chán quá mà bỏ đi. Nhưng sau đó, tay phó giám đốc tới báo rất tỉnh queo là Trần Khuất Nguyên đã chết đêm qua. Hiện Nguyên đang nằm trong nhà xác chờ cơ quan chủ quản hay gia đình tới nhận. Tôi hỏi nguyên nhân vì sao Nguyên chết, anh ta trả lời là Trần Khuất Nguyên bị những người điên khác hành hung, bóp cổ cho tới chết. Chúng tôi thất kinh không tin được là sự thật. Nhưng khi anh ta dẫn chúng tôi tới nhà xác, quả thật Trần Khuất Nguyên, một nhà thơ tài ba, một người tốt đẹp của chúng ta chỉ còn là cái xác không hồn. Bác Tám Căn khóc òa lên như con nít. Anh Bé Năm nguyền rủa bọn sát nhân, đòi bắn bỏ ban giám đốc bệnh viện. Tôi mất hồn vía, cứ ngây ra nhìn cảnh Vương Thi lặng ôm xác Trần Khuất Nguyên vào lòng cho đến khi cháu ngất đi tưởng hết thở. Tôi phải đưa Vương Thi đi bệnh viện cấp cứu gấp. Còn bác Tám Căn và anh Bé Năm ở lại coi xác Trần Khuất Nguyên. Tôi vừa gọi điện thoại lên thì người ta cho biết, xác của Trần Khuất Nguyên sau khi lập biên bản với đầy đủ hồ sơ đã được chở về câu lạc bộ những người kháng chiến cũ. Tôi nghe anh Bé Năm thông báo sẽ khâm liệm trưa nay, để hai đêm một ngày cho anh em phúng điếu. Sáng ngày mốt sẽ đưa đám Nguyên sớm. Đấy, chuyện kinh khủng và đau thương như vậy đó ông Ba Hưng ơi. Có trời đất nào như ở tỉnh Sơn Giang này không? Sau này, tôi có hỏi cặn kẽ hai cô y tá và ba anh y sĩ ở bệnh viện tâm thần tỉnh có chứng kiến cái chết của Trần Khuất Nguyên. Tất cả năm người đều xác nhận anh Nguyên khi xe sở y tế chở lên đây là một người hoàn toàn bình thường. Anh Nguyên vui vẻ và mắt mở to trong sáng. Nhưng sau khi người ta khám xét gì cho anh ấy một chập thì người anh ấy mềm nhũn như thể bị trúng độc. Họ đoán là có bọn xấu nào đó đã chích thuốc mê liều nặng cho Nguyên. Nhưng sức khỏe của Nguyên rất tốt, chỉ mê man một ngày và một đêm. Đến ngày thứ hai thì Nguyên tỉnh táo lại. Nguyên có lấy đâu một cục gạch non và có viết lên tường một bài thơ, chứng tỏ thần kinh anh ta hoàn toàn vững. Trần Khuất Nguyên đọc thơ ầm lên, khiến cho bọn người đưa anh vào đây ra lệnh trói nhốt Nguyên chung cùng với ba người điên nặng khác. Nhưng những kẻ điên thật kia càng điên lên lồng lộn hơn nữa, dữ dằn hơn nữa khi bằng giác quan của người điên, họ phát hiện ra có một kẻ tỉnh táo bị trói trong chuồng của họ. Những người điên kia thoát ra khỏi nơi giam giữ xông vào bóp cổ Trần Khuất Nguyên cho tới chết. Đấy là lời kể của năm người ở bệnh viện tâm thần. Nhưng có một bà bác sĩ thì quả quyết Nguyên bị đầu độc. Có người không dám ra mặt, viết thư nặc danh báo cho chúng tôi là Trần Khuất Nguyên đã bị những người tỉnh táo đột nhập vào nhà thương điên, dùng dây thắt cổ Trần Khuất Nguyên cho tới chết. Tuy nhiên trong hồ sơ khám nghiệm tử thi người ta ghi là có dấu tay người bóp cổ. Nhưng khi bác Tám Căn đòi lấy dấu tay trên cổ thì viên phó giám đốc bệnh viện và công an đều nói là có nhiều người đã đặt tay lên cổ nạn nhân khi khiêng xác nên không chính xác. Bác Tám Căn và anh Bé Năm căm lắm, nhưng họ đành phải đưa xác Trần Khuất Nguyên về, có cãi nhau, thậm chí bắn cả cái bệnh viện này đi nữa thì có làm sao cứu sống được nhà thơ của họ dậy đâu. Khi Hai Giỡn trở về chỗ khâm liệm Nguyên, tôi trở vào chỗ Vương Thi đang nằm bất tỉnh trên giường truyền huyết thanh đã thấy Ruộng ngồi cạnh con gái. Tôi thông báo với Ruộng là Trần Khuất Nguyên đã bị giết chết rồi. Bà ấy lặng im, mặt tái lại vì lo sợ cho tính mạng con gái. Đám tang Trần Khuất Nguyên là một sự kiện bi kịch của thành phố An Hải. Thằng con trai đầu lòng của tôi lại rất phục thơ và tính cách của Trần Khuất Nguyên. Thằng Văn từng ủng hộ em gái trong việc yêu và lấy Trần Khuất Nguyên. Văn đã túc trực bên linh cữu Nguyên thay em gái bị ngất xỉu đang nằm bất tỉnh tại nhà thương. Sau này, Văn kể cho tôi nghe tỉ mỉ về đám tang của Nguyên. Tôi cũng được nhiều người kể lại theo lăng kính riêng của họ. Khi nghe tin xác Nguyên được quàn tại câu lạc bộ kháng chiến cũ, công an đã tới khá đông nói là để bảo vệ. Hai Giỡn họp bầu ban tang lễ do bác Tám Căn làm trưởng ban. Anh Bé Năm làm phó ban, Hai Giỡn phó ban, bác Tư Liễu đại tá quân đội về hưu mặc quân phục có đeo sao làm ủy viên ban tang lễ. Ngay buổi trưa khi xác Nguyên được đưa về quàn, đã có nhiều tin đồn loang ra khắp thành phố. Rằng Nguyên bị một bọn có quyền nào đó ám hại. Rằng nhà nước tỉnh ủy mượn tay ba thằng điên để bóp cổ một nhà thơ tỉnh táo. Rằng Nguyên bị quyền lực trả thù, bị đánh thuốc độc và bị thắt cổ cho tới chết... Người ta kéo nhau tới coi đông hơn hội chợ, khiến cảnh sát phải xịt vòi rồng giải tán. Có lệnh của sở y tế và sở công an phải đưa Nguyên chôn ngay trong đêm đó ở nghĩa trang Bần Thổ là nơi chôn cất những người vô gia cư và người nghèo khó. Nhưng ban tang lễ và hàng trăm anh em thương binh, hàng trăm cán bộ hưu trí đã đấu tranh quyết liệt, thậm chí còn đe sẽ một mất một còn với công an nếu họ ra tay đàn áp. Họ quyết tâm quàn xác nhà thơ lại tới hai đêm một ngày. Hai bên đã đàm phán rất căng, cuối cùng thỏa hiệp với nhau chỉ để xác Nguyên quàn lại một đêm và một buổi sáng, chiều sẽ mang chôn. Công an cảnh sát gác rất đông sợ quần chúng tụ hợp phản đối sự giết người mờ ám. Họ chỉ cho phép những ai có thẻ thương binh, có thẻ bộ đội xuất ngũ và thẻ của các bác hưu trí và kháng chiến cũ vào viếng xác thôi. Chỉ tới mười hai giờ đêm giới nghiêm, người viếng mới vãn. Rất nhiều hoa xếp quanh quan tài nhà thơ bất hạnh. Theo thằng cháu Văn của tôi cho biết, có tới một phần ba số người mặc thường phục vây quanh linh cữu là công an chìm. Đám tang không có kèn tàu tò te tí tét, chỉ có những thương binh cụt tay cụt chân, đi nạng. Nguyên với cái hình to bằng hai bàn tay, đang mỉm cười nhìn mọi sự trên đầu quan tài. Sau khi lễ động quan, người khắp nơi kéo về tắc nghẽn. Tôi từ bệnh viện ra đạp xe lẽo đẽo đi sau cái đuôi con khủng long tang lễ này. Xe tang khuất đâu đằng trước, chìm ngập trong biển người. Tôi gần như chưa thấy một đám ma nào đông đến vậy. Cảnh sát của cả thành phố được báo động cấp một dàn hàng ngang bên vỉa hè dọc lối đám tang. Tôi hiểu cái chết của Nguyên hoàn toàn không phải là ngẫu nhiên. Đằng sau cái chết này là âm mưu, là đe dọa, dối trá và sợ hãi. Tôi bỏ cuộc, để cho mọi người đi theo Nguyên, còn tôi phải đi theo tôi. Tôi sợ người ta nhìn thấy tôi đi theo quan tài một kẻ nguy hiểm người ta vừa trừ khử. Tôi đang kẹt mà, hãy tha thứ cho tôi Nguyên nhé. Cái cuốn nhật ký của tôi ngày xưa vợ tôi đang giữ đó. Cái cuốn băng ghi âm do Hoàng Thi và Ngọc Hương vẫn còn đe dọa tôi. Nỗi sợ hãi đã chỉ huy đời tôi, khiến tôi không được sống là mình. Nhưng hình như tôi đang nghe thấy tiếng lòng mình cất lên. Rằng dù sao, Trần Hưng ạ, mày cũng là một kẻ cầm bút. Mày không thể nhẫn tâm quay đi trước nỗi đau có thể chết của chính con gái mày. Cái linh cữu đang chìm trong biển người kia sẽ là một nửa của cuộc đời Vương Thi. Mai rồi, con gái tỉnh dậy, nó hỏi mày có đi theo đám tang của anh ấy không, rồi mày sẽ trả lời ra sao. Phải chi mày không còn một chết lương tâm nào nữa có khi lại khỏe. Đằng này, khổ thân mày, lương tâm lại đôi khi thức dậy không cho mày làm súc vật, cảnh tỉnh mày rằng mày vẫn là một con người. Mày khổ sở vì mày còn trí tuệ, tai mày chưa điếc, mắt mày chưa mù, miệng mày chưa câm. Phải chăng Trần Khuất Nguyên chính là một phần lương tri mày vừa bị nhận chìm trong âm mưu tội ác và dối trá? Cái lương tri ấy vừa bị cuộc đời bóp cổ lè lưỡi ra cho đến chết. Cái lương tri đó đang nằm trong quan tài. Người ta kéo ra một phần thành phố để đưa đám lương tri của mày. Cái lương tri ấy một chết nữa sẽ bị vùi trong đất. Lương tri ấy sẽ mãi mãi cô đơn, sẽ im lặng như mặt đất này từng im lặng. Trần Khuất Nguyên ơi, anh chính là sự cứu chuộc cuối cùng của nhân cách tôi. Anh không lặn vào cái muôn đời mà đang hóa thành sự tỉnh thức. Anh đuổi cơn hôn mê quyền lực và sợ hãi ra khỏi mỗi con người, bắt họ phải đối diện với chính họ, bắt họ phải suy tư và trằn trọc. Con người sở dĩ không biến thành ác quỷ, sở dĩ mãi mãi vẫn là con người vì nó mang trong mình khả năng hối hận. Chính sự sám hối, bằng sự sám hối, những người đang sống hôm nay mới còn khả năng hướng thiện. Xe tang đã ra tới lộ lớn. Hàng trăm xe gắn máy rú ga bám theo quan tài Trần Khuất Nguyên. Tôi vẫn lẽo đẽo bám sau làm cái đuôi của nhà thơ bị bóp cổ. Tôi như con chó con đang cố chạy theo người chết. Phải rồi, suốt đời, tôi đã thành con chó leng keng chạy theo lương tri mình. Tôi là kẻ ăn theo của lẽ phải. Tôi đứng lại ở một ngã tư đường, lặng nhìn cuộc hành quân vĩ đại của cái chết. Tôi chợt rơm rớm nước mắt khi nghĩ đến tình yêu của cặp uyên ương gãy cánh này. Trần Khuất Nguyên nằm xuống, nhưng con Vương Thi chưa nằm xuống. Nó vẫn phải sống để đêm đêm trong giấc mơ lại bị cuộc đời bóp cổ. Tôi rẽ trái, lỉnh đi khỏi điều bất hạnh của con người. Tha lỗi cho tôi Nguyên nhé. Tôi một kẻ phát ngôn của chính quyền tỉnh, không thể theo anh ra tới huyệt, được ném hòn đất vĩnh cửu lên số phận phù du của con người, đặng đưa tiễn anh trở về cái chốn mà anh đã sinh ra. Còn tôi, tôi lại trở về với sự nghiệp công danh và những nỗi sợ hãi của tôi. Nhưng tại sao con người từng nhận là cái Ta-tập thể tính đang trọ trong tôi lại không thể đi cùng cái Tôi-nhân tính của chính mình? Chả lẽ hành trình đời tôi lại không thể đi cùng đường với lương tri của tôi? Những câu hỏi này, có lẽ ngoài tôi ra, thời đại của tôi cần phải giải đáp. Khi chiếc xe tang với cái đuôi rồng rắn gồm hai xe ca, hàng nghìn xe máy và xe đạp đến đoạn ngã ba thì rẽ lối. Lối rẽ trái dẫn vào nghĩa trang liệt sĩ đã có một hàng rào công an súng ống nai nịt đứng chắn. Chính quyền quyết không cho phần tử kích động và phản động này được chôn trong nghĩa trang liệt sĩ theo nguyện vọng của ban tang lễ, dù đương sự đã có tám năm chống Mỹ, đã là một chính trị viên đại đội dũng cảm, đã bị thương nặng vào sọ não, từng là nhà thơ nổi tiếng. ở trong đó, nghĩa trang liệt sĩ ấy, có một khu dàng riêng, những huyệt mộ đã được xây sẵn rất đẹp, vẫn há hốc miệng chờ những thi thể kính yêu của các đồng chí lãnh đạo tỉnh, chừng nào các vị ngán phục vụ cách mạng. Chính quyền chỉ thị cho chôn Trần Khuất Nguyên trong nghĩa địa Bần Thổ, nơi nằm lại của những người nghèo hèn được gọi là nhân dân. Nhưng ban tang lễ Trần Khuất Nguyên không chịu. Họ bàn nhau cứ đưa xe tang nhào đại nghĩa trang liệt sĩ. Họ có đám đông hùng hậu đi theo đa số là chiến hữu của nhà thơ, những thương bệnh binh, những người bộ đội xuất ngũ, những cán bộ già đã về hưu. Họ toàn đám cách mạng nòi, đâu sợ gì một vài đám cách mạng dởm cơ hội, có lúc đã nhảy ra nam được quyền hành. Anh Bé Năm, trưởng phòng thương binh của sở thương binh xã hội đỡ bác Tám Căn từ trên xe tang xuống để gặp hàng rào công an. Bác Tám Căn hỏi viên công an đeo hàm đại úy:

– Có phải chủ chỉ huy ở đây? Anh ta gật đầu rồi giơ tay

chào ông rất đúng điều lệnh:

- Báo cáo bác, tôi đại úy Vũ Mùi chịu trách nhiệm an ninh ở đây.

Bác Tám nói:

- Tôi muốn thưa chuyện với chú.

Bác Tám chưa kịp nói thì anh Bé Năm chen vào:

- Tôi xin báo để các đồng chí biết bác Tám đây đã 75 tuổi, từ năm 1945 bác đã là bí thư tỉnh ủy tỉnh ta. Hiện nay bác là chủ tịch câu lạc bộ những người kháng chiến cũ, đồng thời là trưởng ban tang lễ nhà thơ thương binh Trần Khuất Nguyên. Anh công an nghiêm nghị:

- Báo cáo, tôi biết bác Tám Căn.

Bác Tám: Tôi xin thay mặt cho hàng trăm thương bệnh binh và những người kháng chiến, yêu cầu các đồng chí mở lối cho xe tang vào nghĩa trang liệt sĩ. Đây là giấy giới thiệu của Sở thương binh xã hội cấp cho người đã chết được an nghỉ trong nghĩa trang này. Đại úy Vũ Mùi trả giấy giới thiệu cho bác Tám nói: Rất tiếc chúng tôi không thể theo yêu cầu các đồng chí được. Chúng tôi được lệnh bên sở công an chốt ở đây, không cho bất cứ ai, bất cứ xe cộ nào vào nghĩa trang liệt sĩ.

Anh Bé Năm đứng ra đối đáp:

- Các đồng chí có biết nghĩa trang này do cơ quan thương binh xã hội chủ quản không? Tôi xin giới thiệu là Phạm Năm, tức Bé Năm, trưởng phòng thương binh của sở. Chúng tôi có quyền đưa nhà thơ thương binh của chúng tôi vào nghĩa trang- của chúng tôi.

Vũ Mùi:

- Chúng tôi hiểu. Nhưng lệnh là lệnh. Tôi nghiêm chỉnh yêu cầu các đồng chí cho xe tang ra nghĩa địa Bần Thổ mau. Bác Tám Căn dùng tình thuyết phục một hồi không được. Hai bên đấu lý với nhau đến ba mươi phút. Bác Tư Liêu, đại tá về hưu thét:

- Các đồng chí là công cụ của ai? Công cụ của chính quyền nhân dân hay là công cụ cho một số bọn cơ hội đặc quyền đặc lợi?

Hai Giỡn nóng tảng thần đế thêm:

- Các đồng chí có phải là con em nhân dân không hả. Hãy tránh ra cho xe tang đi.

Tiếp theo là lời của hàng mấy trăm thương binh, các vị hưu trí hô tránh ra, tránh ra. Rằng công an phải phục vụ chính nghĩa.

Vũ Mùi sừng sộ:

- Các người định làm loạn hả.

Bác Tư Liễu nói rất to:

- Ai làm loạn. Cháu hãy nhìn bác mặc quân phục của ai, đeo lon của ai đây. Còn cụ Tám Căn kia không phải là ông tổ của cách mạng ở cái tỉnh này à? Còn tất cả mọi người kia, người chết nằm kia là ai mà cháu mở miệng nói liều như thế.

Vũ Mùi không lùi bước:

- Tôi không lý sự. Lệnh là lệnh. Tôi yêu cầu giải tán đám đông ngay. Đưa xe tang về nghĩa địa Bần Thổ. Nếu không tôi sẽ dùng vũ lực.

Một anh thương binh đi nạng lọc cọc nhảy từ trên xe ca xuống. Có mấy chục người đi nạng, những người cụt tay, cụt chân cũng lọc cọc kéo xuống từ trên xe ca đi theo xe tang.

Anh thương binh đi đầu quơ nạng lên trước mặt đại úy công an nói tỉnh queo:

- Này, anh có dám bắn chúng tôi không? Xin mời.

Vũ Mùi quát:

- Các anh đừng có hỗn, đừng có kiêu binh. Nếu cần, tôi sẽ ra lệnh bắn bất cứ ai ngăn cản chúng tôi thi hành lệnh.

Đám thương binh reo hò ầm lên, quơ nạng lên trời như họng súng. Vũ Mùi ra lệnh:

- Tất cả sẵn sàng theo lệnh tôi.

Hơn một chục anh công an tay lăm lăm súng tiểu liên tiến về phía đám đông. Vũ Mùi yêu cầu thương lượng với ban tang lễ. Bên công an bốn người, bên tang lễ bốn người chụm đầu vào nhau ở một góc thương lượng. Bên tang lễ rút lui, đưa Nguyên về Bần Thổ. Trần Khuất Nguyên nằm lại Bần Thổ này, nơi thập loại chúng sinh được gọi là nhân dân từ bao đời vẫn sống và chết dưới đáy xã hội. Mặc ai đó được an táng ở những khu mồ ngon mả đẹp. Trần Khuất Nguyên vừa được an táng trong lòng người dân An Hải này. Tôi cần phải đối diện với tấm bia mộ người liệt sĩ của lẽ phải này như đối diện với lương tri mình mãi mãi. Bia mộ ấy với tôi lúc này chính là Vương Thi, con gái tôi đồng thời là người yêu, người vợ chưa cưới của nhà thơ bất hạnh.

TRẦN THỊ NG.H.

Nhà văn, nhà giáo. Tên thật Trần Thị Nguyệt Hồng, sinh ngày 18 tháng 4 năm 1949 tại An Xuyên Cà Mau. Dạy ngoại ngữ. Bắt đầu viết văn năm 15 tuổi, truyện ngắn đầu tiên đăng báo người lớn năm 18 tuổi. Truyện ngắn đăng trên các tạp chí Văn, Vấn Đề, Thời Tập, Thời Văn tại Sài Gòn. Sau 1975 ở lại Việt Nam, hiện sinh sống và làm việc tại Paris và Sài Gòn, có bài trên các báo tại hải ngoại: *Văn Học, Hợp Lưu, Văn.*

Tác phẩm đã xuất bản:
- *Những Ngày Rất Thong Thả* (truyện; Trí Đăng in xong đầu năm 1975, chưa phát hành),
- *Truyện Ngắn Trần Thị NgH* (Văn Nghệ Hoa Kỳ, 1999),
- *Lạc Đạn Và 10 Truyện Ngắn* (Thời Mới, Toronto Canada, 2000),
- *Nhăn Rúm* (truyện; La Frémillerie, Paris, 2012; NXB Hội Nhà Văn VN, 2012),
- *Lạc Đạn* (NXB Hội Nhà Văn VN, 2012),
- *Nhà Có Cửa Khóa Trái* (NXB Hội Nhà Văn VN, 2012),
- *Ác Tính* (tập truyện ngắn; Nhân Ảnh, 2018)

Ác tính

1.

Sam Kurger đóng quyển sổ tay Moleskine của mình lại và cài đánh tách sợi dây cao-su bọc ngoài cái bìa da mềm. Không có gì đáng ghi chú về Monica. Anh không hiểu sao cô này cứ ngoan cố tìm đến anh để tư vấn. Có thể là có cái chi đó, anh cũng không chắc lắm, nhưng do anh sơ suất đến mức sai phạm trầm trọng trong chuyên môn chăng? Với tư cách một nhà điều trị tâm lý, nhiệm vụ của anh là làm cho cô ấy hiểu rằng cô chẳng có gì phải cần đến anh, rằng cô đã trả tiền cho một tiếng đồng hồ chỉ để mua sự quan tâm của anh về các vấn đề mỹ phẩm, một tiếng đồng hồ để trả tiền cho việc phó thác tâm sự, không có thứ gì trong những điều được bộc bạch phải cần đến một chuyên gia cả. Monica cần một bạn gái thân thiết để lắng nghe cô ấy mà không ngắt lời, thế thôi, và Sam được trả tiền để làm cái người bạn thiết đó, để cổ võ và để giúp cô ấy thỏa thuê bày tỏ.

Kurger lắc đầu. Đối với anh, đó là một buổi tư vấn nhẹ nhàng với đồng tiền dễ kiếm, điều không lấy gì làm đẹp đẽ cho bản thân anh. Nghĩ cho cùng, trong vụ này chẳng ai gian dối lừa lọc chi, kể cả Monica…

Anh xem lại sổ tay và thấy đã đến giờ hẹn với một bệnh nhân mới, Patrick Hores. Qua điện thoại ông này nghe giọng có vẻ lạ vì cứ khăng khăng xin được gặp khẩn. "Đây là vấn đề sống chết", ông ta nói. Kurger không có thói quen giải quyết gấp các vấn đề tâm lý kiểu này, nhưng trước giọng nài nỉ tha thiết, anh đồng ý dành cho ông ta 2 giờ trống của một cái hẹn đã được hủy trước đó. Dù gì đi nữa, nếu ca bệnh không nằm trong khả năng giải quyết của mình, anh có thể chuyển cho một trong những đồng nghiệp cùng chuyên môn. Nhưng theo kinh nghiệm, anh thấy phần lớn các bệnh nhân mới chớm bệnh thường tự thấy mình "bệnh" nặng hơn chính họ thật sự bệnh. Con người luôn tưởng tượng ra những điều tệ hại.

Kurger đứng dậy ra khỏi phòng để tìm Patrick Hores trong phòng đợi không lấy gì làm rộng rãi ở cuối hành lang. Khi mở cửa, Kurger làm một bước lùi nhưng rồi cố kiềm chế không để lộ sự ngạc nhiên.

Patrick Hores đang đứng hướng ra cửa, trán đẫm mồ hôi. Ông ta choán mất nửa căn phòng. Đúng ra là *chiếm* cả nửa diện tích phòng đợi. Cơ thể Hores bề thế, kích thước đồ sộ đến mức Kurger ngẩn người ra tự hỏi cái ông này, mập đến như vậy làm sao mà lọt người qua cửa được. Ông ta đã vào bằng cách nào?

- Ông Hores?

- Cám ơn bác sĩ, cám ơn đã nhanh chóng đồng ý tiếp tôi…

- Về chuyên môn, tôi không phải bác sĩ.

- Có gì khác đâu! Tôi đến gặp anh để được nghe anh nói cho biết liệu tôi có mất trí không; theo lời một người bạn đáng tin cậy, anh là người rất có năng lực.

- Rất vui được khen ngợi. Xin vui lòng theo tôi, tốt hơn ta nên vào phòng làm việc trong kia.

Trên đường đi, Kurger tự hỏi sẽ để cho ông này ngồi đâu, rồi thì anh chọn chiếc ghế dài lưng chếch. Ông ta không thể ngồi lọt vào cái ghế bành có lưng tựa được. Nhà điều trị tâm lý nhẹ nhàng bước vào căn phòng mát dịu, những tia nắng xuyên nghiêng, ánh sáng bị chẻ sọc qua các lá sách bằng gỗ ốp trên các cánh cửa sổ kiểu Ý; anh quan sát Hores bứt người ra khỏi hành lang để ấn toàn thân vào phòng làm việc của anh. Cứ như ép xác. Ông ta đẩy một chân tới trước để giúp cho một phần thể tích đồ sộ của cơ thể lọt vào, trong khi chân kia lôi thêm phần còn lại, cái bụng khổng lồ bị cạ nghiến vào lối đi như một bịch cát bị nén. Hores có kỹ thuật riêng, như đã rất quen với việc này.

- Xin mời ngồi đây, vừa nói Kurger vừa ngồi vào chiếc ghế bọc nhung của mình, và xin vui lòng cho biết điều gì đã khiến ông nghĩ rằng mình có thể bị loạn trí.

- Có hai cách lý giải vấn đề của tôi, anh Kurger. Gọi anh là Kurger có tiện cho anh không?

Bằng một động tác tay, Sam Kurger mời ông ta nói tiếp. Hores buông lún người xuống ghế dài, tất cả lò xo rên lên.

- Hoặc tôi là một thằng điên, hoặc…

Hores nhìn xuống, bối rối, sau đó ánh mắt rơi chìm mất tăm dưới   tấm thảm trải sàn.

- Hoặc…? Kurger kiên định.

- Hoặc là tôi bị quỷ nhập.

Nghe đến đây Kurger nhướng mày, đặt khuỷu tay lên thanh dựa, tì nọng cằm của mình vào giữa ngón cái và ngón trỏ.

- Ông có thể cho tôi biết cụ thể ý ông muốn nói gì khi cho rằng mình bị "quỷ nhập"?

- Tôi… tôi nghĩ tôi bị ám bởi chuyện ăn uống của chính mình, thưa bác sĩ.

Kurger khó chịu. Ông ta không chịu bỏ đi hai chữ "bác sĩ", thôi kệ, lỗi này cũng phổ biến thôi, nhưng việc bị chính các thứ mình ăn uống ám vận vào người thì quả là chưa từng thấy.

- Ý ông là sao khi dùng từ "ám"? Kurger muốn cụ thể hóa vấn đề để hiểu đúng điều mà họ đang bàn bạc.

- À…ám như một căn nhà cũ bị ám bởi những con ma của quá khứ. Ám như trong các phim kinh dị đó.

- Ông muốn nói: bởi một sức mạnh *siêu nhiên*?

Kurger nhấn mạnh từ *siêu nhiên* để xác quyết điều anh muốm ám chỉ. Hores mím môi, gần như xấu hổ, trước khi e dè thừa nhận. Một lớp mồ hôi rỉ ra lấp lánh trên trán ông ta.

Kurger hơi thụng sâu người xuống ghế, miệng méo xệch đi bên dưới năm tay đang chống vào một bên má. Anh ngại đi sâu hơn hoặc phải chuyển ca đặc biệt này đến một địa chỉ thích hợp hơn và chuyên môn hơn. *Mình sẽ cho ông ta một giờ, đó là hiệp ước song phương kể từ lúc ông ta bước chân vào đây. Vai trò của mình là lắng nghe và giúp ông ta chốt lại vấn đề.*

- Điều gì khiến ông có ý tưởng…bị quỷ ám?

Hores không tìm cách giấu đi sự khó chịu. Chuyện này làm cho chính ông ta mệt mỏi. Thường thì không ai trong trường hợp tương tự lại tìm đến các nhà điều trị tâm lý. Ông hít một hơi sâu để lấy thêm can đảm rồi đi thẳng vào đề:

- Anh biết không, tôi chưa bao giờ theo đạo này hay đạo nọ, ba cái vụ thánh thần không hợp tạng của tôi. Tôi cũng chưa bao giờ cổ xúy hay mù quáng tin vào những điều không bình thường, không hề. Nhưng chuyện này…

- Có những sự kiện gì mà ông còn nhớ có thể giải thích được việc ông thay đổi đức tin?

Hores nhìn thẳng vào người đối diện và gật đầu.

- Nếu không có thì bản thân tôi đã không tin.

Kuger làm cử chỉ ra hiệu cho ông ta nói tiếp.

- Cách đây một năm rưỡi tôi cân nặng chưa quá chín mươi bảy ký.

Nghe đến đây Kurger nhướng một bên lông mày, không giấu được sự ngạc nhiên. Hores vội lục bên trong túi áo vét lôi ra từ trong ví một tấm ảnh.

- Anh xem đây, tôi đó, chỉ mới cách đây 18 tháng.

Kurger rướn người tới để cầm lấy bức ảnh. Anh vẫn nhận ra Hores, nhưng sự biến thái thật ngoạn mục. Người đàn ông trên chiếc ghế dài kia đang mặc một bộ đồ quá khổ, một lớp mỡ bọc kinh khủng làm ông ta phồng trương lên quá nhiều so với con người cách đây 18 tháng. Nếu trọng lượng làm cho ông ta trẻ ra và xóa mờ các nếp nhăn trên mặt, ngược lại nó cũng nuốt chửng đi vẻ khả ái của một anh chàng tươi tắn có ánh mắt sinh động trong ảnh.

Ở khía cạnh này ít ra câu chuyện là có thật, Patrick Hores đã mập ra trong một thời gian ngắn. Nói mập là còn nhân nhượng. Béo phì đúng hơn. Ông ta đã giãn nở hết cỡ. Một vụ big-bang ở người.

Kurger không muốn vội nhận định dễ dãi nhưng anh không thể không nghĩ rằng một ca như vậy chắc chắn phải được lý giải do chấn thương tâm lý, hoặc do bộc phát tuôn trào từ những dồn nén bị ém giấu đi từ thời thơ ấu. Anh không tin những chuyện ma quỷ truyền kiếp vốn rất thịnh hành trong lĩnh vực hoạt động của anh những năm gần đây, mà sử dụng lại các nguyên tắc trị liệu căn bản xưa cũ vốn cho hiệu quả tốt hơn và đã được thử nghiệm nhiều rồi.

- Chuyện đã xảy ra như thế nào? Ông còn nhớ khởi điểm chứ? Về việc lên cân ấy? Trạng thái tinh thần của ông lúc đó ra sao?

- Trước khi quay trở lại những điểm này, tôi muốn kể cho anh nghe về những gì diễn tiến tiếp theo đó, tôi tin anh sẽ không xem nhẹ giả thuyết của tôi.

- Tùy ông thôi, Patrick. Tôi gọi ông là Patrick được

chứ?

Hores không trả lời câu hỏi, nói tiếp:

- Khi tôi lên 20 ký trong hai tháng đầu, tôi bắt đầu hoảng. Lúc nào tôi cũng ăn và ăn. Nó mạnh hơn tôi. Đây thực sự là một ám ảnh. Tất cả thứ gì có thể nhìn thấy trước mắt, tôi phải ngốn lấy. Thậm chí ban đêm tôi cũng thức dậy để tọng vào họng bánh ngọt, kem, đậu phộng, bất cứ thứ gì, tôi phải làm đầy bụng mới được!

Kurger ngầm ghi chép trong trí. Cụm từ "phải làm đầy" quan trọng. Ông ta mập ra có lẽ không phải để tạo khoảng cách giữa mình và mọi người nhằm mục đích tự vệ, mà để lấp đầy một sự thiếu hụt. *Sam, đừng vội dễ dãi quá thế, nghe tiếp đi.*

- Có những buổi tối tôi không thể chợp mắt được khi biết rằng vẫn còn bánh ngọt trong tủ, phải ăn thôi. Có khi tôi dọn sạch cái bếp không còn tí tẹo gì trước khi đi nằm! Nhưng lắm lúc còn tệ hơn vậy, 2 giờ sáng tôi đã phải lái xe đi vòng vòng để tìm xem hàng quán nào còn mở cửa… Không thể cưỡng lại được, phải ăn, không thôi thì… Tôi hoàn toàn mất kiểm soát, cứ như thằng điên! Anh biết mà, khi đột nhiên lưng anh phát ngứa, anh phải gãi ngay lập tức, đối với tôi đó là chuyện ăn uống, phải đáp ứng ngay, mười lần một ngày! Có khi 20 lần! Xung năng trí tuệ chỉ thôi sa sút một khi bao tử được dồn đầy. Không thể làm khác đi. Và *cái thứ quái quỷ ấy* thậm chí ngấu nghiến càng lúc càng nhanh hơn.

Hores đổ mồ hôi dầm dề làm thành những quầng ướt ở tay áo và thân áo.

Thế rồi, ông ta nói, tôi đi gặp một ông bác sĩ. Ông này đặt những câu hỏi về nhân thân tôi, về đời tư, nghề nghiệp, căng thẳng trong công việc… vân vân. Trước khi chứng ăn vô độ xuất hiện mọi cái ở tôi đã rất tốt đẹp! Để cho chắc ăn, ông bác sĩ gửi tôi đến bệnh viện để làm đủ loại xét nghiệm. Và rồi người ta đã phát hiện ra nó.

- Nó là cái gì thế? Rối loạn nội tiết tố?

- Không phải. Một loại ung bướu. Các bác sĩ liền nghĩ ngay đến ung thư dạ dầy. Đó là một vệt đen nằm sát thành bao tử, không to lắm nhưng cũng ra gì. Kỳ lạ là các kết quả thử máu đều tốt, trong khi đó kết quả nội soi lại khẳng định có một khối nhầy trong dạ dầy. Trong vòng chưa đầy một năm tôi đã trải qua 3 cuộc giải phẫu. Lần đầu tiên người ta không tìm thấy gì nên cho rằng nó đã tự bóc tách hoặc tự tiêu đúng trước khi tôi được đưa lên bàn mổ. Nhưng một tháng sau đó nó lại hiện ra trên màn hình. Lần thứ nhì cũng giống như thế, không thấy gì sất, khi mọi thứ được phanh ra dưới những ngọn đèn của phòng mổ.

- Thế còn lần thứ ba?

- Cắt bỏ dạ dầy. Đúng ra là một phần dạ dầy, phía có khối nhầy. Tôi đã hết chịu nổi. Phải làm sao trục nó ra khỏi người tôi. Chuyện xảy ra 4 tháng trước.

- Rồi từ dạo ấy đến nay?

- Không có gì thay đổi. Tôi vẫn ăn nhiều, không, đúng ra là ăn *nhiều hơn trước.* Chắc tôi chết mất bác sĩ. Có thứ gì đó trong người tôi đang rút tỉa dần sự sống của tôi!

- Gần đây ông có đi soi chụp lại không?

- Có, nó vẫn còn đấy. Làm gì thì làm, cái thứ bẩn thỉu đó vẫn trồi ra. Y như một con ác quỷ! Nó ẩn úp, nó chống trả!

- Các xét nghiệm máu không phát hiện gì sao? Kurger sửng sốt hỏi. Không ung thư, không vấn đề nội tiết, không gì cả sao?

- Trừ chứng cao mỡ máu với tiểu đường, và trừ việc toàn bộ nội tạng của tôi đều bị trục trặc do chính cái thói háu ăn ôn dịch, thì không, không có bệnh nào giải thích được về sự hiện diện của cái bướu đó.

Kurger nhìn trân trối bệnh nhân mới của mình. Không thể phủ nhận đây là một ca đặc biệt. Thậm chí rất thú vị so với những gì anh đã nghĩ lúc ban đầu. Tất nhiên nếu câu chuyện của ông ta là có thật… Anh đề nghị:

- Chúng ta trở lại khởi điểm đi. Ông còn nhớ mọi việc đã bắt đầu như thế nào không?

- Hẳn anh cho rằng tôi dư thì giờ để suy nghĩ về nó chắc. Tôi đã có tua lại cuộc đời mình trong giai đoạn đó.

- Giai đoạn đó ra sao?

- Không có gì đặc biệt, kế toán, ly dị được 2 năm, không con, sau khi chia tay tôi có một quan hệ tình cảm nghiêm chỉnh nhưng rồi không thành….

- Lúc chứng háu ăn bắt đầu, ông vẫn sống một mình chứ?

- Vâng. Tôi có phiêu lưu tí chút với một em quen trên mạng 3 tuần trước đó, nhưng chỉ một đêm thôi. Không, không phải khởi sự từ đó đâu; có thể nói với anh: lúc ấy tôi đang sống một cuộc đời không thể tầm thường vô vị hơn nhưng rồi một hôm…

Mắt Patrick Hores rực lên, ký ức bên trong ông ta đang được thắp sáng. Kurger chăm chú quan sát từng cử chỉ nhỏ của thân chủ.

- Một buổi trưa nọ, viên kế toán nói tiếp, tôi vừa đổ đầy bình xăng và rồi tôi trông thấy một gói kẹo trên quầy thu ngân. Lúc ấy tôi không đói chút nào vì 2 tiếng trước đó đã ăn một bữa thịnh soạn, không phải loại kẹo tôi ưa thích, dù vậy tôi rất muốn mua nó. Chẳng hiểu tại sao. Màu sắc, cách bày biện trên quầy trông vui mắt và ngon miệng, tôi đã muốn ngậm ngay một viên. Tôi nhớ rõ như thể chuyện mới xảy ra hôm qua thôi, tôi đã tự nhủ mình vừa ăn xong đây mà, lại không thấy thèm thuồng gì, vậy mà tôi không thể cưỡng lại được. Tôi mua một bịch, rồi khi đã an vị trong xe tôi vẫn còn tranh đấu tư tưởng thêm 5 phút nữa nghĩ rằng mình có thể bỏ mặc nó ở đấy chừng nào muốn ăn thì ăn, vậy mà không, tôi đã phải mở bịch kẹo ra và phải ăn nó ngay. Chẳng biết tại sao nữa. Tôi thấy thích thú thỏa thuê.

- Chứng thèm ăn phải không? Ông… - xin lỗi, trước khi tình trạng ăn uống của ông bị rối loạn - ông có hay thèm ăn?

- Thỉnh thoảng cũng có, nhưng không mất lý trí đến thế, anh thấy trong ảnh đó, tôi đã có một vài mảnh tình vắt vai, một tí bụng mỡ nhưng đối với một gã đàn ông xấp xỉ tứ tuần thì thú thật tôi chưa làm điều chi đáng xấu hổ!

- Nhưng vào cái ngày hôm ấy ông đã "suy sụp"?

- Có thể nói như thế. Tôi không biết tại sao. Thật bậy bạ quá.

Đột nhiên mặt Hores đanh lại. Mồ hôi đẫm trán và cổ họng dập dềnh. Kurger muốn mời ông ta một ly nước nhưng chần chừ và cũng không muốn cắt đứt dòng tự sự. Người đàn ông béo phì nuốt nước bọt như thể hành động này làm cho ông ta đau đớn, đoạn nói tiếp:

- Từ đó viên kẹo bắt đầu ám lấy tôi. Nó hiện diện trong người tôi không chịu buông, nó ra lệnh cho tôi ăn, ăn, ăn nữa đi, ăn đến khi nào chết thì thôi.

- Ông thật lòng tin rằng viên kẹo đó luôn nằm trong người ông? Có phải ông dùng hình ảnh này để ví von điều gì chăng?

- Không, chính là con quỷ đó, tôi tin chắc như thế. Chính cái cục nhầy nhầy deo dẻo màu đỏ đó đong đưa khi tôi cho nó vào miệng. Nó buộc tôi phải trả giá cho thói hư của mình. Con quỷ ở đó, trốn trong người tôi, nhập vào tôi. Anh có muốn biết điều oái oăm trong vụ này không? Hình dạng của nó ư: nó có dáng dấp của một con quỷ nhỏ! Xin thề với anh!

Một tiếng cười khan, gần như điên loạn, Hores lắc đầu và rồi toàn thân ông ta nhúc nha nhúc nhích trên ghế mất một lúc trước khi ngồi yên.

- Coi bộ anh cho là tôi loạn óc?

Kurger tì cả hai cùi chỏ lên thanh tựa ghế ngồi rồi đan các ngón tay vào nhau.

- Loạn óc thì không. Nhưng rõ ràng có gì đó đang hoành hành trong người ông, có gì đó thuộc về tâm lý.

Cái nhếch môi của Hores làm miệng ông ta méo xệch.

- Cám ơn, bác sĩ. Tôi biết chắc là tôi không điên, nhưng tôi muốn nghe điều đó được nói ra.

- Patrick, điều đó có nghĩa là chúng ta phải xem xét lại vấn đề ngay để tìm cách làm sáng tỏ nó.

- Tôi chỉ cần được nghe anh xác nhận là tôi không điên. Tại vì, anh biết không, tôi đã có kế hoạch rồi. Chắc hơi cực đoan đấy, nhưng đó là tất cả những gì tôi có thể làm. Nếu tôi không hành động ngay bây giờ có thể sẽ quá muộn. Thứ quái quỷ đó đang giết chết tôi. Những gì còn lại của dạ dầy đang trương phình ra, toàn thân tôi sẽ bung, tôi sẽ tiêu tùng thưa bác sĩ, tôi sẽ banh thây như một cái bong bóng nhựa bị bơm đầy, mà rồi bị bơm thêm một nhát cuối, để xem liệu nó…

- Không nên áp dụng biện pháp quá mạnh tay Patrick, do ông định bắt đầu một phương pháp điều trị nên tôi cho rằng…

- Tối nay về nhà tôi sẽ tự giam mình trong một thời

gian cần thiết, Hores ngắt lời. Trong một căn phòng có tường vây quanh, không có gì để ăn ngoại trừ nước uống. Trong năm ngày nữa ông gác-dan sẽ đến mở cửa cho tôi. Tôi nghĩ 5 ngày là đủ.

- Đủ cho cái gì? Kurger lo lắng hỏi.

- Đủ để làm cho con quỷ cái nó mệt, tin tôi đi, chỉ 2 ngày là nó đã không chịu nổi. Giờ tôi biết nó rõ quá mà! Tôi cho nó 2 ngày!

Kurger hít một hơi sâu.

- Còn ông, ông chờ đợi điều gì?

- Trời đất, thì chờ cho nó bị trục ra khỏi người tôi!

- Nghe có vẻ như một loài…ký sinh? Ông biết không, phương pháp của ông giống như một cuộc thử nghiệm cai sữa tàn nhẫn, kiểu người ta thường áp dụng cho dân nghiện ma túy. Dù gì cũng còn nhiều cách thức khác ít tàn bạo hơn…

- Không! Sẽ không có tác dụng chi cả! Con này ranh ma lắm! Nó bám dính lấy tôi như thể mạng sống của nó tùy thuộc vào tôi! Nó chỉ buông tha tôi nếu tôi buộc nó phải làm thế, khi nó không còn chọn lựa nào khác.

- Thế ông nghĩ sau 5 ngày hoàn toàn nhịn ăn, ông sẽ… khỏi bệnh?

- Đúng ra thì… tôi đã bỏ qua một chi tiết: cùng với tôi còn có một con mèo.

Kurger nghiêng đầu bắn cái nhìn ngược lên người bệnh.

- Chi vậy?

- Tôi đã tự nhủ con quỷ cái này sẽ không ra khỏi tôi nếu nó không có một vật chủ khác thế mạng. Khi đói lả nó sẽ vỡ lẽ ra nó không khống chế tôi được nữa, thế là nó nhắm vào con mèo!

- Khi dùng cụm từ "con quái", ông có thể cho biết cụ thể ông đang nghĩ đến thứ gì không?

- À… thứ đồ quỷ trong người tôi á, là cái bướu ác tính chứ là gì nữa!

- Cách ông nói về nó giống như thể ông đang nói về một người nào đó, ông có nhận ra điều ấy không?

- À tại vì con này nó biết suy nghĩ! Nó khôn lỏi! Đâu có phải vô cớ mà người ta nói nó ác… Nhưng mà tôi sẽ quái quỷ hơn nó tinh ranh hơn nó! Vậy đó! Tôi sẽ hạ nó trong trò chơi do chính nó bày ra.

Kurger đưa tay lên vuốt trán.

- Ngày rồi sẽ dài đây.

- Patrick, ông có nghĩ kỹ về tình huống đó chưa? Ông cùng con mèo tự nhốt kín trong 5 ngày? Nếu ông có ý muốn trừng phạt mình bằng một phương pháp điều trị như vậy, sẽ không ai ngăn cản ông đâu, nhưng đối với con vật thì tàn bạo quá.

- Tôi đã chọn một con mèo mập ú, nó sẽ cảm nhận được việc gì đang xảy ra, chắc chắn như thế, nhưng nó sẽ phục hồi. À mà…, chỉ là một cách nói.

Hores bấu lấy gờ chiếc ghế dài rồi bằng một nỗ lực kinh hồn ông ta chồm dậy, choán trọn khoảng trống giữa cái ghế bành và nhà điều trị tâm lý.

- Tôi đã quyết định rồi, bác sĩ, nếu không tôi sẽ tiêu. Cám ơn đã đồng ý tiếp một ca khẩn.

***

Patrick Hores đeo bám trong tâm trí Kurger suốt 3 ngày. Anh tiếc không còn gặp ông ta. Đây quả là một ca khác lạ. Hụt hẫng, vô độ, hoặc tất cả các dạng chấn thương tâm lý khác đang vận hành trong đầu Hores, những thứ này lôi cuốn anh. Anh muốn gặp lại Hores, xác định nguyên nhân và giúp ông ta hiểu rõ vấn đề. Về chuyên môn, Kurger hành nghề đã nhiều năm, anh biết giữ khoảng cách tốt nhất để không "sống chung với người bệnh". Biểu đồ tư duy của anh đi từ điểm mơ hồ trong tâm hồn của người bị sang chấn tâm lý đến bờ vực của suy sụp, nhưng nhìn chung, nếu mỗi con người là một thực thể độc nhất, phải nói rằng tất cả bọn họ đều quây quần trong các tổ hợp giống nhau. Hores thì khác. Khác không chỉ về bệnh lý mà còn trong cách thức ông ta mắc phải căn bệnh. Quá bạo liệt, vô cùng toàn bộ, cực kỳ … *thâm nhập.* Rất có thể vì thế mà ông ta choán nhiều chỗ trong cuộc đời hơn trong tâm trí của Kurger.

Nhà điều trị tâm lý do dự trong việc liên hệ với các đơn vị tâm thần khác để chuyển giao ca bệnh; nhưng anh đã xem xét vấn đề ở nhiều khía cạnh, về phương diện pháp lý, không có gì buộc anh phải làm thế. Không nhất thiết phải áp đặt một chế độ ăn kiêng, dù là triệt để. Lại còn chuyện con mèo, việc này đòi hỏi phải lằng nhằng với một hội bảo vệ động vật, rồi mất thì giờ kêu gọi những tổ chức có thẩm quyền khác, ăn thua đủ với hệ thống hành chính trì trệ, thế là một tuần lễ sẽ vèo trôi đi, nghĩa là sẽ quá muộn. Nhưng có đáng để ra tay không chứ? Vượt quá vai trò, quyền hạn của mình để can thiệp vào cuộc đời của một người mà anh chỉ mới gặp ít phút thôi?

Bị cuốn xiết vào các buổi tư vấn và cuộc sống, Sam Kurger dần dần buông lơi ca bệnh. Anh gần như quên hẳn thân chủ kỳ quặc của mình cho đến khi nghe chuông điện thoại reo vào cuối buổi sáng thứ năm một tuần sau đó. Cảnh sát. Ngay khi nghe đến tên Patrick Hores, Kurger nhắm mắt lại và buông người xuống ghế. Cảnh sát muốn nói chuyện với anh. Rõ ràng anh là người sau cùng đã gặp Hores căn cứ vào ghi chú bằng mực đỏ có gạch dưới trong sổ tay của đương sự. Kurger hiểu ngay sự việc, hỏi xem phải gặp họ ở đâu và ghi địa chỉ trước khi nhảy vào một chiếc taxi.

Patrick Hores sống trong một tòa chung cư cổ, tường đá dày điểm xuyết dăm cái máng nước thấy ớn, cổng kêu ken két, cửa sổ hình vòm. Các cảnh sát mặc sắc phục chiếm trọn cả khoảng chiếu nghỉ của tầng thứ năm, họ đang cố ngăn không cho mấy người láng giềng tò mò đến gần. Kurger trình giấy tờ cá nhân rồi chen vào đại sảnh nơi phảng phất một không khí hăng hắc trộn lộn mùi mồ hôi, mùi ngột ngạt lẫn mùi kim loại khiến cho muốn ói. Một tay trạc tứ tuần, tóc tai bù xù, quần jean áo khoác da cũ sờn, tiến đến chào Kurger.

- Tôi là thanh tra Dean. Không cần phải vào trong. Tin tôi đi, anh không muốn thấy cảnh này đâu.

- Anh ta ra sao? Kurger hỏi.

- Theo ý anh thì sao?

Kurger như bị bão hòa bởi lượng thông tin nạp vào đầu. Lối vào căn hộ có vẻ lỏng lẻo, anh thoáng nhìn thấy ở một phần của phòng khách hàng đống sách nghệ thuật, những khung tranh treo trên tường, rồi toàn bộ hoạt cảnh xung quanh, cảnh sát, y sĩ, chuyên gia khoa học… Giữa tất cả những cái này, Kurger cầm chắc về cái chết của Patrick Hores, bệnh nhân khác thường vừa tìm đến anh để xin sự giúp đỡ và anh đã không biết lắng nghe như lẽ ra anh đã phải làm. Kurger không hề gian dối chi, anh biết chắc anh chẳng mảy may có lỗi, nhưng từ nay xin chừa hẳn thói dửng dưng và sơ suất chuyên môn. Dù gì đi nữa cái chết của Patrick cũng sớm xảy ra thôi. Về thời điểm, nó đã hiện hữu sẵn đâu đó trong không khí mà ông ta hít thở.

- Cái mùi này là từ cơ thể của ông ấy? Kurger mạo muội hỏi.

Dean do dự một chút trước khi gật đầu xác nhận.

-Anh có thể nói gì với tôi về vụ này? Vì sao ông ta đến

gặp anh?

Nhưng Kurger có quá nhiều thắc mắc để có thể trả lời câu hỏi này hay câu hỏi khác.

- Ông ta tự sát ư?

Bằng giọng hòa nhã viên thanh tra trả lời:

- Tôi mong là thế.

Kurger nhíu mày, nhận thấy trong giọng nói của người đối diện có gì đó không ổn khiến anh ngạc nhiên.

- Sao lại thế? Sao lại mong một việc như thế?

- À… viên thanh tra cảnh sát thở dài. Cửa sổ bế chặt bằng đá tường, ông ta đã cẩn thận tháo bỏ tay nắm phía trong cánh cửa duy nhất để không thể ra được trừ phi có sự giúp đỡ từ bên ngoài. Chính lão gác-dan đã đến mở cửa sáng nay, như ông Hores đã dặn dò trước đó. Anh có biết mấy chi tiết này không?

Cẩn thận không để cho ánh mắt ngó xuống hay đầu cúi thấp, Kurger xác nhận:

- Có. Ông ấy đã có ý muốn tuyệt thực.

Dean nhăn mặt ngạc nhiên.

- Có thể nói ông ta đã toại nguyện. Chúng tôi không tìm thấy gì khác ngoài chút nước uống. Ông ta đã tự giam mình trong đó, hoàn toàn trần truồng. Điều tôi hoang mang là thời gian sự việc diễn biến. Ông ta đã đến gặp anh cách đây 5 ngày, đúng không?

- Đúng vậy.

- Người ta không chết vì đói nhanh đến thế, 5 ngày thì không, vả lại có nước sẵn đó mà.

- Vậy nguyên nhân tử vong là gì?

Viên thanh tra lại nhăn mặt, lần này có vẻ ngượng nghịu.

- Tùy, muốn nói sao thì nói.

- Nghĩa là sao?

Hai người nhìn nhau khinh khỉnh một lúc trước khi viên thanh tra cảnh sát quyết định bộc toẹt:

- Patrick Hores đã đói đến mức tự… xơi cả bản thân.

Kurger ghìm chặt xương quai hàm.

- Ông nói sao?

- Trong căn phòng đàng kia ở cuối hành lang là một người đàn ông mắc bệnh béo phì nằm dài trên sàn của gian phòng đã từng có tường sơn trắng. Ông ta đã ngoạm lấy bàn tay mình, cánh tay mình và tất cả thứ gì mà ông ta có thể tự với tới được cho đến khi chết vì mất máu. Trước đó ông ta đã bắt đầu tấn công mấy chai nước bằng nhựa rồi chuyển sang chính cái ghế của mình. Tôi nghĩ ông ta ăn bất kể thứ gì tìm thấy quanh đó.

Căn hộ chao nghiêng quanh Sam Kurger. Bất thình lình anh sực nhớ lại cái kế hoạch tàn độc của thân chủ mình và những lời ông ta nói chợt vang lên xa xa trong hành lang, thật ra thì chúng dội lại từ đâu đó trong ký ức của anh: "khi đói lả, con quỷ cái sẽ vỡ lẽ ra là nó không thể khống chế tôi được nữa, thế là nó nhắm vào con mèo!"

- Thế còn con mèo? Anh hỏi bằng một giọng uể oải.

- Con mèo nào? Khi chúng tôi đến thì chẳng thấy có con mèo nào cả.

- Lão gác-dan, khi mở cửa, lão không nhìn thấy nó sao?

- Tôi chẳng biết nữa, nhưng căn cứ vào những gì tôi nhìn thấy trong gian phòng đàng kia, nếu ông Hores đã có ý định tự giam mình cùng với một con mèo thì tôi nghĩ người ta sẽ tìm thấy nó thôi, anh chớ lo, khi giải phẫu tử thi, lúc phanh dạ dầy của ông ta ra.

Kurger chụp lấy mép một băng ghế rồi gieo mình lên những chiếc gối dựa mềm. Dean vẫn trong tư thế đứng, nhìn xuống Kurger:

- Tôi muốn biết vì sao ông ta đã đến gặp anh? Theo như tôi biết, không ai đói tới mức tự ăn thịt mình, không bao giờ. Anh có thể cho tôi biết liệu ông Hores có vấn đề về… đại khái là… về tâm thần không?

Mất một lúc Kurger mới gật đầu.

- Có, có thể nói như thế.

Lần thứ nhất viên thanh tra cảnh sát mỉm cười, đúng ra chỉ nhếch mép. Kurger biết rằng nếu ông ta khiến một nhà điều trị tâm lý sẵn sàng xác nhận người quá cố là một tay thần kinh bệnh hoạn, cuộc điều tra coi như kết thúc nội trong ngày. Xếp hồ sơ vụ án. Xin mời người kế tiếp!

Viên thanh tra tiếp tục đặt câu hỏi, và Kurger cố trả lời bằng cách tốt nhất anh có thể, trong khi đó cách đấy không xa người ta đang bàn bạc làm thể nào để di dời cái xác quá cồng kềnh.

Đầu giờ trưa Kurger hủy tất cả các cuộc hẹn và trở về nhà. Anh không thể bảo đảm chất lượng các buổi tư vấn trong một tâm trạng như vậy, anh cần nghỉ ngơi, cần suy nghĩ, cần lùi lại để hồi phục tinh thần, để lý giải rằng anh không dính líu chi đến vụ này, đã không thể làm gì để ngăn chặn thảm kịch. Anh chào thua ngay từ đầu. Patrick Hores trách nhiệm hoàn toàn về cái chết của mình bằng cách tuyên chiến với ma quỷ, những con quỷ này núp dưới dạng ám ảnh tự hủy diệt. Có thực sự ông ta đã mắc bệnh ung thư dạ dầy? Có thể … nhưng trước tiên chính tâm lý bệnh hoạn đã gặm nhấm ông ta. Đằng nào thì cũng vậy thôi, phải không? Kurger phát biểu cao giọng với chính mình trong lúc ra khỏi thang máy:

Phải ung bướu không đấy? Cái thứ tởm lợm mà các cơ quan trong người chúng ta không thể hấp thụ được, khởi điểm từ cái đầu, thế là nó chuyển sang ngấu nghiến chúng ta từng chút, ngày này qua ngày khác....

Kurger tin như thế. Các chứng ung thư không gì khác hơn là kết quả từ những đau đớn trong tâm hồn. Cái người ta dồn nén lại, cái người ta phủ nhận đi. Tất cả tích tụ lại. Quay mặt giả lơ với ưu phiền không làm nó biến đi, trái lại còn làm cho nó thối rữa thêm trong góc riêng. Rồi một hôm nó bung lên xì ra, và thế là ta lãnh đủ.

Kurger vừa đẩy cửa căn hộ vừa thở dài đánh thượt. Còn mình thì sao? Từ bao nhiêu năm nay mớ thối rữa gì đang dồn đống trong người mình đây?

Anh lắc đầu. Anh muốn được một mình. Một đĩa nhạc jazz hay, một ly trà lạnh và có lẽ một gói bánh ngọt loại anh ưa thích. Anh cần vô cùng một sự tiếp sức.

Anh bước vào căn hộ, ném áo khoác lên thành ghế, không để ý đến một cái bóng nhỏ đang lặng lẽ lẻn vào giữa hai chân anh.

Một sinh vật đói lả đang hau háu nhìn Kurger bước vào bếp. Một con mèo đen hai bên mép lòng thòng rớt rãi.

2.

Truyện ngắn trên đây do tôi chuyển ngữ từ nguyên tác tiếng Pháp *Maligne* của Maxime Chattam, một trong 13 tác giả ngồi cùng bàn trong tập truyện *13 à table!* Do nhà Pocket xuất bản năm 2014 nhằm hô hào đóng góp cho Quán Ăn Từ Thiện *(Les Restaurants Du Coeur)* với lời kêu gọi: "*Một quyển sách bán ra = 3 bữa ăn trao đi*" (*1 livre acheté = 3 repas distribués*).

Đó là một tập sách mỏng với 13 truyện ngắn chiếm chưa đầy 300 trang, khổ bỏ túi 11cm x 18cm, in trên loại giấy thân thiện môi trường, do một người bạn giúi vào hành lý xách tay gọi là làm quà đi đường. Đọc xong rồi quên béng nó đi, vớ lấy quyển khác trên đường rong ruổi. Chữ nghĩa thông tin chồng chéo dồn đống lên nhau; những thứ nằm bên dưới dần hóa thạch, những thứ nằm tênh hênh bên trên lâu ngày cũng ẩm, mục, hóa mùn nhuyễn mùn thô. *Maligne* lẩn trong đó.

Khoảng vài tháng sau chuyến du khảo gần nhất tôi cảm thấy có gì đó trục trặc với hai quả thận do tần suất đi vệ sinh ngày càng dồn dập. Trước đây khi phải cầm cự những chuyến bay đường dài, tôi thường chọn chỗ ngồi sát cửa sổ để yên thân đánh một giấc đã đời không cần ăn ba cái thứ linh tinh phục vụ trên máy bay vốn đã dở ẹc mà còn làm đầy bụng; nhưng dạo sau này ghế ngồi sát lối đi là ưu tiên hàng đầu nhằm dễ bề lộn tới lộn lui nhà vệ sinh mà không làm phiền hành khách bên cạnh. Đi đến đâu cũng lơ láo tìm chỗ để giải quyết cái tồn tại. Ở nhà thì khỏi nói, đến không đếm xuể số lần đi trong ngày. Tôi cũng bỏ hẳn thói quen mặc những chiếc áo hơi ôm do cảm thấy vòng eo như phình ra. Một hôm thức giấc nửa đêm để ngồi dậy đi vệ sinh lần thứ *n* như thường lệ, tôi bỗng nhận ra sự hiện diện của nó.

Nó nằm phía dưới rốn, hơi chếch sang phải, dài dài cưng cứng như trái chuối già chưa chín. Thật oan ức cho hai quả thận, hẳn bàng quang đã bị chuối chèn. Ấn mạnh không thấy đau nhưng giở vạt áo lên soi gương thì thấy một bên bụng cộm lên như có giấu của quý bên trong. Gì đây? Câu chuyện đã đọc trong quyển sách nhỏ bỗng được nhớ lại mồn một từng chi tiết. Phải nó không đó, con quỷ cái? Thay vì đi khám, tôi lừng khừng thêm một thời gian để rình. Quái đản, sao trước đó mình không cảm thấy có vật lạ xuất hiện trong cơ thể, hay là nó đã phát triển nhanh trong một thời gian kỷ lục đủ gây sửng sốt? Nó thần tốc, đồ quỷ sứ. Chỉ sau một tuần đã to ra thấy rõ. Theo Sam Kurger, *nó không gì khác hơn là kết quả từ những đau đớn trong tâm hồn. Cái người ta dồn nén lại, cái người ta phủ nhận đi. Tất cả tích tụ lại. Quay mặt giả lơ với ưu phiền không làm nó biến đi, trái lại còn làm nó thối rữa thêm trong góc riêng. Rồi một hôm nó bung lên xì ra, và thế là ta lãnh đủ.* Tôi bắt đầu tua lại đời mình.

Thời thơ ấu có thảm kịch gì không? Có, nếu cho việc sống chung với một người điên, một kẻ nghiện rượu và một bệnh nhân tâm thần là thảm kịch đối với một đứa trẻ vừa mới phát triển trí tuệ. Sảng hoàng trong giấc ngủ, hoang mang cô độc trốn chui nhủi trong hốc tối, mặc cảm tàn tật thể chất lẫn tinh thần, tất cả đeo bám đứa nhỏ đến tận tuổi thanh xuân. Giai đoạn này có gì trắc trở? Có. Không mối quan hệ tình cảm nào bình thường hiểu theo nghĩa đơn giản nhất. Không hẹn hò, không nhìn nhau tha thiết, không ôm ấp mộng tưởng. Toàn là mấy tay cáo già lão luyện mặt mũi dáo dác đùm đề vợ con, những người lính trẻ chưa kịp yêu đã chết trận, vài đợt lăn tăn công sở, một cuộc hôn nhân đòi đoạn chỉ đủ lâu để kịp mang một mầm sống. Lạ là kể từ sau thời điểm này cuộc đời đã rất bình yên. Vì sao nó cộm lên đúng cái lúc tôi vô cùng phẳng phiu, thân an tâm lạc, viên mãn về tiền tài lẫn sự nghiệp với một nhịp sống khoan thai đều đặn, chính xác như Big Ben?

Theo hình ảnh nhìn thấy qua siêu âm, đó là một mô dạng nang nằm ở vùng dưới rốn sau bàng quang cạnh tử cung, kích cỡ 132mm x 105mm x 86mm, to hơn trái chuối già, có thể qua mặt cả trái chuối hột musa balbisiana.

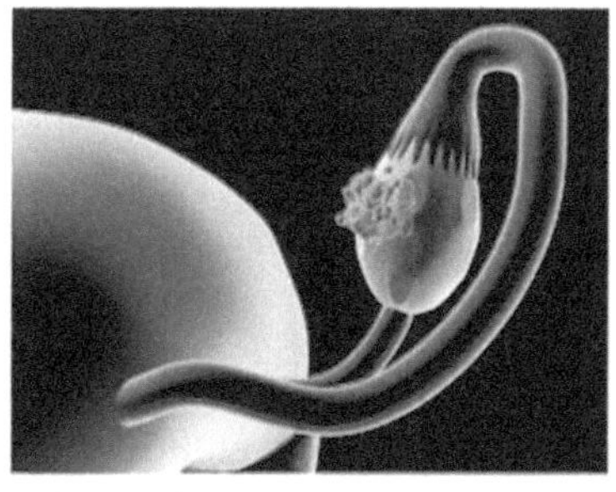 Trước ngày lên bàn mổ tôi sắp xếp tất cả các loại giấy tờ quan trọng có dính líu đến chủ quyền nhà, tài khoản ngân hàng và quyền thừa kế. Tất cả được bày hàng trên bàn viết, chỗ dễ thấy nhất trong phòng riêng. Lại còn cẩn thận đặt lên trên cùng giấy khai sinh và bản sao giấy chứng minh nhân dân đã ố cũ của con gái bỏ lại khi đi lấy chồng xa xứ; hi vọng nó sẽ không gặp rắc rối do quan liêu hành chính, đồng thời đề phòng rủi ro ê-kíp giải phẫu bờ chờ bợt chợt bỏ quên dao kéo, ba chớp ba sáng lỡ tay cắt nhầm nội tạng, sốc thuốc mê, băng huyết, hoặc các sự cố đại loại. Tôi cúp cầu dao, vặn xuôi đồng hồ nước, bế ống dẫn gas, khóa kỹ mọi cửa nẻo, ngoái ngó căn nhà đầy hồn vía của quá khứ, nơi bình yên chim hót của hơn nửa đời lao động rồi băng qua đường.

Ở bệnh viện người ta đòi hỏi phải có số điện thoại của người thân để liên lạc trong trường hợp khẩn cấp. Tôi nhìn Kh'Hơ. Cô gái trẻ này là người bạn thiết đã luôn khi kề cận trong mọi sinh hoạt lớn nhỏ của cuộc sống. Em chăm sóc nhà cửa khi tôi đi vắng, bưng bê hộ đồ nặng, giao dịch mua bán, giải quyết mọi sự vụ. Em là người đang ôm giùm chìa khóa các loại, giấy tờ tùy thân, hồ sơ bệnh lý và mấy chục triệu đồng chờ thanh toán viện phí. Em đã xin phép nghỉ việc không lương để làm y tá lẫn y công túc trực suốt những ngày tôi nằm viện thậm chí cả thời gian dưỡng thương. Con gái ở xa không biết mẹ đã phải ghi xuống số điện thoại của một người dưng. Thầy bói nói: Số cô *cô quả* nhưng *cung giao hữu* vượng.

Tác phong hảo hớn kiếm hiệp, bác sĩ xồn xồn phụ trách ca mổ hỏi ý kiến bệnh nhân bằng giọng dợt lớt không chút biểu cảm:

Trong quá trình bóc tách khối u rất có thể chúng tôi sẽ đoạn hẳn một bên nhánh để trừ hậu hoạ, nếu có sự đồng ý?

*

Tôi mở mắt ra trong một cái hộp hình chữ nhật mà tôi lạc quan đoán là phòng hồi sức, toàn thân run lập cập từng chặp. Cửa kính đục nhìn ra không thấy màu trời. Ánh sáng nhòa nhòa nhay nháy từ đèn huỳnh quang sáu tấc mắc tòn teng trong một góc phòng. Đồng hồ treo meo méo trên bức tường trước mặt như nhúc nhích theo mỗi tiếng tích tắc của chiếc kim giây. 4.40. Sắp hừng đông hay gần chạng vạng? Tính từ lúc vào phòng mổ 10.25 sáng ngày 2 tháng 8 tôi đã mê man bao lâu? Tay chân vẫn còn bị khóa rịt vào giường, toàn thân không cảm giác đau đớn, chỉ có những đợt lũ lạnh như băng trườn lên người, ào qua, rút đi rồi lại trườn lên. Giường bên trái có một ông da thâm thâm như người Cao Mên đang nằm thẳng cẳng mắt mở trừng trừng ngó lên trần nhà. Còn sống không đó, sao không thấy chớp mắt? Phóng tầm nhìn xa thêm một quãng thấy khoảng nửa tá giường dàn hàng như trong trại lính, trên đó xếp ngay ngắn những thây ma bất động. Bên phải là một giường trống, rồi bất thình lình chần vần một mảng tường tối hình bình hành màu xam xám khiến căn phòng nhìn chung trông giống cái kho xiêu vẹo chứa đồ phế thải. Có gì đó trong võng mạc đã méo đi, tái định dạng mọi thứ trước khi tải hình ảnh lên não.

Musa balbisiana, musa balbisiana. Con quỷ chuối hột. Thì thầm như đọc thần chú, tôi tự hỏi nó đã được trục ra khỏi vật chủ chưa, đã nhanh chân đi tìm kẻ thế thân hay vẫn nằm chung giường đây? Còn chăng vài cuộc giải phẫu nữa như nhân vật trong *Maligne* của Maxime Chattam đã phải trải nghiệm? Hores từng ca cẩm: *Nó ẩn núp. Nó chống trả. Nó ranh ma, khôn lỏi và biết suy nghĩ. Nó phát triển. Nó di động. Không phải vô cớ mà người ta nói nó ác.* Thứ gì trong đầu mình và từ hồi nào đã tích tụ thành con quỷ cái? Trong khối nhầy nhụa đó phải chăng rùng rùng dư chấn tuổi thơ, tình bất toại, mộng tan tành - tất cả hợp thành bó, xoắn vặn? Nó đeo theo đứa nhỏ, ăn hớt tuổi thanh xuân, đuổi bén gót những năm tháng trung niên, trì trì ở bụng dưới ngay đúng cái nhánh đã từng có hoa trái. Nó cộm lên do dị ứng với hạnh phúc phẳng.

Nó đi rồi, liệu vật chủ có sẽ nghiêng hẳn một bên vì đã lệch?

[Uma, tháng 10.2016]

TRẦN VẠN GIÃ

Sinh năm 1945 tại Vạn Giã, Khánh Hòa; nguyên quán Diễn Châu, Nghệ An.

Trước 1975, cùng bạn hữu chủ trương tạp-chí *Nhân Sinh* và có thơ đăng các báo *Phổ Thông, Bách Khoa, Trình Bầy, Đứng dậy, Làm Dân.*

Sau 1975, đưa gia-đình đi kinh tế mới 13 năm, sau khi trở về Nha Trang, làm thơ trở lại. Đồng biên soạn với LM Nguyễn Thiên Cung tập *Nhà Thơ Xuân Ly Băng cuộc-đời và tác-phẩm* (NXB Phương Đông, 2011) và trong ban biên tập *Có Một Vườn Thơ Đạo* (kỷ niệm 100 năm thơ Hàn Mặc Tử, Phương Đông, 2012).

Trong nước, đã xuất-bản 14 tuyển thơ từ năm 1970 đến nay.

Với ngoài nước, thơ góp mặt trên tạp-chí *Hợp Lưu, Thư Quán Bản Thảo* và các trang mạng Du Tử Lê, VHNT Phạm Cao Hoàng, Newvietart,... và đã xuất-bản *Lục Bát Trần Vạn Giã* (Nhân Ảnh, Hoa-Kỳ, 2018).

Hành trang có nắm đất làng

Trưa nay đứng trước hiên nhà
Nhà thì con đó mẹ cha mất rồi
Bỗng dưng đăng đắng trên môi
Bình trà bám bụi bình vôi khô vàng
Nhiều năm con đi xa làng
Trở về nhìn bếp tro tàn buồn thiu
Nghe con Cà Cưởng kêu chiều
Thương cha nhớ mẹ khăn điều dắt vai

Quê ơi đêm ngắn tình dài
Câu hò tát nước gàu quai gàu sòng
Mẹ cha chín đợi mười mong
Suốt đời lặn lội bờ sông ruộng đồng
Tháng giêng mây trắng phiêu bồng
Khói hương còn đọng bên dòng thời gian
Lạy cha mẹ .Thưa họ hàng
Hành trang có nắm đất làng con đi.

Thưa em Đồng Khánh

Thưa em Đồng Khánh bây giờ
Gió bay tóc bạc bên bờ sông Hương
Tôi đi đếm lá trên đường
Nhặt năm tháng rụng mà thương chính mình

Vẫn đây dấu cũ cung đình
Rêu phong thành cổ nên mình thêm đau
Ngày xưa ngày xửa qua cầu
Tại rơi chiếc nón tại màu tím ơi

Anh đi phiêu bạt nhiều nơi
Ngày về núi Ngự trắng trời mây bay
Già chưa? Sao run bàn tay
Choàng vai níu lại tháng ngày trinh nguyên

Hình như sóng khẳm mạn thuyền
Huế thương trăng ngủ trên miền cỏ lau
Tặng em sợi tóc trên đầu
Em ơi tóc trắng vì màu tình yêu.

Cách nhau cái giậu mồng tơi

Cách nhau cái giậu mồng tơi
Em ơi cái cách suốt đời mới đau
Từ khi vôi đắng miếng trầu
Màu vôi pha tóc trên đầu chúng ta

Anh thành ông em thành bà
Mắt mờ nhìn dải Ngân Hà quá xa
Mời em uống cạn ly trà
Đáy ly đọng lại tuổi già nắng mưa

Mồng tơi tím ngọn gió đưa
Chồng em ra trận nay chưa trở về
Tháng này cỏ úa bờ đê
Trăng xưa còn sáng lời thề người đi

Trà ngon mà không cạn ly
Ngoài vườn có tiếng chim Ri gọi đàn
Dù sao ta cũng một làng
Lạnh cùng gió rét bay sang sông chiều.

(Trích Thư Quán Bản Thảo 80, 6-2018)

Thương tiếng đàn trúc Cao Tiệm Ly *

Nâng ly hề nhớ người xưa
Tráng ca khúc cuối tiễn đưa một lần
Qua sông vì nghĩa quân thần
Bèo trôi sông Dịch đâu cần lợi danh

Người xưa chí lớn không thành
Ta nay rượu đắng chảy quanh cuộc đời
Cạn ly chưa cạn cuộc chơi
Úp ly chếnh choáng bóng đời hoàng hôn

Sủa ma phảng phất âm hồn
Biết đâu chó dại .Người khôn thế nào
Bỗng thương đàn trúc họ Cao
Từ ngàn năm cũ nao nao vọng về.

* Cao Tiệm Ly là một hiệp sĩ bạn của Kinh Kha bán thịt chó,có tài khảy đàn trúc
(theo bản dịch Chiến Quốc Sách của Giản Chi,Nguyễn Hiến Lê,NXB Lá Bối ,Sài
Gòn năm 1972)

Trần Vạn Giã

Tạ Tỵ by Trịnh Cung

TRẦN VÀNG SAO

Nhà thơ tên thật là Nguyễn Đính, sinh năm Tân Tỵ 1941 (giấy tờ ghi 12-12-1942), quê quán làng Đông Xuyên, huyện Quảng Điền, Thừa Thiên – Huế và sống cả đời ở thành phố Huế.
Khởi viết từ 1959. Trước 1975, ông đăng bài và thơ trên các báo Lành Mạnh, Nhận Thức, ...
Năm 1962, ông đậu tú tài ở Huế và dạy học ở Truồi. Tham gia phong trào chống Mỹ ở Huế. [Năm 1965 ông thoát ly vô bưng rồi năm 1970 ra Bắc. Nổi tiếng với bài *"Bài thơ của một người yêu nước mình"* sáng-tác trong rừng ngày 19-12-1967 (in roneo trong tập *Nổi* Lửa). Tháng 5 năm 1975, ông trở về Huế làm Văn Hóa Thông Tin xã và nghỉ hưu năm 1984 – cùng thời điểm, bài thơ *"Người đàn ông bốn mươi ba tuổi nói về mình"* của ông được đăng trên *Sông Hương* bị phản ứng dữ dội].
Cuối đời ông chuyển sang vẽ tranh và minh họa, ký tên thật.
Ông mất tại Vỹ Dạ – Huế, ngày 9-5-2018.

Tác-phẩm đã xuất-bản:
- *Bài thơ của một người yêu nước mình* (Tân Thư California, Hoa Kỳ, 1994; NXB Giấy Vụn tái-bản, Sài Gòn, 2009).
- *"Tôi Bị Bắt"* (hồi-ký, "Nhớ lại những năm tháng tôi bị bắt rồi được thả ra và sống như tù" từ 1972, viết năm 1993, Lữ Phương phổ biến trên internet ngày 10-11-05 ở hải-ngoại).
- *Gọi tìm xác đồng đội* (trường ca; NXB Hội Nhà văn, 2012, 28 tr.)

Người đàn ông bốn mươi ba tuổi
nói về mình

1.

tôi tuổi tỵ
năm nay bốn mươi ba tuổi
thường không có một đồng trong túi
buổi sáng buổi chiều
thứ hai thứ ba thứ bảy chủ nhật
trong nhà ngoài sân với hai đứa con
cây cà cây ớt
con chó con mèo
cái đầu gãy cái tay gãy của con búp bê
cọng cỏ ngọn lá vú sữa khô
thúng mủng chai chén sách vở quần áo mũ nón cuốc rựa trên
ghế dưới bàn
hai ba ngày một tuần một tháng có khi không đi đâu hết
một hai ba giờ sáng thức dậy ngồi vác mặt ngó trời nghe chó
sủa
miếng nước trà mốc nguội có mùi bông lài rát cổ
cũng không có chi phiền
vấn một điếu thuốc hút
hai ba lần tắt đỏ
rồi nửa chừng rách giấy
bạn bè gặp nhau
cho uống một ly cà phê
một lần
qua hai lần phải tránh
không phải ai cũng nghĩ như mình
nhiều đứa vui gặp nhau cho năm ba đồng một chục
đưa tay cầm lấy
miệng nói không được

2.
tôi thấy tôi như người tù được thả rông
lang thang giữa đường giữa phố
nhìn hết mọi người
xem mình lâu ngày mặt mũi có khác người không
tôi đi lui
tôi đi tới
phố phường đông chật
tiếng cười tiếng la tiếng nói tiếng xe cộ
chẳng có ai quen thử nói chào tôi một tiếng
tôi đưa hai tay lên đầu vuốt tóc
lấy chân hất một hòn đá
cúi xuống nhìn mấy bao thuốc không bên lề đường
rồi đi về
qua cầu dép sút một quai
tôi không muốn nhớ gì hết

3.
tôi ngồi trên hòn đá trước nhà
buổi chiều không có một con chim đậu trên cây
đám trẻ con chia phe bắn nhau cười la ngoài sân
đứa sống đứa chết cãi nhau ăn gian chửi thề
những người đi bán về nói chuyện to
hai đứa nhỏ nhà bên cạnh cầm đèn che miếng lá chuối
qua xin lửa hỏi tôi nấu cơm chưa
tôi cười lắc đầu muốn đi ngủ
trong gió có mùi rơm cháy
tôi không biết làm gì hết
tôi bỏ hai chân ra khỏi dép cho mát
đám trẻ con bỏ chơi chạy theo phá đàn trâu bò đi qua
tôi bước vào nhà mở rộng hai cánh cửa lớn thắp một cây đèn
để lên bàn thờ
hai đứa con ra ngoài đường chờ mẹ chưa về
trời còn lâu mới tối
tôi đi gánh một đôi nước uống

4.
tôi sống yên ổn với những việc làm hàng ngày của mình
không định được ngày mai
có một đồng để mua cho con nửa cái bánh tráng hay hai cái
kẹo gừng
có hai đồng cất dưới chân đèn trên bàn thờ
      lỡ khi hết dầu thắp tới bữa thiếu ruốc hết bột ngọt
mả cha cuộc đời quá vô hậu
cơm không có mà ăn
ngó lui ngó tới không biết thù ai
những thằng có thịt ăn thì chẳng bao giờ ỉa vất

5.
lâu ngày tôi thấy quen đi
như quen thân thể của mình
tiếng ho gà nửa đêm của những đứa bé chưa đầy hai tuổi
buổi chiều không có cơm ăn
những con ruồi ăn nước mũi khô trên má
      những đứa đau quan sát những con chuột
         chết lòi ruột ở bến xe đò
những tiếng cha mẹ vợ chồng anh em con cái chửi bới la hét
trong bữa ăn
người điên ở trần đứng làm thinh giữa trời mưa ngoài chợ
những ngày hết gạo hết tiền hết củi
      muối sống không còn một hột của tôi
những trách canh rau khoai tháng năm không có bột ngọt
hai mắt tôi mở to
đầu tôi cúi thấp
miệng tôi há ra
những lá khoai nhám và rít mắc vài hột cơm
        dồn cứng chật cuống họng

    nói thật lúc này tôi muốn được say rượu
    họa may thấy một đồng thành ba bốn đồng

6.
nhiều khi tôi quá chán
chân tay rã rời
đầu óc đau nhức
không muốn làm gì hết
mấy đứa nhỏ chơi buôn bán bỏ đi đâu không biết
     để đất đá lá cây đầy nhà
tôi dựa cửa ngồi yên một chỗ
dụi mắt nghĩ hết chuyện này tới chuyện khác
nói chi tới những đứa đã chết trên rừng giữa phố
bạn bè có đứa giàu đứa nghèo
đứa ngụy đứa cách mạng
đứa của tiền ăn tiêu mấy không hết
đứa không có được một cái áo lành
đứa đi kinh tế mới ba bốn bảy tám năm
     trở về xách một cái bị lát
mặt cắt không có một hột máu
đứa đạp xe thồ ngồi vắt chân ăn củ sắn
     chờ khách ở bến xe
đứa vô tích sự ở nhà không có việc chi làm
có đứa râu tóc dài che kín mặt
có đứa tàng không nhớ mình tên chi
có đứa chịu không nổi dắt vợ con vào nam
     ăn chợ ngủ đường
mỗi lần gặp nhau mở to mắt cười hút một điếu thuốc
hết chuyện nói

hai đứa con đi chơi về cười nói
đứa nhỏ bắt tôi đánh trống
    cho nó làm ông địa múa thiên cẩu

7.
cái trống lon mặt ni lông và hai chiếc đũa tre
tôi đánh
múa đi các con
này đây cái nón gãy vành làm đầu thiên cẩu
và sợi dây chuối treo ngọn lá làm tiền
múa đi các con
cái bụng ông địa to tròn giơ lỗ rún gài nút áo không được
ông địa chống tay vỗ bụng ngửa mặt lên trời cười ha ha
tôi vỗ tay hoan hô
và không biết mình có nhớ ra được
                      cái mặt ông địa không

(Vỹ Dạ, 9-1984)

Tau chưởi

tau tức quá rồi
tau chịu không nổi
tau nghẹn cuống họng
tau lộn ruột lộn gan
tau cũng có chân có tay
tau cũng có đầu có óc
có miệng có mắt
có ông bà
có cha mẹ
có vợ con có ngày sinh tháng đẻ
có bàn thờ tổ tiên một tháng hai lần
rằm mồng một hương khói bông ba hoa quả
tau đầu tắt mặt tối
đổ mồ hôi sôi nước mắt
vẫn đồng không trự nõ có
suốt cả đời ăn tro mò trú
suốt cả đời khố chuối Trần Minh
kêu trời không thấu
tau phải câm miệng hến
không được nói
không được la hét
nghĩ có tức không
tau chưởi
tau phải chưởi
tau chưởi bây
tau chưởi thẳng vào mặt bây
không bóng không gió
không chó không mèo
mười hai nhánh họ bây đem lư hương bát nước
giường thờ chiếu trải sắp hàng một dãy ra đây
đặng nghe tau chưởi

tau kêu thằng khai canh khai khẩn tam đợi mười đời
cao tằng cố tổ ông nội ông ngoại cha mẹ chú bác cô dì
con cháu thân hơi cật ruột bây tau chưởi
tau chưởi cho tiền đời dĩ lai bây mất nòi mất giống
hết nối dõi tông đường
tau chưởi cho mồ mả bây sập nắp
tau chưởi cho bây có chết chưa liệm ruồi bu kiến đậu
tam giáo đạo sư bây
cố tổ cao tằng cái con cái thằng nào móc miếng cho bây
hà hơi trún nước miếng cho bây
bây ỉ thế ỉ thần
cậy nhà cao cửa rộng
cậy tiền rương bạc đống
bây ăn tai nói ngược
ăn hô nói thừa
đòn xóc nhọn hai đầu
ngậm máu phun người
bây bứng cây sống trồng cây chết
vu oan giá hoạ
giết người không gươm không dao
đang sống bây giả đò chết
người chết bây dựng đứng cho sống
bây sâu độc thiểm phước
bây thủ đoạn gian manh
bây là rắn
rắn
toàn là rắn
như cú dòm nhà bệnh
đêm bây mò
ngày bây rình
dưới giường
trên bàn thờ
trong xó bếp
bỏ tên bỏ họ cha mẹ sinh ra

bây mang bí danh
anh hùng dũng cảm vĩ đại kiên cường
lúc bây thật lúc bây giả
khi bây ẩn khi bây hiện
lúc người lúc ma
lúc lên tay múa ngón sủi bọt mép gào thét
lúc trợn mắt khua môi múa mỏ đả đảo muôn năm
lúc như thầy tu vào hạ
lúc như con nít đói bụng đòi ăn
hai con mắt bây đứng tròng
bây bắt hết mọi người trước khi chết phải hô
cha mẹ bây ông nội ông ngoại bây tiên sư cố tổ bây
sống dai đời đời kiếp kiếp
phải quỳ gối cúi đầu
nghe bây nói không được cãi
phải suốt đời làm người có tội
vạn đợi đội ơn bây
đứa nào không nghe bây hớt mỏ chôn sống
thằng nào không sợ bây vằm mặt thủ tiêu
bây làm cho mọi người tránh nhau
bây làm cho mọi người thấy nhau nhổ nước miếng
đồ phản động
đồ chống đối
đồ không đá bàn thờ tổ tiên
đồ không biết đốt chùa thiêu Phật
thượng tổ cô bà bây
mụ cô tam đợi mười đời bây
tau xanh xương mét máu
thân tàn ma dại
rách như cái xơ mướp chùi trách nồi không sạch
mả ông bà cố tổ bây kết hết à
tụi bây thằng nào cũng híp mắt hai cằm
bây ăn chi mà ăn đoản hậu
ăn quá dã man

bây ăn tươi nuốt sống
mà miệng không dính máu
người chết bây cũng không chừa
năm năm mười năm hai mươi năm
xương chân xương tay sọ dừa vải liệm`
bây nhai bây khới bây mút
cả húp cả chan bây còn kêu van xót ruột
bao nhiêu người chết diều tha quạ rứt xương
khô cốt tàn dọc bờ dọc bụi giữa núi giữa rừng
để bây xây lăng đắp mộ dựng tượng dựng đài cho
cha mẹ cố tổ bây
hỡi cô hồn các đảng
hỡi âm binh bộ hạ
hỡi những kẻ khuất mặt đi mây về gió
trong am trong miếu giữa chợ giữa đường
đầu sông cuối bãi
móc họng bóp cổ móc mắt bọn chúng nó
cho bọn chúng nó chết tiệt hết cho rồi
bây giết người như thế
bây phải chết như thế
ác lai thì ác báo
tau chưởi ngày chưởi đêm
mới bét con mắt ra tau chưởi
chập choạng chạng vạng tau chưởi
nửa đêm gà gáy tau chưởi
giữa trưa đứng bóng tau chưởi
bây có là thiền thừ mười tám con mắt tau cũng chưởi
mười hai nhánh họ bây
cao tằng cố tổ bây
tiên sư cha bây
tau chưởi cho bây ăn nửa chừng mẻ chai mẻ chén
xương cá xương thịt mắc ngang cuống họng
tau chửi cho nửa đêm oan hồn yêu tinh ma quỷ
mình mẩy đầy máu hiện hình vây quanh bây đòi trả đầu trả

chân trả tay trả hòm trả vải liệm
tau chưởi cho cha mẹ bây có chết cũng mồ xiêu mả lạc
đoạ xuống ba tầng địa ngục bị bỏ vào vạc dầu
tau chưởi cho cha mẹ bây có còn sống cũng điên tàn
đui què câm điếc làm cô hồn sống lang thang đầu đường xó
chợ
bốc đất mà ăn xé áo quần mà nhai cho bây có nhìn ra
cũng phải tránh xa
tau chưởi cho con cái bây đứa mới đi đứa đã lớn
sa chân sẩy tay đui què sứt mẻ nửa đời nửa đoạn
chết không được mà sống cũng không được
tau chưởi cho dứt nọc dòng giống của bây cho bây chết sạch
hết
không bà không con
không phúng không điếu
không tưởng không niệm
không mồ không mả
tuyệt tự vô dư
tau chưởi cho bây chết hết
chết sạch hết
không còn một con
không còn một thằng
không còn một mống
chết tiệt hết
hết đời bây.

(29-6-1997)

VĂN QUANG

Văn Quang tên thật là Nguyễn Quang Tuyến, sinh năm 1933 tại Thái Bình.

Năm 1953, động viên gia nhập Quân Đội Quốc Gia, phục vụ trong nhiều đơn vị tác chiến tại miền Bắc trước hiệp định Geneve năm 1954. Từ năm 1957, chuyển sang ngành Tâm Lý Chiến và làm trưởng Ban Biên Tập của các tờ báo Quân Đội VNCH. Từ năm 1969 cho đến 30/4/1075, là Quản Đốc đài Phát Thanh Quân Đội, cấp bậc Trung Tá.

Trước 1975, ông cộng tác thường xuyên với nhiều nhật báo, tuần báo, tạp chí tại Sài Gòn như *Ngôn Luận, Chính Luận, Tiếng Chuông, Tin Sớm, Tiếng Vang, Kịch Ảnh, Truyện Phim, Điện Ảnh, Văn Nghệ, Tiền Phong, Bách Khoa, Tiểu Thuyết Thứ Năm, Tiểu Thuyết Tuần San...*

Cũng trong thời này, ông đã hoàn thành hơn 50 tác phẩm đăng các báo và đã có 28 tác phẩm được xuất bản, phần lớn là tiểu-thuyết và truyện dài.

Sau 30-4-1975, ông bị đưa qua nhiều trại tù từ miền Nam tới miền Bắc trong thời gian dài hơn 12 năm. Tháng 9 năm 1987, được thả ra khỏi trại tù, Văn Quang trở về Sài Gòn và từ chối ra đi theo diện HO, quyết định tiếp tục ở lại Việt Nam. Năm 1990, ông sáng tác văn nghệ trở lại và *Ngã Tư Hoàng Hôn* là tác phẩm đầu tiên được hoàn thành sau nhiều năm bị "treo bút". Từ 1992 ông cộng tác thường xuyên với nhiều báo Việt ngữ tại hải ngoại.

Tác-phẩm đã xuất-bản ở ngoài nước:

- *Một Người Đàn Bà Những Người Đàn Ông* (tiểu-thuyết, 1998)
- *Sài Gòn Cali 25 Năm Gặp Lại* (ký sự 2000)
- *Ngã Tư Hoàng Hôn* (phóng sự tiểu thuyết 2001)
- *Lên Đời* (phóng sự tiểu thuyết, 2 tập; 2001, 2005)
- *Lẩm Cẩm Sài Gòn Thiên Hạ Sự* (ký sự 2002)

Một người đàn bà những người đàn ông

[Trích Chương 1]

Lão lơ mơ tỉnh giấc, mắt nhắm mắt mở trong căn phòng tĩnh lặng. Theo thói quen thường lệ, lão nằm ườn thưởng thức cái thú sau một đêm ăn no ngũ kỹ. Nhưng chỉ một vài giây sau, lão bỗng thấy đầu óc choáng váng nặng nề. Nhìn thẳng lên trần nhà, lão nhận ra ngay không phải là cái trần nhà có cái đà ngang bằng gỗ vuông loại thượng hạng của nhà lão. Vậy lão đang ở đâu đây? Cái mái tranh thấp lè tè này là của nhà nào? Rồi tấm chăn bông đang phủ ngang người lão cũng lạ lẫm, nó mỏng và nhẹ hều, không phải là cái chăn bông dầy cộm lão vẫn thường đắp. Lão rờ tay và kéo lên coi kỹ, một mùi thơm thoang thoảng phảng phất tỏa ra. Nhất thời lão không thể phân biệt được đó là loại hương thơm của loài hoa nào. Hoa ngọc lan hay hoa hồng hay mẫu đơn hay hoa lài? Nhưng cái mùi thơm ấy khiến lão cảm thấy dễ chịu. Đầu óc như tỉnh hẳn, lão tung chăn, từ từ bước xuống đất, khoắng hai chân tìm đôi dép. Song dép không thấy, lại thấy ngay một đôi guốc. Đôi guốc chật cứng đối với bàn chân to như cái chổi của lão. Chẳng còn cách nào khác, lão đành cố nhét hai cái chổi ấy vào đôi quai guốc hẹp.

Trời lạnh buốt, lão húng hắng ho. Dừng lại một chút trong bóng tối để định hướng, kiếm cánh cửa ra vào. Lão đã nhìn ra một vệt sáng mờ mờ kéo dài. Nhưng lão chưa kịp bước tới thì cánh cửa đã mở ra. Ánh sáng dìu dịu của buổi sáng mùa đông tràn vào căn phòng nhỏ. Lão đứng khựng ra nhìn người đàn bà vừa bước vào. Có nằm mơ lão cũng không thể ngờ rằng người đàn bà đang đứng trước mặt lão lại là chị Tửng, vợ một anh thợ cắt tóc đã bỏ làng ra đi cách đây vài năm. Người thiếu phụ duyên dáng mặn mà, khả ái khiến nhiều anh trong làng thòm thèm, kể cả những vị chức sắc ngũ lục tuần cũng tơ tưởng ngấm ngầm nhưng không anh nào dám nói ra mà thôi.

- Ông dậy rồi sao? Tối hôm qua ông say quá.

Giọng nói êm ái của chị Tửng khiến ông cả So biết chắc rằng không phải mình nằm mơ và ông cố trấn tĩnh hỏi lại:

- Tại sao tôi lại ở đây?

Chị Tửng mỉm cười hiền lành:

- Chính nhà cháu cũng không hiểu. Chỉ biết là đêm hôm qua ông té vào cánh cổng nhà cháu làm con vàng sủa om lên. Nhà cháu chạy ra thì thấy ông nằm sõng soài bên bụi găng. Ông cố đứng dậy nhưng không nổi, đường làng lại vắng tanh, mà ông thì nặng quá, nhà cháu cố dìu ông dậy, trời lại đang mưa nên nhà cháu chỉ còn cách dìu tạm ông vào trong nhà.

Ông cả So cố nhớ lại những gì xảy ra đêm hôm qua. Thì ra sau một bữa nhậu tân gia tại nhà lão Lý Hoạch, rượu vào lời ra, cả So và Lý Hoạch cãi nhau một trận đến nỗi lôi cả đời ông nội ông cố ra chửi xiên chửi xỏ nhau, không còn ai can được, suýt đâm ra ẩu đả. Cả So giận quá hầm hầm bỏ ra về giữa cơn say túy lúy. Lão vừa đi vừa chửi thề và càng nghĩ đến câu Lý Hoạch khinh cả dòng họ lão không ai có bằng cấp gì, chỉ là loại trọc phú, lão càng tức sôi lên. Cùng với cơn say quật ngã lão lúc nào lão cũng không hay. Cả So cười gượng:

- À tối hôm qua... tôi có hơi quá chén...

Chị Tửng mỉm cười:

- Vâng, các ông lúc nào cũng như vậy cả.

- Không phải lúc nào cũng vậy! Thỉnh thoảng gặp lúc... vui hay có chuyện gì đó mới vậy thôi. Làm phiền chị quá.

- Có gì đâu!

Cả So nhìn chị Tửng đăm đăm rồi làm ra vẻ bối rối:

- Dù sao thì nhà chị cũng là... nhà không có đàn ông

mà tôi lại ngủ ở đây thì thật là điều bất tiện. Lỡ có ai thấy...

- Ông yên tâm, đêm qua nếu có ai ở đó thì nhà cháu đã nhờ người ta đưa ông về nhà rồi. Ông đừng sợ.

- Tôi ấy à? Tôi sợ cái gì? Chẳng qua là tôi nghĩ đến tai tiếng không hay cho chị thôi.

- Nhà cháu cũng chẳng sợ.

Cả So tròn mắt. Chị Tửng điềm tĩnh lảng chuyện:

- Mời ông ngồi. Để nhà cháu đi pha ấm trà ông dùng cho ấm bụng. Trời mới tờ mờ sáng thôi mà.

Nói rồi chị bước nhanh ra khỏi phòng. Cả So quay trở lại giường, lão trở nên lơ mơ suy nghĩ vớ vẩn về người thiếu phụ này. Cô ả coi bộ cũng tình tứ ướt át lắm đấy chứ. Vậy mà thiên hạ cứ đồn là chị ta nghiêm trang khó tính. Thì ra mấy chị cỡ tuổi này mà xa chồng cả mấy năm trời, bề ngoài làm ra vẻ lạnh lùng thế thôi, chớ cái bề trong thì nóng hôi hổi. Cứ thấy cái đôi mắt long lanh của chị ta vừa rồi là đủ hiểu. "Nhà cháu cũng chẳng sợ". Câu ấy có nghĩa là thế nào? Cả So lại bỗng thấy hồi hộp. Tuy vậy lão vẫn chưa dám hoàn toàn tin vào nhận định của mình. Chưa biết chừng chị ta có âm mưu gì chăng? Rất có thể cô ả cho lão vào tròng. Cô ả lợi dụng lão rồi la toáng lên. Nhưng không có lý, lão có thù oán gì với chị ta đâu. Khi vợ chồng chị cần vay tiền, lão chỉ tính lời như mọi người, đôi khi lão còn sẵn lòng cho vợ chồng chị khất nợ, không làm khó dễ, bởi lão biết vợ chồng chị tuy nghèo nhưng sống rất đàng hoàng sòng phẳng so với những kẻ nghèo túng trong làng này. Có lẽ chị ta có cảm tình với lão cũng vì vậy. Như thế thì rõ ràng là cô ả chỉ tỏ ra tử tế với lão mà thôi chứ không có tình ý gì hết. Lão cần phải thận trọng.

Chị Tửng đã bước vào với khay trà trên tay. Chị lỏn lẻn:

- Nhà cháu chỉ có loại trà này thôi, ông dùng tạm vậy.

- Không sao! Được một hớp trà vào lúc này là quý lắm

rồi. Người ta nói "miếng khi đói hơn gói khi no" kia mà.

Cả So đưa bàn tay bụ bẫm ra xách cái quai ấm tích, rót trà vào chiếc chén uống nước thô kệch. Khói trà tỏa lên nhưng không có mùi thơm. Lão nói:

- Mời chị ngồi xuống đây uống luôn cho vui.

Chị Tửng khép nép như không dám ngồi. Cả So lại giục:

- Chị cứ tự nhiên đi. Chị là chủ mà. Vả lại, có ai đâu.

Chị Tửng đẩy cái chăn bông lùi vào rồi ngồi xuống một bên chiếu. Cả So rót thêm một ly nữa đưa cho chị. Chị đưa hai tay ra đỡ:

- Nhà cháu mời ông.

- Mời chị. Uống trà vào lúc này, trong khung cảnh này thật tuyệt, không còn gì hơn. Hà...hà... trà cũng ngon đấy chứ.

Lão hớp một hớp nhỏ nữa nhưng thật ra lão chỉ để ý đến thái độ của người thiếu phụ đang ngồi đối diện với lão như con cá tươi ngúng nguẩy trước miệng con mèo đói mà thôi. Chị Tửng thản nhiên uống một hớp, hai bàn tay thon thon ôm nhẹ lấy chiếc chén tìm hơi ấm. Cả So chỉ mong mình là cái chén ấy, chắc là... ấm lắm. Nghĩ vậy mà lòng cả So càng rạo rực. Đôi mắt lão sáng lên, lão nhìn chị Tửng đăm đăm không cần che giấu như muốn nói với chị điều gì đang cháy bỏng trong lòng lão.

Đôi má chị Tửng đỏ hồng, chị cúi xuống để tránh cái nhìn xoáy vào da thịt đó. Lão cả So khẽ hỏi:

- Anh ấy đi lâu rồi đấy nhỉ? Chị có được tin gì của anh ấy không?

- Dạ, hơn ba năm rồi mà chẳng có tin tức gì.

- Đàn bà thờ chồng cũng chỉ có ba năm thôi.

Chị Tửng yên lặng. Cả So tiếp luôn:

- Chị cũng phải lo nghĩ cho tuổi xuân của chị chứ chẳng lẽ nằm đó mà đợi hoài sao? Tôi thấy chị còn trẻ còn đẹp lắm.

Bây giờ thì chị Tửng ngước lên, chị mỉm cười:

- Thật vậy sao ông?

Cái cử chỉ như có vẻ đồng lõa ấy khiến cả So càng nôn nao hơn, lão trả lời chắc như đinh đóng cột gỗ lim:

- Các bà các cô ở làng này không ai bằng chị đâu, không ai so sánh được với chị hết.

- Ông cứ nói thế...

- Tôi nói thật đấy. Nếu tôi còn trẻ chắc tôi sẽ quỳ dưới chân chị mất thôi.

Cả So không ngờ rằng lão lại thốt được ra một câu văn chương tha thiết đến như thế. Lão hứng chí nói luôn:

- Quy từ sáng đến tối, từ tối đến sáng, mặc cho mưa gió bão bùng, tôi vẫn cứ quỳ cho đến khi nào chị bằng lòng mới thôi.

Chị Tửng có cảm tưởng như mình đang đứng xem một vở tuồng "cải lương". Chị nhìn cả So rồi làm ra vẻ nghịch ngợm hỏi lại:

- À, thế ra đêm hôm qua, ông cố tình ngã vào cánh cổng nhà cháu đấy?

Cả So cất tiếng cười:

- Tôi không cố ý, nhưng bây giờ chị hiểu thế nào cũng được. Cứ cho là như thế đi. Chị nghĩ sao?

Chị Tửng lắc đầu:

- Nhà cháu chẳng nghĩ gì cả. Cái đó là tùy ở ông thôi. Ông cho là có thì nó có mà không thì nó không.

- Tôi đã nói rồi, cứ cho là tôi cố tình ngã vào cánh cổng

nhà chị đi.

Tiếng cười của chị Tửng cất lên dịu dàng:

- Nhà cháu không tin.

- Sao vậy?

- Ông cố tình ngã vào cánh cổng nhà cháu mà sau đó ông lại nằm ngủ như chết. Chẳng lẽ ông chỉ có ý định đến đây nằm ngủ nhờ một đêm thôi sao?

Cả So gật gù:

- Đúng, nhà chị thông minh thật. Nhưng bây giờ tôi... tôi mới tỉnh và.. và...

Cả So không tìm được lời nào giải thích đúng ý muốn của mình. Lão đành lúng túng nhìn chị Tửng, xuống giọng hỏi:

- Chị hiểu tôi muốn nói gì chứ?

Thiếu phụ vẫn giữ vẻ e dè, chị lại cúi xuống, trả lời nhẹ như hơi gió:

- Dạ, hiểu.

Cái vẻ e thẹn nửa vời ấy càng làm cho cả So thích thú hơn, lão gạt khay nước sang một bên, nhoài sang cầm lấy cánh tay người thiếu phụ:

- Hiểu rồi, vậy thì còn chờ gì nữa?

Chị Tửng phản kháng yếu ớt:

- Đừng... ông.

- Sao lại đừng? Chỉ có hai chúng ta thôi.

Hai cánh tay mập mạp của lão cả So còn khỏe mạnh đột ngột ôm cứng lấy đôi vai người thiếu phụ, kéo chị ta về phía mình. Chị Tửng mất đà ngã vào lòng lão, mái tóc xổ ra, nhưng chị giãy giụa:

- Ơ kìa, ông này lạ chưa. Người ta đã bằng lòng đâu.

Lão cả So vẫn ôm cứng lấy cái thân hình mềm mại nóng hôi hổi đó. Lão cười hì hì như nắm chắc phần thắng trong tay, lão lục soát bừa bãi. Chị Tửng trở nên phản ứng quyết liệt hơn, chị vùng ra:

- Ông mà còn làm thế, tôi la lên bây giờ đấy.

- Cứ la đi. Tôi thích nghe tiếng la của chị.

- Tôi nói thật đấy.

- Ừ thì la to lên đi cho mọi người cùng biết. Không lẽ bỗng dưng đêm hôm qua tôi chui được vào phòng chị sao?

Chị Tửng đã nhích xa ra một chút. Chị dịu giọng:

- Ông muốn gì thì cũng phải từ tốn chứ. Ông coi tôi là hạng người nào?

Cả So còn nắm chắc cánh tay chị Tửng:

- Thì... chồng em đi vắng lâu ngày, chuyện đó cũng là chuyện thường tình thôi.

Mặt mũi chị Tửng đã đỏ càng đỏ hơn, giọng chị gay gắt:

- Ông cho tôi là hạng gái thèm khát đàn ông ư? Nếu chỉ có thế thì làng này không thiếu những anh trai trẻ hàng ngày vẫn ve vãn tán tỉnh tôi, cần gì đến một người có tuổi như ông!

Cả So ngây mặt, không hiểu nổi cô ả này còn giở trò gì nữa. Bằng lòng thì như đã bằng lòng rồi, cớ sao bỗng dưng cô ta lại phản đối dữ dội như thế? Thoáng một chút nghi ngại, lão đề phòng. Nhưng buông chị Tửng ra thì nhất định lão không chịu buông. Lão bèn dịu giọng:

- Ờ ờ... tôi hồ đồ quá. Ngồi xuống đây đi. Tôi thề sẽ không làm thế nữa.

Chị Tửng lại ngồi xuống:

- Ông đàng hoàng thế có phải dễ thương hơn không.

Và chị buông mặc cho lão cả So cầm hai bàn tay mình. Cả So bình tĩnh nói:

- Vậy thì em nói đi, em thương tôi vì lẽ gì?

- Có ai nói thương ông đâu.

- Thì ít nhất cũng phải có đôi chút cảm tình. Có phải vì tôi đối xử tử tế với vợ chồng em không?

- Đúng thế. Nhưng một phần khác vì... tôi biết ông không phải là loại người gian tham lắm chuyện như ấy ông khác trong cái làng này. Bởi vậy nên đêm hôm qua em mới dìu ông vào trong nhà.

Cả So gật gù ra cái điều hiểu biết, Lão ngồi sát vào chị hơn bởi cái lối xưng hô mà chị Tửng vừa thay đổi. Từ "nhà cháu" chuyển sang "tôi" rồi "em" ngọt xớt. Bàn tay lão trở nên dịu dàng hơn, lão ve vuốt đôi vai chị Tửng, nhẹ nhàng đưa xuống rẻo lưng thon thả. Lão nói như để khỏa lấp và cũng để dụ dỗ:

- Tôi biết ngay mà, em có cảm tình với tôi. Tôi hứa với em là tôi sẽ biết cách đối xử với em đâu ra đấy. Tôi không để em thiệt thòi đâu. Em muốn cái gì cứ nói, làm được tôi sẽ làm ngay cho em.

Chị Tửng trở nên lúng túng, tiếng chị nhát gừng:

- Thật ra thì... em không muốn thề đâu... Em em... chỉ nghĩ tới việc này đêm hôm qua... khi ông ngủ trong phòng này. Em phải ra nhà ngoài nằm mãi không ngủ được. Em suy nghĩ kỹ rồi.

Lão cả So choàng lấy người thiếu phụ:

- Tôi chưa hiểu em nói gì cả.

- Rồi ông sẽ hiểu.

Thấy chị Tửng có vẻ "chịu trận", cả So kéo khuôn mặt

xinh đẹp đang đỏ hồng hồng của chị lên. Lão vụng về áp cái má phinh phính của lão vào làn da mịn màng của người thiếu phụ. Chị Tửng tỏ vẻ đón nhận nhưng không sốt sắng cho lắm. Cả So khôn ngoan hơn, lão từ tốn đẩy chị xuống giường. Nhưng chị Tửng khẽ nói:

- Đừng ông. Không phải là em không chịu, nhưng không phải là bây giờ.

- Lúc này vắng vẻ mà, em ngại cái gì chứ. Cứ để...

- Trời sáng rồi, ông không thấy sao?

- Trời sáng thì mặc trời sáng, có nhằm nhò gì.

- Ông buông em ra đi, em còn phải lo cho đứa con gái của em ăn sáng rồi đến trường học.

Lão cả So chưa chịu thua:

- Con nhỏ bé xíu đó mà biết cái gì.

- Trẻ con ngày nay tinh khôn lắm. Ông đừng coi thường, từ ngày nó biết bố nó bỏ đi, con bé không muốn em quen bất kỳ người đàn ông nào. Vả lại, sáng nay em còn hẹn bà Hai Bún đi đong gạo ra bán ngoài chợ. Không biết bà ta sang đây lúc nào.

Rồi chị dứt khoát đẩy cả So ra, tiếng chị tình tứ:

- Mình còn thì giờ mà ông. Em còn ở đây, ông muốn lúc nào chẳng được.

Giữa lúc đó có tiếng lục đục ở căn buồng đầu nhà vọng tới. Chị Tửng mỉm cười, đôi mắt ướt rượt:

- Con bé phá đám dậy rồi đó, em phải sang với nó đã.

Cả So đành chịu thua, lão ngây mặt. Chị Tửng đã ấn vai lão xuống an ủi:

- Ông cứ ngồi đây, em trở lại ngay.

Chị hấp tấp ra khỏi phòng khép kín cánh cửa. Cả So

lặng lẽ uống một hớp nước, lão có cảm tưởng như vừa ở chín từng mây lọt xuống cái xó tối này. Tuy nhiên, lão vẫn chưa hết rung động, người lão lâng lâng trong một sự chờ đợi khoái trá. Lão lắng nghe từng tiếng động bên ngoài. Tiếng gió bấc lẫn với tiếng mẹ con chị Tửng lào xào. Âm thanh trong trẻo của chị Tửng vẫn nổi lên, chị đang dịu dàng săn sóc cho đứa con gái. Con bé nũng nịu khiến lão cả So lộn ruột, bỗng dưng lão coi con bé như kẻ thù. Lão bực mình nằm dài ra giường. Lão đang được giam lỏng trong cái nhà giam ấm cúng này.

Một lát sau, chị Tửng đẩy nhẹ cánh cửa trở vào. Cả So bật dậy như cái lò so:

- Con bé đi học rồi à?

Chị Tửng gật đầu:

- Em phải tống khứ nó đi cho nhanh kẻo ông đợi.

Câu nói làm cho cả So sung sướng lạ lùng. Lão ôm chầm lấy chị Tửng:

- Bây giờ chỉ còn hai chúng ta.

Bàn tay lão bạo dạn hơn trên ngực người thiếu phụ. Người chị Tửng co lại:

- Ông này lại thế rồi.

Nét mặt chị hơi nhăn lại vì sự bạo dạn của cả So. Chị cho lão tự do một chút rồi chị cầm tay lão nói như năn nỉ dỗ dành:

- Để lúc khác đi ông! Giờ này sáng bạch rồi. Em còn phải đi chợ, bà Hai Bún sắp sáng rồi. Tối nay ông tới đây nhé. Em đợi ông. Bây giờ thì ông về đi. Ông nhớ đi lối sau vườn ấy.

Cả So đứng lên, lão ôm gọn thân hình người thiếu phụ. Chị Tửng đẩy lão ra gần chiếc cửa sổ nhỏ bên hông nhà. Chị kéo nhẹ cánh cửa liếp, chỉ tay ra khu vườn:

- Đây, ông đi lối này. Qua hết vườn chè, có một bụi tre, ông đi thẳng qua bên kia là vườn chuối của nhà lão Phó Chu. Con đường nhỏ sẽ đưa ông ra rìa làng. Tối nay ông cũng đến bằng ngả đó, không ai biết đâu. Nhưng đến muộn muộn một chút để con nhỏ đi ngủ cái đã.

Cả So chẳng cần để ý đến con đường mà chị Tửng vừa chỉ ra vì đối với lão, từng ngõ ngách trong cái nơi sinh rau cắt rốn này của lão, không còn gì xa lạ. Chỉ cần nói qua là lão biết như lòng bàn tay. Lão làm ra vẻ quyến luyến, nhưng thật ra là vì tham lam, lão còn gục đầu vào cổ người thiếu phụ đang toát lên một mùi hương thoang thoảng. Hàm râu quai nón của lão khiến chị Tửng không chịu nổi, chị giãy lên:

- Thôi mà, ông về đi.

- Một chút thôi mà.

- Tối hãy hay.

Có tiếng bà Hai Bún toang toác ngoài sân:

- Mẹ Tửng đâu rồi, đi thôi chứ. Tửng ơi! Tửng.

Lão cả So và chị Tửng cùng giật mình cuống lên. Chị Tửng thì thào:

- Ông cứ ở đây. Đợi tôi và mẹ Hai Bún đi rồi hãy ra. Nhớ khép cửa phòng lại cẩn thận nha.

Cả So gật đầu. Chị Tửng hé mắt nhìn qua khe cửa, khi thấy bà Hai Bún đi thẳng vào trong bếp, chị nhanh nhẹn lách người ra ngoài, đi vài bước chị mới lên tiếng:

- Tôi đang đợi bà đây.

Cả So cũng tò mò hé mắt nhìn qua khe cửa. Lão thấy cái dáng người lùn tịt của mụ Hai Bún đầu trùm cái khăn vuông mỏ quạ đang lạch bạch cắp cái thúng từ nhà bếp quay ra. Chị Tửng đón mụ kéo tuột vào trong phòng bên cạnh. Tiếng mụ Hai Bún vẫn toang toác bàn với chị về chuyện mua bán. Một vài phút sau, hai người đàn bà cùng nhau ra khỏi nhà. Đợi họ đi khuất hẳn rồi cả So mới mò ra, lão nhanh như con sóc trườn qua đầu hè băng xuống khu vườn mất hút.

*

Cả So đúng là một tay tốt số, đỏ hơn số đỏ. Xét về gia phả thì đúng như lời lão Lý Hoạch đã mỉa mai ba đời nhà anh không người nào có lấy một mảnh bằng làm vốn chữ nghĩa. Nhưng xét về sự giàu sang sung sướng thì cả So sướng hơn Lý Hoạch và các vị tai mắt trong làng này rất nhiều.

Ba đời nhà cả So đều làm ăn rất phát đạt. Cứ mỗi đời lại giàu thêm. Hầu hết các cụ lại hiếm muộn về đường con cái. Từ đời ông cố, ông nội cả So, mỗi cụ chỉ có một người con trai duy nhất. Cụ nào giỏi lắm cũng chỉ thêm được vài mụn con gái. Nhưng con gái trong cái thời buổi này thì "nhất nam viết hữu, thập nữ viết vô". Vậy là con gái kể như không có. Một mình cả So hưởng hết gia tài ba đời để lại, hưởng luôn cả phúc lộc của các cụ mà không phải chia chác cho ai xu nào. Cả So vừa lớn lên đã thấy mình có một gia tài đồ sộ, lão điềm nhiên tọa hưởng. Một ty rượu ngay giữa phố chợ, một cửa hàng tạp hóa kiêm luôn nghề cầm đồ và cho vay lời, một dãy nhà cho thuê, vài chục mẫu ruộng, một dinh cơ năm bảy cái nhà ngói ngang dọc giữa làng. Một bà vợ hơn lão sáu bảy tuổi. Cả So cũng chẳng nhớ mình có vợ từ hồi nào. Lão chỉ mang máng nhớ rằng hồi còn bé tí, có lẽ mười hai hay mười ba tuổi, vào một ngày đẹp trời, mẹ lão đã bảo lão vận quần áo mới để đi cưới vợ. Thế là lão lon ton đi theo cái đám người đông đảo đó đến nhà vợ. Từ đó hắn ở riêng một phòng với cô vợ lớn tướng. Cô vợ chăm nom săn sóc lão như một người chị đối với cậu em út.

Có một điều lạ là sống với nhau như chị em mà lão chẳng hiểu tại sao chỉ vài năm sau lão đã có một đứa con. Đứa con gái đầu lòng. Vài năm sau, lão lại có một đứa con nữa. Lại con gái! Bố mẹ lão và vợ lão đi cầu xin van vái hết chùa này đến miếu khác để xin một thằng con trai. Nhưng rồi vợ lão lại cho ra đời một mụn con gái thứ ba. Bố mẹ lão sốt ruột quá, đi xem bói xem tướng, mỗi ông nói một phách. Ông thì đổ tại đất cát, mồ mả. Ông thì cho rằng tại cái hướng nhà không hạp. Ông thì phán rằng phải lấy cho cậu cả một cô vợ hai nữa mới có thể có con trai được. Có lẽ ông này bói đúng nhất. Thế là bố mẹ lão lập tức kiếm người, kiếm mai mối, tìm cho được một cô về làm vợ hai cả So. Cô vợ hai cả So lúc ấy trẻ măng, con gái làng bên, vốn dòng đông con, có tới bảy anh em trai, chỉ có mình cô là gái. Dáng người tròn trĩnh, chắc nịch, lưng ong hơi lượn xuống, hy vọng là sẽ cho ra đời một lũ nhóc trong đó theo tướng số thì sẽ có một thằng con trai.

Quả thật lão thầy bói hay thiệt tình, chỉ cần chín tháng sau, cô vợ hai của cả So đã cho lão một thằng con trai kháu khỉnh. Cô vợ hai được ở hẳn một gian nhà ngoài phố chợ, làm bà chủ cái cửa hàng tạp hóa. Tuy nhiên, gia đình nhà cả So lại bắt đưa thằng con trai về nuôi ở trong làng. Bởi nó sẽ là đứa cháu đích tôn của cả dòng họ này. Bà vợ cả đương nhiên phải là mẹ của đứa bé. Cô vợ hai chỉ còn biết tuân lệnh. Rồi cô lại có thêm hai đứa con gái nữa nên dần dần cũng quen đi. Thằng bé lớn lên trong bọc lụa điều và cũng phốp pháp tốt tướng như bố nó vậy. Cả So nhất định bắt nó ăn học thành tài, học hết trường làng, lão tậu cho thằng con trai cái xe đạp, cho lên theo học trường huyện. Tối về nó ê a dăm ba bài học tiếng tây, cả So lấy làm hãnh diện lắm và đặt rất nhiều hy vọng vào vào thằng con này. Lão mày mò kiếm cho được một ông thầy thuê làm gia sư, kèm thêm cho cậu quí tử.

Hôm nay lão vừa về đến nhà không nghe tiếng học bài của cậu con trai và cũng không thấy ông gia sư đâu, lão quát:

- Thằng Son đâu rồi?

Ông quản gia chạy bổ lên thưa:

- Bẩm ông, cậu vừa đi chơi với thầy giáo. Hôm nay là chủ nhật.

Lão yên tâm nhưng vẫn ra cái vẻ hậm hực:

- Chủ nhật cũng phải học, nghe không?

Lão quản gia biết rằng ông chủ đã dịu, lão "vâng" một tiếng cho phải phép rồi quay sang chuyện khác:

- Bẩm ông, mấy nhà cấy rẽ bên phường Tam Hiệp xin được "cấn" thóc bằng tiền.

Lão suy nghĩ một chút rồi gật:

- Được, ông cứ nhận cho họ đi.

- Nhưng bà chủ bắt họ phải nộp bằng thóc vì mùa này thóc để ít ngày nữa vào Tết sẽ có lời hơn. Cánh canh điền Tam Hiệp nói rằng lúc này công xá đắt, thuê mỗi công gánh thóc từ bên đó qua đây rất nhiêu khê, mưa dầm, đường xá lầy lội. Như thế họ sẽ rất tốn kém và phải đợi năm bữa nửa tháng nữa họ mới nộp thóc cho nhà mình được.

Cả So suy nghĩ một chút rồi phất tay:

- Tôi bảo ông nhận là nhận. Làm khó người ta để kiếm thêm vài ba chục bạc không đáng đâu.

Lão quản gia nịnh thẳng tuột:

- Dạ thưa ông chủ đúng là người có phúc, có đức.

Nói như thế chẳng khác nào lão quản gia chê bà chủ của lão là "vô phúc, vô đức". Cả So biết rõ tính keo kiệt của bà vợ cả của mình, có lẽ chính vì thế nên ông trời không cho bà một mụn con trai cũng là đúng. Nhưng lão chỉ lẳng lặng bỏ vào trong nhà. Lão hoàn toàn tin rằng lệnh của lão sẽ được thi hành triệt để vì trong nhà này đã có truyền thống là đàn ông quyết định hết mọi sự. Lão đã phán ra cái gì là mọi sẽ đúng y boong như thế, không sai một ly. Còn chuyện đêm hôm, lão ở nhà vợ cả hay vợ hai là chuyện của lão, thậm chí hai bà vợ của lão cũng không bao giờ dám ho he ghen bóng ghen gió.

Lão vào phòng thay quần áo. Bà vợ cả cũng vừa bước vào, tiếng bà cất lên tuy đã cố làm ra vẻ mềm mỏng nhưng vẫn cứ quê mùa cục mịch:

- Ông mới về đó à? Tôi tính mua cho con "nhớn" nhà mình một chiếc áo dài lụa để dịp này bên nhà trai đến chơi "chạm ngõ" cho nó mặc. Chẳng gì cũng...

Cả So gạt ngang:

- Ôi chao, bà muốn làm gì đó thì làm. Mẹ con bà có dát vàng lên người cũng thế thôi, không đẹp được đâu.

Bà cả So đã quen với lối ăn nói trịch thượng của ông chồng nên bà vẫn làm lành:

- Tôi thì già rồi không nói làm gì, nhưng con gái lớn sắp đi lấy chồng thì cũng phải cho nó ăn vận cho ra vẻ một tí, kẻo người ta cười, rồi sau này chúng nó cũng không thể oán trách mình vào đâu được.

Hôm nay cả So không muốn khó dễ với bà vợ già nua của mình nên lão gật:

- Được, bà cứ bảo cô hai chọn cho.

Ý lão muốn nói là nên nhờ bà vợ hai của lão là dân buôn bán ngoài chợ chọn hàng giùm. Nhưng bà cả đã lắc đầu:

- Hôm qua đã có một người bán vải ngoài tỉnh mang hàng đến tận nhà này chào mời. Nhiều loại vải vóc tơ lụa đẹp lắm, cả huyện này không có đâu. Mai mốt người ta trở lại, ông có may thêm mấy cái áo gấm Thượng Hải nữa không?

Cả So thấy cũng nên ăn diện thêm một tí cho bảnh nên lão gật gù:

- Ừ, cứ để người ta đến coi xem sao cái đã.

Lão lại nhìn bà vợ cả của mình. Bà ta đã già lại càng làm ra vẻ già thêm với chiếc áo bông dày cộm cũ kỹ bạc phếch trên cái thân hình gầy gò xẹp lép như con cá mắm. Bà lại ăn trầu nên đôi môi nửa như đỏ choét nửa như thâm sịt. Lão động lòng trắc ẩn, chẳng gì thì bà ta cũng đã sống với lão từ những năm còn bé tí, dù sao thì cũng là tình là nghĩa. Bản tính cả So tuy là con nhà địa chủ, nhưng lại có đôi chút nhân hậu. Lão chỉ là kẻ thừa hưởng những gì ba đời ông cha lão để lại chứ đời lão chưa hề nghĩ đến chuyện bóc lột của ai. Lão chỉ làm những gì theo truyền thống của ba đời trước đã có sẵn. Đôi khi lão lại ra ơn cho những người khác khi hoạn nạn. Vì vậy lão rất được lòng dân làng. Lão nói với bà vợ cả:

- Bà có muốn may mặc gì thêm thì cứ may. Tiền kiếm được để làm gì.

Bà vợ cả có vẻ xúc động, đôi mắt kèm nhèm chớp mau:

- Thì để cho con cái.

Cả So chưa kịp nói câu gì thì bà vợ cả đã lại le te bước ra:

- Tôi còn phải đi coi cho nó gặt mấy xào lúa gạo tám thơm. Chuyến này phải đi biếu cụ Chánh, cụ Phó Tổng, bà cố Hỷ, mỗi người vài ba thùng.

Người đàn bà gầy gò đi khuất, cả So lại quay về với hình ảnh chị Tửng và cái hẹn hấp dẫn vào buổi tối hôm nay. Lòng lão rộn lên, bàn tay lão như còn nguyên vẹn cái cảm giác kỳ thú khi tiếp xúc với làn da thịt người thiếu phụ xuân tình đó. Làn da mềm mại nhưng cơ bắp lại rắn chắc khỏe mạnh. Đúng là cả đời lão, chưa bao giờ lão có thể nghĩ ra mình lại có cái diễm phúc từ trên trời rơi xuống đó. Đến giờ này lão còn bần thần với cái dư vị của khoái cảm ngất ngư. Mắt lão mờ đi khi tưởng tượng ra cuộc hội ngộ đêm nay sẽ còn hứa hẹn nhiều điều sôi nổi quyết liệt hơn.

Cả So nằm vật ra giường, không thèm ngó đến ấm trà mạn sen mà người làm vừa mang lên. Đối với lão, không có gì hơn là cuộc hẹn hò buổi tối hôm nay. Lão chỉ còn mong thời gian trôi nhanh lên, cho trời mau tối. Lão hình dung lại toàn bộ những diễn biến từ khi mở mắt trong căn phòng nhà chị Tửng. Người thiếu phụ có vẻ như hơi kỳ lạ. Có lúc cô ả đa tình tưởng như có thể cho phép lão làm bất cứ đều gì lão muốn. Nhưng rồi có lúc cô ả lại cự tuyệt thẳng thừng cứ như bị lão...ức hiếp. Thế là cái quái gì? Lão cố bình tâm suy nghĩ lại. Rất có thể có một mưu toan nào đây. Cô ả muốn lợi dụng lão để làm tiền chăng? Điều này có vẻ như đúng. Song dù sao thì lão cũng thấy rằng cô ả có cảm tình với lão, cô ả thích lão về một điểm nào đó. Lão gần năm mươi, nhưng lão tốt tướng, to con, khỏe như một con trâu. Dù cô ả chỉ có mục đích kiếm tiền, hãy cứ giả tỉ như thế đi, nhưng cũng không loại trừ khả năng cô ả xa chồng lâu ngày nên khi cần kén chọn thì phải chọn một người cho xứng đáng. Mà lão thì quá đủ điều kiện cho cô ả vừa lòng cả về tiền bạc và sức vóc. Lão chấp nhận nếu cô ả cần một số tiền. Mua được một lạc thú như thế không phải là chuyện dễ, không phải là ai muốn mua cũng được. Lão đã từng có cô vợ hai trẻ đẹp cách đây hơn mười năm. Lão nhớ lại là cái xúc cảm hồi đó dường như chỉ dành cho một mình lão. Cô vợ hai của lão chỉ như tuân theo một mệnh lệnh mà không hề có sự đồng tình nồng nhiệt nào hết. Cô ta chẳng có chút xíu hiểu biết nào trong cuộc sống lứa đôi. Mặc lão muốn giày vò thế nào cũng xong. Cô ta ngoan ngoãn vâng lời. Thế là hết. Rồi cái thứ bổn phận đó kéo dài cho đến ngày nay, đôi khi chẳng còn thú vị gì.

Suốt ngày hôm đó, cả So tâm thần bất định. Lão dễ tính với tất cả mọi người. Có vài con nợ xin khất dăm ba tháng, lão cũng ừ ngay. Lão cho thằng em vợ đang sửa nhà hai tạ xi măng và một số gỗ quý lão ngâm dưới ao.

Buổi trưa lão cố nhắm mắt tìm một giấc ngủ muộn để dành sức lực cho buổi tối. Buổi chiều lão pha một ấm hồng sâm ngồi uống nhìn trời mưa rả rích. Lão bắt đun nước nóng tắm, mang cục xà bông Cô Ba ra xài không thương tiếc. Buổi tối lão bắt làm một con gà mái dầu, uống một chút rượu cho ấm. Lão không dám uống nhiều, sợ say ngủ quên thì đúng là hận ngàn đời. Lão vừa nhậu vừa nhìn cái đồng hồ quả lắc dài thoòng, thỉnh thoảng lại phát ra một điệu nhạc quen thuộc buồn tẻ. Lâu quá mà chưa đến chín giờ tối. Thời gian cứ như kéo chậm lại. Ruột lão nóng như lửa đốt. Nhưng rồi thời cơ cũng đã đến. Lão khoác thêm chiếc áo dạ dài, cầm cái đèn pin ra đi. Trời vẫn mưa sụt sùi, đường trơn như đổ mỡ, nhưng lòng lão lại nắng chang chang. Lão vòng ra rìa làng, lủi nhanh vào trong khu vườn tối om.

Chị Tửng cho đứa con gái đi ngủ, chị căn cho nó ngủ say rồi mới trở lại căn phòng trước kia dành cho hai vợ chồng chị mà tối hôm qua chị đã phá lệ đưa lão cả So say rượu vào đây. Thật ra chị không cố ý, nhưng trong lúc quýnh quáng chị không biết để lão nằm đâu cho kín gió, đành đưa đại lão vào phòng này. Từ ngày chồng chị bỏ đi, chị thường ngủ với con gái ở phòng cuối dãy nhà, còn căn phòng này vẫn bỏ không. Phải vất vả lắm chị mới khênh được lão cả So vào đây.

Phải thú nhận rằng từ ngày thiếu vắng đàn ông, chị Tửng không hề nghĩ đến chuyện thèm khát lang chạ. Chị vẫn còn yêu chồng và vẫn hy vọng có một ngày nào đó chồng chị sẽ trở về. Nhưng đêm hôm qua, trời xui đất khiến thế nào chị lại gặp ngay cái cảnh một mình phải cứu vớt lão cả So to béo chắc nịch này. Lão say không còn biết trời đất gì nữa và lão quơ chân múa tay chửi bới huyên thuyên. Sự đụng chạm lần đầu tiên với thân hình một người đàn ông sau một thời gian dài xa chồng, đôi khi khiến chị nhột nhạt. Và cái giấc ngủ đông của con tim cùng cái cơ thể tràn đầy xuân sắc kia bỗng như được đánh thức trở dậy. Lấy chăn đắp cho cả So rồi, chị trở ra nhà ngoài mà không giấu giếm được cảm giác lâng lâng, rờn rợn.

Đã hơn ba năm rồi, chị cố sống thật đàng hoàng và cố tỏ ta lạnh lùng với tất cả mọi người đàn ông con trai bu quanh. Chị đã làm được. Đôi lần chị đã nghĩ đến việc phải đi tìm chồng, trở lại quê nội, quê ngoại để dò la tin tức. Nhưng cái khó khăn vẫn là đồng tiền. Mang theo một đứa con gái mà ra đi xa lắc xa lơ, tứ cố vô thân, quả là một cuộc mạo hiểm ngu xuẩn, chị sẽ rơi vào tay một bọn lưu manh, dễ dàng xa vào hố sâu đen tối. Chị lại phải bỏ ngay ý định điên rồ đó. Nhưng mặt khác chị biết rằng chị cũng không thể sống mãi với cái cảnh này nếu chồng chị không trở về. Đêm qua, bỗng dưng trong chị lại nổi lên một ý định táo bạo khác. Chị đã trằn trọc suy nghĩ gần như suốt đêm. Cuối cùng chị thấy rõ rằng đó là cách lựa chọn duy nhất đúng, không còn con đường nào khác. Chị phải thực hiện nó.

Cho nên tối nay chị bình tĩnh đợi cả So. Một ngọn đèn dầu leo lét, lờ mờ không đủ soi sáng căn phòng im ắng. Chị cũng cảm thấy một nỗi hồi hộp, không phải như một người tình mong đợi một người tình mà là sự hồi hộp của một người sắp bước vào một quyết định táo bạo. Tiếng gió bấc vẫn thổi đều đều làm xào xạc những cành là trong vườn cây trở thành một điệu nhạc quen thuộc. Đêm nay chị nghe rõ âm thanh ấy hơn bao giờ hết. Một tiếng động nhẹ của cành cây cũng khiến chị thấp thỏm. Chị thầm nghĩ lão già này cũng là tay cẩn thận. Lão đợi cho cả cái làng này chìm trong giấc ngủ rồi lão mới mò đến. Chị có vẻ yên tâm với ý nghĩ này.

Cánh cửa sổ bên hông nhà có tiếng gõ nhè nhẹ. Chị Tửng hắng giọng ra hiệu rồi chị đẩy nhẹ cánh liếp mỏng. Khuôn mặt cả So hiện ra trong bóng tối mơ hồ. Chị mỉm cười gật đầu chỉ tay ra phía cửa phòng. Cả So nhìn quanh quẩn kiểm soát xem có ai rình mò không rồi mới vòng ra cửa bước vào. Lão cẩn thận gài then cửa. Lúc này căn phòng như đã hoàn toàn là một thế giới riêng của lão và người thiếu phụ đang đứng trước mặt lão. Chị Tửng vận một chiếc áo len màu xanh đã cũ che đậy hờ hững chiếc áo cánh vải phin trắng nõn. Mái tóc búi lại gọn gàng, trông chị còn trẻ đẹp gấp bội so với buổi sáng nay. Đôi mắt chị long lanh như cười cợt tình tứ. Cả So tiến lại vồ vập choàng lấy cái thân hình thon nhỏ như muốn ăn tươi nuốt sống một trái chín trên cành. Chị Tửng ngoan ngoãn cho hắn dìu đến chiếc giường đã được trải sẵn một chiếc chiếu hoa mới tinh, trên đó có chiếc chăn bông vải hoa trải dài phía sát tường sẵn sàng để sử dụng. Nhưng lão cả So khựng lại khi thấy một khay trà để ngay ngắn giữa giường. Lão xua tay:

- Thôi bày vẽ trà nước làm gì cho lôi thôi. Cất nó đi.

Chị tửng khôn khéo trườn khỏi tay cả So:

- Trà thiết quan âm, em mới mua ở tiệm chú Tàu sáng nay đấy. Ông uống một ly cho... thêm hào hứng.

Mắt lão cả So mờ đi vì câu nói gợi cảm này. Lão cười hì hì:

- Em làm gì mà long trọng thế, mình gặp nhau là đủ rồi.

- Hãy cứ từ từ, mình còn nhiều thì giờ mà ông. Em có chuyện muốn thưa với ông trước đã.

Cả So tự tay rót ly trà, nhưng lão lại đang tính toán xem cô ả này giở trò gì đây. Có lẽ lúc này mới là lúc vô đề, lão cũng đang muốn biết ý định chính của cô ả này là thế nào. Lão lại cố làm ra vẻ bình thản hớp một ngụm trà:

- Ngon đấy, thơm lắm. Đúng là thiết quan âm thứ thiệt. Em cũng uống một ly nhé?

- Vâng, em xin ông.

- Còn khách sáo nữa sao. Cứ xưng anh em cho nó thân.

Chị Tửng mủm mỉm cười:

- Chưa dám đâu. Em phải thưa chuyện với ông xong đã rồi ông muốn em gọi bằng gì cũng được.

Lão cả So gật gù:

- Vậy thì em cứ nói đi.

Chị Tửng nhấp giọng một chút trà thơm rồi nói rất rõ ràng:

- Em muốn bàn với ông một việc. Đây là một cuộc trao

đổi giữa hai chúng ta.

- Em nói sao? Chỉ là một cuộc trao đổi thôi sao?

- Vâng, nếu cần thì ông cứ hiểu là một cuộc thuận mua vừa bán cũng chẳng sao. Nhưng không phải là với ai em cũng chịu trao đổi như với ông đâu. Nói thắng ra đây là một cuộc trao đổi có sự lựa chọn hẳn hoi chứ không bừa bãi. Em không phải là loại người như thế.

Cả So gật đầu như máy:

- Tôi hiểu mà.

- Ông hiểu được như thế thì tốt. Em chọn ông vì em biết ông là người đàng hoàng, biết điều, không lắm chuyện và tồi tệ như những anh nhà giàu khác. Dù chuyện gì xảy ra giữa ông và em, ông cũng sẽ không bao giờ đem đi khoe với thiên hạ. Ông sẽ giúp em...

- Điều đó thì dĩ nhiên rồi.

- Và em sẵn sàng chiều theo mọi ý muốn của ông với... với sự đồng tình của cả đôi bên cho vui vẻ.

- Ờ có thế mới hứng thú chớ. Em nói đi. Tôi hiểu em quá mà.

Chị Tửng lắc đầu:

- Thật ra thì ông chưa hiểu gì về em đâu.

- Em đến cái làng này cả gần chục năm nay rồi, tôi không hiểu em sao được!

Bàn tay chị Từng giơ lên:

- Nhưng ông có biết em từ đấu đến ngụ cư tại cái làng này của ông không?

- Sao lại không? Vợ chồng em từ Nam Định qua đây...

- Sai bét.

Mắt cả So tròn lên:

- Chẳng lẽ lão Lý Trưởng nói láo sao?

- Lão Lý trưởng chỉ tin vào một người bà con hắn ở Nam Định giới thiệu vợ chồng em vì chán cái cảnh ông bà già chồng tàn ác nên cho vợ chồng em đến ngụ cư ở đây thôi. Lúc ấy em đang có bầu con bé Mùi.

Cả So cắt ngang:

- Vậy thật ra vợ chồng em từ đâu tới?

- Từ Thái Nguyên. Bố chồng em là quân của cụ Đề.

- Cụ Đề là anh nào vậy?

Chị Tửng mắng yêu:

- Ông này đúng là chặng biết cái gì ngoài đồng tiền ra. Cụ Đề tức là cụ Đề Thám nổi lên chống Pháp, ông biết chưa?

- Biết! Biết! Có nghe nói đến cái tên ấy. Nguy hiểm lắm cho nên tôi chỉ cần biết đến đấy thôi. Vậy ra bố em cũng là dân chống Pháp à?

- Không phải bố em mà là bố chồng em. Cụ đi theo cụ Đề rồi bị tử trận. Chúng nó lùng sục, bắt bớ cả dòng họ nhà chồng em, cho nên chúng em phải chạy về Nam Định lánh nạn tạm ở nhà một người cũng là lính của cụ Đề nhưng ông ta thoát được. Rồi vài tháng sau ông ta cũng bị truy lùng nên mới giới thiệu với lão Lý trưởng làng này cho chúng em lánh nạn về đây.

Lão cả So ngồi im. Lão đã cảm thấy vấn đề này đã có vẻ rắc rối, nguy hiểm rồi đây. Song lão chỉ lẳng lặng uống trà. Chị Tửng khích:

- Ông sợ à?

Cả So cố lên gân:

- Sợ cái gì? Tôi có làm gì đâu mà phải sợ?

- Thì ông giao thiệp với con một người làm cách mạng

chống các quan Tây.

- Nhưng em có là cách mạng không?

- Không! Đó là chuyện của đàn ông. Em chỉ là người bị vạ lây thôi. Chồng mới ti toe theo bố vài tháng, cũng chưa biết gì cả. Nhưng chúng nó cứ truy lùng, diệt cỏ phải diệt tận gốc.

- Hiểu rồi.

- Chồng em là Tưởng, Chu Văn Tưởng. Về ngụ cư ở làng này đổi tên là Trần Văn Tửng. Anh ấy có học hành đàng hoàng chứ có cắt tóc cho ai bao giờ đâu. Ông bạn bố em ở Nam Định mua cho một mớ đồ nghề và truyền cho cái nghề hớt tóc trước khi qua đây.

Lão cả So lại gật gù:

- Hèn chi tôi thấy mặt mũi anh ta cũng sáng sủa.

- Còn em cũng được học hành chút đỉnh, biết đọc biết viết cả đôi ba câu tiếng Tây. Nhưng về đây vợ chồng em phải làm ra cái vẻ ngu dốt. Em phải đóng vai chị Tửng mù chữ, buôn thúng bán bưng cho qua ngày để nuôi con.

Cả So lại hỏi giật giọng:

- Thế tại sao thằng chồng em lại nỡ bỏ em ra đi?

- Vài năm trước đây, một người về bắt liên lạc lại với chồng em. Thế là anh ấy ra đi, không phải đi tìm đường cứu nước mà đi tìm thân nhân, tìm cách trả thù cho bố anh ấy.

- Nó có hẹn bao giờ trở lại không?

- Anh ấy hẹn năm sau sẽ trở về đón mẹ con em ra đi. Hơn ba năm rồi, em cố gắng chờ đợi, không thấy anh ấy trở về. Chắc chắn là anh ấy gặp nạn gì đó hay là sang tận bên Trung Quốc rồi cũng nên. Em nghe nói có nhiều người cách mạng trốn sang bên ấy lắm.

Cả So cười hề hề:

- Chưa biết chừng nó bỏ xác trong rừng già hay chết queo vì sốt rét ngã nước rồi cũng nên.

- Cái nhà ông này chỉ được cái độc mồm độc miệng thôi.

- Em không nghĩ tới chuyện đó sao?

Đôi mắt đen láy của chị Tửng chớp nhẹ:

- Thật tình thì em cũng đã nghĩ tới việc không lành đó xảy ra. Tội nghiệp cho anh ấy.

Cả So lại phang thêm một câu:

- Chưa biết chừng nó sang Tàu rồi lấy một cô vợ Tàu, lập nghiệp luôn ở cái xứ đó rồi, bây giờ có hàng tá con lai xì xồ, nó quên em luôn.

- Em không tin anh ta là người như thế.

- Đàn ông mà xa vợ con lâu ngày, em tin làm sao được?

Chị Tửng ngồi im. Lão cả So đẩy khay nước sang một bên tự bao giờ, lão ngồi sán lại bên chị, quàng tay lên vai chị rất nhẹ nhàng như để dò la tình hình, trong khi lão vẫn nói:

- Em nên quên hắn đi. Rõ ràng là thằng chồng em nó bỏ rơi mẹ con em rồi. Đừng có tơ tưởng đến con người phụ bạc ấy nữa. Bọn con trai nó phụ rẫy người khác, có bao giờ nó để lộ cái chân tướng của nó ra đâu.

Chị Tửng thở dài:

- Đôi khi em cũng đã nghĩ như thế.

Cả So bỗng kêu nho nhỏ:

- Lạnh quá. Đắp cái chăn cho ấm nghe em. Vai em cũng lạnh cóng rồi đây này.

Chị Tửng cũng cảm thấy lạnh thật, chị nghĩ "trước sau gì rồi cũng đi tới cũng đó" cho nên chị gật nhẹ, song chị còn giao hẹn:

- Đàng hoàng "nghiêm chỉnh" nghe ông. Để mình nói rõ mọi chuyện cái đã.

- Yên tâm đi, tôi không phải loại vũ phu.

Bàn tay chuối mắn của lão cả So đặt khay nước sang chiếc ghế gỗ đầu giường. Lão nhích người vào trong rồi tung chăn, kéo chị Tửng xuống, ân cần phủ chăn ngang người chị. Tiếng lão chân thành:

- Hoàn cảnh của em thật tội nghiệp. Rồi bây giờ em tính sao?

- Ông thấy đấy, em chỉ lánh nạn trong cái làng này thôi. Em giả đui giả điếc, sống như con mẹ nhà quê ngu dốt bao nhiêu năm nay, như thế đủ rồi. Em không thể giam hãm mãi trong cái ao tù này nữa, em không thể chết già ở trong cái chỗ này. Em sẽ chẳng bao giờ nhìn thấy tương lai của mình, của con gái em. Em phải ra đi, phải thoát ra khỏi cái cảnh đời đen tối này.

- Em định ra đi sao?

- Nhất định em phải đi. Nhưng muốn đi thì phải có tiền. Em không muốn ra tỉnh đi tìm chồng hay đi tìm một tương lai khác mà phải bán thân vào chốn bụi trần.

Cả So hiểu ý, lão hỏi:

- Em cần bao nhiêu, tôi liệu xem có thể giúp em được không?

- Không! Em không cần ông giúp. Em đã nói ngay từ đầu đây là một cuộc trao đổi thẳng thắn dứt khoát. Em sẽ ở lại đây một thời gian ngắn nữa. Mỗi tối ông đến với em, ông cho em một trăm đồng. Nhưng ít nhất là ông cũng phải đến với em bảy tối để em kiếm đủ bảy trăm đồng.

Lão cả So lặng lẽ tính toán. Bảy trăm đồng, mua được gần hai sào ruộng thượng đẳng điền chứ đâu phải chuyện chơi. Chị Tửng ngoảnh sang:

- Thế nào? Ông cho là đắt quá không thực hiện nổi phải không?

- Không phải, không phải! Tôi còn đang tính xem liệu trong thời gian ấy có thu đủ cho em số tiền mặt đó không.

Chị Tửng lững lờ:

- Cái đó tùy ông quyết định. Nếu không được thì ông cứ coi như giữa em và ông chưa bao giờ gặp nhau. Mình nói chuyện với nhau như thế này cũng vui rồi. Em sẽ tính cách khác. Nói thẳng với ông là em chỉ bằng lòng làm đĩ với một người chứ không muốn bán mình cho trăm người. Nếu em ra tỉnh bây giờ, chịu khó tiếp khách thì chỉ trong một thời gian không lâu em sẽ có đủ số tiền đó. Song đó là điều bất đắc dĩ. Em không muốn vậy, nhất là lại gặp những kẻ tục tĩu, mình không có cảm tình chắc là khổ sở lắm. Vì vậy cho nên em mới nói chuyện thẳng với ông.

Cả So không thể để mất miếng mồi ngon mà lão đã cho rằng cả đời hắn và cả đời những lão già chưa chắc đã gặp được một lần. Khoản tiền tuy có lớn thật, nhưng lão có tới ba mươi tám mẫu ruộng thì hai mẫu đâu có ăn thua gì. Vả lại lão có tiền, gặp dịp ngàn năm một thuở này mà không biết hưởng thụ thì lão chỉ còn là thần tài giữ của mà thôi, khi chết rồi có mang theo được cái gì đâu. Lão nhẩm tính, trong vòng nửa tháng, lão thừa sức gom góp được số tiền mặt đó. Lão hăng hái vòng tay ngang người chị Tửng:

- Em yên tâm, tôi sẽ có đủ cho em. Cứ mỗi tối tôi đưa cho em một trăm thì có thể được.

- Ông ăn chắc thế? Tiền trao cháo múc à?

Lão cười hự hự:

- Đâu phải tôi tính toán kỹ với em, em phải hiểu là nhà tôi thường không giữ nhiều tiền mặt trong nhà. Có vàng, có cửa hiệu, có thóc nhưng còn phải bán đi chứ. Bắt đầu từ mai tôi sẽ không cho vay nữa, tạm hoãn mua hàng một thời gian...

Chị Tửng quay sang vuốt ve khuôn mặt lão:

- Nói chơi vậy tôi, em hiểu mà.

- Ngay ngày mai, tôi về thu vét tiền trong tủ, tiền hàng ngoài chợ, được bao nhiêu tôi sẽ mang sang đưa hết cho em trước. Chắc cũng được vài ba trăm. Em tin tôi chứ?

- Tin. Em biết ông là người đàng hoàng.

- Chúng ta cứ như thế mà làm. Nhưng em đi rồi tôi sẽ nhớ em lắm. Hay là em cứ ở lại, tôi sẽ bảo đảm...

Chị Tửng cười rúc rích:

- Làm vợ ba của ông à? Cái trò đó em không ham đâu. Vả lại em không hạp với ông. Gặp nhau năm bữa nửa tháng thể này thì được chứ còn chết già trong cái lồng chật hẹp này thì không bao giờ em chịu nổi.

Cả So từ tốn gác một chân ngang người thiếu phụ. Chị Tửng nằm im. Trong khi lão cả So lại tiếp tục đánh trống lảng để thừa cơ tiến tới:

- Tại sao em dám nói với anh về thân thế của em? Em không sợ à?

- Ông chỉ là anh nhà giàu, không quyền thế chức tước gì, ông không dại gì mà đi báo quan lãnh thưởng hay lập công đâu. Em nói thật với ông đâu có hại gì mà chỉ có lợi thôi.

- Lợi lộc gì?

- Lộc thì không, nhưng lợi thì có. Chắc chắn ông sẽ im re dù mẹ con em còn ở đây hay đã đi xa rồi. Vì ông sợ liên can đến những người có dính dáng đến cách mạng. Cho kẹo ông cũng không dám hé môi. Có đúng như vậy không?

- Đúng! Em khôn thật. Anh hứa không những không hé răng nói nửa lời với bất cứ ai mà còn che chở cho mẹ con em nữa. Bất cứ khi nào cần tới anh, em cứ về đây, anh sẽ giúp đỡ em ngay. Hay em chỉ cần nhắn tin về thôi anh cũng sẽ giúp tận tình.

Chị Tửng cong người lại vì bàn tay thô nhám của lão. Hơi thở của chị đã lạc nhịp. Chị hổn hển nói:

- Ở vào cái thế kẹt lắm em mới phải làm như thế này.

Lão cả So được voi đòi tiên. Lão rủ rỉ:

- Vậy em chỉ trao đổi chứ không có tình với anh sao?

- Có chút chút mới như thế này chứ.

- Thật không?

- Thật...

- Anh biết mà. Ngoan đi.

Chị Tửng mặc cho lão tự do thao túng, chị vẫn nói để tránh ngượng ngùng:

- Em thề là chỉ có lần này em trao đổi và có cảm tình với ông thôi, không có lần thứ hai trong đời em đâu.

- Đấy, lại "ông" rồi. Gọi bằng anh chứ.

Chị Tửng thở hắt ra:

- Ừ thì "anh"! Anh! Anh!. .. Ối chà.. . Anh!

Lão cả So đúng là một con trâu và con trâu cũng có cái đặc biệt riêng của nó. Người thiếu phụ cảm nhận ra ngay điều này.

Tờ mờ sáng hôm sau cả So lại chuồn theo lối vườn sau ra về. Đường làng còn vắng ngơ vắng ngác, không một bóng người. Chân lão lâng lâng như đi trên mây. Quả là đáng giá ngàn vàng, lão đã biết những điều mà từ xưa tới nay chưa có người đàn bà nào cho hắn biết. Đối với lão bây giờ hai sào ruộng không nghĩa lý gì cả, hai mẫu lão cũng sẵn lòng bỏ ra ngay. Lão như lạc vào mê hồn trận.

Hôm đó về nhà lão cho quản gia tính toán sổ sách, gom hết tiền mặt lại, lão tuyên bố là lão sẽ buôn một chuyến hàng quan trọng, cấm ai hở môi. Lôi thôi, hở ra là đi tù ngay. Cho nên cả nhà chỉ biết tuân lời, không ai dám ho he một câu. Lão gom góp cả tủ trong tủ ngoài được hơn bốn trăm. Như thế này chưa theo đúng giao kèo. Lão cần có thêm ba trăm nữa. Lão lần ra chợ, bòn mót thêm một số vàng, đòi thêm một số nợ, mãi đến gần tối lão mới gom đủ bảy trăm. Ngay buổi tối lão mang sang cho chị Tửng, lão muốn chứng tỏ cho người tình biết rằng lão là người quân tử, lão giữ đúng lời hứa, lão không phải là đồ chắc lép. Lão đưa luôn cho chị một lần, chứ nếu mỗi tối đưa cho chị một trăm thì không khác gì kẻ mua người bán. Lão ôm chị nói một câu rất hùng hồn:

- Em cất tiền và quên nó đi. Chúng ta sống với nhau bằng tình chứ không vì cái gì khác hết.

Chị Tửng cảm động, cất tiền và chị cố gắng đánh lừa mình rằng chị đang sống bằng tình với người đàn ông này. Dù sao thì sự tự lừa dối ấy cũng chỉ kéo dài trong ít ngày nữa và tránh cho chị được cái mặc cảm phải bán thân cho một gã trọc phú. May ra chị cũng tìm được một chút thú vui. Liên tiếp trong bảy đêm, cả So không chịu nghỉ ngơi một đêm nào. Đến đêm thứ tám, giao kèo đã hết, chị Tửng khẽ thở dài làm ra vẻ lưu luyến:

- Rất tiếc là ngày mai em đã ra đi rồi. Chẳng biết đến bao giờ mới gặp lại anh. Có lẽ là không bao giờ.

Cả So rầu rĩ ra mặt, lão năn nỉ:

- Em có thể ở lại thêm ít ngày nữa không?

- Để làm gì?

Cả So nhìn ngắm người đàn bà mà lão đã tham lam quấn quít, hương lửa mặn nồng trong suốt bảy đêm qua. Lão không thể rời xa người tình này được, lão sẽ mất cô ta vĩnh viễn. Có một ngày nào đó cô ta sẽ lại rơi vào tay một gã đàn ông khác và cô ta lại sẵn sàng dâng hiến tất cả những gì cô đã cho lão. Một nỗi đau trong lòng lão nhói lên như vết dao chém. Có lẽ tất cả những ghen tuông của con người, dù là đàn ông hay đàn bà đều phát xuất từ một điểm chung này. Thế nhưng lão đâu có quyền gì ghen tuông. Lão chẳng là cái gì của cô ta cả. Lão chỉ còn bài năn nỉ:

- Anh xin em đấy. Em ở lại với anh bảy ngày nữa thôi, anh cũng sẽ lại đền bù cho em như trong bảy ngày vừa qua. Em có một số vốn nhiều hơn khi em đi xa.

- Em không cần nhiều tiền đến thế đâu. Có ở lại rồi cũng đến lúc phải chia tay thôi. Thà em đi sớm còn hơn. Em phải dứt khoát, cuộc đời son trẻ của em chẳng còn được bao lâu.

- Anh chỉ xin em bảy ngày nữa, có đáng là bao. Bao nhiêu năm nay em còn chịu được, em tiếc với anh vài ngày à?

Chị Tửng lùa tay vào mái tóc cứng như rễ tre của lão già đang gục trong lòng chị, chưa biết quyết định ra sao thì chị nghe tiếng lão nức nở khóc. Chị không thể nào ngờ được rằng lão có thể khóc. Chị trở nên mềm lòng:

- Thôi được, anh đã muốn thế thì em chiều anh. Nhưng chỉ một lần nữa thôi đấy nhé. Anh còn phải để cho em lo cho đời em nữa chứ.

Cả So ôm chầm lấy chị, hôn hít lung tung. Lão trở nên bé dại điên cuồng.

Văn Quang

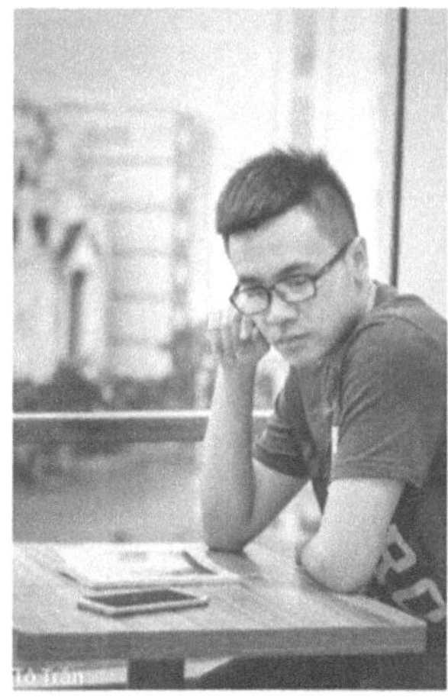

VY THƯỢNG NGÃ

- Tên thật: Nguyễn Quốc Vỹ
- Năm sinh: 1997
- Bút danh: Dạ Vũ Hoài Thi, Nguyễn Vỹ, Vy Thượng Ngã,…
- Bắt đầu sáng tác từ năm 2014 với các thể loại: thơ, truyện ngắn, tản văn, nhận định văn học,…

Tác phẩm chính đã xuất bản:
- *Hoa Lá Ngập Ngừng* (Thơ, in chung Sỹ Liêm, Nhà xuất bản Hội Nhà Văn, 2016).
- *Gom Nhặt Thành Con Sông* (Thơ, Nhà xuất bản Nhân Ảnh Hoa Kỳ, 2018).
Và góp mặt trong nhiều tuyển tập thơ in chung khác.

Lãng truyện chớp

Người về

Tôi đã không thể chợp mắt suốt đêm kể từ lúc tôi móc cuống họng mình thổ hết phần thuốc nốc vào miệng chưa tròn tiếng. Bãi nôn trước mắt điểm xuýt bằng những chấm xanh nham nhở, vỡ vụn lẫn trong chút thức ăn chưa kịp tiêu hồi đêm. Trống ngực thúc liên hồi vào góc trái gối những cơn oặn mình khó chịu đập lên mảng ký ức chắp vá dù mọi chuyện xảy ra vỏn vẹn chưa đầy 8 tiếng đồng hồ khi tôi được phát hiện nằm thở dốc và cả thân hình đang tựa vào tường bắt đầu trượt dần. Cặp mắt long sọc tuyệt vọng, sợ hãi; tôi chỉ kịp thốt nên đôi tiếng mỏi mệt rồi lịm đi. Từng hình ảnh xáo động. Ngàn tiếng vẳng bên tai như có ai chạy hồng hộc hết tốc lực níu tôi thoát khỏi cảnh khốn đốn, bệ rạc, tồi tệ trên chiếc giường bày biện những hỗn độn nào giấy, nào gối, nào vỏ thuốc…

Người ta không thể cứu vãn chỉ 40% giấc mơ. Tôi không thể cứu vãn thực tại dộng vào thân xác mang đầy tính thí nghiệm mỗi khi muốn nhắc nhớ câu chuyện chẳng hề mang tí tính giải trí nào. Hơn nghìn cây kim li ti phong tỏa toàn bộ phần lưng ghim chặt lên đốt sống. Tôi trở mình liên tục. Lim dim. Tự véo vào người đánh thức bản thân chỉ cần đặt đôi chân xuống nền nhà, cái lạnh từ đất dội lên sẽ giúp tôi tỉnh táo. Tôi chập chờn từng cơn như đêm tôi vội vàng cố nhét bụm thuốc vào cuốn họng và nốc ca nước đầy suýt nhợn trút sạch ra ngoài.

Tôi sẽ không chết. Tôi cam đoan khi xiết mạnh điện thoại trên tay ngó vào đoạn tin rằng dù nôn ít hay nhiều, tôi sẽ không chết, thuốc bị phân tán tác dụng; tôi đã bẻ gãy sự liên kết giữa các thực thể chết chóc cỏn con.

Tôi không chết. Tôi chưa biết uống bia rượu. Đáng lý tôi phải làm một trận bét nhè kỷ niệm cho cái ngu xếp hạng nhất tuổi trẻ.

Tôi đã không chết. Tôi rờ được giọt nước mắt còn sót lại sau sự tồn đọng việc thiếu ngủ đêm qua. Tôi không biết cái chết có được lưu trữ ở trong ngóc ngách nào của cơ thể khi tôi chợp mắt không.

Vị bác sĩ già trễ cặp kính đến tận đầu mũi, nhìn thẳng vào tôi, tay vẫn gõ gõ nhịp đều trên bàn, nói và viết cùng lúc:

- Suy nhược cơ thể thôi, cần bồi bổ.

- Bác đừng cho con thuốc gây buồn ngủ nhé.

- Cái thằng, mi uống thuốc ngủ nữa là mi đi liền đấy.

Cát đã lấp đầy huyệt thiếu mặt quan tài. Tôi chưa thể chợp mắt. Nỗi lo từ thượng nguồn như lũ tràn về. Tôi thở dài chưa biết đêm nay dài là bao…

Huyền thoại một cái tên

Trên vuông bờ tường, ánh sáng mất hút theo tiếng dài lẹt khẹt dư âm não nề; tôi đưa tay hứng mông lung trên tầng trời vô định. Âm thanh nhọc len lỏi thinh không. Thời gian mò mẫm đường đi chờ sự xác tín.

Cửa hé. Kỷ niệm đứng chôn chân. Ánh sáng vươn mình chạm đôi bàn chân nứt nẻ. Bóng thu lu hao gầy áp lên mảnh tường xanh xao. Cửa hé. Dáng ngồi quay lưng. Bàn tay đổ bóng run run. Thanh âm trong trẻo khản dần len vào nốt trầm mặc xung quanh. Bốn bức tường lạnh ngắt. Gam màu xám chẳng còn tác dụng trung hòa giữa trắng hếu đến lóa mắt và đen ngòm đến mụ người đặt chân vào chóng đờ dẫn lối ra.

Chỉ chừng mươi phút đổ lại, chóng vánh. Mùi hương chưa kịp lưu vào cánh mũi thoắt rời đi. Các tế bào bất lực cố tái tạo cảm giác trong khoảnh khắc ngắn ngủi mê mẩn rẽ thời gian lạc lối. Chính nơi đấy, từng mảng quá khứ buồn tủi bong tróc đã được sơn phết bằng nụ cười thản nhiên. Miệng đắng ngắt vẫn đủ sức bật ngọt ngào thứ tha.

Tôi lỡ bao đường trong câu nói bao dung. Bàn tay muộn màng tự cào nhau ra máu bấy tinh thần.

Cánh chim trời

Tôi ngồi chờ trong phòng khách hơn nửa tiếng, cứ 5 phút một lần tôi đưa tay xem đồng hồ, như con robot được lập trình sẵn, tôi đứng dậy, lui tới, ngồi xuống, tôi bấm bấm điện thoại, chặt lưỡi than; chưa đến bậc cuối cầu thang, em đã lên tiếng:

- Nhìn qua chấn song, thấy anh đợi tận 45 phút, em trên ấy sốt ruột theo! Đến bậc cuối em mém trẹo cả chân.

Tôi vừa xoay người, định trả lời, em sực nhớ bỏ quên gì đấy và lại chạy lên lầu. Tôi bưng mặt chán nản không rõ sẽ phải chờ đến khi nào.

Em dúi vào tay tôi mảnh giấy nhỏ ghi địa điểm bảo tôi chở đến. Chắc đây là địa chỉ shop quần áo hay son phấn em mới lùng sục trên mạng và qua những cô bạn – tôi nghĩ thế. Sau khi ngó sơ để định hình phương hướng, em kéo tay tôi hối thúc. Đã quá trưa, nắng nóng làm mồ hôi vã ra thấm loang áo rin rít khiến tôi khó chịu, dường như lớp nhựa đường cũng sắp chảy.

Tôi chật vật mãi mới kiếm được căn nhà lọt thỏm trong con hẻm với những khúc ngoằn ngoèo và những dấu xuyệt mỗi lúc lại được điểm thêm ở đầu những con hẻm tôi lướt sang.

Dừng xe, em rút điện thoại, cách tôi một quãng gọi

nói cười huyên thuyên, tôi tần ngần trước cửa. Một lúc sau em đến và dắt tôi vào. Vài tiếng gõ, em đẩy cửa, không gian chỉ những bóng đèn đỏ đang tỏ mờ mờ, mùi nhang khói xộc thẳng lên mũi.

Em chắp tay thành kính xá xá người đàn bà ngồi trên tấm phản, tôi cau mặt qua loa làm theo. Bà thầy bói ngoài 50, mặc bộ bà ba nâu như thể đã đợi chúng tôi từ lâu. Nghe em não nề rút ruột, bà lấy bộ bài đặt bên dưới, ra hiệu hai đứa ngồi lên phản.

Bà nheo mắt nhìn tôi rồi lại cúi săm soi những đường chỉ tay:

- Số cậu mai này đào hoa, nhiều vợ, lắm tài, lắm tật. Kiểu này yêu phải ai người đó phải vất vả lo giữ đây.

- Con cũng có phần nữa hả bà?

Phớt lờ câu nói, bà hỏi họ tên, tuổi tác tôi, xóc xóc bài, miệng lầm rầm những thông tin vừa chớp nhặt; dàn chúng lên manh chiếu thành hàng ngang, kêu tôi bốc 7 lá bất kỳ bằng tay trái:

- Con nhiều vợ giống Vi Tiểu Bảo không bà?

Tôi hỏi tỉnh rụi, bà thầy bói trừng mắt ngơ ngắc, em quắc mắt nhìn.

- Vi Tiểu Bảo trong Lộc Đỉnh Ký của Kim Dung đến 7 vợ lận. Bà nhắm con đến mức đó không?

- Ơ, cái cậu này, cậu giỡn với tôi à? Cậu không tin thì ra ngoài và tôi sẽ không lấy một đồng xu cắc bạc nào của cậu. Tôi nói thế để cậu tránh, cậu biết được mình, đường chỉ tay nó hiện rành rành còn chối thế nào. Ấy là tôi chưa kể quá khứ, tương lai cậu qua những con bài, chỉ nhìn ở bên ngoài thôi đấy.

Em cúi đầu xin lỗi rồi rít cắt ngang lời bà thầy bói. Tôi

láo lia tia được hộp bánh bằng thiếc hở nắp đặt bên dưới bạn thờ. Tôi cười khinh kéo mạnh tay em về, tiếng chửi rủa thêm lớn phía sau.

Em dùng dằn trước cửa, giậm chân xuống nền đất đùng đùng bằng đôi guốc, hằn học ngồi lên xe:

- Khó lắm em mới tìm được bà thầy bói coi đúng vậy mà anh nỡ nào phá hết.

Tôi im lặng. Có thể bản thân hơi quá đáng, dù sao bà thầy bói cũng đáng tuổi ba mẹ mình - tôi nói thầm.

- Hay là anh sợ bà thầy bói nói thật con người anh cho em nghe nên anh mới bỏ về? Anh có tật rục rịch, đúng không? Thảo nào em thấy gần đây anh cứ cắm mặt vào điện thoại miết!

- Đâu...

- Sao anh không ở lại?

- Anh nói với em rồi, thầy bói nói nhăng nói cuội. Em tin chi họ. Mình quen nhau mình còn chưa chắc hiểu hết về nhau, huống gì bà thầy bói chỉ mới lần đầu gặp đã có thể khẳng định chắc cuộc đời và số phần người khác.

- Nhưng đó là thầy. Anh phải hiểu chứ. Đó là lý do bà không như chúng ta.

- Em mê muội lắm rồi! Nếu bà thầy bói tự tin nhìn thấy phận đời người ta sao bà không xem cuộc đời chính bà còn hơn ăn những đồng tiền mồ hôi nước mắt của người khác.

- Họ tự nguyện đến, chứ bà có bắt ép ai đến xem?

Tôi nhường em như những lần em kiếm chuyện vô cớ với tôi. Tính em hãy còn con nít. Đọc được những mẩu tin nào trên mạng, em thường sinh bất an, vặn vẹo tôi trả lời liệu tôi có như anh chàng kia không, tôi sẽ xử lý sao giả sử gặp trường hợp thế. Tôi may mắn được đám bạn "nằm vùng" trong các nhóm ấy, chúng tổng hợp các câu trả lời thuận tai vừa ý nhất gửi tôi phân làm các mục: Chuyện tình tay ba, người yêu cũ, bạo hành người yêu, chia tay đòi quà, không còn trinh trắng trước hôn nhân... Tôi theo dõi đủ các trang em theo dõi. Điện thoại tôi dày đặc "bí kíp" sắp cạn cả dung lượng. Những lúc em gắn thẻ tôi trong bài viết chúng lại hiện lên. Tôi lưu dần, ưu tiên xem các bài viết trước hết cả những người bạn tôi. Tôi mò tìm những bình luận nhiều lượt bầu chọn nhất, tiếp đến những bình luận đầy sự phẫn nộ, những bình luận lấy nước mắt nhiều người… tôi lưu tâm, ghi nhớ và học thuộc làu làu khi em hỏi vặn.

- Bộ anh trải qua rồi hay sao trả lời được vậy?

Tôi không đề phòng tình huống này xảy đến. Tôi ậm ừ "thì thì… tụi bạn anh chơi chung có đứa như thế". Em lại tiếp "anh chơi với đám bạn kia thế nào sẽ đến một ngày người hành xử y chang bọn họ tiếp theo là anh. Cứ như thể đám bạn anh chơi chung được hội tụ đủ để trả lời cho các câu hỏi của em vậy". Thế là em dỗi! Làm thinh ươn ướt mắt:

- Rồi sẽ một ngày anh bỏ em theo người khác.

Em được gia đình bảo bọc, có tôi chở che, em chưa nếm trải nhiều cảm giác ngang trái thường tình, sự nếm trải của em chỉ ở vạch xuất phát. Em sợ những gì đến rồi đi. Em lo lắng. Phải, tôi không trách em; tôi chỉ buồn cho những người đem chuyện gia đình mình, cuộc đời mình than vãn, kéo người khác vào vực sâu xoáy nước làm họ vẫy vùng trong tuyệt vọng với chuyện mình. Không động thái con thuyền hay chiếc phao cứu sinh vớt mọi người lên bờ. Tôi lại thở dài. Phải, tôi bất an hơn em. Em như loài chim bé nhỏ trong lồng son, chưa biết bão giông ngoài kia. Nhỡ không may ập đến, em chỉ biết khản giọng mà buông xuôi. Em vin vào lời mách của những người đi trước như cái phao bên mình, run rẩy đón nhận. Những luồng không khí trong chiếc phao kia mỗi ngày thoát đi một ít. Sẽ đến ngày nó chỉ còn là nhúm cao su èo uột vô dụng. Chỉ khi em tự mang luồng hơi mình truyền vào, em mới tự tin bước đi ngang tuổi đời mình.

Em có lý trí, tình cảm của riêng mình, kể cả tôi. Tôi không muốn con người là nhân vật trong cuốn tiểu thuyết cuộc đời chịu sự chi phối và dẫn dắt của Thượng Đế. Những chông gai, cạm bẫy cứ thế mặc định ta ngã khụy, yếu đuối. Không! Tôi muốn mình là nhân vật trong thế giới không cốt truyện cụ thể, mọi tình tiết đều có thể xoay chuyển bất ngờ đến phút cuối.

Em oằn trên lưng tôi làm chùn những bước ngạo nghễ. Trên những bậc cao đứng dựng, tôi từng bước khó nhọc chống đỡ; trên những con đường trơn trượt, tôi mò mẫm từng bước hoang mang. Một bước hụt, có thể cả hai sẽ rơi vào vực tối.

Có lần, em tức sôi người khi biết bạn thân mình bị một tên khốn lừa lấy tiền và cặp với người khác trong khi mối quan hệ cả hai vẫn tiến triển êm xuôi, em liên tục buông những lời khó nghe: "Đàn ông tử tế trên đời hầu như đã chết hết, nếu em không muốn nói họ tuyệt chủng hoàn toàn." Tôi ngồi kế bên há hốc, tay bịt miệng em không kịp, cốc nhẹ lên đầu em: "Suỵt! Em nên nhớ ba và ông em họ là những con người tử tế còn tồn tại biết gây dựng và chăm lo cho cuộc sống gia đình, cùng những ông bố khác không đáng để phải nhận những lời vơ đũa cả nắm thế, biết chưa?"

Những lúc hai đứa cạnh nhau, ngó thấy em bấm bấm và lướt lướt màn hình điện thoại, tôi ngước cổ, gắng liếc dọc ngang thông tin em chăm chú nhìn chằm chằm và tôi biết, tiếng thở dài cùng than oán theo sau. Mọi nỗ lực từ tôi chẳng thể cứu vãn được em khi em mãi đắm chìm trong mớ những xúc cảm người khác, hình dung cuộc đời là những vành khăn trắng quấn trên đầu nhân loại, như chịu tang cho quá khứ đã nghiệt ngã nỡ mỗi ngày qua.

Trời dịu dần, những tia nắng chói chang nhường chỗ cho hoàng hôn đương tới. Vài con chim chao liệng thanh bình. Tôi sẽ cho em dang rộng đôi cánh bay trên những tầng trời, như loài chim đang được tự do kia, kiếm tìm lẽ sống riêng mình…

Dự cảm

Gã đồng hành cùng người yêu và cậu bạn mà gã xem là chí cốt. Ba người quyết định thâm nhập ngôi nhà hoang cách địa điểm họ thuê trọ chừng nửa tiếng đi bộ. Họ đã dò la tin tức, tuyệt nhiên không bóng người thuộc khu vực gần nhà hoang, thảng hoặc thưa thớt đôi chiếc xe qua lại của những tay lái "cứng cựa"; họ sẽ tránh được rất nhiều cặp mắt tò mò về ba kẻ lạ từ xa tới. Cả bọn gửi xe tại chỗ nghỉ chân, thong thả đến ngôi nhà hoang khi trời vừa chập choạng tối. Hành trang ngoài ba lô gã đang oằn trên vai, còn có vài gói bánh, nước suối, tay mỗi người khư khư chiếc đèn pin nhỏ.

Gã nghe bảo ngôi nhà hoang từng là nơi ở của một đại gia đình người Pháp. Họ đến Việt Nam từ những ngày đầu khi quân Pháp đổ bộ lên mảnh đất hình chữ S. Sau ngày Hiệp định Geneve được ký kết, họ lập tức rời khỏi nơi này, ngôi nhà gần như bị bỏ hoang. Cùng số phận nhiều ngôi nhà hoang nằm rải rác lộ thiên hoặc im lìm giữa nơi heo hút, nhà nước chưa ý định trưng dụng ngôi nhà trong tầm ngắm ba người vào mục đích khác vì chính quyền ngại khoản chi tiêu việc tu sửa lẫn giá trị kinh tế từ ngôi nhà hoang mang lại.

Vài năm trước, một đôi trai gái được phát hiện chết trong tư thế treo cổ. Giới cảnh sát cho rằng họ tự sát. Nhưng dân cư xung quanh chỗ gã thuê trọ bảo có người đã ra tay sát hại đôi trai gái, ôm cái xác đặt vào dây thòng lọng hòng ngụy tạo hiện trường. Các chứng cứ thu thập chẳng đem lại bất kỳ manh mối nào về kẻ tình nghi. Không giấy tờ tùy thân, không ai biết hành tung của họ trước khi bị hại, họ đến từ đâu… Phía điều tra bèn xếp lại tập hồ sơ, liệt vào vụ án không lời giải đáp mà chẳng mảy may chút ngại ngần.

Cứ vào kỳ trăng tròn mỗi tháng, hôm sau nhóm cảnh sát nhận được báo cáo về những tiếng dài thượt não nề, bóng đôi nam nữ tựa đầu ngồi trên lan can trước nhà đong đưa bàn chân, những vết máu in hình bàn tay lờ mờ ẩn hiện bất chợt… tựu trung tại ngôi nhà hoang.

Vốn vắng người qua, sau ngày hai cái xác được phát hiện, cả con đường như thể vắng mặt sự sống…

*

Gã ưa mạo hiểm. Nghe phong thanh những địa điểm gắn liền tin đồn quái lạ, gã khăn gói lên đường quay lại những thước phim chứng minh sự hoang đường của dân địa phương thích thổi phồng mọi thứ. Sau loạt bài viết kèm vô vàn tấm ảnh trải trước mắt, gã và người yêu quyết định vạch trần hư thực câu chuyện xảy ra vào ngày trăng tròn mỗi tháng nơi ngôi nhà hoang thuộc tỉnh X.

Dự tính ban đầu, ngoài người yêu, gã lôi kéo thêm đứa bạn chí cốt lẫn người yêu hắn "nhập cuộc". Hai người nữ sẽ chuẩn bị đồ ăn, gã với cậu bạn sẽ lo sửa soạn thiết bị quay phim, thu thanh. Trước buổi khởi hành ít lâu, người yêu bạn gã sốt li bì. Bạn gã nhẩm tình hình khó thoái lui, ngậm ngùi theo gã chứng kiến ít nhiều trò mèo gã làm với người yêu.

*

Khoảnh đất rộng, hai bên cánh ngôi nhà hoang là hàng cây chia đều mỗi bên 5-5, đường kính vừa đủ vòng tay một người ôm, hầu hết đã bị chặt ngang. Một hàng rào bằng thép được dựng lên gần đây bao trọn ngôi nhà tránh bọn nghiện ngập tụ tập hút chích, phá bĩnh. Gã được người quen chỉ lối tiếp cận ngôi nhà. Thay vì đi hướng chính diện đã bị khóa, bước tầm chục bước, rẽ vào tay phải, có con đường, bám theo chiều dài con đường đến phần lưng ngôi nhà, sẽ thấy cánh cửa phía sau nhà xỉn màu; chỉ việc thò tay bật nhẹ cái móc tạm bợ gài hững hờ, từ từ kéo ra, thật mạnh tránh tiếng kẽo kẹt thê lương rợn người, gọi mời bọn nghiện ngập nấp đâu đấy phá tan sự yên tĩnh của ngôi nhà lần nữa.

Con đường không dài, trận mưa đêm qua làm bùn đất nhão nhoét dính bệt dưới giày; gã và hai người đi chung vất vả nhích từng bước. Để đến được phía cánh cửa, gã phải lách mình giữa hai cây cổ thụ chắn ngang. Đi hướng sau không đơn giản như người quen gã chỉ, gã nghĩ; tuy nhiên cây cổ thụ phần nào hạn chế hết mức tối đa những người tò mò muốn khám phá ngôi nhà, người lách qua đã khó, xe không cách chi vào được.

*

Bên trong ngôi nhà hầu như không còn gì sót lại. Từng cánh cửa sổ, cửa chính đều bị tháo dỡ, tường chằng chịt vết sơn đầy đủ hình thù. Gã buộc miệng gọi những từ vô nghĩa, âm thanh chồng chất dày thêm như kéo giãn chiều dài ngôi nhà.

Gã lục trong ba lô, đầu tiên ngạc nhiên, tay bới tung mọi thứ; sau gã ngồi xổm dốc ngược ba lô để rơi hết đồ đạc ra ngoài. Gã phát điên lên vì không tìm thấy máy ghi hình. Những lời đay nghiến, tháu cáy lũ lượt tuôn; gã phó mặc, để chúng tự nhiên bột phát vì từ trước đến nay, bạn chí cốt chẳng giúp gì cho gã một cách trọn vẹn. Bạn gã lầm lũi đi tiếp, lời cay độc hãy còn phía sau. Chai nước vuột khỏi tay bạn gã biến dạng, gã nín lặng, cuộc trò chuyện gián đoạn, vài giây gã lại huyên thuyên cùng người yêu. Gã ngưng bặt, giơ ngón trỏ ra dấu thám thính động tĩnh, tiến lên cách bạn gã vài bước. Mặt gã co giãn liên hồi, đứng sững, quay lại hét toáng "chạy điii" và xoay người, đẩy người yêu mình theo hướng ngược lại. Cô nàng chúi nhũi, kịp lấy thăng bằng phóng bạt mạng. Cây đèn pin trên tay bạn gã rớt xuống, lăn lóc, chạm phải viên gạch rồi ngừng hẳn, tia sáng chớp nhoáng vụt qua gương mặt mờ ảo bạn gã; cặp ánh vằn vện tia đỏ giận dữ, khóe môi giần giật, hắn khụy gối ôm đầu rú lên thảm thiết. Đoạn, hắn xoay người rút một thanh nhỏ từ ba lô, phóng dậy, vơ thêm viên gạch gần đấy, đuổi bám gã. Gã chỉ còn biết kêu lạc giọng "chạy đi, đừng quay lại, chạy điii", người yêu gã gạt nước mắt, cắm đầu trong vô vọng.

Người yêu gã từng giành giải nhất cuộc thi điền kinh, cái đẩy của gã khi nãy giúp cô nàng có trớn "búng" nhanh, bỏ xa gã một quãng. Cô nàng rẽ quặt bên phải, gã vấp phải vật cản té nhào. Gã gào điên cuồng "chạy điii, chạy tiếp điii". Hướng cô nàng rẽ dẫn đến các phòng khác, được một đoạn, cô giảm tốc độ bước lên vài bậc thang, chạy thêm vài bước rồi tần ngần, dùng hai tay nâng toàn bộ cơ thể leo lên tường, khép hai cánh tay bảo vệ phần đầu và rơi mạnh. Cú tiếp đất làm toàn thân cô ê ẩm, cô gào trong nước mắt "anh ơiii", ngồi sụp bưng mặt nghèn nghẹn. Có bàn tay đặt lên thành tường, hổn hển "giúp… anh…" Nhanh như cắt, cô kéo hai tay gã và giật mạnh, gã nhoài lên người cô. Cả hai leo lên lầu, gã thở nhọc "hắn… đang… phía… sau". Họ không biết đi đâu, quanh co hết tầng 2 thì gặp rào chắn, gã ngoái đầu trông để người yêu mình leo, gã thét đau đớn, hắn đã ghim con dao vào chân gã thừa lúc gã không để ý ở khe hở cầu thang, cô nàng phá được rào chắn, máu từ chân gã ứa ra, gã không thể đi tiếp…

*

Gã bật người thở gấp, mồ hôi đẫm trán, tay ôm đầu, nheo mắt nhìn đồng hồ treo tường. Gần quá trưa, chưa đầy 1 tiếng gã sẽ đến lớp. Gã ngồi thừ trên giường, tay lần mò điện thoại, 5 cuộc gọi nhỡ, vài mẩu tin nhắn. Gã uể oải nhích bước làm vệ sinh cá nhân.

Vơ vội vài đũa mì, gã cảm thấy lạc miệng, bần thần xâu chuỗi diễn tiến giấc mơ.

Đây là ngày thứ 3 liên tiếp gã mơ bạn chí cốt cố giết gã. Hôm trước, vẫn 3 người cùng đi. Trên chiếc thuyền, một lỗ thủng đưa nước tràn vào, cả bọn ra sức tát nước, ngay tắp lự, bạn gã nâng phần mông gã lên đẩy mạnh khiến gã mất đà lao thẳng xuống nước. Hắn ôm chầm người yêu gã và dùng tay bóp cổ cô nàng bảo một trong hai sẽ chết. Gã ứa nước mắt nhìn người yêu mình rơi vào vòng tay hắn bất lực. Hôm qua, gã thấy hắn lái xe tông trực diện, gã bật ngửa đập đầu, máu lênh láng… Và mới đây, chỉ chừng nửa tiếng, hắn dùng dao ghim chặt chân gã, nếu gã chưa thức, liệu hắn còn làm gì gã tiếp đây…

Gia đình gã thường bảo gã có giác quan thứ 6. Gã chưa bao giờ mơ lệch với hiện thực không xa. Thời gian này cả bọn gặp nhau nhiều, có cả người yêu gã trong cuộc trò chuyện. Gã nhếch mép cợt bản thân nghĩ chuyện vẩn vơ. Tiếng chuông cửa vang, gã rướn người, bạn gã đến đang vẫy vẫy tay ngoài kia. Gã nặng nề đeo chiếc cặp, quá giang bạn mình đến trường.

Nay hắn có vẻ hơi vồn vã – gã nghĩ – chắc không gì bất thường chứ, sao hắn cười tươi thế, khóe miệng sắc, lạnh pha phần gian manh chưa bắt gặp bao giờ.

Gã đã bọc con dao nhỏ bằng mấy lớp báo, nhét vào cặp. Gã vừa ngồi lên yên xe, vân vê tờ báo. Phía xa, mây vần vũ phong tỏa đặc trời, vài tia sét rạch ngang trên nền thâm u…

Vòng nguyệt quế

Sống mũi đổ bóng lên mặt bàn, tia nắng chớp nhoáng quét qua từng đường nét mỏng mảnh, ánh sáng ậm ừ trả lại chút phản chiếu toàn diện yếu ớt; tim hắn rộn những nhịp nào giờ hắn chưa dám nghĩ tới, cả lúc chỉ mường tượng nhạt nhòa trong cơn mơ trái khuấy; hắn thầm thì lời cảm thán "dễ thương quá!" không để hé môi.

Chị hắn ngồi đấy, điềm nhiên nhấp ngụm nước, phóng đôi mắt đâu đâu như thể dò tìm điểm đến cho sự tẻ nhạt phút này. Mắt hắn nghiêng theo tia nắng ban nãy, soi mịn màng gương mặt, đặt lên sống mũi chị mình, lần nữa. Hắn dần nhận ra nét dễ thương của người chị chung nhà.

Đây là lần đầu hắn lưu tâm về người hay cùng hắn ra quán nước chuyện trò những hôm nhàn rỗi, những ngày vu vơ chụp vội cái đáng chán của tiết trời oi bức tạo thành cớ đi đâu đó tránh nóng. Chị hắn xoay người, nghiêng đầu chớp chớp mắt nhìn hắn chằm chằm:

- Sao thế?

- Dạ không chị, em cảm giác hơi mệt.

Chị hắn chống cằm, chau mày:

- Hay về nhé?

- Không chị. Chị đừng để ý em.

Lời van xin ẩn trong cách nói lạnh lùng, dửng dưng; hắn gắng níu chị mình ngồi lại lâu chút nữa. Hắn di chuyển ánh nhìn từ chân mày, xuống hàng mi cong cong, đôi mắt biết nói, lướt tiếp đến đôi môi, cái cằm tạo thành sự hài hòa trên nền kiến tạo.

Hắn chầm chậm tua ngược những câu bông đùa của tụi bạn khi cả bọn kéo nhau sang nhà hắn chơi:

- Chà! Có người chị như chị mày khổ nhỉ?! Tao thấy tiếc và tội cho mày quá, sao mày sống nổi, chị họ thôi cũng đủ chết, huống hồ lại là chị ruột! – tiếng thở dài thượt xen ngang cố tỏ vẻ thương cảm.

Thằng khác hăm hở, bồi thêm:

- Chị mày, dù hơn tuổi nhưng tao vẫn thấy cuốn hút lắm. Tao mà chưa có người yêu, thể nào cũng tán tỉnh chị mày!

Hắn cười gượng, biết thừa tụi bạn không ác ý, chỉ đùa vài câu trong đám thân thân, ít cù nhây.

*

Tối đó, hắn gõ cửa phòng chị, có tiếng nói, hắn ghé mắt vào:

- Chưa ngủ à? – chị hắn chồm người hỏi vọng qua khe hở.

- Dạ chưa chị.

- Có gì không?

- Ừm… em buồn, chán nữa, muốn mượn chị mấy cuốn sách đọc – hắn gãi đầu, lưỡng lự - À chị nè, sau này chị đừng xoa đầu em nữa nhé; cả mấy chiếc áo rộng thùng thình, chị bỏ hết đi, tụi bạn em hay qua nhà, mặc nhìn kỳ lắm chị. Có mấy tên gần đây ưa ghẹo chị nữa, em thề em sẽ giết hết bọn chúng.

- Chà, em tui lớn rồi đấy. Biết yêu hay có để ý bé nào chưa? – chị hắn đặt tay định xoa đầu hắn, vội rút lại, cười trừ - Mém tí nữa, hì.

*

Chẳng rõ bao lâu, hắn chưa từng thấy chị dẫn bạn trai về nhà, thậm chí ở bữa cơm gia đình, chị hạn chế đề cập chuyện tình cảm mặc ba mẹ lèo lái vì chị cũng đã ngót nghét ngưỡng tuổi 25. Chị hồn nhiên, đáp hắn:

- Có người yêu thì không được chiều. Rồi ai bảo vệ chị mỗi lúc, chở chị đi chơi khi hứng chí nữa…

Lòng hắn mở cờ. Đi bên cạnh chị, hắn được dịp tự hào,

vênh mặt ngó đám thanh niên gắng giữ kẽ, khép nép nhưng lộ vẻ bối rối muốn tiếp cận, muốn xin số làm quen; thậm chí đàn anh khóa trên còn dúi cho hắn ít quà vặt, giới thiệu hắn cho những cô nàng xinh xắn chỉ mong hắn nói đỡ vài câu cùng chị. Ở một góc nào đó, hắn nhói như có ai đâm một nhát chí mạng ngay tim. Câu nói vô tình sảng trong tâm khảm hắn cô đơn. Hắn đang lớn theo từng ngày…

Âm vang

Lúc nào cũng ồn ào!

Căn nhà ước chừng 12 bước vừa chiều dài và 6 bước vừa chiều rộng hôm nào cũng chứa đủ tiếng ồn. Tiếng trẻ con phá bĩnh vừa dứt thì tiếng la hét trỗi lên chỉ vào chỗ đứa nhỏ vừa gây ra "hậu quả". Tiếng hét sau tiếng bị tét vào mông xé sự tĩnh lặng của xóm nhỏ. Tiếng người lớn càm ràm lũ trẻ không nên người khi đã chừng đấy tuổi. Nồi lẩu tạp âm nhúng mọi người trong khu vực nóng phừng phừng, tiếc giấc ngủ đứt ngang khó nhằng chợp mắt khi chóng vánh nhận chút thời gian vòng xoay dè sẻn.

Chưa hãi hùng bằng lắm lúc tiếng hát ca đánh bôm bốp vào màng tai từ những kẻ học đòi làm ca sĩ mãi thủ thỉ rù rì như con ong vo ve phút chốc tăng tốc vặn âm lượng dằn tiếng nén giọng phát nên với hết nội lực bản thân tạo cảm giác chóng mặt ù tai tiếp nối tiếp nối tộng hết hỗn loạn lên khu vực. Chỉ cần mỗi xóm như thế nhính hai người ra đường lánh nạn, chẳng mấy chốc đường phố kẹt xe và tiếng bóp kèn inh ỏi, tiếng chửi bới om sòm tranh nhau nhích bánh xe được phen tụ hội. Thật khó để sản sinh một thiên tài văn chương nói riêng và nghệ thuật nói chung ở thời nay.

Góc cô đơn, trầm mặc co dần theo chuyển động nhịp sống; thi thoảng chấp nhận nhìn xuống để biết còn hơn tiếng đạn bom oanh tạc, tiếng nháo nhào trú ẩn, tiếng thê lương thét gào bên xác người thân, tiếng động cơ vận hành không ngơi nghỉ,… nơi đâu đó vẫn đang tồn tại những tiếng chết chóc ấy.

Bất chấp hoang tàn đổ nát, nhà văn vĩ đại lần lượt nhìn thấy ánh mặt trời giơ cao tác phẩm nồng mùi thuốc súng trên tay đợi chờ gây tiếng vang. Diễn từ được tập dợt đều đặn hằng ngày trước gương soi y phục chỉnh tề, mái tóc được chải chuốt gọn ghẽ, tổng thể chỉn chu ngóng người đời châm ngòi.

Tiếng cười đôn hậu hiện từ người con gái mở cửa bước vào trái tim chóng dập tắt tiếng thơm vừa phôi thai mạch máu.

Đơn độc

Tôi mắc một rắc rối không nhỏ. Tai ù và giọng lạc đi phát không nên lời khi tôi nghe những gì từ N. và lúc gọi tên cô. Tình cờ biết được sự trớ trêu hôm tôi thả bộ trong công viên. Nhác thấy N. từ xa, tôi đưa tay vẫy vẫy; vài người nối nhau lấp cả cánh tay tuyệt vọng. Tôi gọi lớn "N. ới" mà cổ họng cứ nghẹn ứ bất lực trở về lẩm nhẩm. Bất chấp sự có mặt chỗ tôi đứng chôn chân, tôi bụm hai tay kề vào miệng "N., N.". Hoàn toàn thiếu phản ứng quay lại căn bản. Một người trố mắt, giật lùi như thể vừa va phải tôi. Gã thủ thỉ gì đấy cùng người bên cạnh, họ nắm tay lẹ làng lẩn tránh.

Bác sĩ từng bảo tôi bị chứng "rối loạn ám ảnh cưỡng chế" bắt nguồn từ áp lực mở công việc tôi gắng quá sức, nó tiến từ từ vào giấc mơ, tích tụ đến một lúc tôi đâm sợ sệt, hoài nghi, cầu toàn trong mọi thứ. Vị bác sĩ già quên mất chuyện tôi tôn sùng "chủ nghĩa hoài nghi", thờ con tim ẩn tàng thuyết âm mưu bao bọc; tất cả biến chuyển quanh tôi mọc mầm nghi hoặc ít nhiều có thế lực vô hình can thiệp, xoay chuyển trật tự sắp đặt, mọi diễn tiến của cuộc đời chỉ là cái áo khoác chết chóc ghê tởm đằng sau.

Khoan trách vị bác sĩ, chính tôi từ chối việc ông ta mời tôi gặp người trị liệu bằng thuật thôi miên. Bạn biết hành động trên "bất nhân" thế nào chứ? Hình ảnh điển hình, một vị độ trung niên ngồi thong thả, tay đong đưa con lắc trước mặt "bệnh nhân" tội nghiệp nằm tựa đầu lên ghế cơ hồ sự thẩm vấn về chuyện họ vừa phạm sai lầm nghiêm trọng, mắc tội mà còn ra sức đè nén cho dữ liệu thôi bật nên, chỉ còn cách nương biện pháp thôi miên hòng trói họ khuất phục, khiến những tăm tối thẳm sâu nhất nhìn ra thế giới bên ngoài. Người bác sĩ trị liệu cố vực ký ức trong xó xỉnh cũ kỹ, làm sống dậy quá khứ đau thương. Tên ấy cóc cần biết người đang nằm về sau cảm giác ra sao u ẩn bỗng dưng hồi sinh tua đều như cuộn băng thông qua tác động cỏn con, toàn bộ đau buồn nhắc nhớ bản thân ngày đó chịu trận đủ đầy nhường nào. Tên ấy cóc cần biết! Cái hắn muốn, là kết quả kiểm chứng cho phán đoán từ vị bác sĩ già; kết quả củng cố cho liệu pháp trị liệu từ bấy đến nay.

Vị bác sĩ già phác sơ nét về chứng "rối loạn ám ảnh cưỡng chế" như sau:

- Nhẹ nhất của chứng này là chuyện anh bị ám ảnh việc cơ thể lúc nào cũng phải sạch sẽ, vết vấy bẩn cũng khiến anh khó chịu và anh thường xuyên rửa chân tay liên tục; ra đường canh cánh chuyện khóa cửa chưa và để chúng ở đâu, rồi sục sạo túi quần. Anh chắc ít nấu nướng nhỉ? Việc ám ảnh cái bếp tắt chưa cũng là một dấu hiệu nhẹ của chứng "ám ảnh cưỡng chế". Anh thích đếm bậc cầu thang, các tầng lầu, cộng các số ở biển số xe, chỉnh âm lượng luôn phải số chẵn; mọi thứ trong mắt anh đều thật cân đối, hài hòa, lệch vị trí trung tâm anh thèm khát bóp cổ người cố tình hoặc sơ sót sự lệch ấy. Anh thích tích trữ, đấu tranh tư tưởng đến cực cùng giả dụ muốn vứt một món hàng, anh sắp xếp từng món tỉ mỉ, gọn ghẽ; lục thùng rác nhiều lần để tránh bỏ sót món hay ho vào phút bốc đồng đã tiện tay vứt bỏ. Anh bận rộn với chúng cả ngày. Chuyện vô nghĩa ấy dễ lọt tầm mắt anh. Anh lăn tăn chuyện dọn dẹp, nghiêm túc xét những giá trị, tính hữu dụng tức thời anh có trên tay. Anh lo lắng mối quan hệ bè bạn, anh sợ bị phản bội; thi thoảng anh tự ti bề ngoài khi đứng trước gương; anh kiểm tra liên tục kết quả lúc thực hiện xong. Anh thường biểu lộ chút dằn vặt về hành động, lời nói của mình,… "Rối loạn ám ảnh cưỡng chế" xuất hiện nhiều ở các bạn trẻ, như anh; bắt nguồn sâu xa cội rễ gia đình quá nhiều sự căng thẳng hoặc ba mẹ anh từng có triệu chứng này,…

Nhìn chung, đây thuộc suy nghĩ và thói quen mang tính ám ảnh, lặp đi lặp lại; tuy nhiên chúng chỉ tồn tại trong tâm tưởng anh, anh ít khi thực hiện chúng vì lười hay lý do gì khác.

Anh cố khắc phục bằng lối suy nghĩ đơn giản, tích cực, hạn chế tích năng lượng tiêu cực từ áp lực ngoài cuộc sống. Hơn hết, anh cần tập thiền kết hợp vài loại thuốc tôi sẽ kê đơn.

*

Chính cái sự vô lý khiên cưỡng vị bác sĩ học/ đọc từ tài liệu khiến tôi không sao quên được từng lời từng chữ. Có thể vị bác sĩ già là tên sùng đạo muốn tôi tâm thanh tịnh xa rời trần thế buông bỏ gánh nặng mà đặt chân phiêu bồng cõi giới khác. Làm sao giản đơn được giữa thế giới xô bồ, hỗn tạp, biến thiên với người chồng chồng mặt nạ, cái tốt mất hút lặn thăm thẳm,… cơ chứ!

Rõ ràng dù tôi đạo Phật, nhưng tôi vẫn mang nặng nhiều điều không đồng tình với giáo lý của Ngài. Tôi nín lặng ngó lên dây thòng lọng nhân – quả sẵn sàng chòng cổ tôi siết mạnh, bên dưới gia đình bưng mặt thét gào tôi dại dột báng bổ, xúc phạm thánh thần, Phật, Trời. Tôi hốt hoảng, sợ hãi chắp tay nguyện cầu, năng đi chùa với mong muốn gột rửa được ý lệch pha nhen lên buổi nào.

Năm sau tuổi tôi xấu. Mọi chuyện có thể đổi dời, cải số bằng việc lành, nghĩ thiện. Tôi sẽ ngoan ngoãn như một trách nhiệm cho con cháu tôi, bọn chúng không đáng gánh gồng trả nốt phần tôi tạo tác.

*

Cơ thể tôi đã bài tiết hết phân, nước tiểu, máu hơn tháng qua. Dòi bọ làm việc năng suất. Vi sinh vật đục khoét loang lổ thân hình. Tương lai tôi sẽ hòa vào đất...

Tự do

Ngày nào tôi cũng thấy anh cắm mặt vào tờ giấy hí hoáy. Anh đến sau tôi độ một tháng. Bên dưới, nhiều tờ giấy bị vò nát nằm ngổn ngang. Người nhân viên vui vẻ đặt dưới chân anh sọt rác nhỏ, anh hơi ngượng tuy không bị trách cứ lần nào, dù anh vẫn dọn gọn gàng trước lúc đứng lên rời quán, chỉ là anh không muốn dọn dẹp khi anh chưa cảm thấy cần thiết và gắng để đến phút cuối. Anh hay tặc lưỡi, lắc đầu thất vọng, tiện tay ném những cục giấy; khi nắm lại ném ngược đằng sau, khi nhìn bên dưới và bỏ vào thùng rác nhựa. Cũng như anh, tôi đều đặn ra quán này, một góc cố địnhbao quát cho mình những điểm quan sát, phóng suy luận khai phóng bộ não rối bời sợi nghĩ xâu kết diễn biến của khách vãng lai.

Tôi không thể ngừng chú tâm người đàn ông lạ lùng ấy trong số những vị khách tôi thuộc gần như các khuôn mặt,họ đến đây vào khoảng thời gian nào.

Tôi kéo ghế tiến đến bàn nhỏ lấy ly nước lọc, trên đường về chỗ cũ tôi ngó chăm chú mục tiêu người đàn ông đang thực hiện. Nhác thấy bóng người thấp thoáng được phản chiếu qua mặt bàn bóng loáng, anh quay lại, cười hiền;

tôi giật nảy mình, bối rối cúi đầu xin lỗi.

Anh chủ động chìa tay ra bắt, tôi cúi thẹn giơ một tay nâng cổ tay còn lại đón lấy cái bắt tay của anh:

- Anh ra đây cũng thường?

- À vâng, công việc tôi thực hiện chủ yếu trên máy tính, tôi muốn ra quán cho thoải mái –Tôi tự tin đáp mạch lạc rõ to tránh lời dạm săm soi hay hoài nghi sự rỗi của mình.

- Đây? Chắc anh thấy lạ nhỉ?

Anh đẩy tờ giấy về phía tôi, mau lẹ rút lại một tờ lót. Tôi đặc quánh thất vọng, tù mù đầy nét nguệch ngoạc bất tuân trật tự bên dưới. Trên tay tôi, chỉ là trục hoành với các vạch được đo đều đặn. Tôi đảo tờ giấy ra chiều khó hiểu, anh vỗ vai tôi, nói như nghẹn:

- Chuyện vặt vãnh tầm phào đốt thời gian ấy mà. Anh thấy đấy, chúng là những con số phát triển dần về sau. Ô nhỏ cuối đoạn thẳng, nghĩa trang đấy. Tôi đang đếm tháng năm còn lại được hít thở dưới bầu trời này…

XUÂN THAO

Tên thật Lê Văn Thí.
Sinh ngày 08 tháng 01 năm 1944.
Quê quán Núi Cùng, Thạc Gián, Đà Nẵng
Tham gia sinh hoạt văn nghệ và báo chí từ năm 1962.
Hiện sinh sống tại Đà Nẵng.

Tác phẩm đã xuất bản:
- *Sóng Mòn* (TG tự xuất bản, 2010)
- *Ngập Ngừng* (NXB Văn Học, 2015)
- *Tình Sầu* (in chung với Thu Phong; NXB Nhân Ảnh, Hoa Kỳ)

Ví dầu tình bậu...

Em trách tôi, sao yêu nhiều
Ngày nay, nhận hậu là điều tất nhiên
Tình ơi, sao lắm muộn phiền!
Không yêu thì chớ, một mình an vui

Yêu em, phải chịu muôn điều
Giận, ghen, hờn mát, lại chìu như ri
Dù chi, anh vẫn nhu mỳ
Anh đâu sợ bạn cười chi thân già

Yêu nhau chin bỏ làm ba
Dù sao chăng nữa, cũng là người yêu
Riêng anh chỉ sợ một điều
Em làm bẩn mất những chiều hoàng hôn

Hoàng hôn, ôi đẹp vô lường!
Sóng kia, biển nọ cũng bừng sáng lên
Sáng lên giây phút rồi tàn
Chìm sâu đáy nước, huy hoàng trăm năm.

Thu về trong mắt em

(tặng Gió heo may)

Đã thấy Thu về trong mắt em
Một chiều nắng úa loáng bên thềm
Thu Paris hay Thu Hà Nội *
Cũng làm tim em xao xuyến thêm

Em đã theo Thu bước dặm dài
Để thấy thương buồn lên tóc ai?
Em Paris vàng hoe sơi nhỏ
Em thương hoài Cung Trầm Tưởng, tiễn đưa **

Ánh đèn vàng ga Lyon chong rầu rĩ
Như Paris hè phố về khuya
Giọt cà phê trong ly đắng chát
Em uống cùng cô bạn Sagan

Buổi sáng nào em cũng hay tìm đến
Vườn Luxembourg nghe lá rơi đầy
Từng chiếc một rơi trên vai tượng đá
Em nhớ bài chính tả được điểm 5 (5 point)

Em thấy gì ở Monparnasse?
Có những chàng lãng tử Verlaine
Quàng vai chàng Rimbaud say khướt
Say hết mình, coi trời đất bằng vung

Hay buồn tình em tới sông Seine
Nhìn nước cuộn trôi dưới cầu Pont Neuf
Như mùa thu không một lần trở lại ***
Làm dày thêm lời hẹn dưới chân mây.

[17-9-2017]

----

* bản nhạc *Thu Vàng* của Cung Tiến.
** ý thơ Cung Trầm Tưởng.
*** bản nhạc *Mùa Thu Không Trở Lại* của Phạm Trọng Cầu.

Nhớ quê

Xưa, có người sống ly quê
Chỉ vào đám mây trắng cuối ngày
Bảo: Nhà cha mẹ ta ở dưới đám mây ấy
Mà lòng thấy bùi ngùi, thổn thức khôn nguôi ...
Quê nhà tôi cũng ẩn dưới một áng mây
Từ trắng chuyển sang vàng rồi đỏ hung hung
Tùy theo thời tiết và thời điểm ngóng
Tựu trung, là dưới một làn mây cố xứ ...
Quê cũ của tôi có cái tên hết sức lạ lẫm
Mà đến nay gần hết đời người
Tôi vẫn chưa truy nguyên ra được:
Núi Cùng xứ
Núi Cùng, Núi Cùng!
Cái tên gọi rất đỗi thân thương và đa âm sắc

Núi Cùng nằm gọn lỏn trong lòng những làng xã kế cận:
Xuân Đáng, Phục Đáng, An Khê, Xuân Hòa...
Hà Khê, Thanh Khê, Thạch Thang, Thạc Gián...
Những tên làng cũ bây giờ chỉ còn trong trí nhớ
Của những người trên 60 - 70 tuổi!

Nhưng dẫu sao, đó cũng là quê cha đất tổ của tôi
Nơi chôn nhau cắt rốn của tôi và anh chị em tôi
Nơi anh chị em tôi đã qua đi tuổi thơ với bao nhiêu buồn vui
Và là nỗi ám ảnh suốt cả đời tôi sau nầy...

Làm sao tôi có thể quên
Tuổi thơ của tôi đồng thời với quê tôi
Lúc bấy giờ đang sống rất cơ cực
Nhà cửa trong xóm thưa thớt, có thể đếm được trên đầu ngón tay
Chừng 50 túp nhà tranh, vách phên rạ
Dân chúng chỉ biết làm ruộng, làm vườn, nuôi vài con heo
dăm con gà, dăm con vịt
Họa hoằn, mới có nhà có người làm ở sở Hỏa xa,
làm phu bến tàu, phu khuân vác ở nhà máy gạo
Thảng hoặc làm phu ở sở Lục Lộ
Đời sống họ có khá hơn dân làm ruộng đôi chút
Cái nghèo, cái cực bộc lộ rõ nhất là về mùa Đông
Trong xóm, nhà nào, nhà nấy đóng gài cửa kín mít
Để ngủ
Ngủ để quên cái đói đang hành hạ thân xác tóp teo
lại càng teo tóp hơn

Tôi quên thế nào được
Xứ tôi ở có các địa danh nghe hơi kỳ kỳ nhưng ấm áp vô cùng:
Xóm Bàu sen, Bàu làng, Xóm Cây U...
Đám Ba Sào, Đám Thùng, Đám Rộc...
Cồn Lưỡi Gà, cồn Gò Ổi, cồn Lầu Đèn...
Kiệt Cây Sanh, kiệt Công Hương, kiệt Xuân Hòa...
Tất cả những nơi ấy đều có bước chân tôi tìm đến
Hoặc đi bắn chim ở các lùm cây
Hoặc buổi trưa chờ mọi nhà đi ngủ trưa
Hai, ba đứa nháy nhau đi bẻ trộm ổi, trộm thơm, trộm dưa gang...
Hoặc trưa đứng bóng, cả bọn trốn nhà đi tắm bàu Làng, hái sen
Đi tát bắt cá thia thia
(vô phúc cho em nào bị cha mẹ bắt được thì đêm đó sẽ bị một
trận đòn nên thân)

Tôi không thể nào quên được
Những đêm trời có trăng
Theo các anh chị lớn ra cồn Giữa
Chơi trò U mọi, cướp cờ, đá lon
Các anh lớn chơi Haut la Main...
Tóm lại, tuổi thơ tôi đã qua những ngày tháng thơ mộng
Và vô tư như thế

Rồi thời gian trôi chảy...
Rồi chiến cuộc tràn lan...
Quê làng tôi cũng có người vào lính
Cũng có người đi không về
Có chị đã theo chồng
Một lần rồi biệt tăm, nghe đâu xa lăng lắc...

Quê làng tôi đến nay không còn nữa
(Chuyện vật đổi sao dời)
Có còn chăng là trong ký ức mù mờ, lúc nhớ lúc quên
của những người đứng tuổi
Và trong những người nặng tình hoài hương.

[Đà Nẵng 7-5-2015]

Qua sông mùa mai nở

Lấm tấm vàng mặt sông
Lấm tấm vàng nội cỏ
Bừng sáng lên một vùng Hoàng Hoa, Hoàng Hoa thôn!
Đò ai vừa qua sông?
Người đâu vừa sang ngang?
Mà da,
Mà áo,
Cùng vàng sáng lên
Như mai kia lóng lánh
dưới tà dương!

Gió lên!
Gió lên!
Từng đợt gió lên...
Hoa rơi,
Mai rơi,
Tơi tả trên khoang đò,
Lả tả trên vai người...
Một thoáng buồn lên mi mắt,
Một chút rượi buồn vương trong lòng...
Ôi, lòng ta như tàn rụng
một ít, nhiều xuân xanh
Và... một chút gì vui khuây!

(Đà Nẵng 03-02–2015)

Đón em về, đón xuân sang
(Gởi TP)

Mai mốt em về buổi chớm xuân
Trời hanh khô với chút hoe vàng
Cây cối ngủ đông như đã trải
Một mùa giá buốt thấu tâm can

Anh sẽ chờ em nơi bến sông
Có con đò nhỏ trôi bềnh bồng
Có liếp cải vàng tung đàn bướm
Và có tình quê vẫn mặn nồng

Bờ cỏ xanh non đón chân em
Đôi bàn chân nhỏ, dáng dịu hiền
Bàn chân đã vượt xa ngàn dặm
Mà vẫn không rời mảnh đất thiêng

Anh sẽ đưa em lên đồi cỏ
Mùa này sặc sỡ sắc hoa quỳ
Em nhìn bao quát làng, thôn, xóm
Mà thương làng nước nhỏ li ti

Anh lại đưa em về quê cũ
Hòa Châu, Lệ Trạch có bao xa
Có mái đình xưa, cây đa cổ
Có giếng nước trong rêu xanh mờ

Anh theo em ra thăm con đập
Một thời chôn chặt tuổi thơ em
Dòng nước vẫn trong cho em tắm gội
Những ưu phiền, nặng nợ thuở bon chen…

Đời anh hoa
(tặng Ngũ Yên)

Anh hoa phát tiết ra ngoài
- Nguyễn Du -

Đời còn mộng ý đắm say
Xin người chớ phí những ngày thanh xuân
Xôn xao, ngựa hí không cùng
Rộn đường xa mã, chung lòng đạp thanh
Gần xa nô nức nam nhân
Kéo theo nữ tú, rần rần như sôi
Này em, đời có bao lâu
Dậy đi, mà hát vong sầu thế nhân!

Mai xuôi thuyền đến Giang châu
Mà nghe kỷ nữ, tiêu sầu, chén khuây
Để nghe Đỗ Mục hãnh danh
Mười năm, giấc mộng kê vàng đã sao?

Người xưa cởi áo khinh cừu
Để cùng tiến tửu với người tri âm
Ta nay không bạn, âm thầm
Rượu say, ta tiễn… mỹ nhân trên tường
Cùng là mặc khách tao nhân
Điệu cười ngửa cổ trắng ngần, người ơi!
Mai về đổi áo, sân phơi
Hiện trang thục nữ, rạng ngời như hoa
Xưa nay, bi lụy đàn bà
Thói yên hoa ấy, từ đây xin chừa.

Ngấn nước lìa nguồn

Tôi như ngấn nước xa nguồn
Tẻ, vui âu cũng nỗi buồn vô duyên
Trong rừng, tôi đẹp vô biên
Xa rừng, tôi nhiễm huyên thiên nỗi sầu

Đua đòi hơn, thiệt, nông, sâu
Ghen tương, hờn giận cũng màu ái ân
Đường tình vấp ngã bao lần
Mà sao không tởn, lần đân yêu hoài

Một chiều, một sáng mai kia
Soi gương mới thấy bạc phơ mái đầu
Thấy sông, thấy nước… đôi bờ
Thuyền không bến đậu, hững hờ rong rêu

Em xa, đời cũng tiêu điều
Ôi, con nước rút, thủy triều cạn khô!

Xuân Thao

Mục Lục

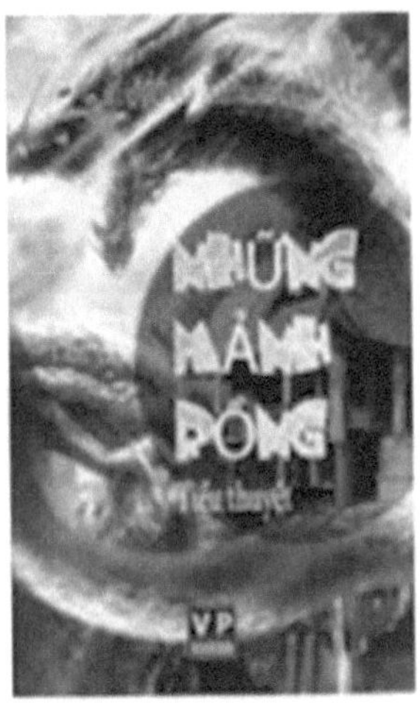

NHỮNG MẢNH RỒNG
Tiểu thuyết của Hoàng Minh Tường

Nhà xuất bản Vipen
Cộng hòa Liên bang Đức 2018
Số trang: 464 trang
Khổ sách: 14 x 21cm
Giá bìa: 21,9 euro
Phát hành tại Đức và Châu Âu

"Tiểu thuyết "Những mảnh Rồng", xét đến cùng, là nỗi nhức nhối của số phận dân tộc ngày mai. Bao giờ cho đến Ngày Mai, cái ngày mà lá cờ thực sự đại diện cho nước Việt hiện đại được mỗi con Rồng cháu Tiên trên trái đất này ngưỡng vọng, hãnh diện, tự hào?

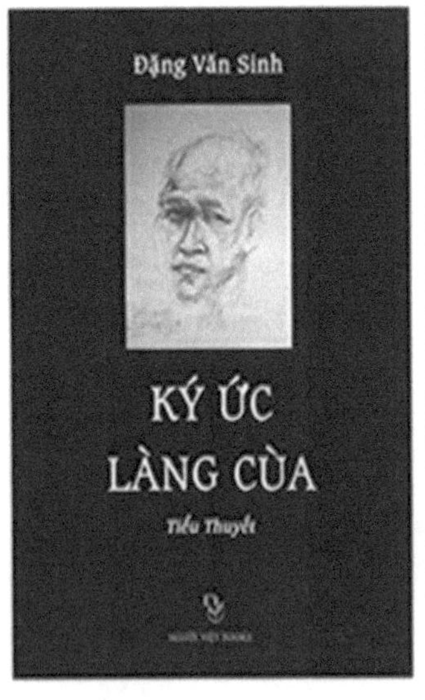

KÝ ỨC LÀNG CÙA
Tiểu thuyết của Đặng Văn Sinh

Nhà xuất bản "Người Việt Books"
Hoa Kỳ, 2018
Số trang: 634 trang
Khổ sách: 6 x 9 inches
Giá bìa: 25 USD
Đặt mua tại
Amazon.com, "Người Việt Shop
và các hiệu sách lân cận.

"Ký ức làng Cùa" là một trường thiên tiểu thuyết phản ánh hiện thực xã hội Việt Nam diễn ra hơn nửa thế kỷ ở vào thời điểm *Chiến tranh thế giới thứ nhất* đến giữa những năm bảy mươi của thế kỷ XX. Cuốn sách tái hiện những biến động lịch sử gây ra bao đau thương tang tóc cho dân tộc Việt bằng những lát cắt được tác giả mô tả thông qua sự thăng trầm của gia đình họ Khúc ở làng Cùa.

NGUYỄN CẢN
CHUYỆN MỘT THỜI
Tập truyện ngắn

Nhà xuất bản HỘI NHÀ VĂN
Mua sách : Hệ thống Fahasa và
Nhà sách Minh Khai
125 Nguyễn Thị Minh Khai

Liên hệ tác giả:
nguyencan 416 @gmail. com
hay 0903811882

Nhà xuất bản VĂN HỌC
qua Amazon đã in và phát hành toàn cầu

Dịch sang Anh ngữ: Trịnh Y Thư - Nguyễn Đức Tùng

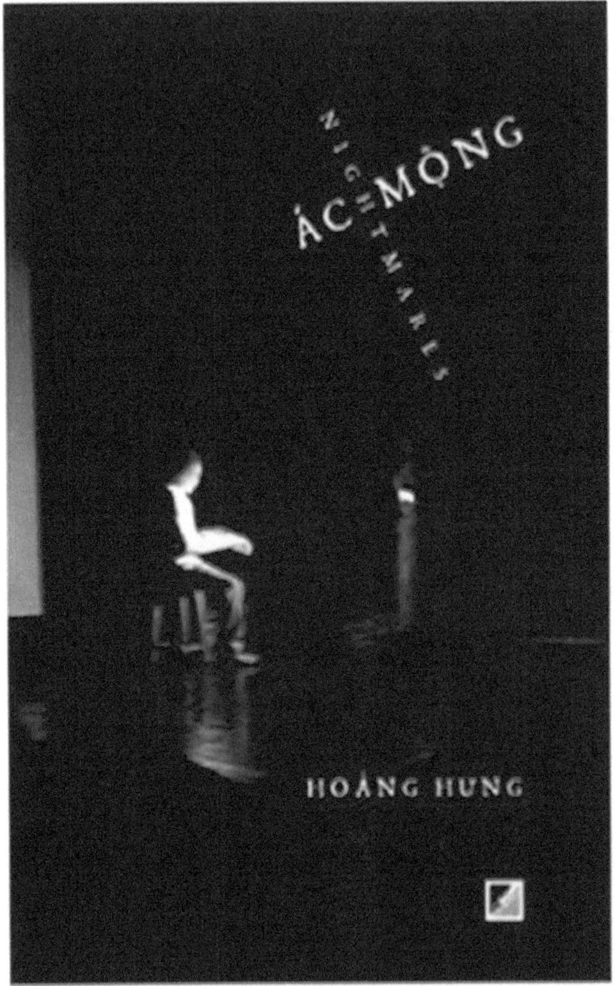

Hưng phơi bày qua câu chuyện của chính mình, nỗi thống khổ của vô số người khác dưới các chế độ đàn áp con người. Tiếng nói của ông là tiếng nói của các nhà văn bất đồng ở khắp mọi nơi - lương thiện, can đảm, và không thể thiếu.

Allen Bass
(Chancellor of the Academy of American

Liên lạc Nhà xuất bản
Mở Nguồn
han.le3359@gmail.com
(408) 722-5626